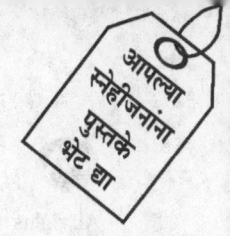

क्रांतियोगिनी

भगिनी निवेदिता

आयरिश महिलेच्या भारतावरील निष्ठेची कहाणी

मृणालिनी गडकरी

मेहता पब्लिशिंग हाऊस

- *या पुस्तकातील लेखकाची मते, घटना, वर्णने ही त्या लेखकाची असून त्याच्याशी प्रकाशक सहमत असतीलच असे नाही.*

KRANTIYOGINI BHAGINI NIVEDITA by Dr. Mrunalini Gadkari

क्रांतियोगिनीभगिनी निवेदिता / चरित्र

© मृणालिनी गडकरी

८ ए कांचनबन, सेनापती बापट रोड, पुणे ४११०१६.

प्रकाशक : सुनील अनिल मेहता, मेहता पब्लिशिंग हाऊस,
१९४१ सदाशिव पेठ, माडीवाले कॉलनी, पुणे - ३०.

अक्षरजुळणी : इफेक्ट्स २१/६ब, आयडिअल कॉलनी, कोथरूड, पुणे - ३८.

मुखपृष्ठ : चंद्रमोहन कुलकर्णी

प्रथमावृत्ती : जानेवारी, २०१७

P Book ISBN 9789386342201
E Book ISBN 9789386342218
E Books available on : play.google.com/store/books
m.dailyhunt.in/Ebooks/marathi

कै. आई-बाबांना,
जे आजही आशीर्वादांच्या रूपात
माझ्या पाठीशी उभे आहेत.

— मृणाल

मनोगत

२०११ साल हे भगिनी निवेदितेचे स्मृतिशताब्दी वर्ष होते. या निमित्ताने भगिनी निवेदितेचे समग्र चरित्र मराठीत लिहिले जावे आणि ते मी लिहावे, असा आग्रह ज्ञानप्रबोधिनीच्या संस्थापक-संचालक मंडळातील एक ज्येष्ठ सदस्य आणि आमचे सहनिवासी मा. यशवंतराव लेले यांनी केला.

भगिनी निवेदितेचे समग्र चरित्र मराठीत यावे, असे प्रकर्षाने वाटण्याचे कारण म्हणजे भगिनी निवेदितेला महाराष्ट्राबद्दल– विशेषत; पुण्याबद्दल आणि त्या काळातील लोकमान्य टिळक, नामदार गोखले, दादासाहेब खापर्डे अशांसारख्या महाराष्ट्रातील प्रतिष्ठित व्यक्तींबद्दल अत्यंत आदर होता, मात्र महाराष्ट्राला तिच्याबद्दल फारशी माहिती नाही. तिची हातांच्या बोटांवर मोजता येतील एवढीच चरित्रे पूर्वी लिहिली गेलेली दिसतात; पण त्यातील बहुतेक उपलब्ध नाहीत. आणि जी एक-दोन उपलब्ध आहेत, ती समग्र म्हणता येतील अशी नाहीत. कारण अलीकडच्या काळात निवेदितेच्या जीवनावर बरेच संशोधन झाले आहे; तिच्यासंबंधीची बरीच कागदपत्रे मिळाली आहेत. तिच्या अप्रकाशित पत्रांचा खजिनाही गवसला आहे आणि या सर्व सामग्रीच्या आधारे तिचे चरित्र लिहिले गेले आहे. अर्थात हे चरित्र बंगालीत आहे. याशिवाय तिच्या निरनिराळ्या पैलूंवर प्रकाश टाकणारी बरीच पुस्तके बंगाली आणि इंग्रजीतून लिहिली गेली आहेत.

मला बंगाली येत असल्याने, या सर्व पुस्तकांच्या आधारे मला चरित्र लिहिता येईल, असा विश्वास यशवंतराव आणि माझे यजमान श्री. प्रभाकर गडकरी यांना वाटत होता. मी मात्र सुरुवातीला गडबडून गेले होते; पण माझ्या यजमानांच्या प्रोत्साहनामुळेच मी निवेदितेवरच्या पुस्तकांचे वाचन सुरू केले.

'निवेदिता लोकमाता' हे श्री. शंकरीप्रसाद बसूंनी चार खंडात लिहिलेले बंगाली भाषेतील चरित्र मी जसजशी वाचत गेले, तसतसे तिचे असामान्य व्यक्तिमत्त्व माझ्यापुढे उलगडत गेले आणि त्या बहुरंगी व्यक्तिमत्त्वाने मला भुरळ घातली. तिचे जीवन अनेक आश्चर्यकारक घटनांनी परिपूर्ण आहे. त्यामुळे त्या वर्णन करत असताना त्यात आपसूकच रंजकता येते. काल्पनिक प्रसंग वर्णन करून ते रंजक करण्याची आवश्यकता उरतच नाही.

एकदा भारताला 'आपला देश' मानल्यावर, कितीही समस्या आल्या, कितीही हालअपेष्टा सोसाव्या लागल्या तरी निवेदितेने आपल्या जन्मभूमीला परत जाण्याचा विचार कधीही केला नाही. भारतातील सर्वच माणसे 'तिची माणसे' होती. त्यांच्या भल्यासाठी तिने आत्यंतिक त्याग केला. तिच्या गुरूंनी– स्वामी विवेकानंदांनी– सांगितलेले भारताच्या संपूर्ण जागरणाचे कार्य तिने अत्यंत निष्ठेने केले. तिचे भारतप्रेम, निष्ठा, गुरुभक्ती आणि त्याग अपूर्व होता.

तिच्या डोळ्यांपुढे तिची प्रिय भारतमाता ही नेहमीच सजीव रूपात उभी असे. म्हणूनच ती भारताचा उल्लेख नेहमीच It असा न करता She असाच करत असे. तिच्या भोवती जमलेल्या तरुणांनाही ती आवर्जून She असाच उल्लेख करायला लावत असे. अशा या मातेची इंग्रजांनी हीनदीन अवस्था केली होती. त्या अवस्थेतून तिची सुटका करून, तिला पारतंत्र्यातून मुक्त करून, वैभवाच्या सिंहासनावर बसवण्याचे स्वप्न जन्माने आयरिश, नागरिकत्वाच्या दृष्टीने ब्रिटिश; पण मनाने पूर्णपणे भारतीय झालेल्या स्त्रीने बाळगले होते आणि त्यासाठी यशस्वी वाटचालही सुरू केली होती. तिला आयुष्य कमी मिळाले; पण तिने दाखवलेला मार्ग भारताला स्वातंत्र्याकडे घेऊन गेला.

निवेदितेने अनेक क्षेत्रांत महत्त्वाचे कार्य केले आणि त्या त्या क्षेत्राचा विचार केला तर ते क्रांतिकार्यच होते, असे म्हटल्यास वावगे ठरू नये.

निवेदिता शिक्षणतज्ज्ञ होती, उत्तम शिक्षक होती. बंगालमध्ये तिने भारतीय परंपरेशी घातलेली आधुनिक शिक्षणाची सांगड ही एक प्रकारे क्रांतीच होती. तिने स्थापन केलेली शाळा आज शंभर वर्षांनंतरही नुसती उत्तमरीतीने सुरू आहे, एवढेच नव्हे तर एक नामवंत शिक्षणसंस्था म्हणून प्रसिद्धीस आली आहे. त्या काळात, स्त्रिया पडदा पद्धत पाळत होत्या, अंत:पुराबाहेर येत नव्हत्या. अशा काळात एका पाश्चात्त्य स्त्रीने, बागबाजारासारख्या कर्मठ लोकांच्या वस्तीत शाळा काढणे आणि चालवणे म्हणजे मोठे धाडसाचे होते; पण शाळा काढण्यापेक्षा त्या शाळेत राष्ट्रीय शिक्षणाची व्यवस्था करणे हे तिचे कार्य अधिक महान आहे. तिची शाळा ही बंगालमधील पहिली राष्ट्रीय शाळा होती आणि ती तिने स्वदेशीची चळवळ सुरू होण्याच्या कितीतरी आधी स्थापन केली होती. तेव्हा 'राष्ट्र', 'राष्ट्रीयता' या संकल्पनांची ओळखही भारताला नव्हती. यातून तिची दूरदृष्टी लक्षात येते. तिच्या शैक्षणिक कार्याबद्दल बरेच लिहिले गेले आहे; पण त्या मागची राष्ट्रीयतेची भावना लक्षात घेणे अत्यंत महत्त्वाचे आहे.

निवेदितेच्या क्रांतिकार्याबद्दल आतापर्यंत फारशी माहिती उपलब्ध नव्हती. क्रांतिकारक आपल्या कार्याबद्दलच्या, आपल्या सहकाऱ्यांविषयीच्या नोंदी सहज मिळतील, सहज समजतील अशा रीतीने ठेवत नाहीत. किंबहुना नोंदी ठेवल्याच

जात नाहीत. यदाकदाचित ठेवल्याच तर त्या सांकेतिक भाषेत असतात. निवेदितेची अप्रकाशित शंभर-एक पत्रे शंकरीप्रसाद बसूंजवळ आहेत. ती अत्यंत स्फोटक पण महत्त्वाची असावीत. कारण त्यातील बरीच पत्रे अर्धवट फाडलेली किंवा अर्धवट जाळलेली आहेत. हे कशाचे द्योतक आहे? निवेदितेची पत्रे उघडून वाचली जात होती, इंग्रजांनी सोराबजीसारखी हेर तिच्यावर पहारा करण्यासाठी नेमली होती, निवेदितेने अनेक वेळा नाव व वेश बदललेला दिसतो. या सर्व गोष्टी तिचा क्रांतिकार्याशी घनिष्ट संबंध असल्याचे स्पष्टपणे दाखवतात. ती तरुणांना रिक्रूट करत होती, शस्त्रांचे शिक्षण देत होती, ते कशासाठी?

भारतात येण्यापूर्वी तिचा आयर्लंडच्या स्वातंत्र्य चळवळीत सक्रिय सहभाग होता. म्हणूनच टोपणनावाने ती लेखन करत होती. बालपणापासूनच क्रांतीचे बाळकडू तिला तिच्या घरातूनच मिळाले होते. त्यांच्या घराला भारताबद्दल पूर्वीपासूनच आपुलकी होती. तेव्हा भारतात आल्यावर ती फक्त अध्यात्म आणि शिक्षणक्षेत्र यात रमणे अशक्यच वाटते. तिला क्रांतीचे सर्व मार्ग आधीच माहीत असल्याने, भारतात क्रांतीसाठी आवश्यक त्या सर्व गोष्टींची व्यवस्था तिने फार चोख केलेली दिसते. म्हणूनच इंग्रज सरकारला तिचा संशय असूनही तिला पकडता आले नाही. तिची गुप्तहेर यंत्रणा इंग्रज सरकारपेक्षा सक्षम असल्याने अरविंदांसारख्या क्रांतिकारकांना अटक होण्यापासून ती वाचवू शकली. स्वामी विवेकानंदांनी सिंहीण शोधून आणली होती, हे आपण विसरता कामा नये.

स्वामीजींनी काही तरुणांना 'मातेचे कार्य करण्याची' आज्ञा दिली होती. त्यातील बऱ्याच तरुणांनी पुढे क्रांतिकार्यात भाग घेतला. त्यांचा निवेदितेशी संपर्क होता. याचाच अर्थ निवेदितेने भारतीय क्रांतिकारकांना प्रेरणा दिली, प्रोत्साहन दिले आणि सर्वतोपरी साहाय्यही केले. निवेदितेच्या क्रांतिकार्याचा आढावा घेतल्याशिवाय भारतीय क्रांतिकार्याचा इतिहास लिहिता येणे शक्य नाही. भारताच्या स्वातंत्र्यासाठी निवेदितेला कुठलाच मार्ग वर्ज्य नव्हता. मात्र तिचे जीवन आध्यात्मिक असल्याने हीनतेचा आश्रय तिने कधीच घेतला नाही. म्हणूनच ती क्रांतियोगिनी ठरली.

स्वामी विवेकानंदांना भारतात संपूर्ण जागरण घडून यायला हवे होते. कारण त्याशिवाय भारताची पारतंत्र्यातून मुक्तता शक्य नव्हती. इंग्रजांनी भारतीय लोकांच्या मनावर बिंबवले होते की भारतीय अगदी हीन आहेत. संस्कृती म्हणजे काय ते त्यांना कळत नाही. जगात श्रेष्ठ आहेत ते इंग्रज! पाश्चात्त्यांनी पौर्वात्यांना देणगीच्या रूपात संस्कृती, कला दिली. भारतीय कला म्हणजे पाश्चात्त्यांच्या कलांचे अनुकरण आहे. 'भारतीय कला' असे काही नाहीच. यामुळे भारतीयांनी आत्मविश्वास गमावला होता. त्यांना ग्लानी आली होती.

निवेदितेला स्वामी विवेकानंदांनी भारतीय संस्कृती आणि कला यांची महानता

पटवून दिली. भारतीय संस्कृती ही सर्वांत प्राचीन आणि श्रेष्ठ आहे; भारतीय कला या कुणाच्याही अनुकरणातून जन्माला आल्या नसून, अस्सल आहेत, हे निवेदितेने दाखवून दिले. त्यासाठी तिने बिनतोड पुरावे दिले. भारतीय कलावंतांनी पाश्चात्त्यांच्या आहारी जाऊन त्यांचे अनुकरण करण्यापेक्षा 'भारतीयत्व' सांभाळावे यावर तिचा कटाक्ष होता. त्यासाठी तिने कलावंतांना प्रोत्साहन दिले, साहाय्य केले. म्हणूनच अवनीन्द्रनाथ ठाकूर, नंदलाल बसू यांच्यासारखे कलावंत निर्माण झाले.

एखाद्या कलाकृतीतील सौंदर्य कसे पाहावे, कलाकृती श्रेष्ठ आहे का हे कसे ठरवावे, हे निवेदितेने दाखवून दिले. निवेदितेने कलाकृतींची केलेली समीक्षा, सर्व कलांची तिला किती खोल जाण होती हेच दाखवून देते. तिच्या कलासमीक्षकात्मक लेखांमुळे कलावंत आणि रसिक या दोघांनाही नवीन दृष्टी मिळाली. याचा परिणाम असा झाला की भारतीय संस्कृतीची महानता आणि भारतीय कलांमधील समृद्धता भारतीयांच्या लक्षात आली. त्यामुळे हीनतेची भावना पुसली गेली आणि तिची जागा आत्मविश्वासाने घेतली. खरे सौंदर्य कशाला म्हणायचे ते तिच्यामुळे लोकांना कळले. अवनीन्द्रनाथांनी जस्टिस होमवूड यांच्याकडील मेजवानीच्या वेळचे निवेदितेचे जे शब्दचित्र रेखाटले आहे, ते वरील विधानाला पुष्टी देणारेच आहे. अवनीन्द्रनाथांनी लिहिले आहे, "पार्टि सुरू झाल्यानंतर जरा उशिराच भगिनी निवेदिता तिथं आल्या. पार्टिला बडे बडे लोक, राजे, गोरे साहेब, मेम यांनी गर्दी केली होती. तिथं जमलेल्या सर्व मेम अभिजात घरातील होत्या. त्यामुळे त्यांचा थाट बघण्यासारखा होता! अतिशय नटूनथटून त्या आल्या होत्या. एकेकीचा जामानिमा काय वर्णावा! त्यातील अनेक सौंदर्यवती म्हणून ओळखल्या जात होत्या... निवेदिता आल्या त्या त्यांच्या नेहमीच्या पांढऱ्याशुभ्र पोशाखात. गळ्यात रुद्राक्षांची माळ. केस जरा उचलून बांधलेले. त्या येऊन उभ्या राहताच जणू तारकांमध्ये चंद्रिकेचा उदय झाला. त्यांच्यापुढे इतर सर्वजणी निष्प्रभ ठरल्या. साहेब एकमेकांच्या कानात कुजबुजायला लागले, 'कोण या?' "

"सुंदरी कुणाला म्हणायचे ते तुम्हाला माहीत नाही! माझ्या नजरेत निवेदिताच सौंदर्याच्या आदर्श ठरल्या. कादंबरीतील महाश्वेता... तीच चंद्रकांतमण्यातून घडवलेली पुतळी माझ्यासमोर साक्षात उभी होती." निवेदितेच्या व्यक्तिमत्त्वामधील सौंदर्य पाहण्याची दृष्टी निवेदितेमुळेच अवनीन्द्रनाथांना प्राप्त झाली.

आईची आई होणारी मार्गरिट, मे आणि रिचमंड यांची जबाबदार मोठी बहीण मार्गरिट, स्वामीजींची निष्ठावान शिष्या मार्गोट, शारदामातांची लाडकी खुकी, शाळेतील तिच्या विद्यार्थिनींची आवडती सिस्टर, जगदीशचंद्रांना 'खोका' म्हणजे 'बाळ' म्हणणारी आणि त्यांना आईप्रमाणे सांभाळणारी निवेदिता, लेखिका निवेदिता, कवी मनाची निवेदिता, मानवतावादी निवेदिता, तेजस्वी निवेदिता, निर्भय निवेदिता,

लहानशा गोष्टीने आनंदणारी किंवा हिरमुसली होणारी निवेदिता आणि क्रांतियोगिनी निवेदिता अशी तिची निरनिराळी रूपे रंगवताना मला मिळालेला आनंद वर्णन करायला माझ्याजवळ शब्दच नाहीत!

निवेदितेचा भारतातील कार्यकाळ अगदी अल्प आहे. १८९८ मध्ये ती भारतात आली आणि १९११ मध्ये तिचा मृत्यू झाला. पण या काळातच भारतात– विशेषत: बंगालमध्ये– बऱ्याच महत्त्वाच्या घटना घडल्या. या घटना निवेदितेशी निगडित होत्या. इतिहासाच्या या अध्यायाची पार्श्वभूमी हे चरित्र लिहिताना आवश्यक होती. त्यासाठी इतिहासाच्या या उज्ज्वल अध्यायाचा जो काही थोडा अभ्यास मी केला तो माझ्या ज्ञानात भर घालणारा ठरला. पूर्वी होऊन गेलेल्या पण अज्ञात असलेल्या व्यक्तींची ओळख झाली. इतिहासातील ज्ञात व्यक्ती वेगळ्या रूपात भेटल्या. यातील काही रूपे धक्का देणारीही होती. काही ऐतिहासिक प्रसंगांच्या बाबतीतही असाच अनुभव आला; पण भक्कम पुरावे मिळाल्यामुळे ते स्वीकारणे अडचणीचे ठरले नाही.

निवेदितेचे व्यक्तिमत्त्व अनेकावधानी आहे. त्यामुळेच की काय, प्रा. बसूंनी तिचे चार खंडात विस्तृत चरित्र लिहिताना, चरित्राचा नेहमीचा रूपबंध अजिबात पाळलेला नाही. मलाही रूढिबद्ध आकृतिबंध पाळणे शक्य नव्हते. मात्र सत्य आणि महत्त्वाच्या घटना वर्णन करताना factual mistakes होणार नाहीत याची मी काळजी घेतली.

मी निवेदितेचे चरित्र लिहिण्याचे नक्की केल्यावर, आरंभापासून अखेरपर्यंत मला सर्वतोपरी साहाय्य केले ते माझ्या यजमानांनी! त्यांनी ताबडतोब कोलकात्याहून निवदितेचे समग्र साहित्य, प्रा. शंकरीप्रसाद बसूंनी लिहिलेल्या चरित्राचे खंड आणि निवेदितेवर इतरांनी लिहिलेली पुस्तके मागवून घेतली. एवढेच नव्हे तर माझ्या बरोबरीने त्यांनी कष्ट घेतले, योग्य वेळी मला योग्य सल्ला दिला. मी कधी निराश होत आहे असे दिसताच मला प्रोत्साहन मिळेल असे साहित्य मला वाचावयास दिले, प्रसंगी वाचूनही दाखवले. मी सांगण्यापूर्वीच अनेक उत्तम उपयोगी पुस्तके मला आणून दिली. ते पाठीशी उभे राहिले म्हणूनच मी हे चरित्रलेखन पूर्ण करू शकले.

मा. यशवंतराव लेल्यांनीही मला अतिशय मोलाची मदत केली. त्यांनी अनेक पुस्तके वाचून केलेल्या नोंदी विश्वासाने माझ्या स्वाधीन केल्या होत्या. वेळोवेळी ते माझ्याशी चर्चाही करत. प्रोत्साहन देत. त्यांच्याबद्दल मला मनापासून कृतज्ञता वाटते.

मला उमेद देण्यात, माझ्यात आत्मविश्वास वाढवण्यात या दोघांबरोबरच माझे गुरू आणि मार्गदर्शक डॉ. कल्याण काळे यांचाही मोठा वाटा आहे. हे चरित्र छापायला जाईपर्यंत त्यांनी मला अतिशय महत्त्वाच्या सूचना, स्वत:चा मोलाचा वेळ

खर्ची घालून केल्या. त्यांचे ऋण मला कधीच फेडता येणे शक्य नाही.

या चरित्र-लेखनासाठी अत्यावश्यक असलेले प्रा. शंकरीप्रसाद बसूंनी संपादित केलेले निवेदितांच्या पत्रांचे दोन संग्रह मला मिळत नव्हते. मी त्यासाठी धडपड करत असतानाच, एके दिवशी गुडगावहून मला प्रा. प्रबोधकुमारांचा दूरध्वनी आला. हिंदीतील सुप्रसिद्ध लेखक मुन्शी प्रेमचंद यांचे प्रबोधकुमार हे नातू. प्रबोधकुमारजी मानववंशशास्त्रज्ञ असून हिंदीतील नामवंत लेखक आहेत. त्यांच्या 'आलो-आंधारि' या पुस्तकाचा मी मराठीत अनुवाद केला आणि त्या निमित्ताने आमचा परिचय झाला. प्रबोधकुमारजी दूरध्वनीवरून नेहमीच माझी अत्यंत ममतेने विचारपूस करत असतात. मला मदत करण्यास ते सदैव तत्पर असतात. मी निवेदितेचे चरित्र लिहीत आहे, हे ऐकून त्यांना अतिशय आनंद झाला. मला निवेदितेचे पत्रसंग्रह मिळत नसल्याचे कळताच, त्यांनी त्यांचे कोलकात्यातील मित्र श्री. अशोक सक्ससेरिया यांना दूरध्वनी करून मला मदत करण्यास सांगितले. अशोकजींनी स्वत: दूरध्वनीवरून मला काय पाहिजे ते विचारून घेतले आणि शंकरीप्रसादजींच्या चिरंजीवांशी बोलून, त्यांच्या प्रकाशकाच्या गोदामातून पत्रसंग्रह शोधून काढून, भेट म्हणून मला पाठवून दिले. अशोकजी उत्तम लेखक, पत्रकार आणि क्रीडासमीक्षक आहेत. अतिशय श्रीमंत कुटुंबात जन्मलेल्या अशोकजींनी खादीशिवाय दुसरे कापड वापरलेले नाही. त्याग हाच त्यांच्या जीवनाचा मंत्र आहे. दुसऱ्यांना साहाय्य करणे हाच ते आपला धर्म मानतात. अशा असामान्य व्यक्तींचे पाठबळ मिळाल्यावर आणखी काय पाहिजे! यांचे आभार कसे मानावेत, हेच मला कळत नाही आणि नुसते आभार मानणे औद्धत्याचेच ठरेल. त्यापेक्षा नम्र मौनच माझ्या मनातील भावना व्यक्त करेल.

मी असे चरित्र लिहिले आहे, असे मी 'मेहता पब्लिशिंग हाउस'च्या श्री. सुनील मेहता यांना सांगताच, त्यांनी काहीही न विचारता ते प्रकाशित करण्याचे तात्काळ मान्य केले. त्यांनी दाखवलेला विश्वास आभारापलीकडचा आहे.

'मेहता पब्लिशिंग हाऊस'चा परिवार आणि या पुस्तकाला ज्यांनी साहाय्य केले ते सर्व सहकारी यांना मन:पूर्वक धन्यवाद!

– मृणालिनी गडकरी

अनुक्रम

निवेदिता यांची वंशवेल

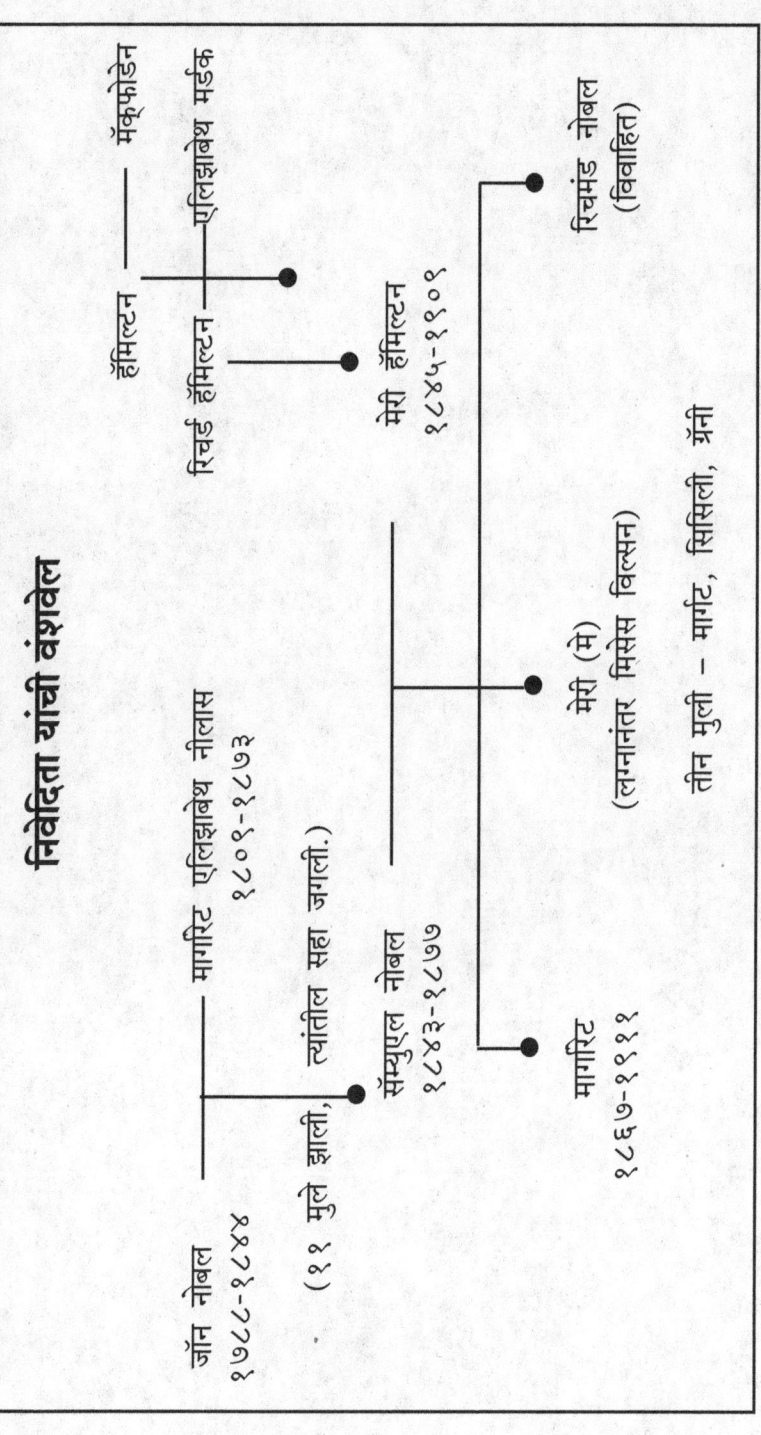

हॅमिल्टन — मॅक्फोडेन
रिचर्ड हॅमिल्टन
एलिझाबेथ मर्डक
मेरी हॅमिल्टन
रिचमंड नोबल
(विवाहित)

उपोद्घात

२ जुलै, १९०२! त्या दिवशी बुधवार होता. स्वामी विवेकानंदांचा एकादशीचा उपवास होता. भगिनी निवेदिता त्यांना भेटण्यासाठी बेलुड मठात गेली. स्वामीजींनी तिला आग्रहाने जेवायला ठेवून घेतले. स्वत: स्वयंपाक केला. बेत तसा साधाच होता. आठळ्यांची भाजी, भात, उकडलेले बटाटे आणि थंड दूध. स्वामीजींनी स्वत: वाढले. आग्रह केला. प्रत्येक पदार्थ वाढताना स्वामीजी नेहमीप्रमाणेच थट्टा-मस्करी करत होते. निवेदितेचे जेवण होताच स्वामीजींनी स्वत: तिच्या हातांवर पाणी घातले, तिचे हात धुतले आणि पुसले.

स्वामीजींच्या या आचरणाने निवेदिता संकोचली. ती स्वामीजींना म्हणाली, "स्वामीजी, हे तर मी तुमच्यासाठी करायचं; तुम्ही नव्हे!"

यावर स्वामीजींचे उत्तर होते, "येशूने नव्हते का आपल्या शिष्यांचे पाय धुतले!"

'हो. पण ते त्याच्या आयुष्याच्या अखेरीला!' हे शब्द अगदी तिच्या ओठांवर आले होते, पण तिने ते बाहेर पडू दिले नाहीत. आणि....

४ जुलै, १९०२ला शुक्रवारी रात्री नऊच्या सुमारास स्वामीजींनी या जगाचा निरोप घेतला.

या संदर्भात २ जुलैच्या घटनेचा विचार केल्यास लक्षात येते की, स्वामीजींनी आपली उत्तराधिकारी म्हणून भगिनी निवेदितेची निवड केली होती. ज्या निवेदितेच्या खांद्यावर आपल्या कार्याची धुरा त्यांनी ठेवली, ती 'निवेदिता' होती तरी कोण? ◆

मागरिट एलिझाबेथ नोबल

भगिनी निवेदितेचे मूळ नाव मागरिट एलिझाबेथ नोबल. २८ ऑक्टोबर, १८६७ रोजी उत्तर आयर्लंडमधील टायरन प्रांतातील डनगॅनन या लहानशा शहरात तिचा जन्म झाला. सॅम्युएल आणि मेरी यांचे मागरिट हे पहिले अपत्य. त्यांना एकंदर सहा मुले झाली. त्यांतील मागरिट, मेरी किंवा मे आणि रिचमंड ही तीनच जगली.

नोबल कुटुंब विलक्षणच होते. तसे पाहिले तर नोबल मूळचे स्कॉटिश. पण तेराव्या शतकापासून ते आयर्लंडमध्ये स्थायिक झाले होते म्हणून ते स्वत:ला आयरिशच मानत. हे खरे धर्मगुरूंचे घराणे, तरीही जीवनासक्त. देशभक्ती त्यांच्या रोमारोमांत भिनली होती. स्वातंत्र्याच्या भावनेने प्रेरित झालेले ते क्रांतिकारक होते. विशेष म्हणजे घरातील पुरुषांच्या कार्यात स्त्रियांनीही उत्तम साथ दिली.

जॉन नोबल हे सॅम्युएल यांचे वडील आणि मागरिटचे आजोबा. उत्तर आयर्लंडमधील वेस्लीयन चर्चमध्ये ते धर्मगुरू होते. धर्मप्रवचनकार म्हणून त्यांची ख्याती होती. त्यांनी वयाच्या चाळिसाव्या वर्षी अठरा वर्षांच्या एलिझाबेथ नीलासशी लग्न केले. घरातील मंडळींना हे लग्न मान्य नव्हते. जॉन आणि एलिझाबेथ यांना, त्यांनी घरातून हाकलून दिले. त्यामुळे या दोघांना आर्थिक दुरवस्थेला तोंड द्यावे लागले. मात्र त्यांचा संसार सुखाचा झाला.

१९व्या शतकात आयर्लंडमध्ये स्वातंत्र्य-चळवळीचा जोरदार उद्रेक झाला. इंग्रजांच्या जुलमी सत्तेच्या विरोधात 'फीनिअन नॅशनल मिलिशा', 'होम रूल', 'लॅन्ड लीग' वगैरे क्रांतिकारक गट चळवळी करू लागले होते. स्वातंत्र्यभावनेने प्रेरित झालेल्या आयरिश देशबांधवांना, आपल्या देशासाठी जास्तीत जास्त योगदान करण्याचे आवाहन या क्रांतिकारकांनी केले. जॉन नोबल आणि एलिझाबेथ यांनी या आवाहनाला प्रतिसाद दिला आणि आपला देशकार्याचा वाटा उचलला.

जॉन नोबल यांच्या मृत्यूनंतर एलिझाबेथ जहाल पक्षाच्या सदस्य झाल्या. मग त्यांचे घर हे त्यांच्या पक्षाच्या लोकांचे भेटण्याचे ठिकाणच झाले. सल्लामसलतीसाठी

त्यांच्या घरात लोकांची वर्दळ सतत असे. त्या अतिशय खंबीर होत्या. आत्मसंयम आणि विशुद्ध आचरण हे त्यांच्यापाशी असलेले गुण विशेष उठून दिसणारे होते. खंबीर असूनही त्यांच्या स्वभावात गोडवा होता. त्या नेहमी शांत असत. शांतपणे विचार करून निर्णय घेत. हा गुण मार्गारिटने त्यांच्याकडूनच घेतला होता.

वडील लहानपणीच वारल्यामुळे सॅम्युएलचा सांभाळ त्याच्या मोठ्या भावाने केला. त्यांचे एक काका व्यापारी होते. व्यापारात त्यांनी बराच पैसा मिळवला होता. त्यांनीच सॅम्युएलना कापड व्यवसायाचे उत्तम धडे दिले. वयाच्या मानाने सॅम्युएलचा जमही व्यवसायात उत्तम बसला होता. पण व्यवसायातील छक्केपंजे त्यांना कधीच जमले नाहीत. त्यांचे व्यक्तिमत्त्वच वेगळे होते. ते उत्तम वक्ता होते. उत्तम कवी होते. उत्तम व्यक्तिमत्त्वाची देणगी त्यांना मिळाली होती. ते तापट होते. हा आयरिश रक्ताचा गुण! वडिलांप्रमाणेच त्यांनाही राजकारणात रस होता. मात्र त्यांचा कल उदारमतवादाकडे होता.

मार्गारिटची आई मेरी ही हॅमिल्टन कुटुंबातील लाडकी मुलगी. हॅमिल्टन कुटुंब श्रीमंत होते. बुचांचा मोठा व्यापार होता त्यांचा. मेरीची आई तिच्या लहानपणीच वारली. तिच्या आजीने तिचा सांभाळ केला. मेरी ऐशरामात वाढलेली, तर नोबलांची आर्थिक परिस्थिती तिच्या माहेरच्या मानाने अगदी सर्वसाधारणच. पण नोबल कुटुंबाचे नाव चांगले होते. शिवाय सासूबद्दल मेरीला लग्नाच्या आधीपासूनच आदर होता. सॅम्युएलच्या व्यक्तिमत्त्वाने ती भारावली. त्यामुळेच लग्न होऊन ती नोबल कुटुंबात आल्यावर तिने कधीच कशाविषयीही तक्रार केली नाही. डनगॅननमध्ये त्यांनी सुखाने संसाराला सुरुवात केली.

पण व्यापार बरा चालत असूनही सॅम्युएलचे मन त्यात रमत नव्हते. कारण त्यांना वडिलांप्रमाणेच धर्मगुरू व्हायचे होते. मात्र मार्गारिटचा जन्म झाल्यावर त्यांची मनःस्थिती द्विधा झाली. पण पारतंत्र्याचे चटके सोसवेनासे झाल्यावर मेरीच्या संमतीने, व्यवसाय गुंडाळून त्यांनी मँचेस्टरमधील काँग्रीगेशनल मिनिस्ट्रीमध्ये प्रवेश घेतला. येथे धर्मगुरू होण्यासाठी शिक्षण देण्यात येत असे.

सॅम्युएल आणि मेरी यांचा संसार नुकताच कुठे सुरू झाला होता. असे असूनही पतीसाठी वाटेल तो त्याग करण्याची मेरीची तयारी होती. घरातील सर्व चीजवस्तू विकून आणि सर्व सुखसोयींवर पाणी सोडून ती पतीपाठोपाठ निघाली....

प्रश्न होता मार्गारिटचा. ती तान्ही होती. तिची आबाळ सॅम्युएल आणि मेरी यांना पाहवली नसतीच. म्हणून तिला आजीकडे – एलिझाबेथकडे – सोपवण्याचे ठरले. मेरीला आपल्या सासूच्या कर्तृत्वाबद्दल अपार विश्वास होता. त्यामुळेच आपल्या तान्हुलीला निःशंकपणे तिने सासूच्या स्वाधीन केले. पण आईचा जीव... तुटल्याशिवाय कसा राहील! त्यातून पहिलेच मूल... पण सॅम्युएलसाठी तिने सर्व सोसले.

मार्गारेटची काळजी करण्याचे कारण नव्हते, पण त्यांचा संसार कसा चालवायचा, ही मोठी काळजी होती. परिस्थिती हलाखीची होती. शिक्षण सुरू असल्याने नियमित उत्पन्नाचे साधनच नव्हते. मग संसार चालवण्यासाठी रजेवर असलेल्या धर्मगुरूच्या ऐवजी सॅम्युएल काम करत, छाती फुटेपर्यंत प्रवचने देत. याचा परिणाम त्यांच्या आरोग्यावर झाला.

शिक्षण पूर्ण झाल्यावर सॅम्युएलना वेस्लीयन चर्चमध्ये किंवा चर्च ऑफ आयर्लंडमध्ये जाण्यास सांगण्यात आले. पण वेस्लीयन चर्चबद्दल त्यांचे मत चांगले नसल्याने ते मँचेस्टर काँग्रीगेशनालिस्टमध्ये गेले. येथेही त्यांनी जिवापाड कष्ट केले. त्यामुळे त्यांना क्षय झाला. धर्मगुरू झाल्याबरोबर त्यांना ओल्डहॅम या दरिद्री गावात पाठवण्यात आले. अशिक्षित लोक, अस्वच्छ परिसर, प्रदूषित हवा यामुळे त्यांना जास्तच त्रास होऊ लागला. आपण चर्च ऑफ इंग्लंडमध्ये जायला हवे होते, हे त्यांच्या लक्षात आले. कारण तेथे त्यांना जास्त स्वातंत्र्य मिळाले असते. चांगल्या ठिकाणी राहता आले असते. पण उशीर झाला होता. त्यांना ओल्डहॅम सोडावेच लागले. मग त्यांना डेव्हनशायर परगण्यातील ग्रेट टेरिंग्टन या गावातील चर्चमध्ये पाठवण्यात आले. हे गाव लहान पण सुंदर होते. सगळीकडे हिरवेगार. एक जुना किल्ला होता. तेथे जंगली मोर खूप होते. ते पाहून मुले खूश व्हायची. तेथे हुंदडायची. घराभोवती छान बाग होती. चर्च आणि त्याचा परिसरही रमणीय होता. सगळे कसे छान होते. पण सॅम्युएलच्या तब्येतीत सुधारणा झाली नाही.

सॅम्युएलला थोडी स्थिरता आल्यावर मार्गारेटला तिच्या आजीकडून परत आणण्याचे ठरले. पण एलिझाबेथ आजींना नातीचा फार लळा लागला होता. मार्गारेट गेल्यावर मला एकटे वाटेल, करमणार नाही, अशी कारणे सांगून त्यांनी नातीला आपल्याजवळच ठेवून घेतले. खरे तर, त्यांनी बऱ्याच अनाथ मुलांना सांभाळले होते. पण नात ती नातच! मार्गारेटही आजीच्या घरात रमली होती. खेळायला मुले होती. आजीचे कोडकौतुक तिच्या एकटीच्याच वाट्याला आले होते. कारण तिच्या दोन धाकट्या बहिणी – ॲनी आणि मे – आई-वडिलांजवळ होत्या. आजींना झाडाफुलांची फार आवड होती. त्यांच्या घराची बागच फुलांनी बहरलेली असे नव्हे, तर कुंपणाच्या भिंतीवरही फुलांचे घोस लोंबत असत. आजींचे दीर जॉर्ज हे तर वनस्पतितज्ज्ञ म्हणूनच आजूबाजूच्या परिसरात ओळखले जात. त्यांचे वनस्पतीसंबंधात औपचारिक शिक्षण झाले नव्हते, पण त्यांना वनस्पतिशास्त्रात रस होता आणि त्याची बरीच माहितीही होती. त्यांचे मार्गारेटच्या आजीकडे जाणे-येणे होते. ते दोघे बागेबद्दल, झाडांबद्दल बोलत, बागेची देखभाल करत, तेव्हा चिमुकली मार्गारेट त्यांच्याभोवती फुलपाखरासारखी बागडायची. कुतूहलाने त्यांचे बोलणे ऐकायची, रंगीबेरंगी फुलांना गोंजारायची, आजी-आजोबांना नाना प्रश्न विचारून

भंडावून सोडायची, तेही तिच्या प्रश्नांना तिला समजेल अशा भाषेत उत्तर द्यायचे. आजीबरोबर बागेत काम करताना वेळ कसा भुर्रकन उडून जायचा. मग दमलेल्या नातीला मांडीवर घेऊन आजी बायबल वाचायला शिकवायची. मार्गारेट वयाच्या चौथ्या वर्षीच बऱ्यापैकी बायबल वाचत असे. आणि वनस्पतिशास्त्राची या वयात लागलेली आवड तर जन्मभर पुरली. पुढे हॅलिफॅक्समधील शाळेत शिकत असताना, दर बुधवारी दुपारी सुट्टी मिळायची. तेव्हा तेथील माळरानात भटकणे हा मार्गारेटचा सर्वांत आनंदाचा छंद! रानटी गुलाब, ब्लू बेलची फुले आणि बोरे गोळा करणे म्हणजे कोण आनंद!

तान्ही असल्यापासून चौथ्या वर्षांपर्यंत मार्गारेट आजीजवळच होती. त्यामुळे तिच्यावर आजीचा मोठा प्रभाव होता. पुढे ऐन तारुण्यात आयर्लंडसंबंधी लेखन करताना स्वत:ची खरी ओळख लपवण्यासाठी, तिने अनेक वेळा, आजीचेच 'नीलास' हे नाव वापरले.

मार्गारेट आई-वडिलांकडे आली, तेव्हा त्यांच्या घरची परिस्थिती गरिबीचीच होती. पण घरचे वातावरण मात्र प्रसन्न असायचे. याला कारण होती, ती तिची आई मेरी! तिच्या हातात कला होती. टाकाऊ वस्तूतून शोभिवंत वस्तू तयार करून ती घर सजवायची. रोज संध्याकाळच्या फराळानंतर वाचन, प्रार्थना व्हायची. तेव्हा घरातीलच नव्हे, तर आजूबाजूची मंडळी आणि नोकरचाकरही हजेरी लावत. रविवारी सर्व जण चर्चमध्ये जात. शांतपणे प्रार्थना करत, प्रवचन ऐकत. घरी आल्यावर मेरी मुलांना बायबलमधील गोष्टी, पूर्वजांच्या कथा, इतिहासातील गोष्टी सांगत असे. आईच्या मांडीवर लोळत, त्या ऐकण्याचा आनंद काही वेगळाच असे.

मार्गारेटला आपण लहानपणापासून दूर ठेवले, हे सॅम्युएल आणि मेरी यांना बोचत असे. म्हणूनच ती घरी परत येताच दोघेही तिचे लाड करत. सॅम्युएलचे तर आपल्या या मोठ्या मुलीवर फार प्रेम होते. तिलाही वडिलांविषयी खूप आपुलकी वाटायची. १८७६ सालातील गोष्ट. रशिया-तुर्कस्तान युद्धाचा प्रश्न तेव्हा धगधगत होता. नोबलांच्या घरात जमलेली मंडळी राजकारणाविषयी चर्चा करत, तेव्हा सॅम्युएलना स्फुरण चढायचे. मग घराची दारे-खिडक्या बंद करून घ्याव्या लागत. लहानगी मार्गारेट मात्र वडिलांच्या मांडीवर बसून सर्व गोष्टी मन लावून ऐकत असे.

सॅम्युएल मार्गारेटशी निरनिराळ्या विषयांवर बोलत असे. तेव्हा तिचे वय असेल आठ-एक वर्षांचे. मुलाचे पाय पाळण्यात दिसतात, असे म्हणतात! धर्मगुरू असलेल्या वडिलांना मुलीचे भविष्य समजले असावे. ते त्या वेळी तिच्याशी भारताबद्दल बोलले होते, त्याच सुमारास या चिमुरडीने भारतात जाऊन येथील लोकांची सेवा करण्याचे ठरवून टाकले होते. १८७५-७६मध्ये सॅम्युएलनी भारतातील दुष्काळावर एक भाषण दिले होते. पुढे बऱ्याच काळानंतर मार्गारेटला या भाषणाची

एक प्रत मिळाली, तेव्हा ही गोष्ट लक्षात आली. याचा अर्थ स्पष्ट आहे की, ते तिच्याशी भारतातील दुष्काळाबद्दलच बोलले असणार! हा दुष्काळ भारताच्या दक्षिण भागात पडला होता. यात लाखो लोकांना आपले प्राण गमवावे लागले होते. पारतंत्र्यात खितपत पडलेल्या भारताला इंग्रज सरकारने फारशी मदत केली नाही, हे पाहून सॅम्युएलना १८४५-४७मधील आयर्लंडच्या भीषण परिस्थितीची आठवण झाली असावी. आयर्लंडही इंग्रज सत्तेखाली होते. बटाट्याच्या पिकावर रोग पडल्याने हा दुष्काळ ओढवला. यात दहा लक्ष लोक मेले. पण सरकार थंड! मग लोकांनी बंड केले. बंड मोडून काढण्यास मात्र सरकारने पुढकार घेतला. शेकडो लोकांना फाशी दिले, हजारोंना हद्दपार केले, अनेकांना जीव वाचवण्यासाठी देश सोडावा लागला ते वेगळेच!

आयर्लंडसारखीच भारताची परिस्थिती होती. त्यामुळेच भारतातील दुष्काळावर सॅम्युएल कळवळून बोलले असावेत आणि त्याचा खोल परिणाम मार्गारेटवर झाला. भारतातल्या दुष्काळात दुष्काळग्रस्तांना मदत करावी म्हणून फ्लॉरेन्स नाइटिंगेल इंग्लंडच्या पार्लमेंटमध्ये झगडली आणि तिने मदत पाठवली. सॅम्युएलना हे माहीत असणारच. आपल्या लाडक्या मुलीला त्यांनी फ्लॉरेन्सबद्दल सांगितले होते का? कारण १८९७मध्ये लंडनला वेदान्त चळवळीचे काम करत असताना, मार्गारेटने भारतातील दुष्काळग्रस्तांसाठी स्वत: जमवून दहा हजार रुपये पाठवले होते.

वक्तृत्व, काव्यरचनेची आवड या गुणांबरोबरच वृद्धांबद्दल आदर, आजारी माणसांबद्दल करुणा आणि सेवाधर्म हेही गुण तिने वडिलांकडूनच उचलले होते. वडील प्रवचन करत, प्रवचनाला जमलेल्या माणसांची विचारपूस करत, आजारी माणसांना मदत करत. क्षयाची बाधा झाल्यावरही त्यांनी आपला हा नित्यक्रम सोडला नाही. लहान असली तरी मार्गारेट वडिलांबरोबर जायची. त्यांचे बघून तीही त्यांचे अनुकरण करायची. आजारी आणि वृद्ध माणसांना मोठ्याने पण लयीत बायबल वाचून दाखवण्यात तिचा हातखंडा होता. त्यामुळे सर्व जण तिचे कौतुक करत, प्रेम करत.

क्षय बळावला, सॅम्युएल अंथरुणाला खिळले. त्यांना उत्तम आहाराची आणि चांगल्या औषध-पाण्याची आवश्यकता होती. पण पैसा आणायचा कुठून? मेरी हतबल झाली होती. घरात तीन-तीन गोजिरवाणी मुले होती. त्यांना रोजचे दोन घास घालणेच कठीण होते. अशा वेळी दहा वर्षांची मार्गारेट समजूतदारपणे आईच्या पाठीशी उभी राहिली. आजारी वडिलांच्या सेवा-शुश्रूषेची जबाबदारी तिने आपणहून उचलली. त्यांची पुस्तके ती नीट लावून ठेवायची, त्यांना बायबल वाचून दाखवायची. तिचे वय पाहता ही जबाबदारी जास्तच होती. वडिलांच्या मृत्यूचा धक्का तिला सहन करणे कठीण गेले. वडिलांपूर्वी तिची तिच्याहून धाकटी बहीण ॲनी विषारी फळ

खाल्ल्याने वारली. पण तेव्हा मार्गारेट असेल सहा-एक वर्षांची. बहिणीच्या जाण्याचे तिला वाईट वाटले. पण ती लहान असल्याने आई-वडिलांनी तिला त्या मृत्यूची फारशी झळ पोहोचू दिली नव्हती. वडिलांचा मृत्यू मात्र तिने प्रत्यक्ष पाहिला. वडिलांबद्दल तिला आदर होता, प्रेम होते. ते तिची प्रेरणा होते. त्यांचा मृत्यू तिच्या व्यक्तिमत्त्वावरच परिणाम करून गेला.

वडील असतानाही त्यांची परिस्थिती ओढगस्तीची होती. वडिलांच्या मृत्यूनंतर तर ती अधिकच हलाखीची झाली. पतीमागे तीन मुलांना वाढवताना मार्गारेटच्या आईला अपार कष्ट करावे लागले. कित्येक वेळा घरात रात्री दिवा लावण्यासाठीसुद्धा तेल नसे! मग काळोखात मुलांना जवळ घेऊन मेरी बायबल, ग्रीक, पुराणे यांतील कथा रसाळ शब्दांत सांगून त्यांचे मन रमवत असे. मार्गारेट मोठी असल्याने; आईच्या कष्टाची, त्यागाची तिला पूर्ण जाणीव होती. विचारांनी तिला वडील अधिक जवळचे होते हे खरे, पण आईबद्दल तिला अत्यंत प्रेम आणि जिव्हाळा होता. भारतात आल्यावर आपल्या स्नेह्यांना लिहिलेल्या पत्रांतून तिने आईचा उल्लेख 'माझी छोटीशी आई' असाच केला आहे. जणूकाही येथे ती 'आईची आई' होते. पती आणि मुले यांच्या मृत्यूमुळे कोसळलेला दुःखाचा डोंगर, दारिद्र्याशी तिने दिलेला खंबीर लढा, घरासाठी उपसलेले कष्ट, तिची धार्मिकता आणि निष्ठा मार्गारेटवर मोठा परिणाम करून गेली.

सुसंस्कृत देशभक्त घराणे, बुद्धिमान आणि कविहृदयाचे वडील, त्यांची सेवापरायणता, कष्टाळू, धर्मनिष्ठ आई, तिची त्यागी वृत्ती, आजीचा खंबीरपणा यातून मार्गारेटची जडणघडण झाली. लहानपणापासूनच ती शांत होती. आजी आणि वडील यांच्या सहवासामुळे बालवयातच तिच्यात प्रौढपणा आला होता. आपण घरातील मोठी मुलगी आहोत, आपण जबाबदारीने वागायला हवे, याची जाणीव तिला लहान वयातच झाली होती.

ती जेव्हा तिच्या वयाच्या चौथ्या वर्षी आई-वडिलांकडे परत आली, तेव्हा ॲनी आणि मे या दोघीही खूपच लहान होत्या. त्यांनी हिला धड पाहिलेही नव्हते. ही कोण परकी मुलगी आपल्या घरात येऊन राहिली आहे, म्हणून त्या चिडल्याच. लहान मुलांना आई-वडिलांच्या प्रेमात वाटणी झालेली मुळीच चालत नाही. येथे तर आई-वडील तिच्या नुसते पुढे-पुढे करत होते. किती तिचे लाड! किती कौतुक! वडील प्रत्येक वेळी बाहेर जाताना तिलाच घेऊन जातात म्हणजे काय! लहान मुलांना बाहेर जाण्याचे आकर्षण फार मोठे असते. ॲनी आणि मे मार्गारेटबरोबर त्यांनाही वडिलांनी बाहेर न्यावे म्हणून हट्ट करत. वडिलांनी त्यांना बाहेर नेले नाही की, तो राग निघायचा मार्गारेटवर. पण मार्गारेट आजीकडच्या अनाथ मुलांत राहिली होती. ती आपल्या या धाकट्या बहिणींची समजूत घालायची, "हे बघ ॲनी, मी बाबांबरोबर कामाला

जातेय. येताना तुला छान-छान ब्लू बेलचं फूल आणीन हं! आणि मे, तुला चर्चच्या रस्त्यावरचा चकाकणारा दगड. अगदी हिऱ्यासारखा चकाकतो बघ तो! कुणाकडेच नसेल असा!"

हळूहळू ॲनी आणि मे यांना मार्गारेटची सवय झाली. मग घरासमोरची बाग, घरातली अंधारी खोली, चर्चचे आवार येथे त्यांची दंगामस्ती आणि किलबिलाट सुरू झाला. मात्र खेळ, दंगामस्ती सुरू असतानाही मार्गारेटचे लक्ष आपल्या धाकट्या बहिणींवर असेच. त्यांना ती खूप जपायची.

रिचमंड सगळ्यात धाकटा. मार्गारेट आणि त्याच्यात दहा-एक वर्षांचे अंतर. तेव्हा त्याची तर सर्वच जबाबदारी मार्गारेटवरच. ती साधारण तेरा वर्षांची असतानाची गोष्ट. रिचमंड होता फक्त तीन वर्षांचा. आईवरचा खर्चाचा भार कमी करण्यासाठी त्याला आजोळी पाठवायचे ठरले. आजोळ होते आयर्लंडमध्ये. इंग्लंड ते आयर्लंड प्रवास बराच दूरचा होता आणि तोही जहाजाचा. पण मार्गारेटने भावाला घेऊन तो पार पाडला. अगदी व्यवस्थित.

मार्गारेट आणि मे यांच्या शिक्षणाची सुरुवात ओल्डहॅमलाच झाली. त्या वेळी मार्गारेट असेल पाच-एक वर्षांची. धाकट्या मेला घेऊन ती दीड मैलावरच्या शाळेत चालत जायची. १८९१ साली त्या दोघी लिव्हरपूरला राहत होत्या. घर होते रोटॅन्डोला, सुटीत घरी जायचे तर रेल्वेच्या तिकिटासाठीसुद्धा पैसे नसत. मग दोघी बहिणी चालत निघत. चालण्याचा थकवा जाणवू नये म्हणून मार्गारेट रस्ताभर कविता म्हणायची.

वाटेल तेवढे कष्ट करण्याची तयारी, स्वावलंबन, आत्मविश्वास, निःस्वार्थीपणा या गुणांमुळेच मार्गारेट पुढील जीवनात यशस्वी झाली.

मार्गारेटच्या आईने तिच्या आयुष्यात सुखापेक्षा दुःखच जास्त पाहिले. त्यांचे वैवाहिक जीवन सुखाचे होते, पण दारिद्र्याचे ग्रहण त्याला सतत लागलेले होते. पतीच्या मृत्यूनंतर तर संघर्षच वाट्याला आला. या कठोर संघर्षाला तोंड देत आपल्या तीन मुलांना स्वतःच्या पायावर उभे करत असतानाच, घराचा आधार असलेल्या मोठ्या मुलीने – मार्गारेटने – दूर देशात जाऊन, अनोळखी धर्मासाठी आपले आयुष्य वेचण्याचा फार मोठा निर्णय घेतला. पण या निर्णयाला त्या त्यागी, धीरोदात्त आईने विरोध केला नाही. याला दोन कारणे होती. पहिले म्हणजे मार्गारेट जन्माला येण्याआधीच पहिल्या अपत्याच्या काळजीपोटी, तिने येशूला नवसच केला होता म्हणा की, बाळ हातीपायी धड जन्माला आले, तर मी ते तुला वाहीन. दुसरे म्हणजे मृत्युसमयी सॅम्युएलनी तिला सांगितले होते की, मार्गारेट धर्मासाठी स्वार्थत्याग करू इच्छित असेल, तर तिला अडवू नकोस. निष्ठावान आणि अतिशय धार्मिक असल्याने मेरीने – मार्गारेटच्या आईने – येशूला दिलेले वचन पाळले आणि पतीची

अखेरची इच्छाही! कॅन्सरसारख्या असाध्य व्याधीने ग्रासले असतानाही त्यांनी मोठ्या मुलीला, तिच्या कार्याला वाहून घेण्यासाठी परदेशी जाण्याची परवानगी दिली. मार्गारेटला याची जाणीव होती. म्हणूनच भारतात आल्यावर आईच्या काळजीने ती कासावीस होत असे. भावंडांची खुशाली समजली की, तिला आनंद व्हायचा. ९ मार्च, १८९९ रोजी नेल हॅमन्डना लिहिलेल्या पत्रातील एक वाक्य आहे, "नेल, आपल्या घरच्यांशी कठोरपणे वागताना मला काय वाटतं, हे तुला ठाऊक आहेच." हॅमन्ड दांपत्याशी मार्गारेटची मैत्री होती. हे दांपत्य गरीब, सुस्वभावी, सरळ होते. स्वामीजींच्या भक्तांपैकी हे होते. लहान मुलांसाठी ते काम करत. या पत्राच्या आधीचे म्हणजे २१ फेब्रुवारी, १८९९चे पत्र मार्गारेटने आपली जिवलग मैत्रीण मॅकलिऑडला लिहिले आहे. त्यात ती लिहिते, "मी फार हळवी झालेय की काय कोण जाणे! पत्रावर घरातल्या कुणाचं अक्षर दिसलं की जिवाचा थरकाप होतो." भारतात येताना मार्गारेटला आईच्या दुखण्याची निश्चितच कल्पना असणार आणि घरातील मोठी मुलगी या नात्याने ती सैरभैर होणे, स्वाभाविकच होते.

लहानपणापासूनच कष्टाची सवय असल्यामुळे मार्गारेटला शालेय जीवनातील कष्ट आणि त्रास यांचे काहीच वाटले नाही. तिचे जन्मजात गुण झळाळून उठले. शाळेतील इतर मुलींपेक्षा ती वेगळी होती. इतरांसारखी मौजमजा करणे घरच्या परिस्थितीमुळे तिला शक्य नव्हते. पण त्याची तिला ओढही नव्हती आणि खंतही नव्हती. इतरांपेक्षा वेगळी असल्याने तिच्या वाटणीला एकाकीपण आले खरे, पण त्यामुळेच ती धर्म, साहित्य, कला यांकडे ओढली गेली. त्यातच तिला आनंदाचा ठेवा सापडला. शाळेत असल्यापासूनच ती वनस्पतिशास्त्रावर व्याख्याने द्यायची. मग शाळेतील मुली तिला 'शिष्ट' 'मास्तरीण' म्हणून चिडवत. पण खंबीर मन, आदर्शवादी वृत्ती आणि प्रभावी आवाज यांच्या बळावर ती सगळ्यांची पुढारी बनली होती.

शालेय जीवनापूर्वीच तिच्यातील वक्तृत्वगुणाची ओळख सर्वांना झाली होती. लहानपणी त्यांच्यापाशी मनोरंजनाची साधने फारशी नव्हतीच. मग खेळून दमल्यावर ती आपल्या भावंडांना बायबलमधील तिला आवडणाऱ्या गोष्टी अभिनयासह सांगत असे. शब्दांची अचूक फेक, योग्य शब्दावर जोर, नेमक्या ठिकाणी थांबणे, या गोष्टींमुळे तिच्या गोष्टी ऐकणाऱ्याला खिळवून ठेवत. मे आणि रिचमंड तर एखादी अद्‌भुत गोष्ट प्रत्यक्ष पाहावी अशा तऱ्हेने डोळे विस्फारून आणि आ वासून तिच्याकडे पाहत राहत.

रिचमंडच्या मते त्याच्या मनोविकासात मार्गारेटचा सिंहाचा वाटा होता. मोठी झाल्यावरही शेक्सपिअरच्या नाटकातील उतारे अभिनयासकट ती अशी काही म्हणायची की, ऐकणाऱ्याच्या हृदयालाच ते भिडायचे. 'मॅकबेथ'मधील –

Is this a dagger which I see before me

The Handle toward my hand?

या ओळी किंवा 'जूलिअस सीझर'मधील अँटनीचे Friends, Romans, Countrymen, lend me your ears हे शब्द रिचमंडच्या मनावर कायमचे बिंबले गेले होते. रिचमंडने आपल्या आठवणीत सांगितले आहे की, for Brutus is an honourable man हे शब्द तर मार्गारेटच्या तोंडून नुकतेच ऐकल्यासारखे माझ्या कानात घुमत असतात.

साहित्य आणि इतिहास हे मार्गारेटचे आवडते विषय. शेक्सपिअर, मिल्टन हे आवडते साहित्यिक, नाटके, कविता यांत ती रमून जात असे. सुट्टीत आजोबांकडे गेल्यावर परत येताना आजोबा पुस्तकेच भेट देत. असाच भेट दिलेला शेक्सपिअरचा एक ग्रंथ बरीच वर्षं त्यांच्या घरात होता. Fifty Years in Ugandaसारखे ऐतिहासिक ग्रंथ म्हणजे तिचे आनंदाचे भांडारच!

साहित्य, इतिहास आणि पुढे कला व विज्ञान यात रममाण झाल्याने तिला नृत्य, पार्टी अशा गोष्टींकडे कधी वळावेसे वाटले नाही. ती अकरा वर्षांची असताना प्लिमाउथमध्ये तिला एक धर्मगुरू भेटले. त्यांचा प्रभाव तिच्यावर इतका पडला की, तिने प्रतिज्ञाच केली, "मी कधीच मद्यपान करणार नाही. नृत्यात भाग घेणार नाही." ही प्रतिज्ञा तिने जीवनाच्या अंतापर्यंत पाळली.

मार्गारेटमधील जन्मजात निर्भयता, प्रामाणिकपणा, नि:स्वार्थी उदारता, मनाची शुद्धता तिच्या नेतृत्वगुणाला कारणीभूत ठरली. ती स्वतंत्र विचाराची होती. हे तिच्यातील असामान्यत्व शालेय जीवनातच स्पष्ट झाले होते.

१८८४मध्ये मागरिटने हॅलिफॅक्स स्कूलमधून शालेय शिक्षण पूर्ण केले. आणि घराला आधार देण्यासाठी केसविक येथील शाळेत शिक्षिका म्हणून ती रुजू झाली. १८८६मध्ये रग्बी येथील धर्मादाय अनाथाश्रमात तिने शिकवले. त्यानंतर नॉर्थ वेल्समधील रेक्सहॅम या गावातील शाळेत १८८७मध्ये ती रुजू झाली. हे गाव कोळशाच्या खाणीसाठी प्रसिद्ध होते. येथे तिला मनासारखे काम करण्याची संधी मिळाली.

रेक्सहॅमला राहत असताना कोळशाच्या खाणीतील एका ऑफिसरशी तिची ओळख झाली. हे ऑफिसर मूळचे वेल्समधीलच होते. ही गोष्ट आहे, १८८७-१८८९मधील. दोघांनाही साहित्याची आणि रसायनशास्त्राची आवड असल्याने दोघेही जवळ आले. या ऑफिसरच्या आईलाही मागरिट आवडली होती. १८८९मध्ये ती रेक्सहॅममधील शाळा सोडून चेस्टर या गावातील शाळेत रुजू झाली. त्यानंतर काही दिवसांतच या ऑफिसरचे फुप्फुसाच्या विकाराने निधन झाले. मार्गारेटला हा मोठा धक्काच होता.

मार्गारेट चेस्टरला आली तेव्हा मेने लिव्हरपूलच्या शाळेत नोकरी धरली होती आणि रिचमंड लिव्हरपूलच्या कॉलेजमध्ये होता. मग मार्गारेटने आयर्लंडमधून

आईलाही लिव्हरपूलला बोलावून घेतले. ती चेस्टरहून मधून-मधून लिव्हरपूलला यायची. त्यांचे विखुरलेले कुटुंब बऱ्याच वर्षांनी एकत्र आले होते.

कौटुंबिक वातावरण मिळताच मार्गारेटचा उत्साह वाढला. ती तिच्या आवडत्या शैक्षणिक कार्यात जास्त लक्ष घालायला लागली. लिव्हरपूललाच तिचा लाँगमन दांपत्याशी परिचय झाला. त्यांच्यामुळेच ती 'लिव्हरपूल सायन्स क्लब'मध्ये जायला लागली. या क्लबमध्येच तिची मादाम डि लिऊ यांच्याशी ओळख झाली. त्या डच होत्या. शिक्षणतज्ज्ञ म्हणून त्या ओळखल्या जात. शिक्षणसुधारक पेस्तालात्सिक आणि फॉब्रेल यांच्या त्या अनुयायी. अगदी लहान मुलांच्या शिक्षणावर त्यांनी आपले लक्ष केंद्रित केले होते. त्यांच्या मते शिकण्यात मुलांना आनंद वाटला पाहिजे. व्यायाम, खेळ, निरीक्षण, अनुकरण आणि निर्मिती या गोष्टींची आवड त्यांच्यात निर्माण केली पाहिजे. इंग्लंडमधील काही उत्साही शिक्षकांनी ही शिक्षणपद्धत उपयोगात आणण्याचा प्रयत्न सुरू केला. लाँगमन दांपत्यही या नव्या शिक्षणपद्धतीचे पुरस्कर्ते होते. ही नवीन आणि स्वाभाविक शिक्षणपद्धत मार्गारेटला फारच आवडली. शिक्षणविषयक एकाच प्रकारचे विचार असणाऱ्या या मंडळींनी एक मित्रमंडळ स्थापून या नवीन शिक्षणपद्धतीचा प्रसार करण्याचे ठरवले.

१८९१ साली मादाम डि लिऊंच्या आमंत्रणावरून त्यांच्या नवीन शाळेत, त्यांना मदत करण्याकरिता मार्गारेट चेस्टर सोडून लंडनला गेली. तिने विम्बल्डनला बिऱ्हाड थाटले आणि आईला आपल्याकडे बोलावून घेतले. १८९४ सालापर्यंत तिने या शाळेत काम केले. या नव्या शाळेतील अनुभवाचा फायदा तिला तिच्या स्वत:च्या शाळेसाठी झाला. १८९४मध्ये तिने स्वत:चे 'किंग्स्ले गेट स्कूल' स्थापन केले. येथील शिक्षण औपचारिक नव्हते. ठरावीक पद्धतीने ठरावीक गोष्टी शिकवल्या पाहिजेत, असे बंधन नव्हते. मुलांचे शिक्षण हसत-खेळत झाले पाहिजे, हीच प्रमुख अट होती. मुलांना शिक्षणाचे ओझे वाटता कामा नये. या शाळेतील मि. एबेनेजर कुक हे चित्रकलेचे शिक्षक प्रसिद्ध चित्रकार होते. मुलांची चित्रे रेखाटण्यात ते वाकबगार होते. ते रंग आणि कुंचला मुलांच्या हातात देत आणि निरनिराळ्या रंगांशी खेळत-खेळत मुलांत चित्रकलेची आवड निर्माण करत. त्यांच्यामुळेच मार्गारेटमध्येही चित्रकलेची आवड निर्माण झाली. तिला चित्रसमीक्षक बनवायला तेच कारणीभूत ठरले.

१८९४मध्ये मार्गारेटच्या वैयक्तिक जीवनावर परिणाम करणारी एक घटना घडली. मार्गारेट पुन्हा एकदा प्रेमात पडली. या गृहस्थांचे नाव मॅक्डोनाल्ड होते आणि ते बँकेत कॅशिअर होते. मात्र हे प्रकरण फारसे गंभीर नव्हते. अठरा महिन्यांतच ते आटोपले. नंतर तिने लग्नाचा विचार कायमचा सोडून दिला. तशी ती लग्नाच्या बाबतीत कधीच गंभीर नव्हती. उलट लहान असतानाच लोकांची सेवा करण्यासाठी, संसार न मांडण्याचाच विचार तिने केला होता. कारण पुढील काळात ती स्पष्टपणे

म्हणत असे की, ब्रह्मचर्याचे व्रत घेतले म्हणून मला वैवाहिक जीवनाचा अभाव कधीच जाणवला नाही. पण मुलांचा मात्र जाणवला.

मुलांबद्दल तिला ओढ आणि प्रेम पहिल्यापासूनच होते. म्हणूनच शिक्षिकेचा पेशा तिला मनापासून आवडत असे. मात्र स्वत:ची शाळा काढण्यापूर्वी इतर शाळेतून तिने चौदा ते अठरा वर्षांच्या मुलींनाच विशेष करून शिकवले होते. त्यामुळे शिशू गटातील मुलांना शिकवण्याचा अनुभव नवीन आणि वेगळा होता. तो तिला विशेष आनंद देऊन गेला.

येथेच एक-दोन घटनांचा उल्लेख करायलाच हवा. त्यावरून मार्गारेटला मुलांबद्दल किती प्रेम होते, किती ममता होती, हे स्पष्ट होईल. सिसेमी (sesame) क्लबचा उल्लेख पुढे येणारच आहे. त्यांच्या एक सदस्य डि एस्टेरे या लेखिका होत्या. क्लबमध्ये एका संध्याकाळी 'देवाच्या जास्त जवळ कोण? प्रौढ की मुले?' या विषयावर वाद रंगला. डि एस्टेरे यांनी प्रौढांची बाजू घेतली, तर मार्गारेटने मुलांची. एस्टेरे म्हणाल्या, "मला मुलं दत्तक घेऊन त्यांना वाढवायची, मोठं करण्याची इच्छा होती. पण ते जमलं नाही. कारण मुलं फार स्वार्थी असतात. स्वत:शिवाय कुणाला ओळखत नाहीत." हे ऐकताच मार्गारेट भयंकर संतापली. तिचा आवाज एकदम चढला.

पुढे ती भारतात आली. त्यानंतर स्वामी विवेकानंदांबरोबर पुन्हा युरोपला जाताना जहाजावर त्यांना एक मिशनरी जोडपे भेटले. आपल्या चार मुलांना इतर प्रवाशांच्या भरवशावर सोडून हे जोडपे मजा मारत असे. सगळे त्या मुलांचा राग करत; पण निवेदितेने म्हणजेच मार्गारेटने त्यांची काळजी घेतली.

लहान मुलांना शिकवणे योग्य नाही, त्यांना स्वत:च शिकता येईल, अशी व्यवस्था करायला हवी. शिक्षणामुळे मुले नुसते माहितीचे कोश होऊ नयेत, तर त्यांच्या व्यक्तिमत्त्वाचा विकास व्हावयास हवा आणि ती देशाची जबाबदार नागरिक व्हायला हवीत, असे मार्गारेटचे ठाम मत होते. म्हणूनच आपल्या शाळेतील मुलांची ती फार चांगल्या तऱ्हेने काळजी घेत असे. तिचे भारतात जाण्याचे निश्चित झाल्यावर आपल्या आवडत्या शाळेची जबाबदारी तिने आपल्या बहिणीवर सोपवली. मेने ती आनंदाने उचललीही. पण या सुमारास मेने लग्न करण्याचा निर्णय घेतला होता. आपल्या बहिणीने लग्न करून सुखाने संसार करावा, अशी मार्गारेटची मनापासून इच्छा होती. त्यामुळे मार्गारेटमधील मोठ्या बहिणीला फार अपराधी वाटत होते. ५ जून, १८९८ रोजी नेल हॅमन्डला लिहिलेल्या पत्रातील काही ओळी आहेत – "मी निमला (मेचे लाडके नाव) फार मोठ्या संकटात टाकलंय खरं! तिला हा भार वाहणं जड जाईल, अशी स्थिती मी येऊ देणार नाही." ३० जानेवारी, १८९९ला मॅकलिऑडला तिने लिहिले आहे, "माझ्या निमने मला नेहमीच मार्ग मोकळा करून

दिलाय. आता माझी पाळी आहे. तिला जर याच वर्षी लग्न करायचं असेल, तर मला भारतातून परत फिरलं पाहिजे आणि माझी शाळा सांभाळली पाहिजे. माझ्या बहिणीच्या सुखात बाधा येत असेल, तर मी देवासाठीसुद्धा काही करणार नाही.''

मात्र जोसेफाइन मॅकलिऑड आणि सारा बुल या स्वामी विवेकानंदांच्या भक्त शिष्यांनी तिला मदत केली. शाळेची जबाबदारी त्यांनी उचलली. कारण त्यांना मार्गारेटबद्दल अत्यंत प्रेम होते. त्यामुळे मार्गारेटची शाळेविषयीची काळजी दूर झाली आणि मेच्या लग्नातही काही अडचण आली नाही.

मार्गारेटला साहित्यात रस होताच. त्यामुळे ती जेथे जात असे तेथे एखादे साहित्य-मंडळ स्थापन होतच असे. नव्वदच्या दशकात विम्बल्डनला असेच एक मंडळ सुरू झाले. हा काळ चळवळींचाच होता. टॉमस हार्डी त्यांच्या साहित्यजीवनाच्या शिखरावर होते, तो हा काळ. या मंडळाचे नाव होते, 'सिसेमी क्लब.' लेडी रिपन आणि मिस्टर रोनाल्ड मॅकनील यांच्या पुढाकाराने हे मंडळ स्थापन झाले असले, तरी त्याची खरी प्रेरणाशक्ती होती, मार्गारेटच! मंडळातील तरुण सदस्य समकालीन लेखकांवर पांडित्यपूर्ण चर्चा करत. जॉर्ज बर्नार्ड शॉ, थॉमस हक्स्ले यांच्यासारखे विख्यात साहित्यिक येथे व्याख्याने देण्यासाठी नियमित येत. साहित्याव्यतिरिक्त नीतिशास्त्र, राजकारण वगैरे इतर विषयांवरही चर्चा होत. १८९२मध्ये आयर्लंडसंबंधातील 'होम रूल बिल' संसदेपुढे असताना मार्गारेट या बिलाच्या बाजूने या मंडळात बोलली होती. स्वामी विवेकानंदांची भेट होईपर्यंत ती या मंडळाची क्रियाशील कार्यकर्ती होती.

मार्गारेट फक्त साहित्यप्रेमी नव्हती, तर ती स्वत: एक उत्तम लेखिका होती. शिक्षिका असतानाच ती पत्रकारिताही करत असे. स्वत:ची खरी ओळख लपवण्याकरता ती निरनिराळ्या नावाने लेखन करत असे. या लेखनावरून तिच्यातील सेवागुण, शिक्षणाबद्दलचे विचार, स्त्रियांबद्दलची सहानुभूती, त्यांच्या प्रगतीचा विचार, इतिहासाबद्दलचे ज्ञान, निरनिराळ्या विज्ञानशाखांची तिला असलेली माहिती या गोष्टी तर कळतातच, पण त्याचबरोबर तिचे सकारात्मक विचारही स्पष्ट होतात.

मार्गारेटचे लेखन सुरू झाले ते येशूला केंद्रस्थानी मानून. त्या काळी ख्रिश्चन लोकांमध्ये – विशेषत: धर्मगुरूंच्या कुटुंबात – असे लेखन करण्याची पद्धतच होती. हे धर्मगुरू प्रचारासाठी येशूच्या जीवनातील एखादा प्रसंग किंवा एखादे वचन निवडत आणि त्याचा अर्थ, त्यातील विचार यांचे सविस्तर विवरण करत. मार्गारेटचे वडील हे करताना आपले कविमनही त्यात ओतत. त्यामुळे मार्गारेटसह सर्वच भारावून जात. रिचमंडच्या आठवणीनुसार मार्गारेट स्वत: अशी उपदेशपर प्रवचने लिहीत असे. तिच्या लेखनातूनही तिच्या प्रतिभेचे दर्शन घडते.

स्वामीजींची भेट होण्यापूर्वीच मार्गारेटच्या धर्मविषयक विचारात बदल झाला

होता. त्यामुळे तिच्यातील ख्रिस्तप्रेम काहीसे झाकले गेले होते. आरंभी ती कट्टर ख्रिश्चन असल्याचे तिनेच कबूल केले होते; पण पुढे या कर्मठपणाला तडे जायला सुरुवात झाली. येशूला तिने नेहमीच मानले. विशेषत: बाळ येशूबद्दल तिला फार प्रेम वाटत असे. The Christ Child या लेखात तिने येशूच्या जन्माचा प्रसंग वर्णन केला आहे. यात सखोल येशूप्रेम आहे, पण ख्रिश्तीपण नाही. येशू तारणहार आहे हे सत्य मानले तरी तोच एकमेव नाही. येशूविषयी तिने लिहिले आहे, ''या वेळी बुद्धाचं स्मरण होतं. त्यालाही प्रलोभने दाखवण्यात आली होती. पण अनेक शतकांपूर्वीच त्याला बुद्धत्व प्राप्त झालं होतं. सॉक्रेटिसची कथाही मनातून पुसून टाकता येत नाही. तो तर होता, सत्याचा कट्टर अनुयायी. पण त्याचं जीवन शालीन, सफल आणि सुंदर होतं. यांच्या स्मृतींचा वर्षाव येशूवर झाला आहे की नाही, कसं सांगता येईल!'' या लेखाखाली तिच्या हस्ताक्षरात 'ख्रिसमस १८८७' अशी नोंद आहे. याचा अर्थ, हा लेख लिहिला तेव्हा ती विशीतील तरुणी होती. करुणेची मूर्ती असलेल्या बुद्धाला आणि सत्यच ज्याच्या रूपाने साकार झाले आहे, अशा सॉक्रेटिसला जी येशूचे पूर्वसूरी मानते, तिचे ख्रिस्ताबद्दलचे विचार नावीन्यपूर्ण असणारच.

A Visit To A Coal Mine – 55 By A Lady (June 23, 1888) हा तिचा लेख फारच उत्तम आहे. या लेखात तिने १९व्या शतकाच्या अखेरीस इंग्लंडमधील कोळशाच्या खाणीचे, तेथे काम करणाऱ्या मजुरांच्या जीवनाचे वास्तव पण लालित्यपूर्ण चित्र रेखाटले आहे. रेक्सहॅम गावातील शाळेत नोकरी करत असताना तिने तेथील लोकांचे जीवन, त्यांच्या समस्या, त्यांचे कष्ट, त्यांच्या मुलांचे दारुण भविष्य हे प्रत्यक्ष पाहिले होते. हा लेख ती वैचारिक, आदर्शवादी आणि काल्पनिक सृष्टीत वास्तवाच्या आधारे किती सहजपणे संचार करू शकत होती, याची साक्ष देतो. विज्ञान आणि इतिहास यांच्यात तिला अतिशय रस असल्याने विज्ञान आणि इतिहास यांच्या परिप्रेक्ष्याव्यतिरिक्त ती लेखन करू शकत नाही. वास्तवातील सत्य ती नाकारत नसली, तरी तेच एकमेव सत्य म्हणून ती स्वीकारतही नाही. वास्तवाला कल्पनेची साथ देऊन ती भूतकाळ जिवंत करते, ज्ञानातून वर्तमान प्रकट करते. इतिहासाबद्दल बोलताना सत्याचा विपर्यास न करता ती ऐतिहासिक कादंबरीकाराच्या भूमिकेत जाते आणि विज्ञानाबद्दल बोलताना, त्यातील घटकांना धक्का लागू न देता, ती 'वैज्ञानिक कादंबरीकार' होते. तिच्या दृष्टीने असंख्य खाणकामगार हे 'प्रमीथ्यूस्' ठरतात. 'प्रमीथ्यूस' हा प्रचंड शक्तिशाली होता. ग्रीक दंतकथेप्रमाणे हा इअपिटसचा मुलगा. याने स्वर्गातून मनुष्यजातीसाठी अग्नी चोरून आणला. शिक्षा म्हणून झ्यूसने त्याला खडकाला बांधले. रोज रात्री एक गरुड त्याच्यावर हल्ला करून कुरतडत असे. सकाळी त्याच्या जखमा भरून येत. ही ग्रीक दंतकथा कळल्यावर मार्गारेट एका शब्दात खाणकामगारांच्या व्यथा-वेदनांचे परिणामकारक

चित्र किती समर्थपणे रेखाटते, हे लक्षात येते.

Papers on Women's Rights हे तिने वयाच्या एकविसाव्या वर्षी लिहिले आहेत. पण यातील विचारांची प्रगल्भता पाहून आपण थक्क होतो. हे लेख वाचकांना इतके आवडले की, त्याचे पुनर्मुद्रण करावे लागले. या लेखांच्या खाली By an old... old woman अशी सही आहे. यावरून मार्गारेटच्या स्वभावाचा अंदाज येतो. ती लहानपणापासून परिपक्व विचारांची होती. या लेखांतून तिच्या बुद्धिमत्तेची चमक दिसते. हे एकंदर सहा लेख आहेत. या लेखांतील विचार काळाच्या पुढे आहेत. मात्र ते विध्वंसक नसून विधायक आहेत.

१. स्त्रीचा सौंदर्याचा अधिकार : प्रत्येक स्त्रीला सुंदर दिसण्याचा अधिकार आहे. मात्र सुंदर कुणाला म्हणायचे, याचा विचार करायला हवा. निरोगी, स्वतंत्र, समंजस स्त्रीच सुंदर दिसते.

२. कामाचा किंवा सेवेचा अधिकार : 'मोठे व्हायचे असेल, तर आधी सेवक व्हा!' या ख्रिस्तवचनाने या लेखाची सुरुवात झाली आहे. घर हे स्त्रीचे पहिले कार्यक्षेत्र. जी स्त्री घर उत्तम सांभाळते तिला व्यवस्थापन आपोआप जमते. आपल्या क्षमतेचे, आपल्यापाशी असलेल्या वेळेचे व्यवस्थापन करता आल्यास कुठल्याही कार्यक्षेत्रात जास्तीत जास्त नैपुण्य मिळवणे सहज शक्य होते.

३. घर निवडण्याचा अधिकार : पुरुष घराची निवड करताना घराचे बाह्य रंगरूप व इतर गोष्टी – आर्थिक वगैरे पाहील. पण घरातील बारीकसारीक गोष्टी स्त्रीच्याच लक्षात येतात. उदाहरणार्थ आजूबाजूचा परिसर कसा आहे? घरात हवा कितपत खेळते? घराला ओल नाही ना? कुठे गळत तर नाही ना? ते कोंदट किंवा कुबट नाही ना? प्रकाश भरपूर आहे ना? कारण घरावर तिच्या कुटुंबाचे स्वास्थ्य अवलंबून असते.

४. प्रगतीचा अधिकार : स्त्रीची प्रगती झाली की कुटुंबाचीही प्रगती होते. प्रत्येक कुटुंब जर प्रगत झाले तर समाजही प्रगत होतो. स्त्रीला प्रगती साधण्यासाठी दोन गुणांची आवश्यकता असते. एक आत्ममर्यादा आणि दोन आत्मविलय. आत्ममर्यादा म्हणजेच स्वाभिमान आणि आत्मविलय म्हणजे स्वत:ला विसरणे. प्रत्येक स्त्रीने स्वाभिमान बाळगायला हवा आणि आपली क्षमता जाणून ध्येय निश्चित करायला हवे. मग त्या ध्येयपूर्तीसाठी स्वत:ला झोकून द्यावे.

५. ज्ञानाचा अधिकार : To know हे क्रियापद फार गोड आहे. 'मला माहीत आहे,' असे म्हणण्यात मोठा आनंद आहे. पण यातून ज्ञानापेक्षा अज्ञानच अधिक जाणवते. ज्ञानाला सीमा नाही, सीमा आहे ती मानवाच्या बुद्धीला. तेव्हा 'मला माहीत नाही', असे म्हणणे अधिक समंजसपणाचे आहे. प्रगतीसाठी तर्कशुद्ध सुसंगत जीवनानुभूती आवश्यक आहे. हिच्या प्रकाशात स्त्री, तिला माहीत

नसलेल्या महत्त्वाच्या गोष्टींचा अधिक सखोल विचार करून आपले जीवन अधिक सुंदर बनवू शकेल.

६. राज्याचा अधिकार : प्रत्येक स्त्रीने सुगृहिणी व्हावे. महाराणी होण्याची आकांक्षा अनेकींना असते. पण महाराणी एखादीच होऊ शकते. आणि महाराणी झाल्यावर लोभ वाढतो. अधिक मोठे राज्य व्हावे, या इच्छेपोटी युद्ध करण्याची इच्छा होते. हिंसक वृत्ती वाढते. गृहिणी या दोषांपासून पूर्णपणे मुक्त असते. महाराणी नव्हे, तर गृहिणीच देशाचे भले करू शकते.

'रेक्सहॅम फ्री लायब्ररी' आणि 'ॲम्ब्युलन्स वर्क' या लेखांमध्ये दुसरे काही नसले तरी लेखिकेची समाजसेविकेची भूमिका स्पष्ट दिसते.

एका लेखाचा काही भागच मिळाला आहे. पण त्यावरूनही स्थानिक शिक्षण चळवळीच्या संदर्भात त्यात जाज्वल्य लेखन केले असावे.

A Page From Wrexham Lifeमध्ये रेक्सहॅम शहरातील तळागाळाच्या लोकांच्या जीवनाचे विदारक चित्र रेखाटले आहे आणि 'पुढच्या वर्षी युरोपमध्येही एशियाटिक कॉलऱ्याची साथ आल्याशिवाय राहणार नाही,' अशी भविष्यवाणी वर्तवली आहे.

मार्गारेटची Hog - Ridden नावाची एक कथाही जुन्या कागदपत्रांत मिळाली आहे. साल आहे, १८५७. याचा अर्थ वैचारिक लेखनाबरोबर ललित लेखनातही तिला रस होता. या कथेतून तिची प्रतिभाशक्ती प्रकट होते. आणि तिची दोन रूपे आपल्यासमोर येतात. एक सुखदु:खाच्या अनुभवांतून साकारलेल्या मातृमूर्तीचे आणि दुसरे सत्यशोधकाचे. या कथेत ही दोन्ही रूपे एका वृद्धेच्या ठिकाणी एकवटली आहेत. रहस्यमय वातावरण आणि अखेरचे कथेला दिलेले वळण उत्तम कथेची लक्षणे ठरतात.

ही कथा आहे, एका आईची आणि तिच्या मुलाची. म्हाताऱ्या आईला सर्व गाव चेटकीण समजत असते. कारण भविष्यातील काही गोष्टी तिला बरोबर दिसतात. ही विचित्र शक्ती तिचे सामर्थ्य आहे, तसेच नष्टचर्य. लोक स्वत:च्या गरजेपुरते तिच्याकडे येतात आणि एरवी तिला टाळतात. तिच्यापाशी अशी विलक्षण शक्ती असूनही आपल्या स्वत:च्या मुलाच्या बाबतीत मात्र तिची ही शक्ती उपयोगी पडत नाही. गुन्हा दुसऱ्याच कुणी केला असून आपला मुलगा निर्दोष असताना त्याला दोषी ठरवून तुरुंगात डांबले आहे म्हणून तिच्यातील आई दु:खी आहे, तर तिच्यातला सत्यशोधक खरा गुन्हेगार सापडत नाही म्हणून अस्वस्थ आहे. पण खरी गोष्ट अशी आहे की, तिच्या त्या भयंकर शक्तीच्या पाशातच तिचा मुलगा अडकला आहे. जेव्हा ती मरते तेव्हाच तो मुक्त होतो.

स्वामीजींची भेट होण्यापूर्वीच मार्गारेटने इंग्लंडच्या साहित्य वर्तुळात मानाचे

स्थान मिळवले होते. तेथील प्रतिष्ठित मंडळीतही ती लोकप्रिय होती.

मागरिट जेव्हा शिक्षण क्षेत्रात नवीन-नवीन प्रयोग करत होती, स्त्रियांच्या अधिकारासंबंधी पोटतिडिकीने आपले विचार मांडत होती, कोळसा-खाणीतील मजुरांच्या जीवनाचे विदारक सत्य जहाल शब्दांत वर्णन करत होती, आयर्लंडच्या स्वातंत्र्यासाठी आवेशाने झगडत होती, तेव्हा बंगालची परिस्थिती कशी होती? तेथील स्त्रियांचे जीवन कसे होते? ''मला दलित स्त्री-पुरुषांची दया येते.'' असे स्वामीजी का म्हणत होते? हे पाहणे निश्चितच महत्त्वाचे ठरते.

◆

१९व्या शतकातील बंगाल

प्रत्येक समाज हा एका विशिष्ट भौगोलिक सीमेत नांदत असतो. त्या सीमेत राहूनच तो आपला विकास साधत असतो. काही काळानंतर अशी एक वेळ येते की, त्या सीमेत राहून विकास पावण्याची त्या समाजाची क्षमता संपुष्टात येते. अशा वेळी त्या समाजात एक साकळलेपण येते. बंगालच्या दृष्टीने विचार केल्यास १८व्या शतकात अशी स्थिती निर्माण झाल्याचे दिसते. साहित्य आणि सांस्कृतिक क्षेत्रांतील विचारवंतांनी या काळास 'अवनती पर्व' असेच म्हटले आहे. या काळात समाजजीवनातील सर्वच महत्त्वाच्या क्षेत्रांत सुस्तपणा आला होता. सर्वत्र ग्लानी आली होती. राजकीय अनवस्था, राज्यकर्त्यांची जुलूमजबरदस्ती, परकीय आक्रमणे, दुष्काळ अशा अनेक कारणांनी बंगाली समाज पोखरला गेला होता. दारिद्र्य, अनाचार, अराजकता शिगेला पोहोचली होती.

बंगाल हा खरा गावे व खेडी यांचाच प्रदेश. या प्रांतात प्राचीन नगरे किंवा आधुनिक शहरे वसली ती व्यापारी पेठा, बाजारपेठा, शैक्षणिक किंवा धार्मिक केंद्रे अथवा राजधानी म्हणूनच. फार कशाला, कोलकाता, गोविंदपूर, सुतानुती या तीन खेड्यांतून कोलकाता शहर निर्माण झाले आहे.

१८व्या शतकापूर्वी ही खेडी स्वयंपूर्ण होती. तेथे अठरापगड जातीचे लोक राहत होते, आपापला व्यवसाय करत होते आणि गुण्यागोविंदाने आयुष्य कंठत होते. प्रत्येक जातीचा व्यवसाय ठरलेला होता. एखाद्या गावात एखाद्या जातीचे एकही घर नसल्यास शेजारच्या गावातून त्या विशिष्ट जातीच्या एखाद्या कुटुंबाला गावात आणून त्याची सर्व सोय लावून दिली जात असे. प्रत्येक जात आपली सामाजिक मर्यादा सांभाळून पण स्वतंत्रपणे जगत होती. प्रत्येक जातीचे देव, देवधर्म व्रत-वैकल्ये वेगळी असली तरी त्यामुळे ग्रामव्यवस्थेत बाधा येत नव्हती. दळणवळणाची सोय फारशी नव्हती. पण बंगालची भूमी सुजला-सुफला असल्यामुळे दुसऱ्या गावाशी संबंध आला नाहीतरी फारसे बिघडत नव्हते. गावातल्या जमीनदारांना सारा

द्यावा लागत होता. गावातील लोक ही त्यांची रयत होती. जमीनदारांकडून कधीकधी रयतेचा छळ होत असे, त्यांच्यावर अत्याचारही होत. काहींना नाइलाजाने गाव सोडावे लागत असे. क्वचित प्रसंगी जमीनदारांना जमीन विकावीही लागत असे. पण बरेच जमीनदार गावाच्या हिताच्या गोष्टी करत. दुष्काळासारख्या परिस्थितीत गावातील लोकांना मदत करत, तळी खोदत, पाठशाळा काढत, त्यांचे सशस्त्र पहारेकरी गावाचे रक्षण करत. हळूहळू वस्तूंऐवजी व्यवहारात पैसा वापरला जाऊ लागला होता, तरीही गावगाडा बरा चालत होता.

मात्र समाजात अंधश्रद्धा, कुसंस्कार खूपच बोकाळले होते. जाती, वर्ण यांच्या बाबतीत १२व्या-१३व्या शतकात निर्माण झालेला मोकळेपणा, विचारांची उदारता यांचा मागमूसही १८व्या शतकात उरला नव्हता. सर्व क्षेत्रांतच संकुचितपणा आला होता. स्पृश्यास्पृश्य विचार, रोटी-बेटी व्यवहार, ब्राह्मणवर्गाचा प्रभाव यामुळे समाजात अस्थिरता, अशांतता निर्माण झाली होती. 'ब्राह्मणदेव' सांगेल ते प्रमाण! कुणी मूळ शास्त्रग्रंथ पाहण्याची तसदी घेत नव्हते. किंबहुना असा विचारच कुणाला शिवत नव्हता. बालविवाह, बहुभार्याप्रथा, विधवा विवाहास बंदी, सतीची चाल, कौलिन्य प्रथा या शास्त्रात कुठेही सांगितल्या नसताना समाजात धर्मसंमत प्रथा म्हणून रूढ झाल्या होत्या. बन्दो, चट्टमुखटी, घोषाल, पूतितुन्ड, गांगुली, कांजिलाल, कुन्दग्रामी या गावातील ब्राह्मण नवगुणमंडित असल्याने सर्वश्रेष्ठ मानले जात. ते कुलीन, बाकी ब्राह्मण खालच्या श्रेणीत गणले जात असल्याने कुलीन ब्राह्मण त्यांच्याशी रोटी-बेटी व्यवहार करत नसत. हीच कौलिन्य प्रथा होय. या प्रथा कसोशीने पाळण्यात उच्च वर्ण आघाडीवर होता. त्या काळात व्यक्तीचा विचार हा फक्त समाजाच्या संदर्भातच होत होता आणि समाजातील सर्व चालीरीती, आचारविचार धर्माशी बांधलेले असल्याने त्याविरुद्ध जाण्यास कुणीही धजत नव्हते.

समाजातील शिक्षणाचा विचार केल्यास शिक्षण हे पारंपरिक पद्धतीने, ठरावीकच दिले जात होते. संस्कृत, व्याकरण, काही धर्मग्रंथांचे पठण असे मर्यादित शिक्षण ब्राह्मण, कायस्थ या उच्चवर्णीयांनाच मिळत होते. दैनंदिन व्यवहार सुरळीत पार पडावेत, एवढाच शिक्षणाचा उद्देश होता. उच्चवर्णीयांतसुद्धा स्त्री-शिक्षणाला तीव्र विरोध होता. स्त्री शिकली तर तिचे पातिव्रत्य नष्ट होईल, तिच्या चारित्र्याला कलंक लागेल, अशी भीती त्या काळातील समाजधुरीणांना वाटत होती. म्हणूनच स्त्रीने शिक्षण घेतल्यास तिला वैधव्य येते, अशी एक अंधश्रद्धा त्यांनी समाजात पसरवली होती. एकंदर परिस्थितीचा विचार करता स्त्री आणि तळागाळातील माणूस समाजात पूर्णपणे भरडला जात होता.

समाज चैतन्य गमावून बसला होता. बधिर झाला होता. अशा समाजाला एक जोरदार धक्क्याची अतिशय आवश्यकता होती. बंगालला असा धक्का, इंग्रजांकडून

१८व्या-१९व्या शतकात मिळाला. अशा धक्क्यामुळे समाजात काही इष्ट तर काही अनिष्ट घडण्याची शक्यता असते. या वेळीही तसेच घडले.

भारताची भूमी ही सुवर्णभूमी असल्यामुळे व्यापाराच्या निमित्ताने किंवा आपले भाग्य अजमावण्याच्या हेतूने युरोपातील अनेक देशांतील लोक या काळात येथे आले. इंग्रजांनी इतर देशांतील लोकांना बाजूला सारून सर्व व्यापारच नव्हे, तर राजसत्ताही आपल्या ताब्यात घेतली, संपत्ती आणि सत्ता दोन्ही काबीज केली. आतापर्यंत बंगालवर परकीयांची आक्रमणे बरीच झाली होती, त्यांनी मोठ्या प्रमाणावर लूटमारही केली होती, पण परकीय राज्यसत्ता स्थापन होण्याची ही पहिलीच वेळ होती. याआधी या प्रदेशावर राज्य करणारे राजे भारतातीलच होते. मात्र या नवीन राज्यकर्त्यांचे रंग, रूप, भाषा, धर्म, संस्कृती सर्वच वेगळे होते.

इंग्रज भारतात आले ते व्यापारी म्हणून. येथून रेशीम, सुती कापड, ताग, मसाल्याचे पदार्थ परदेशी जाऊ लागले. त्यामुळे लोकांच्या हातात पैसा खेळू लागला. लोक खूश झाले. पण इंग्लंडमध्ये औद्योगिक क्रांती आधीच होऊन गेली होती. तेव्हा भारतातील माल इंग्लंडमध्ये विकून तिथला पैसा भारतात येणे धूर्त इंग्रजांना परवडण्यासारखे नव्हते. हळूहळू येथील कच्चा माल तिकडे जाऊ लागला आणि यंत्रावर तयार झालेला तेथील पक्का माल इकडे येऊ लागला. हा माल सुबक आणि स्वस्त असल्यामुळे व यंत्रावर उत्पादन भरपूर आणि जलद होत असल्यामुळे या मालापुढे बंगालमधील कारागिरांना टिकून राहणे शक्यच नव्हते. परिणामी बंगालमध्ये बेकारी वाढली, दारिद्र्यात आणखी भर पडली. रमेशचंद्र दत्त हे बंगालमधील एक थोर साहित्यिक, अर्थ आणि शेती विषयातील तज्ज्ञ आणि मोठे विचारवंत होते. त्यांनी त्यांच्या 'द इकॉनॉमिक हिस्टरी ऑफ इंडिया' या ग्रंथात मँचेस्टरहून भारतात येणाऱ्या यंत्रनिर्मित कापडाशी देशी, चरख्यावरील कापडाची जी अन्याय्य स्पर्धा सुरू झाली होती, त्याचे वर्णन केले आहे. ते वाचून महात्मा गांधींना रडू आले. गांधीजींनीच हे लिहून ठेवले आहे.

सत्ता हातात येताच इंग्रजांनी आपला महसूल वाढवण्यासाठी शेतजमिनीवर मन मानेल तसा सारा बसवला. हा सारा बसवताना जमिनीची उत्पादनक्षमता वा तत्संबंधित इतर गोष्टींचा मुळीच विचार केला नव्हता. बंगालमध्ये वारंवार पडणाऱ्या दुष्काळाकडे दुर्लक्ष केले होते. सारा जमीनदाराने भरायचा असला, तरी तो जमीनदार शेतकऱ्यांकडून वसूल करणार, हे स्पष्ट होते. सारा ठरावीक वेळेत न भरल्यास सरकार जमिनीचा लिलाव करत असे. लिलावात जमिनी खरेदी करणाऱ्यांत बहुधा इंग्रजांची गुलामगिरी करणारे नवश्रीमंत किंवा त्यांच्या व्यापारातील आंशिक भागीदार अथवा इंग्रजांची नोकरी करणारे आणि नोकरी टिकवण्यासाठी हांजी-हांजी करणारे एतद्देशीय हेच असत. त्यामुळे जुन्या जमीनदारांची संख्या झपाट्याने कमी झाली.

याचा जबदरस्त फटका गावांना आणि शेतकऱ्यांना बसला. कारण नवीन जमीनदारांना गावाबद्दल आपुलकी वाटणे शक्यच नव्हते. त्यांचा संबंध फक्त पैशांशी होता. ते स्वत: कोलकात्यासारख्या शहरात ऐशारामात राहत. चैनीत, मौजेत वेळ घालवत, आलेला पैसा उत्पादक कामात किंवा सार्वजनिक कार्यात खर्च न करता, आपल्या स्वत:च्या ख्यालीखुशालीसाठी उडवत. यामुळे शेतकरी पिळून निघत असे. एकेकाळी खाऊन-पिऊन सुखी असलेला शेतकरी दीनाहून दीन झाला. शेतीचे काम नसताना तो आणि त्याचे कुटुंब काहीतरी गृहोद्योग करून चार पैसे मिळवत होते, तेही इंग्रजी मालामुळे बंद झाले. शेतकरी दास झाला आणि बंगाल कंगाल झाला.

१८७२मध्ये रमेशचंद्र दत्तांनी 'बेंगॉल मॅगेझिन'मध्ये 'ग्रामीण करप्रणाली' हा लेख लिहिला. त्यांनी 'द इकॉनॉमिक हिस्टरी ऑफ इंडिया' या त्यांच्या ग्रंथात शेतीसिंचनाविषयी काही विचार मांडले होते. या सर्वांची दखल सरकारमधील काही विचारी अधिकाऱ्यांना घ्यावीच लागली. सर ऑर्थर कॉटनने सरकारला त्यांचा शेतीसिंचनाविषयीचा दृष्टिकोन समजावण्याचा प्रयत्न केला. उल्लेख करण्याजोगी गोष्ट म्हणजे फ्लॉरेन्स नाइटिंगेलने त्यास दुजोरा दिला. तिने ठणकावून सांगितले की, भारतात इंग्रज सरकारने धरणे, कालवे बांधले असते, तर दुष्काळात लोकांवर जीव जाण्याची वेळ आली नसती. १८७४च्या दुष्काळात इंडियन सिव्हिल सर्व्हिसमध्ये अधिकारी असलेल्या दत्तांच्या कामाचे खूप कौतुक झाले. त्यांनी वहिवाटीच्या हक्कासंबंधी जो अहवाल सादर केला, त्याचे वर्णन सर अँटनी मॅक्डोनाल्डने The most valueable contribution to the literature of the subject असे केले आहे. गेल्या चाळीस-एक वर्षांत आपल्या देशाने जी जमीन महसुलात प्रगती केली आहे, त्याबद्दल आपण दत्तांचे ऋण मानायलाच हवे. १८७७मध्ये 'फॅमिन कमिशन' स्थापन झाले, तेव्हा दत्तांनी मांडलेल्या आकडेवारीचाच आधार सरकारला घ्यावा लागला. शेतकऱ्यांबद्दल दत्तांना अत्यंत कळवळा होता, मातृभूमीबद्दल नितांत प्रेम होते, म्हणूनच या गोष्टींपुढे आपली उच्च पदाची सरकारी नोकरी त्यांना गौण वाटत असे.

इंग्रजांनी काही चांगल्या गोष्टी स्वत:च्या सोयीसाठी का होईनात केल्या. टपाल, रेल्वे, न्यायसंस्था, शासनसंस्था त्यांनी सुरू केल्या. यामुळे विस्कळीत झालेल्या समाजात एक शिस्त निर्माण झाली. सर्वसामान्यांना इंग्रज ही एक अद्‌भुत जात वाटायला लागली. त्यांना परमेश्वराने आपल्यावर राज्य करण्यासाठीच निर्माण केले आहे, अशीच त्यांची समजूत झाली.

दारिद्र्य, हीनता, अतिशय कर्मठ रूढी-परंपरा, धार्मिक अराजक यांचा फायदा याच काळात मिशनऱ्यांनी उठवायला सुरुवात केली. हिंदू धर्म कसा हीन आहे आणि ख्रिश्चन धर्मच कसा जगातील सर्व धर्मांत श्रेष्ठ आहे, हे येनकेन प्रकारे लोकांना

पटवून त्यांनी आपले धर्मांतराचे कार्य जोरात सुरू केले. पैसा, समतेची वागणूक, प्रतिष्ठा अशा गोष्टींचा मोह मिशनरी दाखवत. अशा मोहाला बळी पडून बरेच जण धर्मांतराला प्रवृत्त होत. या संकटापासून लोकांना वाचवण्याकरिता राजा राममोहन राय पुढे आले. विचारांती त्यांना युनिटेअरिअन चर्च आकर्षक वाटले. कारण हे चर्च ख्रिश्चनांचे त्रयतत्त्व (Father, Son and Holy Spirit) मानत नव्हते. तसेच ख्रिस्ताचे देवपणही त्यांना अमान्य होते. राजा राममोहन राय यांना त्यांची तत्त्वे भारतीय अद्वैतवादाच्या जवळ जाणारी वाटली. पण काही काळानंतर त्यांचा हा भ्रम दूर झाला. युनिटेअरिअन चर्चनेही इतर चर्चमधील लोकांना आपल्या चर्चमध्ये ओढायचा अथक प्रयत्न सुरू केला. ते एवढेच करून थांबले नाहीत, तर हिंदूंनाही धर्मांतरासाठी ते प्रोत्साहित करायला लागले. याच कारणाने राजा राममोहन राय नाराज झाले असावेत. त्यांचे या चर्चशी पटेनासे झाले. चर्चचा एकेश्वरवादही पूर्णपणे वेगळा आहे, हे त्यांच्या लक्षात आले.

राममोहन राय हे स्वधर्म आणि स्वसंस्कृती यांचा पाश्चात्त्य संस्कृतीशी आणि धर्माशी तुलनात्मक अभ्यास करून, दोन्हींचा सुरेख समन्वय घडवून आणणारे मानवतेचे पुजारी होते. भारताने आपली आध्यात्मिकता नीट समजावून घेऊन, पाश्चात्त्यांकडील नवी विद्या शिकून भौतिकतेत भर घालावी, अशी त्यांची विचारसरणी होती. त्यांनी 'ब्राह्मोसभा' स्थापन केली. ही महत्त्वाची घटना २० ऑगस्ट, १८२८ची! त्या वेळी त्यांच्याबरोबर द्वारकानाथ ठाकूर, कालीनाथ राय, मन्मथनाथ मल्लिक होते. राममोहनांनी स्थापन केलेल्या ब्राह्मो सभेतूनच देवेन्द्रनाथ ठाकुरांनी 'ब्राह्मोसमाज' प्रतिष्ठित केला. जातिभेद, कर्मकांड, रूढिबंधने यांना ब्राह्मोसमाजात स्थान नव्हते. तेथे स्त्री-पुरुष समानता मानत. विश्वकुटुंबाची भावना निर्माण व्हावी, ही त्यांची इच्छा होती. सुरुवातीला वैदिक मंत्रपठण, मग बंगालीतून उपनिषदाचे वाचन होत असे. ब्राह्मो अवतार मानत नसत, मूर्तिपूजा करत नसत. नीतिप्रसारावर त्यांचा भर होता. ब्राह्मो एकेश्वरवादीच होते, पण त्यांचा एकेश्वरवाद वेद-उपनिषदाच्या शिकवणीतून आला होता. त्या काळातील तरुण वर्ग या समाजाकडे आकर्षिला गेला. मात्र जानव्याचा त्याग, व्यासपीठावरून प्रवचन, सामुदायिक प्रार्थना या गोष्टी ख्रिश्चन लोकांसारख्या असल्याने सर्वसामान्यांच्या मनात ब्राह्मो समाजाबद्दल संभ्रमाचीच भावना होती.

केशवचंद्र सेन हे ब्राह्मोच होते, पण ख्रिस्ती न होता, ते ख्रिस्तोपदेश करत. देवेन्द्रनाथ ठाकूर मात्र हिंदू धर्माचे विशुद्ध स्वरूप स्वयंपूर्ण मानत. त्यामुळे पुढे ब्राह्मोसमाजात फूट पडली. देवेन्द्रनाथ ठाकुरांचा ब्राह्मोसमाज 'आदिब्राह्मो समाज' म्हणून ओळखला जाऊ लागला. काही काळानंतर पुन्हा एकदा ब्राह्मोसमाजाचे विभाजन झाले. शिवनाथ शास्त्री, आनंदमोहन बसू यांचा ब्राह्मोसमाज 'साधारण

ब्राह्मोसमाज' हा जुन्या हिंदू धर्माच्या जवळ जाणारा होता. केशवचंद्र सेनांचा ब्राह्मोसमाज 'नवविधान' या नावाने सर्वपरिचित झाला. फूट पडल्याने आणि कर्मठ हिंदूंनी अपप्रचार केल्याने याचा प्रभाव हळूहळू कमी झाला. रवींद्रनाथ ठाकूर ब्राह्मो झाले नसले तरी वडिलांमुळे – महर्षी देवेन्द्रनाथांमुळे – त्यांचा ब्राह्मोसमाजाशी निकटचा संबंध होता. स्वामी विवेकानंदही त्यांच्या महाविद्यालयीन जीवनात या समाजाकडे ओढले गेले होते.

ब्राह्मोसमाजाचा प्रभाव पुढे फारसा उरला नसला, तरी त्याच्या सदस्यांनी बरेच विधायक कार्य केले. मिशनरी डफ यांनी उमेशचंद्र सरकार आणि त्याची पत्नी मिनी यांना जबरदस्तीने बाटवून ख्रिस्ती केले. उमेशचंद्र चौदा वर्षांचा आणि मिनी अकरा वर्षांची होती. उमेशचंद्राच्या वडिलांनी प्रथम डफला विनवले, पण तो ऐकण्यास तयार नाही, असे पाहून कोर्टात धाव घेतली. उमेशचंद्र व मिनी दोघेही सज्ञान नव्हते. सुप्रीम कोर्टानेही उमेशचंद्राच्या वडिलांविरुद्ध निकाल दिला. ही गोष्ट देवेन्द्रनाथांच्या कानावर जाताच ते स्वत: प्रतिष्ठित लोकांना प्रत्यक्ष जाऊन भेटले. राधाकांत देवांसारखे त्यांचे विरोधकही या बाबतीत त्यांच्या बाजूने उभे राहिले. कारण प्रसंगाचे गांभीर्य त्यांनी ओळखले होते. मिशनरी पैसे न घेता लहान मुलांना त्यांच्या शाळेत भरती करून घेत आणि बाटवत. असे झाले तर कोलकात्यात पुढच्या पिढीत एकही हिंदू शिल्लक राहणार नाही, हे लक्षात आल्याने ब्राह्मोसमाजाच्या 'तत्त्वबोधिनी' पत्रिकेतून निषेध करूनच देवेन्द्रनाथ थांबले नाहीत, तर त्यांनी मिशनऱ्यांविरुद्ध एक चळवळच सुरू केली. 'हिंदू हितार्थी पाठशाला' सुरू करण्याचे त्यांनी ठरवताच त्याकाळी लोकांनी त्यांना चाळीस हजार रुपये गोळा करून दिले. या शाळेत फी न घेता शिक्षण द्यायचे ठरले. यामुळे हिंदूंच्यांत जागृती होऊन ख्रिस्तीकरणाला बराच आळा बसला.

केशवचंद्र सेन यांनी स्वत:च्या पत्नीस ब्राह्मोसमाजाच्या उपासनेत सामील करून घेण्याचे धाडस दाखवले आणि स्त्री-पुरुष समानतेचा धडा घालून दिला.

बिपिनचंद्र पालांनी वडिलांच्या इच्छेविरुद्ध ब्राह्मोधर्म स्वीकारला. प्रथम पत्नीच्या मृत्यूनंतर त्यांनी सुरेन्द्रनाथ बन्द्योपाध्यायांच्या पुतणीशी पुनर्विवाह केला. सुरेन्द्रनाथांची पुतणी बालविधवा होती.

शिक्षणक्षेत्रातही ब्राह्मोंनी उल्लेखनीय कार्य केले.

१९व्या शतकात इंग्रजी शिक्षण घेतलेला एक तरुण वर्ग निर्माण झाला. इंग्रजांशी व्यवहार करायचा तर इंग्रजी शिक्षणाला पर्याय नाही, ही गोष्ट या तरुणांच्या लक्षात आली. त्यांनीच सरकारकडे इंग्रजी शिक्षणाचा आग्रह धरला. एतद्देशीय लोकांना इंग्रजी शिक्षण देण्यास सरकार प्रथम फारसे उत्सुक नव्हते. मग बंगाली लोकांनीच 'हिंदू कॉलेज'ची स्थापना केली. इंग्रजी भाषा, इंग्रजी साहित्य, इंग्रजांचा

इतिहास, त्यांचे विचार आणि विज्ञान यांची ओळख झाल्यामुळे इंग्रजी शिक्षण पूर्ण केलेल्या तरुणांना एका नव्या जगाचे दर्शन घडले. याचा फायदा म्हणजे या शिक्षणामुळे अनेक सुशिक्षित तरुणांमध्ये विचारमंथन घडून आले. व्यक्तिस्वातंत्र्य, विचारस्वातंत्र्य, देशाचे स्वातंत्र्य, राष्ट्रीय भावना, मातृभाषेचा अभिमान या मूल्यांची नुसतीच ओळख झाली, नाहीतर त्यांचे महत्त्वही लक्षात आले.

या शिक्षणामुळे काही जण इंग्रजांच्या प्रत्येक गोष्टीचे अनुकरण करण्यात भूषण मानायला लागले. इंग्रजांचा पोषाख, राहाणी, भाषा, धर्म, खाणे-पिणे सर्वच त्यांना आदर्श वाटायला लागले. आपली मातृभाषा, आपला धर्म, आपली संस्कृती यांची त्यांना लाज वाटायला लागली, घृणा वाटायला लागली. मद्यपानातच त्यांना आधुनिकता दिसायला लागली. याचे उत्तम उदाहरण म्हणजे मधुसूदन दत्त. एका यशस्वी वकिलाचे हे चिरंजीव. अत्यंत बुद्धिमान. इंग्रजीवर त्यांचे कमालीचे प्रभुत्व. त्यांना बायरन, शेले यांच्या तोडीचे कवी व्हायचे होते; इंग्रजीतील श्रेष्ठ लेखक व्हायचे होते. इंग्रजांनी आपल्याला त्यांच्या बरोबरीचे मानावे म्हणून त्यांनी ख्रिश्चन धर्म स्वीकारला. ते झाले मायकेल मधुसूदन दत्त. मातृभाषेत लिहिणे ते कमीपणाचे समजत. पण लवकरच त्यांचा भ्रमनिरास झाला. कारण इंग्रजी शिकलेले एतद्देशीय किंवा ख्रिश्चन झालेले हिंदू हे इंग्रजांच्या दृष्टीने 'नेटिव्ह' किंवा 'ब्लॅकी'च असत. पुढे मायकेल मधुसूदन दत्तांनी बंगाली भाषेत उत्तम नाटके लिहिली, सुनीते लिहिली. आपल्या मित्राला लिहिलेल्या एका पत्रात त्यांनी म्हटले आहे की, ज्याला आपले नाव आपल्या मागे राहावे असे वाटत असेल, त्याने आपल्या मातृभाषेचा अभिमान बाळगायला हवा. जो स्वत:ला सुशिक्षित म्हणवतो, पण मातृभाषेची अवहेलना करतो, त्याचा मी तिरस्कारच करतो. बंगालीतील सुप्रसिद्ध लेखक बंकिमचंद्र चट्टोपाध्याय यांची पहिली कादंबरी इंग्रजीत असली, तरी पुढे त्यांनी आपले साहित्य बंगालीतच लिहिले आहे. बंकिमचंद्रांनी रमेशचंद्र दत्तांना बंगालीत लिहा म्हणून सांगितले आणि रमेशचंद्रांनी ते मानलेही.

त्या काळी परस्परातील पत्रव्यवहारापासून ते सार्वजनिक सभा, संमेलने, परिषदा येथपर्यंत सर्वत्र इंग्रजीचेच राज्य होते. राष्ट्राच्या कल्याणाचा विचार करणाऱ्या राष्ट्रीय सभेचा कारभार इंग्रजीतच चालत असे. व्योमेशचंद्र बन्द्योपाध्याय, सुरेन्द्रनाथ बन्द्योपाध्याय, फिरोजशहा मेथा, रासबिहारी घोष, आनंदमोहन घोष वगैरे त्या काळातील राष्ट्रीय सभेचे पुढारी उत्तम वक्ते होते. पण ते इंग्रजीतून बोलत आणि सर्व जण त्यांच्या इंग्रजीचे कौतुक करत. रवींद्रनाथ ठाकुरांना मात्र हे स्वाभिमानशून्य वृत्तीचे द्योतक वाटत असे. तरुण मंडळींना एकत्र करून, पुढाऱ्यांच्या या वृत्तीविरुद्ध त्यांनी बंड पुकारले. १८९७ साली नाटोर येथे प्रांतिक परिषद भरली. तेथे रवींद्रनाथांनी आपल्या बंडाचा झेंडा प्रथम उभारला. आपले थोरले भाऊ सत्येंद्रनाथ आणि परिषदेचे

स्वागताध्यक्ष नाटोरचे महाराज यांना त्यांनी आपल्या बाजूला वळवून घेतले. परिषदेचे सर्व कामकाज बंगालीतून व्हावे, असा ठरावच त्यांनी परिषदेत आणला. यामुळे खूपच धमाल उडाली. बड्या पुढाऱ्यांना बंगालीत बोलायची सवयच नव्हती. अखेर सत्येंद्रनाथ आणि नाटोरचे महाराज यांनी तडजोड केली. इंग्रजी भाषणाचे ताबडतोब बंगाली भाषांतर रवींद्रनाथांनी केले आणि तेथे जमलेल्या कोळी, माळी, शेतकरी, कामकरी यांना ऐकवले. व्योमेशचंद्र बन्द्योपाध्यायांसारख्या पुढाऱ्यांना ते आवडले नाही. त्यांनी खवचटपणे टोमणा मारला, "रवीबाबू, तुमची ती काव्यमय संस्कृतप्रचुर भाषा त्या नांगरगट्ठ्यांना इंग्रजीइतकीच अगम्य वाटली असेल." पण रवींद्रनाथांनी तेथे स्वभाषेच्या स्वाभिमानाचे वारे खेळवले हे नक्की!

व्योमेशचंद्र बन्द्योपाध्यायांना इंग्रजीबद्दल प्रेम वाटणे स्वाभाविकच होते. कारण चार मुलांच्या जन्मानंतर त्यांच्या पत्नीने ख्रिश्चन धर्म स्वीकारला होता. हेमांगिनी तिचे नाव. गंमत म्हणजे त्यांच्या दोन मुलीही ख्रिश्चन झाल्या. घरातील बाकी मंडळी हिंदूच राहिली. हे सर्व जण एकत्र गुण्यागोविंदाने राहत होते. १९व्या शतकातील बंगालची संस्कृती ही अशी गुंतागुंतीची होती.

स्वाभिमान सोडून इंग्रजांची हांजी-हांजी करणाऱ्यांना इंग्रजांच्या शिव्याच नव्हे, तर जोडेही खावे लागत. इंग्रज स्वत:ला गोरे आणि भारतीयांना काळे समजत. एकाच पदावर काम करत असूनही गोऱ्यांच्या आणि काळयांच्या पगारात तफावत असे. इंग्रजांच्या अशा जुलमामुळे हळूहळू देश पेटून उठला.

आतापर्यंत बंगाली लोक शास्त्रवाक्य प्रमाण मानत आले होते; पण आधुनिक विचारांच्या स्वीकारामुळे अनेक प्रश्न निर्माण झाले. सती प्रथा, जातिभेद, बालविवाह, पुनर्विवाह, विधवेचा संपत्तीत हक्क यासाठी शास्त्रग्रंथांची पडताळणी करून पाहण्याची आवश्यकता भासू लागली. यातूनच नवीन जाणिवा निर्माण झाल्या. विचारी, सुसंस्कृत मनाला समाजातील असंस्कृतपणा सलू लागला. समाजसुधारणांची आवश्यकता लक्षात आली. सती प्रथा राजा राममोहन रायांसारख्या समाजसुधारकामुळे कायद्याने बंद झाली असली, तरी पूर्णपणे बंद होण्यास काही काळ जावाच लागला. ईश्वरचंद्र विद्यासागरांनी विधवाविवाहासाठी जोरदार प्रयत्न केले खरे, पण त्यांनाही ताबडतोब यश आले, असे म्हणता येणार नाही. मात्र समाजाचे महत्त्वाचे अंग असलेली स्त्री ही इतकी वर्षे दुर्लक्षित होती, तिला व्यक्ती म्हणून प्रतिष्ठा मिळावी म्हणून समाजधुरीणांनी जिवापाड प्रयत्न केले. त्या काळातील सर्वच विचारवंतांनी या बाबतीत ठामपणे एकत्र येऊन नेटाने कार्य केले.

स्त्रीला शिक्षण मिळाल्याशिवाय खरी समाजसुधारणा होणे शक्य नाही, हे लक्षात आल्याने स्त्री-शिक्षणाचा पुरस्कार विचारवंतांनी अत्यंत आग्रहाने केला. समाजाची मानसिकताच अशी असते की, कोणत्याही बदलाचा किंवा सुधारणेचा

स्वीकार तो सहजासहजी करत नाही. समाजाच्या सर्व स्तरांतून त्यास वेगवेगळ्या कारणांनी विरोध होतो. बंगालमधील उच्च वर्गातील स्त्री ही २०व्या शतकाच्या दोन-तीन दशकापर्यंत जणूकाही असूर्यस्पर्शा होती. तिला गंगास्नान घडायचे तेही बंद पालखीत बसवून आणि ती पालखीच गंगेत बुडवून काढून! आणि स्त्री-शिक्षणाचा प्रश्न खरा तर उच्च वर्गातच जास्त प्रखर होता. त्यास हा वर्गच जास्त विरोध करत होता. स्त्री-शिक्षणाला किती अडचणींना तोंड द्यावे लागले, ते काही नमुनेदार रंजक उदाहरणांवरून लक्षात येईल.

बारासतचे कन्या विद्यालय उत्तम रीतीने चालले होते. त्या विद्यालयाच्या वार्षिक उत्सवात एका सात वर्षांच्या मुलीने धीटपणे एक कविता म्हणून दाखवली. तेव्हा कार्यक्रमाचे पाहुणे म्हणून आलेल्या गोऱ्या साहेबांनी (हे साहेब आपल्या पत्नीलाही बरोबर घेऊन आले होते.) तिच्या गालाला हात लावून तिचे कौतुक केले. म्लेंछाने मुलीच्या गालाला स्पर्श केला म्हणून कार्यक्रमासाठी आलेले पालक भलतेच खवळले. त्यांनी त्या मुलीच्या घरच्या मंडळींना तर वाळीत टाकलेच, पण आपल्या मुलींना शाळेतून काढून घेऊन शाळाच बंद पाडली.

बेगम रुकैया सखावत हुसेन या मुस्लीम सुशिक्षित स्त्रीने आपल्या समाजातील मुलींना शिकवण्याचे व्रतच घेतले होते. त्यांनी त्यांच्यासाठी शाळा काढली. त्यांच्यातील 'पर्दा'पद्धतीमुळे मुलींना शाळेत नेण्या-आणण्यासाठी बंद घोडागाडीची म्हणजेच कॅरिजची व्यवस्था केली होती. या घोडागाडीचे वर्णन त्यांनी moving black-hole असे केले आहे. गाडी बंद असल्याने गुदमरून रोज एक-दोन मुली बेशुद्ध पडू लागल्यावर गाडीला पुढच्या व मागच्या बाजूच्या वरील भागात झरोका करून त्याला पडदे लावण्यात आले. पडदे वाऱ्याने उडतात एवढे निमित्त विरोध करणाऱ्यांना पुरेसे ठरले. ''मुली 'बेपर्दा' होतात. तेव्हा बघतोच तुमची ही गाडी आणि शाळा कशी चालते ते!'' अशी सरळ-सरळ धमकीच देण्यात आली. बेगमने मोठ्या धीराने सर्व विरोधाला तोंड देऊन शाळा चालवली.

शिकणाऱ्या स्त्रियांच्या कपड्यांची हेटाळणी करण्यात येत असे. त्या अर्ध्या मेम बनल्यात, असे त्यांना हिणवण्यात येत असे. 'क्या बात बाई', 'मॉडेल भगिनी', 'पास झालेली बया', 'पत्नीबाबू' अशा नावाची प्रहसने लिहून शिकलेल्या स्त्रियांची यथेच्छ टिंगलही झाली.

अशा परिस्थितीवर मात करून मुलींसाठी शाळा चालवणे, ही क्रांतिकारक घटना होती. प्रारंभी या क्षेत्रात पुरुषांनी कार्य केले, पण पुढे स्त्रियांनीही पुढाकार घेतला.

प्रारंभी मुलींच्या शिक्षणासाठी मिशनरी पुढे सरसावले. पण लवकरच राधाकांत देवांनी आपल्या वाड्यातच मुलींच्या शिक्षणाची आणि परीक्षा देण्याची व्यवस्था केली. डेव्हिड हेअर यांच्या प्रयत्नामुळे 'स्कूल सोसायटी'च्या शाळेत मुलींनाही

प्रवेश मिळाला. १८२६ साली 'नेटिव्ह सोसायटी फॉर नेटिव्ह फिमेल एज्युकेशन' या संस्थेच्या अखत्यारीत असलेल्या शाळेत दलित मुलींच्या शिक्षणाची व्यवस्था होती. मध्यम वर्गातील मुलींसाठी १८४७मध्ये प्यारीचरण सरकार आणि नवीनकृष्ण मित्र यांनी बारासतला शाळा काढली. हीच पहिली बिनसरकारी भारतीय शाळा होय. पण यासाठी प्यारीचरण सरकार आणि नवीनकृष्ण मित्र यांना वाळीत टाकण्यात आले. १८४९ साली बालिका विद्यालय स्थापन करण्यात आले. हेच पुढे 'बेथुन स्कूल' म्हणून प्रसिद्ध झाले. प्रतिष्ठित घरातील मुलींसाठी ही शाळा ड्रिंकवॉटर बीट्न्, रामगोपाल घोष, दक्षिणारंजन मुखोपाध्याय, मदनमोहन तर्कालंकार यांच्या प्रयत्नाने स्थापन करण्यात आली होती.

स्त्री-शिक्षणासंबंधात ब्राह्मोंनी बरेच कार्य केले. १८६३मध्ये ब्राह्मोबंधुसभा स्थापन करण्यात आली. ही सभा अंत:पुरात बंदिस्त असलेल्या स्त्रियांच्या शिक्षणासाठीच काम करत असे. १८७० साली केशवचंद्र सेनांनी 'भारतसंस्कार सभा' स्थापन केली. ही सभा पाच भागात विभागली होती. 'स्त्री उन्नती विभाग' हा एक महत्त्वाचा विभाग होता. या विभागाने शिक्षिका विद्यालय, बालिका विद्यालय, ब्राह्मोहितैषिणी सभा स्थापन केली. १८९१मध्ये ब्राह्मो बालिका विद्यालय स्थापन झाले. त्याआधी १८८८-८९मध्ये खासी टेकड्यात मुलींसाठी शाळा काढण्यात आली. ब्राह्मोसमाजाच्या पुढाकारामुळेच स्त्रियांना मताधिकार मिळाला. पहिली स्नातक, पहिली डॉक्टर याच समाजातून झाली. ब्राह्मोसमाजानेच प्रथम सहशिक्षणाची सुरुवात केली.

स्त्रियाही शिक्षणकार्यात मागे नव्हत्या. बेगम रुकैयाचा उल्लेख याआधी केलाच आहे. गौरी मा या शारदामातांच्या जवळ राहणाऱ्या संन्यासिनीने श्रीरामकृष्णांच्या आज्ञेवरून १८९५मध्ये बराकपूर येथे महिलांसाठी 'श्री शारदेश्वरी आश्रम' सुरू केला. सुरुवातीला येथे पंचवीस स्त्रिया राहत व शिक्षण घेत होत्या. पुढे ही संख्या पन्नासवर गेली.

तपस्विनी माताजी यांचे मूळ नाव गंगाबाई. त्यांनी १८९३मध्ये मुलींसाठी 'महाकाली पाठशाला' काढली. त्यांच्या कार्याचे स्वामीजींनी (विवेकानंदांनी) कौतुक केले होते.

डॉ. जगदीशचंद्र बसूंच्या भगिनी लावण्यप्रभा बसू यांनीही एक कन्याशाळा सुरू केली होती. निवेदितेने त्या शाळेला भेट दिली होती आणि स्वत:च्या शाळेसाठी लावण्यप्रभांची मदतही घेतली होती.

आरंभी, इंग्रजांची विद्या, ज्ञान, सुधारणा, विज्ञान यामुळे दिपून जाऊन इंग्रजांना भारताचा सच्चा मित्र मानणाऱ्या आणि त्यांचे राज्य हे वरदानच आहे, असे समजणाऱ्या सुशिक्षितांनाही हळूहळू इंग्रजांचा खरा चेहरा दिसला. त्यांनी भारतात सुधारणा केल्या त्या स्वत:च्या सोयीसाठी. भारतातील लोकांबद्दल त्यांना आपलेपणा

वाटण्याचे काहीच कारण नव्हते. नोकऱ्यांमध्ये उच्च पदांवर गोऱ्यांचीच मक्तेदारी होती. सुशिक्षित, बुद्धिमान भारतीय हा 'काळा आदमी'च असे. आर्थिक बाबतीत जसा त्यांच्यात भेदभाव करण्यात येत असे, तसाच क्षणोक्षणी अपमानही करण्यात येत असे. तळागाळातील लोकांना तर जनावरांसारखीच वागणूक मिळत असे. त्यामुळे समाजाच्या सर्व थरांतच इंग्रजांबद्दल राग, तिरस्कार निर्माण झाला होता. मात्र त्यांना विरोध करण्याचे धाडस कुणातच नव्हते. उलट नोकरी टिकवण्यासाठी किंवा न्यूनगंडाने पछाडल्यामुळे बरेच जण अपमान निमूटपणे गिळत. ईश्वरचंद्र विद्यासागरांसारख्या तेजस्वी बुद्धिवंतांची संख्या हाताच्या बोटावर मोजण्याइतपतच होती.

भारताच्या दृष्टिकोनातून विचार केल्यास इंग्रज कुणी श्रेष्ठ नसून लुटारू आहेत, हे आता लोकांच्या लक्षात येऊ लागले होते. इंग्रजांची दहशत जबरदस्त असली तरी इंग्रजी विद्येने नवसुशिक्षितांमध्ये परिवर्तन घडायला नक्कीच सुरुवात झाली होती. स्वत:च्या अधिकाराची जाणीव होताच भारताच्या राजकारणात त्यांचा प्रवेश अपरिहार्य ठरला. निरनिराळ्या सभा, संस्था स्थापन झाल्या. त्यांच्यातर्फे समान अधिकाराची, समान हक्कांची मागणी व्हायला लागली. पण अशा मागण्यांना किंवा अर्ज-विनंत्यांना भीक घालणे, उन्मत्त इंग्रज राज्यकर्त्यांच्या नीतीत बसणारे नव्हते. हे ओळखूनच रमेशचंद्र दत्तांनी बिहारीलाल चक्रवर्ती या त्या काळातील बंगालमधील प्रसिद्ध कवींना लिहिलेल्या पत्रात म्हटले आहे की, Englishman understands fighting and they will yield to persistent fighting, not to begging. अर्ज-विनंत्यांकडे दुर्लक्ष करून इंग्रज राज्यकर्त्यांनी जुलूमजबरदस्ती जास्तच कडक केली. त्यामुळेच राजनारायण बसू, ईश्वरचंद्र विद्यासागर, बंकिमचंद्र चट्टोपाध्याय, राजेंद्रलाल मित्र, रवींद्रनाथ यांच्यासारख्या थोर विचारवंतांनी देशोन्नतीसाठी प्रयत्नपूर्वक चळवळ सुरू केली.

इंग्रजांनी एतद्देशीय लोकांचे फक्त आर्थिक शोषणच केले असे नव्हे, तर मानसिक खच्चीकरणही केले. आपण भारतीय अतिशय दीन आहोत; आपला देश, भाषा, संस्कृती अतिशय घृणास्पद आहे आणि इंग्रज लोक व त्यांच्या सर्वच गोष्टी अतिशय उच्च श्रेणीच्या आहेत, अशीच सर्वसामान्यांची समजूत झाली होती. लोकांनी आत्मविश्वास गमावला होता. लोकजागरणाची नितांत आवश्यकता होती. ग्लानी आलेल्या समाजात चैतन्य निर्माण करण्याची गरज होती. अस्मितेचे भान यावयास हवे होते. वर उल्लेख केलेल्या प्रतिष्ठित व्यक्तींनी लोकांना जागृत करण्याचे काम हाती घेतले. त्या प्रत्येकाचा मार्ग थोडाफार वेगळा असला, तरी लक्ष्य एकच होते. विचारांची दिशा एकच होती.

राजानारायण बसू हे अरविंद घोषांचे आजोबा म्हणजे आईचे वडील. त्यांना बंगालमध्ये 'ऋषी'च म्हटले जाते. हे महर्षी देवेंद्रनाथांच्या धार्मिक आंदोलनातील

सुरुवातीपासूनचे सहकारी होते. उतारवयात त्यांनी आदिब्राह्मो समाजाचे अध्यक्षपद भूषवले. राजा राममोहनराय यांनी पुरस्कृत केलेल्या धर्मसुधारणांचा त्यांनी निष्ठेने प्रचार केला. हिंदू कॉलेजमधून नवशिक्षितांची जी पहिली पिढी बाहेर पडली, त्यांपैकी प्रखर बुद्धिमत्ता व मौलिक विचारक्षमता लाभलेले राजनारायण बसू हे एक होते. इंग्रजांची संस्कृती आणि नीती यांचे सत्यदर्शन घडल्यावर भारतीय संस्कृती व नीती यांचा तुलनात्मक अभ्यास करून परकियांच्या तावडीतून स्वावलंबनानेच सुटका शक्य आहे आणि अशी सुटका झाल्याशिवाय स्वाभिमानाने जगणे अथवा आत्मोन्नती साधणे अशक्य आहे, हे त्यांनी स्पष्ट केले. अनेक प्रकारच्या सार्वजनिक हिताच्या संस्था त्यांनी स्थापन केल्या आणि चालवल्याही.

१८६७ साली राजनारायण बसूंच्या नेतृत्वाखाली 'हिंदू मेळा' सुरू करण्यात आला. नवगोपाल मित्र, मनमोहन बसू, रवींद्रनाथांचे एक वडील बंधू ज्योतिरिंद्रनाथ, चुलतभाऊ गणेंद्रनाथ हे या मेळ्याच्या प्रवर्तक मंडळीत होते. दरवर्षी चैत्र प्रतिपदेला हा मेळा भरवण्यात येत असल्याने यास 'चैत्र मेळा' असेही म्हणत. हिंदू मेळा हे 'इंडियन नॅशनल काँग्रेस'चे पूर्वरूपच हेते. जन्मभूचे जयगान करणे, स्वदेशप्रीतीने ओथंबलेल्या कवितांचे वाचन करणे, देशी उद्योगधंदे, कला यांचे प्रदर्शन भरवणे, राष्ट्रीय बुद्धिमत्ता आणि कौशल्य यांना उत्तेजन देणे, ही या मेळ्याची प्रमुख अंगे होती. १८६८च्या मेळ्यात रवींद्रनाथांचे दुसरे थोरले बंधू सत्येंद्रनाथ यांनी 'भारतेर जय' हे राष्ट्रीय संघगीत रचले होते :

मिले सब भारतसन्तान,
एकतान मनप्राण,
गाओ भारतेर यशोगान॥

अशी त्या गीताची सुरुवात होती. त्यानंतर सात वर्षांनी याच हिंदू मेळ्यात रवींद्रनाथांनी भारतावरील स्वरचित कविता म्हटली.

सतत चौदा वर्षे म्हणजे १८६७ ते १८८०पर्यंत हिंदू मेळ्याने राष्ट्रीय जागरणाचे कार्य प्रभावीपणे केले.

या काळात दादाभाई नौरोजींचे विचारही महत्त्वाचे ठरले. विलायतेतील आणि भारतातील राजनीतीचे सूक्ष्म निरीक्षण करून त्यांनी असे सांगितले की, हिंदुस्थानला विपन्नावस्था येण्याचे कारण परकीय अंमल व एकतंत्री राज्यपद्धती होय. राजा हा प्रजेकरिता असतो; राजाकरिता प्रजा नसते, हे लक्षात ठेवून राजाने वागायला हवे. इतके मार्मिक आणि स्पष्ट बोलणे, त्या काळी निश्चितच धाडसाचे होते.

या सर्व गोष्टींवरून रवींद्रनाथांच्या लक्षात आले की, भारताचे नष्ट झालेले श्रेष्ठ

स्थान आणि गेलेले वैभव परत मिळवायलाच हवे. आधुनिक ज्ञान-विज्ञानाची उपासना आणि आपली प्राचीन संस्कृती यांच्या समन्वयातूनच आपण आत्मशक्ती मिळवू शकू. आपल्याला स्वातंत्र्य हवे असेल तर प्रथम आपण निर्भय, स्वावलंबी बनले पाहिजे. म्हणूनच ते प्रार्थना करतात –

ए दुर्भाग्य देशा हते हे मंगलमय,
दूर करे दाओ तुमी सब तुच्छ भय
लोकभय, राजभय, मृत्युभय आर
दीनप्राण दुर्बलेर ए पाषाणभार,
एइ चिरपेषणजंत्रणा, धुलितले
एइ नित्य अवनती, दंडे पले-पले
एइ आत्म-अवमान, अंतरे-बाहिरे
एइ दासत्वेर रज्जू, त्रस्त नतशिरे
सहस्त्रेर पदप्रांततले बारंबार
मनुष्य-मर्यादा-गर्व-चिरपरिहार....

(हे मंगलमय प्रभो, या दुर्भागी देशातून लोकभय, राजभय, मृत्युभय यांसारखे तुच्छ भय दूर होऊ देत, दीनदुबळ्यांच्या छातीवरचा पाषाणभार, सतत होणारी पिळवणूक, धुळीत पडून राहण्याची अवनती, क्षणोक्षणी होणारा अवमान, आतून व बाहेरून जखडणारे दास्यत्वाचे दोर, त्रस्तपणे लीन होऊन अधिकाऱ्यांच्या पायाखाली मानवीय मर्यादेचा आणि स्वाभिमानाचा नेहमी करावा लागणारा त्याग या सर्व गोष्टी नष्ट होऊ देत.)

राजकीय दास्यापेक्षा बौद्धिक दास्य फार वाईट! 'भिक्षां देहि'चे धोरण हे स्वाभिमानशून्यतेचे आहे. ज्याचा घरात अपमान होतो, त्याचा बाहेरही अपमानच होतो. म्हणून आपला मान राखण्यासाठी आपली भाषा, वाङ्मय, संस्कृती यांचा मान ठेवायला शिकले पाहिजे. आपल्या मायभूला प्रतिष्ठा प्राप्त करून देण्यासाठी स्वत: प्रयत्न केले पाहिजेत. परक्यांकडून सन्मानाची, प्रतिष्ठेची अपेक्षा व्यर्थ आहे. आपण कोण होतो आणि कोण आहोत, हे ओळखले पाहिजे.

परेर भूषण, परेर बसन,
त्यागिबो आज परेर अशन।
यदि हइ दीन, ना हइब हीन,
छाडिबो परेर भिक्षा।

(परक्याची भूषणे, वस्त्र, अन्न मी टाकून देईन. दीन-गरीब झालो, तरी हरकत

नाही, पण हीन होणार नाही. जे मिळवायचे, ते स्वत:च्या बुद्धीच्या आणि शक्तीच्या बळावर. मग त्यासाठी कितीही कष्ट पडले, तरी ते सोसायचे. कितीही त्याग करावा लागला तरी करायचा.)

रवींद्रनाथांनी स्पष्टच सांगितले की, भारताचे भविष्य भारताच्याच हातात आहे.

२६ ऑगस्ट, १८८४ रोजी 'सावित्री ग्रंथालय'च्या वतीने बोलावण्यात आलेल्या सभेत 'हाते कलमे' (बोले तैसा चाले!) हा निबंध रवींद्रनाथांनी वाचला. त्यात त्यांनी हे विचार मांडले. त्यानंतर बरोबर दहा वर्षांनी स्वामी विवेकानंदांनी पाश्चात्त्य देशातून परत आल्यावर 'अर्वाचीन हिंदुस्थान' या आपल्या निबंधात अगदी असेच विचार मांडले. या दोघांत स्वदेशासंबंधीच्या विचारांत जे साम्य दिसून येते, त्याचे कारण दोघांचेही श्रद्धास्थान एकच होते. ते म्हणजे राजनारायण बसू.

१९व्या शतकातील धार्मिक, राजकीय, सामाजिक, आर्थिक परिस्थितीमुळे बंगालमध्ये निर्माण झालेली वैचारिक आणि भावनिक गुंतागुंत आणि त्यामुळे अंतर्मुख होऊन केलेले परीक्षण व चिंतन यातून रवींद्रनाथांची 'गोरा' ही सर्वविख्यात कादंबरी साकार झाली. रवींद्रनाथ आणि स्वामी विवेकानंद यांच्या विचारांचे विवेचन करताना 'गोरा' ची आठवण स्वाभाविकपणे होतेच.

'गोरा' पुस्तकरूपाने प्रसिद्ध झाली ती १९१०मध्ये. त्याआधी ती रामानंद चट्टोपाध्याय संपादित 'प्रवासी' मासिकातून १९०७ ते १९०९ या काळात क्रमश: प्रसिद्ध झाली. या कादंबरीचा नायक 'गौरमोहन' ऊर्फ 'गोरा' याचा जन्म १८५७चा आहे आणि कॉलेजशिक्षण पूर्ण केलेल्या गोराच्या तरुणपणाच्या आयुष्यापासून कादंबरीचा प्रारंभ होतो. म्हणूनच बंगालमधील क्षेत्र गुप्त यांच्यासारखे विचारवंत इतिहासकार 'गोरा'ला फक्त एक कादंबरी न मानता संक्रमणकालातील भारताचे महाकाव्य मानतात. इंग्रजी शिक्षणामुळे बौद्धिक क्षितिजाचा झालेला विस्तार आणि राजकीय पारतंत्र्यातील अपकारक अनुभव यांची पार्श्वभूमी या कादंबरीला आहे. भारतीय राष्ट्रवादाचा एक नवा सिद्धान्त मांडण्यासाठीच 'गोरा' लिहिली गेली आहे. नाना प्रकारच्या विरोधांनी गजबजलेले भारतीय सामाजिक जीवन आणि त्यातून प्रेरणा घेऊन प्राचीन भारतीय संस्कृतीचे व धर्मांचे झालेले पुनरुज्जीवन, त्यातून निर्माण झालेल्या राष्ट्रवादाचा वैश्विक मानवतावादापर्यंतचा प्रसार याचे चित्रण ही कादंबरी परिणामकारकरीतीने करते.

भारताच्या इतिहासातील एका बिकट काळातील भारताच्या ओळखीचा घेतलेला शोध म्हणजे ही कादंबरी. ''आज मी खरा भारतीय झालो आहे. माझ्यात हिंदू, मुसलमान, ख्रिश्चन सर्वच गुण्यागोविंदाने नांदत आहेत. त्यांचे अन्न तेच माझे अन्न आहे. त्यांची जात तीच माझी जात आहे. जो देव – हिंदू, मुसलमान, ख्रिश्चन, ब्राह्मो – सर्वांचा आहे; ज्याच्या मंदिराचे दरवाजे सर्वांसाठी उघडे आहेत; जो केवळ

हिंदूंचाच नाहीतर भारताचा आहे, अशा देवाचा मंत्र मला आज मिळाला.'' असे जेव्हा गोरा आवेगाने म्हणतो, तेव्हा रवींद्रनाथांच्या 'भारततीर्थ' या कवितेची आठवण होते.

केह नाहि जाने कार आबाहने।
कत मानुषेर धारा, दुर्बार स्रोते एल कोथा हते।
समुद्रे हल हारा।
हेथाय आर्य, हेथाय अनार्य। हेथाय द्राबिड चीन।
शक-हुन-दल पाठान मोगल।
एकदेहे हल लीन। एक भारतेर महामानवेर। सागर तीरे॥

(भारतरूपी मानवसमुद्रात कुणाच्या आवाहनाने कोण जाणे, कित्येक मानवी प्रवाह आले आणि विरून गेले, एक झाले. त्यात आर्य, अनार्य, द्रविड, शक, हूण, पठाण असे सर्व होते.)

''नाना धर्मांचे लोक इथं राहत असले, तरी भारत एक राष्ट्र आहे.'' ही गोराची भारताविषयीची संकल्पना आहे.

गोरा चितारताना रवींद्रनाथांच्या दृष्टीसमोर विवेकानंद आणि निवेदिता यांच्या व्यक्तिरेखेबरोबर स्वतःची व्यक्तिरेखा आणि विचार होते. जन्माने आयरिश पण मनाने पूर्णपणे भारतीय होऊन, हिंदू धर्म व संस्कृती यांचा अत्यंत अभिमान असलेली आणि भारतासाठी सर्वस्व अर्पण करणारी निवेदिता आणि आयरिश आई-वडिलांच्या पोटी जन्माला येऊन, ब्राह्मण कुटुंबात वाढलेला, हिंदुत्वाचा कडवा अभिमान बाळगणारा, भारताच्या अभ्युदयासाठी सर्वस्वाच्या त्यागास तयार असलेला गोरा यांच्यातील साम्य अगदी स्पष्ट आहे.

१९व्या शतकातील बंगालचा विचार हा महत्त्वाचा आहे आणि वेधकही आहे. १९व्या शतकातील बंगालची ओळख झाल्याशिवाय विवेकानंदांची आणि निवेदिताच्या कार्याची महानता लक्षात येणे कठीणच!

१९व्या शतकातील आपल्या देशाची परिस्थिती देशभ्रमण करून स्वामीजींनी प्रत्यक्ष पाहिली होती आणि म्हणूनच स्वामीजी गरजले, ''जगात पापही नाही आणि पुण्यही नाही, जगात केवळ अज्ञान आहे. अद्वैताच्या अनुभवाने त्याचा निरास होतो. ज्ञान, भक्ती, योग आणि कर्म हे मुक्तिप्रद नेणारे चार मार्ग आहेत. सध्याच्या युगात कर्मयोगावर विशेष भर दिला पाहिजे. मला माझ्या बांधवांना साहाय्य करू द्या.''

◆

स्वामी विवेकानंदांचा प्रवेश

आतापर्यंत आपण जो १९व्या शतकाचा विचार केला त्यावरून तो बंगालच्या प्रबोधनाचा काळ होता, हे स्पष्टपणे लक्षात येते. या काळात विचारांत, चिंतनात, मननात नावीन्य आले. त्याचा प्रभाव समाजजीवनातील सर्व महत्त्वाच्या क्षेत्रांवर पडला. राजा राममोहन रायांना प्रबोधनाचे जनक मानले जाते. त्यांनी धर्म आणि कर्म यांच्याबरोबरच संस्कृतीशी संबंधित इतर महत्त्वाच्या गोष्टींचाही साकल्याने विचार केला. राष्ट्रनीती, समाजनीती, अर्थनीती यांनाही त्यांनी प्राधान्य दिले. ईश्वरचंद्र विद्यासागरही त्यांच्याच परंपरेतील; पण त्यांनी कर्माला सर्वोच्च स्थान दिले. कर्म हाच त्यांच्या दृष्टीने धर्म होता.

१९व्या शतकाच्या उत्तरार्धाचा विचार केला, तर बंग-संस्कृतीत धर्मचिंतनाचे प्राबल्य असल्याचे दिसून येते. सर्वच जण – सनातनी, सुधारक, राष्ट्रवादी, समन्वयवादी – धर्माबद्दलच विचार करत होते. या सुमारास स्वामी विवेकानंदांनी या क्षेत्रात प्रवेश केला. त्या काळात त्यांच्यासारख्या अलौकिक प्रतिभाशाली तरुणाने धर्माचा मार्ग धरणे, यात अस्वाभाविक असे काही नव्हते. कारण सर्व धर्मांबद्दल आदर बाळगणाऱ्या आणि वैदिक हिंदू धर्मावर निष्ठा असणाऱ्या श्रीरामकृष्ण परमहंसांचा हा शिष्य होता. संघ स्थापन केल्यानंतर परिव्राजक म्हणून त्यांनी देशाटन केले. त्यातून त्यांनी जो अनुभव घेतला, तसा दुसऱ्या कुणीच घेतला नव्हता. या अनुभवातून त्यांना जाणवले की, जातिधर्माचा विचार न करता, सर्वसामान्य माणसांत राहून, त्यांच्यात मिळून-मिसळूनच, त्यांच्यासाठी काम करायला हवे. ब्राह्मोही असेच करू पाहत होते, पण 'हिंदू-पुनरुज्जीवना'चा सिद्धान्त त्यांच्या आड आला. स्वामीजींनी हिंदू धर्माचा महिमा गायला, पण पुराणे किंवा स्मृतींवर भर न देता, त्यांनी वेदान्तावर भर दिला. त्यांच्या मते, "गोडधोड खाऊन, गाद्यागिरद्यांवर झोपून, डोळ्यांतून पाण्याचा टिपूसही न काढता, कुणी कधीच मोठा झाला नाही. असं आचरण करून कुणाला कधीच सत्य गवसलेलं नाही." प्रबोधनकाळात ब्राह्मोसमाजाच्या

लोकांनी सर्वसामान्यांसाठी काम केले. मात्र त्या वेळची ब्राह्मोसमाजातील माणसे उच्च वर्गातील, खाऊन-पिऊन सुखी असलेली होती. स्वामीजींच्या मते, नवा भारत घडवेल तो गरीब माणूस. तोच असेल भारताचा भाग्यविधाता!

स्वामीजींना अभिप्रेत असलेला हिंदू धर्म हा वेदान्तिक विचारांनी संपृक्त, उदार, कर्मकांडात गुंतून न पडणारा, जातिभेदापासून दूर, दुसऱ्या कुठल्याही धर्माचा अनादर न करणारा, प्रगतिशील आणि राष्ट्रीयतेला प्राधान्य देणारा होता. नवीन जरूर शिकावे, पण जुन्याला तिलांजली देऊ नये, असा त्यांचा विचार होता. भारतीय संस्कृतीचा प्राण म्हणजे धर्म. त्यांनी म्हटले आहे, ''या देशाचा प्राण धर्म, भाषा धर्म, विचार धर्म. तेव्हा पारमार्थिक स्वातंत्र्य ही खरी मुक्ती.'' म्हणूनच साम्राज्यवाद आणि वसाहतवाद यांच्याविरुद्धचा लढा फक्त राजकीय असू नये, तर तो धर्मरक्षण, संस्कृतिरक्षण आणि समाजाची उन्नती यासाठीही असायला हवा, असे त्यांना वाटत होते. पण संपूर्ण देश पायाखाली घातल्यावर स्वामीजी व्यथित झाले. कारण देशातील फार मोठा वर्ग दारिद्र्याने ग्रासला होता, तर दुसरा वर्ग सुखविलासात मग्न होता. ऐशारामात गुंग झालेल्या या वर्गाबद्दल स्वामीजींना अजिबात आस्था नव्हती. तमोगुणात बुडालेल्या या वर्गाला उद्देशून स्वामीजींनी म्हटले आहे, ''तुम्ही सर्वांनी शून्यात विलीन व्हावं आणि नवा भारत जन्माला यावा – नांगर धरणाऱ्यांतून, शेतकऱ्यांच्या झोपडीतून, कोळी, मोची, भंगी यांच्या खोपीतून, वाण्याच्या दुकानातून, भडभुंज्याच्या चुलीजवळून, बाजारातून, कारखान्यातून, रानावनांतून, डोंगर-टेकड्यांतून. ही माणसं घासभर सातू खाऊन इकडचं जग तिकडं करू शकतात.''

भारतातील ही परिस्थिती पाहून स्वामीजी परदेशात गेले, तेव्हा त्यांच्यापुढे ठोस कार्यक्रम नव्हता. मात्र शिकागोच्या धर्मपरिषदेत भाषण करून त्यांनी भारताची शान सर्व जगात वाढवली. भगिनी निवेदितेने म्हटले आहे की, धर्मपरिषदेत स्वामीजींनी व्याख्यानाची सुरुवात हिंदूंची धार्मिक तत्त्वे सांगून केली, पण जेव्हा ते थांबले तेव्हा हिंदुत्ववाद निर्माण झाला होता.

भारताचा धर्म, भारताची संस्कृती ही किती श्रेष्ठ, थोर आणि प्राचीन आहे, हे स्वामीजींनी पाश्चात्त्यांना पुन्हा-पुन्हा सांगितले. इंग्रज आपल्याला क्षुद्र, अडाणी, असंस्कृत समजत होते; पण स्वामीजींनी त्यांना निक्षून सांगितले, ''युरोपीय लोकांनो, तुम्ही कधी कुठल्या देशाचं भलं केलंय! तळागाळातल्यांना वर आणण्याची शक्ती कुठं आहे तुमच्यात! कुणी दुबळा भेटताच त्याचा तुम्ही समूळ नाश करता, ज्या भूमीवर पाय ठेवता तिचा संपूर्ण उच्छेद करता. तुमचा इतिहास काय सांगतो!''

असे असले तरी पाश्चात्त्य लोकांची उद्योगप्रियता, अढळ धैर्य, स्वावलंबन, कार्यक्षमता, ऐक्य, प्रगती साधण्याची इच्छा, संघटनशक्ती यांचे स्वामीजींना कौतुक वाटत होते. परदेशात जाण्याचा मुख्य हेतू संघासाठी आणि त्याच्या कार्यासाठी पैसा

मिळवणे हा होता. तसेच पाश्चात्त्य शिष्य मिळाल्यास ती फार मोठी जमेची बाजू ठरणार होती. असे निष्ठावंत पाश्चात्त्य शिष्य स्वामीजींना मिळालेही. ही शिष्य-मंडळी स्वामीजींच्या हाताखाली काम करण्यास तयार झाली, ही सर्वांत महत्त्वाची गोष्ट! स्वामीजींनी परदेशात जाऊन तेथील जीवनाचे अवलोकन केले. फारसा आर्थिक लाभ झाला नाही, पण या अनुभवातून पुढील कार्याची दिशा निश्चित झाली एवढे खरे!

शिकागोहून परत आल्यावर स्वामीजींनी घोषणा केली, "भारताने आपल्या विचारशक्तीच्या बळावर जग जिंकावं. हेच सर्वांचं स्वप्न आणि लक्ष्य असावं आणि जोपर्यंत या लक्ष्याची पूर्तता होत नाही तोपर्यंत आराम नाही, थांबणं नाही." हे आवाहन त्यांनी अर्थातच तरुणांसाठी केले होते. त्यांनी पुढे म्हटले होते, "आता आम्हाला आपले ज्ञानतंतू अधिक बळकट केले पाहिजेत. आता आपल्या देहात लोखंडाचे स्नायू आणि पोलादाचे ज्ञानतंतू निर्माण केले पाहिजेत. रडून-रडून आपल्या डोळ्यांतील पाणी संपून गेलं आहे. आता रडणं पुरे झालं. यापुढे खरे मर्द होऊन तुम्ही स्वावलंबनाचा धडा गिरवला पाहिजे. आम्हाला खरे मर्द बनवील, आमच्या अंगात पौरुषाचा संचार होईल, असा धर्म आम्हाला आज हवा आहे. आमच्या सर्व मीमांसांनी यापुढे आम्हास एकच गोष्ट शिकवली पाहिजे – ती म्हणजे पौरुषत्व. ज्या-ज्या गोष्टींमुळे तुमच्या ठिकाणी शारीरिक, मानसिक अथवा आध्यात्मिक दौर्बल्य उत्पन्न होत असेल, त्या-त्या गोष्टी एकदम झुगारून द्या. असल्या गोष्टी म्हणजे विष! विष आणि जीवन ही एकत्र कशी राहू शकतील? सत्याचा अवलंब केला, तर पौरुषाचा उद्‌भव झालाच पाहिजे. सत्य म्हणजे शुचिता! सत्य म्हणजे ज्ञान! सत्य हे प्रकाशमय आहे, ज्याच्यायोगे बुद्धी प्रकाशमान झाली पाहिजे. उपनिषद ग्रंथात काय सांगितले आहे, हे जरा डोळे उघडून पाहा. त्या प्रकाशमय, ज्ञानदायी आणि बलदायी ग्रंथरत्नांकडे वळा!" अशा खणखणीत इशाऱ्याने धर्मजागृतीच्या प्रचंड आंदोलनाची भेरी त्यांनी वाजवली. हिंदूधर्म जागृतीच्या चळवळीला प्राच्य आणि पाश्चात्त्य विचारांची सांगड घालून तिला प्रगतिशील असे समन्वयात्मक वळण लावण्याचा प्रयत्न त्यांनी केला. वैयक्तिक मुक्ती गौण मानून समाजाच्या मुक्तीसाठी झटण्याचे ध्येय पुढे ठेवून कार्य करण्याची प्रेरणा त्यांनी तरुण भारताला दिली.

आत्मनो मोक्षार्थं। जगद्धिताय च।

स्वामीजींचे आवाहन फक्त तरुणांना नव्हते, तर तरुण स्त्रियांनाही होते. कुप्रथेच्या बेड्या पायात अडकल्याने भारतातील स्त्री-शक्ती अंत:पुरात क्षीण होऊन पडली होती. या शक्तीला पुन्हा तेज प्राप्त करून देण्यासाठी त्यांना सिंहिणी हव्या होत्या.

◆

सिंहिणीच्या शोधात

१८९४ हे साल स्वामी विवेकानंदांच्या दृष्टीने अतिशय संघर्षांचे; पण कामाच्या दृष्टीने तितकेच फलदायी होते. त्यांचे गुरू – श्रीरामकृष्ण परमहंस – यांनी नेमून दिलेल्या कर्ममार्गावरून – कितीही संघर्ष करावा लागला तरी – न ढळण्याचा निश्चय स्वामीजींनी केला आणि पाळलाही. अगदी निर्धाराने! गुरूंनी त्यांना 'मातेचे कार्य' करण्याची आज्ञा दिली होती. या कार्याचा महत्त्वाचा भाग होता, आध्यात्मिकतेचा संदेश देणे. स्वामीजींनी म्हटले आहे की, फारच थोड्यांना विचारशक्तीची जाणीव असते. एखाद्याने स्वत:ला गुहेत कोंडून घेऊन फार महान विचार केला आणि त्याचे जीवन त्या गुहेतच संपले तरी त्याचा तो महान विचार त्या गुहेच्या भिंतीत शिरून, अवकाशात कंप पावून, संपूर्ण मानवजातीत झिरपल्याशिवाय राहणार नाही. विचाराची शक्ती एवढी मोठी असल्याने तो दुसऱ्यांपर्यंत पोहोचवण्याची घाई करू नये. ज्याच्याजवळ काही देण्यासारखे आहे, तोच दुसऱ्यांना शिकवू शकतो. शिकवणे म्हणजे नुसते बोलणे नव्हे किंवा उपदेश करणेही नव्हे, तर ते आदान-प्रदान आहे. दुसऱ्याला फूल द्यावे इतक्या सहजपणे आध्यात्मिकता देता येते. आध्यात्मिकतेचा संदेश देणे, हे स्वामीजींच्या मिशनचे आरंभापासून अखेरपर्यंतचे ध्येय होते. कारण यातून 'मातेचे कार्य' यशस्वी होईल, याची त्यांना खात्री होती.

परिव्राजक म्हणून भारतात भ्रमण करताना त्यांच्या लक्षात आले की, समाजाला ग्लानी आल्याने जुलूमशाहीला ऊत आला आहे. म्हणूनच १० जुलै, १८९३ रोजी योकोहामाहून मद्रासमधील शिष्यांना आणि मित्रांना त्यांनी लिहिले, "तुमच्या त्या चिंचोळ्या बिळातून बाहेर येऊन जरा बाहेरच्या जगात डोकावून पाहा. राष्ट्र कशी प्रगती करताहेत, तिकडे जरा लक्ष द्या! तुम्ही माणसावर प्रेम करता ना? तुमचं तुमच्या देशावर प्रेम आहे ना? मग उत्तम आणि श्रेष्ठ गोष्टींसाठी संघर्ष करायलाच हवा. आता मागे वळून पाहू नका, अगदी जवळची माणसं रडली तरी! पुढे चला, भारताला कमीत कमी हजार तरुणांचं, हजार तरुण मनांचं समर्पण हवं आहे."

धर्माला धक्का न लावता बहुजनसमाजाला सर्वांगीण प्रगतीची संधी देणे, अस्पृश्यतेचे समाजातून समूळ उच्चाटन करणे, ज्यांची स्थिती उत्तम आहे, त्यांनी रंजल्या-गांजलेल्यांना मदत करणे, स्त्रियांना योग्य शिक्षण आणि स्वतःच्या प्रगतीची संधी देणे, सर्व जगालाच योग्य शिक्षण देणे, भौतिकशास्त्रांच्या शिक्षणाकडे लक्ष देणे, तांत्रिक आणि औद्योगिक प्रगती साधणे, या गोष्टींची भारताच्या उन्नतीसाठी आत्यंतिक गरज असल्याची स्वामीजींची ठाम धारणा होती. म्हणूनच ते भारतात असोत की परदेशात, त्यांच्या मनात सतत विचार असे, तो भारतातील पददलितांच्या उन्नतीचा! २० ऑगस्ट, १८९३ला मद्रासमधील त्यांचे शिष्य अलसिंग पेरुमल यांना लिहिलेल्या पत्रात स्पष्टपणे म्हटले आहे, ''काल तुरुंगाच्या व्यवस्थापकबाईंबरोबर स्त्रियांच्या तुरुंगाला भेट दिली. इथं (अमेरिकेत) तुरुंगाला, तुरुंग न म्हणता, 'सुधारगृह' म्हणतात. कैद्यांना समजावून घेऊन, त्यांच्यात सुधारणा घडवून, त्यांना समाजयोग्य घटक बनवून, पुन्हा समाजात आणलं जातं. भारतात मात्र त्यांना अशी संधीच दिली जात नाही. ते एकदा समाजाबाहेर फेकले गेले की, ते दिवसेंदिवस गर्तेतच जातात. तीही आपल्यासारखीच माणसं आहेत, हे समाज विसरूनच जातो. परिणामी गुलामगिरी वाढत जाते. आणि यासाठी जबाबदार धरलं जातं धर्माला! पण यात धर्माचा काही दोष नाही. हिंदू धर्म तर शिकवतो की, सर्व माणसं एकाच आत्म्याची रूपं आहेत. मात्र समाजाच्या हीन अवस्थेमुळे हे तत्त्व कार्यात परिणत होऊ शकलं नाही. सहानुभूतीचा अभाव! सहृदयतेचा अभाव! ज्या स्त्री-पुरुषात पावित्र्याचा अग्नी धगधगतोय, ज्यांच्याजवळ सिंहाची छाती आहे, अशा हजारो स्त्री-पुरुषांनी भारत उभा-आडवा पिंजून समाजाला नाशापासून वाचवलं पाहिजे, समानतेचं तत्त्व त्याला समजावून सांगितलं पाहिजे.''

समाजातील पददलितांप्रमाणेच स्त्रियांच्या स्थितीकडेही स्वामीजींचे बारीक लक्ष होते. परमेश्वर सर्वत्र भरून राहिला आहे आणि स्त्रीच्या रूपाने तो प्रकट झाला आहे, असे ते मानतात तेच खरे शक्तिपूजक, असे त्यांचे मत होते. अमेरिकेत बऱ्याच जणांकडे त्यांना असा दृष्टिकोन असल्याचे आढळून आले. यामुळेच अमेरिकन स्त्रियांची सर्वांगीण प्रगती झाली. भारत मात्र दुःखी, मृतवत राहिला. गुलामीतून त्याची सुटका झाली नाही. का? उत्तर स्पष्ट आहे. स्वामीजींनी म्हटले आहे की, आमच्या मुली भ्रष्ट होतील म्हणून आम्ही त्यांची लग्ने त्या आठ-दहा वर्षांच्या असतानाच करून देतो. मुलांप्रमाणे मुलींचीही काळजी घेतली पाहिजे. मुलांप्रमाणे त्यांना शिक्षण दिले पाहिजे, असे आपल्या पूर्वजांनी सांगितले आहे. आपल्या स्त्रियांची स्थिती सुधारली तरच आपले भले होण्याची शक्यता आहे, नाहीतर आपण असेच मागासलेले राहणार!

यासाठीच धीटपणे, स्वतःला पूर्णपणे झोकून देऊन काम करणाऱ्या स्त्रिया स्वामीजींना हव्या होत्या. त्यांचे लक्ष सरलादेवी घोषाल हिने वेधून घेतले. सरला ही

जानकीनाथ घोषाल आणि स्वर्णकुमारीदेवी यांची मुलगी आणि रवींद्रनाथांची भाची. स्वर्णकुमारीदेवी या रवींद्रनाथांच्या मोठ्या भगिनी. बंगालमधील पहिल्या स्त्री-कादंबरीकार त्याच! 'भारती' या ठाकुरांच्या कौटुंबिक मासिकाचे संपादनही त्यांनी काही वर्षे केले. हे मासिक दर्जेदार मासिक म्हणून प्रसिद्ध होते. स्त्रियांच्या शिक्षणासाठी आणि स्त्रियांची प्रगती व्हावी म्हणून त्यांनी एक 'सखी-समिती' स्थापन केली होती.

त्यांच्या मुलीने – सरलाने – त्यांच्या पुढे पाऊल टाकले. ती कोलकात्यातील प्रसिद्ध बेथुन स्कूलची विद्यार्थिनी. १८९०मध्ये तिने इंग्रजी विषय घेऊन बी.ए. (ऑ.) पदवी घेतली. नंतर दोन वर्षे 'भारती'चे संपादन केले. ती म्हैसूरला शिक्षिका म्हणून नोकरी करणारी ठाकूर कुटुंबातील पहिलीच मुलगी. कदाचित बंगालमधलीही पहिलीच मुलगी असावी.

स्वदेशी चळवळीत तिचा पुढाकार होता. स्वदेशी वस्तू तयार करून त्यांची विक्री करण्यासाठी तिने 'लक्ष्मीर भांडार' (लक्ष्मीचे भांडार) ही संस्था स्थापन केली. बंगालला सर्व जण 'दुर्बलांचा देश' म्हणत. हा कलंक पुसून टाकण्यासाठी सरलाने आखाडे सुरू केले. बंगाली तरुणांना व्यायाम, निरनिराळ्या कसरती, लाठी, काठी वगैरे शिकवण्याची व्यवस्था केली. बंगाली तरुण मनाने आणि शरीराने बलवान व्हावा, हाच यामागे उद्देश होता. लोकमान्य टिळकांपासून स्फूर्ती घेऊन तिने शिवाजी उत्सव, प्रतापादित्य उत्सव, वीरपूजा सुरू केली. अखिल भारतीय क्रीडा स्पर्धाही भरवली.

त्या काळाच्या मानाने बऱ्याच उशिरा रामभज दत्तचौधरी या पंजाबी विधुराशी तिने लग्न केले आणि ती 'चौधुरानी' झाली. रामभज आर्यसमाजी होते. लग्नानंतरही सरलाचे सामाजिक कार्य थांबले नाही.

सरलाचे सर्वांत महत्त्वाचे कार्य म्हणजे 'भारत-स्त्री-महामंडळा'ची स्थापना. हे महामंडळ स्थापन करण्यापूर्वी तिने भारताच्या निरनिराळ्या प्रदेशात जाऊन स्त्रियांची स्थिती प्रत्यक्ष पाहिली. आणि मग १९१० साली अलाहाबाद नॅशनल काँग्रेसच्या अधिवेशनाच्या वेळी एक निखिल भारतीय महिला संमेलन घेऊन, त्यात तिने महामंडळाच्या स्थापनेची कल्पना मांडली. तेव्हा तिच्या डोळ्यासमोर आईने स्थापन केलेली 'सखी-समिती' आणि मोठ्या बहिणीने – हिरण्मयीने – स्थापन केलेला 'महिला शिल्पाश्रम' या दोहोंचा आदर्श होता. तिच्या अथक प्रयत्नामुळे कोलकाता, अमृतसर, दिल्ली, कराची, हैदराबाद, कानपूर, बांकीपूर, हजारीबाग, मेदिनीपूर वगैरे ठिकाणी महामंडळाच्या शाखा स्थापन झाल्या. या महामंडळाचे मुख्य कार्य स्त्री-शिक्षण हे होते. त्या काळी 'गौरीदाना'ची प्रथा भारतात बहुतेक सर्व प्रदेशात होती. 'गौरीदान' म्हणजे आठ वर्षांपर्यंतच मुलीचे कन्यादान करायचे. एकदा मुलगी लग्न होऊन अंत:पुरात शिरली की, तिला बाहेरचा प्रकाश दिसणे कठीणच. त्यामुळे अंत:पुराबाहेर कधीच न येणाऱ्या स्त्रियांच्या शिक्षणाची व्यवस्था करणे अत्यावश्यक होते.

त्यांना घरी जाऊन शिकवणाऱ्या शिक्षकांची व्यवस्था करणे भाग होते. सरलाने खूप प्रयत्न केले. त्याचे फळ म्हणून पुढे कोलकात्यातील शाखेने मुलींसाठी शाळा काढली. तिला लोकांकडून चांगला प्रतिसाद मिळाला. मग मुलींसाठी वसतिगृहही काढण्यात आले. सरलाचे हे कार्य पाहून बंगालने तिला 'बंगालची जोन ऑफ आर्क' म्हटले.

पण सरलाचे हे कार्य स्वामीजींच्या पश्चात घडले. स्वामीजींचा आणि सरलाचा पत्ररूपाने जेव्हा परिचय झाला, तेव्हा सरला 'भारती'ची संपादक होती. कोलकात्यातील स्टार थिएटरमध्ये स्वामीजींचा सत्कार झाला. सत्काराला उत्तर देताना स्वामीजींनी जे भाषण केले, त्या भाषणाबद्दल 'भारती'त सरलाने लेख लिहिला. तो वाचून ६ एप्रिल, १८९७ रोजी 'भारती'ची संपादक या नात्याने स्वामीजींनी सरलाला पत्र लिहिले. त्यात त्यांनी त्यांचे विचार मांडले. त्यांच्या कार्याची सन्मानाने दखल घेतल्याबद्दल त्यांनी सरलाला धन्यवाद देताना म्हटले आहे की, आपल्यासारख्या विदुषीने केलेली प्रशंसा ही भारतातील सर्व पुरुषांनी उच्च कंठाने केलेल्या प्रशंसेपेक्षा जास्त मोलाची आहे. भारत जागरणासाठी तनमनाने काम करणाऱ्या स्त्री-पुरुषांची आवश्यकता आहे.

२४ एप्रिल, १८९७चे पत्र तर सविस्तर आणि सरलाला स्पष्टपणे आवाहन करणारेच आहे. "भारताच्या या हीनदीन दशेवर शिक्षण हाच उपाय आहे. पुरुषांप्रमाणेच स्त्रियांच्या शिक्षणाचीही अत्यंत आवश्यकता आहे; पण आपल्या देशात अनेक अडचणी आहेत. शिवाय या कामासाठी जो पैसा हवा, तो पाश्चात्त्यांकडूनच मिळणार आहे. तेव्हा आपल्यासारखी तेजस्विनी विदुषी जर इंग्लंड-अमेरिकेत गेली आणि आपल्या भारतीय वेषात त्यांना आपल्या अध्यात्माचा परिचय करून देऊ लागली तर मला वाटते की, प्रचंड खळबळ माजेल आणि माझी खात्री आहे की, एका वर्षात कमीत कमी दहा-एक हजार पाश्चात्त्य स्त्री-पुरुष आपला धर्म स्वीकारतील. मैत्रेयी, खना, लीलावती, सावित्रीसारख्या स्त्रिया सध्याच्या काळात का निर्माण होऊ नयेत! इंग्लंड-विजय, युरोप-विजय, अमेरिका-विजय हाच आता महामंत्र आहे. त्यासाठी आलेली संधी आपण सोडणार का?"

स्वामीजींना त्यांचे कार्य पुढे नेण्यासाठी सिंहिणीची आवश्यकता होती. सरलामध्ये त्यांना ती दिसली. माणूस पाहताच त्याच्यातील क्षमता ओळखण्याचे कौशल्य परमहंसांप्रमाणेच स्वामीजींजवळही होते. भारतातील स्त्रियांच्या शिक्षणासाठी, गोऱ्या स्त्रीपेक्षा, भारतीय स्त्रीच अधिक चांगले कार्य करू शकेल, अशीच स्वामीजींची भावना होती. कारण त्यांना ती आपली वाटेल, त्या तिच्याशी मोकळेपणाने बोलू शकतील आणि तीही त्यांना जास्त चांगले समजावून घेऊ शकेल, अशी त्यांना खात्री होती.

पण सरलाने त्यांच्या आमंत्रणाला होकार दिला नाही. तिची आणि तिच्या

घरातील वडील मंडळींची यासाठी तयारी नव्हती.

पुढे स्वामीजींची मार्गरिट नोबलशी भेट झाली. मार्गरिटने भगिनी निवेदिता होऊन त्यांच्या कार्याची जबाबदारी खंबीरपणे उचलली, तरी स्वामीजी निवेदितेबरोबर सरलाने काम करावे म्हणून आग्रही होतेच. भारतात काही दिवस वास्तव्य केल्यानंतर स्वामीजींबरोबर निवेदिताही युरोप-अमेरिकेकडे निघाली, तेव्हाही स्वामीजींनी सरलाला पुन्हा एकदा त्यांच्याबरोबर येण्याचे आमंत्रण दिले होते; पण सरला तेव्हाही तयार झाली नाही.

सरलाकडून योग्य प्रतिसाद मिळाला नसला, तरीही तिच्याबद्दल त्यांना वाटणारा आदर यत्किंचितही कमी झाला नव्हता. 'राजयोग' आणि इतर काही पुस्तके त्यांनी तिला भेट म्हणून पाठवली होती आणि त्यावर स्वत:च्या हस्ताक्षरात 'सस्नेह भेट' असे लिहिले होते. निवेदितेबरोबर सरला मठात गेली होती आणि स्वामीजींनी त्यांना स्वत: स्वयंपाक करून वाढले होते. स्वामीजींच्या आदरातिथ्याचे तिने कौतुकही केले होते. त्या दोघांची आणखी चार-दोन वेळा भेटही झाली होती. सरलाचे शिक्षण परफेक्ट असल्याचा निर्वाळाही निवेदितापाशी स्वामीजींनी दिला होता. पण ती स्वामीजींच्या कार्यात कधीच सहभागी झाली नाही. स्वामीजींना भारतीय सिंहीण हवी होती, पण ती मिळालीच नाही.

◆

स्वामीजी-मार्गारेट भेट

स्वामीजींची भेट ही मार्गारेटच्या जीवनातील सर्वांत महत्त्वाची घटना होय. त्यामुळे तिच्या जीवनाची दिशा संपूर्ण बदलून गेली. जीवनाच्या एका नव्या अध्यायाची सुरुवात झाली. ज्या जीवन-देवाची ती अतिशय उत्कटतेने प्रतीक्षा करत होती, त्याने तिला आवाहन केले. त्या आवाहनाला तिने होकार दिला; पण ही प्रतीक्षा आणि स्वीकृती यांची तयारी तिच्या मनात अभावितपणे फार पूर्वीपासूनच सुरू झाली होती.

स्वामीजींची भेट होण्यापूर्वी मार्गारेटने शिक्षणतज्ज्ञ, पत्रकार, लेखक म्हणून जी प्रतिष्ठा आणि सफलता मिळवली होती, त्यात ती समाधानी नव्हती. तिच्या मनात काही शंका निर्माण झाल्या होत्या. त्यामुळे ती अस्वस्थ होती. बालपणी तिचा तिच्या धर्मावर विश्वास होता, श्रद्धा होती. पण तारुण्यात पदार्पण करताच प्रखर बुद्धिमत्ता, सखोल विचारशक्ती लाभलेल्या या मुलीच्या धर्मविश्वासाला तडा गेला. हॅलिफॅक्समध्ये शिकत असतानाच याची सुरुवात झाली होती. ही शाळा कॉंग्रीगेशन चर्चच्या अधिकाराखाली येत होती. या चर्चचा भर नीतिशिक्षणावर होता. या शिक्षणामुळे साधेपणा, संयम, स्वार्थत्याग, पावित्र्य वगैरे गुणांचा विकास होण्यास निश्चितपणे मदत होत असली तरी आत्यंतिक कर्मठपणा, आचार-परंपरांचे कडक बंधन आणि दुसऱ्या धर्माबद्दल अनुदारतेचे धोरण यामुळे व्यक्तिमत्त्वात उदारपणा येणे शक्य नव्हते. मार्गारेटला लहानपणापासूनच संकुचित विचारसरणीची अत्यंत नावड होती. त्यामुळे शाळेच्या वातावरणाचा तिला खूप त्रास झाला. मात्र या चर्चची उपासनेची पद्धत तिला आनंद देत असल्यानेच तिचे शाळेचे दिवस निभावून गेले.

मार्गारेट पंधरा वर्षांची असताना ट्रॅक्टेरिअन (Tractarian) चळवळीकडे ओढली गेली. १९व्या शतकातील ही चळवळ चर्चवर राष्ट्राचे जे सार्वभौम नियंत्रण होते, त्या विरोधात जॉन केबल, डॉ. पुसी, डॉ. न्यूमन यांच्या नेतृत्वाखाली ऑक्सफर्डहून सुरू झाली होती. Tracts of Time हे चळवळीचे मुखपत्र होते.

त्यावरूनच Tractarian हे नाव पडले. या चळवळीमुळे चर्चच्या कर्मकांडात सौंदर्य आले, चर्च संगीतमय झाले. रंग, रूप, सूर यांना त्यात स्थान मिळाले. आरती, भक्ती आणि कठोर तपस्या म्हणजेच धर्मजीवन असे मानण्यात आले. या विचारसरणीचा प्रभाव मार्गारिटवर पडला.

पण वय आणि बुद्धी यांच्या परिपक्वतेबरोबर धर्मातील असहिष्णुता, अनुदारता तिला सहन होईना. धर्माने आखून दिलेल्या मार्गानेच जावे लागत असे. थोडाही फेरफार चालत नसे. त्यामुळे या धर्मापलीकडे उदार आणि सुसंस्कृत कुठलाच धर्म नाही का? हा प्रश्न मार्गारिटला सतावू लागला.

यानंतर इंग्लंडच्या 'ब्रॉड चर्च स्कूल' (Broad Church School)मध्ये ती सामील झाली. पण येथेही तिला आध्यात्मिक समाधान मिळाले नाही. येथील कर्मकांडात कोरडेपणा होता. माणसाबद्दल आकस, दुसरे सर्व धर्म म्हणजे अज्ञान आणि अंधश्रद्धा म्हणून त्यांच्याबद्दल तुच्छता.

बाल येशूबद्दल मार्गारिटला अत्यंत प्रेम आणि आदर होता. येशूच्या त्यागाच्या तुलनेत तिला तिची भक्ती अगदीच तोकडी वाटत होती. ख्रिश्चन धर्मतत्त्वाच्या सत्याविषयी तिच्या मनात शंका उत्पन्न झाली. पण 'धर्म' हा तिच्या जीवनाचा अविभाज्य घटक होता. त्यामुळे नास्तिकवाद किंवा संशयवाद याकडे ती वळली नाही. या प्रत्यक्ष जगाच्या अंतरात एक अतिन्द्रिय तत्त्व अस्तित्वात आहे, हे नक्की. पण त्याचे यथार्थ स्वरूप काय? आणि ते कळल्यास सध्या ज्या धर्ममतांमध्ये विरोध दिसतो आहे, त्यात समन्वय साधणे शक्य आहे का? या प्रश्नांची उत्तरे तिला हवी होती.

हळूहळू मार्गारिटने चर्चला जाणे सोडून दिले. आणि कधी अगतिक होऊन ती गेलीच, तर तिला समाधान मिळत नसे. तिने बरेच ग्रंथ वाचले, विद्वान मंडळींबरोबर चर्चा केली, दार्शनिक तत्त्वांचा अभ्यास केला, पण तिचे समाधान झाले नाही.

विज्ञान हे वास्तवावर आणि सत्यावर आधारित असल्यामुळे मार्गारिट विज्ञानाच्या अभ्यासाकडे वळली. जगाच्या उत्पत्तीची आणि जगातील सर्व वस्तुजाताची कारणमीमांसा करताना तिच्या लक्षात आले की, सृष्टीच्या नियमात सुसंगती आहे, पण प्रचलित धर्मतत्त्वांत मात्र विसंगती आहे. तिला आपण समुद्रात गटांगळ्या खात असल्यासारखे वाटले. यातून तिला कोण बाहेर काढणार होते?

याच सुमारास Light of Asia हे बुद्धाचे चरित्र तिच्या हातात आले. 'लाइट ऑफ एशिया' या उत्कृष्ट काव्यग्रंथाचे लेखक एडविन अर्नोल्ड हे इंग्लंडमधील प्रसिद्ध कवी व लेखक. हा ग्रंथ लिहून त्यांनी भगवान गौतमबुद्धाचे, मानवतेचा संदेश देणारे, उदात्त चरित्र प्रकाशात आणले. पूर्वेचा हा ज्ञानप्रकाश सर्व पश्चिमी देशांना पोहोचवण्याचे काम या ग्रंथाने केले. एडविन अर्नोल्ड पुण्यामध्ये होते. डेक्कन कॉलेजचे ते पाच वर्षे प्राचार्य होते. इंग्लंडमध्ये या ग्रंथाच्या साठ तर

अमेरिकेत ऐंशी आवृत्त्या निघाल्या. या चरित्राने तिला हवे होते, ते समाधान जरी दिले नाहीतरी मुक्तीच्या स्वरूपाबद्दल बुद्धाचे विचार ख्रिश्चन धर्मातील विचारापेक्षा अधिक सुसंगत आहेत, हे तिच्या लक्षात आले.

मार्गारेटच्या मनात धर्माबद्दल संशय निर्माण झाला खरा, पण आध्यात्मिकता मात्र दृढ होत गेली. सत्य जाणून घ्यायचेच असा कठोर संकल्प तिने केला. धर्म सत्यापेक्षा वेगळा असणे शक्यच नाही, असेच तिला वाटत होते. जो धर्म सर्व मानवजातीला कवेत घेऊ शकेल, अशा धर्माच्या शोधत ती होती. सात वर्षांहून अधिक काळ तिची तळमळ चालली होती. अखेर स्वामीजींच्या विचारात तिला सत्य आणि शांती गवसली.

१८९५मध्ये स्वामीजी लंडनला पोहोचले. लवकरच सर्व लोक त्यांना 'हिंदू योगी' म्हणून ओळखू लागले. लेडी मार्गेसन या उच्चभ्रू महिलेने व्याख्यान देण्यासाठी स्वामीजींना आपल्या घरी बोलावले. स्वामीजी तयार झाले. लेडी मार्गेसनने आपल्या अगदी निकटच्या लोकांनाच या कार्यक्रमासाठी बोलावले होते. मार्गारेटची मन:स्थिती तिला ठाऊक होती. सध्या तिच्या आयुष्यात आध्यात्मिकता महत्त्वाचे स्थान पटकावून बसली आहे, याची तिला जाणीव होती. म्हणून तिला विशेष आमंत्रण दिले होते. हे आमंत्रण मिळण्यापूर्वीच लॉर्ड रिपन यांच्या एका दूरच्या भावाने मार्गारेटला म्हटले होते की, हे हिंदू योगी कदाचित तुला मदत करतील. तरीही त्या कार्यक्रमाला जावे की नाही, हा प्रश्न मार्गारेटला पडला. अखेर तिने जाण्याचे ठरवले.

१० सप्टेंबरला स्वामीजी पॅरिसहून लंडनला येण्यास निघाले. त्याआधी आपल्या विचारांनी, वक्तृत्वाने, व्यक्तिमत्त्वाने त्यांनी अमेरिका जिंकली होती. अमेरिकेत स्वामीजी म्हणाले होते, ''प्रत्येक धर्म सत्य आहे. प्रत्येक धर्मात ईश्वर वास करतो. प्रत्येक धर्मात सत्याचा प्रकाश वेगळा असतो. हिंदूंच्या दृष्टीने सर्व धर्म निरनिराळ्या स्त्री-पुरुषांमधून विविध प्रकारे प्रकट होत असले, तरी ते अखेर ईश्वराकडेच जातात. एकच प्रकाश वेगवेगळ्या रंगांतून आल्यामुळे वेगळा भासतो. सर्वांच्या मर्मात दडलेलं सत्य एकच आहे. माळेतील मण्यांना दोरा धरून ठेवतो, तसेच सर्व धर्म वेदान्ताचा आधार घेतात. हा धर्म जगातील सर्व भेद दूर करेल, सर्व मानवजातीत बंधुत्व निर्माण करेल.''

वेदान्तातील हा सार्वभौम विचार अमेरिकेतील लोकांना नवीन होता आणि तो त्यांच्या मनाला स्पर्श करून गेला. अमेरिकेप्रमाणेच स्वामीजींना इंग्लंड जिंकायचे होते. नेमक्या याच वेळी मिस हेन्रिएटा मुलर आणि मि. इ.टी. स्टर्डी यांनी त्यांना इंग्लंडला येण्याचे आमंत्रण दिले. हेन्रिएटा मुलर ही स्वामीजींची शिष्या इंग्रज होती. मि. इ. टी. स्टर्डी हेही स्वामीजींचे इंग्रज भक्त. त्यांनी इंग्लंडमधील वेदान्ताच्या कार्याला मदत केली. तरुणपणी भारतात येऊन आलमोड्याला त्यांनी कठीण

तपश्चर्या केली होती. हे दोघे त्यांच्या वक्तृत्वाने आणि विचारांनी भारावून गेले होते. स्वामीजींना ही सुवर्णसंधीच वाटली. लेडी मार्गेसनकडे जाण्यापूर्वी २२ ऑक्टोबरला ते पिकॅडलीच्या 'प्रिन्सेस हॉल'मध्ये 'आत्मज्ञान' या विषयावर बोलले. मात्र तेव्हा मार्गारेट हजर नव्हती.

नोव्हेंबर महिन्याच्या रविवारी दुपारी वेस्ट एन्डच्या लेडी मार्गेसनच्या बैठकीत पंधरा-सोळा जण जमले होते. श्रोते अर्धवर्तुळात बसले होते. मार्गारेट वेळेवर येऊन बसली होती. स्वामीजी भारतीय वेषात होते आणि एकंदर वातावरणही भारतीयच वाटत होते. मार्गारेटने हे मुद्दाम नमूद करून ठेवले आहे. भारतातील एखाद्या उद्यानात किंवा सूर्यास्ताच्यावेळी विहिरीच्या कडेला अथवा गावाच्या शिवेवरील झाडाखाली साधूने बसावे आणि त्याच्या भोवती लोक जमावेत, असेच वाटत होते. स्वामीजींनाही अशाच एखाद्या दृश्याची आठवण झाली असावी.

स्वामीजींनी संन्याशाची भगवी वस्त्रे परिधान केली होती. तेजस्वी, समर्थ, वीरासारखे व्यक्तिमत्त्व, मोठे डोळे, शांत चेहरा आणि तोंडावर राफेलने रेखाटलेल्या 'दिव्य शिशू'च्या चेहऱ्यावरच्यासारखे निरागस सौंदर्य.

स्वामीजी म्हणाले, "पूर्व आणि पश्चिम यांच्यात आदर्शांची देवाण-घेवाण करण्याची वेळ येऊन ठेपली आहे. म्हणूनच मी इथं आलो आहे. 'सर्वम् खल्विदम् ब्रह्म!' अद्वितीय आदितत्त्व भिन्न रूपात, भिन्न प्रकारे प्रकट होते. 'मयि सर्वमिदम् प्रोतम् सूत्रे मणिगणा इव!' सूत्रात गुंफलेल्या मण्यांप्रमाणे एकात समस्त अनुस्यूत झाले आहे."

"हिंदू असं मानतात की, शरीर आणि मन यांचा नियंता आत्मा असतो." या स्वामीजींच्या वाक्याने मार्गारेटचे लक्ष वेधून घेतले. हा विचार तिला नवीन वाटला. विश्वासाऐवजी (Faith) ते मुद्दाम प्रत्यक्षानुभूती (Realisation) हा शब्द वापरत असल्याचेही तिच्या लक्षात आले.

संप्रदायाविषयी बोलताना स्वामीजी म्हणाले, "कुठल्याही संप्रदायात जन्माला येणं चांगलं, पण कुठल्याही संप्रदायाच्या अतिरेकात मरणं फार भयंकर! कर्म, भक्ती आणि ज्ञान यांच्यामुळे आत्मा गवसतो. सर्वच धर्म 'त्याग' करण्यास सांगतात...."

स्वामीजींनी अशीही भविष्यवाणी केली की, पश्चिमेकडे सध्या अस्तित्वात असलेले बरेच धर्मसंप्रदाय सोन्याच्या लोभापायी लवकरच नष्ट होतील. त्यांनी अत्यंत ठामपणे सांगितले, "माणूस मिथ्याकडून सत्याकडे जात नसतो, तर सत्याकडून अधिक सत्याकडे जात असतो. सगळे धर्म सारखेच सत्य आहेत. म्हणून कोणत्याही अवतारावर टीका करणं योग्य नव्हे. कारण अवतार हा त्या ब्रह्माचंच रूप असतो." बौद्ध धर्म आणि हिंदू धर्म यावरही या वेळी चर्चा झाली. 'यदा यदा हि धर्मस्य...'

या गीतेतील श्लोकाने त्यांनी आपल्या व्याख्यानाची सांगता केली.

दुपार उलटली. संध्याकाळही अंधारली. सर्व वातावरणच वेगळे झाले होते. पश्चिमेच्या जीवनसरणीहून तर अगदीच वेगळे, तरीही गंभीर आणि मनाला भुलवणारे. प्रश्नांची उत्तरे देताना स्वामीजी गीतेतील श्लोक म्हणत होते आणि मधूनच 'शिव', 'शिव' असा जप करत होते. त्यांच्या श्लोकाचे सूर चर्चमधल्या संगीतापेक्षा संपूर्ण भिन्न असूनही चर्चमधल्या संगीताची आठवण झाल्याशिवाय राहत नव्हती. व्याख्यान संपल्यावरही त्यांचा आवाज बैठकीत घुमत होता. त्यांचे बोलणे अस्खलित आणि प्रवाही होते. जणूकाही दूर देशीची हकिकत त्यांनी अलगद वाहून आणली होती.

स्वत: यजमानीणबाई धर्मावर विश्वास ठेवणाऱ्या होत्या. त्यांना तेव्हा सुरू झालेले धर्मविषयक आधुनिक आंदोलन पसंत नव्हते. त्यांनी ज्यांना बोलावले होते तेही सहजासहजी कुठल्याही धर्माबद्दल आस्था ठेवणारे नव्हते. "या धर्मप्रचारात काही तथ्य असेल? नाही वाटत! कोण हा हिंदू योगी! काय नवीन सांगणार हा!" अशा भावनेनेच बरेच जण आले होते. फ्रेडरिक डेनिसन मॉरिस यांची शिष्या आणि मैत्रीणही या श्रोतृवृंदात होती. ती वृद्ध होती. तिनेच सर्वांच्या वतीने प्रश्न विचारले. कुणी मनात काहीही ठरवून आले असोत, स्वामीजींचे व्याख्यान सुरुवातीपासून शेवटपर्यंत सर्व जण अगदी मंत्रमुग्ध होऊन ऐकत होते. मात्र यजमानीणबाईंचा निरोप घेताना सर्वांनी सांगितले की, हिंदू योग्याने नवीन असे काहीच सांगितले नाही. पण हे खरे होते का? या म्हणण्यामागे फार मोठा अहंकार दडला नव्हता का?

हिंदू योग्याच्या व्यक्तिमत्त्वाने आणि वक्तृत्वाने मार्गारेट प्रभावित झाली होती. ती घरी परत आली आणि तिचे दैनंदिन जीवन पूर्वीप्रमाणेच सुरू झाले. पण तिच्यासारख्या बुद्धिमान तेजस्वी स्त्रीलाही स्वामीजींचे विचार सहजासहजी विसरता येईनात. ही खरीच आश्चर्याची आणि महत्त्वाची गोष्ट होती. तिने लिहून ठेवले आहे की, रोजचे काम करताना हळूहळू स्वामीजींच्या विचारांच्या सामर्थ्याची जाणीव होऊ लागली. त्यांचे विचार सहज उडवून लावणे नुसते संकुचितपणाचेच नाहीतर त्यांच्यावर अन्याय करणारे आहे, हे लक्षात आले. स्वामीजींचे आणखी विचार ऐकावेसे वाटू लागले.

ही पहिली भेट मार्गारेटचे आयुष्यच बदलून टाकणार होती. पण याची तिला अजून तरी कल्पनाच नव्हती. १९०४ साली तिचा The Web of Indian Life हा ग्रंथ प्रकाशित झाल्यानंतर लिहिलेल्या एका पत्रात तिने म्हटले आहे, "जर त्या वेळी स्वामीजी लंडनलाच आले नसते तर! तर माझं आयुष्य व्यर्थ

ठरलं असतं."

स्वामीजींच्या व्याख्यानाला जाताना आपण एका महत्त्वाच्या प्रसंगाला सामोरे जात आहोत, याची पुसटशीही जाणीव मार्गारेटला नव्हती. पण जीवन पालटून टाकणारे क्षण असे अनपेक्षितच येत असतात.

◆

जागरण

या पहिल्या भेटीनंतर स्वामीजी फार दिवस लंडनला राहिले नाहीत. त्यामुळे १६ नोव्हेंबर आणि २३ नोव्हेंबर रोजी दिलेली आणखी दोनच व्याख्याने मार्गारेटला ऐकायला मिळाली. त्यांचा सारांश तर तिने लिहिलाच, पण पुढे असेही लिहिले, "अतिशय उत्तम संगीत आपल्या मनात एक भावतरंग उठवते. हे संगीत पुन्हा-पुन्हा ऐकल्यास तो भाव अधिक गाढ होतो, विस्तारतो. घरी जाऊन सारांश वाचल्यावर तसंच झालं. उत्कंठा खूपच वाढली."

मात्र याचा अर्थ असा नव्हे की, मार्गारेटला स्वामीजींचे सर्व विचार चांगल्या रीतीने समजले होते, ते सांगत असलेले सर्वच तिला पटले होते. तिने काही नोंदी केल्या होत्या ते स्वामीजींचे बोलणे आवडले म्हणून.

२७ नोव्हेंबरला स्वामीजींनी अमेरिकेकडे प्रयाण केले. पण त्यांच्या व्यक्तिमत्त्वाने आणि सदाचाराने त्यांनी लोकांची मने केव्हाच जिंकून घेतली होती. त्यात मार्गारेटही होती. त्यांच्यात वीरोचित गुण असल्याचे तिच्या लक्षात आले होते. त्यांच्यातील देशप्रेमाला ती शरण गेली होती. पण ती शरणागती त्यांच्या चारित्र्यापुरतीच मर्यादित होती.

पुढील वर्षाच्या एप्रिलमध्ये स्वामीजी लंडनला परत आले. तोपर्यंत मार्गारेटला विचार करायला भरपूर वेळ मिळाला. स्वत: लिहिलेला व्याख्यानाचा सारांश तिने पुन्हा-पुन्हा वाचला. त्यामुळे काही गोष्टी स्पष्ट झाल्या – पहिली म्हणजे स्वामीजींचे धर्मविषयक विचार अतिशय उदार होते. इतर धर्मविचारांत आणि त्यांच्या विचारांत हा मूलभूत फरक होता. दुसरी म्हणजे त्यांच्या विचारांच्या मांडणीत तर्कसंगती होती. मांडणीत नाविन्य तर होतेच, पण सखोलताही होती. तिसरी म्हणजे माणसातील उत्तमाला आणि सौंदर्याला धर्माच्या नावे ते आवाहन करत होते.

स्वामीजी आपले विचार आत्मविश्वासाने मांडत होते, कारण त्यांना अनुभूतीचे भक्कम पाठबळ होते, तरीही ते लगेच मान्य करणे मार्गारेटच्या स्वभावात बसणारे नव्हते. १८९६च्या १५ एप्रिलला स्वामीजींनी न्यू यॉर्क सोडले आणि ते इंग्लंडला

आले. लंडनमधील त्यांचे मित्र आणि अनुयायी त्यांची वाट पाहत होतेच. ते येताच उत्साहाने कामाला सुरुवात झाली. स्वामीजी आठवड्यातील पाच दिवस नियमित वर्ग घेत. शुक्रवार प्रश्नोत्तरांसाठी राखीव असे. त्याशिवाय मंडळे, खासगी सभा येथेही ते व्याख्याने देत. 'ज्ञानयोग', 'भक्तियोग', 'त्याग', 'प्रत्यक्षानुभूती' अशा विविध विषयांवर ते बोलत. व्याख्यानांना मार्गारेट नियमितपणे उपस्थित राहत होती. स्वामीजींच्या विचारांतून एक नवे जग तिच्यापुढे उलगडत होते. स्वामीजींचे विचार जास्तीत जास्त आत्मसात व्हावेत, आपल्या मनातील सर्व शंकांचे निरसन व्हावे म्हणून प्रश्न विचारण्यात तिचा पुढाकार असे. 'पण' आणि 'का' हे दोन शब्द तिच्या तोंडात सतत असत. वेदान्त चांगला समजावा म्हणून ती धडपडत होती. तिची ही धडपड स्वामीजींच्या लक्षात आल्यावाचून कशी राहील?

मार्गारेटच्या तोंडावर खेळणारी प्रतिभा, वागणुकीतील गांभीर्य आणि तरी असलेला उत्साह, जटिल प्रश्न समजावून घ्यायची तीव्र इच्छा आणि खंबीर स्वभाव या गुणांनी स्वामीजींचे लक्ष वेधून घेतले. ती इतरांपेक्षा वेगळी असल्याचे त्यांना केव्हाच जाणवले होते. इतर चारचौघांप्रमाणे चाकोरीबद्ध सामाजिक जीवन जगणे आणि तसे जगत असतानाच, सत्याबद्दल निर्माण झालेल्या उत्सुकतेपोटी, एखाद्या ज्ञानी माणसाच्या भजनी लागणे मार्गारेटला शक्य नाही, ती फक्त श्रवणभक्ती किंवा चिंतन करत बसणारी नाहीतर आदर्श विचारांना प्रत्यक्ष जीवनात आणण्यास आतुर आहे, हे त्यांनी ओळखले होते.

चिंतनाखेरीज स्वामीजींचेही विचार मानण्यास मार्गारेट तयार नसते, हे वर्गातील इतर जाणून होते. म्हणूनच एकदा स्वामीजींचा एक शिष्य तिला स्पष्टच म्हणाला की, स्वामीजींच्या सर्व गोष्टी मानण्यात मला तरी अडचण येत नाही. त्याच्या या वक्तव्यावर त्या वेळी स्वामीजी काहीच बोलले नाहीत. पण मार्गारेट एकटी भेटल्यावर त्यांनी तिला स्पष्टपणे सांगितले की, पुरी सहा वर्षे ते त्यांच्या गुरूंबरोबर – श्रीरामकृष्ण परमहंसाबरोबर – लढत होते. त्यामुळे त्यांच्या मार्गातील बारीकसारीक गोष्टींचीही त्यांना खडान्‌खडा माहिती झाली. म्हणूनच मार्गारेटने मुळीच वाईट वाटून घेऊ नये. तिला समजावून घेण्यासाठी दुसऱ्या एखाद्याला कष्ट पडले तर तिने का म्हणून दुःखी व्हावे? मार्गारेटच्या वागणुकीचे स्वामीजींच्या पूर्वजीवनाशी साम्य होते ते असे.

बालपणापासून ते स्वामीजींची भेट होईपर्यंत मार्गारेटने काही गोष्टी आदर्श मानल्या होत्या. एक-एक करून स्वामीजींनी त्या मोडीत काढल्या. परोपकार हे सर्वांत श्रेष्ठ मूल्य असे ती मानत होती. स्वामीजी सांगत की सर्वांत श्रेष्ठ धर्मदान आणि नंतर विद्यादान. कोणत्याही प्रकारचे शारीरिक किंवा पार्थिव दान सर्वांत खालच्या स्तरावरचे. 'शुद्ध हवा आवश्यक आहे. लोकांचे वास्तव्य आरोग्यसंपन्न

असावे.' हा पाश्चात्त्यांचा आग्रह, तर स्वामीजी म्हणत, "जगाबद्दल तटस्थ व्हा!" प्रत्येक उद्‌गार अनोखा. जमेल का आपल्याला हे समजून घेणं? मार्गारेट मधून-मधून हताश होत होती. या शिकवणुकीतील रहस्य केव्हा कळेल आपल्याला? सर्व सांसारिक कामे कुशलतेने, व्यवस्थित पार पाडणाऱ्या पुरुषांबद्दल मार्गारेटला फार आदर होता. पण एके दिवशी स्वामीजींनी घोषणाच केली की, अध्यात्मात ऐहिकाला स्थान नाही (Spirituality cannot tolerate the world). आता मात्र जगाबद्दलची आपली मते बदलण्याची वेळ आली आहे, हे तिच्या लक्षात आले. वेदान्तातील सर्व तत्त्वे तिला आरंभीच समजणे अशक्य असले, तरी वेदान्तातील वैश्विकता तिला फार मूल्यवान वाटली. 'माया' म्हणजे काय हे अत्यंत साध्या शब्दांत स्वामीजींनी तिला समजावून सांगितले. त्यावरून स्वामीजींच्या हिंदू धर्माच्या भाष्याच्या मुळाशी, मायेत गुंतणे म्हणजे बंधन, बंधन तोडणे म्हणजे मुक्ती या दोन गोष्टी आहेत, हे तिला स्पष्टपणे समजले. हे बंधन तोडायचे तर भोगापासून दूर होऊन त्यागाला जीवनाचा मूलमंत्र म्हणून स्वीकारायला हवे. ख्रिश्चन धर्माला वैचारिक अधिष्ठान आहे हे स्वामीजींना मान्य होते. जडवाद त्यांनी नाकारला नव्हता. फरक इतकाच की जडवादी ज्याला 'जड' म्हणत तोच स्वामीजींच्या मते ईश्वर होता. जीवात्मा आणि परमात्मा वेगळे नव्हते. स्वामीजींनी सांगितले की, धर्माला पारखून घ्या. सत्याची भीती वाटणार नाही, असे रूप धर्माला द्या. धर्म आणि सत्य एकच आहेत. आत्मा मायेसाठी नाहीतर माया आत्म्यासाठी आहे.

हळूहळू पूर्व आणि पश्चिम यांच्या आध्यात्मिक जीवनातील फरक मार्गारेटला स्पष्ट झाला. स्वामीजींच्या उपदेशामुळे तिला पूर्व आणि पश्चिम यांच्या विचारांत एक सुसूत्रता असल्याचे जाणवले. त्यामुळे तिच्या जीवनाला कलाटणी मिळाली. स्वामीजींनी आपल्या विचारांचा ठसा पश्चिमेवर उमटवला आणि पश्चिम पूर्वेच्या भेटीची उत्सुकतेने वाट पाहावयास लागली.

◆

सिंहीण सापडली

एकदा सिसेमी क्लबमध्ये स्वामीजींचे व्याख्यान झाले. विषय होता, 'शिक्षण!' भारतातील प्राचीन शिक्षण-पद्धतीचा उल्लेख करून स्वामीजी म्हणाले, "शिक्षणाने माणूस घडवला पाहिजे. हल्लीची घोकंपट्टी म्हणजे शिक्षण नव्हे!" स्वामीजींचा प्रत्येक विचार हा नवीन आणि विचार करायला लावणारा होता. त्यामुळे मार्गारेट जिवाचा कान करून त्यांचा प्रत्येक शब्द ऐकत होती, मनात साठवायचा प्रयत्न करत होती. ती स्वत: शिक्षणक्षेत्रातच तर होती!

एके दिवशी वादविवाद सुरू असताना स्वामीजी अचानक म्हणाले, "जगात सध्या कोणत्या गोष्टीचा अभाव आहे, माहीत आहे? जगाला असे वीस स्त्री-पुरुष पाहिजेत की जे सर्व सोडून, मोठ्या गर्वाने म्हणतील की, ईश्वरच आमचे सारसर्वस्व! बोला, कोण तयार आहे यासाठी?" एवढे बोलून स्वामीजी उठून उभे राहिले आणि श्रोत्यांकडे पाहायला लागले. जणूकाही ते काहींना निवडून काढत होते. त्यांचा गंभीर स्वर मार्गारेटच्या हृदयाला भिडला. तिलाही उठून उभे राहावे असे वाटले. "भीती कसली?" पुन्हा तोच गंभीर स्वर तिच्या कानावर पडला. "जर ईश्वर असेल तर जगाला दुसऱ्या कशाची गरजच काय! आणि जर तो नसेल, तर आपल्या आयुष्याला अर्थच कुठं उरला?"

हे शब्द मार्गारेटच्या मनात घुमत राहिले. मार्गारेट अतिशय विचारी होती. भावनेच्या आहारी जाणारी नव्हती. पण एकदा एखादी गोष्ट करायची ठरवल्यावर सर्वस्वाचा त्याग करण्यासाठी तिने मागे-पुढे पाहिले नसते. आता आपल्या आयुष्याला नवीन वळण लागण्याची वेळ आली आहे. याची तिला जाणीव झाली. मात्र हे नवे आयुष्य कसे असेल, याची तिला अजिबात कल्पना नव्हती. आपल्याला योग्य गुरू भेटल्याची तिला खात्री पटली. तिचे मन तिला म्हणत होते, "ऊठ, जागी हो! गुरूकडे जाण्यासाठी तयार हो!" दिवसेंदिवस मार्गारेट कासावीस होत होती. ती स्वामीजींच्या मार्गावर पाऊल टाकण्यास उत्सुक होती, पण स्वामीजींच्या कार्याची स्पष्ट

कल्पना तिला हवी होती म्हणजे तिच्या मनातील संभ्रम दूर झाला असता आणि....

७ जून, १८९६ रोजी स्वामीजींनी तिला पत्र लिहिले :

"प्रिय मिस नोबल,

थोडक्यात माझं उद्दिष्ट सांगायचं झालं, तर प्रत्येक माणसाच्या ठायी असलेल्या देवत्वाची जाणीव करून देणं आणि प्रत्येक कार्यात ते प्रकट कसं होईल, ते पाहाणं.

"हे जग अंधश्रद्धांच्या विळख्यात सापडलंय. ज्याच्यावर अन्याय झालाय, जो गांजलाय – मग तो माणूस स्त्री असो की पुरुष – मला त्याची दया येते आणि जो अन्याय करतो, जुलूम करतो, त्याची तर जास्तच दया येते.

"सर्व दुःखाचं मूळ अज्ञान आहे, हे सूर्यप्रकाशाइतकं स्पष्ट आहे. या जगाला प्रकाश दाखवणार कोण? त्याग हीच पूर्वीची नीती होती आणि युगानुयुगे तीच चालत राहील. जे-जे सर्वोत्तम आहेत, सर्वांत धाडसी आहेत, त्यांना 'बहुजनसुखाय बहुजनहिताय' सर्वस्वाचा त्याग करावाच लागेल. अनंत प्रेम आणि करुणा यांनी परिपूर्ण अशा शेकडो बुद्धांची आज जगाला गरज आहे.

"आजचे जगातील धर्म म्हणजे धर्माचे विरूप. ते निर्जीव झालेत. त्यामुळेच जगाला चारित्र्यवान लोकांची गरज आहे. जे निःस्वार्थी आहेत, प्रेमळ आहेत, असे लोक जगाला हवे आहेत. त्यांचं प्रेम प्रत्येक शब्दाला वज्राची शक्ती देईल. ही तुम्हाला अंधश्रद्धा वाटायची नाही, याची खात्री आहे. तुमच्यात जगाला हलवून टाकणारी शक्ती लपलेली आहे. हळूहळू आणखी बरेच येतील. मला धीटपणे बोलणं हवं आणि त्याहून धीट कार्य हवं. जागी हो! जागी हो, वीरांगने! जग दुःखात जळतंय. अशा वेळी झोपून राहाणं शोभतं का? आपण आवाहन करू या. निद्रित देव जागा होईपर्यंत त्याला ललकारू या. आपल्याला 'ओ' देईपर्यंत माणसातील देवाला साद घालू या. जीवनात यापेक्षा मोठं काय असेल! कोणतं काम यापेक्षा महत्त्वाचं असेल! मी योजना आखत नाही. त्या आपोआपच आखल्या जातात आणि प्रत्यक्षात येतात. मी फक्त जागरणासाठी आवाहन करतो."

हे पत्र वाचून मार्गारेट अवाक् झाली. स्वामीजींनी त्यांचे उद्दिष्ट स्पष्ट केले होते. तिच्या अंतरात्म्याने 'ओ' देणे आता स्वाभाविक होते. एकीकडे सर्व बंधने तोडून नव्या मार्गावर पाऊल टाकण्यास ती उत्सुक होती, तर दुसरीकडे मायेची बंधने तिला

पाशात अडकवू पाहत होती. बंधन आणि मुक्ती यांच्यात झगडा होणे स्वाभाविकच होते.

स्वामीजींना आता संघ स्थापन करण्याचे वेध लागले होते. विश्रांतीचीही गरज होती. म्हणून इंग्लंड आणि अमेरिका येथील कार्याचा भार स्वामी अभेदानंदांवर आणि स्वामी सारदानंदांवर सोपवून सेव्हियर दांपत्य आणि मि. गुडविन हे स्वामीजींचे लेखनिक यांच्यासह भारतात परत जाण्याचे स्वामीजींनी नक्की केले. सेव्हियर दांपत्य इंग्रज होते. ते स्वामीजींचे शिष्य होते. त्यांनी वेदान्ताच्या कार्यासाठी आपल्याला वाहून घेतले होते. भारतात येऊन त्यांनी आलमोड्याजवळ मायावती येथे अद्वैत आश्रम स्थापन केला.

मि. जे. जे. गुडविनही स्वामीजींचे इंग्रज भक्त आणि लेखनिक. ते अमेरिकेत आणि इंग्लंडमध्ये स्वामीजींबरोबर होते. भारतात मद्रासमध्ये (सध्याचे चेन्नई) त्यांचे निधन झाले. हेन्रिएटा मुलर नंतर भारतात येणार होती. मार्गरिटने आपल्याबरोबर यावे, असा तिचा आग्रह होता. पण मार्गरिटला ते शक्य नव्हते. आई आणि भावंडे यांची जबाबदारी तिच्यावर होती. त्यांची सर्व व्यवस्था लावून द्यायला हवी होती. तिने काढलेल्या शाळेचाही विचार करायला हवा होता. मात्र तिने भारतात जाण्याचे निश्चित ठरवले असल्याचे जेव्हा मुलरने स्वामीजींच्या कानावर घातले, तेव्हा ते थोडे चकित झाले. कारण मार्गरिट येईल याची त्यांना खात्री होती, पण ती एवढ्या लवकर निर्णय घेईल, याची त्यांना कल्पना नव्हती.

१६ डिसेंबर रोजी स्वामीजी भारतात यायला निघणार होते. १३ डिसेंबरला निरोपाची सभा झाली. निरोप घेताना ते म्हणाले, "पुन्हा आपली भेट होईलच...."

◆

भारताकडे...

मार्गारेट वेदान्ताच्या प्रचारासाठी स्वामी अभेदानंदांना सर्वप्रकारे मदत करत होती. विम्बल्डनला त्यांनी वेदान्त समिती स्थापन केली होती आणि त्या समितीच्या कार्याचा वृत्तान्त ती नियमितपणे 'ब्रह्मवादिन्' मासिकाला पाठवत होती. 'ब्रह्मवादिन्' हे रामकृष्ण संघाचे मासिक मद्रासहून निघत असे. १८९७मध्ये बंगालमध्ये मोठा दुष्काळ पडला होता. रामकृष्ण संघाचे ब्रह्मचारी आणि संन्यासी दुष्काळ-निवारण कार्यात मदत करत होते. दुष्काळ निवारणासाठी मार्गारेटने दहा हजार रुपये इंग्लंडमध्ये जमा करून भारतात पाठवले. हे वृत्त 'ब्रह्मवादिन्'मध्ये छापले गेले होते. स्वामीजीही भारतातील कामाची माहिती तिला कळवत होते. सर्व व्यवस्थित चालले असतानाच मि. स्टर्डीशी मतभेद झाल्याने स्वामी अभेदानंद अमेरिकेला निघून गेले. इंग्लंडमधील काम विस्कळीत झाले, तरी मार्गारेट धडपडत होती. पण तिचे लक्ष लागले होते भारताकडे. कारण इंग्लंड सोडण्यापूर्वी बोलता बोलता, स्वामीजी म्हणाले होते की, माझ्या देशातील स्त्रियांच्या कल्याणासाठी मी बरेच संकल्प केलेत. ते प्रत्यक्षात आणण्यासाठी मला तुमची नक्कीच मदत होऊ शकेल. पण स्वामीजींच्या हल्लीच्या पत्रांतून तिची प्रशंसा असे, मात्र भारतात येण्याविषयी काहीच उल्लेख नसे. मार्गारेट निराश होत होती. त्यातच २३ जुलै, १८९७ रोजी स्वामीजींनी कळवून टाकले की, भारतात येण्यापेक्षा तुम्ही इंग्लंडमध्ये राहूनच आम्हाला चांगली मदत करू शकाल. हे पत्र वाचताच मार्गारेट पूर्णपणे निराश झाली.

एकंदर परिस्थितीचा विचार करूनच स्वामीजींनी हा निर्णय घेतला होता. पाश्चात्त्यांना भारतात काम करणे कठीणच होते. मुख्य कारण म्हणजे हवा. पश्चिमेकडील लोकांना भारतातील उष्णता असह्यच होणारी. शिवाय त्यांच्या राहणीत आणि भारतातील राहणीत जमीन-अस्मानाचा फरक! त्यामुळे एकमेकांबद्दल गैरसमज होण्याचा संभव अधिक. मि. गुडविनना अशा काही अडचणींना तोंड द्यावेच लागले होते. महत्त्वाचे म्हणजे मार्गारेटचे लंडनमध्ये वजन बरेच होते. स्वामीजींना आर्थिक

मदतीची गरज होती आणि अशी मदत मार्गारेट नक्कीच करू शकली असती. स्वामीजींबरोबर सेव्हियर पती-पत्नी आणि मुलर होतेच. त्यांनी भारतातले काम सांभाळलेच असते.

पण मार्गारेटने तर लहानपणापासूनच भारतात जाऊन सेवा करण्याचा निश्चय केला होता. सर्व अडचणींवर मात करून काम करण्याची एक विलक्षण क्षमता तिच्यात होती. इंग्लंडमध्ये राहून भारतासाठी काम करणे तिला शक्य असले तरी समाधान देणारे नव्हते; पण तिचे गुरूच तिला भारतात येण्याची आज्ञा देत नव्हते.

भविष्यात मात्र काही वेगळेच लिहून ठेवले होते. सेव्हिअर पती-पत्नींनी उच्च आदर्श समोर ठेवून आलमोड्याला आश्रम काढला खरा, पण तिथे सर्वसामान्य पोहोचणे कठीण होते. मुलरही आलमोड्याला गेली. तिच्याकडून पैशांची मदत होणार होती आणि त्या मदतीची खूप गरजही होती. मात्र मुलरची नेत्यासारखी वागणूक आणि गर्विष्ठ वृत्ती स्वामीजींच्या लक्षात आल्यावाचून राहिली नाही. स्वामीजींना पाश्चात्त्य अनुयायी हवे होते; पण त्या अनुयायांनी काळ्या माणसाच्या हाताखाली, काळ्या माणसांच्या कल्याणासाठी, भारताला आपलाच देश मानून काम करावे, अशी स्वामीजींची अपेक्षा नव्हे, तर आग्रह होता. त्यामुळे स्वामीजींचे मत बदलले. हा त्याग मार्गारेटच करू शकेल, अशी त्यांना खात्री होती. म्हणून अखेर त्यांनी मार्गारेटला कळवले –

"मी तुम्हाला स्पष्टपणे सांगतो की, तुम्हीच भारतात यशस्वीपणे काम करू शकाल, याची मला आता खात्री पटली आहे. भारतासाठी – विशेषत: भारतातील स्त्रियांसाठी – पुरुषांपेक्षा एका स्त्रीची – एका खऱ्याखुऱ्या सिंहिणीची – गरज आहे. भारतात अशी स्त्री अजून तरी जन्माला आलेली नाही. म्हणून दुसऱ्या देशाचं ऋण आम्हाला घ्यावं लागत आहे. तुमचं शिक्षण, प्रामाणिकपणा, शुद्धता, आत्यंतिक प्रेम, निर्धार आणि सर्वांत महत्त्वाचं म्हणजे तुमच्या नसा-नसांतून वाहणारं सेल्टिक रक्त यांनी तुम्हाला हव्या तशा स्त्रीच्या रूपात घडवलं आहे.

पण 'श्रेयांसि बहुविघ्नानि।' या देशातील दुःख, अंधश्रद्धा, गुलामी तुमच्या कल्पनेच्या बाहेर आहे. या देशात आल्यावर आपण असंख्य अर्धनग्न स्त्री-पुरुषांच्या गराड्यात आहोत, असं वाटेल. या लोकांची जातीसंबंधी आणि शिवाशिवसंबंधी विचित्र मतं आहेत. ते भीतीपोटी किंवा घृणेपोटी गोऱ्या माणसांना टाळतात. गोरे लोकही त्यांचा आत्यंतिक तिरस्कार करतात. इथले गोरे तुम्हालाही तऱ्हेवाईक समजतील, तुमच्या प्रत्येक हालचालींकडे संशयाने बघतील.

त्यातून इथली हवा फार गरम असते. तुमच्या उन्हाळ्यासारखी इथली थंडी असते. दक्षिण तर नेहमीच तापलेली असते.

आणखी एक युरोपातील सुखसोयी इथली शहरं सोडल्यास दुसरीकडे कुठंही

मिळणार नाहीत.

एवढं सगळं असूनही या कामात उडी घ्यायची तुमची तयारी असेल, तर तुमचं स्वागत! शेकडो वेळा स्वागत! माझ्याबद्दल सांगायचं झालं तर मी तिथं जसा कुणी नव्हतो, तसाच इथंही नाही. पण जे काय माझं थोडंफार वजन आहे, ते मी तुमच्या सेवेसाठी खर्च करेन.

कामाची जोखीम पत्करण्यापूर्वी मुद्दाम विचार करा. कामात अपयश आलं किंवा कामाचा उबग आला तर माझ्यापुरतं मी सांगेन की, मी नेहमी तुमच्या पाठीशी उभा राहीन – मग तुम्ही भारतासाठी काम करा अगर करू नका, वेदान्त धर्म माना अगर मानू नका. 'मरद की बात हाथी का दात।' एकदा बाहेर आला की पुन्हा आत जायचा नाही.''

याच पत्रात मार्गारिटला सावध करायलाही स्वामीजी विसरले नव्हते. मार्गारिट मुलरबरोबर काम करणार होती. पण स्वामीजींना तिला मुलरपासून दूर ठेवायचे होते. म्हणून त्यांनी पुढे लिहिले होते की, तुम्हाला मुलर किंवा इतर कुणावरही अवलंबून राहता येणार नाही. स्वत:च्या पायावर उभे राहावे लागेल.

श्रीनगरहून १ ऑक्टोबर, १८९७ रोजी लिहिलेले पत्र अनेक दृष्टीने महत्त्वाचे आहे.

''प्रिय मॉर्‌गॉट, *(स्वामीजी निवेदितेला बहुधा अशीच हाक मारत.)*

काही लोक त्यांच्या हाती नेतृत्व असल्यास चांगलं काम करू शकतात. प्रत्येक जण जन्मत:च नेता नसतो. मला वाटतं की, जो लहान बाळाप्रमाणे अधिकार गाजवतो, तोच उत्तम नेता. वरवर पाहता लहान मूल दुसऱ्यांवर अवलंबून आहे, असं आपल्याला वाटतं. पण सर्व घर त्याच्याच भोवती फिरत असतं. घराचा राजा असतं ते बाळ.

आणखी फार मोठी अडचण आहे. बरेच जण त्यांचं संपूर्ण प्रेम मला देतात. पण परतफेड म्हणून मी माझं सगळंच्या सगळं प्रेम त्यांच्यातल्या कुणा एकाला नाही देऊ शकत. मी ज्या क्षणी तसं करेन, त्या क्षणी माझं सगळं कामच थांबेल, कामाचा नाश होईल. पण काहींच्या हे लक्षात येत नाही. ते माझ्याकडून अशा परतफेडीची अपेक्षा करतात. माझ्या कामासाठी बऱ्याच जणांनी जीव ओतून काम करण्याची नितांत आवश्यकता आहे. पण मला मात्र व्यक्तिनिरपेक्ष (impersonal) राहायला हवं. मला काय म्हणायचंय ते तुमच्या लक्षात येईलच.''

जम्मूहून ३ नोव्हेंबर, १८९७ला त्यांनी जे पत्र लिहिले आहे, त्यात त्यांनी

म्हटले आहे –

> “आत्यंतिक भावविवशता कामाचा नाश करते. मग मूलमंत्र कोणता हवा तर ‘वज्रादपि कठोराणि, मृदूनि कुसुमादपि।’ अडचणीच्या वेळी मी तुमच्या पाठीशी उभा राहीन. भारतात मला भाकरीचा तुकडा मिळाला, तर तो सगळा तुमच्यासाठी असेल याची खात्री बाळगा.”

मार्गारेट भारतात येण्यासाठी अतिशय उत्सुक होती. ती तयारीलाही लागली होती. पण तिला मार्गदर्शन करण्याची जबाबदारी स्वामीजींची होती. मार्गारेट त्यांच्या भरवशावर भारतात येणार होती. तिच्यात काम करण्याची प्रचंड शक्ती होती, मात्र त्या शक्तीला योग्य दिशा दाखवायला हवी होती. आध्यात्मिकतेच्या पायावर उभे राहिलेले कार्य आणि समाजसेवा यांत फार मोठा फरक आहे, हे तिला समजणे आवश्यक होते. पाश्चात्त्यांमध्ये जन्मजात असलेली असहिष्णुता आणि अहंकार मार्गारेटमध्येही होताच. भारतात येताना या दुर्गुणांचा संपूर्ण नाश व्हायलाच हवा होता. ‘स्वामीजींच्या मार्गदर्शनाखाली मला भारतात काम करायला मिळत आहे, हे माझं केवढं भाग्य!’ अशी भावना तिच्या मनात रुजायला हवी होती. स्त्रीसुलभ हळुवारपणा, दुसऱ्यावर अवलंबून राहण्याची वृत्ती स्वामीजींना नको होती. मार्गारेटने स्वत:च्या पायावर उभे राहून, ठामपणे निर्णय घेऊन, काम करणे अत्यंत आवश्यक होते. आणि सर्वांत महत्त्वाची गोष्ट म्हणजे तिची स्वामीजींवर निर्व्याज श्रद्धा तर होतीच, पण नितांत प्रेमही होते. स्वामीजींना अशी व्यक्तिपूजा नको होती. त्यापलीकडे जाऊन व्यक्तिनिरपेक्ष कार्याची त्यांना अपेक्षा होती. त्यामुळेच ते तिला सूचना करत होते, सावध करत होते, मार्गदर्शन करत होते आणि धीरही देत होते.

अखेर स्वामीजींच्या कार्याला वाहून घेण्याचा मार्गारेटने निश्चय केला. लंडनमध्ये तिच्या निरोपाचा समारंभ झाला. सर्वांनी तिचा प्रवास सुखाचा व्हावा म्हणून शुभेच्छा दिल्या. तिने स्वत:चे असे एक स्थान लंडनमध्ये निर्माण केले होते. म्हणूनच तिची अनुपस्थिती सर्वांनाच जाणवणार होती.

प्रवासाला निघण्याच्या दिवशी भल्या पहाटेच तिने विम्बल्डन सोडले. आई, बहीण, भाऊ, एबेनेजेर कुक आणि ऑक्टेव्हिअस बीटी तिला निरोप देण्यासाठी टिलबेरी धक्क्यावर गेले होते. आईने मुलीच्या जाण्याला विरोध केला नसला, तरी अखेर तिला आपले अश्रू आवरता आले नाहीत. कितीही झाले तरी आईचेच हृदय ते! तिच्या डोळ्यांसमोर तान्ह्या मार्गारेटला सासूबाईंच्या हाती सोपवण्याचा जुना प्रसंग उभा राहिला. आज ती मार्गारेटला भारतासाठी स्वामीजींच्या हातात सोपवत होती. हजारो मैल दूर चालली होती, मोठी लेक! मनात येईल तेव्हा भेटता येणार

नव्हते तिला! तान्ही असताना तिला दूर ठेवले होते, ते तिच्या भल्यासाठी. आता मोठी झाल्यावर ती दूर चालली होती ते एका मोठ्या कामासाठी, हे काय मार्गारेटच्या आईला समजत नव्हते का! पण आईला आपले मूल नेहमी लहानच वाटते, ते सतत डोळ्यासमोर असावेसे वाटते! बहिणीलाही अश्रू आवरता आले नाहीत. मार्गारेट तिचा आधार होती. सर्व कठीण प्रसंगात तिने धाकट्या बहिणीला पाठबळ दिले होते, मार्गदर्शन केले होते. आता सर्व भार धाकटीवरच होता. सर्वांत महत्त्वाचे म्हणजे समजायला लागल्यापासून त्या एकमेकींना सोडून, फारशा राहिल्याच नव्हत्या. मार्गारेट भारतात गेल्यावर पुन्हा केव्हा भेटेल कोण जाणे!

मार्गारेट भारतात यायला निघाली तेव्हा हवाही कुंद झाली होती. जणूकाही निसर्गालाही वाईट वाटत होते. भयंकर थंडी पडली होती. मार्गारेटला पोहोचविण्यास आलेल्या माणसांप्रमाणेच निसर्गालाही भरून आले होते.

अखेर सर्वांचा निरोप घेऊन जड अंत:करणाने, मार्गारेटने 'मोम्बासा' नावाच्या जहाजावर पाऊल टाकले. थोड्याच वेळात 'मोम्बासा' तिला घेऊन भारताकडे निघाले. हळूहळू तिला निरोप द्यायला आलेली माणसे दिसेनाशी झाली. तिची जन्मभूमी दूर होत-होत नजरेच्या टप्प्यापलीकडे गेली. तिची कर्मभूमी तर अजून हजारो मैल दूर होती. क्षणभरासाठी मार्गारेटला आपण अधांतरी आहोत असे वाटले; पण लगेचच तिने स्वत:ला सावरले. इतके भावविवश होऊन चालणार नव्हते! तिने विचार करून पाऊल उचलले होते. आणि मग तिला एकदम तिच्या वडिलांची आठवण आली. त्यांची इच्छा नव्हती का तिने भारतात जाऊन तेथील लोकांची सेवा करावी अशी! आपण वडिलांची इच्छा पुरी करत आहोत, या विचाराने तिला एकदम शांत वाटले, धीर आला.

मग अथांग पसरलेले पाणी आणि आकाशाची निरनिराळ्या प्रहरी दिसणारी वेगवेगळी रूपे पाहत तिचा प्रवास सुरू झाला. मधेच दिसणारी बंदरे, तेथील लोकजीवन, जहाजावरील प्रवाशांचे अनुभव यांची नोंद तिच्या पत्रातून होऊ लागली. घरच्या मंडळींना आणि मित्रपरिवारातील लोकांना लिहिलेली ही पत्रे – ती नुसतीच उत्तम लेखिका नव्हती, तर उत्तम पत्रलेखिकाही होती – याची साक्ष देतात. जहाजाप्रमाणे मधूनच तिचे मनही हेलकावे खात होतेच. एकीकडे कर्मभूमीची ओढ, तर दुसरीकडे जन्मभूमीची आठवण. कधी भारताविषयीच्या उत्सुकतेने मन भरून यायचे, तर कधी आई आणि भावंडांच्या आठवणीने उदास व्हायचे.

७ जानेवारीची सकाळ उजाडली. साईनाई बंदर समोर दिसले. पश्चिम मागे पडली होती आणि पूर्वेचा प्रवास सुरू झाला होता.

१२ जानेवारी! जहाज एडनला पोहोचले होते. भारताची भूमी जवळ येत होती.

२४ जानेवारीला सकाळी दहा वाजता जहाज मद्रासच्या धक्क्याला लागले.

मागरिट भारतात येऊन पोहोचली होती. ती डेकवर येऊन उभी राहिली. मोठ्या कुतूहलाने ती सर्व निरखू लागली. खरे तर, ती हे सर्व प्रथमच पाहत होती, तरीही तिला सर्व जुन्या ओळखीचे वाटत होते.

दुसऱ्या दिवशी सकाळी दहा वाजताच जहाजाने मद्रास सोडले. जहाजाने मद्रास सोडण्यापूर्वी जे. जे. गुडविन तिला भेटायला आले, तेव्हा साहजिकच तिला खूप आनंद झाला. गुडविन हे स्वामीजींचे लेखनिक. अमेरिकेत आणि इंग्लंडमध्ये ते स्वामीजींबरोबर होतेच आणि आता भारतातही आले होते. त्यांनी मागरिटप्रमाणेच आपले जीवन स्वामीजींना अर्पण केले होते. गुडविनशी बोलल्यावर तिला खूप हलके वाटले.

आता अखेरचा मुक्काम कोलकाता. अचानक मागरिट अस्वस्थ झाली. तिला एकटेपणा जाणवायला लागला. स्वामीजींना दिलेला शब्द आठवला, त्याचबरोबर त्यांनी दिलेल्या सूचनाही आठवल्या. तिला एकटीला काम करायचे होते, कुणावर अवलंबून चालणार नव्हते. जमेल का आपल्याला येथील काम? आपण निर्णय घेण्यात चूक तर केली नाही ना? येथील लोक आपला स्वीकार करतील की नाकारतील? तसे तर सर्वच अनोळखी आहे. पुढे कुठल्या प्रसंगांना तोंड द्यावे लागेल कोण जाणे! इंग्लंडमधील उबदार घरटे सोडले. आता येथे आधार फक्त स्वामीजींचा! पण त्यांनी तर स्वतःच्या पायावर उभे राहायला सांगितले आहे आणि काम नक्की कसे करायचे, काय करायचे याची काहीच कल्पना नाही.

२८ जानेवारी, १८९८! मोम्बासा हळूहळू कोलकात्याच्या धक्क्याला लागले. जहाजाचा अखेरचा पडाव. सगळीकडे एकच धावपळ उडाली. मागरिटने अधीरतेने धक्क्यावर नजर टाकली. समोरच भगवी वस्त्रे घातलेली काही मंडळी उत्सुकतेने जहाजाकडे पाहत होती. त्यात उंच, धिप्पाड, तेजस्वी स्वामीजी उठून दिसत होते. प्रसन्न चेहरा, मोठ्या डोळ्यात कौतुक, छातीवर हातांची घडी, उभे राहण्यात एक रुबाब! तिचे स्वागत करायला खुद्द स्वामीजी आले होते. मागरिटचा चेहरा आनंदाने खुलला. तिला पिसासारखे हलके वाटले आणि वाटले की, आपल्या अंगात जणू हत्तीचे बळ आले आहे!

मागरिटने आपली कर्मभूमी गाठली होती. आता हळूहळू तिच्या कार्याचा मार्ग स्पष्ट होणार होता.

◆

मार्गारिटची निवेदिता झाली

मार्गारिट भारतात पोहोचण्यापूर्वीच स्वामीजींनी तिच्या राहण्याची व्यवस्था करून ठेवली होती. कोलकात्यातील 'चौरंगी' भागातील एका हॉटेलमध्ये ती उतरली. त्या काळी चौरंगीचा भाग अतिशय स्वच्छ आणि सुंदर होता. या भागात गोऱ्या लोकांची वस्ती व वावर जास्त असल्याने गर्दी नसे, निवांतपणा भरपूर असे. येथे राहणाऱ्या इंग्रज अधिकाऱ्यांबरोबर लवकरच तिचा परिचय झाला. सध्या जेथे क्रिकेटचे भले मोठे आणि प्रसिद्ध मैदान आहे, ते इडन गार्डन पूर्वी खरोखरीच 'गार्डन' होते. सकाळची न्याहरी झाल्यावर मार्गारिट इडन गार्डनमध्ये फिरायला जायची. तेव्हा मि. मॅक्डोनाल्ड, मि. ॲरबॅथनॉट असे कुणी ना कुणी इंग्रज अधिकारी तिच्याबरोबर असत. म्युझियम, फोर्ट, बोटॅनिकल गार्डन वगैरे प्रेक्षणीय स्थळांना तिने भेट दिली. एकदा कॅथिड्रलमधील प्रार्थनेतही तिने भाग घेतला.

पण अशा ठिकाणांच्या भेटीतून कोलकाता आणि तेथील रहिवासी यांची खरी ओळख होणे, शक्य नव्हते. इतर पाश्चात्त्य रहिवाशांना अशा ओळखीची गरजही नव्हती. पण मार्गारिटची गोष्ट वेगळी होती. कोलकात्यातील तथाकथित 'नेटिव्ह' लोकांची वस्ती पाहणे, तेथील लोकांची नुसती ओळखच नव्हे, तर त्यांची संपूर्ण जीवनसरणी जाणून घेणे, तिच्या दृष्टीने आवश्यक होते. कारण या नेटिव्हांसाठी काम करायलाच ती भारतात आली होती. तिच्या ओळखीचे गोरे लोक येथील 'काळ्या' लोकांच्या वस्त्यांमधील ओंगळ गलिच्छपणाचे वर्णन करत आणि तेथे न जाण्याचा सल्ला देत. पण त्यांच्या सल्ल्याकडे दुर्लक्ष करून मार्गारिट एकटीच घोडागाडीतून कोलकात्याच्या निरनिराळ्या भागांतून फिरायची.

आणखी दोन गोष्टी तिच्या दृष्टीने महत्त्वाच्या होत्या. पहिली म्हणजे बंगाली भाषा शिकणे आणि दुसरी म्हणजे येथील शिक्षणव्यवस्थेची माहिती करून घेणे. तिला बंगाली शिकवण्याची व्यवस्था स्वामीजींनी केली होती. स्वामीजींच्या मठातील साधू तिला शिकवत. तीही त्यासाठी नियमित वेळ देत होती. रामकृष्णांच्या

सुवचनांचा इंग्रजी अनुवाद करण्याचे उद्दिष्ट स्वामीजींनी तिच्यापुढे ठेवले होते.

कोलकात्यातील मुलींच्या शाळा मार्गारिटने आवर्जून पाहिल्या. डॉ. जगदीशचंद्र बसूंची बहीण लावण्यप्रभा हिची शाळा खूपच नावारूपाला आली होती. पुढे लावण्यप्रभा आणि जगदीशचंद्रांची पत्नी अबला यांच्याशी तिची मैत्री झाली. या दोघींनी तिच्या शैक्षणिक कार्यात मोलाची मदत केली. जॉन बीट्न या शिक्षण सचिवाने काढलेले बेथुन स्कूल आणि इतरही काही शाळा तिने पाहिल्या.

तपस्विनी माताजींची 'महाकाली पाठशाळा' कोलकात्याच्या चोरबागान भागात होती. येथे मुलींना संस्कृतमधून शिक्षण देत. या माताजींची हकिकत अतिशय विलक्षण आहे. १८३५मध्ये दक्षिण भारतातील अर्काट जिल्ह्यातील रायबेलूर गावी त्यांचा जन्म झाला. त्यांचे पाळण्यातील नाव गंगा. त्या महाराष्ट्रीय होत्या. त्यांचे वडील रायबेलूर या संस्थानचे संस्थानिक म्हणजे राजेच होते. लहानपणापासून धार्मिक आणि संस्कृत साहित्याची त्यांना आवड होती. घोडेस्वारी, तलवारबाजी यात त्या प्रवीण होत्या. मातृभूमीसाठी त्यांनी आपले घर सोडले. अनेक अडचणींना तोंड देत त्या झाशीला पोहोचल्या. राणी लक्ष्मीबाईंशी त्यांचे त्यांच्या आईकडून दूरचे नाते होते. राणी लक्ष्मीबाईंच्या त्या विश्वासू सहकारी झाल्या. १८५७च्या समरात त्यांनी उडी घेतली. राणी लक्ष्मीबाईंच्या पश्चात त्या नानासाहेब पेशव्यांच्या मदतीने नेपाळला गेल्या. १८९०ला त्या कोलकात्यात आल्या आणि १८९३ साली त्यांनी शाळा सुरू केली. त्यांच्या शाळेला स्वामीजींनी भेट दिली होती आणि शाळेबद्दल प्रशंसोद्गारही काढले होते. मार्गारिटनेही त्या शाळेला भेट दिली.

१८९८च्या फेब्रुवारीत स्वामीजींचा मठ आलमबाजार भागातून बेलुडला नीलांबर मुखोपाध्यायांच्या वाड्यात हलवण्यात आला. त्यामुळे कामाच्या निमित्ताने स्वामीजी बऱ्याच वेळा रामकांत बसू स्ट्रीटवरच्या बलराम बसूंच्या घरी राहत असत. अशा मुक्कामात मार्गारिटला भेटून ते तिची विचारपूस करत, तिचे बंगालीचे शिक्षण कसे चालले आहे, ते पाहत आणि तिला प्रोत्साहन देत.

८ फेब्रुवारी, १८९८ रोजी स्वामी सारदानंदांबरोबर मिसेस सारा बुल आणि मिस जोसेफाइन मॅकलिऑड कोलकात्याला आल्या. त्यांचे स्वागत करण्यासाठी स्वामीजी स्वत: स्टेशनवर गेले होते.

मिसेस सारा बुल या प्रख्यात नॉर्वेजिअन व्हायोलिनवादक ओली बुल यांच्या पत्नी. पूर्वाश्रमीच्या सारा थॉर्प. थॉर्प कुटुंब अतिशय श्रीमंत होते. बोस्टनला स्वामीजी सारा बुलकडे राहिले होते. स्वामीजींपेक्षा या वयाने मोठ्या असल्याने स्वामीजी त्यांना 'मा' असे म्हणत. त्यांचा दूरदर्शीपणा आणि बुद्धिमत्ता पाहून स्वामीजींनी त्यांना नाव ठेवले होते 'धीरा माता' (बंगालीत 'धीर'चा अर्थ शांत, बुद्धिमान. 'धीर'चे स्त्रीलिंग 'धीरा!') बेलुड मठाच्या सुरुवातीच्या बांधकामात आणि पुढेही यांनी बरेच आर्थिक साहाय्य

केले. स्वामीजींच्या मृत्यूनंतर त्यांनी निवेदितेलाही तिच्या कामासाठी पैशांची मदत केली.

मिस जोसेफाइन मॅकलिऑड या स्वामीजींच्या स्नेही आणि भक्त! स्वामीजी त्यांना 'जो' किंवा 'जया' म्हणत. 'टॅन्टिन' किंवा 'यूम' या नावानेही त्या ओळखल्या जात. निवेदितेच्या पत्रातून या नावाचे उल्लेख येतात. जया जेव्हा प्रथम भारतात आल्या तेव्हा स्वामीजींना त्यांनी विचारले, "स्वामीजी, मी आपल्याला कशा प्रकारे मदत करू?" स्वामीजींनी ताबडतोब उत्तर दिले, "भारतावर प्रेम करा!" स्वामीजींना पैशांची गरज आहे, हे त्यांना कळताच त्यांनी दर महिना पन्नास डॉलर द्यायचे कबूल केले आणि तीनशे डॉलर आगाऊ दिले. या पैशांतून नव्याने सुरू झालेल्या 'उद्‌बोधन' या नियतकालिकाचा खर्च भागवण्यात आला. स्वामीजींनी देहत्याग केल्यानंतरही बरेच दिवस त्या बेलुड मठात येऊन राहिल्या होत्या. त्यांनी रामकृष्ण मठ-मिशनला बरीच मदत केली. १९४९मध्ये वयाच्या ९०व्या वर्षी हॉलिउड वेदान्त समितीत त्यांचा मृत्यू झाला.

मार्गारेटशी जोसेफाइनची ओळख इंग्लंडमध्ये झाली होती. वयाचा विचार करता त्या मार्गारेटला आईसारख्याच होत्या. पण ती त्यांना आपली मैत्रीणच मानत होती. मार्गारेटने लिहिलेल्या असंख्य पत्रातील बहुसंख्य पत्रे यांनाच लिहिली आहेत. या पत्रातून मार्गारेटने आपले मन मोकळे केले आहे.

सारा बुल, जोसेफाइन मॅकलिऑड आणि मार्गारेट या तिघींनाही स्वामीजींबद्दल अपार श्रद्धा आणि उत्कट प्रेम वाटत असल्याने स्वामीजी हे त्या तिघींमधील अतूट बंधन होते.

भारतात आल्यावर धीरामाता आणि जया या दोघीही हॉटेलमध्येच उतरल्या होत्या. दोनेक दिवसांनी त्या स्वामीजींना भेटायला बेलुडला गेल्या. त्या वेळी बेलुडला मठासाठी जमीन विकत घेण्याची तयारी चालली होती. मिस मुलरने काही रक्कम आगाऊ दिली होती. धीरामाता आणि जया यांना स्वामीजी जमीन दाखवण्यासाठी घेऊन गेले, तेव्हा त्यांच्याबरोबर मार्गारेटही गेली होती. १० फेब्रुवारी, १८९८ रोजी मिसेस हॅमन्डला मार्गारेटने लिहिलेले पत्र अतिशय लालित्यपूर्ण आहे.

"परवाच्या सोमवारी सकाळीच आदरणीय 'मा' इथं आल्या. मंगळवारी स्वामीजींची भेट झाली. त्यांच्या अतिथी म्हणून काल आम्ही पिकनिक केलं. मिस मुलर मठासाठी जी जागा घेऊन देणार आहे ना तिथंच! जागा नदीकाठी म्हणजेच गंगेकाठी आहे. विम्बल्डन कॉमनच्या एखाद्या भागासारखीच वाटली, बघ ही जागा! झाडाझुडुपांकडे बारकाईने पाहिल्याशिवाय त्यांच्यातला आणि इंग्लंडमधील झाडांमधला फरक लक्षात येणं कठीणच! काळजीपूर्वक पाहिलं तरच जाणवतं की, आपण रुपेरी बर्चच्या किंवा बदामाच्या अथवा ओकच्या झाडाखाली बसलो नसून मोहरलेल्या आंब्याखाली किंवा बाभळीखाली बसलोय. आजूबाजूला एखाद-दुसरा ताड. जमिनीवर पसरलेल्या वेली

रंगीबेरंगी फुलांनी बहरलेल्या! त्यांची मुळं एकमेकांत गुंतलेली....''

धीरामातांना आणि जयांना जागा मनापासून आवडली. समोर वाहाणारी गंगा आणि पलीकडच्या किनाऱ्यावर परमहंसांचे दक्षिणेश्वर, स्वप्नातल्यासारखे वाटत होते सगळे! त्या जमिनीवर एक जुने घरही उभे होते. धीरामातांनी आणि जयांनी विचार केला की, या घरात येऊन राहिल्यास रोज स्वामीजींची भेट होईल. म्हणून त्यांनी स्वामीजींकडे तेथे राहण्यासाठी परवानगी मागितली. स्वामीजींनी परवानगी दिलीही. पण त्या घराची डागडुजी करणे आवश्यक होते. शिवाय थोडे सामानसुमानही आणायला हवे होते. अर्थात तेथे राहायला येण्यास थोडा वेळ लागणार होता.

२२ फेब्रुवारीला श्रीरामकृष्ण परमहंसांची जन्मतिथी पूजा होती आणि २७ फेब्रुवारीला मोठा उत्सव होणार होता. या उत्सवाचे आमंत्रण स्वामीजींनी आपल्या परदेशी शिष्यांना आणि भक्तांना दिले होते.

जन्मतिथी पूजेच्या वेळी विभिन्न जातीच्या पन्नास मुलांना जानवी आणि गायत्री मंत्र देण्यात आला.

२७ फेब्रुवारीला रविवार होता. हा उत्सव श्री. पूर्णचंद्र दा यांच्या मंदिरात साजरा होणार होता. या उत्सवात सहभागी होण्याआधी दक्षिणेश्वरला जाऊन यायचे असे मुलरने आणि मार्गरिटने ठरवले. राखालबाबू या दोघींना दक्षिणेश्वरला घेऊन गेले. राखालबाबू विद्यासंपन्न आणि व्यासंगी होते. ते श्रीरामकृष्णांचे मानसपुत्र आणि संन्यासी शिष्य होते. श्रीरामकृष्ण संघात ते 'राजा महाराज' म्हणून परिचित होते. हेच स्वामी ब्रह्मानंद! स्वामीजींच्या इच्छेनुसार त्यांनी संघ निर्माण केला. १८९९ ते १९२२ या काळात ते रामकृष्ण मठ-मिशनचे अध्यक्ष होते. तेच मठ-मिशनचे पहिले अध्यक्ष.

राखालबाबू, मुलर आणि मार्गरिट हावड्याहून नावेने दक्षिणेश्वरला गेले. रामकृष्णांसारख्या थोर पुरुषाचा जन्मोत्सव असल्याने आनंदाचे वातावरण होते. त्यांची नाव चांदणी घाटाला लागली. दक्षिणेश्वरला घाटावरच बारा ज्योतिर्लिंगे आहेत. त्यांच्या मंदिराच्या कळसांमधून कालीमंदिराचा कळस उठून दिसत होता. मुलर आणि मार्गरिट ख्रिश्चन असल्यामुळे त्यांना मंदिरात जाता आले नाही. श्रीरामकृष्ण ज्या खोलीत राहत होते ती ओलांडून, त्या रामकृष्ण जेथे ध्यानाला बसत त्या 'पंचवटी'पाशी गेल्या. पंचवटी म्हणजे पिंपळ, वड, बेल, आवळा आणि अशोक असे पाच वृक्ष एकत्र वाढलेले आहेत, अशी जागा. अशी जागा पवित्र समजली जाते. दक्षिणेश्वरच्या मंदिराच्या आवारात स्वत: रामकृष्णांनी गंगेकाठी हे वृक्ष लावले होते. या वृक्षांखाली ते ध्यानाला बसत. पंचवटीजवळच्या एका पारावर त्या दोघी बसल्या तेव्हा मार्गरिटच्या मनात अनेक भावना उचंबळून आल्या. श्रीरामकृष्णांबद्दल स्वामीजींनी तिला वारंवार सांगितले होतेच. हे क्षण तिच्या दृष्टीने फार महत्त्वाचे होते.

ती एका महान पुण्यातीर्थावर आली होती. त्या दोघी बसल्या होत्या, त्यांच्या पलीकडेच काही अंतरावर एक परिव्राजक संन्यासी स्वयंपाक करण्यात गुंतला होता. त्याची काठी आणि कपड्यांचे लहानसे गाठोडे जवळच पडले होते. तो जटाधारी, दाढीवाला संन्यासी अगदी जंगली माणसासारखा दिसत होता. पण त्याच्या तोंडावर विलक्षण आनंद होता. मार्गरिट तो आनंद मुग्ध होऊन पाहतच राहिली. कितीतरी वेळ...!!

समोर गंगा कलकल करत वाहत होती. वृक्षांच्या सळसळीत पक्ष्यांचा किलबिलाट मिसळून गेला होता. वातावरण अतिशय प्रसन्न होते. मार्गरिटच्या मनात आले की, श्रीरामकृष्ण येथे ध्यान करायला बसत असतील, तेव्हा येथे स्तब्धता पसरत असेल. सगळे नि:शब्द होत असेल. तिचे मनही अगदी शांत झाले. आजूबाजूचे सौंदर्य निरखण्यात ती दंग झाली.

ती जेव्हा भानावर आली तेव्हा त्यांच्याभोवती लोक जमल्याचे तिला दिसले. राखालबाबू त्यांच्याशी बोलत होते, काहीतरी समजावून सांगत होते.

अचानक त्यांच्यासाठी श्रीरामकृष्णांच्या खोलीचे दार उघडण्यात आले. राखालबाबूंनी लोकांना समजावून सांगितले की, या दोघी परदेशी असल्या तरी श्रीरामकृष्णांच्या भक्त आहेत. म्हणून तर आपली जन्मभूमी सोडून हजारो मैल दूर आल्या आहेत. लोकांना पटले. त्यांच्या भक्तीची खोली जाणवली. अंतराय दूर झाला. राखालबाबूंच्या मते शास्त्र मदतीला आले; पण मार्गरिटचे मत वेगळे होते. तिच्या मते या बदलाच्या मुळाशी सहजप्रेम होते.

श्रीरामकृष्णांच्या खोलीत ते वापरत असलेल्या वस्तू जशाच्या तशा ठेवलेल्या होत्या. सुळावर चढवलेल्या येशूच्या पायाशी मेरी माग्दालीन बसली आहे, असे चित्र भिंतीवर होते. ते चित्र आणि त्यांच्या वापरातील वस्तू पाहून मार्गरिट भारावून गेली. लोक दाराबाहेर उभे होते आणि दोघींकडे कुतूहलाने पाहत होते. मार्गरिटने मागे वळून जेव्हा त्यांच्याकडे पाहिले तेव्हा तिच्या ओठांवर हळूच हसू पसरले. ते आता लोक राहिले नव्हते. ती सर्व तिची जवळची माणसे झाली होती. प्रेमाच्या नाजूक धाग्याने ते सर्व तिच्याशी बांधले गेले होते.

नावेतूनच ते उत्सवाच्या जागी परत आले. नाव घाटाला लागण्यापूर्वीच, उत्सवाची धामधूम त्यांच्या कानावर पडली. मधुर संगीताने वातावरण भरून गेले होते. स्वामीजींचे विचार ऐकण्यासाठी तरुणांनी गर्दी केली होती. त्यांची उत्सुकता शिगेला पोहोचली होती. काही संन्यासी दरिद्रीनारायणांच्या सेवेत गुंतले होते. अशा आनंदाच्या धामधुमीत त्यांना त्यांचा विसर पडला नव्हता.

धीरामाता आणि जया तेथे आधीच येऊन पोहोचल्या होत्या. फुलांनी सजवलेल्या मांडवातील श्रीरामकृष्णांची मूर्ती सर्वांचे लक्ष वेधून घेत होती. मार्गरिटच्या दृष्टीने हा दिवस फार महत्त्वाचा होता. हा होता तिच्या परात्पर गुरूंचा जन्मदिवस. त्यांचे, त्यांच्या

विचारांचे, त्यांच्या कार्याचे स्मरण करण्याची योग्य वेळ याहून दुसरी कुठली असणार! या सर्वसामान्य माणसांच्या उत्साही गर्दीतच तिची 'गोपालेर मा' शी ओळख झाली.

'गोपालेर मा' (गोपाळची आई) यांचे खरे नाव अघोरमणीदेवी. त्यांना रामकृष्ण गोपाळरूपात दिसले म्हणून त्या रामकृष्णांना 'गोपाळ'च मानत. त्यामुळे सर्व जण त्यांना 'गोपालेर मा' म्हणत. त्या वयाने बऱ्याच मोठ्या होत्या.

मुलरला व मार्गारेटला पाहताच त्या गर्दीतून पुढे आल्या. त्या दोघींच्या हनुवटीला स्पर्श करून त्यांनी त्या दोघींचे चुंबन घेतले आणि त्या त्यांचे हात धरून इतर स्त्रिया जेथे बसल्या होत्या तिकडे घेऊन गेल्या. मार्गारेटच्या मते त्यांच्या स्पर्शात एवढी आपुलकी आणि वात्सल्य होते की भाषा वेगळ्या असल्याने, एकमेकींशी संवाद साधणे शक्य नसूनही, त्या क्षणापासून मार्गारेटमध्ये आणि त्यांच्यात एक आपुलकीचे नाते निर्माण झाले. पुढे ते अधिकच गाढ झाले.

तेथे जमलेल्या स्त्रियांनीही आपलेपणाने या दोघींचे स्वागत केले आणि त्यांना आपल्यात सामावून घेतले. त्यामुळे मार्गारेटला खूप आनंद झाला. या सर्वसामान्य स्त्रियांच्या लहानशा कृतीतून तिला विश्वास मिळाला. भारतातल्या सर्वसामान्यांत मिसळून, त्यांना सहजपणे समजावून घेता येईल, हे तिला या प्रसंगातून समजून चुकले.

मार्चच्या पहिल्या आठवड्यात धीरामाता आणि जया बेलुडला राहावयास आल्या. मार्गारेट आधी चौरंगीतील हॉटेलमध्ये राहिली होती. त्यानंतर मिस मुलर आलमोड्याहून कोलकात्याला आली. तिने कोलकात्यात एक घर भाड्याने घेतले होते. तेथे ती आणि मार्गारेट तर राहणार होत्याच, शिवाय इतर परदेशी शिष्यांना किंवा भक्तांना तेथे राहण्याची सोय तिने केली होती. हा एक प्रकारे दुसरा मठच होणार होता. स्वामीजींना हे अजिबात पसंत नव्हते. मार्गारेटने मुलरबरोबर राहणे, तिच्यावर विसंबणे हेही स्वामीजींना मान्य नव्हते. कारण मुलर ही संतापी आणि लहरी होती. शिवाय आपण नेतृत्व करायलाच जन्माला आलो आहोत, असा तिचा दृढ समज होता. पैशाने सर्वकाही मिळते, अशी तिची दृढ भावना होती. तेव्हा कुणाशीही तिचे फार काळ पटणे शक्य नव्हते. स्वामीजींनी २९ जुलै, १८९७ रोजीच आलमोड्याहून मार्गारेटला स्पष्टपणे कळवले होते, "तुम्हाला तुमच्या पायावरच उभे राहायला हवे. मिस मुलर किंवा इतर कुणावर विसंबून चालणार नाही. मिस मुलर तशी चांगली आहे, पण दुर्दैवाने लहानपणापासूनच तिच्या ठिकाणी मीपणा जरा अधिकच आहे. त्यामुळे तिच्याशी तुमचं पटणं कठीण आहे, हे तुम्हाला लवकरच समजून येईल. काही लोकांना दूरच ठेवणं चांगलं. जो स्वत:च्या पायावर उभा राहतो, त्याचे सर्व बेत व्यवस्थित तडीस जातात." पण मार्गारेटने स्वामीजींच्या या उपदेशाकडे फारसे गांभीर्याने लक्ष दिले नसावे. म्हणूनच स्वामीजींनी धीरामातांना, मार्गारेटला त्यांच्याकडे राहण्यास बोलावून घ्यावे, असे सुचवले. धीरामातांनी

स्वामीजींचे म्हणणे लगेच मान्य केले. स्वामीजी मार्गारेटला म्हणाले, "मार्गॉट, धीरामातांचे घर तुला स्वर्ग वाटेल, कारण त्यात ओतप्रोत प्रेम भरून राहिलेले असेल." स्वामीजींची आज्ञा शिरसावंद्य मानून मार्गारेट जया आणि धीरामाता यांच्याबरोबर बेलुडला राहायला आली.

सर्वसामान्य लोकांना मार्गारेटचा परिचय व्हावा म्हणून ११ मार्च, १८९८ रोजी कोलकात्याच्या स्टार थिएटरमध्ये स्वामीजींनी तिचे व्याख्यान ठेवले. स्वामीजींनी स्वत: अध्यक्षपद स्वीकारले होते. स्वामीजींच्या शिष्यांना आणि बहुतांश भक्तांना मार्गारेटचा भारतात येण्याचा उद्देश माहीत होता. ते सर्व उत्सुकतेने तिचे भाषण ऐकण्यास जमले होते. म्हणूनच स्वामीजी तिची ओळख करून द्यायला उठताच, सर्वांनी टाळ्यांचा कडकडाट केला. स्वामीजी म्हणाले, "इंग्लंडने मिस मुलर आणि ॲनी बेझंट यांच्या रूपाने आपल्याला उपहार दिलाच आहे. आता मिस मार्गारेट नोबलच्या रूपात आणखी एक मौल्यवान भेट आपल्याला मिळत आहे."

मार्गारेटचे भारतातील हे पहिले व्याख्यान होते. तिने तिचे विचार अतिशय सुसंगतपणे मांडले. "आपण सर्व निष्ठावंत आहात. फार पूर्वीपासून आपली श्रेष्ठ आध्यात्मिक संपत्ती आपण सर्व जगासाठी प्रयत्नपूर्वक जतन करून ठेवली आहे. म्हणूनच आपल्या सेवेची उत्कट आकांक्षा बाळगून मी आपल्या देशात आले आहे." नव्यानेच स्थापन झालेल्या रामकृष्ण मठ-मिशनचाही उद्देश तिने अतिशय सुंदर रीतीने विशद केला. त्यामुळे श्रोते अतिशय खूश झाले. श्रोत्यांमध्ये प्रसिद्ध होमिऑपथिक डॉ. सालझर होते. मार्गारेटने भारतीय अद्वैतवादाची आपल्या व्याख्यानात प्रशंसा केली होती. ती त्यांना आवडली नाही. त्यांनी त्यावर टीका केली. पण मार्गारेटने त्यांच्या टीकेला व्यवस्थित उत्तर दिले. त्यामुळे स्वामीजी प्रसन्न झाले. ते म्हणाले, "पुढे मार्गारेटची कार्यक्षमताही दिसेलच तुम्हाला! अशी मुलगी मिळणं फार कठीण! तिचं बोलणं 'आ' वासून ऐकत राहाल. पण ती इथं सेवा करायला आली आहे, प्रवचन द्यायला नाही."

स्वामीजी कामाबद्दल, सेवेबद्दल बोलत होते; पण त्यांनी अजूनपर्यंत तरी मार्गारेटवर कोणतेच काम सोपवले नव्हते. मार्गारेट त्यांच्या आवाहनाची वाट पाहत होती आणि स्वामीजी योग्य वेळेची! मात्र मार्गारेटला याची कल्पनाच नव्हती. "स्वामीजी आपल्याला काहीच काम का सांगत नाहीत?" ती बुचकळ्यात पडली होती.

स्वामीजींच्या मते कामाला सुरुवात करण्यापूर्वी तिने भारताला पूर्णपणे ओळखणे आवश्यक होते आणि त्याहून अधिक आवश्यक होते, भारतावर मनापासून प्रेम करणे! भारतातील स्त्रियांसाठी ती काम करणार होती. त्यासाठी 'भारतीय स्त्री' तिला समजणे अत्यावश्यक होते. भारतीय आदर्श, धर्म, संस्कृती आणि विचार तिने आत्मसात करून, त्यापासून प्रेरणा घ्यायला पाहिजे होती. निष्ठेने आणि श्रद्धेने

कार्याला वाहून घ्यायला हवे होते. मार्गारेट त्या मार्गाने जात होती, पण अजून तिचे बरेच शिक्षण व्हायचे होते. मुख्य म्हणजे तिचा समर्पणाचा कार्यक्रम बाकी होता.

धीरामाता आणि जया यांच्याबरोबर मार्गारेट दोन महिने बेलुडला राहिली. या काळात स्वामीजी सकाळची न्याहारी या तिघींबरोबर नियमितपणे करत. न्याहारीच्या वेळी आणि त्यानंतर त्यांच्याशी भारतीय संस्कृती, परंपरा, साहित्य, कला, राष्ट्रप्रेम अशा निरनिराळ्या विषयांवर बोलत. या तिघीजणी आपल्या देशासाठी, स्वत:चा देश, तेथला ऐशाराम सोडून, फार मोठ्या निग्रहाने आल्या आहेत, याची त्यांना पूर्णपणे जाणीव होती. म्हणूनच अतिशय मनापासून ते त्यांना आपल्या देशाची परिपूर्ण ओळख करून देण्याचा प्रयत्न करत होते. परदेशात असताना भारताची महती त्यांनी वेळोवेळी सांगितली होती. भारताची आध्यात्मिक महानता परदेशी शिष्यांच्या मनावर ठसवायचा मनोमन प्रयत्न केला होता. त्याबद्दलचा सार्थ अभिमान त्यांच्या बोलण्यातून स्पष्ट झाला होता. "प्रत्येक मानवात एक अव्यक्त ईश्वरी अस्तित्व वास करत असते. निर्भय व्हा! विस्तार म्हणजे जीवन! संकोच म्हणजे मृत्यू! आत्मविश्वास जागवा!" ही भारताची शाश्वत भाषा ते तेजस्वीपणे मांडत होते; पण त्या काळातला भारतीय समाज मात्र अंधश्रद्धा, दास्यवृत्ती, दु:ख-दारिद्र्य यांनी पोखरलेला होता. स्वामीजींनी त्यांच्या परदेशी शिष्यांसमोर ज्या भारताचे चित्र रंगवले होते, त्याचा तत्कालीन वास्तवाशी काहीच संबंध दिसत नव्हता; पण भारताची सद्य:परिस्थिती स्वामीजींना लपवून ठेवायची नव्हती. मार्गारेटला त्यांनी या गोष्टीची पूर्ण कल्पना दिली होती. कारण ती भारताला तिच्या मातृभूमीच्या स्वरूपात स्वीकारण्यासाठी आली होती. आताच्या दरिद्री भारतातून उद्याचा महान, जगाला मार्गदर्शन करणारा भारत जन्माला येईल, याची स्वामीजींना खात्री होती. ज्या भारताचे चरण सागर धुतो आहे, हिमालयाने ज्याचा भालप्रदेश उज्ज्वल केला आहे, जो बाहेरून रिक्त वाटला तरी ज्याच्या अंतरात शांतीचे साम्राज्य आहे, अशा भारतवर्षाची खरीखुरी ओळख मार्गारेटला करून देण्याची जबाबदारी स्वामीजींची होती आणि ते ती योग्य तऱ्हेने पार पाडत होते.

मार्गारेटला भारताची ओळख करून घ्यायची होती, तशीच तिच्या गुरूंचीही! तिला स्वामीजींची आध्यात्मिक बाजू कळली होती; पण त्यांचे बाकी पैलू अज्ञातच होते. हळूहळू स्वामीजींचे रूप तिच्यापुढे स्पष्ट होणार होते.

१८९८चा मार्च महिना मार्गारेटच्या दृष्टीने खूप महत्त्वाचा ठरला.

याच महिन्यात श्रीमा म्हणजे श्रीरामकृष्ण परमहंसांच्या सहधर्मचारिणी शारदामाता जयरामबाटी या त्यांच्या गावाहून कोलकात्यातील बागबाजारामधील १०/२ बोसपाडा लेन येथे राहावयास आल्या. स्वामीजींनी मार्गारेट, धीरामाता आणि जया यांना त्यांना भेटण्याची व्यवस्था केली.

१७ मार्च, १८९८ रोजी त्या शारदामातांना भेटल्या. तो सेंट पॅट्रिकचा जन्मदिवस (St. Patrick's day) होता. मार्गारेट प्रत्येक वर्षी हा दिवस 'अति महत्त्वाचा दिवस' मानायची.

या तिघींना 'आमार मेयेरा' (माझ्या मुली) असे म्हणून शारदामातांनी जवळ घेतले. या तिघींची भाषा शारदामातांना कळत नव्हती आणि शारदामातांची या तिघींना! पण त्यामुळे काहीसुद्धा अडले नाही. कारण भावना हृदयातून प्रकटतात, भाषेतून नव्हे. शुभ्र वस्त्र परिधान केलेल्या, पदराने तोंड झाकून घेतलेल्या या पवित्र स्त्रीच्या अंतरातील प्रेम आणि वात्सल्य या तिघींना सहजपणे जाणवले. शारदामाता खेड्यातच लहानाच्या मोठ्या झाल्या होत्या. बाहेरच्या जगाशी त्यांची फारशी ओळख नव्हती. व्रतवैकल्ये, नेमधर्म यांतच त्यांचे बरेचसे आयुष्य सरले होते. त्यांनी परदेशी गोऱ्या स्त्रियांना आपले मानणे खरोखरच अभूतपूर्व होते. एवढेच नव्हे, तर जयांचा प्रेमळ आग्रह त्यांना मोडवला नाही. म्हणून त्या तिघींबरोबर त्यांनी थोडा फलाहारही केला. त्या काळाचा विचार केल्यास ही एक क्रांतिकारक घटनाच मानावी लागेल.

या प्रसंगाबद्दल स्वामीजींनी स्वामी रामकृष्णनंदांना लिहिले आहे, "श्रीमा इथंच आहेत. युरोपीय आणि अमेरिकन स्त्रिया त्यांना भेटायला गेल्या होत्या. त्यांच्याबरोबर मांनी फलाहार केला. हे विलक्षण नाही? कुणी याची कल्पना तरी केली असती का?"

मार्गारेटने तिच्या दैनंदिनीत या भेटीच्या दिवसाचे वर्णन Day of days म्हणजे 'सर्वश्रेष्ठ दिवस' असे केले आहे.

२५ मार्च, १८९८! मार्गारेटच्या नवजीवनाचा दिवस. २५ मार्चला The Day of Annunciation होता. या दिवशीच देवदूताने येशूच्या आईला – मेरीला – तिच्या पोटी प्रत्यक्ष ईश्वर जन्म घेणार असल्याची वार्ता सांगितली होती.

धीरामाता, जया आणि मार्गारेट यांना घेऊन स्वामीजी नीलांबरबाबूंच्या उद्यानगृहातील मठात गेले. तेथे मार्गारेटकडून त्यांनी शिवपूजा करून घेतली आणि तिला प्राथमिक ब्रह्मचर्याची दीक्षा दिली. मग भगवान बुद्धाच्या पायावर फुले वाहिल्यावर हा कार्यक्रम संपला. या वेळी स्वामीजी अभिनिवेशाने म्हणाले, "ज्याने बुद्धत्व प्राप्त होण्यापूर्वी पाचशे वेळा जन्म घेतला आणि प्राण दिले, त्या बुद्धाला अनुसरा!" हा उपदेश जसा मार्गारेटला होता, तसाच त्यांच्याकडे उपदेश घ्यायला येणाऱ्यांनाही होता.

दीक्षाविधी झाल्यानंतर सर्व जण वरच्या मजल्यावर गेले. स्वामीजींनी शिवाप्रमाणे भस्म-लेपन केले, हाडांची कुंडले घातली आणि गायन केले. श्रीरामकृष्णाच्या जन्मतिथीपूजेच्या वेळीही पन्नास जणांना जानवी आणि गायत्री-मंत्र दिल्यावरही स्वामीजींनी शिवाचा वेष धारण केला होता.

शिव आणि बुद्ध यांचे पूजन करून या दोन भारतीय महायोग्यांचे जीवन,

आदर्श म्हणून समोर ठेवण्याची प्रेरणा स्वामीजींनी मार्गारेटला दिली.

या दीक्षाविधीनंतर स्वामीजींनी मार्गारेटचे नाव 'निवेदिता' ठेवले. निवेदिता म्हणजे समर्पिता (Dedicated). तिच्या जन्मापूर्वी तिच्या आईने केलेला नवस स्वामीजींकडून पूर्ण झाला. ती कायमची ईश्वरचरणी समर्पित झाली. ती स्वतःची सही 'रामकृष्ण संघाची निवेदिता' अशी करायला लागली. पुढील काळात, भारताच्या कल्याणासाठी स्वतःचे जीवन समर्पित करून, तिने तिच्या गुरूंनी तिला दिलेले नाव किती समर्पक आहे, हे दाखवून दिले. रवींद्रनाथांनी म्हटले आहे की, स्वतःला अशा रीतीने संपूर्ण समर्पित करण्याची आश्चर्यकारक क्षमता मला दुसऱ्या कुणातही दिसली नाही. स्वतःला असे अर्पण करताना तिला कसलाही अडथळा कधीच आला नाही. स्वतःचा देह, बालपणापासूनच्या युरोपीय सवयी, स्वतःची माणसे, त्यांची ममता या सर्वांचा तर तिने सहजपणे त्याग केलाच, पण तिच्या समाजाने तिची केलेली उपेक्षा किंवा ज्यांच्यासाठी तिने सर्वस्वाचा त्याग केला त्यांचे औदासीन्य, त्यांचा समजुतीचा अभाव, अशी कोणतीच कारणे तिला त्याग करण्यापासून थोपवू शकला नाहीत.

बंगालमधील प्रथेप्रमाणे इतके दिवस तिला सर्व जण 'मा' म्हणत; पण ब्रह्मचारिणी झाल्यावर ती सर्वांची भगिनी झाली. 'भगिनी निवेदिता!'

१७ मार्च, १९०४ रोजी जयाला लिहिलेल्या पत्रात तिने म्हटले आहे, "सहा वर्षांपूर्वी याच दिवशी मला प्रथम श्रीश्रीमांचं दर्शन झालं. तो गुरुवार होता! कालचक्रानुसार आज पुन्हा तो दिवस आलाय. पुढच्या शुक्रवारी, २५ मार्च! मला 'निवेदिता' हे नाव ठेवलं गेलं, त्या दिवसाची वार्षिकी. म्हणजेच मला सातवं वर्ष लागणार."

मार्गारेटचा दीक्षादिन स्वामीजींनी आपल्या या लाडक्या लेकीसाठीच राखून ठेवला होता. संध्याकाळी नौकाविहार करून त्यांनी मोकळेपणाने निवेदितेबरोबर काही गोष्टींची चर्चा केली. त्यांच्या गुरूंनी त्यांच्यावर टाकलेल्या जबाबदारीबद्दल ते भरभरून बोलले. ते म्हणाले, "मी श्रीरामकृष्णांचा गुलाम आहे. विद्यापतीने 'देई तुलसी तिल देह समर्पिनु' असं म्हटलंय ना! मी माझा हा क्षुद्र देह माझ्या गुरूंच्या चरणीच वाहिलाय. त्यांच्या निर्देशाकडे दुर्लक्ष करणं शक्य नाही. त्यांनी जी त्यागी माणसं जमवलीत, त्यांना एकत्र ठेवण्याची जबाबदारी माझ्यावर टाकलीय. मी त्यांचं दास्यत्व करावं, अशी त्यांची आज्ञा आहे. त्यामुळे जे होईल ते होवो! स्वर्ग मिळो, नरक मिळो वा मुक्ती, मी त्यासाठी तयार आहे."

श्रीरामकृष्ण संघ स्थापन करून फक्त भारतातच नव्हे, तर अखिल जगातच स्वामीजींना एक महान लक्ष्य गाठायचे होते. काशीपूर, बराहनगर, आलमबाजार व अखेरीस बेलुडला मठ स्थापन करून त्यांनी या कार्याची सुरुवात केली. पुढे जगातील अनेक देशांत मठ स्थापन झाले. मठाची व्यवस्था ठेवण्याची जबाबदारी

स्वामीजींनी आणि त्यांच्या गुरुबंधूंनी आनंदाने उचलली आणि आदर्शाला वास्तवात आणले. स्त्रियांच्या उन्नतीसाठी स्त्रियांचा मठ स्थापन करण्याचे स्वामीजींच्या मनात होते. पण त्या काळचा समाज या गोष्टीला अनुकूल नव्हता. स्वामीजींना ताबडतोब मठ स्थापन करायचा होता, मात्र योग्य वेळेची वाट पाहण्याशिवाय दुसरा पर्याय नव्हता. स्त्रियांसाठी काहीतरी करणे आवश्यक होते. तेव्हा त्यांनी स्त्री-केंद्र काढायचे ठरवले. या केंद्राची मुहूर्तमेढ स्वामीजींनी रोवणे आणि तीही लवकरात लवकर, हे अत्यावश्यक होते. स्वामीजींना याची जाणीव होती. संघाप्रमाणेच या केंद्राचीही घडी त्यांना उत्तम बसवून द्यायची होती. त्यासाठी वर्तमानाबद्दल सतर्क, पण जुन्या विचारांविषयी संपूर्ण जागरूक व आत्यंतिक त्यागी अशी स्त्री बंगालमधील स्त्रियांसमोर आदर्श म्हणून हवी होती. निवेदितेत त्यांना हवी तशी स्त्री सापडली. निवेदितेची कन्याशाळा ही त्यांना स्थापन करायच्या स्त्री-केंद्राचा आरंभ ठरणार होती. स्वामीजींच्या हयातीत ती स्थापन झाली नसती, तर स्वामीजींच्या पश्चात श्रीरामकृष्ण संघाकडून स्त्रियांसाठी असे कार्य कदाचित झालेही नसते. स्वामीजींना याची जाणीव होती व त्याच दृष्टीने त्यांचे प्रयत्न चालले होते.

निवेदितेला ब्रह्मचर्याची दीक्षा दिल्यानंतर पाच दिवसांनी म्हणजे ३० मार्च रोजी स्वामीजी दार्जिलिंगला गेले. स्वामीजींच्या अनुपस्थितीत त्यांच्या गुरुबंधूंनी निवेदितेची आणि इतर दोघी परदेशी भक्तांची पूर्ण काळजी घेतली. त्यांच्या आदरातिथ्यात अजिबात कसूर ठेवली नाही. सकाळच्या चहाच्या वेळी कुणी ना कुणी हजर असेच. त्यांची विचारपूस करून त्यांना काय हवे-नको ते कटाक्षाने पाहिले जात असे. काही अडचण असल्यास ती ताबडतोब दूर केली जायची. निवेदितेने आपल्या दैनंदिनीत याचा आवर्जून उल्लेख केला आहे. आपली माणसे, आपला देश सोडून, इंग्लंडमधून आलेली ही तरुण स्त्री भारतासाठी काम करायला आली होती, याचे सर्वांनाच कौतुक वाटत होते. म्हणून तिला अजिबात त्रास होऊ नये, यासाठी सर्व जण झटत होते. त्यामुळेच निवेदितेत आणि स्वामीजींच्या गुरुबंधूंत मैत्रीचे नाते निर्माण झाले.

स्वामीजी दार्जिलिंगला गेल्यानंतर २ एप्रिल रोजी तपस्विनी माताजींच्या महाकाली पाठशाळेत वार्षिक पुरस्कार वितरणासाठी निवेदितेला आमंत्रित करण्यात आले. निवेदितेला घेऊन स्वामी शिवानंद आणि स्वामी अखंडानंद गेले होते. निवेदितेच्या हस्ते पारितोषिक वितरणाचा समारंभ झाला. तिथे तिने भाषणही केले.

बेलुड मठाचे बांधकाम सुरू झाले होते. ७ एप्रिलला मठातील साधूंनी शारदामातांना नीलांबरबाबूंच्या घरातील मठात आणले. तेथे शारदामातांनी पूजा केली, प्रसाद वाटला. दुपारी परत जाताना, स्वामी ब्रह्मानंदांच्या आग्रहावरून त्या बेलुड मठाची जागा पाहण्यास गेल्या. त्यांना पाहताच निवेदिता, धीरामाता आणि जया यांना

अतिशय आनंद झाला. त्यांनी त्यांचे स्वागत केले आणि सर्वांनी मिळून मठाची जागा पाहिली. सर्वांचाच दिवस अतिशय आनंदात गेला.

निवेदितेला स्वामीजींनी अजून काम दिले नव्हते. स्वामीजी कोलकात्यात नव्हते; पण त्यांचे गुरुबंधू होते. शारदामाता होत्या, धीरामाता आणि जया होत्या. त्यामुळे निवेदितेचे दिवस आनंदात जात हाते. कधी त्या तिघी जणी सकाळीच ध्यान करत, तर कधी रात्री चांदण्यात दक्षिणेश्वराला भेट देत. याच सुमारास मुलर दार्जिलिंगला गेली आणि निवेदितेला तेथे नेण्याची सर्व व्यवस्था तिने केली. ही गोष्ट स्वामीजींच्या कानावर जाताच, दार्जिलिंगला येऊ नकोस, असे त्यांनी निवेदितेला तार करून कळवले. याला दोन कारणे होती. पहिले म्हणजे स्वामीजींना निवेदितेला मुलरपासून दूर ठेवायचे होते. आणि दुसरे म्हणजे त्या तिघींना घेऊन आलमोड्याला जायचे त्यांनी आधीच निश्चित केले होते.

याच सुमारास कोलकात्यात प्लेगची साथ सुरू झाली. प्लेग, कॉलरा आणि दुष्काळ या आपत्ती ठरावीक काळाने ठरावीक वेळी येऊन, कोलकात्यात थैमान घालत. प्लेगची साथ सुरू झाल्याचे कळताच स्वामीजी कोलकात्याला परत आले. तारीख होती, ३ मे, १८९८! कोलकात्यात एकच गोंधळ उडाला होता. साथीपेक्षा इंग्रज सरकारचे उपाय लोकांना भयंकर वाटत होते. लोक शहर सोडून पळून जायला लागले होते. इंग्रज लोक सुई टोचतात म्हणून मुसलमान खवळले होते. दंगा सुरू झाला होता.

अशा वेळी स्वामीजींनी मधे पडून लोकांना शांत केले. पत्रक काढून लोकांना घरेदारे सोडून पळून जाण्यापासून परावृत्त केले. या पत्रकाचे इंग्रजीत लेखन निवेदितेने केले होते. मग त्यांचे बंगालीत भाषांतर करण्यात आले. निवेदितेच्या आवाहनामुळे अनेक स्वयंसेवक गोळा झाले. स्वामीजींनी 'प्लेग समिती' स्थापन करून लोकांना मदत केली.

निवेदिता ही इतर पाश्चात्त्य मंडळींप्रमाणे दुरून निरीक्षण करून समाजाबद्दल मत बनवणाऱ्यांपैकी नव्हती, तर समाजात मिसळून काम करणारी होती. लोकांना मदत करताना उच्च-नीच, गरीब-श्रीमंत, सुशिक्षित-अशिक्षित असा भेद तिला कधी शिवलाच नाही. ती सर्वांशी सारख्याच आपुलकीने वागायची. तेथे वात्सल्य असे, प्रौढी नसे. भारतातील माणसे ही तिची होती. त्यांचा उल्लेख तिने नेहमीच Our People असा केला.

आनंदाची गोष्ट म्हणजे ही प्लेगची साथ लवकर आटोक्यात आली. आणि दुसरी महत्त्वाची गोष्टा म्हणजे निवेदितेचा परिचय रवीन्द्रनाथ ठाकुरांशी झाला. त्यांनीही प्लेगच्या मदतकार्यात पुढाकार घेतला.

प्लेगची साथ आटोक्यात येताच ११ मे रोजी स्वामीजी निवेदिता, धीरामाता,

जया आणि स्वामीजींचे काही गुरुबंधू यांच्यासह आलमोड्याला रवाना झाले. त्यांच्याबरोबर अमेरिकन काउन्सेल जनरलच्या पत्नी मिसेस पॅटरसनही होत्या. त्यांनी अमेरिकेत असताना स्वामीजींचे विचार ऐकले होते आणि त्या त्यांच्या भक्त झाल्या होत्या.

◆

निवेदिता आणि शारदामाता

निवेदितेची शारदामातांशी प्रथम भेट झाली, त्याच वेळी त्यांना पाहून निवेदिता प्रभावित झाली होती. त्या दिवसापासून प्रत्येक वेळी त्यांच्याबद्दल बोलताना किंवा लिहिताना तिने त्यांची तुलना येशुमातेशी – मेरीशी – केली आहे.

शारदामाता या श्रीरामकृष्णांच्या सहधर्मचारिणी! त्या सहा वर्षांच्या असताना, बावीस वर्षांच्या गदाधरशी (श्रीरामकृष्णांचे मूळ नाव!) त्यांचा विवाह झाला. विवाहानंतर गदाधर आपल्या आध्यात्मिक साधनेत मग्न झाले, तर शारदा सासरी माहेरी ये-जा करत राहिली. शारदादेवी अठरा वर्षांच्या झाल्यावर वडिलांबरोबर त्यांच्या खेडेगावातून चालत कोलकात्याला पतीकडे आल्या. तेव्हा रामकृष्ण गंगातीरावरच्या दक्षिणेश्वराच्या कालीमंदिराचे पुजारी होते आणि मंदिरातीलच एका खोलीत राहत होते. त्यांनी आपल्या पत्नीला स्पष्टच विचारले, ''तू मला संसारात ओढायला आली आहेस का?'' पत्नीनेही ठामपणे सांगितले, ''नाही. तुमच्या धर्मजीवनात मदत करण्यासाठी मी आले आहे.'' त्याच त्यांची पहिली शिष्या होत.

त्या लौकिक अर्थाने शिक्षित नव्हत्या; पण सुसंस्कृत, संस्कारसंपन्न, बुद्धिमान होत्या. त्यांच्यात विलक्षण संघटनशक्ती होती. याची त्यांच्या मानसपुत्राला – नरेनला (स्वामीजींचे मूळ नाव!) – पूर्ण कल्पना होती. संघाच्या प्रत्येक कार्यात शारदामातांचा सल्ला मोलाचा मानला जात असे. संघाची सूत्रे खऱ्या अर्थाने माताजींच्याच हातात होती. म्हणूनच संघ भक्कमपणे उभा राहिला.

रामकृष्णांनी स्वत: ब्रह्मचर्य स्वीकारले होते. शारदादेवी या आदर्श हिंदू पतिव्रता असल्याने, पतीच्या इच्छेला मान देऊन त्यांनीही ब्रह्मचर्याची शपथ घेतली आणि आपली सर्व कर्तव्ये काटेकोरपणे पार पाडली. पतीच्या म्हणजेच गुरूच्या प्रत्येक कार्यात त्या आनंदाने सहभागी झाल्या. त्या स्वत: आई होऊ शकल्या नाहीत; पण रामकृष्णांच्या सर्व शिष्यांच्या त्या आईच होत्या.

शारदादेवींनी आपले सर्व जीवन, त्या काळच्या घरंदाज हिंदू स्त्रीप्रमाणे व्यतीत

केले असले, तरी आधुनिक विचारांचा स्वीकार त्यांनी केला होता. तीर्थयात्रेच्या निमित्ताने भारतात बराच प्रवास केला असल्याने, त्यांना भारतातील परिस्थितीची कल्पना होती. त्यांचा स्वभाव जिज्ञासू असल्याने काळाचे भान त्यांना होते. त्यांना योग्य वाटल्या-पटल्या त्या गोष्टी त्यांनी स्वीकारल्या. अशावेळी लोकनिंदेचा विचार त्यांनी अजिबात केला नाही. जातिभेद, श्रेष्ठ-कनिष्ठ, गरीब-श्रीमंत अशा कुठल्याच भेदाला त्यांच्या आयुष्यात स्थान नव्हते. कर्माला मात्र महत्त्व होते. जपतप यातच वेळ घालवणाऱ्या रामकृष्णांच्या एका तरुण शिष्याला त्यांनी एकदा हटकले. त्या म्हणाल्या, "उगाच देव-देव करण्यात वेळ घालवण्यापेक्षा चरख्यावर सूत कातत जा!" स्त्री-शिक्षणाविषयी त्या अत्यंत जागरूक होत्या. कोलकात्यात शिकत असलेल्या दक्षिण भारतातील मुली त्यांना एकदा भेटायला गेल्या. त्या मुलींनी त्यांना इंग्रजीत काही वाक्ये बोलून दाखवली तेव्हा त्यांचे मनापासून कौतुक करून त्या म्हणाल्या, "नाहीतर आमच्या मुली! लहानपणीच लग्नं होतात. मग कुठलं शिक्षण अन् काय!"

नरेन त्यांचा लाडका मुलगा होता. तेव्हा 'नरेनेर मेये' (नरेनची मुलगी) त्यांची लाडकी असल्यास नवल नाही. नरेनच्या मुलीला – निवेदितेला त्या 'खुकी' म्हणत. बंगालमध्ये लहान मुलीला अशी हाक मारतात. निवेदिताही शारदामातांना पत्र लिहिल्यावर पत्राचा शेवट 'प्रिय आई, तुझी अजाण मुलगी' अशा शब्दांनी करत असे. शारदामातांनी निवेदितेला आपले मानल्यावर बाकीच्या सर्वांनाच तिला आपले मानावे लागले.

१ नोव्हेंबर, १८९८ला लाहोर, दिल्ली, आग्रा वगैरे शहरांना भेट देऊन निवेदिता कोलकात्याला परत आली, तेव्हा ती शारदामातांकडेच राहिली. शारदामातांचा सहवास तिला आवडत असे. शारदामातांनी त्यांच्या घरातील पुढच्या ओट्याजवळची खोली आनंदाने तिला दिली. यामुळे गावातील लोकांनी आणि त्यांच्या नातेवाइकांनी गहजब केला; पण शारदामातांनी याची थोडीसुद्धा कल्पना निवेदितेला दिली नाही. पुढे लवकरच स्वामीजींनी जवळच्या एका घरात म्हणजेच १६ बोसपाडा लेनमध्ये निवेदितेची व्यवस्था करून दिल्याने समस्या मिटली.

निवेदिता वेगळी राहिली, तरी रोज शारदामातांच्या दर्शनाला जात असे. उन्हाळ्यात तिने जास्तीत जास्त वेळ शारदामातांच्या घरात राहावे, असा माताजींचा आग्रह असे. कारण त्यांच्या घरात उन्हाळा जाणवू नये म्हणून व्यवस्था केलेली होती. उन्हाळ्यातील दुपारी निवेदिता त्यांच्या घरातच राहत असे.

शारदामातांचे निवेदितेवर गाढ प्रेम होते. एकदा स्वत: तयार केलेला पश‌मिन्याचा पंखा त्यांनी तिला दिला. तो पाहताच निवेदितेच्या आनंदाला पारावर राहिला नाही. तिने तो मस्तकाला लावला, त्याचे चुंबन घेतले. तो पंखा कुणाला दाखवू आणि कुणाला नको असे तिला झाले. तेव्हा संकोचून शारदामाता म्हणाल्या, "काय ग

एवढं! एवढासा तर पंखा!''

एकदा शारदामातांनी निवेदितेच्या कपाळी कुंकवाचा टिळा लावला. तिला तो फारच शोभून दिसत होता. मग शारदामातांना आनंद लपवता आला नाही. एखाद्या लहान मुलीचा घ्यावा, तसा त्यांनी तिचा मुका घेतला.

शारदामातांना खूप काही द्यावे, असे निवेदितेला मनापासून वाटत असे; पण पैशांची कमतरता तिला नेहमीच सतावत असे. युरोप-अमेरिकेहून परत येताना तिने शारदामातांसाठी छोट्या-छोट्या वस्तू आणल्या होत्या. शारदामातांना त्याचे फार अप्रूप वाटायचे. निवेदितेने दिलेली चादर धसायला लागली, तरी ती टाकून देणे त्यांच्या जीवावर आले. त्या चादरीची व्यवस्थित घडी घालून आणि त्यात कडू कारळी घालून त्यांनी ती सांभाळून ठेवली. म्हणाल्या, ''किती प्रेमाने दिली होती खुकीनं! पाहिली की तिची आठवण येते.'' निवेदितेने त्यांना एक जर्मन सिल्व्हरची डबी दिली होती. त्यात रामकृष्णांचे केस त्यांनी ठेवले होते आणि ती डबी देवघरात ठेवून दिली होती.

निवेदिता मधूनच शारदामातांकडे एकटक पाहत बसायची तेव्हा तिच्या चेहऱ्यावर लहान मुलीच्या चेहऱ्यावर असते, तशी निरागसता असायची. शारदामातांचे आसन घालून द्यायची एकही संधी निवेदिता सोडत नसे. प्रथम ती आसन झटकून स्वच्छ करायची, मग त्याचे चुंबन घेऊन ते मस्तकी लावायची आणि नंतर जमिनीवर व्यवस्थित पसरायची. दर रविवारी शारदामातांची खोली झाडून, साबणाने धुवून देण्याचे काम निवेदितेने स्वखुशीने आपल्याकडे घेतले होते. खोलीच्या खिडकीची तावदाने स्वच्छ पुसून चकचकीत केल्याशिवाय तिला चैन पडायचे नाही.

शारदामातांची खोली ही निवेदितेच्या दृष्टीने 'शांतिमंदिर' होते. तेथील वातावरण तिला मंत्रमुग्ध करत असे. २ मे, १८९९ रोजी नेल हॅमन्डना लिहिलेल्या पत्रातील वर्णन फारच सुंदर आहे. ''चहूकडून घंटानाद ऐकू येतोय. ही वेळ संध्यावंदनाची. या वेळी मी गच्चीत जाते. मुकाट्याने आडवी होऊन तारकांचं फुलणं पाहते. आकाशाच्या अंगणात... यालाच मी म्हणते शांतिमुहूर्त... दिवेलागण होते. अंत:पुरातील स्त्रिया आपापल्या देवापुढे नतमस्तक होतात. या वेळेच्या कितीतरी आधी शारदामातांच्या आश्रमात जपमाळा हातातून हळूहळू सरकत असतात. मा हळुवारपणे कुणाशी तरी बोलत असतात.'' येथे निवेदितेतील लेखिका जागी झाल्याचे स्पष्टपणे दिसते.

निवेदितेने शारदामातांची दिनचर्या अगदी बारकाईने व सुरेख वर्णिली आहे. ''भल्या पहाटेच सर्व जणी उठतात. चादर, उशी बाजूला ठेवून भिंतीकडे तोंड करून सर्व जणी जप करतात. त्यानंतर घराची स्वच्छता करून, स्नान वगैरे उरकतात. एखाद्या पर्वकालाला किंवा एखाद्या विशेष दिवशी 'मा' कुणाला तरी बरोबर घेऊन पालखीतून गंगास्नानाला जातात. त्याआधी रामायण वाचतात. स्नानानंतर त्या

पूजेला बसतात. त्यांच्याबरोबर राहणाऱ्या लहान मुली पूजेची तयारी करतात. गोपालची आई नैवेद्य करायला मदत करतात. मग दुपारचे जेवण आणि थोडी विश्रांती. संध्याकाळी दिवेलागण होताच गप्पात खंड पडतो. सर्व जणी देवाला साष्टांग नमस्कार घालतात आणि मांची चरणधूळ मस्तकी लावतात.''

गच्चीतील तुळशीपाशी शारदामातांबरोबर ध्यानाला बसायची संधी मिळत असे म्हणून निवेदिता स्वत:ला भाग्यवान समजत असे.

दुपारचा वेळ शारदामाता सत्कारणी लावत. नवीन-नवीन गोष्टींची माहिती करून घ्यायला त्यांना आवडत असे. एकदा निवेदितेला त्यांनी ख्रिश्चन विवाहपद्धतीबद्दल विचारले. निवेदितेचे वर्णन सर्व जणींनी मन लावून ऐकले. 'सुखदु:खात, उत्कर्ष-अपकर्षात, शक्य-अशक्यतेत, जोपर्यंत मृत्यू दोघांना वेगळे करत नाही, तोपर्यंत आपण वेगळे होणार नाही,' ही विवाहाच्या वेळी घ्यायची शपथ ऐकून सर्वांपेक्षा शारदामाता जास्त प्रभावित झाल्या. त्या पुन्हा-पुन्हा म्हणायला लागल्या, ''वा! काय अपूर्व धर्मवचन!''

कधीकधी कुणाकडून त्या नवीन काही वाचून घेत आणि सर्व जणी ऐकत; तर कधी कीर्तन, कालीची स्तुतिस्तोत्रे यांचे गायन, धार्मिक नाटकांतील संवाद असा कार्यक्रम होत असे.

दुपारी शारदामातांच्या देवघरात आश्रमातील आणि बाहेरच्या स्त्रिया जमत. त्यात गोपाळची आई, निवेदिता जशा असत तशाच रामकृष्णांच्या भक्तांच्या घरातील स्त्रिया असत. स्वत: शारदामाता तर असतच. या आनंदमेळ्याचा केंद्रबिंदू असे लक्ष्मीदिदी. ही अतिशय गुणी होती. तिचे पाठांतर उत्तम होते, अभिनयाचे अंगही तिला होते. ती दिसायलाही सुंदर होती आणि तिचा आवाजही गोड होता. ही रामकृष्णांची पुतणी. बालविधवा होती. ती आपल्या काकीजवळ म्हणजे शारदामातांजवळच राहत असे.

लक्ष्मीदिदी काली, सरस्वती, कृष्ण अशा निरनिराळ्या भूमिका वठवायची. तिच्या या नाट्यप्रवेशासाठी फारसा सरंजाम नसला तरी तिच्या अभिनयाने सर्व जणी भारावून जात. ती दोन-एक तासांचा कार्यक्रम करू शकत असे. शारदामातांच्या भक्तमंडळीत एक गोलाप मा म्हणून होत्या. त्यांचे जावई म्हणजे पाथुरियाघाटचे राजा सौरीन्द्र ठाकूर. त्यांच्या घरून गोलाप मांनी पितळेचे दागिने आणले होते. लक्ष्मीदिदीने हे दागिने घातले की, ती देवीसारखीच दिसायची. ती अतिशय हसतमुख आणि आनंदी होती. तिचे नाट्यप्रवेश आणि गाणे सर्वांनाच आनंद देऊन जायचे.

निवेदिताही उत्साही होती. लक्ष्मीदिदीविषयी तिला अपार कौतुक आणि प्रेम होते. निवेदितेलाही अभिनयकला अवगत होतीच. लक्ष्मीदिदीने गायलेली कालीची भक्तिगीते तिला मनापासून आवडत. निवेदितेला थोडे-थोडे बंगाली समजायला

लागले होते. नाटक संपले की, ती लक्ष्मीदिदीला भक्तीगीतांची फर्माइश करत असे.

एकदा लक्ष्मीदिदी झाली जगद्धात्री देवी. तिचे वाहन असते सिंह! निवेदिता झाली सिंह. लक्ष्मीदिदी सिंहावर स्वार झाली आणि सिंह लागला मोठमोठ्याने डरकाळ्या फोडायला! हे पाहून शारदामातांसकट सर्वांचीच हसता-हसता पुरेवाट झाली.

हा प्रसंग बरेच काही सांगून जातो. शारदामाता आणि त्यांच्या आश्रयाला आलेल्या स्त्रिया किंवा मुली या बहुधा विधवा किंवा फारतर परित्यक्ता होत्या. समाजात त्यांना काहीच स्थान नव्हते. त्यांच्या जीवनाला काही किंमत नव्हती; पण शारदामातांमुळे त्यांचे जीवन आनंदी झाले होते. इतर स्त्रियांना नसेल एवढे ज्ञान त्यांना मिळाले होते. विधवा म्हणून त्यांनी कठोर व्रतवैकल्ये, उपासतापास यातच आयुष्य घालवले पाहिजे, हा समाजाचा नियम येथे लागू नव्हता. शारदामातांची रसिकताही येथे दिसते. मुख्य म्हणजे अशा धार्मिक नाट्यप्रवेशांना पूर्वी रामकृष्णांचेही प्रोत्साहन होते. तेव्हा या गोष्टीला कुणी विरोध करणे शक्य नव्हते.

शारदामातांना जे पटत असे ते करताना त्या विरोधाची, निंदेची अजिबात पर्वा करत नसत. त्या अतिशय खंबीर होत्या. एकदा निवेदितेने स्वत: प्रसाद केला आणि रामकृष्णांना नैवेद्य दाखवून शारदामातांना दिला. त्यांनी तो आनंदाने घेऊन खाल्ला. तेव्हा कर्मठ स्त्रिया नाराज झाल्या. त्या शारदामातांना दोष द्यायला लागल्या. शारदामातांनी त्यांच्याकडे संपूर्ण दुर्लक्ष केले. त्या म्हणाल्या, "ती माझी मुलगी आहे! तिला प्रसाद करण्याचा अधिकार आहे. कुणाची हरकत असेल, तर ती त्यांची त्यांना."

एकदा एका ईस्टरला शारदामाता निवेदितेकडे गेल्या. त्यांना ख्रिश्चन धर्मानुष्ठानातील मर्म जाणून घ्यायचे होते. निवेदितेने ख्रिस्ताचे 'पुनरुत्थान स्तोत्र' ऐकवले. शारदामातांना ते समजणे शक्य नव्हते, तरीही ते त्यांना भावले, त्यांच्या मनाला भिडले.

निवेदितेने काढलेली कन्याशाळा पाहण्यास जाण्याचे शारदामातांनी ठरवले आणि तसे निवेदितेस कळवले तेव्हा तिला खूप आनंद तर झालाच, पण तिची धांदलही उडाली. तिने सर्व शाळा धुवून-पुसून स्वच्छ केली. दारावर तोरण लावले. शाळेतल्या मुलींना माताजींचे स्वागत कसे करायचे, त्यांना कुठे बसवायचे, काय द्यायचे, या तयारीत ती पूर्णपणे मग्न झाली. शारदामाता येताच तिने त्यांना साष्टांग नमस्कार घातला. मुलींनी त्यांच्या पायावर फुले वाहिली. निवेदितेने शारदामातांशी सर्व मुलींची ओळख करून दिली. शारदामातांनी मुलींना गाणे म्हणायला सांगितले. गाणे ऐकल्यावर त्यांचे कौतुक केले. प्रसाद म्हणून मिठाई वाटली. मुलींनी तयार केलेल्या वस्तू निवेदितेने त्यांना दाखवल्या. "मुलींचं शिक्षण फारच छान चाललंय." असे शारदामातांनी प्रशस्तीपत्र दिले, तेव्हा सर्वच खूश झाले.

शारदामातांवर निवेदितेची प्रगाढ श्रद्धा होती. निवेदिता परदेशी गेली असताना तिचा आणि शारदामातांचा जो पत्रव्यवहार झाला आहे, तो त्या दोघींच्या नात्यावर

प्रकाश टाकतो. निवेदितेला १३ मे, १९०० रोजी जयरामबाटी या आपल्या गावाहून शारदामातांनी जे पत्र पाठवले आहे, ते या संदर्भात फार बोलके आहे. त्यांनी लिहिले आहे, ''प्रिय खुकी निवेदिता, तू माझ्या अखंड शांतीसाठी देवाजवळ प्रार्थना करतेस हे वाचून आनंद झाला. तू सदानंदमयी 'मा'ची (कालीची) प्रतिमूर्ती आहेस. तुझा फोटो माझ्याजवळ आहे. त्याकडे पाहत राहते. त्यामुळे तू माझ्याजवळच आहेस असं वाटतं. तुझ्या परत येण्याची व्याकूळतेने वाट पाहत आहे.''

हे पत्र वाचून निवेदिता खूश तर झालीच, पण भारतात येण्यास अधीरही झाली.

शारदामातांना जवळून पाहिल्यावर निवेदितेचे मत, भारतीय स्त्रीबद्दल फारच चांगले झाले. एके दिवशी बोलता-बोलता स्वामीजींचे शिष्य शरदमहाराज निवेदितेला म्हणाले, ''आमच्या स्त्रिया तर ignorant आहेत.'' हे ऐकताच त्यांना विरोध करत आवेशाने ती म्हणाली, ''भारतीय स्त्रिया मुळीच ignorant नाहीत. 'त्या देशातील' (ती स्वतःच्या जन्मभूमीला 'तो देश' म्हणत असे.) स्त्रियांच्या तोंडी मी अशा ज्ञानाच्या गोष्टी कधीच ऐकल्या नाहीत.''

निवेदितेच्या दृष्टीने शारदामाता जुन्या युगाची अंतिम कडी नव्हत्या की आधुनिक युगाची प्रथम कडीही नव्हत्या. त्या होत्या जुन्या-नव्याचा समन्वय साधणारा दुवा.

◆

स्वामी विवेकानंदांबरोबर हिमालयात

११ मे, १८९८! बुधवारचा दिवस होता तो. स्वामीजी हावडा स्टेशनवर पोहोचले. त्यांच्याबरोबर निवेदिता, धीरामाता, जया, मिसेस पॅटरसन या पाश्चात्त्य स्त्रिया आणि स्वामी तुरीयानंद, निरंजनानंद, सदानंद आणि स्वरूपानंद होते. बरोबर ७ वाजून २५ मिनिटांनी रेल्वेगाडीने हावडा सोडले. गाडीत निवेदिता, धीरामाता, जया, मिसेस पॅटरसन एका बोगीत बसल्या होत्या आणि बाकी सगळे वेगळ्या बोगीत बसले होते.

धीरामाता, जया आणि निवेदिता यांना उत्तरेकडे हिमालयात घेऊन जाण्यामागे स्वामीजींचे काही विशेष उद्देश होते. एक तर कोलकात्याचा उन्हाळा फार कडक असतो आणि आर्द्रता जास्त असल्याने तेथे राहणाऱ्या लोकांनाही तो त्रासदायक वाटतो. तेव्हा पाश्चात्त्य देशांतून आलेल्यांना तो सोसणे शक्यच नव्हते. त्यातून त्याकाळी उन्हाळ्यात कॉलऱ्याची साथ बंगालमध्ये हटकून यायची. हे सर्व टाळण्यासाठी हिमालयातील थंड हवेच्या ठिकाणी जाणे आवश्यक होते. हिमालय म्हणजे शुद्ध हवा-पाणी, शांत परिसर आणि नजर खिळवून ठेवणारे सौंदर्य. म्हणूनच या प्रवासकाळाचे वर्णन निवेदितेने 'स्वप्नवत' असे केले आहे. दुसरा उद्देश म्हणजे धीरामाता आणि जया काही दिवसांनंतर त्यांच्या मायदेशी – अमेरिकेला परत जाणार होत्या. त्यांनी निरपेक्षपणे, स्वामीजींच्या कार्यासाठी मदतीचा सढळ हात पुढे केला होता. तेव्हा त्यांना जमेल तितके भारतदर्शन घडवणे, हा स्वामीजींच्या दृष्टीने कर्तव्यापेक्षा आनंदाचाच भाग होता. या प्रवासात त्यांना भारत, त्याचे सांस्कृतिक श्रेष्ठत्व, उच्च श्रेणीची भारतीय स्थापत्यकला, भारताच्या गौरवशाली इतिहासाच्या खुणा आणि भारताची वर्तमानातील स्थिती यांचे दर्शन होणार होते.

निवेदितेबद्दल बोलायचे झाल्यास स्वामीजींच्या मते अजून तिचे शिक्षण पूर्ण झाले नव्हते. 'भारतदर्शन' हा तिच्या शिक्षणाचाच भाग होता. स्वामीजींनी स्वत: भारत-परिक्रमा केली होती. आणि ती केल्यावरच त्यांना भारताचे खरे आकलन झाले

होते. निवेदितेलाही प्रत्यक्ष अनुभवातून तो कळावा अशीच त्यांची इच्छा होती, शिवाय स्वामीजी स्वत: तिला तात्त्विक पाठ देणारच होते. म्हणजेच निवेदितेचे तात्त्विक आणि व्यावहारिक असे दुहेरी शिक्षण होणार होते आणि अशा शिक्षणाची निवेदितेला अत्यंत आवश्यकता होती. कारण ती काही धीरामाता आणि जया यांच्याप्रमाणे काही दिवसांनी आपल्या देशाला परत जाणार नव्हती. ती भारतात येथील लोकांची सेवा करायला आली होती!

प्रवासात स्वामीजी मधून-मधून निवेदिता, धीरामाता, जया वगैरे बसल्या होत्या त्या बोगीत येत आणि त्यांना गाडीतून दिसणाऱ्या प्रदेशाची माहिती देत. अशा प्रसंगी स्वामीजींचे मायभूमीबद्दलचे उत्कट प्रेम आणि भारताच्या इतिहासाबद्दलचे सखोल ज्ञान यांचे प्रामुख्याने दर्शन बरोबरच्या प्रवाशांना होत असे. ओघवती भाषा, उत्साह यामुळे त्यांचे बोलणे वेधक वाटत असे आणि ऐकणारेही गुंग होऊन जात. त्यांच्या डोळ्यांसमोर भारताच्या इतिहासातील घटना जिवंत होऊन उभ्या राहत.

चंद्रगुप्त मौर्यांची राजधानी पाटलीपुत्र म्हणजेच आताचे पाटणा, तीर्थक्षेत्र बनारस, औद्योगिक आणि ऐश्वर्यशाली शहर लखनौ यांच्याबद्दल स्वामीजी बोलत तेव्हा ते वर्तमान विसरून इतिहासात शिरल्याचे ऐकणाऱ्यांना स्पष्टपणे जाणवत असे.

१३ मेची पहाट. गाडीतून बाहेर नजर टाकताच हिमालयाचे प्रथम दर्शन झाले. जणू सपाट जमिनीतून अचानक बाहेर येऊन तो सर्वांचे स्वागत करत होता. सर्वांच्या तोंडातून 'अहाहा!' असे आश्चर्योद्गार सहजपणे बाहेर पडले. पहाटे ते काठगोदामला उतरले. प्रथम टांगा, मग घोडेसवारी आणि अखेर डोली करून सर्व जण नैनितालला पोहोचले.

निवेदितेच्या आठवणीत नैनिताल अविस्मरणीय ठरले. नैनितालला निसर्गाचा वरदहस्त लाभला आहे. येथे स्वामीजी आणि त्यांच्याबरोबरची मंडळी खेतडीच्या महाराजांचे अतिथी होते. निवेदितेच्या दृष्टीने खेतडीच्या महाराजांची भेट होणे ही आनंदाची गोष्ट होती. खेतडी हे एक गुजरातमधील लहानसे संस्थान होते. तेथील हे महाराज स्वामीजींचे भक्त होते. त्यांनी परदेशी जाण्यास स्वामीजींना सर्वतोपरी मदत तर केली होतीच, पण स्वामीजींच्या मागणीप्रमाणे वेळोवेळी त्यांना आर्थिक साहाय्यही केले होते.

नैनितालला नैनी सरोवरावर दोन मंदिरे आहेत. तेथे निवेदिता आणि तिच्याबरोबरचे इतर सर्व जण गेले असता, त्यांना तिथे दोन स्त्रिया भेटल्या. त्या निवेदितेला आणि तिच्याबरोबरच्या स्त्रियांना पाहून त्यांच्यापाशी आल्या आणि स्वामीजी कुठे, केव्हा भेटतील, याची चौकशी करू लागल्या. निवेदितेला त्या चांगल्या घरच्या घरंदाज स्त्रिया वाटल्या; पण बरोबरचे इतर लोक त्यांना हिडिसफिडिस करून हाकलून द्यायचा प्रयत्न करू लागले. कारण त्या कलावंतिणी होत्या. बरोबरच्या लोकांनी

विरोध केला, तरी त्याकडे दुर्लक्ष करून स्वामीजी त्यांच्याशी अतिशय आपुलकीने, प्रेमळपणे बोलले.

याच वेळी स्वामीजींनी पुन्हा एकदा तीच – मागे सांगितलेली – गोष्ट सांगितली.

एकदा स्वामीजी खेतडीच्या महाराजांचे अतिथी असताना, महाराज आणि ते बोलत होते. तेवढ्यात एक कलावंतीण गाण्याच्या तयारीने तेथे आली. तिला पाहताच स्वामीजी चिडले आणि नाराज होऊन तेथून जाण्यासाठी उठले. तेवढ्यात तिने गायला सुरुवात केली –

प्रभू मेरे अवगुण चित ना धरो।
समदर्शी है नाम तिहारो, चाहे तो पार करो॥
एक लोहा पूजा में राखत, एक राहत ब्याध घर परो,
पारस के मन द्विधा नहीं हैं,
दुहू एक कंचन करो।

एक नदिया एक नाल कहावत
मयलो नीर भरो।
जब मिले दोनों एक बरण भये,
गंगा सुरसूरी नाम करो।

एक जीव एक ब्रह्म कहावत
सूरदास झगडो।
अज्ञान से भेद होवे, ग्यानी काहे भेद करो॥

हे ऐकताच स्वामीजी चपापले. अवाक् होऊन तिच्याकडे बघत राहिले. त्याच क्षणी त्यांच्या डोळ्यांवरचा भेदाभेदाचा पडदा दूर झाला. सर्व एकच आहेत, हे सत्य त्यांना उमगले. त्या दिवसापासून त्यांनी कुणालाही हीन, तुच्छ मानले नाही.

नैनितालची आणखी एक घटना निवेदितेच्या स्मरणात राहिली. एके दिवशी एक मुसलमान गृहस्थ स्वामीजींकडे आले आणि म्हणाले, "पुढील काळात तुम्ही अवतार आहात असं कुणी म्हणू लागलं, तर त्याच्याआधी तसं म्हणणारा मी होतो – एक मुसलमान – हे लक्षात असू द्या."

अशा रीतीने इतर सामान्य माणसांकडून स्वामीजींची ओळख निवेदितेला होत होती.

नैनितालच्या मुक्कामातच स्वामीजी राजा राममोहन राय यांच्याबद्दल बोलले. स्वामीजींना त्यांच्या तीन गोष्टी फार महत्त्वाच्या वाटल्या. पहिली म्हणजे त्यांनी केलेला वेदान्ताचा स्वीकार; दुसरी – अत्यंत कळकळीने त्यांनी केलेला देशभक्तीचा प्रचार; आणि तिसरी म्हणजे हिंदूंप्रमाणेच मुसलमानांवर प्रेम. या तीन गोष्टींमुळे स्वामीजींना राजा राममोहन राय यांचा दूरदर्शीपणा आणि त्यांच्या मनाची विशालता जाणवली.

सोमवारी, १६ मेला सर्वांनी नैनितालहून आलमोड्याकडे प्रयाण केले. रस्ता चिंचोळा, बाकदार होता. गुलाबाचे रान, रानडाळिंबांचा किरमिजी बहर, झऱ्याकाठचे नेच्याचे रान हे पाहत दिवस कसा सरला हे कळलेच नाही. रात्र होताच या सुंदर निसर्गदृश्यावर पडदा पडला आणि घमघमत राहिला तो निरनिराळ्या फुलांचा सुगंध. मशाली आणि कंदील यांच्या उजेडात प्रवास सुरूच राहिला. मशाली वाट दाखवत होत्या आणि जंगली जनावरांना दूर ठेवत होत्या. अखेर डोंगराच्या पायथ्याजवळच्या दाट जंगलातील डाकबंगल्यात मुक्काम पडला. स्त्रिया पहिल्या येऊन पोहोचल्या आणि थोड्या वेळानंतर स्वामीजी त्यांच्या गुरुबंधू व शिष्यांसह येऊन पोहोचले. मग पाहुण्यांच्या सरबराईची एकच गडबड स्वामीजींनी उडवली. घनदाट काळोख, झाडांची सळसळ, घोड्यांचे खिंकाळणे, जवळची एकाकी धर्मशाळा आणि पलीकडे शेकोटीजवळ हलणाऱ्या हमालांच्या आकृत्या या विलक्षण गूढ दृश्यकाव्यातील सौंदर्याने निवेदितेला मोहून टाकले.

१७ मे! आलमोडा मुक्कामी सर्व जण पोहोचले. हा मुक्काम मोठा म्हणजे एक महिन्याचा होता. आलमोड्याचे नाव निवेदितेने येथे येण्यापूर्वीच ऐकले होते. मि. स्टर्डींनी येथेच दीर्घ तपस्या आणि अध्ययन केले होते; पण त्याहून महत्त्वाचे म्हणजे वर्षापूर्वी येथूनच स्वामीजींनी तिला भारतात येण्याची संमती देणारे पत्र पाठवले होते आणि आमरण तिच्या पाठीशी उभे राहण्याचे आश्वासन दिले होते. त्यामुळेच निवेदिता आलमोड्याला येण्यास अधीर झाली होती; पण येथे तिला अत्यंत कठीण परीक्षेला तोंड द्यावे लागणार आहे, याची तिला अजिबात कल्पना नव्हती.

आलमोड्याला स्वामीजी आणि त्यांचे गुरुबंधू व शिष्य सेव्हियरांकडे उतरले आणि स्वामीजींबरोबरच्या सर्व स्त्रिया सेव्हियरांच्या घराजवळील एका बंगल्यात उतरल्या. यामुळे दोन गोष्टी साध्य झाल्या. प्रत्येकाचे स्वातंत्र्यही जपले गेले आणि पाहिजे तेव्हा एकमेकांना भेटणेही सहज सोपे झाले.

बेलुडला असताना स्वामीजी निवेदिता, धीरामाता आणि जया यांच्याबरोबर न्याहारी घेत आणि तेव्हाच त्यांना निरनिराळ्या विषयांची माहिती देत. प्रवासातही ही शिकवणी सुरूच होती आणि आलमोड्याला त्याचीच पुनरावृत्ती झाली. मात्र आताचे शिक्षण म्हणजे पुन्हा शाळेत जाण्यासारखे होते. त्यात कडकपणा होता.

स्वामीजी झाले होते, कडक पंतोजी आणि त्यांच्या शिष्येला – निवेदितेला – शाब्दिक छड्यांचा सणसणीत प्रसाद वरचेवर मिळत होता. त्यामुळे आताची ही शिकवणी निवेदितेला रुचत नसल्यास नवल वाटायला नको.

असे का बरे घडत होते?

निवेदितेला दीक्षा दिल्याच्या दुसऱ्याच दिवशी स्वामीजींनी तिला विचारले, "आता तुझा देश कोणता?" निवेदितेने उत्तर दिले, "ब्रिटन!" तिच्या बोलण्यातून स्पष्ट झाले की, भारतीय स्त्रीची आपल्या इष्टदेवतेबद्दल जशी श्रद्धा आणि निष्ठा असते तशीच श्रद्धा आणि निष्ठा तिला 'युनियन जॅक' (ब्रिटनचा ध्वज) बद्दल वाटते. तिचे उत्तर ऐकताच स्वामीजींनी फक्त चमकून तिच्याकडे पाहिले. ना काही उत्तर दिले, ना तिच्याशी ते रागाने बोलले. हा विषय त्यांनी येथेच थांबवला. त्यांनी तिला विरोध केला नाही की, आपली मते तिच्यावर लादली नाहीत. निराशा दाखवली नाही आणि आश्चर्यही व्यक्त केले नाही. ना त्यांचा तिच्यावरचा विश्वास कमी झाला, ना तिच्याविषयीच्या सौजन्यात फरक पडला.

पण निवेदितेने तिचे नवे जीवन गांभीर्याने स्वीकारलेले नाही, हे त्यांना कळून चुकले. ती भारतावर प्रेम करायला लागली आहे, पण तनमनाने ती भारतीय झालेली नाही, त्यासाठी संपूर्ण आत्मविसर्जनाची आवश्यकता आहे, संपूर्ण आत्मविसर्जनातूनच आचारविचारात परिवर्तन घडून येऊ शकते, मात्र त्यासाठी शिक्षण द्यायला हवे, हे स्वामीजींच्या लक्षात आले.

हे शिक्षण आलमोड्याला सुरू झाले. स्वामीजी बऱ्याच वेळा हिंदू धर्मातील कहाण्या, गोष्टी सांगत. कारण चारित्र्य घडवण्यासाठी त्या साहाय्यक ठरू शकत होत्या. या कहाण्यातील 'शुका'ची कहाणी निवेदितेला विशेष आवडली होती. 'अहम् वेदामि, शुको वेत्ति, व्यासो वेत्ति न वेत्ति वा' हे वाक्य उच्चारताना स्वामीजींचा चेहरा आनंदाने उजळला होता आणि तो कायमचा निवेदितेच्या हृदयावर बिंबला होता. कधी स्वामीजी 'भक्ती' वर बोलत, तर कधी शिवपार्वतीच्या गोष्टी सांगत; पण बहुधा मुख्य विषय 'भारत' असे. पौर्वात्य जीवनसरणी, त्यांचे आदर्श आणि पाश्चात्त्यात आणि पौर्वात्यात असलेला भेद सांगताना पौर्वात्य संस्कृती, राज्यपद्धती, वेगवेगळ्या काळातील ऐतिहासिक घटना ते वर्णन करत. कधी ते चीनची प्रशंसा करत, तर कधी इटलीच्या स्तुतीत रंगून जात. इटलीचा धर्म, शिल्पकला, संस्कृती त्यांना श्रेष्ठ वाटत असे. मॅझिनीची जन्मभूमी म्हणून त्यांना इटली विशेष प्रिय होती. अशा वेळी पौर्वात्य देशांविषयीच्या अज्ञानापायी किंवा अर्धवट ज्ञानाच्या आधारे निवेदितेने काही टीका-टिप्पणी केल्यास, स्वामीजी अतिशय कडक शब्दांत प्रत्युत्तर देत.

एकदा स्वामीजी चीनची प्रशंसा करत होते. तेव्हा निवेदितेने शेरा मारला, "पण

स्वामीजी, चिनी लोक तर अप्रामाणिक म्हणून कुप्रसिद्ध आहेत!'' स्वामीजी आवेशाने ताडकन म्हणाले, ''अप्रामाणिकपणा! सामाजिक कर्मठपणा! हे सगळे सापेक्ष शब्द आहेत, दुसरं काही नाही. माणसाचा माणसावर विश्वास नसता तर व्यापार, समाज किंवा इतर कोणत्याही प्रकारचं ऐक्य, संबंध एक क्षणभर तरी टिकले असते का? आणि शिष्टाचारासाठी अप्रामाणिक व्हावं लागतं, खोटं बोलावं लागतं, असं म्हणायचं असेल, तर पाश्चात्त्यांच्या आणि चिनी लोकांच्या दृष्टिकोनातून फरक कुठं आहे? इंग्रज काय सर्वच योग्य ठिकाणी दु:खाची किंवा सुखाची जाण ठेवतात? हं! फरक असेल तो अगदी नाममात्र! थोडा कमी-अधिक!''

स्वामीही कोणत्याही प्रकारच्या बंधनाच्या विरुद्ध होते. या बाबतीत निवेदिता आपले मत व्यक्त करताना म्हणाली, ''हिंदू जीवनापासून मुक्तीची आकांक्षा बाळगतात, त्याची मी कल्पनासुद्धा करू शकत नाही. स्वत:च्या मुक्तीपेक्षाही, जी इतर महत्त्वाची आणि माझ्या आवडीची कामं आहेत, त्यासाठी पुन्हा जन्म घेणंच योग्य!'' हे ऐकताच स्वामीजी गरजले, ''याचं कारण विकासाच्या मार्गावर जय मिळवता आला नाही हेच! कुठलीच बाहेरची गोष्ट चांगली नसते. ती असते तशीच असते. पण तिचं भलं करताना आपलं भलं होतं.'' हे वाक्य निवेदितेला फार मोलाचे वाटले.

स्वामीजी तीन पाश्चात्त्य स्त्रियांशी बोलायचे, माहिती सांगायचे, चर्चा करायचे, पण शब्दांचे बाण सोडले जायचे ते निवेदितेवर. तिचा स्वदेशाबद्दलचा पक्षपाती दृष्टिकोन आणि इंग्रजांचा इतिहास, साहित्य, कला, संस्कृती, वैभवशाली कार्य यांचा वृथा अभिमान यामुळे तिच्यात आणि स्वामीजींच्यात सतत जोरदार खटके उडायचे.

लंडनला जेव्हा स्वामीजी नियमित वर्ग घेत तेव्हाही निवेदिता त्यांना सारखे प्रश्न विचारत असे, त्यांच्याशी चर्चा करत असे. तेव्हा स्वामीजी अतिशय मित्रत्वाच्या नात्याने वागत. ते तिला सर्व गोष्टी समजावून सांगत. आणि आता? आता स्वामीजींचे रूप अगदी वेगळे होते. याची अपेक्षा निवेदितेने कधीच केली नव्हती. उलट आता तिचे प्रश्न विचारण्याचे प्रमाण लंडनमधील वर्गापेक्षा खूप कमी झाले होते. पण आता स्वामीजी आपल्याकडे दुर्लक्ष करतात, आपण विचारलेला प्रश्न त्यांना आवडला नाही की एकदम उसळतात, ते प्रत्यक्ष काही बोलले नाहीत तरी ते नाराज असतात, असे तिला वाटायला लागले.

स्वामीजी आणि निवेदिता या दोघांचीही व्यक्तिमत्त्वे अतिशय तेजस्वी आणि प्रखर होती. त्यामुळेच त्यांच्यात जोरदार वाद होत होते. स्वामीजी आपले विचार, आपली मते यांच्याशी ताडजोड करणे शक्यच नव्हते. निवेदितेच्या शिक्षणासाठी आता एखादी सौम्य पद्धत उपयोगात आणायलाही त्यांची तयारी नव्हती. स्वामीजींची प्रत्येक शिकवण समजली किंवा पटली नाही, तरी निमूटपणे मान्य करणे निवेदितेच्या स्वभावात नव्हते. वैचारिक संघर्ष दिवसेंदिवस विकोपाला जात होता. लंडनला

असतानाही तिच्या अनेक मौलिक मतांना स्वामीजींनी धक्के दिले होते. तिच्या मतांच्या, समजुतींच्या अगदी विरोधी मते मांडून त्यांनी तिच्या विचारांत वादळ उठवले होते; पण आता स्वामीजी जाणीवपूर्वक जोरदार हल्ले चढवत होते.

एके दिवशी स्वामीजी निवेदितेला म्हणाले, "तुझं हे स्वदेशप्रेम म्हणजे पाप आहे. बहुतेक लोक स्वार्थापोटी काम करतात, हे तू लक्षात ठेवायला हवंस. हे सत्य आहे. पण या सत्याला तू उलटंच सिद्ध करायला पाहते आहेस. तुझ्या मते एका विशिष्ट देशातील सर्वच लोक देव आहेत. अज्ञानाला इतक्या प्रबलपणे धरून ठेवणं म्हणजे निर्बुद्धपणा!"

निवेदितेचा अंधविश्वास दूर करण्यासाठी युरोपीय समाजावर प्रखर टीका करणे आवश्यक आहे, हे स्वामीजींनी जाणले होते. त्यांना तिची संकुचित मनोवृत्ती बदलायची होती. इंग्लंडबद्दलचा पक्षपात तिच्या मनातून दूर करायचा होता. कारण तिच्या मनातील अनुदारतेमुळेच सत्याचा स्वीकार करणे, तिला अतिशय अवघड जात होते. पुढे तिला या गोष्टीचे भान आले. मनाची उदारता आणि नि:स्वार्थीपणाच सत्य स्वीकारायला प्रेरणा देतो, हे तिला समजले. मग तिने मनापासून आपल्या अनुदारतेचा धिक्कार केला. पण तेथपर्यंत पोहोचताना तिला फार मानसिक कष्ट सोसावे लागले.

स्वामीजी निवेदितेशी कठोरपणे वागत होते, याला आणखी एक कारण होते आणि ते फार महत्त्वाचे होते. निवेदितेवर स्वामीजींच्या अनन्यसाधारण चारित्र्याची आणि असामान्य व्यक्तिमत्त्वाची प्रचंड मोहिनी पडली होती. त्यांना निवेदितेचा त्यांच्याविषयी असलेला दृढ अनुराग निर्ममपणे दूर करायचा होता. त्यांनी स्पष्टपणे बजावले होते की भारतात माझी सेवा करण्यासाठी येऊ नये, तर माझ्या इच्छित कार्याची सेवा करण्यासाठी यावे.

पण निवेदिता तर स्वामीजींच्या आधारावर आपली माणसे, आपला गाव, आपला देश सोडून भारतात आली होती. आताचे स्वामीजींचे आचरण तिला अनपेक्षित होते. ते तिची उपेक्षा करत होते. आलमोड्याचे उंचच उंच देवदार येथील गंभीर वातावरण अधिकच गंभीर करत आहेत, असेच निवेदितेला वाटू लागले. स्वामीजींच्या सहवासात दिवस आनंदात जातील अशी तिची कल्पना होती; पण येथे विपरितच घडत होते. ते सर्व जण ज्या व्हरांड्यात सकाळची न्याहारी घेत, तेथून हिमालयाची बर्फाच्छादित शिखरे मनोहर दिसत, व्हरांड्याभोवती गुलाब फुललेले असत, पण सर्व सुंदर असूनही निवेदितेला उदास, एकाकी वाटत असे. स्वामीजींनी तिला भारतात येण्याचे आमंत्रण देताना, केवढ्या विश्वासाने आश्वासने दिली होती. आता तिचे शारीरिक हाल होत नव्हते, पण मानसिक क्लेश सहन करणे कठीण होते. तिचे आदर्श, तिचे विचार, तिच्या समजुती यांना स्वामीजींनी जोरदार धक्के

दिले होते. ते एकवेळ तिने मानले असते; पण ज्यांच्या आधारावर सर्वस्वाचा त्याग करून ती आली होती, त्यांनीच तिच्याकडे दुर्लक्ष करणे, सर्वांदेखत तिच्यावर टीकेचा भडिमार करणे, गोडीने एखादी गोष्ट समजावून सांगणे दूरच, उलट शक्य होईल तितक्या कठोरपणे तिला दुखवणे, यामुळे निवेदिता गोंधळून गेली होती. काय करावे हे तिला सुचत नव्हते. तिच्यासारख्या अभिमानी, तेजस्वी, अंत:करणाने हळुवार, कविमनाच्या तरुण स्त्रीला अशा वेळी काय वाटत असेल, याची कल्पनाच केलेली बरी!

अशा कठीण मानसिक अवस्थेत तिच्या मदतीला आले ते स्वामी स्वरूपानंद. त्यांचे संन्यासपूर्व नाव होते अजयहरी बन्द्योपाध्याय. ते उच्चशिक्षित, प्रतिभावंत होते. स्वामीजींकडे येण्यापूर्वीच कोलकात्याच्या सांस्कृतिक कार्यात ते पुढे होते. 'डॉन' या मासिकाचे ते एक संपादक होते. त्यांच्याच प्रेरणेने 'डॉन' सोसायटी स्थापन झाली. 'प्रबुद्ध भारत' या मासिकाचे संपादक राजम अय्यर यांच्या आकस्मिक निधनानंतर 'प्रबुद्ध भारत'च्या संपादकपदाची धुरा स्वामीजींनी स्वरूपानंदांच्या खांद्यावर दिली. दीक्षा दिल्यानंतर सर्व नियम बाजूला सारून, काही आठवड्यांतच स्वामीजींनी त्यांना संन्यास दिला. यावरूनच त्यांची योग्यता सिद्ध होते. स्वामीजी त्यांना 'पुरुषरत्न' मानत.

निवेदितेला बंगाली शिकवण्याची जबाबदारी स्वामीजींनी स्वरूपानंदांवर सोपवली होती. कोलकात्यात बंगालीची शिकवणी फारशी गांभीर्याने झाली नसली, तरी आलमोड्याला ती नियमितपणे सुरू होती. त्याचबरोबर ते तिला हिंदुधर्मशास्त्राची ओळख करून देत होते आणि गीताही शिकवत होते. निवेदितेला गीता शिकवत असतानाच बहुधा त्यांच्या मनात गीतेचा इंग्रजी अनुवाद करण्याची कल्पना आली असावी. पुढे त्यांच्या इंग्रजी अनुवादाचे मुद्रितशोधन निवेदितेनेच केले.

निवेदितेची मानसिक अवस्था पाहून त्यांना वाईट वाटले आणि त्यांनी तिला ध्यान शिकवायला सुरुवात केली. निवेदिताही मनापासून ध्यानाचा अभ्यास करायला लागली. ध्यानामुळे मन शांत होते आणि समोर उभ्या ठाकलेल्या समस्यांचे सहजपणे समाधान होते. निवेदितेच्या बाबतीतही असेच घडले. गुरूपाशी आत्मविसर्जन करणे हेच शिष्याचे इच्छित असायला हवे, हे तिच्या लक्षात आले. तिच्यात आणि स्वामीजींच्यात सेतुबंधनाचे कार्य स्वरूपानंदांनी केले.

याच वेळी तिच्या मदतीला जया पुढे सरसावल्या. त्यांना सहवासाने या तरुण मुलीबद्दल विशेष आपुलकी वाटायला लागली होती. त्यांनी या विषयावर स्वामीजींशी बोलायचे ठरवले. कारण निवेदितेला आता मानसिक क्लेश असह्य झाले होते आणि हे त्यांच्या लक्षात आले होते. तेव्हा आता दुरून नुसते पाहत राहणे, त्यांनाही अशक्य झाले होते. या क्लेशांचे पर्यवसान निवेदितेच्या शरीरावर आणि मनावर

विपरीतपणे होण्याचे चिन्ह दिसत होते. म्हणूनच नेहमीप्रमाणे स्वामीजी येताच, त्यांनी हळुवारपणे आणि गंभीरपणे आपले म्हणणे स्वामीजींसमोर मांडले. स्वामीजींनी शांतपणे सर्व ऐकून घेतले आणि ते तेथून निघून गेले. संध्याकाळी तिघी जणी व्हरांड्यात बसल्या असताना स्वामीजी परत आले आणि लहान मुलाच्या निरागसतेने जयांना म्हणाले, ''तुमचंच बरोबर होतं. परिवर्तन करायलाच हवं. मी एकांतवासासाठी रानात जातोय. मी परत येईन तेव्हा सगळं ठीक झालेलं असेल. मी येताना शांती घेऊन येईन.'' ते वळले आणि त्या दिवशी अमावस्या असल्याचे त्यांच्या लक्षात आले आणि उदात्तपणे ते एकदम म्हणाले, ''असं पाहा, मुसलमान अमावस्या विशेष मानतात. आपल्या आयुष्यातही ती अमावस्या नवीन जीवनाचा आरंभ करो!'' असे म्हणतच त्यांनी आशीर्वादासाठी हात उचलला. त्याच क्षणी त्यांची बंडखोर शिष्या त्यांच्या पायापाशी वाकली होती. तिच्या डोक्यावर हात ठेवून त्यांनी तिला मनापासून आशीर्वाद दिले. या शुभक्षणात विरोध, संघर्ष संपल्याचा गोडवा भरून राहिला होता. यामुळे मनाची जखम भरून येणार होती.

या प्रसंगातून निवेदितेला आपोआपच एका गोष्टीची आठवण झाली. पूर्वीच रामकृष्णांनी आपल्या शिष्यांना सांगितले होते की, त्यांचा लाडका 'नोरेन' त्याच्यातील महान शक्तीद्वारा आपल्या स्पर्शाने आपले ज्ञान दुसऱ्याला देईल. ही भविष्यवाणी आलमोड्याला असताना खरी ठरली. त्या रात्री ध्यान करताना निवेदितेला जाणवले की, आपण सत्याकडे खोलवर निरखून पाहत आहोत आणि तेथपर्यंत पोहोचताना अहंकाराचा लवलेश उरलेला नाही. आणखी एक गोष्ट तिच्या लक्षात आली, ती म्हणजे महान गुरू, शिष्यात व्यक्तिनिरपेक्ष दृष्टी यावी म्हणून गुरू-शिष्यातील वैयक्तिक नात्याचा नाश करतात.

निवेदितेचा भ्रमनिरास व्हायची वेळ आली होती, कारण तिच्या दृष्टिकोनात आमूलाग्र परिवर्तन होणे आवश्यक होते. पण ते तोपर्यंत झाले नव्हते. भारताची खरी सेवा करायची असेल, तर पाश्चात्त्य संस्कारांना तिलांजली द्यायला हवी आणि भारताच्या अंतरात्म्याला ओळखले पाहिजे, त्याच्यावर सर्वस्वाने प्रेम केले पाहिजे, हे तिच्या लक्षात आले. ६ जून, १८९८ रोजी एरिक हॅमन्डला लिहिलेले पत्र या दृष्टीने फार महत्त्वाचे आहे. त्यात तिने म्हटले आहे, ''मी बरंच काही शिकतेय... एका विशिष्ट अवस्थेलाच 'आध्यात्मिकता' म्हणता येते. ही 'आध्यात्मिकता' प्राप्त करणे आवश्यक आहे. प्रेमासाठी हृदय जसं व्याकूळ होतं, तसाच अंतरात्मा परमेश्वरासाठी तळमळतो. आताच्या अहंकारशून्य अत्युच्च अनुभवापुढे पूर्वीची उदारता, नि:स्वार्थीपणा अगदी तुच्छ वाटायला लागलाय. आता हळूहळू ते सर्व मला समजायला लागलंय. प्राथमिक सत्य कळायला इतके दिवस लागावेत ना! माणसाचे जीवन आणि नातेसंबंधातील माझे पूर्वीचे सर्वच विचार मी झाडून मोकळी

झालेय, असं नाही. सध्या मी अंधारात चाचपडतेय, विचार करतेय, पुरावे शोधतेय. पण एक ना एक दिवस मी ज्ञान प्राप्त करून घेईन आणि सत्यावर जय मिळवेन. मग दृढ विश्वासाने ते दुसऱ्यांना दान करेन, अशी मला आशा वाटते.''

स्वामीजींनी निवेदितेची निवड विचारपूर्वक केली होती. स्वामीजींच्या अथक प्रयत्नामुळे आणि सूक्ष्म टीकेमुळे निवेदितेला हळूहळू भारतीय विचारांतील मर्म कळायला लागले. भारतीय कार्यामागील भारतीय आचार-विचारामागील सखोल अर्थ आणि महान उद्देश लक्षात यायला लागले. स्वामीजींचे जाज्वल्य व्यक्तिमत्त्व तसेच राखून, रामकृष्णांनी त्यांच्यात परिवर्तन घडवून आणले. स्वामीजींनी निवेदितेच्या बाबतीत तेच केले. स्वामीजी आपल्याकडे दुर्लक्ष करत आहेत, असे वाटल्यामुळे निवेदितेच्या मनात क्षोभ उसळला होता; पण स्वत:ला स्वामीजींची मुलगी मानून तिने आपल्या अहंकाराला विसर्जित केले. ती स्वामीजींना अनुसरायला तयार होतीच. तिला स्वामीजींचा तिच्याविषयीचा स्नेह आणि विश्वास यांचा प्रत्यय येऊ लागला.

या प्रवासात स्वामीजी एकदा तिला म्हणाले होते की, पुष्कळ वेळा मी तुझ्याविरुद्ध बोलतो, रागावतो, पण लक्षात ठेव की, प्रेमाशिवाय दुसरी भावना माझ्या मनात असूच शकत नाही. आपल्याला एकमेकांविषयी स्नेह वाटतो, एवढे मनाशी पक्के केले की वाद आपोआप मिटतो.

स्वामीजींशी असा वैचारिक संघर्ष झाला, तरी निवेदितेने भारतातून परत जाण्याचा विचार चुकूनही केला नाही. स्वामीजींच्या अशा आचरणाचा रागही तिला आला नाही. ती सर्व पूर्णपणे विसरून गेली. स्वामीजींनी आपल्याला योग्य रीतीने घडवण्यासाठीच हे केले, हे तिच्या लक्षात आले म्हणूनच Notes of Some Wanderings... या पुस्तकात या संघर्षाचा योग्य तेवढाच उल्लेख तिने केला आहे.

स्वामीजी आपला शिष्य निवडताना तावून-सुलाखून त्याची निवड करत. त्यांना कळून चुकले होते की, त्यांच्यापाशी वेळ कमी आहे आणि कार्याचा विस्तार करायचा आहे. म्हणून शिष्यांना तयार करण्याची त्यांना घाई होती. अशा वेळी शिष्याने त्यांना योग्य तसा प्रतिसाद दिला नाहीतर ते चिडत, संतापत; पण त्यामागचा उद्देश प्रामाणिक असे. म्हणूनच शिष्यही मनात काही ठेवत नसत. एकदा जया निवेदितेला म्हणाल्या, ''स्वामीजी मूर्तिमंत शक्ती होते.'' निवेदितेने चटकन उत्तर दिले, ''ते स्नेहाची मूर्ती होते.'' जया पुढे म्हणाल्या, ''मला याचा कधी अनुभव नाही आला.'' ''कारण तुमच्यापाशी स्वामीजींनी तो कधीच प्रकट केला नाही.'' निवेदितेने तात्काळ उत्तर दिले, ''स्वामीजी प्रत्येकाचा स्वभाव आणि परमेश्वराजवळ पोहोचण्यासाठी त्या माणसाला साध्य असणारा मार्ग, याचा विचार करून त्याच्याशी वागत.''

२५ मे, बुधवार! स्वामीजी एकटेच निघून गेले आणि शनिवारी, २८ मेला परत आले. स्वामीजी मधून-मधून असे अरण्यात एकांतवास करत. मग ते परत आल्यावर सर्व जण त्यांच्या भोवती जमत. या वेळीही स्वामीजी सेव्हियरांच्या बंगल्याच्या बागेत निलगिरीच्या झाडाखाली बसले होते. भोवती रानगुलाब फुलले होते. स्वामीजी अतिशय प्रसन्न होते. खरोखरच ते शांती घेऊन आले होते. निवेदिताही शांत आणि आनंदी होती.

३० मे, या दिवशी सेव्हियर दाम्पत्यासह ते पुन्हा हिमालयाच्या प्रवासास निघाले. हिमालयातील एखाद्या एकांत ठिकाणाच्या शोधात ते होते. तेथे त्यांना मठ स्थापन करायचा होता. धीरामाता, जया, निवेदिता आलमोड्यासच राहिल्या.

२ जूनच्या रात्री जेवणानंतर निवेदिता, धीरामाता आणि जया बोलत बसल्या असताना, अचानक टेनिसनच्या In Memoriam या कवितेचा विषय निघाला. निवेदितेने ती मोठ्याने वाचली –

Yet in these ears, till hearing dies
One set slow bell will seem to toll
The passing of the sweetest soul
That ever looked with human eyes
I hear it now, and o'er and o'er
Eternal greetings to the dead
And 'Ave, Ave, Ave', said,
'Adieu, Adieu' for evermore.

नेमक्या याच वेळी भारताच्या दक्षिणेला त्यांच्या परिचयातील एकाचा आत्मा अनंतात विलीन झाला. गोविंद म्हणजेच गुडविन यांचा उटकमंड येथे विषमज्वराने मृत्यू झाला. मृत्युसमयीही ते स्वामीजींबद्दलच बोलत होते. अखेरच्या क्षणी स्वामीजी आपल्याजवळ असावेत, अशी त्यांची इच्छा होती.

शुक्रवारी, ३ जूनला सकाळीच ही दुःखद बातमी कळवणारी तार आलमोड्याला येऊन थडकली. गुडविनबद्दल सर्वांनाच आपुलकी असल्याने आलमोड्यातील बंगल्यात शोककळा पसरली. निवेदितेच्या शब्दांत सांगायचे झाले तर "भारतातील सात पाश्चात्त्य शिष्यांपैकी आता सहाच उरले." सेव्हियर पती-पत्नी, निवेदिता, गुडविन, मुलर, धीरामाता आणि जया हे ते सात शिष्य.

५ जूनला स्वामीजी परत आले. सर्व जण त्यांच्याभोवती जमले. स्वामीजी दुःखी दिसत होते. कारण पवहरीबाबांनी स्वतः प्रज्ज्वलित केलेल्या अग्निकुंडात स्वतःचीच आहुती दिल्याचे पत्र त्यांना नुकतेच मिळाले होते. श्रीरामकृष्णांनंतर ते

पवहरीबाबांनाच मानत होते. "हे असं करणं चूकच नाही का?" निवेदितेने विचारले, "कसं सांगू? ते फार मोठे होते. त्यांच्याबद्दल मी काय सांगणार! ते काय करताहेत, हे त्यांना माहीत होतंच." स्वामीजींनी उत्तर दिले. गुडविनच्या मृत्यूची बातमी स्वामीजींच्या कानावर घालण्याचे त्या दिवशी सर्वांनीच टाळले.

दुसऱ्या दिवशी स्वामीजी पहाटे चार वाजताच उठले. दुःखातून ते सावरले होते. तेवढ्यात निवेदितेने त्यांना गोविंदच्या मृत्यूची बातमी सांगितली. त्यांना धक्काच बसला. थोडा वेळ ते गप्पच बसले. मग ते अतिशय हळुवारपणे भक्तीबद्दल बोलत राहिले. वैराग्याप्रत नेणाऱ्या भक्तीबद्दल, अतिशय महान त्यागाबद्दल ते बोलले. त्यानंतरच्या दिवसांत ते कृष्णाबद्दल बोलले खरे, पण गोंविदच्या आठवणी त्यांना अस्वस्थ करत होत्या. "हे काही शूरपणाचे लक्षण नाही. यावर विजय मिळवायलाच हवा." स्वामीजी म्हणाले. निवेदितेने काही ओळी रचल्या होत्या. त्यांच्यात सुधारणा करून आणि भर घालून, स्वामीजींनी लहानशी कविता केली –

Requiescat In Pace
Speed forth, O Soul! upon thy star-strewn path,
Speed, blissful one! where thought is ever free
Where time and sense no longer mist the view
Eternal peace and blessings be on thee!

Thy service true, complete thy sacrifice,
Thy home the heart of love transcendent find,
Remembrance sweet, that tells all space and time,
Like alter-rose, fill thy place behind
Thy bonds are broke, thy quest in bliss is fond
And – one with that which comes as Death and Life,
Thou helpful one! unselfish e'er on earth,
Ahead, still aid with love this world of strife

स्वामीजींनी ही कविता गोविंदच्या आईला पाठवली. मुलगा गेल्याचे दुःख झाले असतानाही त्यांनी स्वामीजींना उत्तर पाठवले आणि त्यांचे आभार मानले.

या कवितेत निवेदितेने जुळवलेल्या ओळी पूर्णपणे बदलल्या गेल्या होत्या. त्याबद्दल निवेदितेला वाईट वाटू नये म्हणून स्वामीजींनी तिला, कविता कशी करायला हवी, ते समजावून सांगितले.

१० जून हा आलमोडा मुक्कामातील अखेरचा दिवस. त्या दिवशी स्वामीजींनी रामकृष्णांच्या आजाराबद्दल सांगितले. डॉ. महेन्द्रलाल सरकारांनी कर्करोगाचे निदान केल्यावर रामकृष्णांचा शिष्यपरिवार बेचैन झाला आणि त्या आजाराच्या संसर्गाबद्दल घाबरून चर्चा करायला लागला. तेव्हा स्वामीजींनी तेथे पडलेली रामकृष्णांची उष्टी कांजी पिऊन त्यांची तोंडे बंद केली!

११ जूनला सकाळी आलमोड्याचा मुक्काम हलवून, सर्व जण काश्मीरकडे निघाले. आलमोड्याला असतानाच 'प्रबुद्ध भारत'चे संपादक राजम अय्यर यांच्या मृत्यूची बातमी कळली होती. सेव्हियर यांनी आलमोड्याहून 'प्रबुद्ध भारत' प्रसिद्ध करण्याची जबाबदारी उचलली. त्यांना स्वरूपानंद मदत करणार होते. या मृत्यूंच्या बातम्यांमुळे – विशेषत: गोविंदाच्या – स्वामीजींना आलमोड्यास राहणे नकोसे झाले होते. धीरामातांचे आतिथ्य स्वीकारून ते निवेदिता आणि जया यांच्यासह पुढील प्रवासाला निघाले.

दोन दिवसांनी ते काठगोदामाला पोहोचले. या प्रवासात ते दुसऱ्यांदा काठगोदामला येत होते. काठगोदामहून पुढच्या प्रवासातच एकदा स्वामीजींनी बनारसच्या संन्यासिनीची गोष्ट सांगितली. परिव्राजक अवस्थेत बनारसला असताना, माकडांच्या त्रासाने स्वामीजी हैराण झाले होते. ते पाठ फिरवून पळतील, असे तेथे असलेल्या वृद्ध संन्यासिनीला वाटले मात्र, ती एकदम म्हणाली, "आपत्तीला तोंड द्यायलाच हवं." स्वामीजींना आयताच एक पाठ मिळाला.

पावसाळ्यापूर्वीच्या उष्ण दुपारी 'तराई'चा प्रदेश पार करताना स्वामीजींचा उत्साह पाहण्यासारखा होता. "हीच ती पवित्र भूमी. इथंच बुद्धाचं तरुणपण व्यतीत झालं आणि इथंच त्याने सर्व ऐहिक गोष्टींचा त्याग केला." स्वामीजी भारावून म्हणाले. बुद्धाबद्दल त्यांना परम श्रद्धा होती. ते लहान असताना त्यांना बुद्धाने दर्शन दिले होते. त्यांचे हे बोलणे ऐकून निवेदिताही त्या प्रदेशाकडे उत्कटपणे पाहत राहिली. कारण बुद्ध हे निवेदितेचे श्रद्धास्थान नव्हते का! राजस्थानातील मोर पाहून निवेदितेच्या मनात आले की, हे सुंदर पक्षी नाचत-नाचत राजपुतान्याचे पोवाडेच गात आहेत. रस्त्यात मधून-मधून डुलत-डुलत जाणारे हत्ती म्हणजे राजपुतांनी जिंकलेल्या युद्धाच्या इतिहासाच्या पुस्तकातील उडून आलेले पानच. असे जिवंत रणगाडे असल्यावर राजपुतांचा पराभव होणारच कसा! स्वामीजींप्रमाणेच निवेदितेलाही इतिहासाची अतिशय आवड. त्यातून ती प्रतिभावंत आणि स्वामीजींसारखा वक्ता! मग आणखी काय पाहिजे! म्हणूनच तर Notes on Some wanderings with The Swami Vivekananda या आपल्या पुस्तकात ती म्हणते, "हे दिवस फारच सुंदर होते. या दिवसात आदर्श वास्तवात उतरले."

स्वामीजींनी त्यांना फक्त मोठी-मोठी वैभवशाली शहरेच दाखवली नाहीत, तर

जाता-जाता दिसणारी शेते, त्यातून डोकावणाऱ्या झोपड्या, लहान-लहान खेडी, तेथील लोक आणि त्यांचे जीवन यातील वेगळे सौंदर्यही त्यांच्या लक्षात आणून दिले. सामान्य शेतकरी-गृहिणीची दिनचर्या वर्णन करताना स्वामीजींचे डोळे चमकत होते आणि आवाज आनंदाने कापत होता. त्यांना त्यांचे परिव्राजक काळातील दिवस आठवत असावेत. शेतकरी स्त्रीजवळ अतिथीला देण्यासाठी धड अंथरूण-पांघरूण नसते. गवत पसरून ती त्याच्या झोपण्याची व्यवस्था करते. तिच्या मातीच्या घरात त्याने आतिथ्य स्वीकारले म्हणून कृतकृत्य होऊन आपल्या पानातला घास स्वत: न खाता ती अतिथीच्या पानात वाढते. सगळे झोपले तरी तिचे काम सुरूच असते. अतिथीसाठी सकाळी उठल्यावर सहज त्याला दिसेल, असे कडुलिंबाचे दांतवण आणि पेलाभर दूध ठेवल्याशिवाय ती अंथरुणाला पाठ टेकत नाही. यामागचा हेतू एकच की आपल्या घरात आलेल्या अतिथीने आपल्या घरातून समाधानाने पुढच्या प्रवासाची वाट धरावी. 'भारतात गरिबाच्या झोपडीत मिळणाऱ्या पाहुणचाराला तोड नाही', असे म्हटले जाते ते उगाच नाही! स्वामीजी एवढ्या बारकाईने हे सांगू कसे शकत होते? कारण त्यांना त्याचा प्रत्यक्ष अनुभव होता.

भारताची अशी ओळख करून घेताना निवेदितेला वाटले की, पाश्चात्त्य लोक स्वत:ला सुशिक्षित समजतात, पण भारत समजून घेताना ते निरक्षरच ठरतात!

तत्कालीन बंगालची सरहद्द ओलांडून त्यांनी वायव्य प्रांतात (North-West Provinces) प्रवेश करताच स्वामीजींनी आवर्जून त्यांना एका थोर आणि दयाळू इंग्रज राज्यकर्त्याची गोष्ट सांगितली. स्वामीजी म्हणाले, "तो इतरांपेक्षा वेगळा होता. पूर्वेकडच्या देशात अजून जनमत तयार झालेले नाही. तेव्हा तिथं एका खात्यातून दुसऱ्या खात्यात जाऊन काम करून घेणं लोकांना जमणार नाही, नोकरशाहीची त्यांना कल्पनाच नाही, त्यांच्याकडे वैयक्तिक लक्ष द्यायला हवं, हे त्या सुज्ञ राज्यकर्त्याने जाणलं होतं. त्यामुळे प्रत्येक सार्वजनिक ठिकाणी तो प्रत्यक्ष भेट देत असे. तो आला की आपल्याला योग्य न्याय मिळणार, असं अगदी गरीब आणि सामान्यातल्या सामान्य माणसाला वाटत असे." स्वामीजींच्या मते साम्राज्यशाहीत लोकशाही राबवणे अत्यंत चुकीचे आहे. म्हणूनच जूलियस सीझर सम्राट व्हायला उत्सुक झाला, अशीच स्वामीजींची धारणा होती. यासाठी त्यांनी फार कारुण्यपूर्ण असे उदाहरण दिले. इंग्रज साम्राज्यशाहीच्या अगदी सुरुवातीच्या काळात अनेक सामान्य माणसे आपल्याजवळील पै-पैसा खर्चून, आपली तक्रार किंवा म्हणणे राणीच्या कानावर घालण्याकरिता निघाली. त्यांची राणीशी भेट झाली नाहीच, त्यांचा भ्रमनिरास झाला आणि ते उपासमारीने मेले. त्यांचे घर, गाव त्यांना काही पुन्हा दिसले नाही. स्वामीजींनी ही हकिकत अशा काही शब्दांत सांगितली की, तिचा निवेदितेवर फार मोठा प्रभाव पडला. तिच्या मनावर ही हकिकत कायमची कोरली गेली.

पंजाबमध्ये प्रवेश करताच स्वामीजींच्या आनंदाला पारावार राहिला नाही. जणूकाही ते त्यांच्या जन्मभूमीतच आले होते. पंजाबी लोक आणि स्वामीजी यांच्यात आदराचे आणि प्रेमाचे नाते होते. येथील लोकांना त्यांच्यात गुरू नानक आणि गुरू गोविंदसिंह यांचा अनोखा संयोग दिसत असे.

गाडीतून बाहेरचे दृश्य सतत बदलताना दिसत होते. वृक्षवेलीत फरक पडत होता. वनस्पतिशास्त्राची आवड असल्याने निवेदिता अत्यंत कुतूहलाने हे सर्व निरखत होती. गुलाब दिसेनासे झाले होते. निवडुंग फडा काढून उभे होते. अच्छाबलपर्यंत देवदार भेटणार नव्हते.

१९ जूनचा दिवस आठवणींमध्ये रमण्याचा होता. निवेदिता स्वामीजींबरोबर टांग्यातून जात असताना, स्वामीजींनी काही मजेशीर आठवणी सांगितल्या. स्वामीजींच्या जन्मापूर्वी त्यांच्या आईने शिवाची आराधना केली होती. स्वामीजी लहानपणी अतिशय खोडकर होते. त्यांच्या खोड्यांनी हैराण होऊन, त्यांची आई म्हणायची, "पूजला होता भूतनाथ पण नशिबी आलं हे भूत!" स्वामीजींचाही असा विश्वास होता की, ते शिवाच्या गणांपैकी एक आहेत आणि शिक्षा म्हणून त्यांना माणसाचा जन्म देऊन, या जगात पाठवले आहे. या जन्मातील त्यांचे महत्त्वाचे एक कार्य म्हणजे प्रयत्न करून पुन्हा शिवाकडे परत जाणे, असे त्यांना वाटत असे. शिवाला ते फार मानत.

रूढींविरुद्ध बंड त्यांनी लहानपणापासूनच केले. पूर्वी बंगालमध्ये उजवा हात उष्टा असला तरी त्याच हाताने फुलपात्र उचलत. स्वामीजींनी याविरुद्ध बंड पुकारून डाव्या हाताने फुलपात्र उचलण्यास सुरुवात केली. अशा वेळी ते आईशीही वाद घालत. मग आई त्यांच्या डोक्यावर पाण्याची धार धरत असे. अशी धार धरल्यावर मात्र ते शांत होत.

रस्त्यात संन्याशांचा जथा पाहताच ते चिडले. ते म्हणाले की, भारतात लोक धार्मिक जीवनाबद्दल जेवढे जागरूक आहेत, तेवढे इतर कुठल्याच गोष्टीबद्दल नाहीत. इतर देशांनी व्यापार, उद्योगधंदे, खेळ यात किती प्रगती केली आहे! पण लवकरच त्यांची लहर फिरली. ते म्हणाले, "ऐशाराम, विलास यांनी माणसातील पुरुषार्थ हिरावून घेतलाय." स्वामीजींना आध्यात्मिकता आणि ऐहिकता यात समन्वय हवा होता.

मुरीला त्यांनी डाकबंगल्यात मुक्काम केला. निवेदितेला मुरी फार आवडले. संधिप्रकाशात कुरणांतून आणि शेतातून पायवाटेने बाजारात मारलेला फेरफटका, युरोपीय जमिनदारांच्या कोटासारखी दिसणारी येथील गढी, लहान-लहान टुमदार घरे आणि त्या घरांच्या अंगणात फुललेले टपोरे गुलाब, गावातल्या काही धीट बालकांनी तिच्याशी गट्टी करण्याचा केलेला प्रयत्न – हे सारेच तिला मोहवून गेले.

२० जूनला सुंदर, नयनरम्य खिंडीतून प्रवास करत ते बारामुल्लाला पोहोचले.

या प्रवासात काश्मीरच्या खोऱ्याविषयीची एक मनोरंजक अख्यायिका निवेदितेला समजली. अती प्राचीन काळी हे खोरे म्हणजे एक प्रचंड सरोवर होते. अचानक तेथे एकदा एका 'दैवी वराहा'चा उदय झाला. त्याने आपल्या टोकदार सुळ्याने डोंगराला खिंडार पाडले. त्यामुळे सरोवराचे पाणी खळखळून वाहायला लागले. हा खळखळणारा प्रवाह म्हणजेच जेहलम नदी. ही आख्यायिका ऐकल्यावर हा आख्यायिकेद्वारा सांगितलेला भूगोल आहे की इतिहासपूर्वकालीन इतिहास, असा प्रश्न निवेदितेला पडला.

बारामुल्लाला त्यांनी डाकबंगल्यात मुक्काम केला. सामानसुमान डाकबंगल्यात व्यवस्थित उतरवून, स्वामीजी एकटेच घाईघाईने बाहेर पडले. त्यांच्याबरोबर दुसरे पुरुषमाणूस कुणीच नव्हते. त्यामुळे पुढील प्रवासासाठी डोंगी ठरवणे, सामान वाहून नेण्यासाठी हमाल ठरवणे, पुढच्या मुक्कामाचे ठिकाण ठरवून, तेथे उतरण्याची व्यवस्था करणे वगैरे सर्वच कामे स्वामीजींनाच करायची होती. म्हणून तर ते बरोबरच्या स्त्रियांना डाकबंगल्यात पोहोचवून तडकाफडकी बाहेर पडले होते.

"जो नशीबवान असतो, त्याच्या पाठीशी देव उभा राहतोच.'' बाहेरून परत येताच, डाकबंगल्याच्या पायऱ्या चढता-चढता स्वामीजी मोठ्यांदा म्हणाले. "काय झालं?'' निवेदिता, धीरामाता आणि जया – तिघींनी एकदमच विचारले. स्वामीजी प्रसन्न दिसत होते. त्यामुळे तिघींच्याही तोंडावर हसू पसरले होते. कुतूहलाने त्या स्वामीजींकडे पाहत होत्या. स्वामीजी व्हरांड्यातील खुर्चीवर टेकले. आपल्या हातातील छत्री आपल्या गुडघ्यांवर आडवी ठेवत ते सांगायला लागले, "चौकशी करत होतो की डोंगी कुठं मिळातील, तर मला पाहताच एक जण पुढे आला. मला काय-काय पाहिजे याची त्याने चौकशी केली आणि म्हणाला की, आपण काही काळजी करू नका. आपली सर्व कामे मी व्यवस्थित करून देईन. मी असताना आपण धावपळ करू नये. सगळ्या जबाबदारीतून मोकळं केलं मला त्यानं. हा योगायोगच नाही का?''

मग बाकीचा उरलेला दिवस सर्वांनी मजेत घालवला. त्यांनी काश्मीरी चहा घेतला, देशी जॅम खाल्ला. स्वामीजींना भेटलेला तो माणूस दुपारी चार वाजता निरोप सांगायला आला. त्याने तीन डोंगी ठरवल्या होत्या.

डोंगीतून ते श्रीनगरकडे निघाले. पहिल्या दिवशी संध्याकाळी ते सर्व जण स्वामीजींच्या मित्राच्या बागेत उतरले. तेथे त्या मित्राच्या मुलाशी खेळण्यात आणि नीलपुष्पीची (Forget-me-not) फुले गोळा करण्यात वेळ कसा गेला, ते कळलेच नाही.

दुसऱ्या दिवशी त्यांनी काश्मीरच्या खोऱ्यात प्रवेश केला. वर निळे आकाश, पाणीही स्वच्छ निळे, सभोवती हिमाच्छादित शिखरे, हिरवीगार कुरणे आणि पाण्यावर डुलणारी कमळे, फार विलोभनीय दृश्य होते! निळा, पांढरा आणि हिरवा

या रंगांनी अशी काही किमया केली होती की, या रंगसंगतीतून निर्माण झालेल्या सौंदर्याने मनाला हुरहूर लागावी.

थोडे पुढे गेल्यावर त्यांना लांबरुंद पसरलेले कुरण लागले. त्यात भला मोठा चिनार वृक्ष एकांडेपणे उभा होता. त्याच्या बुंध्याचा घेर एवढा मोठा होता की, लोकोक्तीनुसार त्यात वीसेक गाई आरामात बसल्या असत्या. स्वामीजींच्या मनात आले की, या बुंध्यात ध्यानधारणेसाठी सुरेख कुटी बांधता येईल. या विचाराबरोबर त्यांनी ध्यानधारणेवर बोलायला सुरुवात केली. त्यांचे बोलणे निवेदितेच्या मनाला एवढे भिडले की, पुढे केव्हाही चिनार वृक्ष दिसला की स्वामीजींचे बोलणे आपोआप तिच्या मनात घुमू लागत असे.

स्वामीजी नेहमी एका वृद्ध काश्मीरी स्त्रीच्या निष्ठेबद्दल, प्रामाणिकपणाबद्दल सांगत. ते यापूर्वी येथे आले होते तेव्हा या वृद्धेकडे त्यांनी पाणी मागितले होते. तिने तत्परतेने त्यांना पाणी दिले होते. जाता जाता स्वामीजींनी तिला विचारले होते, ''माजी, आपला धर्म कोणता?'' ती अभिमानाने म्हणाली होती, ''अल्लाचा दुवा आहे! मी मुसलमान आहे.''

या वेळच्या प्रवासातही स्वामीजी आपल्याबरोबरच्या परदेशी भक्त-स्त्रियांना घेऊन तिच्या शेतावरील घरी गेले. त्या वृद्धेने सर्वांचे आनंदाने स्वागत केले आणि प्रेमाने आदरातिथ्यही केले.

श्रीनगरला पोहोचण्यास दोन-तीन दिवस लागले. त्या काळी बनिहाल बोगदा नव्हता. २२ जूनपासून १५ जुलैपर्यंत त्यांचा श्रीनगरमध्ये मुक्काम होता.

या मुक्कामात एकदा निवेदितेशी बौद्ध धर्माबद्दल बोलताना स्वामीजी अचानक बोलून गेले, ''खरं सांगायचं तर, अशोकाच्या काळात बौद्ध धर्माने जे करायचा प्रयत्न केला ते स्वीकारण्यास अजूनही जगाची तयारी झालेली नाही.'' त्यांचा रोख होता तरी कशाकडे? तर बौद्ध धर्माला प्रत्येक धर्माची स्वायत्तता राखून, सर्व धर्मांचे संयुक्तीकरण करायचे होते.

एकदा ते चेंगीजखानाबद्दल बोलले. लोक त्याला अडाणी व क्रूर समजातात; पण स्वामीजींच्या मते तो अडाणी नव्हता आणि लोभीही नव्हता. तो थोर होता. जगाला एकत्र आणण्याच्या विचाराने तो भारावला होता. नेपोलियन आणि अलेक्झांडरही त्याच्याच जातकुळीतील. किंबहुना ते तिघे म्हणजे एकाच आत्म्याची तीन रूपे होती.

असे वेगळे दृष्टिकोन मांडणारे सकारात्मक विचार निवेदितेच्या मनावर खोल परिणाम करत होते.

या सुमारास स्वामीजी, स्वरूपानंदांच्या संपादकत्वाखाली निघणाऱ्या 'प्रबुद्ध भारत'च्या पहिल्या अंकाची वाट पाहत होते. स्वतःचे वर्तमानपत्र, एखादे नियतकालिक असायलाच हवे, असा स्वामीजींचा आग्रह होता. कारण त्याद्वारेच ते त्यांचे आणि

त्यांच्या गुरूंचे विचार लोकांपर्यंत पोहोचवू शकणार होते. आधुनिक भारत घडवायला याच गोष्टी मदत करणार होत्या. विचार, उच्चार आणि आचार यातूनच त्यांना आपली शिकवण लोकांपर्यंत पोहोचवता येणार होती. अखेर 'प्रबुद्ध भारत' हातात आला. स्वामीजींना आनंद झाला. त्यात त्यांची 'प्रबुद्ध भारतास' (To the Awakened India) ही कविता छापली होती.

२६ जून रोजी स्वामीजींना एकट्यालाच 'क्षीरभवानी'ला जायचे होते. त्यांना एकांतवासाची आवश्यकता होती; पण हे बरोबरच्या स्त्रियांच्या लक्षात आले नाही. त्यांनीही तेथे स्वामींबरोबर जाण्याचा आग्रह धरला. आतापर्यंत ख्रिश्चन किंवा मुसलमान यांपैकी कुणीच या झऱ्याच्या दर्शनास गेले नव्हते. येथे एक गंमत घडली. त्यांचा नावाडी मुसलमान असून तो या गोऱ्या स्त्रियांना बूट घालून त्या पवित्र झऱ्याच्या काठावर उतरू देण्यास तयार नव्हता. एवढे तेव्हा मुसलमानांचे हिंदूकरण झाले होते. कारण मूळचे ते हिंदूच होते.

२९ जूनला त्यांनी चूपचाप 'तक्ते सुलेमान'ला भेट दिली. हे सुंदर देऊळ तीन-चार हजार फुटांवर बांधण्यात आले असून, तेथून खालचे दृश्य फार सुंदर दिसते. भारतीय देवळे, मंदिरे किंवा पूजास्थाने ही अशा उंच ठिकाणी का बांधलेली असतात, ते स्वामीजींनी समजावून सांगितले. 'निसर्गसौंदर्य' हे यामागचे प्रमुख कारण आहे.

४ जुलै हा अमेरिकन लोकांचा राष्ट्रीय सण – स्वातंत्र्यदिन. स्वामीजींनी आणि निवेदितेने इतर दोघींना न कळवता, गुपचूप तयारी केली आणि जया आणि धीरामाता यांना आश्चर्याचा धक्का द्यायचे ठरवले. या दोघी अमेरिकन होत्या, हे आपल्याला माहीतच आहे. ज्या नावेत ते जेवण-न्याहरी करत, तिचे प्रवेशद्वार फुलापानांनी सजवले, अमेरिकेचा ध्वज तयार करून तो त्यावर लावला. स्वामीजींनी प्रवास पुढे ढकलला, कारण त्यांना हा दिवस साजरा करायचा होता. त्यांनी To The Fourth of July ही स्वरचित कविता गाऊन सर्वांना आनंदाचा धक्का दिला.

त्यानंतर सर्वांनी दल सरोवर, शालिमार, निशात बाग आणि नूर महाल या स्थळांना भेट दिली. त्याच दिवशी जया आणि धीरामाता त्यांच्या कामासाठी गुलमर्गला गेल्या. स्वामीजीही त्यांच्याबरोबर गेले.

१० जुलैच्या संध्याकाळी अनपेक्षितपणे धीरामाता आणि जया परत आल्या. त्यांना इतरांकडून कळले की, स्वामीजी अमरनाथला गेले आहेत. त्यांच्याजवळ एकही पैसा नव्हता म्हणून या स्त्रिया काळजीत पडल्या, पण तेथील त्यांचे मित्र आणि परिचित अगदी शांत होते. स्वामीजी असे मधून-मधून नेहमीच एकांतवासासाठी जात.

१५ जुलैला शुक्रवार होता. स्वामीजी अचानक परत आले. "काय बरं वाटतंय परत आल्यावर!" स्वामीजी म्हणाले. त्या वर्षी उन्हाळा खूप असल्याने बर्फ वितळून

बर्फाचे कडे कोसळू लागले होते. त्यामुळे स्वामीजींना माघारी फिरावे लागले. पण स्वामीजींच्या तोंडावर पसरलेला आनंद ते सुखरूप परत आले म्हणून नव्हता; तो अंतरातून आलेला आनंद होता. स्वामीजी आत्मलीन आणि अंतर्मुख झाले आहेत, हे निवेदितेच्या लक्षात आले. स्वामीजींमधील बदल पाहताच, तिला स्वामीजींच्या गुरूंनी – रामकृष्ण परमहंसांनी केलेले भाकीत आठवले, "नरेनच्या हातून कार्य घडावे म्हणून मातेनंच त्याच्या ठायी थोडं अज्ञान ठेवलंय. पण ज्ञान आणि अज्ञान यांतील पडदा एवढा पातळ आहे की कुठल्याही क्षणी तो विरून जाईल."

स्वामीजी परत आल्यावर दोन-चार दिवसांनंतर त्या सर्वांनी रावळपिंडीकडे प्रयाण केले. १९ जुलैला त्यांनी 'पांडवस्थान'चे प्राचीन मंदिर पाहिले. हे मंदिर एका तळ्याच्या गाळात रुतले होते. चुनखडीच्या दगडाचे हे लहानसे मंदिर स्थापत्यशास्त्राच्या दृष्टीने विशेष प्रेक्षणीय होते. निवेदिता भारतातील स्थापत्यकला प्रथमच पाहत असल्याने स्वामीजींनी त्या सर्वांनाच त्यातील बारकावे आणि सौंदर्यस्थळे समजावून सांगितली. सूर्य, स्त्री-पुरुष, सर्प यांच्या आकृती लक्ष वेधून घेणाऱ्या होत्या. मंदिराच्या बाहेरच्या बाजूला उपदेश करणाऱ्या बुद्धाची मूर्ती होती. वृक्षाखाली बसलेली बुद्धमाता – माया देवी – हिची मूर्तीही होती. या दोन्ही मूर्ती अतिशय रेखीव होत्या. या मूर्ती पाहून स्वामीजी भारावून गेले. त्या रात्री निवेदितेच्या एका प्रश्नाला उत्तर देताना त्यांनी हिंदू, बौद्ध व ख्रिश्चन या धर्मातील पारंपरिक संबंधावर सविस्तर विवेचन केले.

दुसऱ्या दिवशी सर्वांनी मार्तंड मंदिराला भेट दिली. या सूर्यमंदिराची बांधणी पाहून निवेदिता अतिशय प्रभावित झाली. येथील धर्मशाळा पाहिल्यावर पौर्वात्य देशच मठाचे उगमस्थान आहे, हे निवेदितेच्या लक्षात आले.

२४ जुलैला सर्वांनी वेरीनाग येथील जहांगीर बादशहाच्या राजवाड्याला भेट दिली; पण निवेदितेच्या लक्षात हा दिवस राहिला तो वेगळ्याच कारणामुळे. त्या दिवशी रात्रीच्या जेवणाच्या वेळी स्वामीजींनी आपणहून निवेदितेच्या शाळेचा विषय काढला आणि याविषयी तिच्याशी सविस्तर चर्चा केली.

२५ जुलैचा दिवस निवेदितेच्या दृष्टीने महत्त्वाचा ठरला. सकाळी लवकरच सर्व आटोपून त्यांनी अच्छाबलला भेट दिली. जहांगीर बादशहाने तयार करवून घेतलेले तेथील सुंदर बगीचे पाहून निवेदिता हरखून गेली. 'पठाण खान जनान्या'च्या समोर तळ्यावर त्यांनी स्नान केले. आणि सर्वांत आनंदाची गोष्ट म्हणजे आपल्या मुलीला – निवेदितेला अमरनाथला घेऊन जाण्याचा आणि शिवाला अर्पण करण्याचा मनोदय स्वामीजींनी बोलून दाखवला. धीरामातांनी त्यास हसून संमती दिली.

सर्वांनी स्वामीजींबरोबर पहलगामला जायचे आणि स्वामीजी तीर्थयात्रा करून परत येईपर्यंत बाकीच्यांनी पहलगामलाच थांबायचे असे ठरले. दुसऱ्या दिवशी दुपारी

ते पहलगामच्या अलीकडील बवान या गावाकडे रवाना झाले.

बवान हे एक लहानसे टुमदार गाव होते. तेथील एकंदर वातावरण खेडेगावातील जत्रेसारखे होते. तीर्थयात्रेला जायचे म्हणून स्वामीजींच्या उत्साहाला सीमा राहिली नव्हती. ते एकभुक्त राहत आणि बहुतेक वेळ साधूंच्या सहवासातच असत. बवान त्याच्या पवित्र झऱ्यांसाठी प्रसिद्ध आहे. लहानसे हे गाव साधूंनी आणि यात्रेकरूंनी फुलून गेले होते. स्वच्छ पाण्यात पडलेले दिव्यांचे प्रतिबिंब फार रमणीय दिसत होते.

पहलगामला मेंढपाळांची वस्ती होती. तेथील निसर्गसौंदर्य पाहून निवेदितेला स्वित्झर्लंडची आठवण झाली. एकादशीचा उपवास असल्याने येथे एक दिवसाचा मुक्काम करून पुढे जायचे ठरले. कारण अमरनाथच्या यात्रेला निघाल्यापासून स्वामीजी प्रत्येक निर्बंध कडकपणे पाळत होते. थंड पाण्याने स्नान, उपवास, जप – सगळे! पहलगामला पोहोचताच त्यांना एका समस्येला तोंड द्यावे लागले. परदेशी स्त्रियांचा तंबू सर्वांच्यामध्ये घालण्यावरून वाद निर्माण झाला. संकुचित विचार स्वामीजी सहन करणे शक्य नव्हते. तेव्हा ते हरकतीचे खंडन करायला सरसावले; पण एक नागा साधू मधे पडला. तो म्हणाला, "स्वामीजी, आपल्यात फार मोठी क्षमता आहे हे मान्य. पण इथं ती प्रकट करणं उचित ठरणार नाही." स्वामीजींनी त्यांचे म्हणणे तात्काळ मान्य केले आणि आपले तंबू तेथून दूर ठोकण्यास सांगितले. निवेदितेला बरोबर घेऊन जायचे असेल, तर या साधू-संन्याशांचे सहकार्य आवश्यक आहे, हे लक्षात येताच स्वामीजींनी एक युक्ती लढवली. त्याच दिवशी संध्याकाळी निवेदितेला घेऊन ते साधूंच्या तंबूमध्ये गेले आणि तिच्या हाताने त्यांना भिक्षा घालून, त्यांचे आशीर्वाद मिळवले. मग सर्व समस्यांचे समाधान झाले. दुसऱ्या दिवशी लीदर नदीच्या तीरावर सर्वांच्या पुढे त्यांचे तंबू टाकले गेले. मागे वृक्षांच्या रांगा आणि त्यामागे बर्फाच्छादित पर्वतराजी!

◆

अमरनाथकडे

मोठे अपूर्व दृश्य होते. शेकडो यात्रेकरू अमरनाथकडे निघाले होते. त्यात वेगवेगळ्या पंथांतील साधू होते, तसेच सर्वसामान्य लोकही होते. तरुण होते तसेच वृद्धही होते. सर्वांच्या चेहऱ्यावर प्रसन्नता आणि आनंद दिसत होता. स्वामीजीही उत्साहात होते. स्वामीजींनी निवेदितेसह सकाळी सहालाच पहलगाम सोडले; पण त्यापूर्वीच बरेच जण अमरनाथच्या रस्त्याला लागले होते.

पुढचा मुक्काम होता चंदनवाड्याला. स्वामीजी निवेदितेला कारणापुरतेच भेटत होते. तिची सर्व व्यवस्था लावून दिल्यावर ते त्यांच्यासारख्या सुशिक्षित, विचारवंत साधूंबरोबर चर्चा करत आणि ती ऐकण्यास खूप गर्दी होत असे. चंदनवाडा एका खोऱ्यात वसले होते. ते दोघे तेथे पोहोचले तेव्हा पाऊस पडत होता. पाऊस थांबताच निवेदिता झाडा-फुलांच्या शोधात बाहेर पडली. तिला सात-आठ जातींच्या आखुकर्णी वनस्पती (Myesotis) मिळाल्या. त्यातला दोन जाती तर तिने कधी पाहिलेल्याच नव्हत्या.

स्वामीजी इतर साधू-संन्याशांबरोबर चर्चा करत असले तरी इतर यात्रेकरू, तेथील मुसलमान तहसीलदार आणि त्याचे नोकर निवेदितेची अतिशय प्रेमाने काळजी घेत. हा तहसीलदार पुढे स्वामीजींचा शिष्य झाला. निवेदिताही सर्वांशी आपलेपणाने वागत असल्यामुळे सर्वांची आवडती झाली होती. एक विदेशी तरुणी अतिशय श्रद्धेने यात्रेला निघाली आहे, याचे सर्वांनाच मनापासून कौतुक वाटत होते. हळूहळू ती विदेशी आहे, याचा सर्वांनाच विसर पडला. ती त्यांच्यातीलच एक होऊन गेली.

अमरनाथच्या प्रवासातील दुसरा टप्पा सर्वांत कठीण होता. निवेदितेने हिमनदी अनवाणी पार करावी, असा स्वामीजींचा आग्रह होता. तिने त्यांची इच्छा पूर्ण केली. नंतर जवळजवळ हजार फुटांचा उभा चढ होता. पुढे पर्वताला वळसा घालून जाणारा चिंचोळा रस्ता. आणि असाच रस्ता असलेले पर्वतामागून पर्वत. पहिल्या पर्वताच्या

माथ्यावर श्वेतपर्णीचा (Edelweiss) गालिचाच पसरला होता. नंतर शेषनागच्या वर पाचशे फुटांचा चढ आणि रस्त्यावर पाणी साठून घसरडे झालेले! अखेर अठरा हजार फुटांवर, बर्फाच्या पर्वतराजीत, त्यांनी तंबू ठोकले. जमीन थंड आणि ओलसर होती. देवदारसारखे वृक्ष केव्हाच मागे पडले होते. थंडी भयंकर होती. नोकरांनी दुपारभर जूनिपरच्या झाडांचे सरपण गोळा केले खरे, पण ओलाव्यामुळे ते धड पेटलेच नाही.

नंतरचा मुक्काम पंचतारिणीचा. शेषनागपेक्षा ही जागा कमी उंचीवर होती आणि शेषनागपासून अंतरही फार नव्हते. येथे पाच पवित्र झरे वाहात होते. स्वामीजींसह इतरांनी या पाचही झऱ्यांत स्नान केले. तेथील थंडी कोरडी आणि उल्हसित करणारी होती. आणि फुले?... निवेदिता तर वेडीच झाली. तिच्या तंबूत तिच्या खाटेखाली मोठमोठी निळी आणि पांढरी रानफुले (Anemones) फुलली होती. जणूकाही निळ्या डोळ्यांच्या गोऱ्या परीसारखी ती फुलांच्या मऊ, नाजूक बिछान्यावर पहुडली होती. आणि सभोवती घंटी (gentian), असिपत्री (sedums), शैवाल (sexifrages) फुलांचा गालिचाच पसरला होता. येथील नीलपुष्पी (forget-me-not)ची जातही वेगळी होती. त्याची पाने रुपेरी आणि लव असलेली होती. लांबून मखमल पसरली आहे, असेच वाटत होते. निवेदितेला लहानपणी ब्लू बेलच्या फुलांसाठी केलेली धावपळ नक्कीच आठवली असेल आणि त्याचबरोबर आपली माणसे! पण जमिनीवरची नजर वर उचलताच तिला दिसली उंचच उंच हिमशिखरे. आणि अंगाला भस्म फासलेल्या शिवाचे दर्शन या शिखरांतून हिंदू मनाला सहजपणे कसे होते, ते तिला लीलया जाणवले. फारच सुंदर! अपूर्व!! सगळेच कसे पवित्र! आपण एका वेगळ्याच लोकी आलो आहोत, असेच तिला वाटले.

२ ऑगस्ट उजाडला. मंगळवार होता तो! राखी पौर्णिमा होती. अमरनाथला राखी पौर्णिमा मोठ्या उत्साहात साजरी केली जाते. आदल्या दिवशी चांदण्यातच यात्रेकरू निघाले होते. आता डोली, घोडे विसरून पायीच दोन हजार फुटांचा चढ चढायचा होता. रस्ता म्हणजे पायवाटच. चढ उभा होता. निवेदिता थोडी चालायची आणि मग थांबून चहूकडे नजर टाकायची. निसर्गाने येथे जणू फुलांची उधळणच केली होती – रानगुलाब, नाजूक काशातु (columbines), अधोमुखी विवरणी (michaelmas), रंगीबेरंगी गवती फुले (daisies), वनस्पतिवेड्या, रसिक निवेदितेला हे फूल पाहू की ते घेऊ असे झाले. चढ चढल्यावर उतरण होती. उतरणीच्या अखेरीला अमरनाथाची ती प्रसिद्ध गुहा. गुहेपूर्वी एक मैलावर बर्फाऐवजी बर्फासारखे थंड पाणी खळाळत होते. यात्रेकरू तेथे स्नान करून गुहेत दर्शनासाठी जात होते.

स्वामी थकल्यामुळे मागे राहिले होते. त्यांना अनेक व्याधी त्रास देत होत्या. मधून-मधून प्रकृती ढासळायची. मग थोडी विश्रांती. विश्रांती झाली की कार्य आणि

कार्य. निवेदिता बरीच पुढे गेली होती. स्वामीजींची वाट पाहत ती एका खडकावर बसली. स्वामीजी इतक्या आनंदात आणि उत्साहात होते की, त्यांना बरे वाटत नसेल, असे तिच्या मनातही आले नाही. बऱ्याच वेळाने स्वामीजी आले. म्हणाले, ''तू पुढे हो! मी स्नान करून आलोच.'' त्यांच्या सांगण्यानुसार निवेदिता गुहेत गेली, पण तिची नजर होती गुहेच्या प्रवेशद्वाराकडेच. ती स्वामीजींची वाट पाहत होती.

गुहा प्रचंड होती आणि बर्फाचे शिवलिंग स्वतःच सिंहासनावर आरूढ झाल्यासारखे वाटत होते. येथे कुणी पंडे नव्हते, पुजारी नव्हते. शेकडो लोक होते, आवाज होता, पण गोंधळ नव्हता. सारे कसे आखीव-रेखीव. भक्ती! पवित्र शुद्ध भक्ती! फक्त भक्ती!!

भस्मविलेपन करून स्वामीजी आले. तीन वेळा त्यांनी साष्टांग नमस्कार केला. त्यांच्या चेहऱ्यावर मधुर स्मित पसरले. त्यांनी शंकराच्या चरणाला स्पर्श केला. भावविभोर झाल्याने आपली समाधी लागेल, अशी शंका आल्याने ते घाईने बाहेर आले. नंतर त्यांनी सांगितले की, त्यांना अमरनाथाचा साक्षात्कार झाला आणि त्यांना इच्छामरणाचा वर मिळाला.

हे क्षण निवेदितेच्या जीवनातील अतिशय मोलाचे क्षण होते. दर्शन घेऊन निवेदिता गुहेच्या बाहेर येताच, यात्रेकरूंनी तिच्या हातावर लाल-पिवळ्या रंगाचे धागे राखी म्हणून बांधले. हे सद्भावना आणि आपुलकीचे प्रतीक होते. अशा राख्या स्त्री-पुरुष असा भेद न करता बांधतात. साधारण अर्ध्या तासाने ती, स्वामीजी आणि त्यांना भेटलेला नागा साधू नदीकाठच्या खडकावर बसले असताना स्वामीजी म्हणाले, ''फार फार आनंद झाला मला. प्रत्यक्ष शिवच भेटलाय, असं वाटतंय. दुसऱ्या कुठल्याही तीर्थक्षेत्री मला असा आनंद झाला नव्हता.''

असा साक्षात्कार निवेदितेला झाला नव्हता. तिच्या मनात आले की, स्वामीजींच्या मनात असते तर त्यांनी तिलाही असा साक्षात्कार घडवला असता. त्यांच्यात निश्चितच अशी क्षमता आहे. मग त्यांनी तसे का केले नाही बरे? खरे तर यात्रेकरू अतिशय अधीरतेने दर्शन घेतात. त्यांची भक्ती सरळ असते. मनही साधे सरळ असते. एवढ्या दूर येऊन आपल्याला अमरनाथाचे दर्शन झाले, हेच त्यांना परमभाग्य वाटते. सर्वांनाच साक्षात्कार होणे शक्य नाही; पण देवाने आपला भक्तिपूर्ण नमस्कार स्वीकारला असेलच, अशा विश्वासाने ते आनंदात परत जातात. निवेदितेच्या बुद्धिवादी मनाला हे पटणे, तेव्हा तरी शक्य नव्हते. कारण तिच्या मनाचे संपूर्ण परिवर्तन तोपर्यंत झाले नव्हते. त्यामुळे तिला वाईट वाटले. आपली यात्रा व्यर्थ ठरली असे वाटून ती व्यथित झाली. तिच्या भावना स्वामीजींनी ओळखल्या. ते तिला अतिशय स्नेहपूर्ण स्वरात म्हणाले, ''तुला आताच नाही कळायचं, पण तुझी तीर्थयात्रा व्यर्थ गेली नाही. त्याचं फळ तुला नक्की मिळेल. कारण असलं की कार्य घडतंच. पुढे तुला चांगलं लक्षात येईल. फळ मिळेलच!''

स्वामीजींचे शब्द अक्षरश: खरे ठरले. पुढे निवेदितेला पश्चात्ताप झाला – का तिने दु:ख केले? तिला काहीच लाभ झाला नाही, असे म्हणणे चूक नव्हते का? अमरनाथाचे दर्शन घेतल्यावर स्वामीजींच्या मानसिक अवस्थेत जे परिवर्तन झाले, ते तिने प्रत्यक्ष पाहिले. हेच मोठे भाग्य नव्हते का? मग एवढी निराशा कशासाठी? साक्षात्कारानंतर स्वामीजींना झालेला अतीव आनंद तिच्या हृदयापर्यंत पोहोचला नव्हता का? अशा आनंदाची साक्षीदार होणे हाच मोठा लाभ नव्हता का? तसा लाभ झाला नसता, तर 'या दिवसांत माणसांपेक्षा परमेश्वरच मला अधिक सत्य वाटला,' असे तिने लिहून ठेवलेच नसते.

निवेदितेची ही तीर्थयात्रा सुफळ संपूर्ण झाली होती.

दुसऱ्या दिवशी सकाळी एका वेगळ्या पण अतिशय निसर्गरम्य वाटेने ते परतीच्या प्रवासाला लागले. पहलगामहून सर्व जण श्रीनगरला परत आले. तो दिवस होता, ८ ऑगस्टचा!

◆

क्षीरभवानी

काश्मीरला परत येण्यामागे स्वामीजींचा एक विशेष उद्देश होता. काश्मीरच्या महाराजांनी त्यांना मुद्दाम आमंत्रण दिले होते. सौंदर्यभूमी काश्मीरमध्ये एक मठ स्थापन करण्याची स्वामीजींची इच्छा होती आणि काश्मीरच्या महाराजांनी त्यांच्या मठाला आणि संस्कृत कॉलेजसाठी जमीन देण्याचे ठरवले होते. आदल्या वर्षी स्वामीजी काश्मीरला आले असताना या विषयावर चर्चा झाली होती. या वर्षी जागा नक्की करायची होती. जी जागा निवडली होती ती नदीकाठी होती आणि त्या जागी तीन विशाल चिनार वृक्ष उभे होते.

भारतीय प्रथेनुसार बांधकामाला सुरुवात करण्यापूर्वी स्त्रियांनी त्या जागी शुभकार्य करायचे असते, म्हणून निवेदिता, जया आणि धीरामाता यांनी ठरवले की महाराजांनी स्वामीजींना जमीन अर्पण करण्यापूर्वी तेथे तंबू टाकून त्या तिघी तेथे राहतील आणि स्वामीजींच्या मार्गदर्शनाखाली मौन पाळून ध्यानधारणा करतील. स्वामीजींनी या बेताला संमती दिली.

३ सप्टेंबरला सर्व जण अच्छाबलला निघाले. वनाच्या एका टोकाला तंबू ठोकून राहण्याची व्यवस्था करण्यात आली. चारी बाजूला उंच उंच देवदार उभे होते. संध्याकाळी या वृक्षांखालीच त्या ध्यानाला बसत. स्वामीजी पूर्वीप्रमाणेच रोज येऊन निरनिराळ्या विषयांवर बोलत. त्यांचा सर्वांचा एकत्र एक फोटो पाहायला मिळतो, तो येथेच काढलेला आहे.

पण स्वामीजींचा उद्देश सफल झाला नाही. महाराजांचे प्रयत्न व्यर्थ ठरले. जमीन देण्यासंबंधीचा विषय काउन्सिलच्या पुढे दोनदा ठेवण्यात आला, पण दोन्ही वेळा रेसिडेण्ट एडलबर्ट टॅलबोट यांनी तो काउन्सिलच्या कार्यक्रमपत्रिकेवर येऊच दिला नाही. त्यामुळे या विषयावर चर्चादेखील झाली नाही.

यामुळे प्रारंभी स्वामीजी नाराज झाले असले तरी नंतर त्यांनी स्वतःला सावरले. अमरनाथहून परत आल्यावरही काही दिवस ते शिवातच मग्न होते; पण हळूहळू

त्यांच्यात परिवर्तन झाले. कोणत्या तरी अज्ञात कारणाने ते शक्तिभक्तीकडे वळले. त्यांच्या नावेच्या नावाड्याची लहान मुलगी होती. तिची ते 'उमा' म्हणून पूजा करायला लागले. याचा परिणाम त्यांच्या शिष्यांवरही झाला.

साक्षात शिवाचे दर्शन त्यांना झाले होते आणि ते पराकोटीचे शिवमय झाले होते. आता साक्षात्कार झाला तो जगन्मातेचा. आपली नौका त्यांनी निर्जन स्थानी नेली. म्हणाले, "काली, काली, काली! तीच काळ! तीच परिवर्तन! तीच शक्ती! जिथं भय नाही, तिथं ती असतेच. जिथं त्याग, आत्मविस्मृती आणि मृत्यूला कवटाळण्याचा जिवापाड केलेला प्रयत्न असतो, तिथं ती असते." अखेर भावनांचा उद्रेक लेखणीतून बाहेर पडला. Kali the mother ही कविता निवेदिता आणि इतर भक्तांसाठी ठेवून स्वामीजी एकटेच क्षीरभवानीला निघून गेले.

मठासाठी इंग्रज सरकारने जमीन देण्यास नकार दिल्यावर स्वामीजींच्या मनात आलेच होते की, या विश्वात काली रौद्र आणि सौम्य अशा दोन्ही रूपांत विराजमान आहे; तर तिच्या रौद्र, भयंकर रूपाची पूजा करणेच योग्य! जगातील अशुभाकडे दुर्लक्ष करून, फक्त शुभाच्या स्वप्नात रमण्याला काहीच अर्थ नाही.

क्षीरभवानीला स्वामीजींनी कडक तपस्या केली. निवेदिता त्यांच्या वाटेकडे डोळे लावून बसली होती. ३० सप्टेंबरला स्वामीजी क्षीरभवानीला गेले आणि ६ ऑक्टोबरला परत आले. त्यांचा चेहरा प्रसन्न होता. हातात झेंडूची माळ होती. धीरामाता आणि जया यांच्या मस्तकांना माळ टेकवून त्यांनी त्यांना आशीर्वाद दिला आणि अखेर ती माळ निवेदितेला दिली. म्हणाले, "ही माळ मी 'मा'ला वाहिली होती." पुढे म्हणाले, "आता 'हरी ॐ' नाही. आता फक्त 'मा.'" त्यांच्यात संपूर्ण परिवर्तन झाले होते. "माझं चुकलंच! मा मला म्हणाली की जरी म्लेच्छांनी माझ्या मंदिरात प्रवेश केला, माझी विटंबना केली तरी तुला काय त्याचं! तू माझं रक्षण करतोस की मी तुझं करते? तेव्हा माझं स्वदेशप्रेम गेलं वाहून. मी झालो एक लहान मूल!" त्यानंतर स्वामीजी मातेचीच गाणी गुणगुणत. ते आता प्रेममय होऊन गेले होते.

आता स्वामीजी परत कोलकात्याला जाण्यासाठी अधीर झाले होते. ११ ऑक्टोबरला सर्व जण बारामुल्लाला रवाना झाले. तेथून स्वामीजी लाहोरला जाणार होते आणि तेथून सरळ कोलकाता. बाकी मंडळी दिल्ली, आग्रा वगैरे मोठी शहरे पाहून कोलकात्याला येणार होती.

लाहोरहून १८ ऑक्टोबरला स्वामीजी मठात परत आले. निवेदिताही आपल्या शिक्षणकार्याचा आरंभ करण्यास अधीर झाली होती. म्हणून ती एकटीच काशीहून कोलकात्याला परत आली.

या प्रवासाबाबत स्वामीजींनी जे उद्देश मनाशी बाळगले होते, ते बहुअंशी पूर्ण

झाले. निवेदितेला स्वामीजींची आध्यात्मिक बाजू कळली होती; पण या प्रवासामुळे स्वामजींचे व्यक्तिमत्त्व तिला आकळले. स्वत:मधील दोषही लक्षात आले.

स्वामीजींचे विवेचन आणि प्रत्यक्ष आलेले अनुभव यातून निवेदितेला हिंदू धर्म कळला. हिंदू धर्म म्हणजे नुसती पूजा-पद्धत नाही, तर धर्माचे अधिष्ठान असलेली, भारताची प्राचीन आणि महान संस्कृती जपणारी ती जीवनशैली आहे. हिंदू धर्म सहिष्णुता, मानवता अशा सर्वोच्च जीवनमूल्यांना सामान्य माणसाच्या रोजच्या आयुष्यात स्थान देतो. रोजच्या दैनंदिन व्यवहारातूनही हिंदू धर्माधिष्ठित महान भारतीय संस्कृती प्रकट होत असते. गृहस्थाचे शुद्ध सदाचरण, कर्तव्यतत्परता, गृहिणीचे वात्सल्य आणि त्यागबुद्धी, आतिथ्यशीलता, पातिव्रत्य, निष्ठा; सामान्यांच्या ठिकाणी दिसणारी निष्ठा, प्रामाणिकपणा यातूनच भारतीय संस्कृतीचे सौंदर्य ठायी ठायी व्यक्त होते, हे तिने पाहिले. अतिशय कर्मठ अशा साधू-संन्याशांपासून गरीब यात्रेकरूपर्यंत सर्वांनीच तिचा प्रेमाने स्वीकार केला. अमरनाथच्या यात्रेत दरिद्री यात्रेकरूंच्या किंवा वृद्ध वाटसरूंच्या चेहऱ्यावरील प्रसन्न हास्य आणि निर्भेळ आनंद तिला खूप काही शिकवून गेला. म्हणूनच अमरनाथच्या खडतर मार्गावरून पायी चाललेल्या एका वृद्धेला तिने आपल्या डोलीत बसवले आणि स्वत: पायी मार्गक्रमणा केली. हा तिच्यावर झालेला हिंदू धर्माचा आणि भारतीय संस्कृतीचाच परिणाम होता. तिच्या या कृत्याने स्वामीजी उगाच नाही संतुष्ट झाले! त्यांनी तिचे तोंड भरून कौतुक केले ते यामुळेच!

मंदिरातून जोपासली गेलेली स्थापत्य आणि शिल्पकला, घरांपुढे रेखाटलेल्या रांगोळ्या, तोरणे लावून सजवलेली घरांची दारे या सर्वांतूनच भारतीय कला आणि सौंदर्य – सजगता तिच्या डोळ्यांत भरणे स्वाभाविकच होते. मंदिरांची रचना, आकारमानातील समतोल, मंदिरात कोरलेली भारतीय संस्कृतीतील प्रतीके हे सर्व. भारतीय कला स्वतंत्र आहेत, दुसऱ्या कुठल्याही संस्कृतीचे अथवा दुसऱ्या देशांतील कलेचे त्या अनुकरण करत नाहीत, हेच स्पष्ट करणारे होते. स्वामीजी भारतीय संस्कृतीच्या महानतेबद्दल इंग्लंडमध्ये जे बोलले होते, त्याचे प्रत्यक्ष दर्शन तिला घडले होते.

असे असले तरी या प्रवासात घडलेल्या काही गोष्टी मात्र निवेदितेच्या मनाला चांगल्याच लागल्या होत्या. Notes of Some Wanderings With the Swami Vivekanand या आपल्या या प्रवासासंबंधी लिहिलेल्या पुस्तकात तिने या गोष्टींचा फारसा उल्लेख केला नसला तरी आपल्या निकटवर्तीयांना तिने जी पत्रे लिहिली आहेत, त्यात मात्र आपले मन मोकळे केले आहे.

काश्मीरच्या महाराजांनी स्वामीजींना देऊ केलेली जमीन इंग्लिश रेसिडेण्टने नाकारली. निवेदिता, धीरामाता, पॅटरसन आणि जया यांनी बराच प्रयत्न केला, पण

त्यांच्या प्रयत्नांना यश आले नाही. ही गोष्ट निवेदितेला फार खटली. पराधीन भारतावर इंग्रज राज्यकर्ते किती अन्याय करतात, हे तिला कळून चुकले. लंडनमध्ये घडलेल्या एका प्रसंगाची तिला प्रकर्षाने आठवण झाली. इंग्लंडमध्ये असताना, इतर इंग्रज लोकांप्रमाणे निवेदितेचाही असा समज होता की, भारताच्या दृष्टीने इंग्रजांचे राज्य हे हितकारकच आहे. एके दिवशी स्वामीजींशी बोलता बोलता ती बोलून गेली, ''लंडन नगरीला सौंदर्यशालिनी करायलाच हवं.'' हे ऐकताच स्वामीजी कठोर स्वरात म्हणाले, ''आणि बाकीच्या नगरींचं तुम्ही लोकांनी स्मशान केलंय!'' स्वामीजींचा गैरसमज झाला असे तिला वाटले. ही गोष्ट तिच्या मनाला बरेच दिवस लागून राहिली होती. या म्हणण्याला दुसरीही बाजू असेल, हे तेव्हा तिच्या मनात आले नाही. पण काश्मीरमधील जमिनीच्या प्रसंगामुळे तिचा दृष्टिकोन बदलला.

भारतात आल्यावरही, इंग्रज भारताच्या उन्नतीचा प्रयत्न करत आहेत, असेच तिचे मत होते. उत्तर भारतात प्रवास करताना गोरे आणि एतद्देशीय काळे लोक यांच्यात गोरे लोक भेदभाव करतात, हे तिच्या लक्षात आले होते. त्याचे तिला वाईटही वाटले होते. मात्र तिचे मत काही यामुळे बदलले नव्हते. पण आलमोड्याच्या मुक्कामात तिला पहिला जबरदस्त धक्का बसला. या धक्क्याने ती किती दुखावली गेली हे तिने मिसेस हॅमन्डना लिहिलेल्या पत्रावरून स्पष्ट होते.

''राष्ट्रद्वेष काय असतो, याची कल्पना इंग्लंडमध्ये बसून नाही यायची. आजच सकाळी एका साधूंनी बातमी आणली की स्वामीजींच्या हालाचालींवर लक्ष ठेवण्यासाठी हेर नेमलेत. स्वामीजींनी ही गोष्ट हसून उडवून लावली; पण मला ती गंभीर वाटतेय. स्वामीजींच्या कार्यात सरकारने हस्तक्षेप करणं हा सरकारचा शुद्ध वेडेपणा आहे. कारण तसं केल्यास सगळा देश खवळून उठेल. आणि मी? आतापर्यंत माझ्या राजनिष्ठेबद्दल कधीच कुणी शंका घेतलेली नाही, ती मी सर्वांच्या आधी या गोष्टीच्या विरोधात उभी राहीन; पण या संशयाचा गोंधळ लवरकच मिटेल अशी आशा करू या.''

पुष्कळ दिवसांपासून घट्ट रुतलेली मते अशी क्षणार्धात बदलणे शक्यच नसते. निवेदितेला वाटत होते की आपण मध्यस्थी करून, इंग्रज सरकारची समजूत घालू. भारतसेवेचा हा प्रमुख भाग असेल.

६ जूनला मिसेस हॅमन्डना ती लिहिते, ''इंग्लंडने आणि भारताने एकमेकांशी स्नेहाने वागावं, हे माझं स्वप्न आहे. इंग्लंडकडे न्याय्य दृष्टीने पाहिलं तर विविध अंगांनी ते भारताची सेवा करताहेत; पण त्यांचं वर्तन भारतीयांना आवडेल असं नाही.''

काश्मीरच्या प्रसंगाने मात्र ती पूर्णपणे निराश झाली. तिने पत्रात लिहिले, ''इंग्रजांचं येथील लोकांशी वागणं पाहशील तर तुझीही मान, माझ्यासारखीच, शरमेने खाली जाईल.''

हळूहळू तिचा इंग्रजांविषयी भ्रमनिरास झाला. आशेची जागा निराशेने घेतली. अभिमानाचे रूपांतर संतापात झाले.

इंग्लंडमध्ये स्त्री-पुरुष मोकळेपणाने एकमेकांत मिसळत, बोलत, काम करत; पण त्या वेळच्या भारतातील स्त्रियांच्या परिस्थितीचा विचार आपण याआधी केलाच आहे. भारतात स्त्री-पुरुषात असा मोकळेपणा नव्हताच. हा संस्कृतीतील फरक होता. निवेदिता भारतात आली तेव्हापासून कोलकात्यात मर्यादित लोकांतच वावरली होती. पण जेव्हा स्वामीजी आणि त्यांचे काही शिष्य यांच्याबरोबर, त्या तिघीजणी हिमालयाच्या प्रवासाला निघाल्या, तेव्हा लोकांच्या जिभा सैल सुटल्या. देखणे तरुण स्वामीजी आणि त्यांचे तरुण शिष्य यांच्याबरोबर होत्या तिघी गोऱ्या स्त्रिया. स्वामीजींनी सर्व काळजी घेतली होती. रेल्वेमध्ये त्यांच्या बोगी वेगळ्या होत्या, त्यांची मुक्कामाच्या ठिकाणी उतरण्याची घरे वेगळी, नावा वेगळ्या. स्त्रियांना भेटण्याच्या वेळा म्हणजे न्याहरी किंवा जेवण. तरीही लोकांच्या नजरा वेगळेच काही सांगत.

निवेदितेने आपल्या पुस्तकात कुठेच या गोष्टीचा उल्लेख केलेला नाही. हॅमन्डच्या पत्रात तिने एकच वाक्य लिहिले आहे – white women travelling with the Swami and other natives lay themselves and their friends open to horrid insults. हे एकच वाक्य तिला झालेल्या यातना स्पष्ट करते.

ती एक स्त्री होती. शुद्ध मनाने भारतात कार्य करण्यासाठी आली होती. तेव्हा तिच्या शुद्ध चारित्र्यावर, काहीही वावगे घडले नसताना, शिंतोडे उडवणे, अतिशय संतापजनक आणि दुःखदायक होते. स्वामीजींनी याकडे दुर्लक्ष केले; पण निवेदितेला ते खुपणे स्वाभाविक होते. अमेरिकेत काही दुष्ट लोकांनी स्वामीजींबद्दलही अशाच गलिच्छ कंड्या पिकवल्या होत्या, तेव्हा स्वामीजीही अस्वस्थ झाले होते. 'आईच्या कानावर या गोष्टी गेल्या तर तिला काय वाटेल?' या विचाराने ते बेचैन झाले होते. येथे तर एक तरुण स्त्री आपली आई आणि भावंडे, आपला गाव, आपला देश सोडून, एकटीच एका परक्या देशात आली होती. तिला आधार होता तो स्वामीजींचा. आपले आयुष्य ज्या माणसांसाठी वाहायला ती तयार झाली होती, तीच माणसे तिच्या चारित्र्याविषयी गरळ ओकत होती, गुरू-शिष्येच्या पवित्र नात्याला काळीमा फासायला बघत होती. निवेदितेला हे असह्य झाले असल्यास नवल नाही. याच कारणामुळे असेल, अमरनाथला आलेल्या सर्व अनुभूतींचे वर्णन हॅमन्डना कळवल्यावर निवेदितेने हे कुणालाही न सांगण्याची तिला आवर्जून विनंती केली आहे.

निवेदितेचे व्यक्तिमत्त्व कणखर होते, म्हणूनच या सर्व अनुभवांना ती तोंड देऊन पुढे जाऊ शकली.

हिमालयाच्या प्रवासातील अनुभव आणि शिक्षण गाठीशी बांधून, पुढील कार्यासाठी ती सज्ज झाली.

◆

बागबाजारातील सुखद वास्तव्य

हिमालयाची यात्रा आटोपून १८ ऑक्टोबर, १८९८ रोजी स्वामीजी कोलकात्याला परत आले. बागबाजार भागातील रामकांत बसू स्ट्रीटवरील बलराम बसू यांच्या घरी त्यांचा मुक्काम होता. १ नोव्हेंबरला निवेदिता एकटीच परत आली. हावड्याला उतरताच ती थेट बलराम बसूंच्या घरी गेली.

हिंदू स्त्रियांच्या शिक्षणाची जबाबदारी उचलायची असेल तर हिंदू स्त्रियांच्या जीवनशैलीची ओळख उत्तम रीतीने निवेदितेला होणे आवश्यक आहे, असे स्वामीजींचे मत होते. निवेदितेलाही ते पटले होते. एखाद्या हिंदू कुटुंबात राहिल्यास अशी ओळख होणे सहज शक्य होते. त्या वेळी शारदामाता कोलकात्यातच होत्या. तेव्हा त्यांच्याजवळ राहण्याची निवेदितेची मनापासून इच्छा होती. ती तिने स्वामीजींना बोलून दाखवली. स्वामीजी शारदामातांशी यविषयी बोलले तेव्हा शारदामातांनी आनंदाने होकार दिला. शारदामाताही तेव्हा बागबाजारातच राहत होत्या.

त्या काळच्या कर्मठ समाजाला एका परदेशी स्त्रीने शारदामातांच्या घरात मिळून मिसळून राहणे पसंत पडणे शक्यच नव्हते. त्यामुळे शारदामातांना त्रास झाला, निंदा सहन करावी लागली, पण त्यांनी निवेदितेला याची अजिबात कल्पना येऊ दिली नाही. निवेदिता तेथे आठ-दहा दिवस होती. निवेदितेच्या शाळेला जागा हवी होती. तेव्हा या सर्व गोष्टींचा विचार करून, स्वामीजी निवेदितेसाठी स्वतंत्र घर शोधायला लागले. निवेदितेला गोऱ्या लोकांच्या वस्तीत घर सहज मिळाले असते; पण स्वामीजींना तिने शारदामातांच्या आसपास राहावे, असे वाटत होते म्हणून बागबाजार भागातच घराचा शोध सुरू झाला.

कोलकात्याच्या उत्तरेकडची जुनी वस्ती म्हणजेच बागबाजार. या भागात तेव्हा कर्मठ आणि रूढिप्रिय लोकांची वस्ती होती. निवेदितेला स्वामीजी, शारदामाता आणि त्यांच्या शिष्यांनी व भक्तांनी स्वीकारले असले, तरी सर्व समाजाने तिला स्वीकारले होते, असे म्हणता येणार नाही. निवेदितेसाठी घर मिळणे तसे कठीणच

होते, पण स्वामीजींच्या प्रभावामुळे ते शक्य झाले. बोसपाडा लेनमधील १६ नंबरचे घर निवेदितेसाठी घेण्यात आले.

ही बोसपाडा लेन बागबाजारातच होती. ही गल्ली रामकांत बसू स्ट्रीटपासून पुढे उत्तरेकडे काही अंतर गेल्यावर तीन दिशांना विभागली होती. एक रस्ता पश्चिमेला गेला होता. पूर्वेकडे गेलेला रस्ता कांटापुकूर लेनला मिळाला होता. मधला रस्ता सरळ जाऊन बागबाजार स्ट्रीटपर्यंत गेला होता. पश्चिमेकडच्या रस्त्याच्या वळणावरच थोडी पडीक जमीन होती. या जमिनीच्या एका बाजूला १७ नंबरचे घर होते आणि पश्चिमेकडेच थोडे पुढे गेल्यावर १६ नंबरचे घर होते. निवेदिता दुसऱ्यांदा युरोपहून परत आली तेव्हा १७ नंबरच्या घरात राहिली होती. तिच्या मृत्यूपर्यंत ती याच घरात होती. बोसपाडा लेनमधील १६ व १७ नंबरची घरे निवेदितेच्या वास्तव्याने लोकांच्या दीर्घकाळ लक्षात राहिली.

निवेदिता प्रथम राहिली ती १६ नंबरच्या घरात. तिच्या मते हे घर आल्हाददायक होते. हे घर लहानसे, जुन्या पद्धतीचे आणि दुमजली होते. खालच्या मजल्यावरील खिडक्यांना लोखंडी गज होते, तर दुसऱ्या मजल्यावरील खिडक्यांना लाकडी कांबी होत्या. त्यामुळे सूर्यप्रकाशाची प्रखरता कमी व्हायची. घराला कुठेही काचा नव्हत्या, याची तिने आवर्जून नोंद केली आहे. घराला दोन अंगणे होती. निवेदितेचे लक्ष वेधून घेतले आहे ते अंगणांनी आणि घराच्या गच्चीने.

तिने म्हटले आहे, "अंगण असलेलं घर कुणाला आवडणार नाही बरं! ब्रिटिशांनी भारतात पाश्चात्त्य पद्धतीची घरं बांधण्याचा आग्रह धरावाच का? इथं भरपूर सूर्यप्रकाश असतो. तेव्हा गार वाटावं म्हणून स्थानिक पद्धतीची घरं असावीत. इथल्या मोठ्या वाड्यांच्या बाहेरच्या बंदिस्त अंगणाला संगमरवरी फरशा असतात. त्यामुळे अंगणात थंड वाटतं. सोप्यावर जाण्यासाठी असलेल्या पायऱ्याही संगमरवरी आणि सोप्याचे खांबही! पायऱ्यांच्या बाजूला आणि खांबाभोवती सुंदर झाडं. ॲथेन्स आणि पाँपी येथील खांबाइतकेच हे सुंदर दिसतात. माझ्या अंगणाला संगमरवरी फरशा नाहीत म्हणून काय झालं! ते काही कमी सुंदर नाही! बाहेरून येऊन घरात शिरल्यावरही आकाशाची आणि चांदण्याची भेट होते ती इथंच! दुपारी सावलीमुळे गारवा आणि रात्री इथं अनादी अनंताचं मंदिरच जणू!"

तिच्या घराची गच्ची तर तिला फारच आकर्षक वाटायची. ही गच्ची सलग नव्हती, तर पाच स्तरांवर विभागलेली होती. त्या काळी स्त्रियांचे हवा खाण्याचे हक्काचे आणि सुरक्षित ठिकाण होते गच्ची. या गच्चीत केव्हाही आले तरी आनंद मिळतोच, असा निवेदितेचा अनुभव होता. गच्चीत उभे राहिले तर सिरियात असल्याचा भास होतो, असे ती म्हणायची. गच्चीत उभे राहिले की खालच्या रस्त्यावरची हालचाल दिसायची. जरा दूरवर पाहिले की गंगा दृष्टीस पडायची आणि

वर आकाशाचा घुमट! एकाच वेळी जमिनीशी आकाशाचे नाते जोडून द्यायची ही गच्ची! बंगाली लोकांच्या प्रथेनुसार पश्चिमेच्या भिंतीलगत होते कडुनिंबाचे झाड! त्यातून येणारा वारा डासांना मज्जाव करत असे. निवेदितेच्या गच्चीला लागून असलेल्या कडुनिंबावर खार, कावळे, चिमण्या, खंड्या, मैना, शिंपी असे तिचे सोबती राहत. त्यांच्या हालचाली तिला मंत्रमुग्ध करत. काही नेहमीचे सोबती तर काही ऋतूमानाप्रमाणे येणारे पाहुणे!

शारदामाता १६ नंबरच्या घरापलीकडे जवळच राहत होत्या. ज्यांना बंगालचे नाट्याचार्य मानले जाते, त्या गिरीशचंद्र घोषांचे घरही नजीकच होते. गिरीशचंद्र रामकृष्णांचे शिष्य आणि स्वामीजींचे मित्र होते. रामकृष्णांचे बोसपाडा लेनमध्ये बरेच येणे-जाणे होते.

बोसपाडा लेन त्या काळी स्वच्छ होती आणि तिच्या वेड्यावाकड्या वळणात एक लयदार सौंदर्य होते. श्रीमंतांच्या वाड्याभोवती बागा होत्या, नारळी आपल्या झावळ्या हलवून जणू आजूबाजूच्या वस्तीला वारा घालत. दोन वाड्यांमधील जागेत मातीची साधी घरेही त्यांच्या लालचुटूक कौलांनी खुलून दिसत. मधूनच गाईंचे गोठे दिसत. काही घरांपुढे हापसे होते. तेथे मुले हसत-खेळत अंघोळ करत. तोंडावर पदर ओढून घेऊन पाणी भरणाऱ्या स्त्रियांची तेथे नेहमीच गर्दी असे. त्यांचे सुंदर आकारांचे मातीचे घडे किंवा सोन्यासारख्या चकाकणाऱ्या पितळी कळशा निवेदितेचे लक्ष वेधून घेत. सकाळ उमलता उमलताच गच्च्यागच्च्यांतून कपडे वाळत पडत आणि गच्चीतल्या झाडांशी जणू ते वाऱ्याबरोबर खेळत. या साऱ्याचीच निवेदितेला गंमत वाटत असे. इंग्लंडपेक्षा येथील जीवन किती वेगळे होते! आणि तरीही त्यात उत्साह होता, आनंद होता.

बोसपाडा लेनमधील जीवनक्रम अतिशय शांत आणि सुंदर होता. त्याला एक ताल होता. त्यामुळेच निवेदिता तेथे मनापासून रमली. धर्माप्रती स्वाभाविक निष्ठा हा या जीवनाचा मूळ सूर होता. बागबाजाराच्या पश्चिमेकडून गंगा वाहत होती. भारतातील लोक गंगेला माताच मानतात. तीच तर खरी जीवनदायिनी. तिच्या काठी वास्तव्य म्हणजे सद्भाग्यच! दिवसाची सुरुवात व्हायची ती गंगास्नानाने! स्त्रिया उजाडण्यापूर्वीच गंगास्नानाला जात आणि स्नान करून परत येताना प्रत्येक देवळातील देवाचे दर्शन घेत. हळूहळू लोकांची लगबग वाढायला लागायची; पण त्यात आजच्यासारखी घाईगडबड नसे. घरा-घरांतील पुरुष घराच्या व्हरांड्यात अड्डा मारत. तेथे हिंदू धर्मशास्त्राशी जशी चर्चा चालायची तसाच शेक्सपिअर-शेली यांच्याबद्दलही वादविवाद रंगायचा. कुठल्याच विषयाला तेथे बंदी अशी नव्हती. पुरुषांचा वेश अगदी साधा, पण चेहऱ्यावर सुसंस्कृतपणा आणि ज्ञान यांचे तेज.

हळूहळू कोलाहल वाढत जायचा. मुलांची शाळेत जायची गडबड तर पुरुषांची

कामाला. भिकारी, वैष्णव यांचीही भिक्षा मागायची हीच वेळ. वैष्णवांच्या पदावल्या, हरिनामाचा गजर यामुळे या भागातील वातावरण शुद्ध, पवित्र होऊन जायचे. सकाळपासून चाललेली लगबग दुपारच्या जेवणापर्यंत एकदम शांत व्हायची. दुपार ही विश्रांतीची वेळ. त्यानंतर आवाज यायचे ते स्त्रियांचे. विश्रांतीनंतर संध्याकाळ होण्यापूर्वीचा वेळ हा स्त्रियांच्या गप्पागोष्टींचा. एकमेकींची विचारपूस, बातम्यांची देवाण-घेवाण चालायची ती या वेळातच. संध्याकाळ होताच पाटीदप्तर घेऊन गप्पा मारत, हसत-खिदळत बाल-गोपाळ घरी परत येत. सूर्यालाही घरी परतण्याची ओढ लागायची. पश्चिम भगव्या रंगाने रंगून जायची. तो रंग मग गंगेतही उतरायचा. हे अपूर्व दृश्य निवेदितेला भारावून टाकत असे. अंधार पडताच घराघरांतून दिवे लागत, शंखध्वनीने वातावरण भरून जात असे. देवघरात दिवा लावून गृहिणी देवाला नमस्कार करून स्वयंपाकघराकडे वळत. देवळांतून घंटानाद ऐकू यायला लागायचा. संध्याकाळच्या आरतीची ही वेळ निवेदितेला 'शांती-क्षण' वाटायचा. आपल्या घराच्या गच्चीत बसून ती या वेळेचा आनंद घ्यायची. दिवसा सूर्यप्रकाशात तळपणारी बोसपाडा लेन रात्री लुकलुकत्या दिव्यांच्या प्रकाशात खुलून दिसायची.

निवेदिता येथे राहायला आली, त्याचे तिच्या शेजाऱ्यांनाच नव्हे, तर संपूर्ण बोसपाडा लेनला कुतूहल वाटत असे. रस्त्याकडची लहानशी खोली ही निवेदितेची अभ्यासिका होती. तेथे बसून लेखन वा वाचन करणाऱ्या या गोऱ्या मडमेकडे सर्व जण कुतूहलाने पाहत. निवेदितेचे लक्ष आपल्याकडे गेले आहे, असे दिसताच नजर वळवून पुढे जात. गंगेवर जाताना स्त्रिया पदर जरा बाजूला करून निवेदितेच्या घराकडे पाहत. निवेदितेने त्यांच्याकडे पाहताच हळूच हसून त्या पुढे सटकत. दिवसागणिक निवेदितेची ओळख वाढत होती, वाढणार होती. निवेदिता नव्या जीवनाचा आनंद घेत होती.

पण हे सगळे सहजपणे झाले असे नाही. बऱ्याच अडचणींना तिला तोंड द्यावे लागले. आधी घर मिळणेच कठीण होते. स्वामीजींच्यामुळे ते मिळाले; पण घरकाम करायला मोलकरीण मिळेना. त्या काळी सोवळ्या-ओवळ्याचे नियम फार कडक होते. एका विलायती स्त्रीकडे कोण काम करणार! अखेर एक वृद्ध स्त्री तयार झाली. तिने घरात आल्या आल्या संपूर्ण घरच धुवून शुद्ध केले नाही, तर घरातील टेबलखुर्च्यांसकट सर्व सामानच धुवून काढले.

घरात चूल नव्हती. त्या वृद्धेने निवेदितेची ही अडचण दूर करायचे ठरवले. पण एका अटीवर – निवेदितेने तिच्या स्वयंपाकघरात जायचे नाही, तिच्या भांड्यांना आणि पाण्याला स्पर्श करायचा नाही. निवेदितेने अट मान्य करताच, तिने निवेदितेकडून सहा पैसे घेतले व चुलीला लागणारे सर्व सामान आणून एक छानशी चूल घातली. ती वाळायला दोन-तीन दिवस लागले. त्यानंतर निवेदितेने आपल्या घरी प्रथम चहा

केला. निवेदिता काय करते आहे, हे बघायला ही वृद्धा व्हरांड्यात निवेदितेसमोर पण जरा दूरच बसली. निवेदितेला गरम पाणी हवे होते म्हणून तिने किटली तिच्याकडे सरकवली. त्याबरोबर नाराजीच्या स्वरात काहीतरी पुटपुटत ती तेथून घाईघाईने निघून गेली. थोड्या वेळातच ती परत आली ती नखशिखांत भिजून!

निवेदितेने या सर्व गोष्टी गमतीत घेतल्या. कशाचाही राग न मानता ती येथील लोकांच्या चालीरीती, प्रथा-परंपरा, आचार-विचार आत्मसात करत होती. पुढे पुढे ही वृद्धा निवेदितेची कपबशी धुवायची, पण निवेदितेकडे दुसऱ्या कुणी गोऱ्या स्त्रिया आल्या तर त्यांच्या उष्ट्या कपबशा धूत नसे. निवेदितेला याचा अचंबा वाटायचा. यामागचा कार्यकारणभाव समजायचा नाही. पण तिने कधी कुणाचा राग केला नाही की, कुठल्याही गोष्टीबद्दल नाराजी व्यक्त केली नाही. याचे कारण स्वामीजींची शिकवण होय. स्वामीजी प्रत्येक माणसातील गुणच पाहत आणि त्यामुळे त्यांना प्रत्येक माणूस श्रेष्ठच वाटत असे. प्रत्येकाच्या जीवनातील अव्यक्त पण उत्तम उद्देशाकडेच ते लक्ष देत. थोडक्यात – प्रत्येकाला ते समजावून घेत, त्याच्यावर प्रेम करत.

स्वामीजींची ही शिकवण निवेदितेने मनोमन स्वीकारली होती. त्यामुळे प्रत्येक माणूस आहे त्यापेक्षा तिला श्रेष्ठ दिसत असे. यामुळेच तिच्या भोवतालच्या माणसांना ती इतर गोऱ्या माणसांपेक्षा वेगळी आहे, हे लवकरच कळून चुकले. त्यांच्यातील आणि तिच्यातील अंतर कमी झाले. निवेदितेच्या पुढील कार्याच्या दृष्टीने हे फार महत्त्वाचे होते.

त्या काळी लाहोरप्रमाणे कोलकात्यात घरांची दाटी नव्हती. त्यामुळे दिवेलागणीला गच्चीत बसले, तर माणसांत असून एकांत अनुभवायला मिळायचा. निवेदितेला हे सर्व मनापासून आवडत असे.

येथे घर घेताना सर्वांनी तिला भीती घातली होती ती हिवताप आणि विषमज्वर यांची. पण गंमत म्हणजे निवेदिता या घरात राहत असताना एकदाही आजारी पडली नाही.

एक प्रसंग निवेदितेच्या कायमचा आठवणीत राहिला. तिच्या लक्षात आले होते की, काही पक्ष्यांना भारतीय घराच्या वळचणीला आसरा मिळतो. त्यांचे घरात राहणे शुभ मानले जाते. उदाहरण द्यायचे झाले, तर बंगालमध्ये घुबडाला लक्ष्मीचे वाहन समजतात. त्यामुळे पक्ष्यांचा किलबिलाट घराभोवती नेहमीच असतो. एकदा एका भगव्या वेषातला फकीर निवेदितेच्या घरापाशी बसून पक्ष्यांची गंमत मन लावून पाहत होता. चिमण्या चिवचिवत होत्या, इकडून तिकडे उडून काहीतरी टिपत होत्या, क्षणात भांडत होत्या तर क्षणात भांडण विसरून गुण्यागोविंदाने नांदत होत्या, आनंदाने चिवचिवत होत्या. त्यांच्या चिवचिवाटाने भानावर येत तो फकीर एकदम बोलून गेला, "कुठलाही धर्मग्रंथ नसताना या चिमण्या अशा कशा बरं राहतात!" फकिराला चिमण्यांच्या वागण्यातून महान तत्त्व गवसले आणि निवेदितेला

भारतीय मन प्रत्येक लहानसहान गोष्टीतून सत्याचे मर्म कसे जाणून घेते ते जाणवले. अशा रीतीने तिचे स्वयंशिक्षण सुरू होते. सूक्ष्म निरीक्षणातून आणि रोजच्या जीवनातून ती हिंदूंच्या जीवनशैलीचे मर्म समजून घेत होती.

◆

शाळेची स्थापना

काश्मीरच्या प्रवासात स्वामीजींनी निवेदितेकडे तिच्या शाळेच्या स्थापनेचा विषय काढला तेव्हा निवेदितेला आनंद झाला. कारण त्या वेळेपर्यंत स्वामीजींनी तिच्याजवळ हा विषय काढला नव्हता. अर्थात स्वामीजींनी तिला भारतात येण्याचे आवाहन केले होते, तेव्हा तिला येथे आणण्यामागे 'स्त्री-शिक्षण' हा एक उद्देश होता. त्यामुळे निवेदितेने येथील स्त्री-शिक्षणासंबंधी विचार केला होताच. ती स्वत: शिक्षणतज्ज्ञ असल्याने, शिक्षणप्रणाली ही येथील स्त्रियांच्या जीवनात उपयुक्त ठरणारी असावी, हा विचार तर तिने केला होता, पण याशिवाय येथील स्त्रीच्या जीवनात प्राचीन संस्कृती, परंपरा आणि आधुनिक विचार व विज्ञान यांचा समन्वय साधणे तिला आवश्यक वाटत होते. स्वामीजींचा विचारही असाच होता. त्यांच्या मते शिक्षणात स्वदेश आणि धर्म यांची योग्य युती असावी. हिंदू धर्म निष्क्रिय न राहता सक्रिय व्हावा आणि त्याचा प्रभाव इतरांवर पडावा. भारतात कर्मकौशल्याचा अभाव आहे हे खरे, पण तो अभाव दूर करताना प्राचीन चिंतनशील जीवनाचा त्याग करण्याचे काहीच कारण नाही. मात्र अस्पृश्यतेला त्यात स्थान नसावे. यासाठी श्रीरामकृष्णांच्या उक्तीचा आधार घ्यायला हवा. रामकृष्ण म्हणत की सागराप्रमाणे गभीर आणि आकाशाप्रमाणे उदार व्हावयास हवे. शिक्षणक्षेत्रात या आदर्शानुसार कार्य करण्यासाठी निवेदितेला, सर्वप्रथम, स्वत:चेच शिक्षण पूर्ण करणे आवश्यक होते. येथील स्त्री-जीवनाची पूर्णत्वाने ओळख हेच ते शिक्षण होय.

त्यामुळेच शाळेच्या स्थापनेचा विषय निघताच निवेदितेने स्पष्टपणे सांगून टाकले की, मी एकटीच शाळेची व्यवस्था पाहीन. सध्या तरी मला कुणी सहकारी नको. सुरुवातीला शाळा लहानच असेल. आणि लहान मुले ज्याप्रमाणे अक्षरे लावत लावत वाचायला शिकतात त्याप्रमाणे मी माझा अभ्यासक्रम हळूहळू निश्चित करेन.

स्वामीजींनी या विचारास मान्यता दिली. निवेदितेने शाळेच्या संदर्भात स्वामी ब्रह्मानंदांचा सल्ला आणि साहाय्य घ्यावे अशी स्वामीजींची इच्छा होती. निवेदितेने

ती मान्य केली.

१२ नोव्हेंबर रोजी सकाळी शारदामातांच्या हस्ते बेलुडला नवीन मठाच्या जागी श्रीरामकृष्णांच्या मूर्तीची पूजा करण्यात आली. या कार्यक्रमासाठी स्वामीजी, स्वामी ब्रह्मानंद आणि स्वामी शिवानंद बेलुडला गेले होते. दुपारी ते कोलकात्याला परत आले. कारण निवेदितेच्या शाळेच्या स्थापनेच्या संदर्भात बलराम बसूंच्या घरी – ५७, रामकांत बसू स्ट्रीट येथे एक सभा आयोजित करण्यात आली होती. सभा तशी म्हटली तर घरगुती स्वरूपाचीच होती. स्वामीजींच्या सर्व गृहस्थभक्तांना मुद्दाम आमंत्रित करण्यात आले होते. निवेदिताच या सभेची अध्यक्ष होती. बागबाजारात मुलींची शाळा काढण्याचा संकल्प निवेदितेने केला होता आणि स्वामीजींच्या गृहस्थभक्तांना, त्यांच्या मुली त्यांनी तिच्या शाळेत पाठवाव्यात म्हणून तिने आवाहन केले. श्रोत्यांमध्ये मास्टर महाशय, सुरेश दत्त, हरमोहनबाबू वगैरे रामकृष्णांची भक्तमंडळी होती. स्वामीजी सर्वांच्या नकळत सर्वांच्या मागे येऊन बसले होते.

निवेदितेने इंग्रजीतून आपला संकल्प स्पष्ट केला आणि सर्वांना त्यांच्या घरातील मुलींना शाळेत पाठवण्यासाठी आवाहन केले, तरी सर्व जण शांतच बसून राहिले. कुणीही तिला प्रतिसाद दिला नाही. तेव्हा स्वामीजी प्रत्येकाला पाठीमागून डिवचून म्हणायला लागले, "अरे, ऊठ, ऊठ ना! नुसतं मुलीचा बाप होऊन चालणार नाही. देशाचा विचार करता, मुलींच्या शिक्षणात तुम्हा सर्वांना मदत करायलाच हवी. ऊठ! सांग ना! तिच्या आवाहनाला उत्तर दे! म्हण, 'हो, मी तयार आहे. माझी मुलगी मी तुमच्याकडे पाठवेन." पण एवढे सांगूनही कुणी उभे राहून बोलायला तयार होईना. अखेर हरमोहनबाबूंना स्वामीजी म्हणाले, "ऊठ! तुला कबूल केलंच पाहिजे." हे सर्व इतक्या वेळ दबक्या आवाजात चालले होते. पण मग मात्र स्वामीजींच्या संयमाचा अंत झाला. ते ताडकन उभे राहिले आणि हरमोहनबाबूंच्या वतीने स्वतःच म्हणाले, Well, Miss Noble, this gentleman offers his girl to you.

इतका वेळ निवेदितेचे स्वामीजींकडे लक्षच गेले नव्हते; पण स्वामीजींना पाहताच आणि त्यांचे प्रोत्साहनपर शब्द ऐकताच, निवेदिता एखाद्या लहान मुलीप्रमाणे आनंदाने टाळ्या वाजवायला लागली.

एका परदेशी माणसाने कोलकात्यात मुलींच्या शिक्षणात उत्साह दाखवणे आणि त्यात एतद्देशीयांकडून अगदी थंड प्रतिसाद मिळणे ही गोष्ट कोलकात्याला नवीन नव्हती. निवेदिता भारतात येण्यापूर्वी डेव्हिड हेअर यांनी स्त्री-शिक्षणासाठी आटोकाट प्रयत्न केले. ते लोकप्रिय शिक्षक होते. जगमोहन सरकार, राधाकांत देव या उदार विचारांच्या जमीनदारांनी त्यांना साहाय्य केले. त्यांनाही विद्यार्थिनी मिळणे अवघडच गेले. त्यानंतर जॉन एलियट ड्रिंक वॉटर बीटन हा ऑक्सफर्डचा रँग्लर

शिक्षण सचिव म्हणून भारतात आला. या उत्साही तरुणाला साहित्यात रस होता आणि लंडनला असताना उत्तम वकील म्हणून त्याचा नावलौकिक होता. स्त्री-शिक्षणाविषयी तो अतिशय आग्रही होता. पण बारासतच्या कन्याशाळेतील प्रसंगाचा मागे उल्लेख आलाच आहे. त्यानंतर इंग्रज सरकारही स्त्री-शिक्षणाच्या बाबतीत निरुत्साही झाले आणि एतद्देशीय सनातन वृत्तीचे लोक तर विरुद्ध होतेच.

अशा वेळी बीटनने रामगोपाल घोष, दक्षिणारंजन मुखोपाध्याय, मदनमोहन तर्कालंकार, गौरदास बसाक वगैरे मंडळींना हाताशी धरले. हे सर्व सुशिक्षित आणि खरेच सुधारणावादी होते. उदार विचारांच्या या मंडळींना 'यंग बेंगॉल' म्हणून लोक ओळखत. 'यंग बेंगॉल'च्या साहाय्याने कन्याशाळा काढायचे बीटनने ठरवले. दक्षिणारंजन मुखोपाध्यायांनी आपले मिर्झापूर येथील भलेमोठे उद्यानगृह शाळेला दान दिले. विद्यार्थिनी गोळा करण्याचे काम मदनमोहनांनी स्वत:च्या खांद्यावर घेतले. भुवनमाला आणि कुंदमाला या त्यांच्या दोन मुली शाळेच्या पहिल्या विद्यार्थिनी ठरल्या.

शाळा स्थापन झाली. आरंभी एकवीस विद्यार्थिनींनी नावे नोंदवली होती. बीटनचा उत्साह पाहण्यासारखा होता. त्याला आपली शाळा खूप मोठी व्हावी असे वाटत होते. त्यासाठी वाटेल ते करण्याची त्याची तयारी होती. एकदा तो सहज शाळेत गेला असताना एक लहान मुलगी घरी जाण्यासाठी शाळेच्या पायऱ्यांवर रडत बसलेली त्याला दिसली. तिला हसवण्यासाठी इंग्रज सरकारचा हा शिक्षण सचिव चक्क मातीत गुडघे टेकवून घोडा झाला आणि ती छोटी मुलगी, राणीसारखी रुबाबात या घोड्यावर स्वार होऊन हसायला लागली. आपल्या मुलींना घरी घेऊन जाण्यासाठी आलेल्या मदनमोहनबाबूंना हे दृश्य पाहून भरून आले.

एवढे प्रयत्न करूनही थोड्या दिवसांत मुलींची संख्या घटत एकवीसवरून सातवर आली. मिर्झापूर दूर असल्याने पालक आपल्या मुलींना पाठवत नसावेत म्हणून कोलकात्याच्या मध्यवर्ती भागातील – हेदुयातील – पडीक जमीन मिर्झापूरच्या शाळेच्या जागेच्या बदल्यात सरकारकडून घेण्यात आली आणि तेथे शाळेची इमारत बांधण्यात आली. पण शाळेचे बांधकाम पूर्ण होण्याआधीच, पावसात भिजून ताप आल्याचे निमित्त होऊन, बीटनने या जगाचा निरोप घेतला. ही शाळा म्हणजेच कोलकात्यातील नावाजलेले 'बेथुन हायस्कूल.' बीटनचे बंगालीत 'बेथुन' झाले ते कायमचेच!

डेव्हिड हेअर, जॉन बीटन किंवा निवेदिता यांना शाळेसाठी विद्यार्थिनी मिळवायला खूप त्रास होण्याची मुख्य कारणे म्हणजे सनातनी वृत्तीच्या एतद्देशीयांना आपल्या मुली भ्रष्ट होतील ही भीती ग्रासून होती. एका वर्तमानपत्राच्या वृद्ध संपादकांनी तर चक्क असे विधान केले होते की, वाघ आणि बकरी यांच्यात फक्त भक्षक आणि

भक्ष्य एवढाच संबंध असतो, तसाच संबंध स्त्री-पुरुषात असतो. तेव्हा स्त्री शिक्षणासाठी घराबाहेर पडल्यास ती भ्रष्ट होणारच!

हे टोकाचे विधान असले तरी मिशनऱ्यांनी हिंदू मुलामुलींना मोफत शिक्षणाचे आमिष दाखवून ख्रिश्चन करण्याचे जणू सत्रच सुरू केले होते, हेही विसरून चालणार नाही. त्यामुळे बीटन, निवेदिता यांच्या प्रामाणिक प्रयत्नांना यश यायला वेळ लागणे स्वाभाविक होते. निवेदितेची लोकांना पूर्ण ओळख होणे अत्यंत आवश्यक होते. बोसपाडा लेनमधील रहिवासी निवेदितेला बऱ्यापैकी ओळखायला लागले होते. ही तरुण स्त्री मिशनऱ्यांपेक्षा वेगळी आहे, हे त्यांच्या लक्षात आले होते. शारदामातांशी तिची असलेली घनिष्ठता आणि स्वामीजींचे शिष्यत्व यामुळे निवेदितेकडे पाहण्याची त्यांची दृष्टी काहीशी बदलली होती. निवेदिता तिची जन्मभूमी त्यागून, येथील लोकांच्या कल्याणासाठी, उन्नतीसाठी आली आहे, हे त्यांना हळूहळू कळू लागले होते. त्यामुळेच बोसपाडा लेनमधील लहान मुलींना घेऊन निवेदितेची शाळा सुरू झाली.

१३ नोव्हेंबर, १८९८! रविवार!! कालीपूजेचा शुभदिन. त्या दिवशीचा मुहूर्त साधून शारदामातांच्या हस्ते निवेदितेच्या राहत्या घरीच शाळेची स्थापना झाली. निवेदिता अतिशय आनंदात होती. शारदामाता, गोलाप मा आणि योगीन मा यांना बरोबर घेऊन आल्या होत्या. स्वामीजी, स्वामी ब्रह्मानंद आणि स्वामी सारदानंदही उपस्थित होते. शारदमातांनी पूजा केली. ''या विद्यालयावर जगन्मातेच्या कृपेचा वर्षाव होवो. इथं शिकणाऱ्या मुली आदर्श बालिका होवोत.'' असा आशीर्वाद त्यांनी दिला. शारदामातांचा आशीर्वाद मिळाल्यावर हाती घेतलेले कार्य तडीस जाणारच, अशी निवेदितेची धारणा होती. त्यामुळे ती प्रसन्न झाली. स्वामीजींच्या संकल्पित कार्यांपैकी एका महत्त्वाच्या कार्याचा आरंभ झाला होता आणि हे कार्य सफल होणार, याबद्दल स्वामीजींना खात्री होती.

सोमवार १४ नोव्हेंबर रोजी शाळेची प्रत्यक्ष सुरुवात झाली. या दिवशीही स्वामी ब्रह्मानंद, स्वामी बिरजानंद आणि स्वामी सुरेश्वरानंद यांच्यासह स्वामीजी उपस्थित होते. स्वामीजींवर श्रद्धा असणाऱ्या आणि बागबाजारातच राहणाऱ्या लोकांच्या मुली याच होत्या, या शाळेच्या आरंभीच्या विद्यार्थिनी! एक मोलकरीण मुलींची ने-आण करण्यास ठेवली होती.

शाळेच्या पहिल्याच दिवशी नव्हे, तर रोजच निवेदिता आपल्या चिमुकल्या विद्यार्थिनींचे दारात हसतमुखाने स्वागत करायची. मग सर्व जणी जमिनीवरच सतरंजी पसरून बसत. निवेदिताही त्यांच्यातच बसायची आणि शाळा सुरू व्हायची.

निवेदिता आदर्श शिक्षिका होती. शिक्षण – विशेषत: मुलींचे शिक्षण – हा तिचा अत्यंत जिव्हाळ्याचा विषय होता. त्यामुळेच शिक्षणाविषयी तिने मूलभूत

विचार केला होता. फ्रॉबेल आणि पेस्तालात्सिक यांनी निर्माण केलेल्या आधुनिक शिक्षणपद्धतीची ती नुसती प्रशंसक नव्हती, तर ती त्यांची अनुयायीही होती. जुनी शिक्षणपद्धती ही शैक्षणिक विषयांना प्राधान्य देणारी होती. तिच्यामध्ये विद्यार्थी दुय्यम स्थानावर होता; पण नवीन आधुनिक शिक्षणपद्धती अधिक शास्त्रीय होती. तीमध्ये विद्यार्थी प्रथम स्थानावर होता. इंग्लंडमधील आपल्या शाळेत तिने या आधुनिक पद्धतीचा प्रयोग यशस्वीपणे केला होता. मात्र भारतातला – म्हणजेच बंगालमधला – शैक्षणिक कार्यक्रम युरोपमधील शैक्षणिक कार्यक्रमापेक्षा निश्चितच वेगळा असायला हवा, याची तिला जाणीव होती. कोलकात्याबरोबरच पुणे, मद्रास वगैरे ठिकाणी मुलींसाठी शाळा सुरू करण्याचा तिचा मानस होता.

बंगालमधील, त्या काळातील, सामाजिक आणि शैक्षणिक परिस्थितीचा आढावा घेतल्यावर आणि तेथील सर्वसाधारण जीवनशैलीचा परिचय झाल्यावर तिच्या लक्षात आले होते की, येथील मूल हे समजायला लागल्यापासून नकळत, भारतीय संस्कृती आणि भारतीय तत्त्वज्ञान यांचे पाठ घेत असते. या दोन्ही गोष्टी येथील दैनंदिन जीवनात अशा रीतीने सामावल्या आहेत की त्या रोजच्या जीवनाचाच अविभाज्य भाग बनल्या आहेत. रोजची तुळशीची पूजा किंवा घरच्या गाईची देखभाल करताना भूतदया, पर्यावरणाची जोपासना यांचे पाठ मिळत असतात. शेजाऱ्यांना मदत, गोरगरिबांना दान, आजाऱ्याची शुश्रूषा, वृद्धांची सेवा यातूनच मानवतेची शिकवण मिळते. अत्यंत उच्च प्रतीची जीवनमूल्ये हेच येथील मुलांचे बाळकडू आहे. त्याला आधुनिक विज्ञानाची, आधुनिक विचारांची जोड दिली तर ही मुले आधुनिक जगात यशस्वी ठरतील. याचा अर्थ, येथील संस्कृती आणि आधुनिकता यांची योग्य सांगड घालणारे शिक्षण द्यायला हवे होते. त्याचबरोबर शारीरिक शिक्षणाचीही आवश्यकता होती. ग्रामीण भागातील मुलांना हे सहज शक्य होते, असे तिला जाणवले. तेथे ती निसर्गाच्या सान्निध्यात जास्त असतात. ऋतूनुसार निष्ठेने आचरल्या जाणाऱ्या व्रतांतून त्यांना संस्कृती कळते. खेड्यातील जीवनच असे असते की, आपोआपच शारीरिक शिक्षण मिळते. कुंभाराचे चाक फिरू लागले की त्याच्या घरातील मुले ते पाहत पाहत चिखल कालवू लागतात आणि हळूहळू त्या मातीच्या गोळ्यातून काहीतरी आकार निर्माण होतोच. पण शहरातील मुला-मुलींना हे मुद्दाम शिकवावे लागते. त्यांच्या कल्पनाशक्तीला प्रेरणा मिळाली की त्यांची सर्जकता फुलते. यात फक्त आनंद आणि आनंदच असतो. यासाठी जी साधने त्यांना द्यायची ती अगदी साधी, सहज उपलब्ध होणारी आणि त्यांच्या परिचयाची असली म्हणजे झाले!

मग निवेदितेने आपल्या विद्यार्थिनींच्या हाती दिले रंगीत खडू, कागद, मणी, धागा, माती अशा घरात सहज मिळणाऱ्या वस्तू. त्यांनी त्यांच्या मनात येईल त्याचे

चित्र काढावे, मातीतून भांडी-बुडकुली तयार करावीत. निवेदिता त्या करत असलेल्या निर्मितीत त्यांना फक्त मदत करत असे, आवश्यकता वाटल्यास हात धरून शिकवत असे, चांगले काही केल्यास मनापासून शाबासकी देत असे. अशा शिक्षणात निर्मितीचा आनंद होता. त्या चिमुकल्या मनांवर कसलेही दडपण येणार नाही, याची काळजी ती घेत होती.

आणखी एक गोष्ट निवेदिता कटाक्षाने पाळत होती, ती म्हणजे मोडक्यातोडक्या का होईना, बंगालीतून ती शाळेत येणाऱ्या मुलींशी संवाद साधत होती. कारण तिच्या मते मातृभाषा हा त्या देशाचा आत्मा असतो आणि या भाषेच्या मौखिक किंवा लिखित साहित्यात त्या भाषेचा आत्मा असतो. अगदी बालपणापासून मुलाच्या कानावर पडते ती मातृभाषाच! अंगाईगीतापासून सुरुवात केल्यास, बडबडगीते, कहाण्या, गोष्टी, आख्यायिका, दंतकथा, लोककथा, लोकगीते, बोधकथा, परीकथा, साहसकथा, वीरांच्या कथा, संतांच्या कथा, भजने, आरत्या या मातृभाषेतूनच असतात आणि मूल हे सर्व ऐकत ऐकतच मोठे होते. या सर्व गोष्टींच्या संस्कारामुळेच कोवळ्या आणि संस्कारक्षम मनात मातृभाषा, मातृभाषेतील वाङ्मय आणि ती भाषा जेथे बोलली जाते ती मातृभूमी यांच्याबद्दल अभिमान, प्रेम आणि आदर जागृत होतो. स्वसंस्कृतीबद्दल आदर बाळगणारी आणि राष्ट्राबद्दल भक्ती असलेली पिढीच राष्ट्राला अत्युच्च शिखरावर नेते. तेव्हा हे गुण बालपणापासूनच अंगी बाणवणे आवश्यक असते. अतिशय सखोलपणे तिने शिक्षणाबद्दल विचार केला होता. स्वामीजींनी तिची निवड उगीच नव्हती केली! ती मुलींना शिकवत होती आणि स्वत: शिकतही होती.

निवेदितेची शिक्षणाबद्दलची ही मते आपल्याला बंगालमध्येच होऊन गेलेल्या दोन प्रसिद्ध शिक्षणतज्ज्ञांची आठवण करून देतात. त्यातील जॉन बीटनचा उल्लेख याआधी केलाच आहे. बीटनही मातृभाषेतून शिक्षण देण्याच्या मताचा होता. तरुण वयातच या जगाचा निरोप घेणाऱ्या या शिक्षणतज्ज्ञाने आपली सर्व मालमत्ता आपल्या शाळेला दान केली. अखेरच्या क्षणापर्यंत तो शाळेचाच विचार करत होता. त्या काळी मातृभाषेतून शिक्षण द्यायचे, तर मातृभाषेत क्रमिक पुस्तकेच नव्हती. तेव्हा बीटनने 'यंग बेंगॉल'ना तशी पुस्तके तयार करण्याचे आवाहन केले.

याच ठिकाणी आपल्याला रवींद्रनाथांची आठवण झाल्याशिवाय राहत नाही. रवींद्रनाथांना आपला देश, आपली संस्कृती यांचा सार्थ अभिमान होता. लहानपणी त्यांनी स्वत: इंग्रजी शाळेचा कटू अनुभव घेतला होता. परक्या भाषेतील, अर्थ न कळणाऱ्या गोष्टींची घोकंपट्टी करणे हे शिक्षण नव्हेच, हे त्यांना लहानपणीच कळले होते. म्हणूनच प्राचीन ऋषींच्या आश्रमांच्या धर्तीवर त्यांनी 'शांतीनिकेतन' ही आश्रमशाळा काढली. तेथे मुले झाडाखाली बसून, निसर्गाच्या सान्निध्यात शिकत.

पहिली ते चौथीपर्यंतच्या वर्गांसाठी त्यांनी जी 'सहज पाठ' ही क्रमिक पुस्तके लिहिली ती आजही आदर्श ठरावीत. दोन ओळींच्या पद्यातून त्यांनी मुलांना वर्णमाल शिकवली होती. लहानांनाच नव्हे, तर मोठ्यांनाही 'सहज पाठ' आनंद देतात. 'उ, ऊ दोघे भाऊ, बऊदीला (वहिनीला) म्हणतात, मासे भात खाऊ.' अशा रोजच्या जीवनातील अनुभव सांगणाऱ्या ओळी लहान मुलांच्या सहज लक्षात राहतात आणि लहान लहान गोष्टींतून त्यांना आपली संस्कृतीही नकळत शिकवली जाते.

निवेदितेला असेच शिक्षण अभिप्रेत होते. गाणी, गोष्टी, गप्पा, नाटुकली यातून ती विद्यार्थिनींना शिकवत होती. त्यांच्याबरोबर फेर धरून, टाळ्या वाजवत गाणी म्हणत होती. याचा परिणाम असा झाला की मुली आनंदाने शाळेत येत आणि घरी गेल्यावरही शाळा, निवेदिता यांच्याबद्दलच बोलत. गोड गाणी म्हणून दाखवत, सुंदर चित्र काढून आपल्या कल्पनाशक्तीची पालकांना ओळख करून देत.

हळूहळू फक्त बोसपाडा लेनच नव्हे, तर पूर्ण बागबाजाराचा भागच निवेदितेला ओळखू लागला. निवेदिताही कुणी रस्त्यात भेटल्यास, हसून ओळख द्यायची, आपल्या मोडक्या-तोडक्या बंगालीत त्यांची विचारपूस करायची, "कि मोशाय, केमन आछेन? भालो आछेन तो! ऐ खुकी, कोथाय जाच्छो? स्कूले की? भालो! भालो!" तिचे ध्येय किती मोठे आहे, तिची साधना किती कठीण आहे, याची बागबाजारातील रहिवाशांना किती कल्पना होती कोण जाणे! पण त्यांना ती आता परकी न वाटता आपल्यातीलच वाटायला लागली. निवेदितेने तर त्यांना सर्वांना केव्हाच आपले मानले होते. त्यांच्या मदतीला ती धावून जायचीच.

एकदा रात्री ती जेवणाच्या तयारीत असताना, तिच्या घराच्या पलीकडच्या झोपडीवजा घरातून एकदम रडण्याचा आवाज आला. निवेदिता पळतच तेथे गेली. तिला भाषेच्या अडचणीमुळे फार बोलता यायचे नाही; पण प्रामाणिक भावनेला भाषा आड येत नाही. निवेदिता त्या घरात शिरली आणि तिच्या डोळ्यांदेखतच त्या घरातील लहानग्या मुलीने अखेरचा श्वास घेतला. त्या मुलीच्या आईने फोडलेला हंबरडा निवेदितेचे हृदय चिरून गेला. तिने त्या आईला आपल्या उराशी धरले. बऱ्याच वेळाने ती बाई थोडी शांत झाली खरी, पण लगेचच वेड्यासारखे विचारायला लागली, "माझी पोर कुठं गेली?" तिचे डोके आपल्या मांडीवर घेत निवेदिता म्हणाली, "बाई, आधी रडू आवर बघू! तुझी मुलगी कुठं नाही गेली! काली मानं तिला स्वत:जवळ बोलावून घेतलंय." एक दीर्घ नि:श्वास टाकून ती शांत झाली.

आता निवेदितेला मदत करण्यास सर्वच उत्सुक असत. घरात काही चांगला पदार्थ केला की निवेदितेला त्याचा वानोळा मिळायचाच. तिला काही कमी पडू नये, अडचण येऊ नये, म्हणून तिचे शेजारी काळजी घेत. तिच्याकडे अचानक कुणी आल्यास, त्यांच्या सरबराईसाठी शेजाऱ्यांचीच धांदल उडायची. एकदा स्वामीजी

आपल्या काही शिष्यांना घेऊन अचानक आले. त्यांच्यासाठी चहा करायचा तर निवेदितेच्या घरात दूधच नव्हते; पण शेजारणीने तिची अडचण ओळखून, न बोलता, चहाची सर्व व्यवस्था केली. आता निवेदितेची अडचण ही त्यांना त्यांची अडचण वाटत असे आणि तिची मदतही ते हक्काने घेत.

◆

१८९९चा प्लेग

१८९८मध्ये प्लेगच्या साथीने कोलकात्यातून आपला मुक्काम लवकर हलवला होता, पण तेव्हापासून स्वामीजींनी या साथीला तोंड कसे द्यावयास हवे, याचा विचार केला होता. एवढेच नव्हे, तर साथ आल्यास तिचा प्रतिकार करण्याचीही तयारी केली होती. रोगप्रतिकाराची जी काही व्यवस्था करायची, तिची सर्व जबाबदारी स्वामीजींनी निवेदितेवर सोपवली होती. नुकत्याच भारतात आलेल्या एका गोऱ्या तरुणीवर एवढी मोठी जबाबदारी स्वामीजीच टाकू जाणे!

रामकृष्ण मिशनने एक समिती स्थापन केली होती. निवेदिता सर्व व्यवस्था पाहाणार होती आणि योग्य तेथे कार्यकर्त्यांना मार्गदर्शन करणार होती. स्वामी सदानंद अध्यक्ष होते आणि स्वामी शिवानंद, स्वामी नित्यानंद व स्वामी आत्मानंद सभासद होते. ३१ मार्चला या समितीने आपल्या कामाला सुरुवात केली. निवेदितेच्या लक्षात आले होते की, अस्वच्छता, अज्ञान आणि दारिद्र्य या तीन गोष्टी प्लेगने भयंकर साथीचे रूप धारण करण्याच्या मुळाशी आहेत. कारण दारिद्र्यामुळे लोक कुठे, कशीही घरे बांधून राहतात. गटारांची योग्य व्यवस्था दाट वस्तीच्या ठिकाणी नसते. घाण दारातच असल्याने साथ पसरण्यास वेळ लागत नाही. रोगाची कारणे, स्वच्छतेची आवश्यकता, रोगाचा प्रतिकार करण्यासाठी योजावे लागणारे उपाय या सर्वच बाबतीत लोक अज्ञानी असतात. परिणामी अनेकजण या रोगाला बळी पडतात. तेव्हा पहिले काम होते वस्ती-वस्तीत जाऊन स्वच्छता करणे, गटारे, नाल्या साफ करणे.

स्वामी सदानंदांनी सफाई कामगारांच्या मदतीने बागबाजार, श्यामबाजार येथे स्वच्छता करायला सुरुवात केली. ५ एप्रिलला निवेदितेने इंग्रजी वर्तमानपत्रातून आर्थिक मदतीसाठी लोकांना आवाहन केले. याचा थोडा फायदा झाला. काही आर्थिक मदत मिळाली. तिचे निवेदन ६ एप्रिल रोजी Statesman आणि Englishman या वर्तमानपत्रांतून प्रसिद्ध झाल्यावर, त्याच दिवशी सकाळी कोलकात्याचे आरोग्य

अधिकारी डॉ. नील कूक तिला येऊन भेटले. चार्टर्ड बँकेने तिला प्रशस्तीपर पत्र आणि पन्नास रुपये पाठवले. सरकारच्या आदेशानुसार प्लेग कमिटीचे अध्यक्ष मि. ब्राइट यांनी तिच्या कामाची पाहणी केली. इंग्रज लोक तिची ओळख करून घेत आहेत आणि मानवतेच्या या कार्यात हातभार लावू पाहत आहेत म्हणून निवेदितेला खूप आनंद झाला. २१ एप्रिल रोजी रामकृष्ण मिशनतर्फे कोलकात्याच्या स्टार थिएटरमध्ये एका सभेचे आयोजन करण्यात आले होते. सभेचे अध्यक्ष स्वत: स्वामीजी होते. स्वामीजींचे भाषण अतिशय स्फूर्तिदायक झाले. ही सभा विशेषत: विद्यार्थ्यांसाठी होती. निवेदिता 'प्लेग आणि विद्यार्थ्यांचे कर्तव्य' या विषयावर बोलली. तिच्या आणि स्वामीजींच्या भाषणाचा परिणाम लगेचच दिसून आला. पंधरा-एक विद्यार्थी ताबडतोब स्वयंसेवक व्हायला तयार झाले.

हे सर्व विद्यार्थी दर रविवारी संध्याकाळी ५७ रामकांत बसू स्ट्रीट येथे जमत आणि केलेल्या कामाची माहिती देत, तसेच निवेदितेकडून पुढील काम कुठे कसे करायचे ते समजावून घेत. निवेदितेचे प्लेग-निवारण-कार्य इतक्या उत्तम रीतीने चालले होते की जिल्हा मेडिकल ऑफिसर आणि चेअरमन यांना त्याबद्दल तिची प्रशंसा करावीच लागली. तिचे हे कार्य पाहून तिचे ब्राह्मो मित्रही मदत करण्यासाठी पुढे सरसावले.

डॉ. राधागोविंद कार यांनी निवेदितेचे एकंदर सेवाकार्य प्रत्यक्ष पाहिले होते. त्यांनी लिहून ठेवले आहे, "ही खरोखरच संकटाची वेळ होती! आणि या संकटाच्यावेळी निवेदितेची मूर्ती ठळकपणे लक्षात राहिल्यास नवल नाही! तिला स्वत:च्या आर्थिक परिस्थितीचं अजिबात भान नव्हतं. दुसऱ्यांना शक्य तितकी मदत करायची, एवढंच तिच्या लक्षात होतं. या दिवसात ती फक्त दूध आणि फळं एवढ्यावरच दिवस काढत होती; पण एका आजारी माणसाच्या औषधोपचाराचा खर्च भागवण्यासाठी काही दिवस तिने स्वत:चं दूध बंद केलं होतं."

स्वामी सदानंद आपले कार्य व्यवस्थित करत होते, तरीसुद्धा निवेदिता स्वत: हजर राहायची. एकदा तर ती स्वत:च झाडू घेऊन रस्ता झाडायला लागली. तिला झाडताना पाहून त्या भागातील मुले शरमिंदी झाली. त्यांनी स्वत: पुढे होऊन रस्ता स्वच्छ केला.

साथीत, स्वत:च्या आरोग्याची पर्वा न करता, ती आजाऱ्यांची शुश्रूषा करत असे. उच्च-नीच, श्रीमंत-गरीब असा कुठलाच भेद न मानता ती सेवा करत होती. डॉ. राधागोविंद कारांनी मुद्दामहून नमूद करून ठेवले आहे, "१९९८च्या प्लेगच्या साथीचा कटू अनुभव लक्षात घेऊन, कोलकात्याच्या लेफ्टनंट गव्हर्नरने जाहीर केलं होतं की कुणालाही जबरदस्तीने घराबाहेर काढलं जाणार नाही. तेव्हा घरोघर जाऊन आजारी माणसांना तपासावं लागत असे."

"एका दलित वस्तीतील एका मुलाला प्लेग झाला होता. मी दुपारपर्यंत रोग्यांना तपासून घरी येऊन पाहतो तर दारात माझी वाट पाहत निवेदिता बसली होती. ती त्या दलित मुलाच्या तब्येतीची चौकशी करायला आली होती. त्या मुलाची स्थिती अतिशय गंभीर होती. तशी कल्पनाही मी तिला दिली. ती वस्ती अत्यंत अस्वच्छ होती. तिथं योग्य अशी शुश्रूषा कशी व किती करता येईल, याची माहिती तिने माझ्याकडून घेतली. मी तिला स्वत:चीही काळजी घेण्याची सूचना केली. संध्याकाळपूर्वी पुन्हा त्या मुलाला पाहायला गेलो. त्या ओल आलेल्या कुबट घरात, त्या आजारी मुलाला मांडीवर घेऊन निवेदिता बसली होती. तो मुलगा वाचणार नाही हे माहीत असूनही तिने त्याच्या शुश्रूषेत हयगय केली नाही. दोन दिवस ती तिथं तशीच बसून राहिली. मृत्यूपूर्वी, तिलाच आई समजून त्या मुलाने मिठी मारली. अखेर सर्व प्रयत्न व्यर्थ ठरले आणि तिच्या मांडीवरच त्याने प्राण सोडला. तिला खूप वाईट वाटलं. तिला दया आली ती त्या मुलाच्या आईची. तिचं दु:ख तिला पाहवेना! पण या घराची संपूर्ण स्वच्छता करायला हवी हे लक्षात येऊन एक शिडी घेऊन, घर झाडून, तिने स्वत: भिंतींना चुना लावला."

प्लेग निवारण-कार्याबरोबरच तिचे शाळेचे काम सुरू होतेच. शिवाय रामकृष्ण मठात ती बुधवार आणि शुक्रवार ब्रह्मचाऱ्यांना वनस्पतिशास्त्र, चित्रकला, मानसशास्त्र आणि शिवण शिकवत असे. तिच्या ब्राह्मो मित्रमंडळींसाठी दर शनिवारी ती शिक्षकांना प्रशिक्षण देत असे. या वर्गाला जगदीशचंद्र बसूंची बहीण लावण्यप्रभा, रवींद्रनाथांची पुतणी इंदिरादेवी चौधुराणी, भाची सरलादेवी घोषाल, केशवचंद्र सेनांच्या मुली सुनीतीदेवी आणि सुचारुदेवी वगैरे सुसंस्कृत घरातील सुशिक्षित स्त्रिया येत. धर्मतला स्ट्रीटवरील अमेरिकन मिशनरी स्कूलमध्ये मिस स्टॅलच्या आमंत्रणावरून ती दर गुरुवारी संध्याकाळी इतिहास शिकवत असे. आणि हेच ठीक होते. अन्यथा मिशनरी दृष्टीतून भारतासंबंधी मुले काय काय नको त्या गोष्टी शिकली असती! अन्यत्र तर हेच घडत होते.

याव्यतिरिक्त रामकृष्ण मिशनच्या साप्ताहिक सभेत ती व्याख्याने देत असे. ब्राह्मोसमाजातही तिची व्याख्याने होत. 'शिक्षण' आणि 'कार्यानुभवाचे प्रशिक्षण' या विषयांवरील तिची व्याख्याने फार उद्बोधक ठरली होती. या सर्व श्रमांचा परिणाम काय झाला? २५ एप्रिल, १८९९ रोजी तिच्या लाडक्या जयाला पाठवलेल्या पत्रात तिने लिहिले आहे, "इथं भयंकर उन्हाळा आहे आणि प्लेगच्या साथीच्या निवारणार्थ आमची एवढी धावपळ चालू आहे की मी शरीराने आणि मनाने पार थकून गेले आहे. पण आराम करायला लाज वाटते, कारण मुलींची शाळेकडे रीघ लागते."

या सुमारास निवेदितेची मैत्रीण मिसेस काउलस्टोन, निवेदितेच्या कामात मदत करण्यासाठी भारतात येऊ इच्छित होती. तिला निवेदितेने लिहिले आहे, "इथं

कामाला अंत नाही. इथं राहाणं हे सुद्धा एक कामच आहे. मला शाळेसाठी नक्कीच मदत हवी आहे. मला शाळा वाढवायची आहे. आता इथं वसतिगृह काढण्यासारखी परिस्थिती आहे. वसतिगृह काढले, तर मुलींबरोबर मला सतत राहता येईल. मुलींमध्येही उत्साह आहे. तू आलीस तर आपण दोघी मिळून हजारो पट काम करू. माझी दमछाकही हजारो पटींनी कमी होईल. मला लेखन, भेटी देणं, व्याख्यान देणं, समाजातील प्रतिष्ठित लोकांशी विचारविनिमय करणं, वर्ग घेणं, शिकवणं, अशी शेकडो कामं असतात. तेव्हा मला मदत हवी आहे; पण तरीही मी तुला 'ये' असं नाही म्हणू शकत. कारण पैशांची अडचण खरंच फार मोठी आहे. कदाचित मलाच तिकडे यावं लागेल. मग तुला कशी बोलावू?''

निवेदिता झटत होती – तिला आवडत्या शैक्षणिक कार्यासाठी, तिच्या लोकांच्या कल्याणासाठी, तिच्या भारताच्या प्रगतीसाठी आणि तिच्या पुढे आ वासून उभ्या असणाऱ्या अडचणींवर मात करण्यासाठी.

◆

काली आणि कालीपूजा

निवेदितेचे व्यक्तिमत्त्व बहुमुखी होते. ती निष्ठावंत शिष्या होती, प्रतिभावंत लेखक होती, उत्तम शिक्षिका होती, प्रामाणिक सत्यशोधक होती, वैज्ञानिक होती, समाजसेवक होती, भारतप्रेमी होती; भारताच्या संस्कृतीत, इतिहासात, कलेत तिला आत्यंतिक रस होता; तिचे वक्तृत्व असामान्य होते. तिच्या व्याख्यानातून तिच्या अंगच्या अनेक गुणांचा प्रत्यय आल्याशिवाय राहत नसे. म्हणूनच 'काली' या विषयावर निवेदिता बोलणार आहे, असे वर्तमानपत्रातून जाहीर होताच, कोलकात्याच्या सुशिक्षित समाजात खळबळ उडाली.

'काली' सारखा विषय, व्याख्यानाचे ठिकाण सुशिक्षित भारताची सांस्कृतिक राजधानी आणि राजकारणाचा केंद्रबिंदू कोलकाता आणि व्याख्याती होती एक तेजस्वी, बुद्धिमान, इंग्रज तरुणी!

व्याख्यान १३ फेब्रुवारी, १८९९ रोजी कोलकात्यातील अल्बर्ट हॉलमध्ये झाले. प्रथम ते ४ फेब्रुवारीला ठरले होते, हे निवेदितेने जयांना ३ जानेवारीला लिहिलेल्या पत्रातून स्पष्ट होते, "४ फेब्रुवारीला माझ्यासाठी अल्बर्ट हॉल घेतलाय. मी 'काली आणि कालीपूजा' या विषयावर बोलणार आहे. मी जे बोलणार आहे ते राजांना (स्वामीजींना) दाखवणार आहे. कोलकात्याच्या शिक्षित समाजापुढे कालीपूजेविषयी सहानुभूतीपूर्ण बोलता यावं एवढीच माझी इच्छा आहे.''

निवेदितेने आपल्या व्याख्यानात तिचे गुरू आणि तिचे परात्पर गुरू यांचे कालीविषयक विचार, तिने स्वत: केलेल्या चिंतन-मननाच्या आधारे, तिच्या शब्दांत सुसंगतपणे मांडले. भारतात आल्यावर तिने क्षीरभवानी येथे स्वामीजींचे विचार, त्यांच्याशी चर्चा करून समजून घेतले होते. तसेच मठात साजरी झालेली दुर्गापूजा आणि कालीपूजा तिने पाहिली होतीच.

निवेदितेच्या मते सर्वसामान्यांना मनाची एकाग्रता साधणे सहजसोपे व्हावे म्हणून निराकाराला साकार रूप दिले जाते. म्हणूनच कालीची पूजा ही साकारातून

केलेली निराकाराचीच पूजा असते. दुर्गा, जगद्धात्री आणि काली ही शक्तीचीच रूपे आहेत. दुर्गा विध्वंस करते, तसेच सर्जनही करते; जगद्धात्री प्रेम आणि कृपा यांचे प्रतीक आहे; तर काली अंत:करणातील गूढ शक्तीचे.

भारतात या देवींना 'माता' मानले जाते. माता ही फक्त स्त्री नसते, तर सर्वश्रेष्ठ, अतिपवित्र स्त्री असते. या देवी म्हणजे 'जननी'. आपण सर्व तिची लेकरे. आई – मग ती कशीही असो वा दिसो – आपल्या लेकरांचे रक्षण करणे, काळजी घेणे, हेच आपले परम कर्तव्य मानते. तिची मुले आनंदात विहार करताना आईपासून दूर जातीलही, पण संकट येताच, दु:ख होताच ती धाव घेतात आईकडेच. आणि आईचे दर्शन होताच त्यांना परमानंद मिळतो. कालीतील गूढ शक्ती त्यांना संकटांना, दु:खाला तोंड द्यायला शिकवते. अखेरचा श्वास घेऊन या जगातून अनंताच्या प्रवासाला निघायचे ते कालीच्या कृपेमुळेच. निवेदितेला कालीत शिवाचा साक्षात्कार होत असे.

भारताचे आणखी एक वैशिष्ट्य म्हणजे आपल्या देशाला तो मातेच्या रूपातच पाहतो. माता आणि मातृभूमी यांच्या सीमारेषा फार पुसट आहेत. बंकिमचंद्रांनी आपल्या 'आनंदमठ' या कादंबरीत देवीच्या निरनिराळ्या रूपांतून भारताचा भूत, वर्तमान आणि भविष्यकाळच मूर्त केला आहे.

तेव्हा काली ही माता, शक्ती, मातृभूमी, जगन्माता! तिची पूजा ही मूर्तिपूजा नव्हे, तर प्रतीकपूजा.

निवेदितेने पूर्ण तयारीनिशी आपले विचार अतिशय सुसंगतपणे आपल्या व्याख्यानात मांडले. निवेदितेचे 'काली' या विषयावरचे हे व्याख्यान म्हणजे स्वामीजींच्या दृष्टीने एक आव्हानच होते. कारण सुधारणावादी, एकेश्वरवादी, मिशनरी आणि इंग्रजाळलेले भारतीय हे सर्व खवळून उठणार हे स्पष्ट होते. मिशनरींनी पुस्तकामागून पुस्तके छापली होती. त्यांचा इतर काही फायदा झाला नसला तरी काही सुशिक्षितांच्या मनात विद्वेष निर्माण करण्यात ते यशस्वी झाले होते. कालीचा अव्हेर करण्यामागे त्यांचा न्यूनगंड आहे, हे स्वामीजींच्या लक्षात आले होते. तेव्हा एका इंग्रज स्त्रीने काली आणि कालीपूजा यावर सकारात्मक बोलणे, हा त्यांना जबरदस्त तडाखा ठरणार होता. स्वामीजींना हे हवे होते. मात्र यासाठीच केवळ त्यांनी निवेदितेला हे व्याख्यान देण्यास प्रवृत्त केले नव्हते.

व्याख्यानापूर्वीच कोलकात्यातील सुशिक्षित समाजात कसा गदारोळ माजला होता, त्याचे वर्णन 'प्रबुद्ध भारत'च्या १९४३ जानेवारीच्या अंकातून वाचावयास मिळते. या अंकात डॉ. यदुनाथ सरकारांनी म्हटले आहे, "निवेदितेच्या व्याख्यानाचा विषय ऐकून, त्या काळच्या सुशिक्षित लोकांना केवढा धक्का बसला होता, याची कल्पना तुम्हाला आज येणार नाही! कारण त्या काळी कालीसंबंधी कुणी खोलात

जाऊन विचार केलेला नव्हता. कालीमंदिरात केली जाणारी पूजा आणि नाना अशौच, पाशवी रीती हे पाहूनच अनेकांच्या मनात विरोध जन्मला होता. होमिओपॅथीचे विख्यात डॉक्टर पंडित महेन्द्रलाल सरकार बुद्धिवादी होते, त्यांना नास्तिकही म्हणता आले असते. त्यांच्या मते कालीमंदिरात जाणेच अयोग्य होते. त्यामुळे निवेदितेच्या या व्याख्यानाला अध्यक्ष मिळणेच कठीण होते. विद्यासागर कॉलेजचे प्राचार्य एन. एन. घोष हे अध्यक्षपद स्वीकारायला प्रथम तयार झाले; पण नंतर त्यांनी माघार घेतली. अखेर एकजण अध्यक्ष झाले. पण ते कुणी नामवंत व्यक्ती नव्हते.''

सोमवारी १३ फेब्रुवारीला अल्बर्ट हॉलमध्ये निवेदितेचे व्याख्यान झाले. हॉल खचाखच भरला होता. डॉ. महेन्द्रलाल सरकार, डॉ. निशिकांत चट्टोपाध्याय, सत्येंद्रमोहन ठाकूर, ब्रजेन्द्रमोहन गुप्त हेही या सभेत बोलले. सरला घोषाल आणि मिसेस सालझारही उपस्थित होत्या.

डॉ. महेन्द्रलाल सरकार संतापून म्हणाले, ''आम्ही आमच्या देशातून अंधश्रद्धांचं उच्चाटन करण्याचा जोरदार प्रयत्न करतोय आणि तुम्ही परदेशीच त्यांचा प्रचार करू पाहत आहात!'' हे ऐकून प्रेक्षकांतील एकजण उठले आणि सरकारांना शिवीगाळ करू लागले. बाचाबाचीचे रूपांतर लवकरच गुद्दागुद्दीत झाले. अध्यक्ष घाबरट होते. त्यांना लोकांना आवरणे जमेना. तेव्हा निवेदितेनेच सर्व सूत्रे हातात घेतली आणि सर्वांना शांत केले. या संदर्भात तिने जयांना लिहिलेले पत्र मुद्दाम वाचण्यासारखे आहे, ''माझं कालीवरचं व्याख्यान झालं. हॉल ठासून भरला होता. डॉ. महेन्द्रलाल सरकार माझ्याविरुद्ध आणि कालीविरुद्ध बोलताच, (त्यांचे डोळे बोलताना भरून आले होते. फार मर्मस्पर्शी असं बोलले ते!) एक तिरसट श्रीरामकृष्णभक्त उठला आणि त्यांना 'थेरडा सैतान' म्हणाला. तुला सांगताना संकोच वाटतोय, पण तो प्रसंग आठवला की हसू आवरत नाही. स्वामीजी माझ्या व्याख्यावर खूश आहेत.''

या व्याख्यानाची चर्चा बरेच दिवस चालली होती. वर्तमानपत्रांना तर एक चांगला विषयच मिळाला. बंगाली वर्तमानपत्रांनी या वादंगाबद्दल मौनच पाळले. 'इंडियन नेशन'चा कालीवरच्या व्याख्यानाला विरोध नव्हता, पण इंग्रजाळलेल्या सुशिक्षितांना ते घाबरले. म्हणून तर त्यांचे संपादक एन. एन. घोष अध्यक्ष होण्यास तयार झाले नाहीत. 'अमृतबझार पत्रिके'चे मौन हा विरोधच होता. अशा परिस्थितीत 'इंडियन मिरर'ला शाबासकीच द्यायला हवी. थिऑसॉफिस्टचा समाचार घेताना स्वामीजींनी खरे तर 'इंडियन मिरर'ला दुखावले होते. तरीही त्यांनी निवेदितेच्या व्याख्यानाची प्रशंसेसह जाहिरात तर केलीच, पण १५ फेब्रुवारीला हरिपाल गावच्या शरच्चंद्र चौधरींचे निवेदितेची स्तुती करणारे दीर्घ पत्र छापले. पत्राचा शेवट असा होता : measures should be adopted to preserve these noble thoughts on the noble religion of the Hindus given expression to the noble language of England and to bring them within the reach of the poorest of that language.

'बॉम्बे गार्डियन' या मिशनरी नियतकालिकाने ११ मार्चच्या अंकात निवेदितेवर शरसंधान केले. या काळी 'स्टेट्समन' खरे तर ख्रिश्चनधार्जिणे वर्तमानपत्र! पण निवेदितेची तेथे ओळख झाली असल्याने, त्याने सरळ-सरळ विरोध न करता, नवबिधान-ब्राह्मोसमाजाच्या 'युनिटी आणि मिनिस्टर' या नियतकालिकातील 'मिसेस बेझंट आणि आयडोलट्री' हा लेख छापला. या लेखात निवेदितेवरही टीका केलेली होती.

लोकांमध्ये एवढा गोंधळ उडाला असला, तरी निवेदिता खूश होती. कारण तिचे भाषण समाधानकारक झाले, असे तिचे मत होते. आणि कालीघाटच्या हालदारांकडून कालीघाटच्या कालीमंदिरात व्याख्यान देण्यासाठी तिला आमंत्रण मिळाले होते.

हे आमंत्रण स्वीकारावे की नाही, असे स्वामीजींना तिने विचारताच, स्वामीजींनी तिला नुसता होकारच नाही, तर प्रोत्साहन दिले. तिला आणखी माहिती दिली. आपल्या गुरुबंधूंकडून कालीबद्दलच्या काही गोष्टी समजावून घेण्यास सांगितले. आधीच्या व्याख्यानात उपस्थित करण्यात आलेल्या प्रश्नांची उत्तरे समर्पकरीतीने देण्यासाठी निवेदितेने विशेष प्रयत्न केले.

हे व्याख्यानही स्वामीजींच्या दृष्टीने आव्हानच होते. कारण स्वामीजी इंग्लंड-अमेरिकेची सफर करून १८९७ साली भारतात परत आले, तेव्हा सर्व स्तरांतून त्यांचे स्वागत झाले. मात्र दक्षिणेश्वर मंदिराचे त्या वेळचे मालक त्रैलोक्यनाथ विश्वास यांनी स्वामीजींना मंदिरात प्रवेश करण्यास बंदी केली. कारण सनातनी त्रैलोक्यनाथांना स्वामीजींच्या अनेक गोष्टी खटकल्या होत्या. उदाहरणार्थ, शूद्र असून संन्यास घेणे, संन्यासी असून समुद्रापार जाणे, म्लेंच्छाबरोबर आहार घेणे आणि सर्वांत भयंकर म्हणजे अशा माणसाचा प्रत्येक शब्द सर्वसामान्य जनता मानत होती! त्रैलोक्यनाथांना रामकृष्णांच्याही काही गोष्टी पटत नव्हत्याच. म्हणून त्यांनी दक्षिणेश्वरला होणारा रामकृष्णांचा जन्मोत्सव बंद केला. स्वामीजींना इतर अपमानाची पर्वा नव्हती, पण मंदिरप्रवेशबंदी आणि रामकृष्णांचा जन्मोत्सव बंद करणे या गोष्टी ते विसरू शकले नाहीत. मात्र हे मंदिर एका कुटुंबाची मालमत्ता असल्याने ते काहीच करू शकले नाहीत. कालीघाटच्या काली मंदिरात निवेदितेने कालीवर व्याख्यान देणे, हे त्या सनातनी माणसाला परस्पर उत्तर आहे, असेच त्यांना वाटले. कालीघाटच्या लोकांच्या उदारतेचे त्यांना कौतुक वाटले आणि आनंदही झाला.

स्वामीजींनी या व्याख्यानासंबंधी काही सूचना केल्या होत्या. निवेदितेने अनवाणी जावे, आपल्या परदेशी मित्रमैत्रिणींना आग्रहाने व्याख्यानास बोलवावे. मात्र त्यांनीही

पादत्राणे काढून ठेवलीच पाहिजेत. सर्वांनाच खाली बसावे लागेल. खुर्च्या ठेवायच्या नाहीत. मंचावर निवेदिता आणि तिच्या पायापाशी खाली सर्व श्रोते बसतील. कुणाचाही अपवाद केला जाणार नाही.

२५ मेला रविवारी संध्याकाळी ५ वाजता कालीमंदिराच्या समोरच्या नाट्यमंदिरात व्याख्यान झाले. स्वामीजींना अध्यक्षपद भूषवण्याची विनंती करण्यात आली होती; पण प्रकृती अस्वास्थ्यामुळे ते गेले नाहीत. व्याख्यानाला लोकांनी गर्दी केली होती. व्याख्यान उत्तम झाले. निवेदितेने श्रोत्यांच्या प्रश्नांना आत्मविश्वासाने समर्पक उत्तरे दिली.

या व्याख्यानांतूनच निवेदितेच्या 'काली द मदर' या पुस्तकाची निर्मिती झाली. हे निवेदितेचे पहिलेच पुस्तक.

शक्ती-उपासनेतील सौंदर्याने निवेदिता मुग्धच झाली नव्हती, तर तिने तिचे अवघे जीवनच व्यापले होते. 'हिंदू रिव्ह्यू'च्या संपादकांनी – बिपिनचंद्र पालांनी – त्यांचा एक अनुभव सांगितला आहे, तो येथे नमूद करणे योग्य आहे.

ते एकदा निवेदितेच्या बोसपाडा लेनमधील घरात बसून, तिच्या स्वदेशी विचित्र कपातून चहा घेत असताना, अचानक आभाळ भरून आले. ग्रीष्माच्या आरंभी असा वादळी पाऊस नेहमीच येतो. पाहता पाहता निवेदितेचा चेहराही बदलला. निसर्गाचे रौद्र-कराल रूप पाहताच तिचा चेहरा उजळला, डोळे चमकायला लागले. तिच्या चेहऱ्यावर भीषण आणि मधुर भावांचे मिश्रण दिसायला लागले. आपल्याकडे कुणी आलेत, हे ती पूर्णपणे विसरून गेली असावी. स्तब्ध होऊन खिडकीतून ती आकाशाकडे एकटक पाहत राहिली. अचानक विजेचा कडकडाट होताच तिच्या तोंडून उत्स्फूर्तपणे शब्द बाहेर पडला– 'काली' 'काली!'

◆

नैष्ठिक ब्रह्मचर्याची दीक्षा

१८९९चा मार्च महिना संपत आला होता. स्वामीजींनी दाखवलेल्या आध्यात्मिक मार्गावरून, स्वामीजींच्या निर्देशानुसार वाटचाल करण्याचा आटोकाट प्रयत्न निवेदिता करत होती. एके दिवशी 'प्रबुद्ध भारत'संबंधी काही चर्चा करण्यासाठी निवेदिता स्वामीजींकडे गेली.

९ डिसेंबर, १८९८ रोजी यथारीती पूजा वगैरे होऊन, बेलुडचा नवीन मठ स्थापन झाला आणि २ जानेवारी, १८९९ रोजी नीलांबरबाबूंच्या बागानबाडीतून (उद्यानगृहातून) बेलुडला मठ स्थानांतरित झाला. निवेदिता स्वामीजींना भेटायला कोलकात्याहून नावेतून बेलुडला गेली होती. पण संध्याकाळ होऊन गेली असल्याने, ती नावेतून उतरली नाही. कारण या वेळी स्त्रीने मठात जाणे तिला योग्य वाटले नाही. स्वामीजी एका झाडाखाली धुनीपाशी बसले होते. त्यांना निवेदिता आल्याचे कळताच, ते स्वतःच तिच्याकडे नावेत गेले. 'प्रबुद्ध भारत'विषयी बोलणे झाल्यावर प्लेग निवारण-कार्याची स्वामीजींनी चौकशी केली. निवेदितेने सर्व माहिती दिली. स्वामीजी ती ऐकून विशेष प्रसन्न झाले. त्यानंतर बोलता बोलता स्वामीजी म्हणाले, "अजून मला माणसांतील खऱ्या माणुसकीचं स्वरूप कळलेलं नाही. ते एकदा कळल्यावर, कमी अडचणीचा मार्ग कोणता, असा विचार करण्याचं कारणच उरणार नाही. तेव्हा प्रत्येकजणच महान कार्यास हातभार लावण्यास स्वतंत्र असेल. माझं ध्येय रामकृष्ण नाही की वेदान्तही नाही. माझं ध्येय आहे सर्वसामान्यांतील माणुसकी जागृत करणं, खरा माणूस घडवणं.''

कोलकात्यावर रात्रीची माया पसरायला सुरुवात झाली होती. सर्वत्र दिवे लुकलुकत होते. गंगेच्या पात्रात त्यांच्या प्रतिबिंबाचा खेळ सुरू झाला होता. वर आकाशात लखलखणाऱ्या चांदण्या जणू धरणीवरील लुकलुकते सौंदर्य कौतुकाने पाहत होत्या. एक महामानव आपल्या तेजस्वी शिष्येला आपले मानवतेचे महान ध्येय तळमळून विशद करत होता. संवेदनशील शिष्येच्या मनाला त्याचे म्हणणे

भिडले नसते तरच नवल! ती पटकन बोलून गेली, "स्वामीजी, आपल्या या कार्यात मी आपल्याला मदत करेन."

स्वामीजी ठामपणे पण शांत स्वरात म्हणाले, "माहीत आहे मला ते!"

स्वामीजींच्या या शब्दांनी निवेदितेला धीर आला आणि मनापासूनची इच्छा तिने बोलून दाखवली, "स्वामीजी, मी आजीवन आपल्या संघात समाविष्ट होऊ इच्छिते." स्वामीजींनी तत्क्षणीच संमती दिली.

२५ मार्चला शनिवार होता. मागच्या वर्षी याच दिवशी तिला प्राथमिक दीक्षा देण्यात आली होती. ती मार्गारेटची निवेदिता झाली होती ती याच दिवशी! निवेदितेच्या दृष्टीने हा दिवस विशेष महत्त्वाचा होता.

२५ मार्चला बरोबर सकाळी ८ वाजता निवेदिता बेलुड मठातील मंदिरात गेली. तेथे स्वामीजी उपस्थित होतेच. पूजेसाठी फुले हवी होती. ती येईपर्यंत स्वामीजी निवेदितेशी बुद्धाविषयी बोलत होते. थोड्या वेळाने फुले आणि पूजेचे इतर सर्व साहित्य मांडण्यात येताच, स्वामीजींनी निवेदितेला पूजा कशी करायची ते सांगत तिच्याकडून पूजा करून घेतली. पूजा सांगतानाच स्वामीजी मंत्र म्हणत होते. तो गोड आवाज निवेदितेच्या कानात घुमत राहिला. आपण येथे हे विसरता कामा नये की, स्वामीजी उत्तम धृपद गायक होते. निवेदितेने म्हटले आहे की, त्यांनी मला, आई जशी अतिशय वात्सल्याने आपल्या लहान मुलाला एखादी गोष्ट शिकवेल, तशीच पूजा करायला शिकवले. निवेदितेने फुलांची सुंदर सजावट केली. मग 'अवतारा'ला नमस्कार केला. हा अवतार कुणाचा होता, हे काही निवेदितेला सांगता आले नाही. बहुधा ती विसरली असावी. स्वामीजींनी एक फूल गंधात बुडवून निवेदितेच्या डोक्यावर ठेवून काही मंत्र म्हटले, निवेदितेने ते फूल अंगाऱ्यात बुडवून प्रसाद म्हणून जयांना पाठवले. ३० मार्च, १८९९च्या पत्रात तिने याचा आवर्जून उल्लेख केला आहे. आणि एक पान – हे तुलसीपत्र असावे – धीरामातांसाठी पाठवले.

पूजा झाल्यावर स्वामीजी निवेदितेला म्हणाले, "माझ्या बुद्धालाही फुलं वाहा बरं! इथं तो माझ्याशिवाय कुणालाच आवडत नाही." मग निवेदितेने फुले वाहून बुद्धाला नमस्कार केला. तेव्हा स्वामीजी म्हणाले, "उठ आणि बुद्धस्वरूप लाभण्यापूर्वी इतरांसाठी ज्याने पाचशे वेळा जीवन समर्पित केलं, त्याच्या मागोमाग जा."

नंतर खालच्या मजल्यावर होम करण्यात आला. वैदिक मंत्रोपचारांच्या समवेत, अग्निनारायणाच्या साक्षीने निवेदितेने शपथ घेतली –

"मी दारिद्र्याला वरलं आहे. मी तनमनाने मूर्तिमंत पवित्र राहीन. अहंकार त्यागून मी आज्ञांकित राहीन. मृत्यूसुद्धा या व्रतापासून मला परावृत्त करू शकणार नाही."

नंतर तिने स्वामीजींना साष्टांग नमस्कार केला. स्वामीजींनी तिला आशीर्वाद

दिला आणि तिच्या कपाळी यज्ञकुंडातील भस्म लावले. तेथे उपस्थित सर्व बाहेर जाताच स्वामीजी तिला म्हणाले, "मार्गॉट, तुझ्यासारख्या सहा व्यक्ती मला मिळाल्या तर एका नव्या धर्माचा आरंभ होईल."

त्या दिवशी निवेदितेने मठातच इतर संन्याशांबरोबर न्याहरी केली. ती संध्याकाळी ५ वाजेपर्यंत मठातच होती. त्या दरम्यान दोन-एक तास स्वामीजींचे तिच्याशी बोलणे झाले.

स्वामीजींची इच्छा होती की निवेदितेने हिंदू विधवेसारखे आयुष्य कंठावे. तिने स्वीकारलेल्या आयुष्यासाठी आणि कार्यासाठी तसे जगणे अपरिहार्य होते. कारण या मेमसाहेबच्या शाळेत शिकून आपल्या मुलीही मेम होतील, अशी भीती जर मुलींच्या पालकांना वाटली असती तर त्यांनी आपल्या मुली निवेदितेच्या शाळेत पाठवल्याच नसत्या. शिवाय निवेदितेला बागबाजारासारख्या भागात राहणे अवघड झाले असते. स्वामीजींच्या मते एकदा ब्रह्मचर्य स्वीकारल्यावर त्याग आणि वैराग्य यांचे पालन करताना स्त्री व पुरुष यांच्यात भेद उरता कामा नये. प्राथमिक दीक्षेनंतर निवेदितेने अत्यंत साधे, शुद्ध जीवन जगायला सुरुवात केली होती. तिचा आहार होता फळे आणि दूध. खाटेवर गादी वगैरे काही न घालता ती झोपत असे. उन्हाळ्यातही तिच्या घरात कुठल्याच प्रकारचा पंखा नसे. पाश्चात्त्य जीवन भोगविलासतेला प्राधान्य देणारे, त्यातून निवेदिता होती भावनाप्रधान; पण स्वामीजींनी तिच्यावर कधी आपले आदेश किंवा मते लादली नाहीत. ते नेहमी तिच्यापुढे आदर्श ठेवत.

स्वामीजींची इच्छा अशीही होती की, निवेदितेचे घर सनातनी हिंदू घरासारखे असावे. ती एकटीच राहत असल्याने पुरुषांचे येणे-जाणे नसावे; पण निवेदितेला हिंदू विधवा स्त्रीप्रमाणे अंत:पुरात ध्यान-धारणा, पूजाअर्चा करत राहणे शक्यच नव्हते. तिचे व्यक्तिमत्त्व चतुरस्र होते; पण पुढे तिच्या घराच्या खालच्या मजल्यावरील बैठकीतच पुरुषांना प्रवेश मिळत असे.

ब्राह्मो कुटुंबात तिचे येणे-जाणे होते. पाश्चात्त्य लोकांतही ती मिसळत असे. त्यांच्याबरोबर जेवत असे. स्वामीजींना हे फारसे मान्य नव्हते, तरीही त्यांनी तिला कधी विरोध केला नाही. निवेदितेने स्पष्टपणे लिहून ठेवले आहे, "१८९९च्या पहिल्या सहा महिन्यांत मी कोलकात्यातील देशी आणि पाश्चात्त्य लोकांत मिसळत असे आणि मधून-मधून त्यांच्याकडे जेवतही असे. स्वामीजी यामुळे काळजीत पडायचे. माझ्या अशा वागण्यामुळे साध्या सरळ हिंदू जीवनपद्धतीचा मला वीट येऊन, मी माझ्या पूर्वीच्या जीवनाकडे वळेन की काय, अशी शंका बहुधा त्यांना येत असावी. पण त्यांनी मला कधीच विरोध केला नाही की, नाराजी दाखवली नाही." त्यांचा नाराजीचा किंवा विरोधाचा एक शब्द हे सर्व बंद करण्यास खरे तर पुरेसा होता; पण तो त्यांचा स्वभावच नव्हता. उलट निवेदितेच्या ब्राह्मो किंवा पाश्चात्त्य

मैत्रिणीकडून काही नवी माहिती कळल्यास निवेदिता ती लगेच स्वामीजींना सांगत असे आणि स्वामीजीही तिचे बोलणे मन लावून ऐकत.

निवेदितेला हिंदू समाजात पूर्णपणे सामावून घेण्याचा स्वामीजींचा आणि शारदामातांचा आटोकाट प्रयत्न सुरू असे. ब्राह्मो आहारविहाराच्या बाबतीत कर्मठ नसले तरी सुशिक्षित हिंदू कुटुंबे कर्मठ होती. शारदामातांचे प्रयत्न तर आपण पाहिलेच आहेत. स्वामीजीही वरचेवर निवेदितेला जेवावयास बोलवत व अशा प्रसंगी इतर संन्याशांनाही तिच्या पंक्तीचा लाभ देत. निवेदितेकडे चहापानाला जाताना स्वत:बरोबर कुणा ना कुणा संन्याशालाही नेत. एकदा तर त्यांनी खूपच गंमत केली. स्वामी योगानंद आणि शरच्चंद्र चक्रवर्ती यांना बरोबर घेऊन स्वामीजी प्राणिसंग्रहालय बघायला गेले. निवेदिताही त्यांच्याबरोबर होती. प्राणिसंग्रहालय बघून झाल्यावर तेथील व्यवस्थापकाने त्या सर्वांना चहाचे आमंत्रण दिले. शरच्चंद्र चक्रवर्ती होते कर्मठ ब्राह्मण! निवेदितेसह एका टेबलावर बसून मिठाई खाणे आणि चहा पिणे त्यांना पटणे शक्यच नव्हते; पण स्वामीजींच्या आग्रहाखातर त्यांना खाण्याचे नाटक करावे लागले. मात्र पाणी पिण्यास ते तयार होईनात. अखेर स्वामीजींनी स्वत: थोडे पाणी पिऊन त्यांना पाणी दिले. परत येताना स्वामीजी डार्विनबद्दल बोलत होते. मधेच थट्टेच्या सुरात ते म्हणाले, "अरे, एक गंमत सांगू का? आज या भट्टाच्याज्य बामणाने निवेदितेचं उष्टं खाल्लं! तिने हात लावलेली मिठाई खाल्ली तर काही बिघडत नाही रे! पण तिने हात लावलेलं पाणी हा कसा प्यायला!"

स्वामीजींचे हे बोलणे ऐकून सर्वच खळखळून हसायला लागले. त्यात शरच्चंद्र चक्रवर्तीही सामील झाले.

स्वामीजी गोऱ्या शिष्यांना वेगळे वागवतात, असा दोष कुणी देऊ नये, याकडे स्वामीजींचा कटाक्ष होता. म्हणूनच एकदा सरला घोषाल आणि इतर काही व्यक्ती मठात गेल्या असताना, स्वामीजींनी त्यांच्यासमोरच निवेदितेला हुक्का भरून आणायला सांगितले. निवेदितेने आनंदाने तो भरून आणला. ब्राह्मो स्त्रियांच्या हे कल्पनेपलीकडील होते!

१७ मार्चला स्वामी अभयानंदा मद्रासचा आणि मुंबईचा दौरा आटोपून कोलकात्याला आल्या. त्यांचे मूळ नाव मारी लुइस. स्वामीजींनी त्यांना अमेरिकेतच दीक्षा दिली होती. त्यांना पाहून निवेदितेला संन्यासिनी होण्याची तीव्र इच्छा झाली. एप्रिल महिन्यात स्वामीजींची प्रकृती बरी नसल्याने ते मठातच होते. निवेदिता त्यांची चौकशी करण्यासाठी मठात गेली. बोलता बोलता तिने विचारले, "स्वामीजी, संन्यास घेण्यासाठी मी काय करायला हवं?" स्वामीजींनी ताबडतोब सांगून टाकले, "तू आहेस तशीच राहा." निवेदिता अवाक् झाली. स्वामीजी एकदा जे ठरवतात, त्यात बदल करत नाहीत, हे निवेदितेला माहीत होते. आपण ब्रह्मचारिणीच राहणार म्हणून तेव्हा निवेदिता नाराज झाली. तसे तिने जयांना लिहिलेल्या पत्रातही म्हटले

आहे. आपण सर्व लोकांमध्ये मिसळतो, तोच तर दोष ठरत नसेल ना, असेही तिच्या मनात आले.

पण स्वामीजी द्रष्टे होते. निवेदितेच्या पुढील आयुष्याला ती जे कार्य करणार होती, त्या कार्यात तिचा संन्यास अडथळा ठरला असता. म्हणूनच त्यांनी तिला संन्यास द्यायचे टाळले. ब्रह्मचर्याची नैष्ठिक दीक्षा घेतल्यापासून निवेदिता शुभ्र वस्त्रे परिधान करत असे. स्वामीजींनी ब्रह्मचर्याची दीक्षा देताना, तिला एक भगवे उत्तरीय दिले होते. ते ती ध्यानधारणा करताना पांघरत असे. संन्याशाची वस्त्रे निवेदितेला आवडत; पण ती नेसण्यास मनाई असल्याने, ती मधून-मधून कुसुंबी किंवा नारिंगी रंगाची वस्त्रे वापरत असे. संन्यासाची दीक्षा दिली नसली तरी ती मनाने संन्यासिनीच होती. म्हणून तर भारतासाठी जिवाचीही पर्वा न करता, ती फार मोठे कार्य करू शकली.

स्वामीजी म्हणत की, स्त्रिया आणि तळागाळातील लोक यांची उन्नती करणे हा आमच्या कार्याचा मूलमंत्र आहे. निवेदितेने आयुष्यभर याच मूलमंत्राचे पालन केले.

◆

स्त्रीशिक्षण

निवेदितेने शाळेत आलेल्या मुलींचे नेहमीप्रमाणेच हसतमुखाने स्वागत केले. मुलींनीही तिला नमस्कार केला. रोजच्यासारख्याच त्या तिच्याभोवती बसल्या आणि उत्सुकतेने तिच्याकडे पाहायला लागल्या. निवेदितेने हसून सर्व जणींवर एक प्रेमळ नजर टाकली आणि त्यांना विचारले,

''आमादेर रानी के?''

मुलींनी ताबडतोब एका सुरात उत्तर दिले, ''व्हिक्तुरिया.''

निवेदितेला मुळीच आश्चर्य वाटले नाही. क्षणभर ती गंभीर झाली. कदाचित तिला 'तुझा देश कोणता?' या स्वामीजींच्या प्रश्नाची आणि तिने दिलेल्या उत्तराची आठवण झाली असावी. लगचे स्वत:ला सावरून हळूच हसत तिने पुन्हा विचारले, ''की बोललि? आबार बोलो तो!''

''व्हिक्तुरिया.'' मुलींचे पुन्हा तेच उत्तर.

''ना! ना'' निवेदिता म्हणाली, ''आमादेर रानी सीतादेवी! के? सीतादेवी! आयोध्यार सीतादेवी!''

मुली आश्चर्याने निवेदितेकडे पाहायला लागल्या. त्यांची काही एक चूक नव्हती. त्यांच्या घरातील प्राथमिक शाळेत जाणारी मुले 'इंग्लंड देशात लंडन शहर तेथे नांदते व्हिक्टोरिया राणी!' असेच गाणे म्हणत. ते ऐकूनच त्यांनी तसे उत्तर दिले होते; पण निवेदितेला इंग्रजांचे अनुकरण करणे अजिबात मान्य नव्हते. भारताची संस्कृती प्राचीन आणि समृद्ध आहे, भारताच्या इतिहासाची पाने वीर आणि वीरांगना यांच्या उज्ज्वल कथांनी भरलेली आहेत, सर्व जगाने चकित होऊन तोंडात बोट घालावे असे अत्युत्तम कलेचे नमुने जागोजागी दिमाखाने उभे आहेत, असे असताना इंग्रजांचे अनुकरण कशाला! मुलींनी सीता, सावित्री, राणी लक्ष्मीबाई, अहिल्याबाई होळकर अशा स्त्रियांचा आदर्श स्वत:पुढे ठेवायला हवा!

स्त्रियांना शिक्षण देताना अतीताचा धागा न तोडता, त्याच्याबरोबर आधुनिक

विचार, आधुनिक विज्ञान, मानवता यांचे धागे सुसंगतपणे गुंफायचे होते. स्वामीजी म्हणत, ''आमच्या शाळेतून अशा सुशिक्षित स्त्रिया निर्माण झाल्या पाहिजेत की त्यांनी भारतातील सर्व स्त्री-पुरुषांना बुद्धिमत्तेत मागे टाकून, सर्वांत श्रेष्ठ स्थान ग्रहण केलं पाहिजे. पण या स्त्रियांमध्ये भारतीय स्त्रीमध्ये दिसणारी माधुरी, कोमलता, प्रेम, त्यागबुद्धी यांचा लोप न होता, उलट ते गुण प्रकर्षाने प्रकट झाले पाहिजेत.''

निवेदितेत हे सर्व गुण होते. म्हणूनच तिला स्वामीजींनी आशीर्वाद देताना म्हटले आहे :

> The mother's heart, the heroes will,
> The sweetness of the southern breeze,
> The Sacred charm and strength that dwell
> On Aryan altars flaming free:
> All these be yours, and many more
> No ancient soul could dream before.
> Be thou to Indian's future son
> The mistress, servant and friend in one.

हीच स्वामीजींनी निवेदितेसाठी लिहिलेली Benediction ही त्यांची प्रसिद्ध कविता! निवेदितेला आशीर्वाद देतानाच तिच्याकडून त्यांच्या असलेल्या अपेक्षाही त्यांनी या कवितेतून व्यक्त केल्या आहेत.

स्वामीजींना अपेक्षित असलेले स्त्रीशिक्षण आणि समाजसुधारकांना अपेक्षित असलेले स्त्रीशिक्षण यात बरेच अंतर होते. स्त्रीशिक्षणामुळे स्त्रीची उन्नती झाली पाहिजे, हे दोघांनाही मान्य होते. मात्र समाजसुधारक सुधारणा सुचवत व त्याप्रमाणेच स्त्रियांनी वागावे, अशी त्यांची अपेक्षा असे. त्यांनी सुचवलेली सुधारणा समाजाने मान्य न केल्यास ते आंदोलनाचा रस्ता धरत. याउलट स्वामीजींचे असे मत होते की, स्त्रियांना उत्तम शिक्षण देणे, एवढाच आपला अधिकार. त्यानंतर तिने कसे जगायचे, हे तिचे तिने ठरवावे. शिक्षणाने तिला एवढे सक्षम केले पाहिजे की आपल्या भविष्याची आखणी तिची तिने स्वतंत्रपणे केली पाहिजे. बालविवाह व्हावेत की नाही, विधवा विवाहाची आवश्यकता आहे की नाही; कुणाला विवाह न करता, कुमारी राहून, आपले जीवन देशासाठी सार्थकी लावता येईल का; अशा अनेक स्त्रीविषयक समस्या या सुशिक्षित स्त्रियांनीच सोडवायला पाहिजेत. स्त्री आणि तळागाळातील माणूस शिकून प्रगतिपथावर चालायला लागल्याशिवाय भारत जगात ताठ मानेने उभा राहू शकणार नाही, याचा स्वामीजींना पूर्ण विश्वास होता. म्हणूनच त्यांच्या मनातील दोन महत्त्वाचे संकल्प साकार करण्याचा ते जीव तोडून प्रयत्न

करत होते. त्यांतला एक रामकृष्ण संघासाठी मठ स्थापन करणे हा होता. आणि दुसरा स्त्रियांसाठी शिक्षणकेंद्र काढणे. मठ स्थापन झाला होता. अतिशय लहान का होईना स्त्री-शिक्षण केंद्रही निघाले होते; पण ते मोठे व्हावे, म्हणून स्वामीजी व निवेदिता खूप कष्ट घेत होते. स्वामीजी गंभीरपणे निवेदितेशी चर्चा करत होते. निवेदितेला त्यांनी सुचवले होते की, शाळेसाठी नियम करणे आवश्यक आहे, पण ते नियम विद्यार्थिनींना जाचक होता कामा नयेत. पूर्ण स्वातंत्र्यासहित पूर्ण नियोजन हीच आपली मूलभूत कल्पना असायला हवी.

निवेदिताही उत्साहाने शाळेचे काम करत होती. वाढत वाढत विद्यार्थिनींची संख्या तीसवर गेली होती. त्या काळाच्या मानाने ही संख्या चांगलीच म्हणायची! पण मग निवेदितेला सहकारी असणे आवश्यक वाटू लागले. सहकारी तयार करायची म्हणजे या मुलींना शिकवून त्यांतील कुणाची तरी निवड करायची! पण हे जमणार नव्हते. कारण एखादी मुलगी जरा कुठे शिकून आपल्या बुद्धीची चमक दाखवायला सुरुवात करते ना करते तोच तिचे लग्न होत असे. तेव्हाच्या समाजात कुणी आजीवन कौमार्य स्वीकारून शिक्षिका होणे शक्य नव्हते. यासाठी बालविधवा किंवा अनाथ मुलींनाच हाताशी धरायला हवे होते. अशा मुलींसाठी आश्रम काढणे आवश्यक होते. म्हणजे त्या तेथेच राहून शिकल्या असत्या आणि पुढे शिकवूही लागल्या असत्या.

निवेदितेने काही पैसे साठवले होते. काश्मीरच्या महाराजांनी स्वामीजींना काही आर्थिक साहाय्य केले होते. या पैशांतूनच शाळा सुरू झाली होती. निवेदितेजवळ सहाशे रुपये शिल्लक होते. ते खर्च करण्याची परवानगी तिने स्वामीजींजवळ मागितली. स्वामीजींनी तात्काळ परवानगी दिली. शिवाय एका विद्यार्थिनीच्या मासिक खर्चाचा भारही उचलला. निवेदितेने विचार केला की, थोडे धाडस दाखवायलाच हवे. वर्षात दीडशे पौंड मिळाले, तर पाच मुलींना बोर्डिंगमध्ये ठेवता येईल.

पण कल्पना आणि वास्तव यात जमीन-अस्मानाचे अंतर असते, याचा प्रत्यय लवकरच निवेदितेला आला. बंगालमधील लोक आर्थिक मदत करण्यात कृपणच होते. स्वामीजींनाही हा अनुभव आलाच होता. पुढे रवीन्द्रनाथांनीही मुंबईतील पारशी समाजाची दानशूरता पाहून बंगाली श्रीमंतांच्या कृपणतेवर टीका केलीच आहे.

निवेदितेला एक व्यवसाय केंद्रही सुरू करायचे होते. स्त्रियांनी चालवलेले व्यवसाय केंद्र हे तिचे स्वप्न होते. तेथे इतर वस्तूंबरोबर आंब्याचा मुरांबा तयार करण्याची तिची योजना होती. पण तिचे सर्वच बेत पत्त्याच्या बंगल्याप्रमाणे कोसळले. पैशाअभावी शाळाच बंद करण्याची वेळ आली!

स्वामीजी पाश्चात्त्य देशात निघाले होते, तेव्हा निवेदितेने कोलकात्यातच राहायचे ठरवले होते. तिला तिच्या शाळेची काळजी वाटत होती; पण आर्थिक संकट

पराकोटीला पोहोचताच, पैसा जमवण्यासाठी तिनेही नाइलाजाने स्वामीजींबरोबर जाण्याचा निर्णय घेतला.

शाळा १६ मेला बंद करण्यात आली. शाळेतील जरा मोठ्या मुलींना घेऊन निवेदिता म्युझियम पाहायला गेली. शारदामातांच्या घरातील एका खोलीत मुलींनी तयार केलेल्या वस्तू – वह्या, सतरंजी, शिवणकाम, भरतकाम, चित्रे, मातीची भांडी – तिने व्यवस्थित मांडून ठेवल्या. एक छोटेसे प्रदर्शनच म्हणा ना! आजूबाजूच्या स्त्रिया ते कुतूहलाने पाहायला येऊ लागल्या.

पण निवेदिता आणि तिच्या विद्यार्थिनी – सर्वांनाच वाईट वाटत होते. सिस्टरला त्यांना सोडवत नव्हते आणि त्या सिस्टरला सोडायला तयार नव्हत्या. निवेदितेने अखेर त्यांची समजूत घातली, नक्की परत येण्याचे कबूल केले, त्यांना जवळ घेतले. विद्यार्थिनींना रडू आवरणे कठीणच झाले. शाळेत त्या किती आनंदात शिकायच्या, मनमोकळ्या हसायच्या, सिस्टरजवळ मन मोकळे करायच्या. एखादीला एखादी गोष्ट जमली नाही, तर सिस्टर हात धरून किती प्रेमाने शिकवायच्या! आता दुपार कशी भकास वाटणार होती! अगदी कंटाळवाणी!

स्वामीजी, स्वामी तुरीयानंद आणि निवेदिता प्रवासाला निघाले. २० जूनला निघायचे ठरले. १८ जूनचा पूर्ण दिवस निवेदितेने शारदामातांबरोबर घालवला. शारदामातांनी तिला केवढे प्रेम दिले होते! दुपारी मठात तिच्यासाठी निरोप समारंभ आणि चहापान होते. तिला एक प्रशस्तिपत्र आणि गुलाबाचा गुच्छ देण्यात आला. संध्याकाळी ती दक्षिणेश्वरला जाऊन आली.

१९ तारखेला रात्री स्वामीजींनी मठामध्ये निरोपाचे भाषण केले. ते म्हणाले, "थोडक्यात सांगायचं तर संन्यासाचा अर्थ मृत्यूवर प्रेम करणं. म्हणजे आत्महत्या नव्हे, तर मृत्यू अनिवार्य आहे हे जाणून, स्वतःला तिळा-तिळानं दुसऱ्यांच्या कल्याणासाठी संपवणं."

अखेर २० जून उजाडला. शारदामातांकडे जेवून दुपारी सर्व जण कोलकात्याच्या प्रिन्सेस घाटावर पोहोचले. निरोप देण्यासाठी मठातील संन्याशांशिवाय बरेच लोक आले होते. सर्वांनाच भरून आले होते. जड वाटत होते. अखेर 'गोवळकोंडा' जहाजाने भारताचा किनारा सोडला. निवेदितेला आपला प्रिय भारत सोडताना अपार दुःख झाले; पण आपण येथे परत येऊच, असा तिला विश्वास होता.

◆

पश्चिमेकडे...

'गोवळकोंडा' जहाजाने २० जूनला कोलकात्याहून प्रयाण केले आणि हवामानाची लहर सांभाळत ते ३१ जुलैला इंग्लंडच्या किनाऱ्यावर लागले. स्वामीजींबरोबर केलेला हा प्रवास म्हणजे निवेदितेच्या जीवनातील सर्वांत महान घटना होती. या प्रवासाचे वर्णन करताना निवेदितेने म्हटले आहे, "गुरूबरोबर केलेली पृथ्वी प्रदक्षिणाही तीर्थयात्रा ठरावी." खरे तर निवेदिता तिच्या मनाविरुद्ध, नाइलाजाने, पश्चिमेकडे निघाली होती; पण गुरूंच्या सान्निध्यामुळे हा प्रवास अविस्मरणीय ठरला! असा प्रवास करायला मिळाला म्हणून ती स्वत:ला भाग्यवान समजत असे. स्वामीजींचा प्रत्येक शब्द निवेदिता लक्षपूर्वक ऐकत असे, त्यांच्याशी चर्चा करत असे. बाकीचा वेळ ती लेखनात आणि भरतकाम करण्यात घालवत असे. इतर लोकांत ती फारशी मिसळत नसे.

२४ जूनला 'गोवळकोंडा' मद्रासला पोहोचले. दुरूनच प्रचंड गर्दी दिसत होती. लोक स्वामीजींच्या दर्शनाची उत्सुकतेने वाट पाहत होते. प्लेगच्या साथीच्या भीतीपोटी सरकारने भारतीय प्रवाशांना जहाजातून उतरून लोकांमध्ये मिसळण्यास बंदी केली होती. लोक लहान लहान नावांतून जहाजाजवळ येऊन स्वामीजींचे दर्शन घेऊन गेले. पुष्कळांनी काही ना काही भेट आणली होती. स्वामीजींचे शिष्य स्वामी रामकृष्णानंद ऊर्फ शशीमहाराजही भेटून गेले. जहाजाच्या कठड्यापाशी उभे राहून स्वामीजी प्रसन्नपणे लोकांच्या स्वागताचा स्वीकार करत होते. निवेदितेला हे दृश्य अतिशय विलोभनीय वाटले.

कोलंबोला स्वामीजींचे भव्य स्वागत करण्यात आले. तेथे उतरण्यास बंदी नसल्याने आणि जहाजाचा मुक्कामही २८ जूनपर्यंत असल्याने स्वामीजी, निवेदिता आणि स्वामी तुरीयानंद यांनी मिसेस हिगिन यांच्या बौद्ध बालिका विद्यालयाला भेट दिली. त्याचप्रमाणे काउन्टिस कॅनोव्हर यांचे कॉन्व्हेन्ट आणि शाळा पाहिली. मिसेस हिगिन यांच्याबरोबर निवेदितेने शाळेसंबंधी बरीच चर्चाही केली. हिगिननी निवेदितेला

सुचवले की, तिने मदत केल्यास, त्या एक हिंदू बालिका विद्यालयही काढण्यास तयार आहेत. निवेदितेने यावर विचार करण्याचे आश्वसन दिले. युरोप-अमेरिकेच्या या प्रवासानंतर, परत भारतात आल्यावर कोलकाता, मद्रास आणि पुणे येथे शाळा काढण्याचा तिचा मानस होताच, आता कोलंबोचीही त्यात भर पडण्याची शक्यता होती.

जहाजाने पूर्वेची सीमा ओलांडताच स्वामीजींच्या भावना उचंबळून आल्या. "नम: शिवाय! नम: शिवाय! त्याग-वैराग्य-भूमी सोडून भोग-ऐश्वर्य-भूमीकडे चाललोय!"

जहाजावर स्वामीजी येशू, बुद्ध, कृष्ण, रामकृष्ण या महापुरुषांची चरित्रे रंगवून सांगत; भारताच्या आणि युरोपच्या इतिहासाची चर्चा करत; हिंदू समाजाची सध्याची अवनत अवस्था आणि भविष्यातील उन्नती, भिन्न दर्शने आणि विविध धर्म यांबद्दल बोलत. त्यांचे बोलणे निवेदिता मन लावून ऐकायची, नोंद करायची, टिपणे काढायची. कारण तिच्या मते ती भाग्यवान होती म्हणून तिला स्वामीजींकडून हे सर्व ज्ञान वा त्यांचे विचार ऐकायला मिळत होते; पण जे तेथे नव्हते किंवा पुढच्या पिढ्या, यांना हे सर्व कसे कळणार! तेव्हा ती सेतूचे काम करत होती. Cradle Tales of Hinduism या पुस्तकाची सामग्री तिला या प्रवासात स्वामीजींनी सांगितलेल्या गोष्टींतूनच मिळाली.

या प्रवासात स्वामीजी निवेदितेला तिच्या शिक्षणाच्या कार्यासंबंधी सूचना करत आणि उपदेश करत की बाहेरच्या भपक्याला भुलू नये, इंद्रियांवर संयम नसल्यामुळे हे घडते. हे सर्व टाळायला हवे. याचा तिरस्कार करावा.

या प्रवासात स्वामीजींची तब्येत सुधारली. त्यामुळे ते निवेदिता आणि तुरीयानंद यांच्याशी बराच वेळ उत्साहाने बोलत. त्यांनी नियमित व्यायाम करायचा ठरवले होते; पण लवकरच त्यांचा व्यायामाचा उत्साह मावळला. निवेदिता आणि तुरीयानंद यांच्याशी बोलण्यातच त्यांना जास्त वेळ घालवायला आवडायचे.

या प्रवासात गोरे लोक काळ्या लोकांकडे कशा दृष्टीने पाहतात, याचा अनुभव निवेदितेला आला. अनेक गोरे लोक तिच्याशी ओळख करून घ्यायला, बोलायला उत्साहाने पुढे येत, पण तिच्याबरोबर 'नेटिव्ह' आहेत, हे बघताच तिरस्कार दाखवत, दूर होत. निवेदितेच्या मनात यायचे की, ही संधी साधून स्वामीजींच्या पायाशी बसून त्यांनी खरे तर ज्ञान मिळवायचे. त्याउलट दूर पळून हे आलेली उत्तम संधी वाया घालवत आहेत.

स्वामी तुरीयानंदांच्या आग्रहावरून 'उद्‌बोधन' मासिकासाठी, स्वामीजींनी या प्रवासाचे वर्णन लिहिले. तेच पुढे 'परिव्राजक' या नावाने पुस्तकरूपाने प्रसिद्ध झाले. यामध्ये स्वामीजींनी दयाळू निवेदितेचे शब्दचित्र रेखाटले आहे – "जहाजावर टुट्ल नावाची एक लहान मुलगी आपल्या वडिलांबरोबर प्रवास करत होती. आणखी एक

प्रवासी होता, त्याचे नाव बोगेश. तो अमेरिकन धर्मगुरू होता. त्याला बरीच मुले होती. त्याची बायकोही होती त्याच्याबरोबर! पण तिला मुलांकडे लक्ष द्यायला सवडच नसे. मग आमची निवेदिताच झाली त्या धर्मगुरूच्या मुलांची आणि टुट्लची आई!"

या मुलांना सांभाळताना, निवेदितेला ती १८९८ साली भारतात येत असताना तिच्या जहाजावर भेटलेल्या एका इंग्रज तरुणाची आठवण झाली. त्याचे वागणे अत्यंत बेबंद होते. त्याच्या अशा वागण्याला कंटाळून आईवडिलांनी त्याची उचलबांगडी केली होती. त्याला त्यांनी भारतात पाठवून दिले होते. हा मुलगा जेवताना जहाजावरच्या सर्वांना जास्तीत जास्त त्रास द्यायचा. त्यामुळे सर्व जण त्याचा राग राग करायचे, त्याला टाळायचे. पण निवेदिता म्हणजेच तेव्हाची मार्गरिट होती दयाळू. त्या मुलाला पाहून तिला वाईट वाटायचे, त्याची दया यायची. त्याचे भयंकर भविष्य तिला अस्वस्थ करायचे! अखेर न राहवून तिने त्याच्याशी बोलायला सुरुवात केली, त्याला समजावीत त्याच्याशी संवाद साधला. आपल्या जवळचे सोन्याचे घड्याळ तिने त्याला दिले. हे घड्याळ तिच्या वाढदिवसानिमित्त तिच्या आईने तिला भेट म्हणून दिले होते. मार्गरिटने त्याला समजावले, "तुझं जीवन घडवायला तूच समर्थ आहेस. हे घड्याळ कधीही हरवू नकोस बरं! तुझ्यावर एकजण विश्वास ठेवतेय. त्या विश्वासाचं प्रतीक म्हणून तू हे घड्याळ जप!" काही वर्षांनी निवेदितेला त्याच्या आईचे हृदयस्पर्शी पत्र आले. त्यात तिने लिहिले होते की, तो तुमच्यामुळेच सुधारला. मृत्युशय्येवर असतानाही तो तुमचीच आठवण काढत होता. त्या घड्याळाकडे बघतच त्याने प्राण सोडला.

स्वामीजींचे प्रेमळ बोलणे, मनापासून केलेला उपदेश, विविध विषयांवरची रसाळ भाषेत सांगितलेली माहिती आणि थट्टामस्करी यामुळे निवेदितेचे मन उल्हसित झाले. आपल्यात एका नव्या शक्तीचा संचार झाला आहे, असे तिला वाटले. आपल्या शिक्षणकार्यासाठी अर्थसाहाय्य जमवण्यासाठी ती निघाली होती. इंग्लंडबद्दल तिला फारसा भरवसा नव्हता. पण अमेरिकेबद्दल खात्री होती. कारण तेथे जया होत्या, धीरामाता होत्या. म्हणूनच "मार्‌गॉट, तुला हवा असलेला पैसा तू जमवू शकशील, असं तुला वाटतं का?" असे स्वामीजींनी विचारताच, तिने चटकन उत्तर दिले, "मला नुसतं वाटतच नाही, तर मला माहीत आहे."

३१ जुलैला ते टिलबरी डॉकवर उतरले. त्यांचे स्वागत करायला काही शिष्य आणि मित्रमंडळी आली होती. मिसेस फंक आणि ख्रिस्टिन ग्रीन्सटाइडल थेट डेट्रॉइटहून आल्या होत्या. स्वामीजींची भेट होताच त्यांना अतिशय आनंद झाला.

◆

माहेरी

'गोवळकोंडा' धक्क्याला लागले आणि निवेदितेची आई आणि बहीण यांनाही निवेदितेला पाहून जोरदार धक्का बसला! कारण स्वामीजी येत असल्याचे त्यांना कळले होते; पण निवेदिताही येत आहे, याची त्यांना अजिबात कल्पना नव्हती. निवेदितेच्या बहिणीच्या लग्नाची तयारी चालली होती, म्हणून निवेदितेनेच २९ मे, १८९९ला जयांना कळवले होते, "मीही स्वामीजींबरोबर येत आहे; पण हे निम आणि आईला सांगू नकोस, नाहीतर त्या लग्नाच्या व्यवस्थेकडे लक्ष द्यायचे सोडून माझ्याच वाटेकडे डोळे लावून बसतील."

निवेदितेला पाहताच तिची आई आणि बहीण अवाक्‌च झाल्या. त्यांना आनंदाश्रू आवरेनात. बहीण तर चटकन बोलून गेली, "मला तर वाटलं की, शवपेटीचं झाकण उघडून बाहेर आलीयस तू!" सर्वांनाच खूप आनंद झाला.

स्वामीजी विम्बल्डनला निवेदितेच्या आईकडेच २१ नंबर, हाय स्ट्रीट येथे उतरले. नोबले कुटुंबियांशी त्यांची ही पहिलीच भेट. निवेदितेची आई, बहीण, भाऊ आणि होणारे मेव्हणे या सर्वांनी स्वामीजींना गुडघे टेकून नमस्कार केला, तेव्हा तर निवेदितेचा आनंद गगनात मावेना. तिच्या घरी जवळजवळ महिनाभर स्वामीजींचा मुक्काम होता. तिच्या घरच्या सर्वांवरच स्वामीजींचा फार मोठा प्रभाव पडला. तिचे घर आनंदाने भरून गेले.

निवेदितेच्या धर्मावरील विश्वासात परिवर्तन झाले होते. ती कालीलाही मानायला लागली होती. आईला हे आवडेल की नाही, याची तिला काळजी होती. तिच्या आईच्या मनातही काही शंका नक्कीच असतील, पण स्वामीजींना पाहताच सर्वच बदलले. निवेदितेची आई ख्रिश्चन धर्मावर नितांत निष्ठा ठेवणारी होती. स्वामीजींच्या सहवासात आल्यावर, स्वतःच्या धर्मावरच्या निष्ठेला अजिबात झळ पोहोचू न देता, तिने उदार आध्यात्मिकतेचा सहज स्वीकार केला.

'आपण कालीला मानायला लागलो आहोत हे इंग्लंडमध्ये कळले, तर

बहिणीच्या लग्नात विघ्न तर नाही ना यायचे,' अशी निवेदितेला भीती वाटत होती. ९ मार्चच्या एरिक हॅमन्डला लिहिलेल्या पत्रात तिने ही शंका व्यक्तही केली होती; पण तिची बहीण, तिचा भावी पती सर्वच स्वामीजींपुढे नतमस्तक झाल्याने निवेदितेला अतिशय समाधान वाटले. निवेदितेचा धाकटा भाऊ – रिचमंड – तर स्वामीजींना पाहून इतका भारावला की, त्याला त्यांच्यात येशूचेच दर्शन झाले. त्याने म्हटले आहे, "त्यांना (स्वामीजींना) प्रत्यक्ष पाहिल्यावर आणि त्यांचं बोलणं ऐकल्यावर म्हणावंसं वाटतं की, Behold the man."

स्वामीजींनाही नोबल कुटुंब फार आवडले. विशेषत: मे किंवा निमने स्वामीजींची सर्व व्यवस्था इतकी उत्तम ठेवली होती की, स्वामीजी प्रसन्न झाले. रिचमंडलाही आपल्या संघात घ्यायला स्वामीजींची ना नव्हती; पण एकाच आईच्या दोन मुलांना तिच्यापासून दूर करणे त्यांना योग्य वाटत नव्हते. स्वामीजींनी संन्यास घेतला असला, तरी ते संवेदनाहीन नव्हते. आपल्या आई-भावांसाठी त्यांचा जीव तुटत असे. त्यांच्या एका बहिणीने आत्महत्या केली. ही बातमी कळताच स्वामीजींना शोक आवरला नाही. तेव्हा कुणीतरी म्हणाले, "संन्याशाला शोक शोभत नाही." लगेच स्वामी उसळून म्हणाले, "संन्यासी माणूस नसतो? त्याला मन नसतं?" स्वामीजींचा संन्यास जनसामान्यांच्या कल्याणासाठी होता, स्वत:च्या मोक्षप्राप्तीसाठी नव्हता, म्हणूनच त्यांना माणसाच्या भावनांची कदर होती. याचा प्रत्यय निवेदितेला इंग्लंडमध्ये असतानाच आला.

निवेदितेच्या बहिणीच्या लग्नाला स्वामीजींनी उपस्थित राहावे, अशी सर्वांचीच इच्छा होती; पण स्वामीजींजवळ वेळ कमी होता आणि कार्य प्रचंड होते. तेव्हा लवकरात लवकर अमेरिका गाठणे आवश्यक होते. म्हणूनच त्यांनी ऑगस्टच्या दुसऱ्या आठवड्यात निवेदितेला विचारले, "काय? कधी करतेस अमेरिकेला जायची तयारी?" "आपण म्हणाल तेव्हा, स्वामीजी." निवेदितेने उत्तर दिले. "बहिणीच्या लग्नापर्यंत इथं राहायचं नाही का?" "हो. राहायला तर हवं. आपल्याला काय वाटतं?" "हो. थांबायलाच हवंस तू. अजून एक महिना आहे ना?"

निवेदितेचे मन जाणून त्यांनी तिला बहिणीच्या लग्नापर्यंत आईकडे राहण्याची परवानगी दिली म्हणून निवेदितेने कृतज्ञता व्यक्त केली आहे. या वेळी तिला तिच्या प्रेमळ वडिलांची आठवण झाली असल्यास नवल नाही. आणि स्वामीजी? या क्षणी तर ते तिचे गुरू नव्हते, होते फक्त वडील!

निवेदितेच्या लाडक्या जयाने तिच्यासाठी तीन फ्रॉक्स पाठवले होते. कारण ब्रह्मचारिणी झाल्यापासून निवेदितेचा पोशाख पांढराशुभ्र आणि पायघोळ असे. हे फ्रॉक्स खास मेच्या लग्नासाठी होते. एक होता हिरवा, एक होता फिका तपकिरी आणि एक होता पांढराशुभ्र. निवेदितेने पांढरा फ्रॉक लग्नाच्या वेळी घालायचे ठरवले

होते. लग्नात ती होती करवली (Maid of Honour) तेव्हा ती थोडे नटून घेणार होती. मग मात्र अशा सर्व गोष्टींचा त्याग करायचा असे तिने ठरवले होते.

६ सप्टेंबर रोजी मेचे लग्न झाले. मे फारच सुंदर दिसत होती. लग्नाची सर्व व्यवस्था निवेदितेच्या काकांनीच केली होती. त्यांना धावपळ करावी लागली तरी ते खूश होते कारण मे अगदी आनंदात होती आणि तिने रडून गोंधळ घातला नव्हता. मे आणि तिचा पती लग्न लावून बाहेर येताच त्यांच्या लग्नाला जमलेल्या सर्वांनी गुलाबाची आणि लिलीची फुले उधळून त्यांचे अभिनंदन केले.

मग सर्व चहापानासाठी घरी जमले. केक कापून सर्वांनी लग्न साजरे केले. निवेदिता जयांना लिहिलेल्या पत्रात म्हणते, "सर्व जण म्हणत होते की लग्न घरगुती स्वरूपाचं झालं तरी छान झालं. पण याचं श्रेय आम्हाला नाही. कारण लग्नाचे रीतिरिवाज आम्हाला माहीतच नव्हते ना! पण एवढं मात्र खरं की लग्न ही घटना मजेची आणि आनंदाची असते, हे कबूलच करायला हवं!"

बहीण सुखी झाली होती, आई आनंदात होती, स्वामीजी सुखरूप अमेरिकेला पोहोचून थोडी विश्रांती घेत होते, निवेदिताही अमेरिकेला निघाली होती. सर्व ठीक होते. मात्र एक गोष्ट निवेदितेला खटकली होती. मि. स्टर्डी आणि मिसेस जॉनसन हे स्वामीजींचे भक्त इंग्लंडमध्येच राहत होते, स्वामीजी इंग्लंडला येणार आहेत, हे त्यांना माहीत होते, तरी ते इंग्लंडबाहेर निघून गेले. मि. स्टर्डी आणि निवेदिता – दोघांनी स्वामीजींच्या इंग्लंडमधील कार्यात साहाय्य केले होते, पण मि. स्टर्डी स्वामीजींवर नाराज झाले होते. कारण त्यांच्या मते भारतातून येणाऱ्या संन्याशांमध्ये खऱ्या संन्यस्तवृत्तीचा अभाव असतो. त्यांनी एका पत्रातून स्वामीजींवर टीका करताच निवेदिता चिडली. दोघांनी एकमेकांना खरमरीत भाषेत पत्रे लिहिली. अखेर त्यांच्यात तीव्र मतभेदामुळे वितुष्ट आले. स्वामीजींशी मतभेद झाल्यामुळे स्टर्डींनी स्वामीजींचे शिष्यत्व नाकारले.

मिसेस जॉन्सन आणि मिस मुलरही मि. स्टर्डींच्याच मार्गाने गेल्या. स्वामीजी संन्यासी असून आजारी कसे पडतात, असा त्यांचा आक्षेप होता.

त्यामुळे निवेदिता दुखावली गेली. तेव्हा तिला दिलासा देताना स्वामीजी म्हणाले, "जीवन म्हणजे आघात-प्रत्याघात आणि त्यातून मिळणारा बोध यांची गोळाबेरीज. जीवनाचं मर्म भोग नव्हे, तर अनुभवातून शिकणं हेच होय."

गुरूंच्या सांत्वनाने काहीशी शांत होऊन, बहिणीचे लग्न होताच, ती लगेच अमेरिकेकडे निघाली.

◆

अमेरिकेत

२० सप्टेंबरला निवेदिता 'रीगली मॅनॉर'ला पोहोचली. 'रीगली मॅनॉर' हे लेगेट यांचे खेड्यातील घर हडसन नदीकिनारी कॅटस्कीन डोंगरांच्या रांगेत, न्यू यॉर्कपासून दीडशे मैलांवर होते. लेगेट पती-पत्नी स्वामीजींचे शिष्य झाले होते. हे कुटुंब अतिशय श्रीमंत आणि प्रतिष्ठित होते. स्वामींबद्दल त्यांना अपार श्रद्धा होती. त्यांनी स्वामीजींना विविध मार्गांनी मदत केली. मि. लेगेट यांचे नाव 'फ्रान्सिस' होते. स्वामीजी प्रेमाने त्यांना 'फ्रँकइन्सेन्स' म्हणत. मिसेस लेगेटना स्वामीजी बहुधा 'मा' म्हणत. क्वचित प्रसंगी 'लेडी बेटी'ही म्हणत. स्वामीजींना, स्वामीजींच्या मनासारखे पण आरामात राहता यावे म्हणून हे पती-पत्नी खूप कष्ट घेत. प्रवासात स्वामी ठीक होते, पण हळूहळू त्यांची तब्येत बिघडत गेली, तेव्हा 'रीगली मॅनॉर' येथे त्यांच्यावर उपचार सुरू होते. तब्येतीत चढ-उतार होत असूनही, स्वामीजी सदोदित आनंदी असत.

स्वामी तुरीयानंद स्वामीजींबरोबर रीगली मॅनॉरमध्येच राहिले होते. स्वामी अभेदानंद स्वामीजींजवळ काही दिवस राहून गेले. धीरामाता आपल्या मुलीसह आल्या होत्या. जया तर आधीच येऊन राहिल्या होत्या. कारण मिसेस लेगेट त्यांची बहीणच होती. इतरही स्वामीजींना भेटायला येत. लेगेटची त्यांच्या येण्याला मुळीच हरकत नसे. एकंदरीत रीगली मॅनॉरमध्ये एक संमेलनच भरले होते. एकंदर वातावरण अतिशय प्रसन्न होते.

निवेदितेने एकदा एखादी गोष्ट स्वीकारली की ती गोष्ट निष्ठेने ती सांभाळत असे. तिने ब्रह्मचर्याचे व्रत घेतले होते. त्याग आणि वैराग्य हेच आता तिचे जीवन होते. म्हणून रीगली मॅनॉरमधील ऐशाराम सोडून, तेथील एका पडघरात (Out House मध्ये) राहण्याची परवानगी तिने स्वामीजींकडे मागितली. पोशाखातही परिवर्तन करण्याची इच्छा नसल्याचे तिने सांगितले. आपल्या व्रताबद्दलचा तिचा दृढ संकल्प पाहून स्वामीजी प्रसन्न झाले. त्यांनी तिला परवानगी तर दिलीच, पण संध्याकाळी फिरून आल्यावर त्यांनी तिच्या हातात, तिच्यासाठीच लिहिलेली

Peace नावाची कविता ठेवली.

Behold, it comes in might,
The power that is not power,
The light that is in darkness,
The shade in dazzling light.

It is joy that never spoke,
And grief unfelt, profound,
Immortal life unlived,
Eternal death unmourned.

It is not joy nor sorrow,
But that which is between,
It is not night nor morrow,
But that which joins them in.

It is sweet rest in music;
And pause in sacred art;
The silence between speaking;
Between two fits of passion -
It is the calm of heart.

It is beauty never seen,
And love that stands alone,
It is song that lives unsung,
And knowledge never known.

It is death between two lives,
And lull between two storms,
The void whence rose creation,
And that where it returns.

To it the tear-drop goes,
To spread the smiling form
It is the Goal of Life,
And Peace – its only home!

१७ ऑक्टोबरला निवेदिता पडघरात राहायला गेली. १ नोव्हेंबरपर्यंत ती तेथे राहिली. या काळात तिने Kali the Mother हे पुस्तक लिहून पूर्ण केले. 'गोवळकोंडा'तून प्रवास करताना स्वामीजींनी वैष्णव आणि ख्रिश्चन धर्माबरोबर कालीविषयक तथ्याची तुलना करून त्यातील फरक निवेदितेच्या लक्षात पुन्हा आणून दिला होता. ते म्हणाले, ''पती-पत्नीप्रेम आणि प्रजननकामना बहुतेक धर्माचा पाया असतो. भारतात असा धर्म म्हणजे वैष्णवधर्म होय आणि पश्चिमेकडे ख्रिश्चनधर्म! पण कितीजण मृत्यूची किंवा कालीची उपासना करायचं धाडस करतात? या. मृत्यूची उपासना करू. भयंकराला कवटाळू. त्याला आलिंगन द्यायचं ते तो भयंकर आहे हे ओळखून, भयंकर रूपातच. दुःखाची जाणीव ठेवून त्याची पूजा करू, असे कितीजण म्हणतात?''

स्वामीजींनी 'नाचुक ताहाते श्यामा' ही कविता याच काळात रचली.

स्वामीजी म्हणाले होते, ''सगुण ईश्वर हा सर्व सजीव प्राण्यांच्या आत्म्यात वास करणाऱ्या परमेश्वराचंच रूप. शिव, काली ही अशीच ईश्वररूपं आहेत. एखाद्या सुंदर निसर्गदृश्याला मी जेव्हा सुंदर म्हणतो तेव्हा माझ्यातला 'तोच' बोलत असतो.''

जहाज सिसिली बेटाजवळ पोहोचताच ते वरील सत्य समजावून सांगायला लागले, तेव्हा रात्र उतरायला लागली होती. मेसिना कॅनॉलमध्ये प्रवेश करेपर्यंत चंद्रोदय झाला. जहाजाच्या एका बाजूला दिसत होती इटलीच्या किनाऱ्यावरील पर्वताची धूसर रांग आणि दुसऱ्या बाजूला रुपेरी रंगात न्हाऊन निघालेले बेट. स्वामीजी म्हणाले, ''सौंदर्य बाह्यवस्तूवर अवलंबून नसतं, बाह्यरंगावरही अवलंबून नसतं, ते अंतरंगावर अवलंबून असतं. सौंदर्यासाठी आपण नाही मेसिनाला धन्यवाद द्यायचे, मेसिनाने आपल्याला द्यायला पाहिजेत. कारण आपण त्याला सौंदर्य बहाल केलंय.''

नंतर ते स्वतःच्या लहानपणाबद्दल बोलायला लागले. लहानपणीच ईश्वरासाठी त्यांचे मन कसे व्याकूळ झाले होते ते त्यांनी सांगितले. तासन्तास एकाच ठिकाणी बसून ते कसे जप करत, ते सांगितले. 'तपस्या' म्हणजे काय, हे सांगताना त्यांनी 'पंचतपा व्रत' कसे करतात, ते सांगितले. साधकाच्या चारी बाजूला अग्नी आणि वर तळपता सूर्य अशा स्थितीत तन्मय होऊन तासन्तास बसायचे. अखेर म्हणाले, ''पूजा करायची ती भयंकराची, मृत्यूची! बाकी सर्व वृथा! सर्व संघर्ष वृथा! हाच

अखेरचा बोध! पण एक लक्षात ठेव – ही नामर्दाची मृत्युकामना नाही की, दुबळ्याची आत्महत्याही नाही. ही आहे वीराची आराधना – मृत्यूला पारखून घेऊन निवडलेला शेवटचा मार्ग!!''

हे ऐकल्यावर 'काली द मदर' हे पुस्तक लिहायला हवेच, हे निवेदितेला कळून चुकले. तिने दोन व्याख्याने दिली होती, तेव्हाही स्वामीजींशी चर्चा केली होतीच. या पुस्तकातील Concerning symbols हे प्रकरण निवेदितेने नव्याने लिहिले. The Vision of Siva. Two Saints of Kali (Ramaprasad and Ramakrishna), The Voice of the Mother, A Visit to Dakshineshwar, An Intercession, The Story of Kali for a western Baby आणि Kali the Mother ही प्रकरणे याआधीच वेगवेगळ्या वेळी लिहिली होती. कालीसंबंधी स्वामीजींकडून तिने जे ऐकले होते, त्याचा स्वतःच्या अनुभवाआधारे अर्थ लावून, स्वतःच्या शब्दांत जे मांडले, ते The Voice of Mother या प्रकरणात संकलित केले आहे. The Story of Kali तिने लेगेटच्या मुलीसाठी लिहिली होती. Kali the Mother ही स्वामीजींची कविता आहे.

निवेदितेने पुस्तक लिहून पूर्ण केले खरे, पण प्रकाशक मिळणे अवघड होते. अखेर मिसेस लेगेटनी बरेच प्रयत्न केल्यावर १९०० मध्ये Messrs Swan Sonnenschoin and Co. Ltd., London येथून ते प्रकाशित झाले.

या पुस्तकात स्वामीजींचा संदेश आहे, असे निवेदितेला वाटत होते. त्यामुळेच या पुस्तकाच्या विक्रीतून काही पैसे मिळण्याची शक्यता असल्याने, निवेदिता पुस्तक प्रकाशनास उत्सुक होती. पण तिचा दुसरा उद्देश कितपत सफल झाला, याबद्दल शंकाच आहे.

निवेदिता एकटीच पडघरात राहत असली तरी जवळजवळ रोजच तिची स्वामीजींशी आणि इतरांशी चर्चा होतच असे. कधी स्वामीजी निवेदितेकडे जात, तर कधी ती त्यांच्याकडे येत असे. ५ नोव्हेंबरला रविवार होता. त्यांची भेट होताच, त्यांनी निवेदितेला झटून कामाला लागण्याचे आवाहन केले. ११ नोव्हेंबरला जयांना लिहिलेल्या पत्रात या प्रसंगाबद्दल लिहिताना निवेदितेने म्हटले आहे, "त्यांची तब्येत जर माझ्यासारखी असती तर त्यांनी जग जिंकलं असतं. मी त्यांच्याप्रमाणेच क्षत्रिय आहे, हे मला कुठं माहीत होतं! त्यांनी मला जगात फिरून त्यांच्यासाठी लढण्याचा आदेश दिला. या जगाचा निरोप घेण्यापूर्वी त्यांची एवढीच इच्छा आहे, हे सांगताना ते माझे गुरू नव्हते, फक्त पिता होते.''

रीगली मॅनॉरचा मुक्काम संपत आला होता. त्यापूर्वी एक अविस्मरणीय घटना निवेदितेच्या जीवनात घडली. एके दिवशी, स्वामीजींनी त्यांचे सामान आवरण्यास मदत करण्यासाठी म्हणून निवेदितेला त्यांच्या खोलीत बोलावून घेतले. नंतर दोन

भगवी वस्त्रे आपल्या सामानातून काढून घेतली आणि निवेदितेला घेऊन ते तिच्या पडघरात गेले. तेथे धीरामाता लिहीत बसल्या होत्या. स्वामीजींनी प्रथम दार लावून घेतले. नंतर भगवे वस्त्र चुणून त्यांनी धीरामातांना पांघरले आणि त्यांना 'संन्यासिनी' म्हणून हाक मारली. मग दोघींच्याही डोक्यावर हात ठेवून ते म्हणाले, "रामकृष्णांनी जे काही मला दिलं होतं, ते मी तुम्हा दोघींना दिलं. त्यांना एका स्त्रीकडून मिळालेलं स्त्रियांनाच देणं योग्य नाही का? 'मा' कडून मिळालेलं तुम्हाला देऊन मी मोकळा झालो. आता त्याचं काय करायचं ते तुम्हीच बघा!"

निवेदितेने या प्रसंगाचे वर्णन the event of my life अशा शब्दांत केले आहे.

५ नोव्हेंबरला स्वामीजी न्यू यॉर्कला जाण्यास निघाले. जाण्यापूर्वी स्वामीजी निवेदितेला म्हणाले, "कुठंही जाण्यास निघण्यापूर्वी किंवा कुठल्याही कामाची सुरुवात करण्यापूर्वी 'दुर्गा', 'दुर्गा' म्हणत जा. मा तुझं सदैव रक्षण करेल." मग थोडे थांबून, अतिशय आवेगाने ते म्हणाले, "पण नुसती प्रार्थना नको. 'मा'ला आग्रह करून ती पूर्ण करायला लावली पाहिजे. 'मा'जवळ मुळमुळीतपणा कामाचा नाही."

७ नोव्हेंबरला रीगली मॅनॉरहून निवेदिता शिकागोला रवाना झाली. अमेरिकेत निवेदितेचे काम दुहेरी होते. तिच्या भारतातील शाळेसाठी आणि भारतीय स्त्रियांच्या शिक्षणासाठी तिला आर्थिक साहाय्य मिळवायचे होते आणि भारतीय आदर्श स्त्रीत्वाची अमेरिकन समाजाला ओळख करून द्यायची होती.

निवेदितेच्या अमेरिकेतील प्रवासाची सुरुवात चांगलीच झाली होती. न्यू यॉर्कच्या वेदान्त सोसायटीमध्ये स्वामी अभेदानंदांनी तिची आणि तिच्या कार्याची स्तुती केली असल्याने बऱ्याच सदस्यांनी तिला आर्थिक मदत देण्याचा विचार केला होता.

शिकागोला निवेदिता 'हल हाऊस'मध्ये उतरली होती. ही संस्था जेन ॲडम्स या उत्साही सामाजिक कार्यकर्तीने चालवली होती. अमेरिकेतील एकंदर भपका आणि पैशांची उधळपट्टी निवेदितेला रुचली नव्हती, पण 'हल हाऊस'चे वातावरण तिला पाहिजे तसे झाले.

शिकागोमध्ये १६ नोव्हेंबरला प्राथमिक शाळेतील मुलांपुढे ती बोलली. दुसऱ्या दिवशी 'बोर्ड ऑफ मिशनरीज' पुढे ती 'भारतीय स्त्रियांची स्थिती' या विषयावर बोलली. २० नोव्हेंबरला हल हाऊसमध्ये तिचे व्याख्यान झाले. विषय होता – 'भारतातील धार्मिक जीवन.' १ डिसेंबरला 'भारतातील प्राचीन कला' यावर निवेदितेस बोलायचे होते. हे व्याख्यान महत्त्वाचे होते. कारण या व्याख्यानासाठी शुल्क आकारण्यात आले होते. भारतातील प्राचीन कलांबद्दल त्या वेळेपर्यंत निवेदितेला फारशी माहिती नसल्याने ती गोंधळून गेली होती; पण तिला जेव्हा स्वामीजी शिकागोला येत आहेत असे कळले, तेव्हा एकदम हायसे वाटले. २३ नोव्हेंबरला न्यू यॉर्कहून स्वामीजी शिकागोला आले आणि २४ तारखेला निवेदितेने त्यांना भेटून

आपली अडचण सांगितली. अर्थातच स्वामीजींनी तिला मदत केली आणि तिची काळजी दूर झाली.

शिकागोला स्वामीजी मि. जॉर्ज हेल यांच्याकडे उतरले होते. हेल कुटुंबाशी स्वामीजींचे मित्रत्वाचे संबंध होते. मिस्टर आणि मिसेस हेल यांना ते 'फादर पोप' आणि 'मदर चर्च' म्हणत. त्यांच्या मुलींना ते बहिणी मानत. विशेषत: मेरीबद्दल त्यांना खूपच आत्मीयता होती. येथेच निवेदितेची हेल कुटुंबाशी ओळख झाली आणि मेरी तिची 'आन्ट' म्हणजे 'आत्या' झाली.

शिकागोतच तिची मादाम काल्व्हेशी ओळख झाली. ती प्रख्यात गायिका होती. काही भारतीयही तिला येथे भेटले.

'भारतातील प्राचीन कला' या विषयावरील व्याख्यानासाठी तिला ५० डॉलर्स मिळाले. ही तिची अमेरिकेतील पहिलीच कमाई असल्याने, तिला अतिशय आनंद झाला.

अनेक स्त्रिया तिच्या मुलाखती घेत आणि त्यांच्या सर्वच प्रश्नांना तिने उत्तरे द्यावीत, अशी त्यांची अपेक्षा असे. काही बऱ्याच वेळ तिच्याशी बोलत, तिला बोलायला लावत, मात्र मदतीचे नावही काढत नसत.

पण काही स्त्रियांना निवेदितेच्या कार्यात खरोखरच रस होता. त्यांनी तिची मुलाखत तर घेतलीच, पण तिला मदत करण्याचेही वचन दिले. मिसेस कोहन, मिसेस फाइफ, मिसेस कोजर, मिसेस किंग आणि मिसेस यारोस या त्यांपैकी काही.

निवेदितेमध्ये संयम कमी होता. ती जितकी लवकर खूश व्हायची, तितकीच क्षुल्लक कारणाने लगेचच नाराज, निराश व्हायची. तिला आपल्यातला हा दोष माहीत होता. स्वामीजी नेहमी सांगत की आपल्यातील दुर्बलतेची कबुली आपल्याला अधिक दुर्बल करते. म्हणूनच निवेदिता संयम पाळून आपले कार्य तडीला नेण्याचा प्रयत्न करत होती.

स्वामीजींनाही त्यांच्या मठासाठी आर्थिक साहाय्याची नितांत आवश्यकता होती आणि त्यासाठी त्यांनाही अपार कष्ट व संघर्ष करावा लागत होता. पण ते म्हणत, "वर्तमान अंधारी असला तरी मी योद्धा आहे. मी लढणारच. मग मृत्यू आला तरी बेहत्तर! पण वाकणार नाही.''

स्वामीजींचा संघर्ष, त्यांचे मनोबल निवेदितेला शक्ती देत होते. शिकागोला बऱ्यापैकी कार्य झाल्यावर दुसऱ्या प्रांतात जाण्यापूर्वी, आपल्या कार्यासाठी एक समिती येथे स्थापन करावी असे निवेदितेच्या मनात आले. ती मेरी हेलला भेटली आणि या समितीचे सचिवपद तिने स्वीकारावे, अशी तिला विनंती केली. आणि ...स्वप्नातही कल्पना करता येणार नाही असा धक्का निवेदितेला बसला. मेरीने नुसता तिला स्पष्ट नकारच दिला नाही, तर मी आणि माझे कुटुंब तुझ्याशी अजिबात संबंध ठेवू इच्छित नाही, असे स्वच्छपणे बजावले. निवेदिता अतिशय दुखावली गेली.

पण नंतर निवेदितेच्या लक्षात आले की तिचे आणि स्वामीजींचे कार्य वेगळे आहे. ती मात्र स्वतःला स्वामीजींच्या कार्याचे एक साधन समजत होती. तिचा उद्देश तोच त्यांचा उद्देश; तिचा संदेश तोच त्यांचा संदेश. ती बोलायला लागली की वाटायचे, स्वामीजीच बोलत आहेत. तिने या संदर्भात जयांना लिहिताच, जयांनी तिला दिलासा दिला आणि कळवले, "स्वामीजींवर श्रद्धा असणारे, तुझ्याकडून त्यांची वचनं ऐकून घेण्यास तयार होतील, असं वाटत नाही. पण मला माहीत आहे आणि स्वामीजींनाही माहीत आहे की तुझं असं स्वतंत्र मिशन आहे. त्याच्याबद्दलच तू बोलावंस. आणखी एक महत्त्वाची गोष्ट म्हणजे जिथं स्वामीजी फारसे किंवा अजिबात माहीत नाहीत, तिथं तू जावंस हे चांगलं."

निवेदितेला या पत्रामुळे एक धडा मिळाला आणि आधारही वाटला. ती नव्या उत्साहाने ॲन अरबॉर आणि जॅक्सनकडे निघाली. तारीख होती १० जानेवारी, १९००. सोबतीला होते स्वामीजींचे शब्द – 'आमचे ध्येय, उद्देशपूर्तीसाठी मृत्यू. यश नव्हे.'

ॲन अरबॉर आणि जॅक्सन येथील स्त्रियांनी तिचे चांगले स्वागत केले. आणि तिला मदत करण्याची इच्छा व्यक्त केली. तिने त्यांना सांगितले की तुम्ही वर्षाला एक डॉलर अशी दहा वर्षे मला मदत करा. तिची ही मागणी पूर्ण होईल, याची तिला आशा वाटली.

पण काही ठिकाणचे अनुभव विचित्र होते. डेट्रॉइटला अँग्लिकन चर्चच्या सदस्यांशी तिला सामना करावा लागला. या सदस्य स्त्रियांवर त्या चर्चच्या धर्मगुरूंचा फार दबाव होता. त्यांनी आणि धर्मगुरूंनी मिळून धर्मात गोंधळ घालून, जगाला नरकाचे रूप दिले होते. मिशनऱ्यांनी भारताबद्दल खोट्यानाट्या गोष्टी सांगितल्या होत्या. भारतात अघोरी प्रथा कशा आहेत, याचे धादांत खोटे वर्णन त्यांनी केले होते आणि या स्त्रियांचा त्यांच्या सांगण्यावर ठाम विश्वास होता. निवेदितेने अतिशय प्रयत्नपूर्वक त्यांचे अज्ञान आणि धर्मवेड यातून जन्माला आलेल्या उद्धटपणाला तोंड दिले, तेव्हा स्वामीजींना किती त्रास सहन करावा लागला असेल, याची तिला कल्पना आली.

आणखी एक अनुभव असाच भयंकर होता. एका महिला मंडळात निवेदितेने व्याख्यान दिले. व्याख्यानानंतर तिच्यावर प्रश्नांचा भडिमार सुरू झाला. बहुतेक प्रश्न बालविवाह आणि बहुपत्नीत्व यावरच होते. खरे तर निवेदितेने त्यांच्यासमोर मांडलेल्या गोष्टी आणि विचार त्या स्त्रियांना नवीन होते. पण तरीही एकजण म्हणायला लागली की यात नवीन काहीच नाही. हे आम्ही पूर्वी मिशनऱ्यांकडून ऐकले आहे. तेव्हा निवेदिता आवेगाने म्हणाली, "यावर चिंतन करण्याची क्षमता असणारी एकच व्यक्ती आहे." तिचा रोख स्वामीजींकडे होता. तेव्हा ती स्त्री

निवेदितेला मिशनऱ्यांवर टीका करण्यासाठी उद्युक्त करायला लागली; पण या गोष्टीला निवेदितेने ठामपणे नकार दिला. गोंधळ सुरू होण्याची लक्षणे दिसताच, अध्यक्षांनी बहुविवाहाचा प्रश्न उपस्थित करून वातावरण बदलण्याचा प्रयत्न केला. निवेदितेने बहुविवाहाबद्दल चर्चा करताना आपले मत व्यक्त केले की पाश्चात्त्यांमधील विवाहविच्छेदाला हा पर्याय ठरू शकतो.

पुढील प्रश्नोत्तरात निवेदितेने हिंदू पुरुषांच्या राष्ट्रीय आदर्शाविषयी त्यांच्यात असलेल्या एकनिष्ठतेचे कौतुक करताच, एक गोऱ्यापान आणि पातळ ओठ असलेल्या बाई म्हणाल्या, ''हे तर सर्व आपल्या 'मॉर्मन्'सारखंच आहे की!'' निवेदिता तात्काळ बोलून गेली, ''मला नाही वाटत हे मॉर्मन्सारखं. निदान ख्रिश्चनांइतके ते मुळीच वाईट नसतात.''

झालं! एकच गदारोळ उठला. 'मॉर्मन्स', 'मॉर्मन्स!'

सुसंस्कारित निवेदितेने गप्प बसायचे ठरवले. कारण मॉर्मन्सची हिंदू प्रथेशी तुलनाच गैर होती. मॉर्मन हा अमेरिकेतील एक धर्मसंप्रदाय होता. त्यात बहुविवाहाची प्रथा होती. १८९०मध्ये ही प्रथा बंद करण्यात आली.

निवेदिता गप्प बसली आहे, हे पाहून एकजण म्हणाली, ''भारतात पती आणि पत्नी एकत्र बसून जेवत नाहीत. त्यांची तुम्ही चांगली कानउघाडणी करा आणि त्यांना चांगल्या रीतिभाती शिकवा.'' यावर आक्षेप घेत निवेदिता म्हणाली, ''हा ज्याचा त्याचा प्रश्न आहे. त्यांनीच तो त्यांना पाहिजे तसा सोडवावा. माझा काही संबंध नाही त्यांच्याशी.'' ''इथंच चूक होतेय तुमची. सगळ्यांनीच असं म्हणून कसं चालेल! प्रत्येकाचंच कर्तव्य आहे हे!'' ''असेल. पण माझं नाही. मला या भानगडीत पडायचं नाही. समजा, मी तुम्हा अमेरिकनांना इंग्रजांसारखं वागायला सांगितलं तर?''

निवेदितेला आपण कुठून इथे आलो, असे झाले. या बायकांची डोकी ठिकाणावर नाहीत का? काय वेड्यांचा बाजार आहे हा!

पण स्वामीजींची धीर देणारी पत्रे निवेदितेला संकटांना सामोरे जाण्यास प्रोत्साहन द्यायची. २४ जानेवारी, १९००च्या पत्रात त्यांनी म्हटले आहे, ''आपण सर्वच आपापल्या परीनं त्याग करतोय. एक फार मोठी पूजा मांडलीय – फार मोठा त्याग याशिवाय त्या पूजेचा अर्थ कुणालाच कळलेला नाही. जो स्वेच्छेने त्याग करतो, त्याची फार मोठ्या दु:खापासून सुटका होते. जे त्याग करण्यास नाखूश असतात, नकार देतात, ते वाकतात, मोडतात. त्यांना खूप सोसावं लागतं. म्हणून मी स्वेच्छेने त्याग करायचा निश्चय केलाय.''

काही दिवसांनंतर त्यांनी कळवले होते, ''घाबरू नकोस. तुझ्या शाळेसाठी पैसा मिळेल. मिळायलाच हवा. आणि नाही मिळाला म्हणून बिघडलं कुठं! एक मार्ग

नाहीतर दुसरा आहेच. माला सर्व ज्ञात आहेच... तुला शिकायला मिळतेय. मला तेच तर हवंय. माझंही तसंच आहे. आपण सक्षम झालो की पैसा आणि माणसं आपल्याकडे आल्याशिवाय राहतच नाहीत.''

जानेवारीच्या अखेरीस निवेदिता शिकागोला परत आली. या वेळी तिने शिकागोतील बऱ्याच शाळांना भेट दिली. येथेच तिला शिक्षणतज्ज्ञ मि. पार्कर भेटले. मि. पार्कर शिक्षिका तयार करणारे प्रशिक्षण देणारी शाळा काढण्याच्या विचारात होते. एक हिंदू मुलगी येथे शिक्षण घेण्यास येईल, असे निवेदितेने त्यांना सांगितले. कोलकात्यात तिच्याकडे संतोषिनी नावाची मुलगी शिकत होती. निवेदिता अमेरिकेत आल्यावर स्वामी सारदानंद तिला शिकवत होते. निवेदितेला ती मुलगी शिकून आपल्या कार्यात मदत करेल, अशी आशा होती. म्हणून तिने सारदानंदांना येथील तिच्या शिक्षणाबद्दल कळवले. पण सारदानंदांकडून आलेले उत्तर निवेदितेला पूर्णपणे निराश करणारे होते. संतोषिनीचे लग्न झाल्याने तिने शिक्षणच सोडून दिले होते!

फेब्रुवारीत निवेदितेने कान्सस आणि मिनिअपोलिस या शहरांना भेट दिली. मग ती बोस्टन येथील केम्ब्रिजला आली. तेथे ती धीरामातांकडे राहिली. तिची आणि बिपिनचंद्र पालांची प्रथम भेट झाली ती येथेच.

निवेदितेने आपल्या इच्छित कार्यासाठी बरेच कष्ट घेतल्यावर, अखेर 'रामकृष्ण गिल्ड ऑफ हेल्प इन अमेरिका' स्थापन करण्यात तिला यश आले. मिसेस लेगेट त्याच्या अध्यक्ष झाल्या. धीरामाता मानद राष्ट्रीय सचिव, तर मानद उपाध्यक्ष म्हणून निरनिराळ्या शहरांतील प्रतिष्ठित कार्यकर्त्यांची नेमणूक करण्यात आली. ती अशी : शिकागोतून हेन्री डी. लॉइड आणि मिसेस कॉंगर, न्यू यॉर्कमधून मिस मॅक्लिऑड आणि मिस एमा थर्स्बी, बोस्टनसाठी एडविन डी. मिड आणि एडना चेनी, केम्ब्रिजमधून थॉमस हिगिन्सन, लेविस जेम्स आणि मिसेस ब्रिग्ज. मिस ख्रिस्टिन ग्रीन्सटाइडल हिला निवेदिता इंग्लंडमध्ये भेटली होती आणि त्यांची चांगली मैत्री झाली होती, तिला डेट्रॉइट कमिटीची सचिव करण्यात आले.

'द प्रोजेक्ट ऑफ द रामकृष्ण स्कूल फॉर गर्ल्स' या नावाने प्रकल्पाची संपूर्ण माहिती देणारी एक पुस्तिका तयार करण्यात आली आणि ती देणगीदारांना पाठवण्यात आली. मिसेस लेगेटनी ताबडतोब एक हजार डॉलर्स दिले.

जमा झालेले पैसे न्यू यॉर्कच्या एका प्रसिद्ध बँकेत ठेवायचे ठरले. जे आर्थिक मदत करतील त्यांची नावे व पत्ते निवेदितेला कळवायचे होते, म्हणजे मग ती पावती आणि कार्याचा अहवाल त्यांना पाठवणार होती.

निवेदिता जीव तोडून काम करत होती. मेमध्ये तिचे जमैक्काला 'फ्री रिलिजिअस असोसिएशन'मध्ये 'पूर्वेबद्दल आपले कर्तव्य' या महत्त्वाच्या विषयावर अतिशय उत्तम व्याख्यान झाले.

जूनमध्ये निवेदिता न्यू यॉर्कला परत आली. स्वामीजीही कॅलिफोर्निया-शिकागो असा दौरा करून न्यू यॉर्कला आले. पूर्वीच ठरल्याप्रमाणे वेदान्त सोसायटीत स्वामीजींचे वर्ग आणि व्याख्याने झाली. निवेदिता स्वामीजींच्या व्याख्यानाला आवर्जून उपस्थित राहत होती आणि व्याख्यान्याच्या नोंदीही ठेवत होती.

१७ जूनला स्वामीजी 'धर्म म्हणजे काय?' या विषयावर बोलले. त्याच दिवशी संध्याकाळी निवेदितेने 'हिंदू स्त्रियांपुढील आदर्श' या विषयावर व्याख्यान दिले. तिने व्याख्यानात हिंदू स्त्रियांचे साधे जीवन आणि वैचारिक शुद्धता यांचे फार चांगले विवरण केले. तिच्या व्याख्यानाला उत्तम प्रतिसाद मिळाला.

२३ जूनला स्वामीजींनी 'गीते'चा वर्ग घेतला. २४ जूनला 'मातेची पूजा' हा त्यांच्या व्याख्यानाचा विषय होता. त्याच दिवशी संध्याकाळी निवेदिता 'भारतातील प्राचीन कला' या विषयावर बोलली. तिचे व्याख्यान माहितीपूर्ण आणि मनोरंजक झाले. अमेरिकेतील हेच तिचे शेवटचे व्याख्यान.

अमेरिकेत आपल्या कार्याचा प्रचार करताना आलेले बरे-वाईट अनुभव गाठीशी बांधून २८ जून, १९०० रोजी तिने पॅरिसकडे प्रयाण केले.

◆

पॅरिसमध्ये...

१९०० साली पॅरिसमध्ये एका भव्य प्रदर्शनाचे आयोजन करण्यात आले होते. या प्रदर्शनाच्या निमित्ताने एक धर्म-इतिहास संमेलन होणार होते. या संमेलनासाठी एक समिती स्थापण्यात आली होती. या समितीने ज्या परदेशी प्रतिनिधींना आमंत्रणे पाठवली होती, त्यांत स्वामीजीही होते. त्यांनीही या संमेलनास जाण्याचे नक्की केले होते.

मिस्टर आणि मिसेस लेगेटही या प्रदर्शनासाठी पॅरिसला गेले आणि जाण्यापूर्वी स्वामीजींनी त्यांचे आतिथ्य स्वीकारावे, असा प्रेमळ आग्रह त्यांनी केला होता. धीरामाता आणि जया यांनाही प्रदर्शनाचे विशेष आकर्षण होते, म्हणून त्याही दोघी पॅरिसला गेल्या. या प्रदर्शनासाठी आचार्य जगदीशचंद्र बसू पत्नीसह येणार असल्याचे निवेदितेला आधीच कळले होते. त्यामुळे निवेदितेलाही पॅरिसची ओढ लागली होती; परंतु स्वामीजी न्यू यॉर्कमध्ये असेपर्यंत पॅरिसला जाणे तिला बरे वाटत नव्हते.

पण प्रा. पॅट्रिक गेड्डीस यांच्या आग्रहामुळे तिला न्यू यॉर्क सोडावेच लागले. गेड्डीस यांच्याशी निवेदितेचा परिचय न्यू यॉर्कमध्ये मार्च महिन्यात झाला होता. पॅरिसला होणाऱ्या प्रदर्शनाच्या निमित्ताने त्या वर्षी आंतरराष्ट्रीय संसद भरली. ही संसद सर्वच दृष्टीने स्मरणीय ठरली. या संसदेच्या बऱ्याच विभागाच्या व्यवस्थापनाची जबाबदारी गेड्डीस यांच्यावरच सोपवण्यात आली होती. रत्नच रत्नाला ओळखते! निवेदितेशी गेड्डीस यांची फारशी ओळख नव्हती, तरीही तिची प्रतिभा आणि कार्यक्षमता त्यांच्या लक्षात आल्यावाचून राहिली नाही. निवेदिता त्यांच्या कार्यात साहाय्य करू शकेल, अशी त्यांची खात्री झाली. म्हणूनच त्यांनी निवेदितेला साहाय्य करण्यासाठी बोलावले. हे आमंत्रण डावलणे निवेदितेला शक्यच नव्हते. २८ जूनला तिने पॅरिसला जाण्यासाठी न्यू यॉर्क सोडले.

प्रा. पॅट्रिक गेड्डीस हे जीवशास्त्रज्ञ होते. टॉमस हक्स्ले त्यांचे शिक्षक. गेड्डीस यांनी आपले सर्व लक्ष जीवशास्त्रावर केंद्रित केले असते, तर ते दुसरे डार्विन झाले

असते, असे म्हटले जाते. पण गेड्डीस जसे जीवशास्त्रज्ञ होते तसेच वनस्पतिशास्त्रज्ञ, समाजशास्त्रज्ञ आणि मनोवैज्ञानिकही होते. अर्थशास्त्राचीही त्यांना गोडी होती. समाजशास्त्र आणि संस्कृती यांना अर्थनीतीची जोड देऊन त्यांनी जे सिद्धान्त मांडले ते आधुनिक विश्वसंस्कृतीचा पाया ठरणारे आहेत. या सिद्धान्ताचे लक्ष्य मानवकल्याण हेच होते. म्हणूनच निवेदितेला त्यांची नामदार गोपालकृष्ण गोखल्यांशी ओळख व्हावी असे तीव्रतेने वाटत होते. कारण गोखल्यांच्या आर्थिक विचारांतील त्रुटी त्यांच्यामुळे दूर झाल्या असत्या. गेड्डीस यांनी आयुष्याच्या अखेरीस ऑर्थर टॉमसनबरोबर 'लाइफ आउटलाइन्स ऑफ जनरल बाइऑलजि' हा ग्रंथ लिहिला. या ग्रंथकार्याचे वर्णन जूलियन हक्सले यांनी 'भव्यदिव्य कार्य' असे केले आहे.

पॅट्रिक हे मूळचे स्कॉटलंडचे, सेल्टिक वंशाचे. १९व्या शतकात सेल्टिक वंशाच्या पुनरुज्जीवनाची चळवळ सुरू झाली होती. अशा प्रकारची चळवळ स्कॉटलंडमध्ये मूळ धरत असताना जपानमध्येही या सुमारास समांतर चळवळ आकारास येत होती. स्कॉटिश व जपानी लोकांचे भारतावर लक्ष केंद्रित होण्याचा काळही हाच! १८९०मध्ये एडिन्बर्ग येथे पॅट्रिक गेड्डीस यांनी कलेद्वारा संस्कृतीचे पुनरुज्जीवन या सिद्धान्ताची मांडणी करण्यास सुरुवात केली. 'एव्हरग्रीन' हे त्यांचे मासिक. हा सिद्धान्त निवेदितेचे लक्ष आकर्षण्यास पुरेसा ठरला.

पॅरिसचे हे प्रदर्शन विज्ञान, कला, शिक्षण यांच्या प्रगतीसाठी आयोजित केले होते. या प्रदर्शनाच्या आयोजनाची जबाबदारी गेड्डीस यांच्यावर होती आणि त्यांनी निवेदितेवर त्यांच्या सचिवाची जबाबदारी सोपवली होती. त्या वेळी निवेदितेने ज्या नोंदी केल्या त्याच्या आधारे निवेदितेने म्हटले आहे की, भारताच्या दृष्टीने गेड्डीसांच्या मतांचा विचार बहुमोलाचा ठरतो. भारतीय तरुणांनी 'अल्जेरियात फ्रान्सने काय केले किंवा भारतात इंग्रजांनी काय केले,' याचा विचार करण्यापेक्षा 'आपण आपल्या देशासाठी काय करू शकतो,' हा विचार करणे जास्त योग्य आहे. शिक्षणासंबंधीचा एक मौलिक विचारही विदेशी संस्थांनी लक्षात ठेवायला हवा. तो म्हणजे विद्यार्थी स्वतः जे काम करू शकत असेल ते त्याच्यासाठी आपण करून देण्याने त्याचे आपण अतोनात नुकसान करतो. आपण त्याचे हित करतोय हा अहंकार येथे चालणार नाही.

गेड्डीस यांचे विचार आणि चिंतन नुसते मौलिक नव्हते, तर त्या काळी आवश्यक असलेल्या भारतीय संस्कृतीच्या पुनर्जागरणासाठी अत्यावश्यक असल्याने गेड्डीस यांना भारतात आणण्यास निवेदिता उत्सुक होती.

१८९३मध्येच स्वामीजींशी गेड्डीस यांचा परिचय झाला होता व तेव्हापासूनच ते प्रभावित झाले होते. पॅरिसमधील प्रदर्शनाच्यावेळी त्यांची पुन्हा स्वामीजींशी भेट झाली. बरीच चर्चाही झाली. याची परिणती म्हणजे गेड्डीस आपल्या परिवारासहित

स्वामीजींपाशी राजयोग शिकले. पुढील काळात स्वामीजींच्या राजयोगाच्या फ्रेंच भाषांतरासाठी गेड्डीसनी प्रस्तावना लिहिली.

पॅरिसमध्ये स्वामीजी भारतीय कलेवर बोलले. त्यांनी Hellenistic (ग्रीक संस्कृतीचा) प्रभाव नाकारून बौद्ध कलेचा प्रभाव अधोरेखित केला. गेड्डीस यांनी स्वामीजींच्या सिद्धान्तास जोरदार पाठिंबा दिला. गेड्डीस यांनी प्रदर्शनात मांडलेल्या कलावस्तूंचा स्वामीजींनी परिचय करून दिला.

अशा पंडिताबरोबर काम करण्यास निवेदिता उत्सुक होती, पण कामाचे स्वरूप लक्षात येताच ती पूर्णपणे निराश झाली. याद्या करणे, सूची तयार करणे, व्याख्यानाचे अहवाल तयार करणे इत्यादी कामे निवेदितेवर सोपवण्यात आली होती. आणखी एक काम होते – तीन महिन्यांत एक ग्रंथालय उभे करायचे होते. स्वतंत्र प्रज्ञेच्या निवेदितेला दुसऱ्याच्या निर्देशानुसार काम करणे शक्यच नव्हते. गेड्डीस यांची अशी सक्त ताकीद होती की, त्यांच्या व्याख्यानाचा अहवाल तयार करताना त्यांचे विचार त्यांच्याच शब्दांत मांडले गेले पाहिजेत. त्यात बदल होता कामा नये. निवेदिता सर्जनशील लेखिका होती. कुणाचेही विचार समजून घेऊन, ते पटल्यावरच ते आपल्या स्वतःच्या शब्दांत, स्वतःच्या शैलीत मांडायची तिची सवय होती. तेव्हा गेड्डीस यांची पद्धत तिला जाचक आणि बंधनकारक वाटणे अगदी स्वाभाविक होते. स्वामीजींनी तिच्यावर कधीच कोणत्याच गोष्टीची सक्ती केली नव्हती. त्यामुळे या कामाच्या वेळी स्वामीजींची महती तिला अधिकच जाणवली.

या संदर्भात निवेदितेने निराश होऊन लिहिले आहे, "मी रिपोर्टर नाही होऊ शकत. माझी इच्छा नाही, असं नाही; पण रिपोर्टरचं काम माझ्याकडून होणारच नाही. प्रोफेसरांच्या ओजस्वी व्याख्यानातील तुकडे गोळा करून व्याकरणाच्या सिमेंटने जोडून, मोठ्या प्रयत्नाने मी जे तयार करते त्याला फार तर 'मोझेइक' म्हणता येईल. म्हणजे वरून फक्त शोभिवंत, पण खरं तर लंगडंपांगळं."

गेड्डीसनी तिला विषयाची कल्पना देऊन, थोडे स्वातंत्र्य दिले असते, तर तिच्याकडून जास्त काम झाले असते. मात्र त्यात तिचे विचार तिच्या शब्दांत आले असते, हे निवेदिताही जाणून होती. दोघांच्या स्वभावातील फरकामुळे त्यांच्यात वाद होऊ लागला. दुसऱ्याच्या मनाप्रमाणे लिहिल्यास निवेदितेला आनंद वाटायचा नाही आणि ज्यांच्यासाठी ती काम करायची त्यांचे कामही त्यांच्या मनाप्रमाणे व्हायचे नाही.

असे होऊनही एक विचित्र अनुभव आला. गेड्डीसच्या सचिवपदाच्या परीक्षेत निवेदिता उतरली नसली तरी मौलिक विचार करण्यास ती समर्थ आहे आणि सर्जनशीलताही तिच्यात आहे, हे गेड्डीस यांच्या लक्षात आले. त्यांनी तिची प्रशंसा तर केलीच, पण त्यांच्याबरोबर तिने आणखी काम करावे अशी इच्छा व्यक्त केली.

अर्थात निवेदिता या गोष्टीला तयार झाली नाही; पण निवेदितेने मोकळेपणाने गेड्डीस यांचे ऋण मान्य केले आहे. ''गेड्डीसच्या कार्याने मला किती मदत केलीय, हे मला सांगणं अवघडच! त्यांनी मला जे एक साधन (रूपांतरवाद) दिलंय, त्याचं मोल नाही करता यायचं. मी ज्या तऱ्हेने ते वापरते, त्यामुळे ते कदाचित बेचैन होतील; पण आता त्यांना ते साधन माझ्याकडून काढून घेता येणार नाही. त्यांनी मला 'प्लेस कल्टिव्हेशन'ची पद्धत शिकवलीय.''

निवेदिता आणि गेड्डीस यांची मैत्री अबाधितच राहिली.

ऑगस्टमध्ये पत्नीसह जगदीशचंद्र बसू पॅरिसला आले. गेड्डीसबरोबर त्यांची ओळख झाली आणि लवकरच ओळखीचे रूपांतर घनिष्ठ मैत्रीत झाले. पॅरिसमधील विज्ञान-काँग्रेसमध्ये बसूंनी त्यांच्या शास्त्रीय शोधाची माहिती दिली. प्रत्येक वनस्पती सजीव असते, हाच तो शोध. हा शोध सर्वांनाच थक्क करणारा होता. स्वामीजी बसू पती-पत्नींचे नेहमीच तोंड भरून कौतुक करत. बसू दांपत्यालाही स्वामींबद्दल अतिशय आदर होता. बंगालच्या या दोन्ही सुपुत्रांनी बंगालचेच नव्हे, तर भारताचे नाव जगात उज्ज्वल केले होते!

स्वामीजीही ऑगस्टमध्येच पॅरिसला पोहोचले होते. प्रथम ते लेगेट यांचे मित्र जेराल्ड नोबल यांच्याकडे काही दिवस राहिले. त्यानंतर लेगेट यांच्याकडे राहावयास गेले. काही दिवसांनंतर प्रसिद्ध फ्रेंच लेखक आणि तत्त्वज्ञ मॉसिये ज्युल बोयार यांच्याबरोबर राहिले.

लेगेट अतिशय श्रीमंत तर होतेच, पण पैसा खर्च करण्याच्या बाबतीतही त्यांचा हात धरणारे कुणी नव्हते. त्यामुळे त्यांच्या प्रासादतुल्य घरात नेहमीच गुणिजनांचे जणू संमेलनच भरलेले असे. जगातील विद्वानांशी स्वामीजींचा परिचय आणि चर्चा येथेच होत असल्याने स्वामीजींनाही आनंद होत असे. येथेच निवेदितेची स्वामीजींशी भेट होत असे. तिलाही विद्वानांचा सहवास आनंद देत असे.

पण हल्ली स्वामीजींमध्ये बदल झाल्याचे तिला जाणवत होते आणि त्यामुळे ती अस्वस्थ झाली होती. स्वामीजी हळूहळू सर्व कार्यातून अलिप्त होऊ पाहत होते. १८ एप्रिल, १९००ला जयांना लिहिलेल्या पत्रातूनच त्यांच्या मानसिक अवस्थेची कल्पना येते. ''आता कार्य करत राहाणं कठीणच होत चाललंय! 'जो', माझ्यासाठी प्रार्थना कर की, नेहमीसाठी माझी या कार्यातून सुटका व्हावी आणि तनमन मातेमध्ये मिसळून जावं. तिचं कार्य तीच जाणते. लढाईत हार-जीत दोन्हीही झालीय. आता गाठोडं बांधून त्या महान मुक्तिदात्याची अखेरच्या प्रवासासाठी वाट बघतोय. 'अब शिव पार करो मेरी नैया' – हे शंभो, माझी नाव पार कर!''

स्वामीजींचे देह-मन थकले होते. त्यांना विश्रांतीची गरज होती. मनात मुक्तीचा आनंद होता. कार्य आपोआप घडतच होते. पॅरिसच्या धर्म इतिहास संमेलनात

स्वामीजींनी व्याख्यान दिले. भारताच्या धर्माबाबत पाश्चात्त्य पंडितांमध्ये असलेल्या चुकीच्या समजुतींचे योग्य तर्काद्वारे खंडन केले. जगातील विद्वानांमध्ये ते ऊठबस करत होते. फ्रेंच भाषा शिकण्याचा उमेदीने प्रयत्न करत होते; पण त्यांच्या त्या काळातील पत्रांवरून दिसून येते की, ते मनातून या सर्वांपासून वेगळे होऊ पाहत होते. भारतात परत जाण्यासाठी ते बेचैन झाले होते. त्यांनी ठरवूनच टाकले होते की हे प्रदर्शन संपताच युरोपमध्ये फिरून भारतात परत जायचे.

स्वामीजींचे हे औदासिन्य निवेदितेला अनपेक्षित होते. तिच्या कार्यक्रमामध्ये स्वामीजी पूर्वीप्रमाणे लक्ष घालत नव्हते की रस घेत नव्हते. त्यामुळे तिला फार वाईट वाटत होते. प्रत्येक वेळी स्वामीजींच्या साहाय्याची आणि सहकार्याची तिला अपेक्षा होती. ज्यांचे कार्य करण्यास ती झटत होती, त्यांच्याकडून सहानुभूतीची आशा करण्यात गैर काय? तिचे तिलाच समजत नव्हते.

बसू पती-पत्नीशी तिची घनिष्ठता वाढत होती. वीरत्व आणि प्रतिभा यांच्याबद्दल तिला जन्मजात आकर्षण होते. म्हणूनच बसूंशी मैत्री वाढवण्यात तिला विशेष रस होता. भारतात असताना हिंदू विचारधारा समजावून घेण्यात आणि भारताला ओळखण्यात व्यत्यय येऊ नये म्हणून स्वामीजींनी तिला ब्राह्मोंपासून अंतर ठेवण्यास सुचवले होते; पण निवेदितेला जबरदस्तीने मना करणे त्यांच्या मनाला पटले नव्हते. त्यांच्या शिक्षणाची पद्धत अशी होती की ते सत्य दाखवून देत. त्यानंतर ते कुणी किती कशा प्रकारे स्वीकारावे, हे ज्याचे त्याने ठरवावे.

डॉ. बसूंना त्यांच्या संशोधनात इंग्रज सरकार मदत तर करत नव्हतेच, उलट त्यांच्या संशोधनात अडचणीच निर्माण करत होते. म्हणून बसूंना सर्वतोपरी मदत करण्याचा निश्चय निवेदितेने केला होता आणि तो अखेरपर्यंत पाळला. त्यामुळे निवेदितेच्या मनात आले की आपली बसूंशी असलेली मैत्री कदाचित स्वामीजींना रुचत नसावी. याव्यतिरिक्त गेड्डीसशी तिचे मतभेद झाल्यामुळे तिच्या मनातही द्वंद्व निर्माण झाले होते. तिला हे सर्व स्वामीजींशी बोलायचे होते. पण जेव्हा जेव्हा तिची स्वामीजींशी भेट व्हायची तेव्हा काही ना काही कारणाने या विषयांवर ती मोकळेपणाने बोलू शकत नसे.

अखेर तिने स्वामीजींना एक पत्र लिहिले. या पत्रात तिच्या मानसिक द्वंद्वाचे सूचन होते, तक्रार होती आणि स्वामीजींना विनवणी होती. स्वामीजींनी तिला आदेश द्यावा, सर्वपरींनी तिला मार्गदर्शन करावे, सहानुभूती दाखवावी, अशी तिची इच्छा होती, नाहीतर तिला वाईट वाटत असल्याचेही तिने कळवले होते.

स्वामीजींनी उत्तरादाखल कळवले,

"आता मी स्वतंत्र आहे. रामकृष्ण मिशनच्या कोणत्याच कार्यात आता माझा भाग नाही. कुठलंही पद आता माझ्याकडे नाही. आता मी कुणाचा प्रतिनिधी नाही

किंवा कुणाचीही जबादारी माझ्यावर नाही.

"तुझ्या पत्रांवरून वाटतं की तुझ्या नवीन स्नेह्यांबद्दल मला मत्सर वाटतोय, असा तुझा ग्रह झालाय. पण एक गोष्ट कायमची लक्षात ठेव की, माझ्यात इतर कितीही दोष असोत, पण जन्मापासूनच माझ्या मनात कुणाबद्दल मत्सर, कसलाही लोभ किंवा हुकमत गाजवायची इच्छा नाही.

"पूर्वीही मी तुला कधी आदेश दिला नाही. आता तर मी सर्वच कार्यापासून अलिप्त झालोय, तेव्हा तुला निर्देश देण्याचा प्रश्नच नाही. मला एवढंच माहीत आहे की, जोपर्यंत मनापासून तू मातेची सेवा करशील, तोपर्यंत तीच तुला योग्य मार्ग दाखवेल.

"मी कधीच कुणाचा द्वेष करत नाही. पण माझी खात्री झालीय की, तुम्हा पाश्चात्त्य लोकांचा स्वभाव विचित्रच असतो. तुम्हाला जे चांगलं वाटतं, ते तुम्ही दुसऱ्यावर लादू पाहता. तेव्हा तुम्ही हे विसरता का, जे तुम्हाला चांगलं वाटतं, ते इतरांना तसं वाटत नसेलही. याच कारणासाठी मी मधून-मधून तुला सावध करत असतो. बाकी कुठलंही कारण नाही. तू स्वतंत्र आहेस. स्वतःच्या कार्याची निवड कर. मातेचा आशीर्वाद तुला मिळो."

या उत्तरामुळे निवेदितेच्या मनातील द्वंद्व शांत होण्याऐवजी, तिची घालमेल जास्त वाढली. तिला वाटले की, स्वामीजींपाशी मन मोकळे करताना नकळत तिचा अहंकारच व्यक्त झाला आणि तोच तिच्या यशातील अडथळा आहे. निवेदितेच्या मनातील संघर्षाचा तिच्या शरीरावरही परिणाम होत होता. धीरामातांचे तिच्यावर प्रेम होते. त्यांच्या लक्षात ही गोष्ट आली. स्वामीजींनी एका पत्राद्वारे धीरामातांवर निवेदितेची जबाबदारी सोपवली होती. म्हणून त्यांनी निवेदितेला काही दिवस त्यांच्या ब्रिटनी येथील घरी राहण्याचे आमंत्रण दिले.

Congress of the History of Religions ज्या दिवशी सुरू झाली, त्याच दिवशी संध्याकाळी लेगेटच्या घरी a congress of cranks म्हणजे 'चक्रमांची महासभा' भरली होती. या सभेला डॉ. जेम्स, जया, निवेदिता, धीरामाता, पॅट्रिक गेड्डीस आणि अर्थातच स्वामीजी उपस्थित होते. ही चक्रमांचीच सभा असल्याने, या सभेचा अध्यक्ष निवडण्यापासून गंमत सुरू झाली. डॉ. जेम्स यांचे नाव अध्यक्षपदासाठी घेण्यात येताच, त्यांनी सपशेल नकार दिला. कारण जयांचा नवा गाऊन वेळेवर न मिळाल्यामुळे त्यांनी मिसेस मेल्टनबरोबर हात चोळले. (मेल्टन हे एक प्रकारचे लोकरी कापड ओव्हरकोटसाठी वापरतात. येथे त्या कापडावर कोटी केली आहे. हे कापड खरखरीत असावे.) त्यामुळे उत्क्रांत पावलेल्या 'मेल्टोनियन' फोडांमुळे निर्माण झालेल्या समस्येत ते पूर्णपणे व्यग्र होते. मग धीरामातांचे नाव अध्यक्षपदासाठी पुढे आले; पण त्यास निवेदितेने आक्षेप घेतला. कारण? धीरामातांना अध्यक्ष

केल्यास या सभेचे रूपांतर 'तौलनिक तत्त्वज्ञानाच्या वर्गा'त होईल.

मग स्वामीजींनी बोलण्यास सुरुवात केली. त्यांच्या म्हणण्याप्रमाणे जगातील सर्व समस्या – आताची अध्यक्ष निवडण्याची समस्या धरून – या सूर्य-चंद्राच्या पूजनाने दूर होऊ शकतात. या सूचनेला जयांनी आक्षेप घेतला. कारण आपल्या खोलीत होमाग्नीला त्या तयार नव्हत्या. डॉ. जेम्स यांनीही, जयांप्रमाणे, स्वामीजींच्या सूचनेला विरोध केला. त्यांचे गुरू हर्बर्ट स्पेन्सर यांनी या विषयाचा शोध लावला नसल्याने तसे करता येणार नाही, असे डॉ. जेम्स यांचे म्हणणे होते.

जीवनातील सर्व समस्यांचे निराकरण करण्याचा एक मार्ग निवेदितेने सुचवला. तो म्हणजे 'चटणी आणि काली.' जहाल चटणीने तोंड पोळल्यावर ताटातील बाकी पदार्थांची चव जास्तच चांगली लागते. तसेच काहीसे! त्यामुळे आपल्या सर्वांना वाईट गिळून चांगल्याचा आस्वाद घेणे सोपे जाईल. कालीची तुलना चटणीशी! गंमतच!

धीरामाता मधेच म्हणाल्या की, लिंगांतील संबंध व्यवस्थित समजून न घेतल्यामुळेजगात सर्व समस्या उद्‌भवतात. तो संबंध व्यवस्थित समजणे, हाच रामबाण उपाय आहे.

या सूचनेला प्रो. गेड्डीस यांनी जोरदार विरोध केला आणि आपले म्हणणे मांडायला सुरुवात केली. पण त्यांचे कंटाळवाणे भाषण ऐकण्याइतका धीर श्रोत्यांना नव्हता. त्यामुळे सभेत गोंधळ उडाला. हे पाहताच जया पुढे सरसावल्या आणि सर्वांनी हा गोंधळ थांबवला नाही, तर त्या सर्वांना हाकलून देतील, असा सज्जड दम भरला. अशा रीतीने सभा बरखास्त झाली.

३ सप्टेंबर ते ८ सप्टेंबरपर्यंत पॅरिस काँग्रेसचे अधिवेशन झाले. त्यानंतर निवेदिता ब्रिटनीला गेली. १७ सप्टेंबरला स्वामीजीही ब्रिटनीला रवाना झाले.

ब्रिटनीतील लॉनियँपासून सहा मैलांवर समुद्रकाठी पेरो गाइरेक नावाच्या लहानशा पण निसर्गसौंदर्याने नटलेल्या गावात धीरामातांचे घर होते. येथे निवेदितेचा कार्यक्रम खाणे, फिरणे आणि झोपणे एवढाच होता. येथील प्रसन्न वातावरणाने निवेदितेचा थकवा दूर झाला. स्वामीजींचा सहवासही तिला मिळाला आणि तिच्या लक्षात आले की, स्वामीजींचा तिच्यावरचा स्नेह यत्किंचितही कमी झालेला नाही. तिच्या दृष्टीने हाच मोठा दिलासा होता.

स्वामीजींनी आपला कार्यक्रम निश्चित केला होताच. युरोपमध्ये प्रवास करून ते भारतात परतणार होते. निवेदितेने इंग्लंडला जायचे ठरवले. तिला आर्थिक मदत मिळवायची होती. स्वामीजींना निवेदितेची दोन कारणाने काळजी वाटत होती. पहिले म्हणजे नवीन संपर्कामुळे जुन्या संपर्कात दुरावा निर्माण होण्याची शक्यता आणि दुसरे म्हणजे अनेकांनी स्वामीजींना दिलेला शब्द पाळला नव्हता. पण निवेदितेच्या मनात भारताच्या संदर्भात जे आंदोलन सुरू झाले होते, त्याची कल्पना स्वामीजींना

होती का?

निवेदिता स्वामीजींच्या आधी इंग्लंडला जाणार होती. तिच्या निघण्याच्या आदल्या दिवशी रात्री, अचानक, स्वामीजी तिच्या फुलावेलींनी वेढलेल्या अभ्यासिकेपाशी आले. त्यांचा आवाज ऐकताच निवेदिता बाहेर आली. तिला स्वामीजी म्हणाले, "एक अद्भुत मुसलमान संप्रदाय आहे. ते इतके कर्मठ आहेत की प्रत्येक नवजात बालकाला घराबाहेर टाकतात आणि म्हणतात की जर अल्लानं तुला निर्माण केलं असेल तर मर जा! आणि जर आलीनं (चौथा खलिफा) तुला निर्माण केलं असेल तर दीर्घायुष्यी हो! ते लोक लहान मुलाला जे म्हणतात, त्याच्या उलट मी म्हणतो, 'जर मी तुला घडवलं असेल तर तुझ्या जीवनाचा नाश होवो आणि जर महामायेने घडवलं असेल तर तुझ्या जीवनाचं सार्थक होवो!'" निवेदितेने मान वाकवून आशीर्वादाचा स्वीकार केला.

दुसऱ्या दिवशी सकाळीच ती निघाली. सूर्योदय होत होता. स्वामीजी तिला निरोप देण्यासाठी आले. युरोपमधील स्वामीजींची ही शेवटची भेट. आता बरेच दिवस त्यांचे दर्शन होण्याची शक्यता नव्हती. त्या गावात वाहन मिळणे कठीण होते. मालाची वाहतूक करणाऱ्या गाडीतून निवेदिता निघाली. स्वामीजींनी हात हलवून तिला निरोप दिला. निवेदिता दृष्टिआड होईपर्यंत स्वामीजींना पाहत होती. स्वामीजींचा हात हालवणे हे निरोप घेणे नव्हते, तो आशीर्वादच होता.

स्वामीजींची ही मूर्ती हृदयात साठवून निवेदिता इंग्लंडला रवाना झाली.

◆

इंग्लंडमध्ये...

२४ ऑक्टोबर, १९०० साली पॅरिसचा निरोप घेऊन व्हिएन्ना, हंगेरी, सर्व्हिया वगैरे देशांना भेटी देऊन, स्वामीजी कैरोला गेले आणि तेथून त्यांनी थेट भारत गाठला.

स्वामीजींचा आशीर्वाद घेऊन निवेदितेने इंग्लंडमध्ये पाऊल ठेवले. ती स्वामीजींची मुलगी होती, मातेचीही मुलगी होती, हेच तिच्या दृष्टीने महत्त्वाचे होते. त्यामुळे इंग्लंडला आल्यावर ती एकटी असूनही आनंदात होती, कारण माता तिला सांभाळेल, असा तिला विश्वास वाटत होता. तिचे जीवन संन्यासिनीसारखे असले तरी ध्यानधारणा, तपस्या हे तिचे जीवन होऊ शकत नव्हते. निवेदिता कार्यविहीन जीवन जगू शकत नव्हती. कार्य हीच तिच्या दृष्टीने मातेची उपासना होती. इंग्लंडला ती आली होती ती तिच्या कार्यासाठी!

पण इंग्लंडला पोहोचताच तिला पहिले काम करावे लागले ते जगदीशचंद्रांच्या शुश्रूषेचे! पॅरिसहून इंग्लंडला आल्यावर जगदीशचंद्रांवर एक शस्त्रक्रिया करावी लागली. ही गोष्ट आहे डिसेंबरमधील दुसऱ्या आठवड्यातील. शस्त्रक्रियेच्या वेळी आणि त्यानंतरही निवेदितेने आणि धीरामातांनी जगदीशचंद्रांच्या पत्नीला – अबला बसूंना – खूप मदत केली. धीर दिला. शस्त्रक्रियेनंतर निवेदितेने बसू पती-पत्नीला आपल्या आईकडे – विम्बल्डनच्या घरी – विश्रांतीसाठी ठेवले. निवेदितेच्या आईने त्या दोघांना अतिशय प्रेमाने ठेवून घेतले म्हणून निवेदितेला खूप समाधान वाटले.

बसूंना पूर्णपणे बरे वाटताच निवेदितेने आपल्या कार्याची सुरुवात केली. पूर्वीपासूनच इंग्लंडमधील विद्वान मंडळींशी तिची ओळख होती. अनेक वेळा निरनिराळ्या विषयांवर तिने व्याख्यानेही दिली होती. पण आताचा तिचा उद्देश व्याख्यानातून आर्थिक मदत गोळा करणे हा होता. यासाठी तिची इंग्लंडमधील मित्रमंडळी किती उपयोगी पडतील, याबद्दल ती साशंक होती. इंग्लंडमधील दैनिकातून तिच्या भारतातील कार्याबद्दलची माहिती प्रसिद्ध झाली होतीच. लंडन येथून प्रसिद्धहोणाऱ्या

'डेली न्यूज' या वर्तमानपत्रातून तिच्या व्याख्यानाची घोषणा करण्यात येत असे.

इंग्लंडमध्ये ती साधारणपणे 'टर्नब्रिज वेल्स', 'हायर थॉट सेंटर' आणि 'सिसेमी क्लब' या ठिकाणी व्याख्याने देत असे. तिच्या व्याख्यानाचे विषय 'स्त्रियांचे आदर्श', 'भारतीय समस्या', 'भारतीय स्त्री', 'एकाग्रता', 'धर्मशिक्षणात किन्डर गार्टन पद्धत', 'भारतात इंग्लंडचे अपयश', 'रामकृष्ण संघ आणि भारतीय स्त्री', 'भारतातील सामाजिक जीवन' असे वैविध्यपूर्ण होते. अतिशय विचारपूर्वक आणि मुद्देसूदपणे ती व्याख्याने देत असे. त्यामुळे श्रोत्यांच्या मनात उत्सुकता निर्माण व्हायची. ती व्याख्यानांतून भारतातील राजकीय परिस्थिती, स्त्रियांची सामाजिक परिस्थिती, त्यातून निर्माण होणाऱ्या समस्या यांचे इतके सुसंगतपणे विश्लेषण करायची की श्रोते मंत्रमुग्ध व्हायचे. बंगालचे भूतपूर्व लेफ्टनंट गव्हर्नर सर रिचर्ड टेम्पल हे एकदा तिच्या कार्यक्रमाचे अध्यक्ष होते. त्यांनी तिच्या भारतातील शैक्षणिक कार्याचे समर्थन तर केलेच, पण तिची मनापासून प्रशंसाही केली.

निवेदिता शिक्षणासंबंधी बोलताना सांगत असे, "शिक्षण बाटलीतल्या औषधाप्रमाणे नियमित आणि ठरावीक मात्रेत देता येत नाही. हिंदू स्त्रियांच्या संदर्भात शिक्षणाचे मुख्य साधन म्हणजे त्यांच्यावर असलेला त्यांच्या प्राचीन शास्त्रांचा प्रभाव. कुठल्याही देशासाठी किंवा समुदायासाठी शिक्षणाची पद्धत ठरवताना, श्रद्धा आणि सहिष्णुता यांच्या साहाय्याने तेथील लोकांची परिस्थिती आणि त्यांचे अंतर्गत जीवन यांचा सखोल अभ्यास करणे आवश्यक आहे."

"हिंदू धर्मातील श्रेष्ठ विचारांमुळे मी त्याकडे आकृष्ट झाले असं नव्हे, तर त्यातील बऱ्या-वाईट सर्वच गोष्टींबद्दल मला सहानुभूती वाटते. पण हिंदू धर्मावर कोणत्याही प्रकारे टीका करण्याची माझी इच्छा नाही. मात्र एकंदरीत विचार करता, हिंदू ही सर्वांत सभ्य जात आहे आणि संपूर्ण जगात उच्च शिक्षण घेण्याच्या परिस्थितीत हिंदू धर्म आणि हिंदू समाजच सर्वांपेक्षा योग्य आहे. पृथ्वीवर हिंदू गृहस्थजीवनासारखी सुंदर गोष्ट दुसरी कोणतीही नाही. भारतीय स्त्रीचा आदर्श प्रेम नव्हे, तर त्याग असतो. या आदर्शाला धक्का न लावता, मी हिंदू स्त्रीला आधुनिक, पाश्चात्त्य आणि उपयुक्त शिक्षण देऊ इच्छिते." असे तिने व्याख्यानांतून स्पष्टपणे सांगितले.

स्कॉटलंडहून व्याख्यानासाठी आमंत्रण आल्याने, १५ फेब्रुवारीला ती स्कॉटलंडला गेली. दुसऱ्या दिवशी एडिनबरोला 'व्हिक्टोरिया क्लब'मध्ये 'भारतीय स्त्रीचे भविष्य' या विषयावर व्याख्यान झाले. या व्याख्यानात तिने जे काही सांगितले ते श्रोत्यांना पूर्णपणे नवीन तर होतेच, पण त्यांच्या पूर्वग्रहांना छेद देणारे होते. व्याख्यानानंतरच्या चर्चेत श्रोत्यांनी उत्साहाने भाग घेतला. अखेर वेळ संपल्यामुळे व्याख्यानावरची चर्चा थांबवावी लागली. १९ तारखेला 'भारतवर्षातील तिची कार्यपद्धती' आणि २५ तारखेला

'भारत' या विषयांवर व्याख्याने देऊन ती इंग्लंडला परत आली.

आता भारतात परतण्यासाठी ती अधीर झाली होती. स्वामीजी डिसेंबरमध्ये भारतात गेले होते. जया जपानहून भारतात जाणार होत्या. निवेदितेच्या मनात आले की, ती इंग्लंडमध्ये राहून वेळ वाया घालवत आहे. इंग्लंडमध्ये कार्य करण्याचा उद्देश बाजूला सारून, स्वत:च्या इच्छेनुसार भारतात निघून जाणे, तिला स्वार्थीपणाचे वाटले. म्हणून जयांना तिने विनंती केली की, त्यांनी तिच्या भारतात परत जाण्याच्या इच्छेचे समर्थन करावे. ती शारदामातांना भेटण्यासही उत्सुक झाली होती. कारण स्वामी सारदानंदांकडून शारदामातांना बरे वाटत नसल्याचे तिला कळले होते. शारदामातांची परवानगी मिळाल्यास सर्व प्रश्नच मिटणार होते. जयांनी तशी परवानगी मिळाल्याचे कळवताच आणि शारदामाता तिची वाट पाहत असल्याचे कळताच, निवेदिता, एखाद्या लहान मुलीसारखी आनंदाने नाचायला लागली.

पण तिचे जाणे एवढ्या लवकर व्हायचे नव्हते. मार्चपर्यंत तिची व्याख्याने ठरली होती. ती संपताच आणखी व्याख्याने द्यायची नाहीत किंवा दुसरे कुठलेही काम घ्यायचे नाही, सरळ भारतात निघून जायचे, असे तिने ठरवले होते. पण प्रत्येक गोष्ट माणसाने ठरवल्याप्रमाणे होतेच कुठे! निवेदितेचेही तसेच झाले. अचानक अनेक कामे आली. ती टाळणे तिला शक्यच नसल्याने तिला तिचा भारतात जाण्याचा बेत पुढे ढकलावा लागला.

मि. हॅवी यांच्याबरोबर निवेदितेने बरीच चर्चा केली होती. चर्चेचा विषय होता भारतातील शिक्षण. मि. हॅवींचा आग्रह होता की, निवेदितेने 'भारतातील शिक्षण' या विषयावर एक प्रखर लेख लिहावा. जगदीशचंद्रही तिला प्रोत्साहन देतच होते. 'रिव्ह्यू ऑफ रिव्ह्यूज'चे संपादक मि. विल्यम स्टीड तिला पूर्वीपासूनच त्यांच्या नियतकालिकात तिने लिहावे, म्हणून आग्रह करत होते. आता त्यांचा आग्रह तिने बसूंचे चरित्र लिहावे, असा होता. कारण भारताच्या दृष्टीने ते अतिशय महत्त्वाचे होते. रमेशचंद्र दत्तांचा आग्रह होता तिने भारतासंबंधी पुस्तक लिहावे. ते पुस्तक छापण्यास ते तयार होते. The Web of Indian Life या पुस्तकाच्या लेखनाची सुरुवात तिने केलीच होती. Kali the Mother छापले गेले होते. त्याच्यावरील समीक्षाही लोकांनी वाचली होती. पुस्तकाला वाचकांचा प्रतिसादही उत्तम मिळत होता. दत्तांचा तर विश्वासच होता की, निवेदितेच्या लेखनातून तिला अपेक्षित असलेली आर्थिक मदत नक्की मिळेल. प्रा. गेड्डीस यांनी तिला ग्लासगोच्या प्रदर्शनात, भारताच्या विभागात, व्याख्यानाचे आमंत्रण दिले होते आणि तिने त्यांच्याबरोबर डॅन्डी येथे काही दिवस राहावे, अशी इच्छाही त्यांनी व्यक्त केली होती.

शारदामातांनी तिला भारतात बोलावले होते. तेव्हा ही सर्व आमंत्रणे बाजूला सारून निवेदिता भारतात निघून गेली असती; पण एका अपरिहार्य कारणाने तिला

इंग्लंडमध्येच राहावे लागले. त्याचे असे झाले की, एडिन्बरोला निवेदितेने जे व्याख्यान दिले, त्यामुळे मिशनरी चिडले, त्यांनी तिच्याविरुद्ध जणू दंडच थोपटले. त्यांनी तिच्या विरोधात एका भारतीय ख्रिश्चन युवकास उभे केले. तो मूळचा मद्रासचा होता. तो मंचावर उभा राहिला आणि निवेदितेच्या विरोधात बोलण्याऐवजी त्याने तिला समर्थनच दिले. तो असेही म्हणाला की, युरोपला आल्यापासूनच मला माझी ख्रिश्चन म्हणून ओळख द्यावीशी वाटत नाही. दास्यत्व नाकारण्याच्या त्याच्या धाडसाचे निवेदितेला अतिशय कौतुक वाटले. 'हाच खरा वीर', असे शब्द तिच्या ओठावर आले. मात्र यामुळे ज्या क्लबमध्ये तिचे व्याख्यान झाले होते, त्या क्लबचे सभासद खवळून उठले. आणि निवेदितेला पुन्हा व्याख्यान द्यायची संधी मिळू नये, म्हणून जीव तोडून प्रयत्न करायला लागले. कार्यबाहुल्यामुळे निवेदितेलाही एडिन्बरोचा निरोप घ्यावा लागला. मग काय विचारता! मिशनऱ्यांना अपप्रचार करायला मोकळे रानच मिळाले! पण निवेदितेने मनाशी निश्चय केला की, भारतात परत जाण्यापूर्वी, मिशनऱ्यांच्या अपप्रचाराला योग्य ते उत्तर द्यायचेच. गेड्डीस तर तिला म्हणाले की, तू डॅन्डीला आलीस तर मी तुझ्या या उत्तराला भूमिका लिहून देईन. निवेदितेला ही संधी सोडावीशी वाटेना! युरोपमध्ये भारतासंबंधी असलेला गैरसमज आणि तिला आलेले अनुभव यासंबंधी लिहिणे तिच्या दृष्टीने आवश्यक होते. पण भारताची तिला ओढ लागली होती. जयांना लिहिलेल्या एका पत्रात तिने म्हटले आहे, ''भारतात जाता आलं असतं तर किती बरं झालं असतं! कोलकात्यात प्लेग सुरू झाला असेल. अशा वेळी दूर राहाणं फार त्रासाचं वाटतं बघ!''

अतिशय श्रमाने तिचे शरीर आणि मन थकले होते. त्यातून भारतातील राजकीय परिस्थितीसंबंधात नुकतेच आलेले अनुभव तिच्या मनावर आघात करत होते. तिला विश्रांतीची आणि लेखनासाठी शांततेची आवश्यकता होती.

याच वेळी धीरामातांनी तिला, त्यांच्याबरोबर नॉर्वेला येण्याचे आमंत्रण दिले.

नॉर्वेतील बर्गेनमध्ये मि. ओली बुल यांचा संगमरवरी पुतळा बसवण्यात येणार होता. त्यासाठी धीरामाता तेथे चालल्या होत्या. बर्गेनपासून काही अंतरावर समुद्रकाठी खाडीजवळ एक गुहेसारखे ठिकाण होते. तेथे तंबू ठोकून निवेदिता तीन महिने राहिली. या वास्तव्यात तिला बसू पती-पत्नी, मिसेस सेव्हिअर, रमेशचंद्र दत्त असे बरेचजण भेटून गेले. निवेदितेला ही जागा फार आवडली. कारण ती काश्मीरमधील अच्छाबलसारखी शांत आणि रमणीय होती. येथेच The Web of Indian Life या पुस्तकाचा काही भाग लिहून तिने रमेशचंद्र दत्तांना वाचून दाखवला. निवेदितेने बसूंच्या चरित्रावर लेख लिहिला तो येथेच. पण त्यात चरित्र कमी आणि भारताची परिस्थिती जास्त असल्याने, तो पुन्हा लिहावा लागला. मिशनऱ्यांच्या अपप्रचाराला उत्तर देण्यासाठी Lambs among Wolves हा लेख तिने येथेच लिहिला. 'वेस्ट

मिनिस्टर गॅझेट'ने तो छापला.

पण या एकांतवासाचे खरे फळ म्हणजे या काळात निवेदितेने केलेले आत्मपरीक्षण. येथेच तिच्या मनात परिवर्तन झाले. 'भारतात आणि इंग्लंडमध्ये एक ना एक दिवस प्रेमाचे संबंध, स्नेहाचे नाते निर्माण होईल' असे स्वप्न पाहाणारी १८९८मधील मार्गारेट आता उरली नव्हती. भारत सोडण्यापूर्वीपर्यंत तिचे विचार, चिंतन, मनन – सर्वकाही – स्वामीजींच्या दृष्टीतून चालले होते. पण अमेरिकेतील विचित्र अनुभवांतून हळूहळू तिचे डोळे उघडले. इंग्रजांचा भारताकडे बघण्याचा दृष्टिकोन काही बाबतीत तरी समजण्यासारखा होता. कारण इंग्लंड व भारत यांचे संबंध जेता आणि जित असे होते. पण अमेरिका किंवा इतर देशही भारताला कमी लेखत होते, भारताबद्दल त्यांचे गैरसमज होते आणि ते दूर करण्याचा प्रयत्न न करता ते भारतासारख्या महान राष्ट्राला हीन मानत होते. यासाठी त्यांचे अज्ञान जसे कारणीभूत होते, तसेच कारणीभूत होते भारताचे पारतंत्र्य. पराधीन राष्ट्राला जगात किंमत नसतेच. एकदा बिपिनचंद्र पाल अमेरिकेत व्याख्याने द्यायला गेले असताना, त्यांना सांगण्यात आले, "आधी स्वतंत्र व्हा. नंतर इथं येऊन तुमचा धर्म, तत्त्वज्ञान याबद्दल बोला. तेव्हा आम्ही ऐकून घेऊ तुमचं!" स्वामीजींचे व्यक्तिमत्त्व आणि आध्यात्मिक ज्ञान यामुळे त्यांना मान मिळाला असेलही, पण मिशनऱ्यांनी त्यांचा अपमान करण्याचा काही कमी प्रयत्न केला नव्हता.

जगदीशचंद्रांच्या बाबतीतही तिने पाहिले होते की, परतंत्र देशातील शास्त्रज्ञाला विकासाची संधी देण्याऐवजी, पदोपदी त्याचा अपमान करण्यात येत होता, त्यांच्या मार्गात अडचणी निर्माण करून, त्यांची संशोधनातील प्रगती रोखण्याचा जोरदार प्रयत्न होत होता. परकीय सरकारचे भीषण रूप तिला दिसू लागले होते. म्हणूनच अतिशय उद्वेगाने तिने लिहिले आहे, "देशातल्या सरकारने शास्त्रीय संशोधनकार्याचा भार उचलल्यास चांगले! पण एवढी उदारता इंग्रजात कुठली!"

इतके दिवसांत भारतातील राजकीय परिस्थितीबद्दल सविस्तर चर्चा करण्याची संधी तिला मिळाली नव्हती, पण इंग्लंडमधील मुक्कामी ती मिळाली. त्यावरून तिच्या लक्षात आले की, मूठभर उदार विचारांचे लोक वगळल्यास, बहुतांश लोक भारताच्या विरोधात आहेत. जे भारतीय इंग्लंडमध्ये राहत होते, त्यांच्यातील जे राष्ट्रप्रेमी होते, ते राष्ट्रवृत्ती कशी जोपासत होते तेही तिला कळले.

रमेशचंद्र दत्त मवाळ होते. त्यांच्याकडून तिला भारताची आर्थिक परिस्थिती आणि विभिन्न राजकीय पक्षांची मते जाणून घेता आली. रमेशचंद्रांनी एकदा इंग्लंडमध्ये शिकणाऱ्या पंचवीसएक विद्यार्थ्यांना निवेदितेकडे आणले. निवेदितेने त्यांच्यापुढे 'भारतातील नवजागृती' संबंधातील आपले विचार अतिशय ज्वलंत भाषेत मांडले. हे विद्यार्थी म्हणजे 'भविष्यातील भारत' आहे असे तिला वाटत होते, पण त्यांची

गुलामीची वृत्ती पाहून ती अत्यंत दु:खी झाली. मिशनऱ्यांच्या बेलगाम अपप्रचारामुळे ही सिंहीण चवताळली होती; पण त्याचबरोबर काँग्रेसच्या कार्यावरही तिचे लक्ष होते. एकदा तर काँग्रेसमध्ये सामील होण्याचा विचारही तिने केला होता.

भारतातून येणाऱ्या बातम्याही तिला अस्वस्थ करत होत्या. जमशेदजी टाटांच्या कॉलेज काढण्याच्या संकल्पाला इंग्रज सरकारचे अनुदार धोरण भोवले होते. ॲनी बेझेंटच्या काशीला कॉलेज काढण्याच्या संकल्पाला इंग्रज सरकारने परवानगी नाकारली होती. अखेर बेझेंटबाईंना स्टेट सेक्रेटरी लॉर्ड जॉर्ज हॅमिल्टन यांचेकडे धाव घ्यावी लागली होती. या घटनांमुळे निवेदितेच्या सेल्टिक रक्तात खळबळ माजणे स्वाभाविक होते.

निवेदिता तिच्या जन्मभूमीत गेली असली तरी तिच्या चिंतन-मननात सतत भारतच असे. त्यामुळे अगदी हाताच्या बोटांवर मोजण्याइतके अगदी जवळचे लोक सोडले तर बाकीच्यांशी तिचे संबंध दुरावले. कारण तिचा आणि त्यांचा मार्ग यात फारच अंतर पडले होते. तिला कळून चुकले होते की, आता तिचे खरे साथीदार होते अत्याचार सहन करणारे, तरीही मानवतेला मानणारे भारतातील सर्वसामान्य लोक. स्वामीजींवरच्या तिच्या श्रद्धेला तडा जाणे शक्यच नव्हते. पण आता तिच्या कार्यासंबंधीचे तिचे विचार संपूर्णपणे तिचे होते.

या काळात तिची क्रांतिकारक प्रिन्स क्रोपोट्‌किन यांच्याशी भेट झाली. पण त्यांची ओळख १८९४मध्येच झाली होती. प्रिन्स क्रोपोट्‌किन यांचे वास्तव्य लंडनमध्येच होते.

प्रिन्स पिटर क्रोपोट्‌किन इंग्लंडमध्ये निर्वासिताचे जिणे जगत होते. खरे तर अतिशय अभिजात कुळात त्यांचा जन्म १८४२मध्ये झाला. ते रशियाचा सम्राट दुसरा अलेक्झांडर यांच्या दरबारात होते. पण झारच्या राज्यकारभाराला कंटाळून त्यांनी आमीर कसाकच्या घोडदळात गौण नोकरी पत्करली आणि ते सैबेरियाला गेले. या नोकरीच्या काळातच त्यांचा सरकारी शासनव्यवस्थेवरचा विश्वास पूर्णपणे उडाला. वनचर प्राण्यांपासून अधिक शिकण्यासारखे आहे, असे त्यांचे ठाम मत झाले. भूगर्भशास्त्रज्ञांनी मांडलेल्या सिद्धान्तांचा त्यांनी सखोल अभ्यास केला. त्या काळी डार्विनचा सिद्धान्त हा अंतिम मानला जात असे. पण क्रोपोट्‌किन यांनी पारंपरिक सहकार तत्त्वाची Mutual Aid ची मांडणी करून डार्विनच्या सिद्धान्ताचे खंडन करण्याचा प्रयत्न केला.

१८७२मध्ये त्यांचा स्वित्झर्लंडमधील प्रख्यात अनर्किस्ट एम.ए. बाकुनिनबरोबर परिचय झाला. बाकुनिन यांचा प्रभाव त्यांच्यावर पडला. स्वित्झर्लंडमध्ये ते जुरा फेडरेशनच्या घड्याळे बनवणाऱ्या कारागिरांबरोबर राहत होते. परिश्रम करणाऱ्या या कुशल कारागिरांच्या सौहार्दयुक्त आचरणात त्यांना भविष्यातील सामाजिक सहकार्याचे

दर्शन झाले.

काही दिवसांनंतर ते रशियाला परत गेले; पण राजद्रोहाच्या प्रचाराचा आरोप त्यांच्यावर ठेवण्यात आला आणि त्यांची रवानगी तुरुंगात करण्यात आली. दोन वर्षांनी पळून जाऊन त्यांनी स्वित्झर्लंडमध्ये आश्रय घेतला. तेथे ते १८८१पर्यंत राहिले. याच सुमारास अलेक्झांडरचा खून झाला आणि क्रोपोट्किनवर कटाचा आरोप ठेवण्यात आला, म्हणून ते फ्रान्सला निघून गेले. पण फ्रान्समध्येच त्यांना अटक करण्यात आली आणि पाच वर्षांची शिक्षा झाली. शिक्षेची मुदत संपण्यापूर्वीच १८८६मध्ये त्यांची सुटका करण्यात आली. त्यानंतर ते इंग्लंडला आले. इंग्लंडमध्ये ते लेख लिहून उपजीविका चालवत. 'अनर्किस्ट आंदोलनाचे तात्त्विक आणि प्रायोगिक रूप' व 'संघटित शेती' हे त्यांचे आवडते विषय होते.

इंग्लंडला येण्याआधीच ते १८७२मध्ये सोशालिस्ट इंटरनॅशनलमध्ये सामील झाले होते. बाकुनिनच्या अनुयायांनी इंटरनॅशनल सोडले म्हणून यांनीही सोडले. आणि ते जुरा फेडरेशनमध्ये सामील झाले. पण त्यांनी सोशॅलिझम किंवा कम्युनिझम पूर्णपणे कधीच स्वीकारला नाही. १९ व्या शतकाच्या अखेरच्या दशकात ते उत्तम लेखक म्हणून प्रतिष्ठा पावले होते. त्यांची राहणी ऋषीसारखी होती. मात्र त्यांच्यात एक दोष होता. तो म्हणजे ते अव्यवहारी होते.

निवेदितेने अमेरिकेच्या वास्तव्यातच त्यांचा The Mutual Aid हा ग्रंथ वाचला होता. त्यामुळे ती विशेष प्रभावित झाली होती. तिने लिहून ठेवले आहे, "भारताला खरी आवश्यकता कशाची आहे, हे त्यांच्याइतके कुणीच सांगू शकत नाही. त्यांच्या मते सरकार खरे तर अनावश्यकच आहे, हेच लोकांना शिकवायला हवे. सरकार कुणाचे आहे, याला काही महत्त्व नाही. सर्व भरवसा सर्वसामान्यांवर असतो. यासाठी पुष्कळ वर्षे प्रचार करायला हवा, लेख लिहायला हवेत, व्याख्याने द्यायला हवीत, तेव्हा कुठे एके दिवशी याचा परिणाम दृष्टीस पडेल.''

क्रोपोट्किन यांच्या विचारामुळे निवेदिता अत्यंत प्रभावित झाली. बंगालमधील ग्रामव्यवस्था आदर्श असल्याचे तिचे मत झाले होते. जगातील समस्या मिटवण्यास भारतातील ही व्यवस्थाच मदत करेल. भारत हा जगातील सर्वश्रेष्ठ सभ्य देश आहे. त्याचे उदाहरण जगापुढे ठेवता येईल. एकदा का सर्व भारत असा स्वावलंबी झाला की रक्तपात, युद्ध न करता, हसतमुखाने आपण भारत-मंत्र्याला सांगू शकू की, आता आम्हाला आपली आवश्यकता नाही, आपण जावे हे बरे! असा तिचा विश्वास होता. जे भारतात आहे, ते कितीही क्षुल्लक का असेना, भारताच्या दृष्टीने मौल्यवानच आहे आणि त्याचे रक्षण करण्यासाठी, मिशनऱ्यांसारख्या सापांना ठेचण्यासाठी, इंग्रजांसारख्या लांडग्यांना काबूत आणण्यासाठी जनतेने चवताळून उठले पाहिजे, प्राण द्यायलाही तयार झाले पाहिजे, असे तिने पत्रांतून स्पष्टपणे म्हटले आहे.

इंग्लंडमध्ये राहून भारतासाठी काही करणे शक्य नाही, असे तिला जाणवले. तिची प्रकृतीही सुधारली होती. आता तिला स्वामीजी आणि शारदामाता यांच्या भेटीची ओढ लागली होती. ३१ डिसेंबरला तिने 'मोम्बासा' या जहाजावर सामान पाठवून दिले आणि ९ जानेवारीला ती भारताकडे निघाली.

◆

निवेदिता आणि जगदीशचंद्र बसू

१८९८ साली निवेदिता भारतात आली. त्यानंतर काही दिवसांतच, प्लेगच्या साथीच्या वेळी, तिची जगदीशचंद्रांशी भेट झाली. पॅरिसमध्ये बसू पती-पत्नीशी तिची घनिष्ठ मैत्री झाली आणि निवेदितेच्या जीवनाच्या अखेरपर्यंत ती मैत्री अतूट राहिली. कित्येकजणांना डॉ. जगदीशचंद्रांबद्दल फारशी माहिती नसण्याची शक्यता आहे; पण ज्यांच्यामुळे भारताची मान विज्ञानक्षेत्रात जगात उंचावली गेली, ते होते डॉ. जगदीशचंद्र बसू.

जगदीशचंद्रांचे मूळ गाव विक्रमपूर. पण त्यांचा जन्म, सध्या बांगलादेशात असलेल्या मैमनसिंह येथे ३० नोव्हेंबर, १८५८ रोजी झाला. त्यांच्या जन्माच्या वेळी त्यांचे वडील भगवानचंद्र बसू डेप्युटी मॅजिस्ट्रेट होते. त्यांच्या आईचे नाव बामासुंदरी.

भगवानचंद्र देशभक्त होते. पण त्यांचा राष्ट्रभाव भावुक नव्हता. अनेक कार्यातून तो सक्रिय झाला होता. सामाजिक प्रगती त्यांना हवी होती. त्यासाठी ते प्रयत्नशील होते. आपली सर्व संपत्ती कलात्मक हस्तव्यवसायात आणि त्याच्या व्यापारात त्यांनी घातली आणि आदर्शवादी व्यावसायिकाच्या जे नशिबी येते तेच त्यांच्या नशिबी आले. आयुष्याच्या अखेरपर्यंत त्यांना कर्जाचा बोजा वाहावा लागला.

वडिलांकडून जगदीशचंद्रांना फक्त ऋणाचाच वारसा मिळाला असे नाही, तर साहस, कार्यप्रवणता, आदर्शवाद हे गुणही वारसा म्हणून त्यांना मिळाले. वडिलांनी त्यांना ज्या प्रकार घडवले, त्याबद्दल श्रद्धा व्यक्त करताना जगदीशचंद्रांनी म्हटले आहे, "त्यांचा (वडिलांचा) जन्म काळाच्या आधी झाला होता. त्यांच्यासारख्या अनेक व्यक्तींच्या जीवनाच्या भस्मावशेषावरच भावी विराट भारताचा पाया रचला जाईल."

भगवानचंद्र 'बोले तैसा चाले' या आदर्शाला मानणारे होते. म्हणूनच त्यांनी जगदीशचंद्रांना इंग्रजी शाळेत न घालता, फरीदपूर येथे स्वत: काढलेल्या देशी शाळेत भरती केले. यामुळे जगदीशचंद्रांचे नुकसान होण्याऐवजी फायदाच झाला. त्यांच्या रक्तात असलेले स्वदेशप्रेम आणि संस्कृतीचा रास्त अभिमान आणखीनच

प्रखर झाला. आपण कुणी वेगळे नसून, या सर्वसाधारण जनतेपैकीच एक आहोत, ही भावना त्यांच्या मनात रुजली.

११व्या वर्षी ते कोलकात्यातील 'हेअर स्कूल'मध्ये दाखल झाले. त्यानंतर काही दिवसांतच त्यांनी 'सेंट झेवियर्स स्कूल'मध्ये प्रवेश घेतला.

१८७५मध्ये शिष्यवृत्ती मिळवून त्यांनी शालान्त परीक्षेत सुयश मिळवले आणि सेंट झेवियर्स कॉलेजमध्ये त्यांनी प्रवेश घेतला. ते शास्त्र शाखेकडे वळले. प्रथम त्यांचा कल 'नॅचरल हिस्टरी'कडे होता; पण फादर लॅफाँच्या प्रभावामुळे ते पदार्थविज्ञानाच्या अभ्यासाला लागले. १८७९ साली ते बी.ए. झाले. विज्ञानाबरोबरच ते लॅटिन आणि संस्कृत या भाषाही शिकले.

बी.ए.नंतर इंग्लंडला जाऊन आय.सी.एस. व्हायचे त्यांनी ठरवले; पण आर्थिक परिस्थितीचे मोठे संकट होते. आय.सी.एस. होऊन त्यांना वडिलांना मदत करण्याची इच्छा होती. आय.सी.एस. होता आले नाही, तर बॅरिस्टर तरी व्हायचे होते. पण खर्च करायचा कसा? अशा वेळी त्यांच्या आईने आपले दागिने त्यांच्यापुढे ठेवले. सुदैवाने दागिन्यांना हात लावावा लागला नाही.

आर्थिक संकटाचा विचार करून, एकदा त्यांनी इंग्रज सरकारची नोकरी पत्करण्याचा विचार केला होता; पण वडिलांनी अशी नोकरी करण्यास सक्त विरोध केला. म्हणाले, "विद्वान हो. प्रशासक नको."

इंग्लंडला प्रथम त्यांनी डॉक्टरकीचा अभ्यास सुरू केला; पण 'भारतीय काळ्या आजारा'ने घात केला. डॉक्टरकीचा अभ्यास सोडून ते केम्ब्रिजच्या क्राइस्ट चर्च कॉलेजमध्ये दाखल झाले. साल होते १८८१. शिष्यवृत्ती मिळाली आणि त्यांनी 'नॅचरल सायन्स'चा अभ्यास सुरू केला.

विज्ञानाच्या कुठल्या शाखेत प्रावीण्य मिळवावे, हे ठरवणे कठीण वाटल्यामुळे, त्यांनी बऱ्याच वेगवेगळ्या विषयांचा अभ्यास सुरू केला आणि प्रयोगशाळेतही वेगवेगळ्या विषयांतील प्रयोग करून बघण्याचा सपाटा सुरू केला. याचा परिणाम असा झाला की, पुढील आयुष्यात अनेक विषयांत त्यांनी प्रावीण्य मिळवले. अखेर पदार्थविज्ञान हाच विषय त्यांनी निवडला. वनस्पतिशास्त्राबद्दलही त्यांना आकर्षण होते. एकाच वेळी त्यांनी केम्ब्रिजमधून 'नॅचरल सायन्स ट्राइप्स' आणि लंडन विश्वविद्यालयातून 'बी.एस्सी' ही पदवी मिळवली.

इंग्लंडमध्ये यशस्वीरित्या शिक्षण पूर्ण करून जगदीशचंद्र भारतात परत आले, तेव्हा त्यांच्या डोळ्यात त्यांच्या उज्ज्वल भविष्याचे स्वप्न होते. इंग्लंडमधील अर्थशास्त्राचे प्राध्यापक फॉसेट यांनी, त्यावेळचे भारतातील व्हाइसरॉय लॉर्ड रिपन यांच्यासाठी, जगदीशचंद्रांची शिफारस करणारे पत्र दिले होते. लॉर्ड रिपन उदारमतवादी होते. लॉर्ड रिपननी ताबडतोब जगदीशचंद्रांची योग्य जागी नेमणूक करण्याचा आदेश

डी.पी.आय. सर आल्फ्रेड क्रॉफर्डना दिला. पण शिक्षण विभागाचे संचालक या आदेशामुळे चिडले. त्यांना निम्न श्रेणीतल्यांकडून विनंती किंवा प्रार्थना ऐकण्याची सवय होती. त्यामुळे वरिष्ठांकडून आदेश येणे त्यांना आवडले नाही. त्यातून हा आदेश 'नेटिव्ह'करता होता. त्यांनी सांगून टाकले की, इम्पिरिअल एज्युकेशन सर्व्हिसमध्ये जागा रिकामी नाही. मात्र प्रॉव्हिन्शियल एज्युकेशन सर्व्हिसचा मार्ग मोकळा आहे; पण ती नोकरी जगदीशचंद्रांनी नाकारली.

लॉर्ड रिपनऐवजी दुसरे कुणी भारताचे व्हॉइसरॉय असते, तर हे प्रकरण येथेच संपले असते. नोकरीवर घेतलेल्या नोकरदारांच्या यादीत जगदीशचंद्रांचे नाव नाही असे दिसताच, लॉर्ड रिपन यांनी विचारणा केली. व्हॉइसरॉयनीच विचारणा केल्यामुळे एज्युकेशन डायरेक्टरांना त्यांना नोकरी द्यावीच लागली. इम्पिरिअल सर्व्हिसमध्ये पदार्थविज्ञानाचे हंगामी प्राध्यापक म्हणून नेमणूक करण्यात आली. एका 'नेटिव्ह'ला नाइलाजाने नोकरीत घ्यावे लागले, हा अपमान इंग्रज अधिकारी विसरणे शक्यच नव्हते. जगदीशचंद्रांना इंग्रज प्राध्यापकांच्या पगारापेक्षा एक तृतीयांश पगार कमी मिळणार होता. कारण दाखवण्यात आले होते की, जगदीशचंद्रांचे पद हंगामी होते. जगदीशचंद्र नोकरीवर रुजू झाले, पण त्यांनी पगार घेण्याचे नाकारले. त्यांनी त्यांच्या आर्थिक स्थितीचाही त्या वेळी विचार केला नाही.

वडिलांच्या डोक्यावरचा कर्जाचा बोजा मुलाने उतरवणे, हे मुलांचे प्रथम कर्तव्य आहे, असे जगदीशचंद्र मानत असल्याने, त्यांनी आपले गावाकडचे वडिलोपार्जित घर विकले. त्यातून संपूर्ण कर्जाच्या एक तृतीयांश कर्ज फिटले. आईचे दागिने विकून आणखी एक तृतीयांश कर्जाचा बोजा कमी झाला. हे पाहून ज्यांच्याकडून कर्ज घेण्यात आले होते, ते स्तंभित झाले आणि उरलेले कर्ज माफ करण्यास तयार झाले. पण जगदीशचंद्रांना हे मान्य नव्हते. सुदैवाने याच वेळी, तीन वर्षांच्या हंगामी नोकरीनंतर, त्यांना कायम करण्यात आले आणि त्यांनी न स्वीकारलेल्या पगाराची रक्कम एकरकमी त्यांना मिळाली आणि वडिलांचे सर्व कर्ज त्यांनी फेडले.

त्यांच्या प्राध्यापकी जीवनाच्या आरंभापासून त्यांना दोन आघाड्यांवर लढावे लागले. पहिली म्हणजे इंग्रज आणि भारतीय यांच्यातील वैषम्य दूर करणे आणि दुसरी म्हणजे भारतीय लोक विज्ञान शिकवू शकतात आणि वैज्ञानिक होऊ शकतात, हे सिद्ध करणे. कारण इंग्रजांचे असे ठाम मत होते की, भारतीयांच्या क्षमतेपलीकडचे हे आहे. प्रेझिडेन्सी कॉलेजचे प्रिन्सिपल सी. एच. टॉनी रामकृष्णांचे भक्त होते. त्यांच्या मते भारतीय आध्यात्मिक प्रगती करू शकतात, पण वैज्ञानिक होणे त्यांना शक्य नाही.

विलायतेहून पदवी घेऊन आल्यामुळे जगदीशचंद्र प्राध्यापकी करू शकले; पण वैज्ञानिक होण्याची त्यांची महत्त्वाकांक्षा पूर्ण होण्याची चिन्हे त्या वेळेच्या भारताच्या

परिस्थितीत नव्हती. विश्वविद्यालयाच्या व्यवस्थापनाने त्यांना आठवड्यात सव्वीस तास शिकवण्यास सांगितले होते. म्हणजे त्यांना संशोधनाला वेळच शिल्लक राहत नव्हता. त्यांना चांगली प्रयोगशाळा नव्हती, आवश्यक ती साधने नव्हती. अखेर स्वत:च्या खिशाला कात्री लावून, वीस स्क्वेअर फुटाच्या जागेत प्रयोगशाळा काढून त्यांनी संशोधन सुरू केले. १८९५च्या मे महिन्यात त्यांनी 'एशियाटिक सोसायटी ऑफ बेंगॉल'च्या जर्नलमध्ये On the Polarisation of Electric Ray यावरचे आपले संशोधन लेखरूपात प्रसिद्ध केले. त्यांचा दुसरा लेख त्यांनी लॉर्ड रॅलेंकडे पाठवला. तो 'इलेक्ट्रिशियन'या नियतकालिकात प्रसिद्ध झाला. साल होते १८९५! तिसरा लेख लॉर्ड रॅलेंच्या शिफारशीवरून रॉयल सोसायटीने स्वीकारला आणि प्रसिद्ध केला. जगदीशचंद्रांनी प्रेझिडेन्सी कॉलेजमध्ये आणि टाउन हॉलमध्य बिनतारी संदेशाचा प्रयोग यशस्वीपणे करून दाखवला. टाउन हॉलच्या प्रयोगाच्या वेळी लेफ्टनंट गव्हर्नर हजर होते.

१८९६मध्ये जगदीशचंद्रांनी लंडनमधून डी. एस्सी. पदवी मिळवली आणि त्यांच्या संशोधनाची इंग्रज शास्त्रज्ञांनी प्रशंसा केली, तेव्हा कुठे भारतातील इंग्रज सरकारला जाग आली. आणि त्यांच्या संशोधनासाठी २५०० रुपये मंजूर करण्यात आले.

लॉर्ड रॅलेंनी त्यांना युरोपला येण्याचे आमंत्रण दिले. जगदीशचंद्र आर्थिक मदतीसाठी भारताच्या इंग्रज सरकारकडे गेले; पण सरकारने दुर्लक्ष केले. अखेर गव्हर्नरने स्वत:च्या जबाबदारीवर त्यांना युरोपला पाठवले आणि युरोप जिंकून आचार्य जगदीशचंद्र परत आले.

येथूनच त्यांच्याविरुद्धच्या कुटिल कारस्थानाला सुरुवात झाली. इंग्रज सरकारमधील काही अधिकारी आणि काही इंग्रज वैज्ञानिक यांच्या मत्सराला आणि तिरस्काराला त्यांना तोंड द्यावे लागले. त्यांच्या संशोधनकार्यात पदोपदी बाधा आणण्याचे प्रयत्न झाले. पराधीन देशात जन्म घेणे म्हणजे मोठा शाप असल्याचे त्यांना कळून चुकले. सतत त्यांचा अपमान, अवहेलना होऊ लागली. पॅरिसमध्ये जगदीशचंद्रांच्या लेखांची आणि संशोधनाची खूप प्रशंसा झाली. पण काही इंग्रज वैज्ञानिकांना हे आवडले नाही. त्यांची संकुचित मनोवृत्ती आणि द्वेष जागा झाला. रॉयल सोसायटीने त्यांना व्याख्यानासाठी आमंत्रित तर केलेच, पण त्यांचा लेख प्रकाशित करण्याचेही ठरवले. मात्र सँडरसन आणि वेलर या शास्त्रज्ञांनी काही मुद्दे उपस्थित करून त्यांचा लेख प्रसिद्ध होऊ दिला नाही. जगदीशचंद्रांच्या संशोधनाने प्रभावित होऊन लीनियन सोसायटी त्यांच्या मदतीला पुढे आली. २१ मार्च, १९०२मध्ये जगदीशचंद्रांनी या सोसायटीत व्याख्यान दिले; पण येथेही पूर्वीचाच अनुभव आला. डॉ. वेलर यांचे म्हणणे पडले की, जगदीशचंद्रांच्या संशोधनातील काही भाग त्यांनी जगदीशचंद्रांच्या संशोधनापूर्वीच संशोधित करून प्रसिद्ध केला आहे. खरे तर त्यांनी चोरीच केली

होती. रॉयल सोसायटीमध्ये जगदीशचंद्रांनी जे भाषण दिले होते त्यांच्या सविस्तर नोंदी डॉ. वेलर यांनी केल्या होत्या आणि जगदीशचंद्रांचा लेख प्रसिद्ध होऊ न देता, त्या नोंदीवरून स्वत: एक लेख लिहून तो प्रसिद्ध केला होता.

अशा प्रतिकूल परिस्थितीत निवेदिता त्यांच्या पाठीशी उभी राहिली. ती इंग्लंडमध्येच असल्याने तिने सर्व परिस्थिती प्रत्यक्ष पाहिली होती. इंग्रजांचा नीचपणा पाहून ती अतिशय खजील झाली होती आणि चिडलीही होती. या उलट जगदीशचंद्रांची बुद्धिमत्ता, प्रतिभा, प्रामाणिकपणा, स्वदेशप्रेम, स्वाभिमान या गुणांनी ती भारावून गेली होती. त्यांचे संघर्षमय जीवन तिच्या संवेदशक्षम मनाला हलवून गेले. या वेळी ती त्यांच्या मदतीला आली नसती, तर परिस्थितीला तोंड देणे जगदीशचंद्रांना फार कठीण गेले असते.

निवेदिता जगदीशचंद्रांपेक्षा वयाने लहान असूनही त्यांची आई झाली. त्यांना आर्थिक मदतीची आणि ममत्वाच्या आधाराची गरज आहे हे ओळखून तिने त्यांची गाठ धीरामातांशी घालून दिली. तिने धीरामातांना कळवले की, तुम्हाला चांगला मुलगा मिळेल आणि त्यांना आई. कारण धीरामातांना अशा प्रेमाधाराची गरज होती. या काळात निवेदितेने धीरामातांना बरीच पत्रे पाठवली आहेत आणि त्यांचा मुख्य विषय जगदीशचंद्रच आहेत.

जगदीशचंद्रांच्या आर्थिक साहाय्यासाठी तिने रवीन्द्रनाथांनाही लिहिले होते. अर्थात तिच्या पत्रापूर्वीच रवीन्द्रनाथांनी त्रिपुराच्या महाराजांकडून त्यांच्या आर्थिक साहाय्याची व्यवस्था केली होती. तिचे नामदार गोपाळकृष्ण गोखले यांच्याशी घनिष्ठ मैत्रीचे संबंध होते. त्या काळी, नामदार गोखले काउन्सिलचे सदस्य होते. त्यांच्यामार्फत ती जगदीशचंद्रांच्यावर झालेल्या अन्यायाचे निराकरण करण्याचा प्रयत्न करत होती.

निवेदितेला वनस्पतिशास्त्र आणि इतर काही विज्ञानशाखांत अतिशय रस होताच. त्यामुळे पुढील काळात जगदीशचंद्रांचे संशोधन ग्रंथरूपाने प्रसिद्ध करताना तिने जीव तोडून मदत केली. ती त्यांच्या घरातीलच एक सदस्य झाली होती. म्हणूनच जगदीशचंद्रांच्या विज्ञान मंदिराच्या दारावर हातात दिवा घेतलेल्या निवेदितेचे भित्तिचित्र आहे. जगदीशचंद्रांनी तिला Lady of Lamp म्हणजे 'आलोकदूती' असे म्हटले आहे.

◆

पुन्हा भारतात...

निवेदिता प्रथम भारतात आली ती 'मोम्बासा' या जहाजातून. ९ जानेवारी, १९०२ रोजी पॅरिसमधील मार्सेलिस बंदरातून ती भारताकडे निघाली ते जहाजही 'मोम्बासा'च होते. फरक होता तो एवढाच की, ती प्रथम भारतात आली तेव्हा एकटीच होती. आता मात्र तिच्याबरोबर रमेशचंद्र दत्त आणि धीरामाता होत्या. आणखी एक गोष्ट लक्षात ठेवायला हवी ती ही की, तेव्हा तिला भारताची ओळख व्हायची होती आणि इंग्रजांना आपण ओळखले आहे, असा तिचा समज होता. आताची परिस्थिती वेगळी होती. भारताची महानता तिला समजली होती आणि इंग्रजांबद्दलचा समज गैरसमज असल्याचे कळून चुकले होते. इंग्लंडमधील बरीच परिचित मंडळी दुरावली होती आणि भारतातील अपरिचित माणसे तिची आपली झाली होती. येथे रवीन्द्रनाथांच्या कवितेतील ओळींची आठवण होते –

कत अजानारे जानाइले तुमी
कत घरे दिले ठाइ
दूरके करिले निकट, बंधू,
परके करिले भाई।

कोलंबोहून मद्रासला पोहोचले 'मोम्बासा!' तारीख होती, ३ फेब्रुवारी, १९०२. कोलंबोला पोहोचल्यावर युरोपकडे जाताना स्वामीजींचे कोलंबोत झालेले स्वागत तिला आठवले. स्वामीजींची आणि शारदामातांची आठवण होताच, ती कोलकात्याला पोहोचण्यास अधीर झाली. मद्रासला पोहोचताच पुन्हा मागच्या प्रवासाची आठवण झाली. हात हलवून स्वागत स्वीकारणाऱ्या स्वामीजींचा प्रसन्न चेहरा तिच्या डोळ्यांसमोर तरळू लागला. कशी असेल आता स्वामीजींची तब्येत? निवेदितेला काळजी खाऊ लागली. पण मद्रासमध्ये कार्यक्रमाची गडबड असल्याने काळजी मनात दाबून

ठेवावी लागली. ४ फेब्रुवारीला मद्रासमधील प्रतिष्ठित मंडळींच्यावतीने रमेशचंद्र दत्त आणि निवेदिता यांचा सत्कार करण्यात आला. जी. सुब्रमण्याम् यांनी मानपत्र वाचून दाखवले. उत्तराच्या भाषणात रमेशचंद्र दत्त म्हणाले, "भारतवर्षासाठी जिने आपलं जीवन समर्पित केलं आहे, त्या माझ्या सहप्रवासिनीला – निवेदितेला – आपण व्याख्यान देण्यासाठी आमंत्रित केलंत, याचा मला विशेष आनंद होतो आहे."

निवेदितेच्या दृष्टीने रमेशचंद्र दत्त तिच्या वडिलांच्या जागी होते.

निवेदितेने व्याख्यानात सांगितले, "युरोपला जाण्यापूर्वी, भारतातील निरनिराळ्या प्रदेशांतील सर्वसामान्यांच्या जीवनाची ओळख करून घेण्याची संधी मला मिळाली होती. पावित्र्य, विचारांतील आणि अनुभूतीतील सखोलता ही भारतीय दैनंदिन जीवनातील वैशिष्ट्यं आहेत. कोलकात्यात असताना याच आदर्शाचं पालन करण्याचं माझं ध्येय होतं. पाश्चात्त्यांचं भोगविलासपूर्ण जीवन पाहताना, हिंदू कुटुंबाचं सुखी घरच मला सतत आठवत होतं."

त्यानंतर हिंदूंचे जीवन आणि विचार यांची चर्चा करताना, तिने डॉ. जगदीशचंद्र बसूंचा थोडक्यात परिचय करून दिला. त्यांच्या संशोधनाचा उल्लेख करून ती म्हणाली, "यावरून स्पष्ट होतं की, धर्माच्या बाबतीत आपणच दाते आहात. पाश्चात्त्यांकडून आपल्याला शिकण्यासारखं काही नाही. सामाजिकतेबद्दलही तसंच म्हणता येईल. आवश्यक ते परिवर्तन करण्याची क्षमता आपल्यात नक्कीच आहे. बाहेरच्या कुणी या बाबतीत उपदेश करण्याची अजिबात आवश्यकता नाही, कुणालाच यात हस्तक्षेप करण्याचा अधिकार नाही. प्रगतीसाठी परिवर्तन अपरिहार्य असतं. पण असं परिवर्तन मौलिक हवं, स्वनियंत्रित हवं. तीन हजार वर्षांपूर्वीच्या प्राचीन संस्कृतीला काहीच किंमत नाही का? पाश्चात्त्यातील नवीन राष्ट्रांनी पूर्वेकडच्या राष्ट्रांना मार्गदर्शन करायचं? 'भारत मागासलेला आहे, तेव्हा त्याला इतर देशांप्रमाणे सभ्य, सुसंस्कृत व्हायला हवं,' या वक्तव्याला माझं उत्तर आहे की, साधेपणा हेच भारतीय संस्कृतीचं वैशिष्ट्य आहे आणि तेच संस्कृतीचं श्रेष्ठ लक्षण होय.

"भारतीय स्त्रिया अशिक्षित आणि अत्याचारित आहेत, हा आरोपही खोटा आहे. इतर देशांचा विचार केल्यास, इथं स्त्रियांवर कमी अत्याचार होतात, असंच म्हणावं लागेल. भारतीय स्त्रीचं महान चारित्र्य हीच भारताची श्रेष्ठ संपत्ती आहे. आधुनिक अर्थाने त्या अडाणी आहेत कारण बहुतेकजणींना लिहिता येत नाही, अक्षरओळखही फार जणींना नसते. पण म्हणून काय त्यांना अशिक्षित म्हणायचं! असं जर म्हटलं तर मुलांना रामायण, महाभारत, पुराण यातील गोष्टी आणि इतर नाना कथा-कहाण्या सांगणाऱ्या सगळ्या आई, आजी यांना अशिक्षितच म्हणायला नको का? पण याच स्त्रिया जर इंग्रजी कादंबऱ्या किंवा फालतू मासिक वाचत्या, तर मात्र त्यांना अशिक्षित म्हणून कुणी नावं ठेवली नसती! हा विरोधाभास नाही का?

"खरं पाहता, अक्षर ओळख ही काही संस्कृतीची ओळख नव्हे! ज्यांना भारतीय जीवनाचा खरा परिचय आहे, तेच सांगू शकतील की भारतीय कौटुंबिक जीवनाचा मूलमंत्र महानता, सभ्यता, शुद्धता, धर्मशिक्षण, मनाची विशालता यात आहे आणि प्रत्येक भारतीय स्त्रीमध्ये हे गुण असतातच. म्हणून त्यांना त्यांची मातृभाषा वाचता येत नाही किंवा सही करता येत नाही अशी टीका करणाऱ्यांनी डोळसपणे पाहिलं तर त्या सुशिक्षित आहेत, असंच त्यांच्या लक्षात येईल."

या व्याख्यानातून तिचे भारताबद्दलचे निष्कपट प्रेम, भारतीयांबद्दल परम आदर आणि त्याचबरोबर भारतावर जंगलीपणाने अत्याचार करणाऱ्या सरकारवरचा संताप व्यक्त झाला होता. तिचे हे संपूर्ण व्याख्यान शनिवार, ८ फेब्रुवारीच्या अमृतबझार पत्रिकेत प्रसिद्ध झाले. त्या वेळी स्वामीजी प्रकृती अस्वास्थ्यामुळे वाराणसी येथे गोपाललाल शील यांच्या उद्यानगृहात जाऊन राहिले होते. जयांनी त्यांना मद्रासहून प्रसिद्ध होणाऱ्या वर्तमानपत्राचा अंक पाठवला. त्यांनी १० फेब्रुवारीला धीरामातांना पाठवलेल्या पत्रात म्हटले होते, "माता आणि कन्या यांचं भारतभूमीवर स्वागत. मद्रासमधील निवेदितेचं व्याख्यान खरोखरच सुंदर होतं."

सरकारला निवेदितेचा बदललेला दृष्टिकोन कळला. तिच्याबद्दलचा मित्रभाव मावळला. तिने कोलकात्यात पाऊल ठेवताच तिच्यावर लक्ष ठेवण्यास सुरुवात झाली. तिची पत्रे फोडून वाचण्यासाठी सरकारकडून हुकूम देण्यात आला.

९ फेब्रुवारीला निवेदिता तिच्या आवडत्या बागबाजारातील बोसपाडा लेनमध्ये परत आली. मात्र या वेळी ती १६ क्रमांकाच्या घरात न राहता, १७ क्रमांकाच्या घरात उतरली. दुसऱ्याच दिवशी अमृतबझार पत्रिकेत तिच्या आगमनाची बातमी छापली गेली.

स्वामीजींनी धीरामातांना जे पत्र लिहिले होते त्यात पुढे असेही लिहिले होते की, "तुम्ही आणि निवेदितेने थोडी विश्रांती घ्यावी आणि त्यानंतर कोलकात्याच्या पश्चिमेस असलेल्या काही गावांना दोघींनी भेट द्यावी. या गावात बांबू, वेत आणि वाळलेले गवत यांच्या वापरातून घरे उभारतात ती पाहावीत. प्राचीन काळी जो कलावंत प्रचंड प्रासाद बांधायचा, तो अतिथींसाठी सुंदर पर्णशालाही बांधायचा. निवेदितेची शाळा अशी बांधता आली तर..." यावरून स्वामीजी निवेदितेच्या शाळेसाठी अत्यंत अधीर आणि आग्रही झाले होते, हेच दिसते.

निवेदितेला त्यांनी मनापासून आशीर्वाद दिला होता; पण कोणताही निर्देश केला नव्हता. तिला योग्य वाटेल तेच तिने करावे, अशीच त्यांची इच्छा होती.

निवेदितेने सरस्वतीपूजेच्या दिवशी विद्यालयाचा आरंभ करण्याचे ठरवले होते. घरोघरी जाऊन तिने मुलींना आणि शेजाऱ्यांना आमंत्रणे दिली. स्वामी ब्रह्मानंद आणि स्वामी सारदानंद पूर्वीप्रमाणेच तिला मदत करत होते आणि आवश्यक तो सल्लाही

देत होते. सरस्वतीपूजेचा मुहूर्त निवेदितेने ठरवल्याचे कळल्यावर स्वामीजींना आनंद झाला. या वेळी इंग्लंडहून भारतात येताना, निवेदितेने त्यांच्या घरी पूर्वीपासून काम करत असलेल्या 'बेट' हिला तिच्या मदतीसाठी आणल्याने, निवेदितेचे कष्ट आणि वेळ वाचणार होता.

याच काळात तिच्या १७ क्रमांकाच्या घरात त्या काळातील राजकारणातील आणि प्रतिष्ठित वर्गातील कित्येक व्यक्तींची ये-जा सुरू झाली होती. कारण निवेदिता आता परकी राहिली नव्हती आणि अनोळखीही. रमेशचंद्र दत्त तर नेहमीच येत. ते मधून-मधून निवेदितेला बंगालीही शिकवत. त्याशिवाय नामदार गोखले, आबदुर रहमान, आनंदमोहन बसू अशा अनेकांशी तिची ओळख झाली.

नामदार गोपाळकृष्ण गोखले हे खरे तर मवाळ विचारसरणीचे, तर निवेदिता त्यांच्या अगदी उलट विचारांची! तरीही त्यांच्यात घनिष्ट मैत्री होती. तिची गोखल्यांशी ओळख झाली तेव्हा म्हणजे १९०२मध्ये गोखले व्हॉइसरॉय काउन्सिलचे सदस्य होते. त्यांचा प्रामाणिकपणा, दूरदर्शीपणा, व्यक्तिमत्त्व आणि राष्ट्रभक्ती या गुणांचे निवेदितेला आकर्षण वाटले. त्यांचे राजकीय विचार निवेदितेच्या विचाराशी पटणारे नसले तरी त्यांच्या चांगुलपणाबद्दल तिला कधीच शंका आली नाही. उलट तिला वाटले की, या प्रतिभावान, देशभक्त, प्रभावी माणसाकडून बरेच कार्य करून घेता येईल. निवेदितेच्या प्रभावामुळे गोखल्यांच्या धर्मभावनेत बदल झालाच. ते पुढे स्वामीजींचे भक्त झाले. निवेदिता त्यांच्यामार्फत भारतातील शैक्षणिक धोरण – विशेषत: विज्ञानविषयक शैक्षणिक धोरण – भारताच्या दृष्टीने उपयुक्त करण्याचा प्रयत्न करत होती. सरकारच्या अंतर्गत घडामोडी तिला गोखल्यांकडूनच कळत. 'मॉडरेट' गोखल्यांना होता होईल तितके 'रॅडिकल' करण्याकडे तिचा कल होता.

गोखल्यांनाही तिच्या असामान्य बुद्धिमत्तेबद्दल, काव्यमय प्रतिभेबद्दल अत्यंत आदर होता. तिचे अपूर्व व्यक्तिमत्त्व, भारताविषयी आत्यंतिक प्रेम, प्रचंड कार्यक्षमता आणि विचारांची सखोलता त्यांना थक्क करत असे. अनेक वेळा वादविवाद होऊनही त्यांचा स्नेह कायम राहिला तो त्या दोघांतील सहृदयता आणि निष्ठा या गुणांमुळेच!

नामदार गोखले हे गांधीजींचे गुरू. त्यांच्यामार्फतच निवेदितेची गांधीजींशी भेट झाली. या काळात निवेदिता धीरामाता आणि जया यांच्याबरोबर अमेरिकन वकिलातीच्या भव्य इमारतीत राहत होती. निवेदितेच्या घराचा थाटमाट, निवेदितेच्या बोलण्यातील प्रखरता यामुळे गांधीजी गोंधळूनच गेले. त्यांच्या मनात आले की, यांच्याशी गोखल्यांचे पटते तरी कसे! आपले तर पटणे शक्य नाही!

निवेदिता आणि गांधीजी यांच्यात कोणत्या विषयांवर चर्चा झाली, त्याचा तपशील माहीत नसला तरी हिंसा-अहिंसा, मांसाहाराचे औचित्य, कालीमंदिरातील बळी देण्याची पद्धत इत्यादी विषय चर्चिले गेले असण्याची शक्यता आहे. इंग्रज

सरकारबद्दल निवेदितेच्या मनात असलेला तीव्र तिरस्कार आणि गांधीजींची त्या सरकारबद्दलची निष्ठा यामुळे त्यांच्यात खटका उडाल्याचे आपल्याला गांधीजींच्या 'सत्याचे प्रयोग' या आत्मचरित्रावरून स्पष्ट होतेच. एकंदरीत ही भेट काही सुखकर झाली नाही – दोघांच्याही दृष्टीने!

या भेटीचे वर्णन करताना, आपल्या आत्मचरित्रात गांधीजींनी म्हटले आहे, "मी निवेदितांचा पत्ता शोधून काढून, चौरंगी भागातील प्रासादतुल्य इमारतीत गेलो. तिथं त्यांची भेट झाली. पण त्यांच्या घराचा भपका, डामडौल पाहून मी अवाक्‌च झालो. आमच्या बोलण्यावरूनही आमचं पटणं शक्य नसल्याचं दिसलं. गोखल्यांना हे सर्व सांगितल्यावर गोखले म्हणाले की, हे ऐकून त्यांना अजिबात आश्चर्य वाटलं नाही. कारण निवेदितेसारख्या Volatile स्त्रीशी तुमचं पटणं शक्यच नाही."

याच सुमारास गांधीजींशी निवेदितेची आणखी एकदा भेट झाली होती आणि ती पेस्तनजी पातशहा यांच्या घरी झाली होती. गांधीजी पातशहांच्या घरी गेले तेव्हा निवेदिता पातशहांच्या वृद्ध आईशी बोलत होती. गांधीजींनी त्या दोघींच्या दुभाषाचे काम केले. त्या वेळी गांधीजींना हिंदू धर्माबद्दल तिला (निवेदितेला) वाटणारे आत्यंतिक प्रेम जाणवले. त्यांनी म्हटले आहे, "आमचे विचार पटण्यासारखे नसले, तरी त्यांचं हिंदू धर्मविषयीचं प्रेम पाहून मला त्यांच्याबद्दल आदर वाटल्याशिवाय राहिला नाही. त्यांच्या पुस्तकांशी माझा परिचय पुढे झाला."

निवेदितेशी भेट झाल्यावर पुढे बऱ्याच वर्षांनी गांधीजींनी आत्मचरित्र लिहिले. त्यातील हे उल्लेख पाहून रामानंद चट्टोपाध्यायांनी 'मॉडर्न रिव्ह्यू'च्या मे, १९२७च्या अंकात तीव्र शब्दांत आपली प्रतिक्रिया नोंदवली. "गांधीजींच्या लेखनामुळे निवेदितांसंबंधी फार मोठा गैरसमज झाला आहे. गांधीजी चौरंगीतील ज्या घरात निवेदितांना भेटले म्हणतात, ते निवेदितांचे घर नसून, अमेरिकन दूतावासाची इमारत होती. तिथे मिसेस सारा बुल आणि मिस मॅक्‌लिऑड काही काळापुरत्या राहिल्या होत्या आणि त्यांची अतिथी म्हणून निवेदिता तेथे गेल्या होत्या. निवेदितांचे राहते घर बोसपाडा लेनमध्ये होते आणि ते अत्यंत साधे, पडके होते, हे त्यांच्या सर्व परिचितांना माहीत होते. या घरात त्या तपस्विनीचे जिणे जगत होत्या."

"Volatile हा शब्द गोखल्यांनी इंग्रजीत उच्चारला की तो कुठल्या गुजराती शब्दाचा अनुवाद आहे?" असा प्रश्न विचारून रामानंद चट्टोपाध्याय पुढे लिहितात, "हा शब्द कुणीही वापरला असला तरी त्यामुळे निवेदितांचा अपमान होतोच. माझी मातृभाषा इंग्रजी नसल्याने मी दोन कोषांत त्याचा अर्थ पाहिला. man of gay temperament, mercurial, light hearted, airy, lively, fickle वगैरे अर्थ त्या शब्दासाठी मिळाले. पण निवेदिता अत्यंत गंभीर स्वभावाच्या होत्या. अत्यंत निष्ठेने, सतत त्यांनी भारतासाठी कार्य केले."

मद्रासच्या रामकृष्ण मिशनतर्फे प्रसिद्ध होणाऱ्या 'वेदान्त केसरी' या मासिकाच्या १९२७च्या जूनच्या अंकातील संपादकीयात म्हटले होते की, निवेदिता एका पडक्या घरात अत्यंत गरिबीत राहत होत्या. कधीकधी पैशाच्या अभावी स्वतःच्या व्यक्तिगत खर्चात त्यांना काटछाट करावी लागत असे. त्यामुळे वरचेवर त्या आजारी पडत.

याच संपादकीयात पुढे म्हटले आहे, ''निवेदितांच्या व्यक्तिमत्त्वाला अनेक पैलू होते. त्या प्रतिभावान लेखक होत्या, आध्यात्मिक आदर्शवादी होत्या, भारतीय संस्कृतीच्या समर्थक होत्या, कलेच्या समीक्षक होत्या आणि राष्ट्रीय आंदोलनात समर्थपणे नेतृत्व करण्याची क्षमता त्यांच्यात होती. गांधीजींचे त्यांच्याशी कुठल्याच बाबतीत मतैक्य झाले नाही, हे त्यांचे दुर्दैव! खरे तर, गांधीजींशी निवेदितांची ओळख फारशी झालीच नव्हती. 'अल्प ज्ञान नेहमीच घातक ठरते.' याचा प्रत्यय येथेही आलाच. Volatile हा शब्द निवेदितांचा अपमान करणाराच आहे. तो शब्द कुणी का वापरलेला असेना, पण सुप्रसिद्ध भगिनी निवेदितांच्या संबंधात गांधीजींचे 'सत्याचे प्रयोग' (गांधीजींच्या आत्मचरित्राचे शीर्षक) यशस्वी झाले नाहीत. त्यांनी त्यांच्या हिंदू धर्माबद्दलच्या प्रेमाचा उल्लेख करून त्यांच्याविषयी आदर व्यक्त केला नसता, तर मात्र ते प्रयोग पूर्णपणेच व्यर्थ ठरले असते.''

'उद्बोधन' या बंगालमधून प्रसिद्ध होणाऱ्या मासिकाच्या १९२७च्या श्रावण-अंकातील टीकाही प्रखरच होती. ''गांधीजींसारख्या प्रतिष्ठित नेत्याला एका भारतप्रेमी विदेशी तपस्वीनीच्या जीवनाबद्दल माहिती नसावी ही काही भूषणावह गोष्ट नाही. तिच्याबद्दल व्यवस्थित माहिती नसताना, ती करून घेण्याचा प्रयत्न न करता, केवळ एका क्षुल्लक घटनेवरून, तिच्याबद्दल गैरसमज निर्माण होईल, असे लिहिणे, खरोखरच दुःखदायक आहे.''

अखेर ३० जून, १९२७च्या 'यंग इंडिया'च्या अंकात गांधीजींनी आपली चूक मान्य केली. 'यंग इंडिया' हे त्यांचेच वर्तमानपत्र होते. त्यांनी म्हटले होते, ''मला त्या अतिथी म्हणून चौरंगीच्या अमेरिकन दूतावासात गेल्याचे खरोखरच माहीत नव्हते. कार्यबाहुल्यामुळे माझ्या वाचनावर पण मर्यादा येत असे. मी जे लिहिले आहे, तेच सत्य आहे, असे माझे म्हणणे नाही. त्या विशिष्ट घटनेच्या वेळी, मला जे वाटले ते मी लिहिले आहे.''

''Volatile हा शब्द गुजराती शब्दाचा अनुवाद आहे. (चरित्रात मूळ शब्द होता 'तेज.') पण अनुवाद मी पाहिला असल्याने, या चुकीची जबाबदारी माझी आहे. या शब्दाबद्दल मी महादेव देसाईंशी चर्चा केली होती. या विशेषणाबद्दल आमच्या दोघांच्याही मनात शंका होती. आमच्यापुढे तीन पर्याय होते – Volatile, Violent आणि Fanatical. या शब्दांतील Volatile हा शब्द महादेव देसाईंना योग्य

वाटला. बाकी दोन अत्यंत कडक वाटले. देसाईंनी सुचवलेल्या पर्यायाचा मी स्वीकार केला. पण कोषातील अर्थासंबंधी आम्ही दोघांनीही विचार केला नाही. गोखल्यांनी नेमका कोणता शब्द वापरला होता, त्याचे मला स्मरण नाही. एखादी त्रुटी भारतवर्ष आणि हिंदू धर्म यांच्यावर आत्यंतिक प्रेम करणाऱ्या माणसाची मानखंडना करू शकत नाही. भगिनी निवेदितांबद्दल आपल्या मनात नेहमीच कृतज्ञता राहील.''

गांधीजींनी चूक मान्य केली तरी निवेदितेविषयी आदर बाळगणाऱ्यांची नाराजी दूर झाली नाही. कारण गांधीजींनी त्यांच्या आत्मचरित्रातून हा विवादित भाग वगळला नाही. फक्त एक पादटीप दिली आणि त्या टीपेतही, ज्या 'यंग इंडिया'च्या अंकात, आपली चूक मान्य करणारा लेख प्रसिद्ध झाला होता, त्या अंकाचा फक्त उल्लेख केला. लेखातील चूक मान्य करणाऱ्या मजकुराचा उल्लेख केला नाही.

११ मार्च, १९०२. श्रीरामकृष्णांची जन्मतिथी. अर्थातच स्वामीजी या तारखेपूर्वीच कोलकात्याला परत आले होते. निवेदितेची आणि त्यांची बऱ्याच दिवसांनंतर भेट झाली; पण निवेदितेला पाहताच स्वामीजी म्हणाले, ''मी निघालोय.'' त्या वेळी स्वामीजींचा जपानला जाण्याचा बेत ठरत होता. तेव्हा स्वामीजी त्याचबद्दल बोलत असावेत असे तिला वाटले. जपानहून रेव्हरंड ओडो, काकुजो ओकाकुरा आणि होरी नावाचा तरुण कोलकात्यात आले होते. रेव्हरंड ओडो स्वामीजींना जपानला घेऊन जाण्यास उत्सुक होते. ६ जानेवारी, १९०२ला ओकाकुरा स्वामीजींना मठात भेटले. २१ जानेवारीला जपानी अतिथींना घेऊन स्वामीजी बुद्धगयेलाही गेले होते. त्यानंतर काशीला राहून ते मठात परत आले, तेव्हापासून त्यांची प्रकृती पुन्हा बिघडली. त्यामुळे जपानला जाण्याचा बेत तर स्वामीजींनी रद्द केला होता. मग स्वामीजी कुठे निघाले होते?

श्रीरामकृष्णांच्या जन्मतिथीच्या दिवशी, धीरमाता आणि जया यांच्यासह निवेदिता स्वामीजींचे दर्शन घेऊन आली.

२७ मार्चला क्लासिक थिएटरमध्ये निवेदितेचे व्याख्यान झाले. व्याख्यानाचा विषय होता– 'आधुनिक विज्ञान आणि हिंदू मन.'

या वर्षी स्वामीजींनी मठात एका क्रीडास्पर्धेचे आयोजन केले होते. निवेदितेच्या हस्ते या स्पर्धेचे पुरस्कार वितरण करण्यात आले. स्वामीजींची प्रकृती बरी नसल्याने ते खाली उतरले नाहीत. खिडकीतूनच त्यांनी सर्व कार्यक्रम पाहिला. जया त्यांच्याबरोबर होत्या. अचानक त्यांना हाक मारून स्वामीजी म्हणाले, ''मी काही चाळीशी गाठत नाही.'' हे शब्द अक्षरशः खरे ठरतील, असे काही त्या वेळेला जयांना वाटले नाही. स्वामजींशी ही अखेरची भेट आहे, याची त्यांना आणि धीरमातांना अजिबात कल्पना आली नाही. या भेटीनंतर जया मायावतीला गेल्या आणि एप्रिलमध्ये अमेरिकेला

परत गेल्या. धीरामाताही काही दिवसांतच अमेरिकेकडे रवाना झाल्या.

एप्रिल महिन्याच्या आरंभीच ख्रिस्टीन ग्रीन्सटाइडल भारतात आली. ती निवेदितेच्या घरी – बोसपाडा लेनमध्ये – राहिली. स्वामीजींच्या कार्याला वाहून घेण्यासाठी ती आली होती.

ख्रिस्टीन मूळची जर्मन होती. १८६६मध्ये न्यूरेनबर्ग येथे तिचा जन्म झाला होता. ती तीन वर्षांची असताना, तिचे वडील जर्मनी सोडून अमेरिकेला गेले आणि डेट्रॉइटला राहू लागले.

ख्रिस्टीनला वयाच्या सतराव्या वर्षी वडिलांना मुकावे लागले. आई आणि बहिणी यांची जबाबदारी तिच्यावर आली. २४ फेब्रुवारी, १८९४ रोजी तिला प्रथम स्वामीजींचे दर्शन झाले. स्वामीजींमुळे तिचे मन वेदान्ताकडे आकर्षित झाले. स्वामीजी अमेरिकेत थाउझन्ड आयलंडला राहत असताना, त्यांच्या सहवासात राहण्याची संधी तिला मिळाली. एका अंधाऱ्या रात्री, वादळी पावसात, एका मैत्रिणीबरोबर ती तेथे गेली आणि स्वामीजींना पाहताच तिच्या तोंडातून शब्द बाहेर पडले, "प्रभू येशू या जगात असता तर जसे आम्ही त्याच्यापाशी उपदेश घ्यायला गेलो असतो, तसेच आपल्यापाशी आलो आहोत."

स्वामीजींनी प्रेमळपणे तिच्याकडे पाहिले आणि ते म्हणाले, "प्रभू येशूप्रमाणे तुला या क्षणी मुक्त करण्याची क्षमता माझ्यात असती तर!"

त्याग आणि वैराग्य वृत्ती तिच्यात आहे, हे लक्षात येताच, स्वामीजींनी भविष्यवाणी केली, "आमच्या कोलकात्याच्या कार्यात तुझे साहाय्य होईल."

स्वामीजी जेव्हा दुसऱ्या वेळेस अमेरिकेला गेले, तेव्हा सात दिवस डेट्रॉइटला राहिले होते. त्या वेळी ख्रिस्टीन स्वामी तुरीयानंदांच्या संपर्कात आली. निवेदितेशी तिची ओळख इंग्लंडमध्येच झाली होती. आर्थिक साहाय्य मिळवण्यासाठी निवेदिता डेट्रॉइटला गेली असता, तिने निवेदितेला शक्य होईल तेवढी मदत केली. निवेदितेने अमेरिकेत स्थापन केलेल्या केंद्राच्या डेट्रॉइट शाखेची ती मानद सचिव होती.

ती मनापासून प्रार्थना करत असे की कुटुंबाची जबाबदारी खांद्यावरून उतरावी आणि भारतात जाऊन, निवेदितेबरोबर स्वामीजींच्या कार्याला वाहून घेता यावे.

अखेर तिची इच्छा पूर्ण झाली. निवेदितेला एका सहकाऱ्याची आवश्यकता होतीच आणि त्यासाठीच ख्रिस्टीन भारतात आली होती.

ख्रिस्टीनचा स्वभाव निवेदितेच्या स्वभावाच्या अगदी उलट होता. ती अतिशय शांत, स्थिर, हसतमुख आणि मधुरभाषिणी होती. स्वामीजींवर तिची निष्ठा होती. यामुळेच निवेदितेला ती आवडत असे. त्या दोघींच्या स्वभावात अंतर असूनही, दोघीत प्रेम आणि मैत्री होती. निवेदितेने नेहमीच पत्रांतून तिचे कौतुक केले आहे. एका पत्रात तिने म्हटले आहे, "ख्रिस्टीन किती शांत! विश्वासू! तिच्यात अजिबात

उद्धटपणा नाही. तिला पाहिलं की स्वामीजींच्या, माणसांच्या निवड करण्याच्या क्षमतेची कल्पना येते.''

उन्हाळा येताच, मायावतीला जाऊन राहण्याचे निवेदितेने आणि ख्रिस्टीनने ठरवले. स्वामीजींनी या बेताला प्रोत्साहन दिले. मायावती स्वामीजींचे सर्वांत आवडते ठिकाण होते. परदेशी शिष्यांसाठीच तेथील मठाची स्थापना करण्यात आली होती. मिसेस सेव्हियरबरोबर निवेदितेची मैत्री होतीच. निवेदितेबरोबर ओकाकुराही मायावतीला गेले.

काठगोदाम, भीमताल, धारी, देबीधुरा असे करत करत ११ मेला ते मायावतीला पोहोचले. बहुतेक वेळा त्यांनी डोलीतून प्रवास केला. पण काही वेळा पायीही जावे लागले. सुंदर वृक्षराजी आणि रंगीबेरंगी फुले पाहून निवेदिता खूश झाली. बऱ्याच वर्षांनी ती देवदार पाहत होती, देवदारच्या दर्शनाने मागील काळातील सुखद स्मृती जाग्या झाल्या.

स्वामी स्वरूपानंद मायावती मठाचे अध्यक्ष होते. त्यांच्या आणि मिसेस सेव्हिअरच्या सहवासात दिवस आनंदात गेले. ओकाकुरा काही दिवसांनंतर परत गेले. ख्रिस्टीनला आणखी काही दिवस, हिमालयाच्या कुशीत, ध्यानधारणा करायची इच्छा असल्याने ती मायावतीतच राहिली आणि निवेदिता एकटीच बरेली, लखनौमार्गे २६ जूनला कोलकात्याला परत आली.

◆

स्वामीजींचे देहावसान

निवेदिता २६ जूनला कोलकात्याला पोहोचली. २८ जूनला स्वामीजी तिला भेटायला तिच्या घरी आले. स्वामीजींना दारात पाहून निवेदितेला फारच आनंद झाला. २ जुलैला निवेदिता मठात गेली होती, तेव्हा बोलता बोलता स्वामीजी म्हणाले होते, "मी मृत्यूसाठी तयार आहे."

निवेदितेने त्यांचे हे बोलणे फारसे मनावर घेतले नाही, तरी तिच्या मनात आलेच की, आता स्वामीजी फार तर तीन-चार वर्षांपेक्षा जास्त या जगात राहणार नाहीत. त्यामुळे निवेदितेने दुसऱ्याच विषयावर बोलायला सुरुवात केली. तिने विचारले की शाळेत 'विज्ञान' हा विषय ठेवावा का? निवेदितेचा पहिल्यापासून विज्ञानाकडे ओढा होताच आणि जगदीशचंद्रांशी मैत्री झाल्यापासून विज्ञानात तिला अधिक रस वाटायला लागला होता. स्वामीजी शांतपणे म्हणाले, "तुझा विचार बरोबर असेलही. पण मी यावर चर्चा नाही करणार! मी मरणाकडे चाललोय."

स्वामीजींनी आता सगळ्यातून मन काढून घेतले आहे, हे निवेदितेच्या लक्षात आले. काश्मीरच्या प्रवासात त्यांची प्रकृती बिघडली होती. बरे वाटल्यावर ते म्हणाले होते, "मृत्यू येईल, तेव्हा माझ्यात अजिबात दुबळेपणा राहणार नाही, मी अगदी कठोर होईन." अमरनाथहून येताना ते म्हणाले होते, "मला इच्छामरणाचा वर मिळालाय." स्वामीजी स्वतःबद्दल कमी बोलत. त्यामुळेच ते स्वतःबद्दल बोलताच, ते बोलणे शिष्यांच्या आणि भक्तांच्या मनात कायमचे राहत असे. आताही त्यांचे बोलणे ऐकताच निवेदिता काळजीत पडली. कारण त्यांनी पुन्हा मृत्यूचा उल्लेख केला होता. पण माणसाचे मन! ते नेहमीच आशा करते आणि आशेवरच तर जगते! त्यातून स्वामीजी आनंदी आणि उत्साही दिसत होते.

४ जुलैला शुक्रवार होता. निवेदिता मठात जाणार होती. पण स्वामीजींनीच निरोप पाठवला की त्यांची प्रकृती ठीक आहे. तरीही कदाचित निवेदिता मठात गेली असती, पण तिच्याबरोबर तिला मदत करायला आलेली बेट आजारी पडली. तेव्हा

निवेदिता तिच्या शुश्रूषेत गुंतली होती.

४ जुलैच्या रात्री निवेदितेला स्वप्न पडले. स्वप्नात तिने रामकृष्णांचा मृत्यू पाहिला. निवेदिता धडपडत उठली. ती अस्वस्थ झाली होती. आणि पहाटे दार वाजले... स्वामीजी गेल्याची बातमी आली. रात्री नऊ वाजताच सर्व संपले होते.

४ जुलैचा संपूर्ण दिवस स्वामीजींनी आनंदात घालवल होता. रात्री ते तासभर ध्यानाला बसले. नंतर आडवे झाले. एका ब्रह्मचाऱ्यास त्यांनी त्यांना वारा घालण्यास सांगितले. नंतर काही वेळातच एक दीर्घ श्वास घेऊन, त्यांनी या जगाचा कायमचा निरोप घेतला.

सकाळीच निवेदिता मठात गेली. स्वामीजी जणूकाही शांत झोपले होते. चेहऱ्यावर प्रसन्नता होती. निवेदिता काही न बोलता त्यांच्याजवळ जाऊन बसली आणि पंख्याने त्यांना वारा घालायला लागली.

ती वरून शांत दिसत असली तरी तिच्या मनात प्रचंड खळबळ माजली होती. २ जुलैला ती तीन-एक तास मठात होती. ही स्वामीजींची आणि तिची अखेरची भेट आहे, याची तिला कल्पना नव्हती, पण स्वामीजींना होतीच. म्हणूनच त्यांनी तिला प्रेमाने जेवायला घालून तिच्या हातावर पाणी घातले होते. याचा अर्थ त्यांनी तिलाच आपला वारसदार म्हणून निवडले होते, असा नव्हता का? आता निवेदितेला एकेका गोष्टीचा अर्थ कळत होता. तिने स्वावलंबी होऊन निर्णय घ्यावेत असे स्वामीजी सांगत होते. का? त्यांचा मृत्यू त्यांना दिसत होता. तिने खंबीरपणे उभे राहावे, आपले इच्छित कार्य धैर्याने करावे, म्हणून तर स्वामीजी प्रयत्न करत नव्हते का! स्वामीजींचे असणे आणि नसणे यामुळे निवेदितेच्या आयुष्यात फार मोठा फरक पडणार होता. पण हे घडणार याची स्वामीजींना पूर्ण कल्पना असल्यामुळेच, निवेदितेला त्यांनी योग्य ते शिक्षण दिले होते. काही वेळा, स्वामीजींच्या वागणुकीमुळे ती गोंधळली होती, निराश झाली होती, दुःखी झाली होती. पण आता तिला एकेका घटनेचा अर्थ स्पष्ट होत होता. तिचे दुःख खरोखरच मोठे होते, पण त्याबद्दल विचार करायलासुद्धा वेळ नव्हता. स्वामीजींनी आपल्या कार्याची जबाबदारी तिच्यावर सोपवली होती. ते कार्य करत राहणे, हे तिचे परम कर्तव्य होते. ती स्वतः निराधार झाली असली तरी स्वामीजींच्या इच्छित कार्याचा आधार तीच होती. म्हणूनच तिच्या दैनंदिनीत ४ जुलैला एवढीच नोंद आढळते – Swami died.

स्वामीजींच्या देहाजवळ बसून तिने त्यांना अग्निसंस्कारापर्यंत वारा घातला. कारण तिला स्वामीजींचे अस्तित्व सतत जाणवत होते. ते तिला सोडून गेले नव्हतेच, फक्त त्यांनी देहाचा त्याग केला होता. स्वामीजींचे काही गृहस्थभक्त जेव्हा स्वामीजींच्या अंत्यदर्शनासाठी आले, तेव्हा त्यांना जाणवले की, वरून शांत दिसणाऱ्या निवदितेचे गळ्याजवळचे वस्त्र पार भिजून गेले होते.

चंद्रशेखर चट्टोपाध्याय हे गृहस्थभक्त ४ जुलैची आठवण सांगताना लिहितात, “मी स्वामीजींच्या देहाजवळ बसून जप केला. माझा जप संपताच भगिनी निवेदितांनी मला जवळ बोलावून अगदी हलक्या आवाजात विचारलं, Can you sing, my friend? Would you mind singing those songs which our Thakur used to sing? मला त्या वेळी गाणं शक्य नव्हतं. मी माझी असमर्थता त्यांना सांगताच त्या म्हणाल्या, Will you please request your friend on my behalf? माझ्याबरोबर निबारणचंद्र होता, त्याला उद्देशून त्या असं म्हणाल्या. तेव्हा निबारणचंद्र अतिशय गोड आवाजात गायला. ‘यतेने हृदये रेखो आदरिणी श्यामा माके’, ‘गयागंगाप्रभासादि काशी कांची केबा चाय’, ‘के बोले श्यामा आमार कालो’, ‘मा जदि कालो तबे केन आमार हृदय करे आलो’, ‘मन आमार काली काली बलना’ वगैरे गाणी त्यांनी म्हटली.”

स्वामीजींना अग्नी दिल्यावर, त्यांचे परममित्र गिरीशचंद्र घोष यांना शोक आवरला नाही. त्यामुळे निवेदिताही भावनावश होऊन, चितेभोवती फेऱ्या घालायला लागली. तिच्या वस्त्राला झळ लागेल, या भीतीने, स्वामी ब्रह्मानंदांनी कानाइ महाराजांना तिची समजूत घालण्यास सांगितले. त्यांनी निवेदितेला जरा दूर नेले व तिचे सांत्वन करण्याचा प्रयत्न केला आणि त्यानंतर... त्यानंतरच घडली एक विलक्षण घटना...

निवेदिता स्वामीजींजवळ बसली असताना, दुपारी दोनच्या सुमारास तिला स्वामीजींचे एक वस्त्र अंथरुणावर पडलेले दिसले आणि तिच्या लक्षात आले की आपण स्वामीजींना अखेरचे पाहिले होते ते याच वस्त्रात! म्हणून तिने स्वामी सारदानंदांना विचारले, “हे वस्त्रही चितेवर ठेवणार का?” तेव्हा स्वामी सारदानंद म्हणाले, “तुम्हाला हवं असल्यास हे वस्त्र तुम्ही घेऊ शकता.” निवेदितेला ते वस्त्र नको होते. त्याचा एक तुकडा आठवण म्हणून जयांना पाठवण्याचा तिचा विचार होता. पण तेथे कात्री नव्हती आणि असे करणे बरे दिसेल की नाही, अशी शंकाही तिच्या मनात आली, म्हणून तिने तसे काही केले नाही. तो विषय तेथेच संपला.

पण अग्निसंस्काराच्या वेळी, कानाइ महाराजांनी तिला दूर नेल्यावर, ती एकटीच खिन्नपणे उभी असताना, कुणीतरी तिच्या हाताला स्पर्श करत असल्याचा तिला भास झाला. तिने चमकून इकडे-तिकडे पाहिले. पाहते तो काय, स्वामीजींच्या त्या वस्त्राचा तिला पाहिजे होता तसा तुकडा तिच्या पायाशी उडत येऊन पडला होता. निवेदितेने हळुवारपणे तो उचलून मस्तकी लावला. चितेतून उसळणाऱ्या ज्वालांनी तिची इच्छा पूर्ण केली होती!

स्वामीजी गेले पण त्यांचे कार्य पूर्ण झाले नव्हते. म्हणूनच दुःख गिळून निवेदिता धीराने उभी राहिली. ७ जुलै, १९०२ रोजी, जयांना लिहिलेल्या पत्रात तिने

म्हटले आहे,

Please live a little while, and make your child believe and understand that your dear Friend is REALLY part of the whole thing, whatever Swamiji may or may not have said, and that the Freedom is really the Work. I need your beautiful burning faith so much!

This man that you have given us is noblle through and through.

१० जुलैला मेरी हेलना लिहिलेल्या पत्रातील काही ओळी फार सुंदर आणि महत्त्वाच्या आहेत –

I have scarcely a touch of sorrow - so great seems to me the Victory – so pure – so flawless. Swamiji is ours today as he has never been. The poor tortured body is released. We are only beginning to know the sweetness of the Great and Will beyond. I dare not say any more – for knowing how you loved him, I fear by any word to give you pain.

या दोन पत्रांवरून तिच्या भावना स्पष्ट होतात.

◆

कार्यारंभ

स्वामीजींनी या जगाचा निरोप घेतला खरा, पण त्यांचे इच्छित कार्य अपूर्णच होते. म्हणूनच मनात कितीही दुःख असले तरी शोक करत बसणे निवेदितेला योग्य वाटत नव्हते. मठातील संन्याशांचे खिन्न होऊन बसून राहणे, तिला पटले नव्हते. स्वामीजींनी शिष्यांवर सोपवलेली जबाबदारी, दुःख झाले म्हणून टाळणे उचित कसे ठरेल! म्हणूनच स्वामीजींच्या मृत्यूनंतर मिसेस लेगेटना लिहिलेल्या पत्रात तिने स्पष्टच म्हटले होते – "आपले प्रिय गुरू कायमचे आपल्याला सोडून गेले. आता जीवनातील संध्यावंदन समाप्त झालंय, पृथ्वीवर शांतता नांदणं दुरापास्त झालंय, मुक्तीची आशा राहिली नाहीय. गुरूंची खरी सेवा करण्यासाठी मी अधीर झालेय. मग परिणाम काहीही होवो! खूप वाट पाहावी लागली तरी मी ती आनंदाने पाहीन. त्यांचं कार्य करण्याची मला शक्ती, विश्वास आणि ज्ञान यांचा लाभ व्हावा, हीच माझी प्रार्थना. एवढ्यासाठीच मला आशीर्वाद हवेत. आणखी काहीसुद्धा नको. आपले प्रिय गुरू गेले नाहीतच, ते आपल्याबरोबरच आहेत. मी शोक करत नाही बसू शकत, मला फक्त कार्य करायचंय."

निवेदितेसमोर कुठले कार्य होते? तर माणूस घडवणे (Man - making). भारतीय माणसाला त्याच्यातील माणुसकीची जाणीव करून देणे, त्याच्यात जागृती करणे. पण युरोप-अमेरिकेत तिला जे अनुभव आले होते; भारतात परत आल्यावर, इंग्रज सरकारचे जे वर्तन तिने पाहिले होते, त्यामुळे तिला स्वामीजींनी सांगितलेल्या मार्गात बदल करणे आवश्यक वाटत होते. म्हणूनच तिने लिहून ठेवले आहे, "हिंदू धर्मच माझा धर्म... पण त्याचबरोबर काही राजकीय गरजाही स्वच्छ नजरेस येतात... माझ्या जीवनात अशा काही गोष्टी किंवा घटना गुंतल्या गेल्यात की, त्यांना स्वामीजींची मान्यता मिळणं शक्य नाही."

स्वामीजींचे आणि निवेदितेचे या बाबतीत निश्चित काय बोलणे झाले, हे माहीत नसले तरी स्वातंत्र्याविषयी अत्यंत जागृत असलेल्या, प्रखर व्यक्तिमत्त्वाच्या आणि

निरपेक्षपणे कार्य करणाऱ्या या स्त्रीला कुणाच्याही हाताखाली किंवा नियमांच्या कडक बंधनात राहून कार्य करणे शक्य नसल्याचे स्वामीजींच्या केव्हाच लक्षात आले होते आणि म्हणूनच त्यांनी तिच्या स्वातंत्र्यात हस्तक्षेपही केला नाही आणि विरोधही केला नाही.

निवेदितेनेही आपली मते स्वामीजींपासून कधीच लपवून ठेवली नाहीत. २९ जून रोजी बोलता-बोलता विधवाश्रम आणि अनाथाश्रम काढण्याबाबत चर्चा सुरू झाली, तेव्हा स्वामीजी म्हणाले होते, ''भारतात विधवाश्रम किंवा अनाथाश्रम काढणं म्हणजे मूर्खपणाच! त्यामुळे काही भलं होण्यापेक्षा वाईटच होईल. मिशनऱ्यांनी असे आश्रम काढले. पण खरं पाहिलं तर विधवांना आणि अनाथांना विकून त्यांनी अत्याचारच केले. यामागे होता पैसा आणि तलवार.'' हे ऐकताच निवेदिता म्हणाली, ''म्हणूनच शिक्षणासंबंधीच्या प्रश्नांच्या आधी, दुसऱ्या प्रश्नाचा विचार करायला हवा, असं मी का म्हणते, ते आपल्या लक्षात आलं असेल.'' दुसरा प्रश्न म्हणजे राजकीय स्वातंत्र्य हाच अर्थ निवेदितेच्या मनात होता, हे वेगळे सांगायला नकोच.

निवेदितेने एकदा मनाने घेतले की ती ते सोडत नाही, हे स्वामीजी जाणून होते; आणि मार्ग बदलला तरी आपण स्वामीजींचे कार्य करत आहोत व काही झाले तरी स्वामीजी आपल्याला कन्या म्हणून स्वीकारणार, कधी दूर करणार नाहीत, असा निवेदितेचाही विश्वास होता.

पण स्वामीजींनी रामकृष्ण मिशनचे उद्दिष्ट स्वतःच ठरवले होते – The aims and ideals of the Mission being purely spiritual and humanitarian, it shall have no connection with politics.

त्यामुळेच मिशन किंवा रामकृष्ण संघ यांची सदस्य म्हणून काम करायचे असल्यास निवेदितेला राजकीय संबंध ठेवणे शक्य नव्हते किंवा राजकारणात पडणेही मना होते. स्वामी ब्रह्मानंद रामकृष्ण मिशनचे अध्यक्ष होते. त्यांनी आणि स्वामी सारदानंदांनी, मोठ्या कष्टाने कठोर निर्णय घेतला, नव्हे, त्यांना तो घ्यावा लागला. निवेदितेला मिशनपासून वेगळे व्हावे लागले.

स्वामीजी गेल्यानंतर निवेदिता ८ जुलैला मठात गेली होती. पण त्या दिवशी तिच्याबरोबर ओकाकुरा असल्याने मठातल्या स्वामींबरोबर फारसे बोलणे झाले नाही. १० जुलैला मात्र स्वामी ब्रह्मानंद, स्वामी सारदानंद आणि निवेदिता यांच्यात सविस्तर चर्चा झाली. निवेदितेने मन घट्ट करून निर्णय घेतला. तिने सध्या नव्याने, कार्यमार्ग ठरवला होता तो सोडणे शक्य नसल्याने, मिशनपासून विभक्त होण्याचे तिने ठरवले. तिने जो पैसा गोळा केला होता आणि भविष्यात जी आर्थिक मदत तिला मिळणार होती, त्यातील काही तिच्या निरनिराळ्या कार्यासाठी ठेवून, बाकी

स्वामी सारदानंदांनी सुचवल्याप्रमाणे शारदामातांच्या घरबांधणीसाठी द्यायचे ठरले. विधवाश्रमाचा आणि अनाथाश्रमाचा संकल्प सोडून द्यावा लागला.

निवेदितेने नक्की काय ठरवले आहे, हे मठाला कळवावे, असे पत्र स्वामी ब्रह्मानंदांनी लगेचच पाठवले आणि निवेदितेने त्यास उत्तर पाठवले ते असे :

१७, बोसपाडा लेन,
बागबाजार, कोलकाता.
१८ जुलै, १९०२.

प्रिय स्वामी ब्रह्मानंद,

आज संध्याकाळीच आपले पत्र मिळाले. गोष्ट कितीही दुःखदायक असली तरी माझ्या व्यक्तिगत स्वातंत्र्यासाठी, जे काही आपल्याला योग्य वाटत असेल ते करावे. माझी त्यास संमती आहे.

काही झाले तरी, आपण आणि आपल्या संघातील इतर सदस्यांनी रोज श्रीरामकृष्ण आणि माझे गुरू यांच्या भस्मावशेषाच्या वेदीपाशी माझे प्रेम आणि श्रद्धा निवेदन करण्यास विसरू नये. भारतीय वर्तमानपत्रांना माझ्या या नवीन निर्णयाविषयी स्पष्टपणे लवकरच कळवेन.

कृतज्ञता आणि विश्वासासह
रामकृष्णांची निवेदिता

आतापर्यंत निवेदिता 'रामकृष्णसंघाची निवेदिता' अशी सही करत होती. रामकृष्ण मिशनपासून विभक्त होणे तिला अतिशय यातना देणारे होते. म्हणून तिने 'रामकृष्णांची निवेदिता' अशी सही करून, स्वतःला रामकृष्णांशी जोडून घेतले. पुढे मात्र ती 'रामकृष्ण-विवेकानंदांची निवेदिता' अशी सही करायला लागली.

संघापासून निवेदिता विभक्त झाल्याचे कळताच, कोलकात्यात निवेदितेला ओळखणाऱ्या मंडळीत खळबळ माजली. काहींच्या मते स्वामीजींनंतर संघाची जबाबदारी सांभाळण्यास तीच योग्य होती, तर काहींना तीच बेलुड मठाची अध्यक्ष होईल, असा विश्वास वाटत होता. 'भारती' मासिकाची संपादक सरला घोषाल हिला स्वामीजींबद्दल आदर होता. तिने आधी स्वामीजींच्या कार्यात सहभागी होण्यास नकार दिला असला तरी पुढे तिचे मत बदलले होते. पण रामकृष्ण संघ आणि त्यातील संन्यासी यांच्याबद्दल तिचे मत बरे नव्हते. त्यामुळे निवेदिता संघापासून विभक्त झाल्याचे कळताच तिने आपल्या संपादकीयात संघाच्या संन्याशांवर टीकेची झोड उठवली. स्वामी ब्रह्मानंदांना टीकेचे लक्ष्य व्हावे लागले. मात्र संघाकडून काहीच

कार्यारंभ । १९१

प्रत्युत्तर केले गेले नाही. स्वामी ब्रह्मानंदांसह सर्व संन्याशांनी गप्प राहणे पसंत केले. निवेदितेचा मिशनशी बाह्य संबंध तुटला होता; पण स्वतःला मोठे किंवा बरोबर ठरवून मिशन किंवा मिशनच्या संन्याशांना तुच्छ लेखण्याइतकी निवेदिता संकुचित मनाची नव्हती, हे सर्व जण विसरले. या सर्व प्रकाराने निवेदिता व्यथित झाली आणि तिने ३१ जुलैच्या 'इंडियन मिरर'मध्ये एक निवेदन दिले की, रामकृष्ण मिशनचे संपूर्ण नेतृत्व स्वामी ब्रह्मानंद आणि स्वामी सारदानंद यांच्यावर सोपवण्यात आलेले आहे. त्या दोघांसारख्या आध्यात्मिक व्यक्ती फारच थोड्या पाहायला मिळतात. मिशनचे कर्तव्य आहे धर्मसंपदेचे संरक्षण आणि विस्तार. निवेदिता तेथे एक साधी ब्रह्मचारी विद्यार्थिनी होती. संन्यासिनी नव्हती... वगैरे.

याच सुमारास स्वामीजींच्या शोकसभेत व्याख्यान देण्यासाठी तिला यशोहर (हल्लीचे जेस्सोर) येथून आमंत्रण आले. १९ जुलैला ती यशोहरला गेली. तेथे तीन दिवस राहून तिने स्वामीजींवर व्याख्याने दिली.

निवेदितेचे मन अजूनही शांत झाले नव्हते. मनात द्वंद्व सुरूच होते. स्वामीजींना स्त्री-शिक्षणाचे कार्य अभिप्रेत होते. आता मात्र तिला केवळ त्या कार्याविषयी पूर्वीप्रमाणे उत्साह राहिला नव्हता, पण ते कार्य सोडून देण्यासही तिचे मन तयार होत नव्हते. तिला वाटायला लागले की, पौर्वात्य स्त्रियांच्या जीवनात बदल घडवून आणण्याचा अधिकार तिचा आहे, हे खरे का? दहा-बारा स्त्रियांना शिकवण्यात काय फायदा? त्यापेक्षा पुरुषांप्रमाणे स्त्रियांमध्येही राष्ट्रभावना जागृत केली तर जास्त उपयुक्त ठरेल. त्यांना त्यांच्यापुढील मोठ्या समस्या आणि त्यांची जबाबदारी यांची जाणीव झाल्यास, अधिक चांगले होईल. नवीन दृष्टिकोन मिळाल्यास त्या स्वतःच्या आवश्यकता काय आहेत, हे ठरवू शकतील. हा मार्ग कदाचित चुकीचाही असेल! पण खरे कार्य देशाला जागृत करणे, केवळ दहा-बारा स्त्रियांना नव्हे!

आपल्याला यश मिळेलच याची निवेदितेला खात्री नव्हती; पण आपले कार्यक्षेत्र आता तिने निश्चित केले होते. आपले विचार ती ओजस्वी भाषेत जयांना कळवत होती. "मी महान कार्यात उडी घेणं, माझं कर्तव्य नाही का? किनारा गाठेन की नाही, ते महामाया ठरवेल. तुला आठवतं ना त्यांनी काय सांगितलं होतं? जेव्हा एखादा महापुरुष कार्यकर्ते तयार करतो, तेव्हा त्या महापुरुषाने त्या कार्यकर्त्यांच्या मार्गातून बाजूला होणंच योग्य, नाहीतर त्या कार्यकर्त्यांच्या स्वातंत्र्याला, त्याच्या उपस्थितीने बाधा येते." हे जयांना कळवण्यामागे मुख्य उद्देश त्यांचे तिच्या विचारांना समर्थन मिळवणे हा होता.

२९ जुलै रोजी ईश्वरचंद्र विद्यासागरांच्या पुण्यतिथीच्या निमित्ताने 'क्लासिक थिएटर'मध्ये एका सभेचे आयोजन करण्यात आले होते. तेथे निवेदितेचे व्याख्यान झाले. रमेशचंद्र दत्त या सभेचे अध्यक्ष होते. सभेला प्रचंड गर्दी झाली होती. त्या

गर्दीला उद्देशून निवेदिता आपल्या व्याख्यानात म्हणाली, "हा जनसमागम पाहून, भारत जातीयतावादी आहे, असं कुणीही म्हणू शकणार नाही. एका महापुरुषाचं पुण्यस्मरण करण्यासाठी आपण इथं जमला आहात, पण आपण एका विराट देशाचे नागरिक म्हणून इथं आला आहात हेही खरं नव्हे का!"

ऑगस्टमध्ये निवेदितेची प्रकृती खूपच बिघडली. हे कळताच स्वामी ब्रह्मानंद आणि स्वामी सारदानंद आले आणि डॉक्टरांना बोलावून त्यांनी तिच्या औषधपाण्याची व्यवस्था केली. निवेदिता शाकाहारी झाली होती, पण तिच्या प्रकृतीसाठी पौष्टिक आहार आवश्यक असल्याने, त्यांनी त्याचीही व्यवस्था केली. या घटनेवरून निवदितेला समजले की बाह्यत: संघाशी तिचा संबंध राहिला नसला तरी तिच्या गुरूबंधूनी तिच्याशी असलेले वैयक्तिक संबंध तोडलेले नाहीत. फक्त संघाला कोणत्याही प्रकारची आच लागू नये म्हणून त्यांनी खबरदारी घेतली असली तरी तिच्या संकटकाळी ते तिच्या मदतीला धावून आल्याशिवाय राहणार नाहीत. यामुळे तिला खूप दिलासा मिळाला.

आता निवेदितेपुढे समस्या होती ती आर्थिक! तिच्या दैनंदिन जीवनाला आवश्यक असलेला पैसाही कसा मिळवायचा हा प्रश्न तिच्यापुढे आ वासून उभा होता. The Web of Indian Life हे पुस्तक लवकरात लवकर लिहून पुरे करणे आणि त्याच्या विक्रीतून पैसे मिळवणे हा एक मार्ग होता आणि दुसरा होता व्याख्याने देणे. व्याख्यानांतून स्वामीजींच्या विचारांचा प्रचार करण्यास ती उत्सुक होतीच.

आजारातून उठताच तिने कार्याला सुरुवात केली. कोलकात्यात विविध ठिकाणी, विविध संस्थांमार्फत स्वामीजींच्या संबंधात जे कार्यक्रम झाले, त्यांना उपस्थित राहून स्वामीजी, स्वामीजींचे विचार, त्यांचे उद्देश याबद्दल तिने आपल्या व्याख्यानांतून परिणामकारक भाषेत माहिती दिली.

निवेदितेचा अत्यंत निष्ठावान आणि विश्वासू तरुण सहकारी गिरीन्द्रनाथ मुखोपाध्याय याने २७ ऑगस्ट, १९०२ रोजी 'विवेकानंद सोसायटी' स्थापन केली. तिथे तिने व्याख्यान दिले. पुढेही अनेक वेळा तिने तेथे व्याख्याने दिली. अशा संस्था प्रांतोप्रांती स्थापन व्हाव्यात अशी तिची मनापासून इच्छा होती. अशा संस्थांद्वारे स्वामीजींचे उद्देश आणि विचार लोकांपुढे मांडता येतील अशी तिला आशा होती. 'विवेकानंद सोसायटी'ने राष्ट्रीय संस्था म्हणून देशाच्या जागृतीचे कार्य करावे, अशी तिची इच्छा होती. पण कार्यबाहुल्यामुळे ती स्वत: या संस्थेसाठी फार वेळ देऊ शकली नाही आणि त्यामुळे या संस्थेचे रूपांतर धार्मिक संस्थेतच झाले.

निवेदितेचे कार्य सुरू झाले होते. यशोहर आणि क्लासिक थिएटर येथील व्याख्याने म्हणजे तिच्या व्याख्यानसफरीचा प्रारंभ होता.

◆

प्रवास व्याख्यानांसाठी

२१ सप्टेंबरपासून निवेदितेने व्याख्यांनासाठी प्रवासाला सुरुवात केली. २४ सप्टेंबरला ती मुंबईला पोहोचली. तिच्याबरोबर स्वामी सदानंद होते. मुंबईतील व्याख्यानांच्या आयोजनाची जबाबदारी मि. पादशाह यांनी उचलली होती. त्यांची आणि निवेदितेची पूर्वीपासून ओळख होतीच.

स्वामीजींच्या निधनानंतर त्यांच्यासंबंधी प्रथमच वेगळ्या दृष्टिकोनातून काही लेख तिने लिहिले होते. त्या लेखांमधील 'हिंदू' या मद्रासहून प्रकाशित होणाऱ्या वर्तमानपत्रातील The National significance of the life of The Swami Vivekananda या लेखामुळे लोक फारच उत्तेजित झाले होते. भारतातील अनेक वर्तमानपत्रांतून हा लेख पुनर्मुद्रित झाला. या लेखामुळेच निवेदितेची मुंबई-सफर यशस्वी होण्यास मदत झाली.

मुंबईत निवेदितेचे पहिले व्याख्यान शुक्रवार, २६ सप्टेंबर रोजी गेअटी थिएटरमध्ये झाले. व्याख्यानाचा विषय 'स्वामी' हाच होता. याच ठिकाणी तिची आणखी दोन व्याख्याने झाली. २९ सप्टेंबरला ती 'आशियाचे ऐक्य' या विषयावर बोलली, तर ३० सप्टेंबरला 'आधुनिक विज्ञानाबद्दल भारतीयांचे विचार' असा वेगळा विषय तिने निवडला होता.

पहिल्या व्याख्यानामुळे श्रोतृवर्गात प्रचंड औत्सुक्य निर्माण झाले. तिच्या १ ऑक्टोबर, १९०२च्या पत्रावरून कळते की, तिच्या व्याख्यानांना हजार-एक लोक उपस्थित होते. तिच्या शेवटच्या म्हणजेच तिसऱ्या व्याख्यानाचा उल्लेख आवर्जून करायला हवा. हे व्याख्यान 'स्टुडन्ट्स ब्रदरहूड'ने आयोजित केले होते. या दिवशी अध्यक्ष होते, न्यायमूर्ती एन. जी. चंदावरकर. व्याख्यान कल्पनाप्रवर्तक झाले. त्यात तिने मांडलेले विचार श्रोतृवर्गाला प्रेरणा देणारे होते. श्रोत्यांनी विशेषत: विद्यार्थ्यांनी व्याख्यान उचलून धरले. व्याख्यानात बराच वेळ ती विद्यार्थ्यांना उद्देशून बोलली. ती म्हणाली, "ब्रह्मचर्यपालन हे भारतीय तरुणांसाठी

अत्यंत महत्त्वाचं आहे. ब्रह्मचर्याचं पालन केल्याने माणसात आध्यात्मिकतेचा विकास होतो.'' तिने व्याख्यानाचा शेवट करताना म्हटले, ''युरोपच्या विज्ञानाने एवढी उच्च पातळी गाठली आहे की, मॉलिक्युलर फिजिक्सचे सर्व बारीक-सारीक नियम ते अचूकपणे मांडू शकतात; पण हे विज्ञानही विचित्र दिसणाऱ्या योग्याच्या निसर्गाच्या अभ्यासापुढे टिकू शकत नाही. सर्व बौद्धिक कार्यक्षमतेतून निर्माण झालेलं ज्ञान एकत्र केलं, तरी या ज्ञानापेक्षा योग्याचं ज्ञान उच्च ठरेल. जे आपल्या आध्यात्मिक ज्ञानाच्या योगे असत्यामधून सत्य आणि मृत्यूमधून जीवन अलग करू शकतात, तेच शाश्वत शक्तीचे आणि शाश्वत साम्राज्याचे अधिकारी असतात बाकी कुणीही नाही.''

तिचे हे शब्द ऐकताच टाळ्यांचा प्रचंड कडकडाट झाला.

तिच्या व्याख्यानांतून धार्मिक, तात्त्विक आणि सामाजिक कल्याणाची कळकळ व्यक्त होत असल्याने बहुसंख्य लोक – विशेषत: हिंदू – तिच्याकडे आकर्षित झाले. तिला आमंत्रणावर आमंत्रणे येऊ लागली. विशेष आग्रहावरून तिने आणखी तीन व्याख्याने दिली. 'टाइम्स ऑफ इंडिया' आणि 'द बॉम्बे गॅझेट' यांसारख्या वर्तमानपत्रांतून या व्याख्यानांचे जसे प्रकटन करण्यात आले, तशीच व्याख्याने झाल्यानंतर त्यांची सविस्तर बातमीही छापण्यात आली.

'हिंदू युनियन क्लब'च्या सदस्यांनी १ ऑक्टोबरला तिला चहापानासाठी बोलावले. या आमंत्रणामागचा उद्देश 'हिंदू युनियन क्लब'च्या सदस्यांच्या कुटुंबातील स्त्रियांची निवेदितेशी ओळख व्हावी आणि तिचे व्याख्यान ऐकायला मिळावे हा होता. प्रा. पाध्ये यांनी निवेदितेचा इंग्रजीतून परिचय करून दिला. सर बालचंद्र कृष्णांनी मराठीतून स्वामीजींच्या जीवनातील काही घटनांचा उल्लेख केला आणि निवेदितेचा मुंबईला येण्याचा उद्देश समजावून सांगितला. स्त्रियांमध्ये मिसळायला मिळाल्यामुळे निवेदितेला अतिशय आनंद झाला होता, त्याचा तिने आपल्या व्याख्यानात आवर्जून उल्लेख केला. ती पुढे म्हणाली, ''आपण स्वामीजींच्या शिष्येला पाहण्याऐवजी स्वामीजींना पाहिलं असतं, तर आपल्याला अधिक लाभ झाला असता.'' मराठी येत नसल्याबद्दल तिने खेद व्यक्त केला. नंतर चहापान होऊन कार्यक्रम संपला.

एक इंग्रज स्त्री संपूर्णपणे हिंदू होऊन, हिंदू धर्माच्या श्रेष्ठत्वाबद्दल मुंबईत व्याख्याने देत आहे, या बातमीमुळे मुंबईतील स्त्रियांमध्ये कुतूहल निर्माण झाले होते. तिला पाहण्यास आणि तिचे व्याख्यान ऐकण्यास त्या उत्सुक होत्या. म्हणून हिंदू लेडिज सोशल क्लबने तिला व्याख्यानाचे आमंत्रण दिले. हे व्याख्यान सी. पी. टँक रोडवरील 'पितळे हॉल'मध्ये २ ऑक्टोबरला झाले. सौ. कोठारी या क्लबच्या अध्यक्ष होत्या आणि सौ. पितळे मानद सचिव. निवेदिता सभेच्या ठिकाणी येताच या दोघींनी तिचे स्वागत केले. तिच्या या व्याख्यानासाठी 'भारतीय स्त्री' असा विषय

ठेवण्यात आला होता. पण व्याख्यानासाठी मंचावर उभे राहताच, निवेदितेने सांगितले की, येथे बहुसंख्य हिंदू स्त्रिया उपस्थित असताना तिने 'भारतीय स्त्री' या विषयावर बोलणे उद्धटपणाच ठरेल. त्यापेक्षा तिला प्रश्न विचारल्यास किंवा एखादा दुसरा विषय निवडल्यास अधिक उचित होईल.

या तिच्या प्रस्तावानंतर तिने हिंदू धर्माचा अंगीकार आणि स्वधर्माचा त्याग करण्यामागची कारणे काय, असा प्रश्न तिला विचारण्यात आला. तिने अत्यंत थोडक्यात पण मुद्देसूदपणे, तिच्या मनात ख्रिश्चन धर्माबद्दल निर्माण झालेल्या शंका, त्या दूर करण्यासाठी तिने योजलेले मार्ग, सात-आठ वर्षं तिच्या मनात चाललेला संघर्ष आणि स्वामीजी भेटल्यानंतर त्यांच्याशी झालेल्या चर्चा आणि अखेर सर्व शंकांचे निरसन होऊन, दिसलेला मुक्तीचा आनंद देणारा मार्ग, या गोष्टींची माहिती दिली. शेवटी ती म्हणाली, "जगातील सर्व धर्मांत जो श्रेष्ठ आणि उत्कृष्ट धर्म आहे त्याची जन्मदात्री भारतमाता असल्याने मी भारतावर मनापासून प्रेम करते.

"भगिनींनो, माझं तुम्हा सर्वांवर खूप प्रेम आहे. कारण तुम्ही सर्व जण या भारताच्या कन्या आहात. तुम्हाला माझी एक विनंती आहे की, तुम्ही पाश्चात्त्य साहित्याऐवजी तुमच्या महान साहित्याचाच विचार करा. तेच तुमची उन्नती करेल. तुमच्या कौटुंबिक जीवनात जी ऋजुता आणि गांभीर्य आहे, त्याला धक्का न लागावा.

"पाश्चात्त्यांचे आधुनिक आचारविचार, भपका आणि इंग्रजी शिक्षण यामुळे तुमच्यातील नम्रता आणि सुसंस्कृतपणा नष्ट न व्हावा... माझा हा आग्रह केवळ माझ्या हिंदू भगिनींपुरता नाही, मुसलमान भगिनींनाही माझी हीच विनंती आहे. तुम्ही सर्वच जणी माझ्या बहिणी आहात. कारण या देशाला मी माझं मानलंय आणि इथंच मी माझ्या गुरूंना अभिप्रेत असलेलं कार्य करण्याची आशा करते. तुम्ही तर सर्वच जणी या देशाच्या मुली आहात ना!"

व्याख्यानानंतर सौ. कोठारींनी अतिशय मूल्यवान विचार मांडल्याबद्दल निवेदितेला हार्दिक धन्यवाद दिले. क्लबतर्फे तिला भेट म्हणून ऋग्वेदाची प्रत आणि रुद्राक्षांची माळ देण्यात आली. तिला कुंकुमतिलक लावण्यात आला. ही भेट स्वीकारल्यावर निवेदिता म्हणाली, "माझ्या भारतीय भगिनींसाठी या माळेने मी महादेवाचा जप करेन."

४ ऑक्टोबर रोजी गिरगावातील गोरेगावकर इमारतीमधील रहिवाशांतर्फे तिला व्याख्यानासाठी आमंत्रित करण्यात आले. या व्याख्यानालाही त्या भागात राहणाऱ्या लोकांनी गर्दी केली होती. प्रो.देवधरांनी तिची ओळख करून दिली. प्रथम ती त्या व्याख्यानाला उपस्थित असलेल्या स्त्रियांना उद्देशून बोलली. तिच्या व्याख्यानाचा अनुवाद मराठीत प्रो. देवधरांनी केली. नंतर तिने उपस्थित असलेल्या पुरुषांना उद्देशून भाषण केले. त्यात तिने स्त्रियांच्या शिक्षणाबद्दल चर्चा केली. त्यांना विनंती केली की

त्यांनी स्त्रियांच्या शिक्षणासाठी आणि स्वातंत्र्यासाठी पुढाकार घ्यावा.

या सभेच्या ठिकाणी एका टेबलावर स्वामीजींची मूर्ती हार घालून, फुले वाहून ठेवली होती. ती पाहताच निवेदिता एकदम खूश झाली. घाईघाईने पादत्राणे काढून तिने नमस्कार केला. ती म्हणाली, "अशा सुंदर सभेला मला आमंत्रित करून माझा सन्मान केल्याबद्दल धन्यवाद! वर मोकळं आकाश, समोर हा वृक्ष. हा ताड पाम जातीत मोडतो. युरोपमध्ये याला विजयाचं प्रतीक मानतात." तिच्या शब्दांनी उपस्थितांना फार आनंद झाला.

त्यानंतर ती ग्रंथालय पाहण्यास गेली.

६ ऑक्टोबरला गेअटी थिएटरमध्ये झालेल्या व्याख्यानाचा विषय होता, 'भारतीय स्त्री.' हे व्याख्यान तिकिट लावून झाले. गोकुळदास पारेख या सभेच्या अध्यक्षस्थानी होते. ते तिचा परिचय करून देताना म्हणाले, "भगिनी निवेदितांचा परिचय करून देण्याची खरे म्हणजे आवश्यकताच नाही. कारण त्या आता परक्या राहिल्या नाहीत."

आपल्या व्याख्यानात निवेदितेने प्राच्य आणि पाश्चात्त्य यांच्यातील शिष्टाचार आणि परंपरा यातील फरक सांगितला. नंतर ती आशियातील स्त्रियांच्या वैयक्तिक चारित्र्यातील नैतिक अधिष्ठानाबद्दल बोलली. पण भारतीय स्त्रीच्या भविष्याबद्दल बोलताना तिने योग्य शिक्षण मिळण्यावर भर दिला. इंग्रजी लिहिता-वाचता आले की, शिक्षण झाले असे नाहीतर त्यांना 'माणूस' म्हणून जगता आले पाहिजे, असे शिक्षण त्यांना द्यायला हवे, यावर तिने भर दिला.

कार्यक्रमाच्या शेवटी तिचे मनापासून आभार मानताना अध्यक्ष म्हणाले, "निवेदितांच्या बौद्धिक क्षमतेविषयी आम्हाला नितांत आदर आहे. त्यांनी काही सत्य आमच्या लक्षात आणून देऊन आम्हाला ऋणी केले आहे. वेदान्ताच्या जटिल प्रश्नांचा त्या ज्या तऱ्हेने विचार करतात, आपल्या जन्मभूमीपासून दूर येऊन जो त्याग आणि निष्ठा त्यांनी दाखवली आहे आणि या परक्या भूमीवर त्या ज्या प्रकारे संन्यस्त जीवन जगत आहेत, त्याबद्दल त्यांची करावी तेवढी प्रशंसा कमीच आहे. मी त्यांना अनेक हार्दिक धन्यवाद देतो."

मुंबईतील सर्वच प्रतिष्ठित स्त्री-पुरुष निवेदितेच्या विचाराने प्रभावित झाले. तरुणांना स्वदेशप्रेमाची प्रेरणा तिच्यामुळेच मिळाली.

'बॉम्बे गॅझेट', 'टाइम्स ऑफ इंडिया' यांसारख्या वर्तमानपत्रांनी तिच्या व्याख्यानांची नुसती प्रशंसाच केली नाहीतर तिची व्याख्याने सविस्तर छापली.

निवेदितेचा मुंबईतील व्याख्यान दौरा यशस्वी झाला, याचा निवेदितेला मनापासून आनंद झाला. जयांना लिहिलेल्या पत्रात तिने म्हटले आहे, "स्वामीजी तुझ्यापाशी म्हणाले होते ना की, निवेदितेचा आवाज भारतात घुमल्याशिवाय राहणार नाही.

त्यांचं हे वचन खरं व्हायला लागलंय का? आता त्यांच्या मनात काय चाललं होतं, याची मला थोडी-थोडी कल्पना यायला लागली आहे.''

७ ऑक्टोबरला ती व स्वामी सदानंद नागपूरला पोहोचले. नागपूरला ती न्यायमूर्ती कोल्हटकरांकडे उतरली होती. ८ तारखेपासून ११ तारखेपर्यंत रोज संध्याकाळी तिची व्याख्याने झाली. प्रत्येक व्याख्यानाला लोकांनी गर्दी केली. ११ तारखेला तर तिने एकाच दिवशी तीन व्याख्याने दिली. तिला लोकांकडून उत्तम प्रतिसाद मिळाला. तिचा विशेष प्रभाव तेथे दिसून आला.

भारतीय जीवनाच्या सर्व क्षेत्रांत पुनरुज्जीवन घडवून आणण्याचा तिचा दृढनिश्चय ११ तारखेच्या पारितोषिक वितरण समारंभात दिसून आला. ती जेव्हा नागपूरमध्ये आली, तेव्हा सर्वत्र दुर्गापूजेची धामधूम होती. ११ तारखेला तिला मॉरिस कॉलेजमध्ये आमंत्रित करण्यात आले. तेथे क्रिकेटसाठी पारितोषिक देण्यात येणार होते. तिच्या हस्ते पारितोषिक वितरण ठेवण्यामागे मूळ उद्देश होता तिचे व्याख्यान ऐकणे.

समारंभ सकाळी नील सिटी स्कूलच्या सभागृहात होता. पारितोषिक वितरण पार पडल्यानंतर क्रिकेटसारख्या परदेशी खेळात प्रावीण्य मिळवल्याचा अभिमान बाळगणाऱ्या मॉरिस कॉलेजच्या विद्यार्थ्यांना खडसावण्याची संधी तिने सोडली नाही. ती म्हणाली, ''आपल्या राष्ट्रीय खेळाकडे दुर्लक्ष करून क्रिकेट कसलं खेळता! मला जर आधीच समजलं असतं की हे पारितोषिक वितरण क्रिकेटसाठी आहे, तर मी इथं आलेच नसते. या दिवसांत शस्त्रांची पूजा केली जाते. आपण सर्व दुर्गेला कसं विसरलात! लक्षात ठेवायला हवं तिचं शस्त्र आणि तिचा संदेश. या भोसल्यांच्या राजधानीत, एखाद दिवशी तरी, शौर्याचं दर्शन व्हावं अशी माझी अपेक्षा आहे.'' प्रेक्षकांत प्राध्यापक आणि विद्यार्थी यांची संख्या लक्षणीय होती. निवदितेचे कडक वक्तव्य ऐकून ते सर्व उठण्याच्या तयारीत असतानाच, निवेदिता म्हणाली, ''मला उद्या तुमची तलवारबाजी, मल्लयुद्ध वगैरेंची प्रात्यक्षिकं पाहायची इच्छा आहे.''

दुसऱ्या दिवशी दसरा होता.

इतका वेळ, तोंड वाकडे करून व्याख्यान ऐकणाऱ्या प्राध्यापकांचे आणि विद्यार्थ्यांचे चेहरे आता काळजीने ग्रासले. कारण अशी प्रात्यक्षिके करून दाखवू शकतील असे प्राध्यापक किंवा विद्यार्थी कॉलेजमध्ये जवळजवळ नव्हतेच, असे म्हटले तरी चालेल.

हा प्रसंग प्रत्यक्ष पाहणारे, त्या वेळी कॉलेजमध्ये शिकणारे जी. व्ही. देशमुख आणि त्यांचे एक प्राध्यापक यांनी हे आव्हान स्वीकारले. देशमुख लिहितात, ''मी कॉलेजच्या प्राध्यापकांसमोर आणि विद्यार्थ्यांपुढे प्रथमच असे खेळ करून दाखवणार होतो. त्या काळी आखाड्यांत जाणाऱ्या आणि तलवार वा लाठी चालवण्याचा

अभ्यास करणाऱ्यांकडे प्राध्यापक आणि इतर विद्यार्थी हेटाळणीने पाहत. मी हे सर्व निवेदितांना सांगितलं, तेव्हा त्या म्हणाल्या की तुम्हीही याच कॉलेजचे विद्यार्थी आहात ना? मी म्हणालो, 'हो! पण माझ्याबरोबर या प्रात्यक्षिकात भाग घेणारे या कॉलजचे विद्यार्थी नाहीत.' हे ऐकल्यावर विद्यार्थ्यांना उद्देशून निवेदिता म्हणाल्या, "सध्याच्या काळात बरेच जण उच्च शिक्षण घेतात. पदवी घेऊन विश्वविद्यालयातून बाहेर पडणाऱ्यांची संख्या लक्षणीय आहे. पण जे पदवीधर होतात, ते पदवी घेऊन बाहेर पडेपर्यंत त्यांच्या तब्येतीची पार वाट लागलेली असते. संकटकाळी ते स्वत:चं रक्षण करू शकत नाहीत, तर आई-बहिणींची अब्रू ते कशी वाचवणार! अशा दुबळ्यांचा समाजाला काहीही उपयोग होत नाही. आपल्या देशाला धडधाकट, बलवान देशभक्तांची आवश्यकता आहे, परदेशी सरकारची सेवा करणाऱ्यांची नाही. असे लाचार आपल्याच लोकांवर आक्रमण करतात. बलवान, धडधाकट देशभक्तच देशाला वर काढू शकतात, वाचवू शकतात. परदेशी सरकारची सेवा करून, त्याचे हात बळकट करताना, तुम्हाला तुमचीच घृणा वाटायला पाहिजे." येथील विद्यार्थ्यांनी स्वामीजींचा संदेश आदराने आणि निष्ठेने स्वीकारला. हे यश पाहून निवेदितेचा उत्साह द्विगुणित झाला.

१४ तारखेला निवेदितेने वर्ध्याकडे प्रयाण केले. त्याच दिवशी संध्याकाळी तिने 'ख्रिश्चन धर्मा'वर व्याख्यान दिले. दुसऱ्या दिवशी, 'स्वामी विवेकानंद' आणि 'भक्ती व शिक्षण' या विषयावर ती बोलली. याशिवाय बरेच लोक तिला भेटायला आले होते. त्यांच्याशी तिने 'स्वदेश' आणि 'स्वामीजी' या विषयावर चर्चा केली.

१६ तारखेला ती अमरावतीला पोहोचली. येथे ती दादासाहेब खापर्डे यांच्या घरी राहिली होती. ते टिळकभक्त होते. तेथे दोन दिवस तिची व्याख्याने झाली. व्याख्यानाचे विषय होते, 'आशियातील ऋषी' आणि 'आधुनिक विचारांच्या प्रकाशात हिंदू धर्म!'

२० तारखेला निवेदिता बडोद्याला पोहोचली. २१, २२, २३ तारखांना 'आशियातील ऐक्य', 'प्राचीन आणि नवीन' आणि 'शक्तिपूजा' या विषयांवर ती बोलली.

बडोद्याची भेट विशेष महत्त्वाची ठरण्याचे कारण म्हणजे येथेच प्रथम तिचा अरविंदांशी परिचय झाला. अरविंदांनी लिहिले आहे, "निवेदितांना बडोद्याच्या गायकवाडांनी आमंत्रण दिले होते की नाही, माहीत नाही. पण त्या राज-अतिथी म्हणून राहिल्या हे नक्की. मी खासेराव जाधवांबरोबर त्यांच्या स्वागतासाठी स्टेशनवर गेलो होतो. स्टेशनवरून येताना घुमट असलेली कॉलेजची इमारत पाहताच निवेदितांच्या अभिरुचीला ती खुपली. त्या इमारतीच्या बेढबपणावर आणि सौंदर्यहीनतेवर त्यांनी कडक शब्दांत टीका केली, मात्र कॉलेजशेजारची धर्मशाळेची इमारत त्यांना आवडली. हे ऐकून खासेरावांनी चमत्कारिक नजरेने त्यांच्याकडे पाहिलं. 'काय चक्रम बाई

आहे,' असेच भाव त्या नजरेत होते.

"त्या माझ्याशी अध्यात्म आणि रामकृष्ण-विवेकानंद या विषयांवर बोलल्या नाहीत. पण त्यांच्या 'काली द मदर' या पुस्तकाने मी भारावून गेल्याचं कळताच त्या म्हणाल्या की, तुम्हीही 'शक्तिपूजक' आहात तर! त्यांना सुचवायचं होतं की, तुम्हीही माझ्यासारखे गुप्त क्रांतिकारी आहात!

"बडोद्याच्या महाराजांकडे त्यांना चहापानाचं आमंत्रण होतं. तिथं मीही होतो. या भेटीच्या वेळी गुप्त क्रांतिकार्याला साहाय्य करावं, असं त्यांनी महाराजांना सुचवलं आणि माझ्यामार्फत त्यांच्याशी संपर्क साधता येईल, असंही त्या म्हणाल्या. महाराज अतिशय चतुर असल्याने त्यांनी या बाबतीत माझ्याशी बोलणंच टाळलं. कारण त्यांना क्रांतिकार्यात अजिबात पडायचंच नव्हतं."

निवेदितेच्या दैनंदिनीवरून आपल्याला एवढेच कळते की, 'शक्तिपूजा' या विषयावरच्या व्याख्यानानंतर बडोद्याच्या महाराजांनी निवेदितेला एक पत्र पाठवले. त्या पत्रामुळे निवेदिता विचलित झाली आणि तिने महाराजांची भेट घेतली. पत्रातील मजकूर किंवा त्यांच्या भेटीदरम्यान झालेली चर्चा याचा तपशील मात्र अज्ञातच राहिला.

पण नागपूर आणि बडोदा येथील प्रसंगावरून निवेदितेची पावले कुठल्या मार्गावर पडायला लागली होती, याची स्पष्ट कल्पना येते.

बडोद्याहून ती अहमदाबादला आली. येथे २६, २८ आणि २९ या तारखांना तिने दिलेल्या व्याख्यानाचे विषय 'कर्म', 'आशियाचे ऐक्य' आणि 'स्वामी विवेकानंद' हे होते.

एक दिवस अहमदाबादेतील महिला मंडळातही ती गेली होती.

अहमदाबादहून मुंबईला येताना ती वांद्र्याला उतरून 'कान्हेरीच्या गुंफा' पाहण्यास गेली. तेथून ती वेरूळला गेली. तारीख होती, ३ नोव्हेंबर. वेरूळचे निसर्गसौंदर्य आणि लेण्यातील पावित्र्य यांनी ती भारावून गेली. तिने लिहून ठेवले आहे, "ईश्वराच्या गूढतेचे साक्षीदार असलेल्या अनेक स्थानांपैकी हे एक आहे आणि जगाच्या अंतापर्यंत ते तसंच राहील."

निवेदितेला आता थकवा जाणवू लागला होता. म्हणून ७ नोव्हेंबरला ती कोलकात्याला परत आली. तिच्या दैनंदिनीवरून लक्षात येते की, १० तारखेला ती पंधेरपूरला गेली. दुसऱ्या दिवशी एकादशी होती. तो दिवस तेथे घालवून ती परत आली. १२ नोव्हेंबर ते १६ नोव्हेंबर ती हैद्राबादला गेली होती. १७ रोजी विजयवाड्याहून ती कोलकात्याला आली. या प्रवासाच्या मधील काळात तिने स्त्रियांसाठी वर्ग घेतले. २२ नोव्हेंबरला तिच्या शाळेच्या प्रांगणातच तिने 'कथकथा'चा कार्यक्रम आयोजित केला होता. 'कथकथा' म्हणजे धार्मिक किंवा पौराणिक कहाण्यांचे कथन. या कार्यक्रमाचा साग्रसंगीत हिशेब निवेदितेने ठेवला आहे. फुले आणि आमंत्रणे दोन रुपये, घोडागाडी भाडे तीन रुपये, कथक पाच रुपये... वगैरे.

२३ नोव्हेंबरला तिने चंदननगरला व्याख्यान दिले. २९ तारखेला तिच्या शाळेतच पाठांतराचा कार्यक्रम झाला. २९च्या संध्याकाळी आणि ३० तारखेला तिची विवेकानंद सोसायटीत आणि न्यू इंडियन इन्स्टिटट्यूटमध्ये व्याख्याने झाली.

थकवा जाणवत होता. पण व्याख्यानांची आमंत्रणे येतच होती. मद्रासहून पुन्हा पुन्हा विचारणा होत असल्याने तिने आपला मोहरा दक्षिणेकडे वळवला.

८ डिसेंबरला ती मद्रासकडे निघाली. येथेही तिच्याबरोबर स्वामी सदानंदच होते. स्वामी सदानंदांनी तिला पुष्कळ साहाय्य केले. त्याबद्दल तिने मनापासून त्यांना धन्यवाद दिले आहेत. मद्रासला ती 'कॅसल कर्नेन' येथे उतरली.

स्वामी सदानंदांची इच्छा 'ख्रिसमस इव्ह' (येशूच्या जन्मापूर्वीची संध्याकाळ!) साजरी करण्याची होती आणि तीही भुवनेश्वरजवळील खंडगिरी येथे. पण नाताळच्या दिवशी मद्रासमध्ये कार्यक्रम निश्चित झाला असल्याने ते १३ तारखेला खंडगिरीला गेले. निवेदिता, स्वामी सदानंद यांच्याबरोबर ब्रह्मचारी अमूल्यही होते. तेच रामकृष्ण मठ-मिशनचे सातवे अध्यक्ष स्वामी शंकरानंद.

१३ तारखेच्या संध्याकाळी सर्व जण एक मोठा ओंडका पेटवून त्याच्या भोवती गवतावर बसले. एका बाजूला डोंगर होता. त्यात खोदलेल्या गुहा अस्पष्ट दिसत होत्या आणि भोवताली अरण्य होते. शांत रात्री, मंद वाऱ्यामुळे झाडांची सळसळ ऐकू येत होती. स्वामी सदानंद आणि ब्रह्मचारी अमूल्य यांनी धनगरांसारखा पोशाख केला होता. दोघांनी आकडा असलेली लांब काठी हातात घेतली होती. सेंट लुक लिखित येशूचे चरित्र वाचायचे आणि येशूच्या जन्माआधीच्या रात्रीचा अनुभव मनोभावे घ्यायचा, अशी त्यांची कल्पना होती. निवेदिता वाचायला लागली आणि वाचता-वाचता तन्मय होऊन गेली. एकामागून एक अध्याय वाचत ती जेव्हा पुनरुत्थानापर्यंत आली तेव्हा तिला एक दिव्यानुभूती आली. हे सर्व प्रत्यक्ष घडते आहे, असेच तिला वाटले.

दुसऱ्या दिवशी त्यांनी खंडगिरी सोडले आणि वॉल्टेअर, विजयवाडा, गुंटकल मार्गे ते मद्रासला पोहोचले. तारीख होती, १९ डिसेंबर, १९०२!

मद्रास निवेदितेला नवे नव्हते. याच वर्षी ती युरोपहून परत आली तेव्हा मद्रासमध्येच तिचे भव्य स्वागत करण्यात आले नव्हते का? स्वामीजी फारसे प्रसिद्ध नसताना मद्रासमधील त्यांच्या मित्रमंडळींनी आणि भक्तांनी पैसे गोळा करून स्वामीजींना अमेरिकेला पाठवले होते. स्वामीजी अमेरिकेहून परत आल्यावर नऊ दिवस कॅसल कर्नेन येथेच राहिले होते. त्यांच्या मद्रासमधील भक्तांनी त्यांना विनंती केली होती की, येथे एक कायमचे केंद्र स्थापन करावे म्हणजे त्यायोगे त्यांच्या कार्याचा प्रसार येथे करता येईल. तेव्हा स्वामीजी म्हणाले होते, "मी असा एक माणूस पाठवेन, जो तुमच्यातील सर्वांत श्रद्धाळूपेक्षा जास्त श्रद्धाळू असेल आणि

तेवढाच असामान्य. ध्यानधारणेतही तो सर्वांना मागे टाकेल.'' त्यांनी स्वामी रामकृष्णनंदांना तेथे पाठवले. स्वामी रामकृष्णनंदांनी 'कॅसल कर्नेन' येथेच मठ स्थापन केला. त्यांच्या नि:स्वार्थी वृत्तीमुळे आणि ज्ञानामुळे लवकरच तेथील कार्याचा जम बसला. त्यांच्याभोवती खूप शिष्य गोळा झाले. निवेदितेला त्यांच्याबद्दल अत्यंत आदर होता. मद्रासमधील निवेदितेच्या प्रत्येक कार्यक्रमास ते आपल्या शिष्यांना घेऊन उपस्थित राहत आणि निवेदितेला प्रोत्साहन देत. 'कॅसल कर्नेन' ही निवेदतेच्या दृष्टीने अत्यंत पवित्र वास्तू होती. पण ती विकली जाणार आहे, हे कळल्यावर तिला अत्यंत दु:ख झाले. मात्र तिच्या हातात काहीच नव्हते.

२० डिसेंबर रोजी पचाय्याप्पा हॉलमध्ये निवेदितेचे व्याख्यान झाले. व्याख्यानाचा विषय 'भारताचे ऐक्य' हा होता. हे व्याख्यान 'यंग मेन्स हिंदू असोसिएशन'ने आयोजित केले होते. व्याख्यानाला सुशिक्षित हिंदूंनी गर्दी केली होती.

निवेदितेच्या सर्व व्याख्यानातील हे सर्वोत्तम व्याख्यान होय! आरंभी तिने शिवाची प्रार्थना केली. मग आपल्या गुरूंना वंदन केले आणि नंतर व्याख्यानाला सुरुवात केली. भारतासाठी ऐक्याची आवश्यकता किती महत्त्वाची आहे, हे सांगताना ती म्हणाली, ''भारतीय एकता हे भूतकाळातील तथ्य नाही की भविष्यकाळातील. हे विद्यमान सत्य आहे. फक्त भारतमातेचे पुत्रच त्याविषयी जागृत नाहीत.

''मी जशी मध्यान्हीचा सूर्य प्रत्यक्ष पाहू शकते, तसंच हे सत्यही मला दिसतं. भारतात एकी आहे, अतुलनीय एकी आहे. त्यात शक्ती, भव्यता आणि विश्वसनीयताही आहे. मला आशा वाटते की, एक ना एक दिवस त्याची आपल्याला जाणीव होईल आणि त्याच्या बळावरच आपण कार्य करू.

''भारत राष्ट्र होते, एक राष्ट्र न विभागलेले, याची जाणीव श्रोत्यांना करून देऊन तिने एवढेच सांगितले की, आपल्या श्वासोच्छ्वासातून सतत एकच शब्द निघावा – राष्ट्रीयता! इंग्रजांनी टपाल, रेल्वे आणि इंग्रजी भाषेचा सार्वत्रिक वापर यांच्याद्वारेच भारतात एकी आली, असा विश्वास आमच्यात निर्माणच केला नाहीतर आमच्या मनावर तो ठसवलाय. पण हे अजिबात खरे नाही.''

ती पुढे म्हणाली, ''भारतात एकी नसेल, तर ती कधीच निर्माण करता यायची नाही. भारतात ऐक्य निश्चितपणे आहे आणि ते स्वयंभू आहे. त्याला त्याची स्वत:ची नियती आहे, स्वत:ची कार्यं आहेत आणि त्याच्यापाशी प्रचंड शक्ती आहे. हे ऐक्य कुणाकडून भेट म्हणून मिळालेलं नाही.''

आपल्या व्याख्यानाचा शेवट तिने प्रेरणादायक आणि आशापूर्ण रीतीने केला. ''एक वेळ अशी येईलच की आपल्या धर्माची पुनर्स्थापना होईल आणि राष्ट्र एक होईल. पण ही एकी सामाईक दुबळेपणा, सामाईक दुर्दैव किंवा सामाईक दु:ख यामुळे आलेली नसेल तर समान राष्ट्रीयतेची सततची जाणीव, समान वारसा, समान

संघर्ष, समान जीवनमान, समान दैव आणि आशा यामुळे आलेली असेल. आणि अखेर अत्यंत आदराने, प्रेमाने मला तेच शब्द उच्चारावेसे वाटताहेत जे इथंच काही वर्षांपूर्वी आपल्या प्रिय व्यक्तीने उच्चारले होते आणि आपल्या सर्वांच्याच ते स्मरणात आहेत – उत्तिष्ठत, जाग्रत, प्राप्य वरान् निबोधत!''

या सभेचे अध्यक्ष एन. सुब्बराव होते. प्रा. रंगाचार्य आणि नटेशन सभेस उपस्थित होते. या तिघांनीही निवेदितेच्या या व्याख्यानाची मनापासून प्रशंसा केली. आभार मानताना प्रा. रंगाचार्य म्हणाले की, भगिनी निवेदितांनी आमच्यावर सोपवलेली कर्तव्ये आम्ही जबाबदारीने आणि आनंदाने पार पाडू.

२३ डिसेंबरला स्त्रियांच्या एका सभेचे आयोजन करण्यात आले होते; पण काही अपरिहार्य कारणामुळे निवेदिता या सभेला जाऊ शकली नाही. याबद्दल खेद प्रकट करण्यासाठी तिने एक अनावृत पत्र लिहिले. ते २४ तारखेच्या 'हिंदू' या दैनिकात प्रसिद्ध झाले. या पत्राचा मजकूर थोडक्यात असा होता –

> माझ्या गुरूंबद्दल आपल्याला वाटणारा आदर आणि प्रेम यामुळेच आपण एवढ्या मोठ्या संख्येने तोंडामंडलम् हायस्कूलच्या सभागृहात जमला आहात, याची मला पूर्ण जाणीव आहे. जर मला आपल्याला प्रत्यक्ष भेटता आले असते आणि पाश्चात्त्य देशात त्यांच्या आगमनाचा अर्थ आणि त्यांच्या देशवासीयांबद्दल त्यांना वाटणारी आशा वर्णन करता आली असती, तर माझ्या आनंदाला सीमा राहिली नसती.
>
> भारताचे भविष्य भारतातील पुरुषांपेक्षा भारतीय स्त्रियांवरच जास्त अवलंबून आहे, असा स्वामीजींचा दृढ विश्वास होता आणि आपल्यावर तर त्यांचा अगाध विश्वास होता. एकमेव भारतीय स्त्रीच अशी होती की, ती आनंदाने पतीबरोबर सती जात असे. कुणीच तिला परावृत्त करू शकत नसे. सीता, सावित्री आणि उमा या भारतीय स्त्रिया होत्या. कठोर तपस्येने महादेवाला जिंकणे हेच आहे, भारतीय स्त्रीचे खरे चित्र. दुसरे कुठले कार्य या तोडीचे आहे का? असा त्यांचा प्रश्न असे.
>
> सर्व देश पावित्र्य आणि शक्ती या देशाच्या संपत्तीच्या रक्षणाची जबाबदारी स्त्रियांवरच सोपवतात, पुरुषांवर नव्हे. अगदी थोडे पुरुष आचार्य पदापर्यंत पोहोचतात. पण बहुतेक जण उपजीविकेसाठी श्रम करण्यातच गर्क असतात. घरातच त्यांना प्रेरणा, विश्वास, अवगाहनशक्ती मिळते आणि स्त्रीच्या तपस्येतच घराची थोरवी सामावलेली असते. आपण भारतीय माता आणि पत्नी आहात, तेव्हा राम, कृष्ण आणि शंकराचार्य यांना मातांकडून प्रेरणा कशी मिळाली, हे मी आपल्याला सांगायला नकोच!

भारतीय स्त्रीचे जीवन शांत, मुग्ध – एखाद्या तपस्विनीसारखे असते. निष्ठेने जगण्यात त्या गौरव मानतात. त्यांची आकांक्षा असते, ती पूर्णत्वाला पोहोचण्याची. या स्त्रियांमुळे – धर्माचे जेवढे संरक्षण आणि समृद्धी घडून आली आहे, तेवढी कुठल्या युद्धाने घडून आली नसती!

आज आमचा धर्म आणि देश भयंकर दुर्दशेत सापडला आहे. भारतामाता तिच्या कन्यांना आवाहन करते आहे की, पूर्वीप्रमाणे श्रद्धापूर्ण अंत:करणाने त्यांनी तिच्या साहाय्याला धावून यावे. हे कसे शक्य होईल बरे? प्रथम हिंदू मातांनी त्यांच्या पुत्रांमध्ये ब्रह्मचर्याची तृष्णा जागवली पाहिजे. त्याशिवाय प्राचीन कालासारखा पुरुषार्थ येणे शक्य नाही. भारताव्यतिरिक्त इतर कुठल्याही देशात विद्यार्थिजीवनात असा महान आदर्श आढळत नाही. जर भारतातूनच तो नष्ट झाला, तर मग तो उरेलच कुठे! ब्रह्मचर्यातच सर्व शक्ती आणि महानता दडलेली आहे. 'माझे अपत्य महान होईलच,' अशी प्रतिज्ञा प्रत्येक मातेने करावी.

दुसरे म्हणजे आम्ही स्वत:त आणि आपल्या मुलांमध्ये अनुकंपा जागवू शकत नाही? या अनुकंपेमुळे सर्वांचे दु:ख, देशाची दुरवस्था आणि वर्तमानातील धर्माची विपन्नावस्था याबद्दल जाणून घेण्याची इच्छा निर्माण होईल आणि ही जाणीव परिस्थितीचे योग्य ज्ञान करून देईल. यामुळे पुष्कळ बलवान कार्यकर्ते निर्माण होतील. हे कार्यकर्ते कर्मासाठीच कर्म करतील आणि स्वदेश आणि स्वदेशवासीय यांच्यासाठी प्राण द्यायलाही मागे-पुढे पाहणार नाहीत. या देशानेच तर आम्हाला जीवन, आहार, मित्र, आप्तस्वकीय आणि श्रद्धा दिली आहे. मग हा देशच आमची खरी माता नव्हे काय? त्या मातेला महाभारतरूपात पाहण्याची आकांक्षा आपण बाळगायला नको का?

प्रिय मातांनो आणि भगिनींनो, माझ्या गुरूंनी या सर्व गोष्टी माझ्यापेक्षा सुंदर भाषेत आपल्याला सांगितल्या असत्या.

आपण दिलेल्या सन्मानास मी पूर्णपणे अयोग्य असतानाही आपण तो मला देऊन माझ्या गुरूंचाच सन्मान केला आहात म्हणून आपणास मनापासून धन्यवाद! माझी आपल्याला सतत एकच विनंती आहे की, ज्यांनी मला स्वत:ची कन्या मानून आपल्या देशाची रहिवासी केले, त्यांच्यासाठी मला आपली धाकटी बहीण माना आणि माझ्यासाठी प्रार्थना करत जा. याबरोबरच मी आपल्याला माझ्या गुरूंच्या पाठीशी सतत उभे असलेल्या श्रीरामकृष्णांचे आणि त्यांच्या पाठीशी उभ्या असलेल्या कालीमातेचे स्मरण करून देते. कालीमातेची शक्ती या दोन महामानवांतर्फे कार्य करत होती आणि

माझ्यामार्फतही ती करेल, यात शंका नाही, हेही आपल्या लक्षात आणून देते. त्या मातेवर भरवसा ठेवूनच मी आपल्यासमोर उभी आहे.''

– आपली सदाची प्रिय भगिनी,
रामकृष्ण-विवेकानंदांची निवेदिता

मद्रासमध्ये असताना १९ डिसेंबरपासून रोज व्याख्यानाव्यतिरिक्त निवेदिता जी चर्चा करायची किंवा ती जे बोलायची, ते फारच आकर्षक असायचे. स्वामी रामकृष्णनंदांच्या देखरेखीखाली मद्रास आणि त्याच्या आवतीभोवती विवेकानंद सोसायटीच्या बऱ्याच शाखा कार्य करत होत्या. तेथे नियमित व्याख्याने होत, वेदान्ताचे वर्ग चालत, पूजा-भजन चालत असे आणि महत्त्वाचे म्हणजे गरिबांना मदत करण्यात येत असे. निवेदितेला हे कार्य पाहून आनंद झाला. तिने अशा ठिकाणी व्याख्याने दिली. याशिवाय रोज तिच्याकडे विद्यार्थी व प्राध्यापक येत. निवेदिता कळकळीने त्यांच्या मनावर स्वामीजींचे विचार बिंबवायचा प्रयत्न करत असे. स्वामीजींच्या स्वदेशप्रेमाविषयी ती बोलायला लागली की, श्रोते भारावून जात. भारतमातेला पारतंत्र्याच्या बेडीतून मुक्त करण्यासाठी प्राण पणाला लावण्याचे आवाहन ती करायची तेव्हा एखादी सिंहीणच गर्जत असल्याचा भास व्हायचा.

मद्रासमध्ये असताना नववर्षाचे आगमन झाले. २० जानेवारीला स्वामीजींची जयंती होती. स्वामी रामकृष्णनंदांनी स्वामीजींच्या पहिल्या मरणोत्तर जन्मतिथी-पूजेची तयारी केली होती. भक्त आणि शिष्य मोठ्या संख्येने जमले होते. अर्थात निवेदिता उपस्थित होतीच. दिवसाची सुरुवात भक्तिसंगीताने झाली. स्वामीजींच्या एका उत्तम छायाचित्राची पूजा करण्यात आली. दुपारी साधारण पाचशे लोकांना जेवण देण्यात आले. संध्याकाळी सभा झाली. स्वामीजींचे भक्त, शिष्य आणि जुने परिचित यांनी त्यांच्या आठवणी सांगितल्या. शेवटी आरती झाली आणि प्रसाद वाटल्यावर कार्यक्रम संपला. दिवस सार्थकी लागल्याचे समाधान निवेदितेला मिळाले. भारताच्या दक्षिणेला स्वामीजींचा आणि त्यांच्या विचारांचा प्रभाव पाहून निवेदिता प्रभावित झाली.

दक्षिणेची तिची सफर यशस्वी झाली होती. रामकृष्ण संघापासून ती विभक्त झाली असली, तरी रामकृष्ण मिशनने तिला नेहमीच साहाय्य केले. मद्रासमधील दैनिकांनी तिचा उल्लेख 'रामकृष्ण-विवेकानंद मिशनची निवेदिता' असा केला असतानाही स्वामी रामकृष्णनंदांनी त्याला आक्षेप घेतला नाही, उलट तिच्या व्याख्यानांच्या आयोजनात त्यांनी मदतच केली. कारण निवेदिता स्वामीजींचा प्रमुख विचार – सर्वसामान्यांत जागरण घडवून आणणे – लोकांपर्यंत पोहोचण्याचा

आटोकाट प्रयत्न करत होती आणि त्यात तिला यश येत चालले होते, हे लोकांनी तिला दिलेल्या प्रतिसादावरून स्पष्ट होत होते.

निवेदितेला व्याख्यानासाठी आमंत्रणे येतच होती. पण अती परिश्रमाने ती थकून गेली होती. २० जानेवारीच्या 'हिंदू' मधून तिने कळवूनच टाकले की, विश्रांतीची नितांत आवश्यकता असल्याने भगिनी निवेदिता उद्याच मद्रासहून कोलकात्याला जाणार आहे.

स्वामीजींची जयंती साजरी करून तिने कोलकात्याकडे प्रयाण केले.

◆

विद्यालयाची स्थापना

कोलकात्याला परत आल्यावर निवेदितेने दोन महत्त्वाची कार्ये केली होती – पहिले म्हणजे शाळेची पुनर्उभारणी करणे आणि दुसरे म्हणजे आरंभ केलेले पुस्तक लिहून पूर्ण करणे. स्वामीजींच्या देहावसानामुळे निवेदिता बेचैन होणे स्वाभाविक होते. मनाला धैर्य आणण्यासाठी तिने प्रवास केला. यामुळे दोन महत्त्वाच्या गोष्टी साध्य झाल्या. स्वामीजींच्या विचारांचा प्रसार झाला आणि निवेदितेचे मनही बऱ्याच प्रमाणात शांत झाले. आता स्वामीजींचे बोलणे तिला पुन्हा-पुन्हा आठवायला लागले. ते म्हणत, “भारतीय स्त्रियांच्या उन्नतीसाठी मी बरेच संकल्प मनात योजले आहेत. निवेदिते! तुला त्यासाठी मदत करता येईल.” मद्रासमध्ये असतानाच निवेदितेने स्वामी सदानंदांबरोबर शाळेच्या संदर्भात चर्चा केली होती.

१९०२ सालच्या सरस्वतीपूजेपासून तिची पूर्वीची शाळा तिने सुरू केली असली, तरी मधे घडलेल्या घटनांमुळे – स्वामीजींचे देहावसान, निवेदितेचा मुंबई व मद्रास इलाख्यातील दौरा वगैरे – शाळेकडे दुर्लक्षच झाले होते. शाळा कशीबशी सुरू होती आणि निवेदितेला घरगुती कामात मदत करण्यासाठी आलेली बेट हीच शाळा चालवत होती. १९०३ सालच्या जानेवारीत निवेदिता कोलकात्याला आली आणि १९०३च्या मार्चमध्ये ख्रिस्टीन मायावतीहून परत आल्यानंतर खऱ्या अर्थाने शाळेला शिक्षिका मिळाली. निवेदिता अनेक कामात गुंतली असल्याने ख्रिस्टीनसारखी मदतनीस मिळताच तिच्या मनावरचा भार कमी झाला. २७ जानेवारी, १९०३पासून शाळा नियमित सुरू झाली होतीच.

निवेदितेच्या शाळेतील विद्यार्थिनींची संख्या प्रारंभी कमीच होती. पालकांनाच मुलींच्या शिक्षणाचे महत्त्व कळत नव्हते, हीच सर्वांत मोठी समस्या होती. म्हणून निवेदिता स्वत:च पुढे होऊन प्रयत्न करायची. एखादी मुलगी अगदी थोडे दिवस जरी शाळेत आली, तरी निवेदितेच्या ती लक्षात राहत असे. ती मुलगी पुन्हा शाळेत दिसली नाहीतर निवेदिता तिच्या घरी जाऊन चौकशी करत असे. पण याचा फारसा

फायदा होत नसे. पालक पाठवायला तयार असत तेथे मुलीच शाळेचा आळस करत. दोन मुलींबद्दल तिने लिहून ठेवले आहे की, या दोघी मुली देखण्या आणि चांगल्या स्वभावाच्या होत्या. पण शाळेच्या बाबतीत अत्यंत लहरी! बरे, त्यांच्या घरीही त्यांच्या मागे लागून त्यांना शाळेत पाठवतील, असे कुणीही नव्हते. त्यामुळे त्या बुद्धिमान असूनही, निवेदितेला त्यांच्यासाठी काही करता आले नाही.

पण ज्या मुली शाळेत बऱ्यापैकी नियमित येत, त्या निवेदितेशी ओळख होताच, तिच्या होऊन जात. काहीजणी तर शाळेच्या वेळेव्यतिरिक्त तिच्याकडे येत किंवा ती रस्त्यात कुठे दिसताच तिच्याकडे धाव घेत. तीही नेहमीच त्यांच्याशी प्रेमाने वागत असे, त्यांचे लाड करत असे. कुणीकुणी तिच्या शिक्षिका होत आणि तिला उत्साहाने बंगाली भाषा शिकवत. अशाच एका मुलीची आठवण निवेदितेने लिहून ठेवली आहे. ही मुलगी अतिशय हुशार आणि विलक्षणच होती. तिचा आवाज कर्कश होता, दिसायला गावंढळ. तिचे रूप आणि वागणूक यात लेशमात्र सौंदर्य नव्हते. पण ती जणू मूर्तिमंत दया होती. खूप सरळ, चांगली आणि चुणचुणीत. तिला धाकटा भाऊ होता. त्याच्यावर तिचा फार जीव होता. त्याला बरोबर घेतल्याशिवाय ती कुठे जात नसे. निवेदितेकडे दुपारी ही भावंडे येत आणि निवेदितेला बंगाली शिकवत.

काही वेळा, काही मुलींचा उपद्रवही निवेदितेला सहन करावा लागत असे. एका मुलीला चित्रे काढण्याचा छंदच होता. एकदा तिने उत्साहाच्या भरात नवीन रंगपेटी एकाच दिवसात संपवून टाकली आणि कुंचल्याच्या फटकाऱ्याने एका नव्या पुस्तकाची पार वाट लावून टाकली. मात्र आपली चूक लक्षात येताच तिने आपला अपराध लगेच कबूल केला. त्यामुळे निवेदिता सर्व विसरली. नुसतीच विसरली नाहीतर तिला तिचे वागणे पाहून आनंदच झाला.

निवेदितेचे आपल्या विद्यार्थिनींकडे बारीक लक्ष असे, हे तिने तयार केलेल्या विद्यार्थिनींच्या प्रगती पुस्तकांवरून लक्षात येते. काही उदाहरणे गंमत म्हणून पाहण्यासारखी आहेत.

सुभाषिणी दत्त – कायस्थ – उपस्थिती ६० पैकी ५१ दिवस. असे ऐकले आहे की हिचा स्वभाव आजीवर गेला आहे. त्यांच्यासारखीच ही बुद्धिवान, मनमिळाऊ आणि मनमोकळी आहे. तशीच चुणचुणीत आहे. मला ती आवडते. इंग्रजीत चांगली प्रगती आहे. चित्रे छान काढते. हस्तव्यवसाय फार आवडतो. त्यात अगदी रमून जाते. एखादी गोष्ट पुन:पुन्हा करावी लागली, तरी ती कंटाळत नाही. शिष्टाचार सहजपणे आत्मसात करते.

कान्त बसू – कायस्थ – उपस्थिती ६० पैकी ४८ दिवस. अतिशय गोड आणि हसतमुख. नेहमी समाधानी असते. शाळेला नियमित येण्याचा प्रयत्न असतो. घरी

कामामुळे शाळेला येण्यास उशीर झाला तरी येते. पुस्तके-वह्या व्यवस्थित ठेवते. चित्रे चांगली काढते, पण शिवणकाम वाईट. हुशार आणि शिक्षण देण्यास योग्य.

विद्युतमाला बसू – जेवढ्या म्हणून हिंमतवान मुली पाहण्यात आल्या आहेत, त्यात ही श्रेष्ठ. तिच्यात विलक्षण धाडस आहे. ती खंबीर आहे. अभिरुची उत्तम. सुरुवातीला कुणाचेही ऐकत नसे, स्वत:च्या मनाप्रमाणे वागत असे. पण एकदा तिला शांतपणे समजुतीच्या दोन गोष्टी सांगितल्यावर तिच्यात बदल झाला. आता नुसते प्रेमाने हसले तरी पुरते. नेहमी छान-छान भेटवस्तू आणते. ती तेजस्वी आहे. इच्छाशक्तीही प्रबल आहे. पण लग्नानंतर हे सर्व गुण नष्ट होतील.

ज्ञानदाबाला – कोळी – स्वभाव विनोदी. मनाने चांगली. घरकामात गोडी. शिकण्यात अजिबात लक्ष नाही. तिला शिकवणे अशक्यच. पण वर्ग स्वच्छ करायला सांगा किंवा बेटला एखाद्या कामात मदत करायला सांगा – एकदम खूश! प्लेगच्या साथीत माझ्याबरोबर हिंडत असे. पुढे कळले की, तिचे पालनपोषण आईच करते आणि आईचे एक लहानसे दुकान आहे. एक प्रसंग माझ्या चांगला लक्षात राहिला आहे. एकदा केळी घेण्यासाठी मी तिच्या दुकानात गेले असताना ती आईपेक्षा जास्त औदार्य दाखवायला गेली, तेव्हा आई तिला रागावली. मग तिचे तोंड एवढेसे झाले.

म.न. – गवळी. ६० दिवसांपैकी ३९ दिवस उपस्थित. अतिशय गोड, चांगली, शांत, कष्टाळू पण लाजरी. माझ्या माहितीप्रमाणे सर्वांत उत्तम आणि हुशार. मन लावून काम करणारी.

या काळात निवेदितेच्या शाळेत ४५ विद्यार्थिनी होत्या आणि प्रत्येकीकडे निवेदिता वैयक्तिक लक्ष देत होती. त्यांना हस्तव्यवसाय, शिवणकाम, चित्रकला यांच्याबरोबरच भाषा, इतिहास, भूगोल, प्राथमिक विज्ञान यांचे पाठ देऊन ती शिक्षणाचा पाया भक्कम करण्याचा कसोशीने प्रयत्न करत होती. त्यासाठी नकाशे, मॅजिक लॅन्टर्स यासारखी त्या काळातील आधुनिक साधने ती उपयोगात आणत होती. मुलींना बाहेरचे जग दाखवायचाही तिचा प्रयत्न होता. २८ जानेवारी, १९०३च्या जयांना लिहिलेल्या पत्रात निवेदितेने १६ मुलींना घेऊन ती व बेट, २५ जानेवारीला मठात गेल्याचा उल्लेख केलेला आढळतो.

पण निवेदितेचे असे प्रयत्न मुलींच्या शिक्षणाच्या दृष्टीने फारसे फलदायी ठरत नव्हते. याचे प्रमुख कारण होते, त्या काळातील बालविवाहाची प्रथा! बुद्धिमान आणि शिक्षणात रस घेणाऱ्या मुली जरा कुठे प्रगती करतात ना करतात तोच त्यांचे लग्न होत असे आणि मग शिक्षण कायमचे बंदच होत असे. एकदा का मुलगी अंत:पुरात शिरली की, ती एका परीने बंदीच होत असे. काही मुली इतक्या लवकर विवाहास तयार नसत; पण त्यांच्या विरोधाला न जुमानता, त्यांच्या मनाविरुद्ध

विवाह लावून देण्यात येत असे. हे पाहून निवेदिता हताश होत असे.

अखेर निवेदिता आणि ख्रिस्टीन या दोघींनी आपापसात चर्चा करून एक योजना आखली. घराघरांतील अंत:पुरात बंदिस्त झालेल्या स्त्रियांना शिक्षण दिल्याशिवाय स्त्री-शिक्षणाच्या कार्यक्रमाला यश येणे शक्य नसल्याचे त्यांना समजून चुकले होते. त्यासाठी स्त्रियांशी घनिष्ठ संबंध स्थापन करणे, आवश्यक होते. निवेदिता अनेक वेळा अचानक घरोघरी जाऊन त्या घरातील स्त्रियांना स्वत:च्या घरी बोलावत असे. त्या स्त्रिया स्वत:हून तिच्या घरी येणार नाहीत, हे तिला माहीत होते.

याआधी म्हणजे १९०२च्या नोव्हेंबरमध्ये निवेदितेने एक फार चांगली युक्ती योजून स्त्रियांना आपल्या घरी जमवले होते. तिने तिच्या घरी चंडी-पाठ आणि कथकता यांचे आयोजन केले होते. चंडी-पाठ म्हणजे चंडीचे आणि दुर्गेचे माहात्म्य सांगणाऱ्या पोथीचे वाचन. कथकतेचा उल्लेख यापूर्वी आलाच आहे. बागबाजारातील घरोघरी स्वत: जाऊन तिने आमंत्रणे दिली होती. तिच्या घराच्या अंगणात चौरंग मांडून तिने कथक-ठाकुरांची बसायची व्यवस्था केली होती. कथक-ठाकूर म्हणजे पोथी वाचणारे पुराणिक. घराच्या ओसरीवर चिकाचे पडदे लावून स्त्रियांच्या बसण्याची व्यवस्था करण्यात आली होती. दारापुढे सुंदर रांगोळी, दाराला फुलांचे तोरण, उदबत्त्यांचा सुवास, मंदपणे तेवणारे दिवे यामुळे वातावरण पवित्र झाले होते. निवेदिता राहत असलेल्या भागातील सर्वांनाच निवेदितेबद्दल आपुलकी होती. या प्रसंगाने ती जास्तच वाढली.

पूर्वी गंगास्नानाला जाताना स्त्रिया हळूच तिच्याकडे बघत. पुढे काही काळानंतर तिच्याशी नजरानजर झाल्यावर त्या तिला हसून प्रतिसाद द्यायला लागल्या होत्या. चंडी-पाठानंतर त्या हळूहळू तिच्या घरी गप्पा मारायला येऊ लागल्या. निवेदिता त्यांचे मनापासून स्वागत करत असे, त्यांना बसायला मोढा देत असे, ती व ख्रिस्टीन सतरंजीवर बसत. गप्पा होत त्या अगदी घरगुती. या देशातील कौटुंबिक जीवनाचे निवेदितेला फार आकर्षण होते. ती त्यांना त्यासंबंधी प्रश्न विचारत असे. त्यांनाही ही मेमसाहेब हिंदू स्त्रीप्रमाणे राहते, याचे कुतूहल आणि कौतुक वाटत असे. कधीकधी ख्रिस्टीनला बरोबर घेऊन निवेदिताही शेजाऱ्यांकडे गप्पा मारण्यास जात असे. यामुळे निवेदिता, ख्रिस्टीन आणि इतर आजूबाजूच्या स्त्रिया यांच्यात एक स्नेहाचे मधुर नाते तयार झाले.

याचा उपयोग स्त्री-शिक्षणासाठी होईल असे निवेदितेला वाटले. स्वामी ब्रह्मानंदांचे प्रोत्साहन होतेच. स्वामी सारदानंदही मदतीस तत्परतेने तयार होते. कार्तिक नवमीला म्हणजे २६ ऑक्टोबर, १९०३ला १७ बोसपाडा लेन येथे स्त्रियांच्या एका सभेचे आयोजन करण्यात आले. या सभेत स्वामी सारदानंद 'गीते'वर बोलले. याच सुमारास धीरामाता जपानहून कोलकात्याला आल्या होत्या. त्या निवेदितेकडेच राहत

होत्या. त्याही या सभेला उपस्थित होत्या. या सभेनंतर असे ठरले की, प्रत्येक मंगळवारी बेलुड मठातील स्वामी बोधानंद गीतेचा अध्याय वाचून दाखवतील.

स्त्रियांचा प्रतिसाद पाहून स्त्रियांसाठी स्वतंत्र शाळा २ नोव्हेंबर, १९०३पासून सुरू करण्यात आली. ख्रिस्टीन भरतकाम शिकवत असे. आचार्य जगदशीचंद्र बसूंच्या भगिनी – लावण्यप्रभा बसूही येथे शिकवत. काही दिवस योगीन मा धर्माचे शिक्षण देत. या शाळेसंबंधीची सविस्तर बातमी 'उद्बोधन'मध्ये 'रामकृष्ण मिशन अंत:पूर प्रचार' या शीर्षकाखाली प्रसिद्ध झाली होती. यावरून निवेदितेच्या शैक्षणिक कार्याला रामकृष्ण मिशनचा पूर्ण पाठिंबा होता, हेच स्पष्ट होते. विधवाश्रम किंवा अनाथाश्रम स्थापन करण्याचा संकल्प निवेदितेला सोडून द्यावा लागला असला तरी स्त्रियांसाठी शाळा काढण्यात तिला यश मिळाले.

निवेदितेच्या शाळेत येणाऱ्या विद्यार्थिनी कर्मठ हिंदू कुटुंबातील स्त्रिया वा मुली असल्याने पडदाप्रथा कायम राखण्यासाठी त्यांना येण्या-जाण्यासाठी घोडागाडीची व्यवस्था करण्यात आली होती. त्यामुळे आजूबाजूच्या परिस्थितीत कोणताही बदल न होता विवाहित स्त्रिया, मुली आणि विधवा यांच्या शिक्षणाची सहजपणे सोय झाली. त्या वेळी मिशनऱ्यांच्या शाळांमध्ये ख्रिश्चन धर्माचे शिक्षण देण्यावर भर होता. कारण ख्रिश्चन धर्मप्रचार हाच त्यांचा उद्देश होता. निवेदितेच्या शाळेत गेल्यास घरातील स्त्रिया 'मडमा' होणार नाहीत, याची खात्री पटल्यामुळे निवेदितेच्या शाळेतील विद्यार्थिनींची संख्या वाढायला लागली. येथे शिकायला येणाऱ्या स्त्रियांना शाळेत जाणे म्हणजे एका घरातून दुसऱ्या घरात जाण्यासारखेच वाटत असे!

असे सांगतात की, अंत:पुरातून कधीच बाहेर पडायला न मिळालेल्या या स्त्रिया अतिशय उत्साहाने शाळेत येत. शाळेत वेळेवर जाता यावे म्हणून त्या सकाळी लवकर उठून घरातील कामे उरकत. कामात कुचराई होते, असे कारण सांगून घरातील वडील माणसांनी त्यांचे शाळेत जाणे बंद करू नये, यासाठी त्या घरातील कामे अतिशय नीटनेटकेपणाने आणि काळजीपूर्वक करत. याचा अर्थ निवेदितेच्या शाळेमुळे कुठलाही तोटा न होता फायदाच होत होता.

शिक्षणामुळे स्त्रियांमध्ये आत्मविश्वास येईल, स्वत:तील क्षमतेची त्यांना जाणीव होईल, त्यांच्यातील न्यूनगंड नाहीसा होईल, योग्य निर्णय घेण्याचे सामर्थ्य त्यांच्यात येईल, याची निवेदितेला खात्री होती. भारताच्या प्राचीन संस्कृतीच्या, उत्तम परंपरांच्या संस्कारात वाढलेली स्त्री खरे तर सुसंस्कृत आणि सुशिक्षित असतेच, असे तिचे मत होते. भारतीय स्त्री ही उत्तम गृहिणी असतेच; त्याग, सेवा, प्रेम, आतिथ्यशीलता, नम्रता, मृदूता हे गुण तिला पूर्णता आणतात, असे तिला वाटत होते. आधुनिक विचारांची ओळख होताच, कुटुंबाची जबाबदारी हसतमुखाने पेलणाऱ्या या स्त्रीकडून मुलांवर योग्य संस्कार झाल्याशिवाय राहणार नव्हते. स्वामीजींना हेच हवे होते.

इंग्रजांनी आपल्या स्वत:च्या स्वार्थासाठी भारताची प्राचीन संस्कृती हीन आहे, भारतीय इंग्रजांपेक्षा खूपच खालच्या स्तरावरचे आहेत, असा डांगोरा पिटून भारतीय जनतेचे मानसिक खच्चीकरण केले होते. अशा समाजाकडून राष्ट्रशक्ती, राष्ट्रधर्म यांची अपेक्षा करणे चूकच होते. अशा समाजाला आत्मभान येण्यासाठी त्याच्या महान प्राचीन संस्कृतीची आठवण करून देणे, अत्यावश्यक होते. स्त्री जागृत झाली तर हे जागरणाचे कार्य अधिक सोपे होईल, हे स्वामीजींना जाणवले होते आणि निवेदितेलाही ते पटले होते. म्हणूनच तिने आणि ख्रिस्टीनने स्त्री-शिक्षणासाठी अथक परिश्रम घेतले.

विद्यार्थिनींची संख्या वाढल्यावर १७ क्रमांकाचे घर शाळेला अपुरे पडू लागले. तेव्हा पूर्वी निवेदिता राहत असलेले १६ क्रमांकाचे घरही भाड्याने घेण्यात आले. १६ क्रमांकाच्या घरात मोठ्या वयाच्या स्त्रियांचे वर्ग भरत. ख्रिस्टीनने या घरातच राहायला सुरुवात केली.

१७ क्रमांकाच्या घरात निवेदिता, बेट, गोपालेर मा आणि एक घरकाम करणारी बाई राहत. निवेदितेच्या पत्रांवरून शाळा कशी चालत होती, याची संपूर्ण हकिकत कळते.

"१६ क्रमांकाच्या घरात पूर्वी जिथं वर्ग भरत असे, तिथेच ख्रिस्टीनचा वर्ग भरतो. त्याच्या वरच्या खोलीत ख्रिस्टीन विवाहित स्त्रियांना शिवणकाम शिकवते. हा वर्ग सोमवारी आणि बुधवारी असतो. रोज मुलींना शिवणकाम शिकवले जातेच! माझ्या जुन्या झोपण्याच्या खोलीतच ख्रिस्टीन झोपते.

"मी सकाळी शक्य तेवढ्या लवकर अभ्यासिकेत येऊन बसते. नऊच्या सुमारास काही ब्राह्मो शिक्षिका किंडरगार्टनचे शिक्षण घेण्यासाठी येतात. हा वर्ग एक तासभर चालतो. लहान मुलींची शाळा बारा वाजता भरते. साडेचारला सुटते. मग मुलींना चहा देण्यात येतो आणि त्या घरी जातात. ख्रिस्टीनच्या विद्यार्थिनी एक ते साडेचार शाळेत असतात.

"विवाहित स्त्रिया घराबाहेर पडणं, ही घटना कोलकात्यात प्रथमच घडते आहे. त्यांची संख्या साठ आहे. त्यांना रविवारी सुटी असते. माझ्या शाळेला शनिवार-रविवार अशी दोन दिवस सुटी असते. सोमवार आणि बुधवार या दोन्ही दिवशीच्या शिवणकामाच्या वर्गासाठी आम्हाला बरेच कष्ट घ्यावे लागतात.

"माझ्याकडे प्रशिक्षण घेण्यासाठी येणाऱ्या शिक्षिकाचे आमच्या शाळेत पाठ घेतात. अंत:पुरात आयुष्य घालवणाऱ्या हिंदू स्त्रिया, एका युरोपीय स्त्रीकडे शिक्षणासाठी जाणं, ही एक अभूतपूर्ण घटना आहे. पण आम्हाला एक दिवससुद्धा काही अडचण आली नाही."

निवेदितेच्या घरात एक देवघर होते. तेथे एका टेबलावर श्रीरामकृष्णांची सुंदर

मूर्ती ठेवलेली होती. रोज शाळा सुरू होण्यापूर्वी श्रीरामकृष्णांना पुष्पांजली वाहून, विद्यार्थिनी एका सुरात प्रार्थना म्हणत आणि नंतर 'वंदे मातरम्' म्हणत.

मि. एस. के. रॅटक्लिफ हे कोलकात्यातून प्रसिद्ध होणाऱ्या 'स्टेट्समन'चे संपादक होते. नंतर ते इंग्लंडमधून प्रसिद्ध होणाऱ्या 'डेली न्यूज'चे संपादक झाले. निवेदितेच्या शिक्षणकार्याचे ते साक्षीदार होते. त्यांनी लिहून ठेवले आहे, "लहानसं किंडरगार्टन काढून निवेदितेने शाळेचा आरंभ केला. हळूहळू या शाळेचा विस्तार झाला आणि विवाहयोग्य वय होईपर्यंत अनेक हिंदू मुली या शाळेत येऊ लागल्या. घरापेक्षा वेगळ्या वातावरणात आपण आलो आहोत, असं या मुलींना कधीच वाटत नसे... परकीय धर्म किंवा सामाजिक प्रथा यांच्याकडे शाळेतील मुलींना आकर्षित करण्याऐवजी इथं स्वदेशी आचारविचारांचे पालन करून, भारतीय आदर्श मुलींच्या मनावर बिंबवण्याचा प्रयत्न असे. याचा अर्थ मात्र असा नव्हे की, निवेदिता सामाजिक प्रगतीच्या विरुद्ध होती. आधुनिक क्रांती आणि विचार स्त्री समाजात जे बदल घडवून आणत होते, त्यामुळे सर्व जुन्या प्रथा तशाच्या तशा ठेवणे अशक्य असल्याचं तिच्या लक्षात आलंच होतं. म्हणूनच तिला भरतकाम, शिवणकाम याचबरोबर बंगाली आणि इंग्रजी भाषांचं शिक्षण आपल्या विद्यार्थिनींना देणं योग्य वाटलं.''

मि. एस.के. रॅटक्लिफ निवेदितेचे नुसते मित्रच नव्हते, तर तिचे त्यांच्या कुटुंबाशी अत्यंत जिव्हाळ्याचे संबंध होते. तिच्या मनातील अनेक गोष्टी तिने या दांपत्याला मनमोकळेपणाने कळवल्या आहेत. रॅटक्लिफ कोलकात्याला असताना, प्रत्येक रविवार सकाळच्या न्याहरीला निवेदितेकडे येत. त्यांनी लिहून ठेवले आहे की, न्याहरीचा बेत अगदी साधा असे. पण आमची रविवारची सकाळ गप्पागोष्टीत, चर्चा करण्यात खूप आनंदात जात असे. निवेदितेचे घर म्हणजे सर्वांचे 'अड्डा' जमवण्याचे ठिकाण. भारतात प्रवासासाठी आलेले अमेरिकन आणि इंग्रज पर्यटक निवेदितेकडे हमखास येत. त्याशिवाय व्हॉइसरॉय काउन्सिलचे सदस्य, प्रतिष्ठित भारतीय व्यक्ती, कलाकार, संपादक, पत्रकार, साहित्यिक, शिक्षक, विद्यार्थी, मिशनरी, पंडित, रामकृष्ण मठातील संन्यासी, वेगवेगळ्या प्रदेशांतील नेते – या सर्वांची भेट व्हायची, ती या 'भगिनी निवासात.' एका रविवारी सकाळच्या न्याहरीसाठी गव्हर्नरांच्या पत्नी – लेडी मिंटो – पण आल्या होत्या.

काही जण तिच्याकडे आपल्या समस्या घेऊन येत, तर काही तिच्याकडून आर्थिक मदतीची अपेक्षा करत. निवेदिता तिला जमेल, तशी त्यांना मदत करत असे. खरे तर पैशांची चणचण तिलाच नेहमी सतावत असे. एकदा तर शारदामाता तिला म्हणाल्याही होत्या की, तिला पैशांसाठी पुन्हा परदेशी जावे लागणार! असे असूनही ती सर्वांचे स्वागत करत असे.

रॅटक्लिफ यांचेकडे ती राजकीय विषयांवर बोलत असे, लेखांसाठी त्यांना

निरनिराळे विषय सुचवीत असे. तिचे विचार स्टेट्समनमधून व्यक्त व्हावेत, असाच रॅटक्लिफ यांचा प्रयत्न असे. तेही भारतप्रेमी असल्याने त्यांचे तिच्याशी पटत असे. त्यांनी तिला नेहमीच मदत केली. त्यांचा साधेपणा निवेदितेला विशेष आवडत असे. ते तिच्याकडे सायकलवरून येत आणि सतरंजीवर बसून चहा घेत.

'सायकल' ही त्या काळात कुतूहलाचीच गोष्ट होती. वाहतुकीची साधने म्हणजे घोडागाडी, बग्गी, लँडो, कॅरिजिस... वगैरे. मोटारी जवळजवळ नव्हत्याच. 'सायकल'ही दुर्मीळ! पण सरला घोषाल आणि तिचा मामेभाऊ – सत्येंद्रनाथ ठाकुरांचा मुलगा – सुरेंद्रनाथ – या दोघांनी मिळून निवेदितेला सायकल भेट दिली होती. १७ क्रमांकाचे बोसपाडा लेनमधील घर ते जवळचा बाजार किंवा जवळचे एखादे ठिकाण येथे जाताना निवेदिता सायकलचा उपयोग करत असे. तिला पुष्कळ कामे असत, तेव्हा वेळ वाचवण्यासाठी सायकल फार उपयोगी पडत असे. आताच्या काळात स्त्रियांनी सायकल चालवण्यात काहीच नवल वाटत नाही. कारण आता स्त्रिया विमानसुद्धा चालवतात. पण त्या काळाचा विचार केला तर ती क्रांतिकारी घटना होती. पूर्णपणे कर्मठ हिंदू स्त्रीप्रमाणे राहणारी आणि वागणारी निवेदिता सायकलवरून निघाली की, सर्वच जण 'आ' वासून तिच्याकडे पाहत. त्यांच्या नजरेत आश्चर्य आणि कौतुक दोन्हीही असे.

निवेदितेच्या सायकलसवारीचा एक खूप मजेदार किस्सा, तिच्या धाकट्या भावाने – रिचमंडने सांगितला आहे.

निवेदिता सायकल चालवायला शिकली होती हे खरे, पण ती काही त्यात 'उस्ताद' नव्हती. न पडता एक-दीड मैल जात असे. धाकट्या भावाने सायकल शिकवली, म्हणून तिला त्याचे फार कौतुक! एकदा सायकलवरून रपेट मारायचे ठरले. विम्बल्डनपासून चार-एक मैलांवर मिचाम या ठिकाणाजवळ एक जुनी खानावळ होती. तेथे चहापान केल्यावर ते परत फिरले. ही सफर निवेदितेच्या दृष्टीने फारच 'रोमँटिक' झाली होती. परतीची वाट उताराची होती. निवेदितेची सायकल वेगाने निघाली. निवेदितेला खूप गंमत वाटत होती. पण अचानक एक फळवाला आडवा आला. निवेदितेने घोड्याचा लगाम खेचावा तसे ब्रेक दाबून सायकल आवरायचा कसून प्रयत्न केला आणि तोंडाने 'ओऽऽ – मि. फळवाले ऽ ऽ सावधान! सावधान!!' असे ओरडणे सुरू ठेवले. यामुळे बिचारे मि. फळवाले अधिकच गोंधळले आणि शेवट फळे, फळवाला, निवेदिता आणि सायकल या सर्वांनी धरणीमातेला लोटांगण घालण्यात झाला, हे वेगळे सांगायला नकोच! हा मजेदार प्रसंग ऐकताच आचार्य जगदीशचंद्रांना हसू आवरणे कठीण झाले होते!

पण कोलकाताच्या बागबाजारात असे काही घडले, नाहीतरी निवेदिता सायकलवरून जायला लागताच, लोक रस्त्यात थांबून तिच्याकडे पाहत.

आताच्या काळाचा विचार करता सायकल चालवण्यात जसे विशेष काही नाही, तसेच एक शाळा स्थापन करणे म्हणजे फार मोठे आणि अवघड कार्य आहे, असे वाटणार नाही. पण काळाचा संदर्भ लक्षात घ्यायलाच हवा. ज्या काळात बंगालमधील स्त्री असूर्यस्पर्शा होती, गंगास्नानाला जातानाही कुलीन स्त्रिया बंद पालखीतून जात आणि पालखी गंगेत बुडवून गंगास्नान करत, कुलीन घरातील मुलगी शिकली तर तिला वैधव्य येते अशी अंधश्रद्धा समाजात रूढ होती, सोवळ्या-ओवळ्याचे नियम अतिशय कडक होते, त्या काळात एका 'गोऱ्या' स्त्रीने भारतात येऊन भारतातील स्त्रियांसाठी शाळा स्थापन करणे, हे एक प्रकारे क्रांतिकार्यच होते.

आरंभी निवेदितेच्या शाळेला नेमके नाव नव्हते. स्थानिक लोक 'सिस्टर निवेदितेची शाळा' म्हणत. निवेदितेच्या मनात 'रामकृष्ण गर्ल्स स्कूल' हे नाव द्यायचे होते. पाश्चात्त्य लोक या शाळेला 'विवेकानंद स्कूल' म्हणत. पुढे या शाळेची जबाबदारी श्रीरामकृष्ण मिशनने स्वीकारली आणि शाळेला नाव दिले 'श्रीरामकृष्ण मिशन सिस्टर निवेदिता गर्ल्स स्कूल'. आज शंभर वर्षांनंतर १७ क्रमांकाचे घर राहिले नाही, पण निवेदितेची शाळा नुसती दिमाखात उभी नाहीतर कोलकात्यातील एक नावाजलेली शाळा म्हणून भरभराटीस आली आहे.

पण फक्त शाळा व्यवस्थित सुरू झाली म्हणून निवेदितेचे समाधान झाले नव्हते. तिला शाळेनंतर कॉलेज सुरू करायचे होते. हे कॉलेज इतर कॉलेजांपेक्षा वेगळे असणार होते. राष्ट्रीय शिक्षण देण्याचा तिचा संकल्प होता. पण आर्थिक अभावामुळे हे शक्य झाले नाही.

रवीन्द्रनाथ ठाकुरांनी तिला त्यांच्या घरात एक शाळा काढण्याची कल्पना सुचवली होती. निवेदितेला प्रथम ती फारच आवडली; परंतु स्वत:च्या घराच्या व्यतिरिक्त दुसरीकडे जाऊन शिकवणे तिला शक्य नव्हते. आणि दुसरी शिक्षिका नेमल्यास तिचा पगार आणि शाळेचा इतर आनुषंगिक खर्च तिला झेपला नसता. म्हणून मनात असूनही ही कल्पना प्रत्यक्षात येऊ शकली नाही.

The Web of Indian Life हे पुस्तक पूर्ण करणे आवश्यक होते. म्हणजे थोडी आर्थिक सोय झाली असती. पण कोलकात्यात राहून लेखन करणे जमत नव्हते. लेखनासाठी शांतता मिळण्यासाठी ती तीन महिने दार्जिलिंगला जाऊन राहिली. या काळात ख्रिस्टीनने शाळेची जबाबदारी आनंदाने उचलली.

◆

विवेकानंद बोर्डिंग हाउसची स्थापना

निवेदितेच्या मनात नाना संकल्प होते आणि ते कशा प्रकारे प्रत्यक्षात येतील, याचा विचार ती सतत करत असे. देशाचे कल्याण आणि सेवा ज्यायोगे होईल असे संकल्प निवेदितेने मांडले की, त्यासाठी तिला मदत करण्यास पुढे सरसावत ते स्वामी सदानंद. निवेदितेबरोबर बऱ्याच ठिकाणी ते गेले होते. त्यामुळे निवेदितेचा स्वभाव, विचार, कार्य करण्याची पद्धत स्वामी सदानंदांना चांगलीच परिचित झाली होती. अतिशय निरपेक्षपणे ते मदत करत, तिला प्रोत्साहन देत आणि योग्य तो सल्लाही.

निवेदितेच्या मनात असा एक मठ स्थापन करायचा होता की, तेथे जी मुले येतील त्यांना राष्ट्रीय शिक्षण देऊन, त्यांच्यात राष्ट्रधर्म जागृत करायचा. असे शिक्षण मिळालेली मुले संन्यासी होतील. पण हे संन्यासी भारतमातेचीच भक्ती करतील आणि देशासाठीच आपले जीवन समर्पित करतील. 'देशकार्य' हेच या संन्याशांचे एकमेव व्रत असेल. त्यांच्या अंगी देशप्रेम बाणावे, आपल्या देशवासीयांची, त्यांच्या जीवनाची, त्यांच्या परिस्थितीची या मुलांना यथार्थ जाणीव व्हावी म्हणून निवेदितेने त्यांच्या शैक्षणिक कार्यक्रमाची आखणी फारच वेगळ्या तऱ्हेने केली होती. ही मुले वर्षातील सहा महिने तिच्याजवळ राहणार होती आणि सहा महिने भारत-भ्रमण करणार होती. स्वामीजींनी स्वतः भारत-भ्रमण केले होते आणि मगच त्यांना भारताचा खरा परिचय झाला होता. निवेदितेलाही स्वामीजींनी उत्तर भारताचे भ्रमण घडवून आणल्यानंतरच तिचे अनेक गैरसमज दूर झाले होते आणि ती मनापासून भारताला स्वदेश मानायला लागली होती. देशाच्या भ्रमंतीमुळे शिक्षण होते, ज्ञानात भर पडते आणि राष्ट्रीय भावना निर्माण होते, अशी तिला खात्री पटली होती. म्हणूनच १९०३ सालच्या एप्रिल महिन्यात कोलकात्यात 'विवेकानंद सोसायटी'च्या व्यवस्थापनाखाली 'विवेकानंद होम' या नावाने मठ नव्हे, तर एका वसतिगृहाचा आरंभ झाला.

या वसतिगृहातील काही विद्यार्थी स्वामी सदानंदांबरोबर प्रवासाला निघाले. या विद्यार्थ्यांबरोबर रवींद्रनाथांचा मोठा मुलगा – रथींद्रनाथही – गेला होता. काठगोदामहून ते केदार-ब्रदीपर्यंत जाणार होते. यासाठी पैशांची आवश्यकता होतीच. निवेदितेच्या विनंतीला मान देऊन एकीने दोनशे रुपये दिले.

मुले गाडीने रवाना होईपर्यंत निवेदितेच्या काळजीला अंत नव्हता. ही मुले आई, घर सोडून इतक्या दूर जाण्यास तयार होतील का? ही शंका अखेरपर्यंत तिला सतावत होती. शेवटी सर्व मुलांना घेऊन स्वामी सदानंदांनी कोलकाता सोडताच तिने सुटकेचा नि:श्वास टाकला.

हिमालयातील या प्रवासामुळे स्वामी सदानंद आजारी पडले. तरीसुद्धा त्यांना बरे वाटताच आणखी एकदा तिने त्यांच्याबरोबर मुलांना प्रवासाला पाठवले. या प्रवासानंतर पैशांच्या अडचणीमुळे तिला ही शैक्षणिक कल्पना सोडून द्यावी लागली. असे झाले तरी निवेदिता हार मानणारी नव्हती.

राष्ट्रीय भावना लोकांमध्ये – विशेषत: तरुणांमध्ये – जागृत करण्यासाठी, निवेदितेने एक मासिक काढायचे ठरवले. भारतात राष्ट्रीय भावना जागृत होणे अतिशय महत्त्वाचे होते. अशी भावना प्रत्येकाच्या मनात जागृत झाल्यास हिंदू-मुसलमान एकत्र येतील आणि रामकृष्ण-विवेकानंद यांना अभिप्रेत असलेला सर्वधर्मसमन्वय घडून येईल, असा तिला विश्वास होता. लेखणीद्वारे हे कार्य शक्य होईल, असा विचार करून तिने मासिकाची कल्पना लढवली होती.

या वेळी मिसेस लेगेट आणि जया युरोप सफरीवर गेल्या होत्या. त्यांनी निवेदितेला आमंत्रण दिले, पण तिने ते नाकारले. "एक आदर्श समोर ठेवून मी भारतात आले आहे. त्या आदर्शाव्यतिरिक्त दुसऱ्या कुठल्याही कारणासाठी भारत सोडणं म्हणजे तो आदर्शच त्यागणं! मी सध्या जपानला जाण्याचा विचारही बाजूला ठेवलाय. मला स्वामीजींच्या ज्या विचाराचा प्रचार करायचा आहे, तो उन्हाळ्यात थंड हवेच्या ठिकाणी बसून नाही करता यायचा! त्यासाठी वारा येत नसलेल्या धुळीने भरलेल्या छापखान्यातच जाऊन बसायला हवं." असे तिने त्यांना कळवले होते.

नव्या मासिकासाठी तिला आर्थिक मदत मिळाली, पण ती अगदीच अपुरी होती. त्यामुळे राष्ट्रीय भावनेच्या प्रचारासाठी स्वतंत्र मासिक काढण्याचा तिचा संकल्पही तडीस गेला नाही. पण तिचे लेखन मात्र थांबले नाही. 'न्यू इंडिया', 'डॉन', 'इंडियन रिव्ह्यू', 'मॉडर्न रिव्ह्यू', 'प्रबुद्ध भारत', 'हिंदुस्थान रिव्ह्यू', 'म्हैसूर रिव्ह्यू', 'बिहार हेरल्ड', 'द बेंगॉली', 'ईस्ट ॲन्ड वेस्ट', 'सिंध जर्नल', 'द हिंदू', 'बालभारती', 'अमृत बझार पत्रिका', 'स्टेटस्मन', 'ॲडव्होकेट', 'ट्रिब्यून', 'मराठा', 'टाइम्स ऑफ इंडिया', 'बॉम्बे क्रॉनिकल' अशा अनेक वर्तमानपत्रांतून आणि नियतकालिकांतून तिने आपले विचार मांडले.

हार मानून स्वस्थ बसणे निवेदितेच्या स्वभावातच नव्हते. कार्याच्या यशासाठी प्रयत्न करत राहणे आणि प्रयत्नातून कार्य उभे करणे, हाच तिच्या जीवनाचा मूलमंत्र होता. म्हणूनच १९०३ साली निवेदितेने ६४/१ मेछोबाजार स्ट्रीट – सध्याचे नाव महेंद्र श्रीमानी रोड – येथे 'विवेकानंद बोर्डिंग हाउस' स्थापन केले. या बोर्डिंग हाउसजवळच 'व्हिक्टोरिया गर्ल्स स्कूल' होते. आजूबाजूला मुसलमान वस्ती होती. जेथे बोर्डिंग सुरू झाले, ती इमारत मोठी होती. पण 'भुतांचे घर' म्हणून ती इमारत ओळखली जात असल्याने अगदी कमी भाड्यात ती मिळाली होती. तेव्हाचे बोर्डिंग हाउसचे अध्यक्ष होते स्वामी सच्चिदानंद, 'विवेकानंद बोर्डिंग हाउस'बद्दल सविस्तर माहिती दिली आहे, त्या वेळी बोर्डिंग हाउसमध्ये राहणारे एक विद्यार्थी, प्रमथरंजन पाल यांनी. प्रमथरंजन पाल प्रतिभासंपन्न, अनुभवी, अनेक भाषा जाणणारे विद्वान गृहस्थ होते. ते जेव्हा बोर्डिंगमध्ये राहायला आले तेव्हा तेथे चाळीस विद्यार्थी होते.

'विवेकानंद बोर्डिंग हाऊस'मध्ये निवेदिता तर वरचेवर जात असेच पण अनेक नामवंत प्रतिष्ठित मंडळींना ती बोलावत असे. स्वामी सारदानंद, क्रांतिकारकांचे नेते प्रमथनाथ मित्र, टाकीचे जमीनदार यतीन्द्रमोहन चौधरी हे त्यांपैकी काही. प्रमथनाथ मित्र हे बॅरिस्टर होते. सुरेंद्रनाथ बन्द्योपाध्यायांचे ते लहानपणापासूनचे मित्र. ते उत्तम वक्ते होते. इंग्रजीतून भाषण करण्यात त्यांचा हात धरेल, असे त्या काळी कुणी नव्हते. पण भाषणे देऊन 'नेता' होण्याचा त्यांचा स्वभावच नव्हता. अरविंद घोषांपूर्वीच त्यांनी एक गुप्त समिती स्थापन केली होती. ते विलायतेत शिक्षणासाठी गेले असतानाच, गुप्त समितीची कल्पना त्यांनी मनात पक्की केली होती. तरुणांना लाठी चालवायला शिकवणे, क्रांतीचे शिक्षण देणे हेच त्यांचे कार्य होते. त्यांनी चार-एक वेळा गुप्त समिती स्थापन केली, पण त्यांना त्यात यश मिळाले नाही.

बोर्डिंग हाउसचे विद्यार्थी निवेदितेच्या घरीही जात किंबहुना निवेदिताच त्यांना बोलावत असे. निवेदितेच्या घरी या विद्यार्थ्यांची भेट स्वामी सारदानंद, आचार्य जगदीशचंद्र बसू, नामदार गोपाळकृष्ण गोखले यांच्याशी झाली होती.

मुर्शिदाबाद रेशमाचा गाउन, सोनेरी केस डोक्यावर एकत्र करून बांधलेले, गळ्यात रुद्राक्षांची माळ, शांत, प्रेमळ नजर असे निवेदितेचे रूप बोर्डिंगच्या विद्यार्थ्यांना अतिशय प्रभावित करत असे. प्रमथरंजन पाल यांनी निवेदितेला प्रथम जेव्हा पाहिले तेव्हा त्यांना ती सरस्वतीच भासली! कमतरता होती ती एका वीणेची. हातात वीणा दिली असती तर पांढरीशुभ्र वस्त्रातील निवेदिता साक्षात सरस्वतीच वाटली असती!

नामदार गोखले यांना निवेदितेने मुद्दाम बोलावून घेऊन, बोर्डिंगच्या विद्यार्थ्यांपुढे व्याख्यान देण्यास सांगितले होते. ते शिक्षणपद्धती आणि चारित्र्याबद्दल बोलले. त्यांनी सर्व्हन्ट्स ऑफ इंडिया सोसायटी आणि फर्ग्युसन कॉलेज यांची माहिती

सांगितली. महादेव गोविंद रानडे यांच्याकडून त्यांना प्रेरणा कशी मिळाली ते सांगितले. केवळ परदेशी साहित्य, इतिहास यावर विसंबून न राहता, आपल्या संस्कृतीशीच आपले घनिष्ठ नाते असले पाहिजे, आपल्या संस्कृतीच्या रक्षणाची जबाबदारी आपल्या सर्वांवर आहे, यावर त्यांनी जोर दिला. विद्यार्थ्यांना पुन:पुन्हा बजावले की त्यांनी निष्कलंक आणि सत्यनिष्ठ असणे आवश्यक आहे. 'खोटेपणाचा मक्ता फक्त भारतीय लोकांचा आहे,' या पाश्चात्त्यांच्या प्रचलित गैरसमजुतीला विरोध करताना ते म्हणाले, "या कोलकात्याच्या छातीवर 'हॉलवेल मॉन्युमेंट' उभं आहे. 'ब्लॅक होल स्मृतिस्तंभ' म्हणूनही ते ओळखलं जातं. तुम्ही सर्व ते नेहमीच पाहता आणि इतिहासात त्याबद्दल वाचता. पण हे फार मोठं lie (लाय) आहे, हे सिद्ध झालंय. एका लहानशा खोलीत १८०-१८४ इंग्रजांचा मृत्यू झाला असं म्हणतात. पण हे खरं तर अशक्यच आहे. एवढ्या लोकांना चक्कीत घालून भरडून काढलं असतं आणि त्यांचं मांस आणि हाडं एकत्र करून त्या खोलीत कोंबण्याचा प्रयत्न केला असता, तरी ती खोली अपुरी पडली असती. It is a deliberate lie exhibited here."

नामदार गोखल्यांच्या या व्याख्यानाने बोर्डिंगच्या विद्यार्थ्यांना फार प्रभावित केले. निवेदितेने गोखल्यांना पाठवलेल्या पत्रात त्याचा स्पष्ट उल्लेख केला आहे, "आपण आमच्या मुलांसमोर जे विचार मांडलेत, त्याबद्दल शतश: धन्यवाद! माझ्या अपेक्षेपेक्षाही आपलं व्याख्यान फारच सुंदर झालं. त्याचा मुलांवर किती चांगला परिणाम झाला, याची आपण कल्पनाही करू शकणार नाही."

निवेदितेचे बोर्डिंगच्या व्यवस्थापनावर अतिशय बारीक लक्ष असे. मुलांशी सतत संपर्कात राहून आपल्या जहाल वक्तव्याने ती त्यांच्या मनात स्वदेशभक्तीचे स्फुल्लिंग पेटवत असे. याची साक्ष एका प्रसंगातून मिळते.

१९०३ सालच्या सप्टेंबरमधील एका रविवारी साधारण एकच्या सुमारास निवेदिता अचानक बोर्डिंगमध्ये गेली. सुटीचा दिवस असल्याने काही मुले अंघोळ करत होती, काही जेवायला निघाली होती. निवेदितेला पाहून सर्वांनाच आनंद झाला. ती म्हणाली, "काही कामासाठी भवानीपूरला गेले होते. जाता जाता म्हटलं, तुम्हाला भेटून जावं. तुम्ही बरेच दिवसांत माझ्याकडे आला नाहीत. का बरं?" तिने त्याच दिवशी दुपारी मुलांना आपल्या घरी बोलावले.

सहा-सातजण मिळून दुपारी साडेचारच्या सुमारास निवेदितेकडे गेले. तिने मोठ्या आनंदाने आणि प्रेमाने मुलांचे स्वागत केले. त्यांना वरच्या मजल्यावरील खोलीत बसवले. प्रथम त्यांना बागबाजारातील प्रसिद्ध नवीन हलवायाकडचे रसगुल्ले देऊन त्यांचे तोंड गोड केले. मग तीही त्यांच्यात बसली आणि आईच्या ममतेने त्यांच्या प्रकृतीची, अभ्यासाची तिने चौकशी केली. त्यांच्या काही अडचणी आहेत

का, बोर्डिंगमध्ये कशाची कमतरता नाही ना, हेही अतिशय आपुलकीने विचारले. ते सर्व जण बरेच दिवसांत तिच्याकडे का आले नाहीत, असे तिने विचारताच, मुलांनी सांगितले की, युनिव्हर्सिटी इन्स्टिट्यूट आणि डॉन सोसायटी यांचे ते सभासद असल्याने, त्या सभांना त्यांना उपस्थित राहावे लागते. मुले 'डॉन सोसायटी'त जातात, हे ऐकून तिला आनंद झाला. "डॉन सोसायटीचे संस्थापक सतीशचंद्र मुखोपाध्याय अतिशय आदरणीय व्यक्ती आहेत," असे ती म्हणाली आणि सतीशचंद्र जो धर्मोपदेश करतात, त्याचा विषय निघताच तिने मुलांना विचारले, What do you mean by Dharma? मुलांनी आपापल्या मतानुसार उत्तरे दिली :

"धर्म म्हणजे सर्वशक्तिमान ईश्वराच्या अस्तित्वावर पूर्ण विश्वास. त्याच्या इच्छेला शरण जाऊन आत्मसमर्पण करणं आणि कुठल्याही परिस्थितीत सुखी-समाधानी राहणं."

"धर्म म्हणजे मातापित्यांचा आणि थोरामोठ्यांचा आदर करणं. फक्त आपल्या भावंडांवरच नव्हे, तर जात-धर्म विसरून आपल्या शेजाऱ्यांवर आणि इतर माणसांवरही प्रेम करणं."

"धर्म म्हणजे शास्त्राने सांगितलेल्या आचारविचारांचं प्रयत्नपूर्वक पालन करणं."

"धर्म म्हणजे कर्म आणि वाचा यांच्याविषयी प्रामाणिक असणं. कर्मात आणि वाचेत सत्याचं पालन होईल, असं वागणं. प्रत्येकाशी न्यायाने आणि सभ्यपणे वागणं."

"धर्म म्हणजे दुसऱ्यांचं कल्याण करणं, त्यांचं हित पाहणं. आणि हे करताना कशाचीही पर्वा न करणं – मग कितीही संकटं येवोत, कितीही दुःख सोसावं लागो. अगदी मृत्यू आला तरी माघार घ्यायची नाही."

"धर्म म्हणजे महाभारतात जे सांगितलं आहे ते : धारणाद् धर्ममित्याहुः धर्मः धारयते प्रजाः! यः स्यात् धारणसंयुक्तः स धर्म इति निश्चयः।" तेथे उपस्थित असलेल्या संस्कृत कॉलेजच्या विद्यार्थ्याने या श्लोकाचा इंग्रजीत अनुवाद केला.

मुलांचे सनातन धर्माबद्दलचे विचार ऐकून ती भारावून गेली. तिला त्यांचे कौतुक वाटले. मग तिनेही त्यांच्या विचारात आपल्या विचारांची भर घातली. ती म्हणाली,

"सर्वप्रथम तुम्ही तुमच्या मातृभूमीला ओळखलं पाहिजे. भारतमाता! तुमची आई आणि तुमची मातृभूमी या दोघींत तुम्ही दुजाभाव दाखवता कामा नये. त्या दोघींत तुम्ही भेद करू नये. मातृभूमी आणि माता यात काही फरक नाहीच."

"मला वाटतं की मातृभूमीला तुम्ही निरखावं, तिला जवळ जाऊन पाहावं, तिच्या माणसांची, त्या माणसांच्या धर्मांची, संस्कृतीची, साहित्याची, भाषांची, चालीरीतींची, परंपरांची ओळख करून घ्यावी. थोडक्यात सांगायचं तर संधी मिळताच, लोकांशी प्रेमाने मिळूनमिसळून आपल्या मातृभूमीच्या इतिहासाची सखोल

ओळख करून घ्यावी. तुम्ही तुमच्या जन्मदात्रीशी कसं वागता, तसंच मातृभूमीशी वागलं पाहिजे. तिच्यावर प्रेम केलं पाहिजे, तिला मान दिला पाहिजे, तिची सेवा केली पाहिजे, तिची पूजा केली पाहिजे आणि अत्यंत आदराने तिच्या चरणी माथा टेकवला पाहिजे.''

''हेच तुमचं पहिलं आणि महत्त्वाचं कर्तव्य असावं. हाच खरा धर्म. याचं पालन केलंत तर तुमचं जीवन धन्य होईल. वन्दे मातरम्!''

'वन्दे मातरम्'चा तिचा उच्चार अगदी स्पष्ट होता.

एवढे बोलून ती थांबली. भारतमातेबद्दल बोलत असताना तिचा चेहरा एका विलक्षण तेजाने चमकत होता.

काही वेळाने ती म्हणाली, ''घरी जा आणि विचार करा. चिंतन करा आणि 'वन्दे मातरम्' या शब्दांचं, या विषयाचं, या मंत्राचं गंभीरपणे ध्यान करा.''

एवढे सांगून तिने मुलांना निरोप दिला. एरवी ती निरोप देताना दुसरे काही बोलत असे, पण त्या दिवशीचे निरोपाचे शब्द होते, 'वन्दे मातरम्!

मुलांची मनेही मातृभूमीच्या पवित्र विचाराने भारावून गेली होती. एक गोष्ट मुलांना जाणवली, ती म्हणजे भारताचा उल्लेख तिने एकदाही it असा केला नाही. नेहमी ती she म्हणत होती. मुलांनाही ती तसेच म्हणायला सांगत होती.

मुले परत फिरली. पण रस्त्याने जाताना कुणीच कुणाशी बोलले नाही. त्यांच्या कानात निवेदितेचे शब्दच घुमत होते. मुलांनी 'आनंदमठ' ही कादंबरी वाचली होती. कोलकात्याच्या 'स्टार थिएटर'मध्ये आणि मेदिनीपूरच्या 'हिंदू थिएटर'मध्ये 'आनंदमठ'वर आधारित नाटक पाहिले होते. पण आजची अनुभूती वेगळीच होती. अशी अनुभूती नाटक पाहताना मुळीच आली नव्हती. बोर्डिंगमध्ये गेल्यावर हातपाय धुवून मुले आपापल्या खोलीत गेली. त्यांच्या मनात 'जननी जन्मभूमिश्च स्वर्गादपि गरीयसी', 'वन्दे मातरम्' हेच शब्द घोळत होते.

जेवण तयार असल्याची घंटा झाली. मुले गटा-गटाने जेवत आणि त्यानंतर अंगणात बसून निरनिराळ्या विषयांवर चर्चा करत. त्या दिवशी निवेदितेच्या घरी घडलेली हकिकत, निवेदितेच्या घरी जाऊ न शकलेल्या मुलांना सांगण्यास, निवेदितेकडे जाऊन आलेली मुले उत्सुक होती. त्यांना ती हकिकत पुन:पुन्हा सांगावी लागली. कारण सर्वच मुलांच्या मनात कुतूहल निर्माण झाले होते.

दुसऱ्या दिवशी मुले कॉलेजमधून परत येऊन दुपारचा अल्पोपहार घेण्याच्या गडबडीत असताना भगिनी निवेदिता आल्याची बातमी एका विद्यार्थ्याने दिली. निवेदितेची घोडागाडी प्रवेशद्वारासमोर उभी होती. नेहमी ती सेकंड क्लास बंद घोडागाडीतून येत असे. या गाडीला लोखंडी चाके असल्याने रस्त्यावरून येतानात्यांचा विशिष्ट आवाज यायचा. त्यावरून ती आल्याचे मुलांना कळायचे; पण आज ती

फर्स्ट क्लास फेटन्‌मधून आली होती. ही दोन घोड्यांची चारचाकी उघडी गाडी असते. अशा गाड्या त्या काळी चौरंगी भागात राहणारे गोरे लोक वापरत. फेटन्‌ला रबरी चाके असल्याने त्यांचा आवाज होत नसे. ती चौरंगीहून आल्याचे मुलांच्या लक्षात आले.

निवेदिता आल्याचे कळताच बोर्डिंगमध्ये एकच गडबड उडाली. बोर्डिंगच्या व्यवस्थापकांना कळताच ते गडबडून गेले आणि प्रवेशद्वाराकडे धावले. तोपर्यंत निवेदितेने दारावरील पहारेकऱ्याला गाडीतून एक लांबलचक भेंडोळे काढून आणायला सांगितले. ती वर येताच गोळा झालेल्या मुलांनी तिला नमस्कार केला. तिनेही नमस्कार केला. व्यवस्थापकांनी तिला एका मोठ्या खोलीत बसवले. तिने त्यांना सांगितले की संचालक स्वामींना गैरसोय होत नसेल तर बोलवा. ते येताच तिने गुडघे टेकून त्यांना नमस्कार केला.

स्वामी येण्याआधीच व्यवस्थापकांना तिने मोळे आणि हातोडी आणण्यास सांगितले होते. पहारेकऱ्याने ते आणताच, स्वामींकडे तिने भिंतीवर मोळा ठोकण्याची परवानगी मागितली. नंतर पहारेकऱ्याला भेंडोळे उघडायला सांगितले. पाहतात तर काय, भारताचा भलामोठा नकाशा. लांबी होती सहा फूट आणि रुंदी पाच फूट. खाली-वर रूळ लावला होता आणि मागे कापड. नकाशा उलगडताच त्यातून पावती पडली. किंमत २५ रुपये थॅकर स्पिंक ॲन्ड कंपनी वगैरे, वगैरे! आता मुलांना कळले की, ती साध्या बंद घोडागाडीतून न येता फेटनमधून का आली ते!

नकाशा भिंतीवर लावण्यात आला.

भगिनी निवेदिता स्वामींना उद्देशून म्हणाली, "महाराज, काल संध्याकाळी आपल्या इथली काही मुलं माझ्याकडे आली होती. त्यांच्याबरोबर माझा वेळ आनंदात गेला." मग तिने मुले आणि ती यांच्यात झालेला संवाद सविस्तरपणे सांगितला आणि विद्यार्थ्यांशी चार शब्द बोलण्याची परवानगी मागितली. स्वामींनी ती आनंदाने दिली, हे वेगळे सांगायला नकोच.

"मुलांनो, शाळेत असताना तुम्ही सर्व जण भूगोलाचं पुस्तक वाचता. तुम्ही जे वाचता किंवा वाचलं असेल, पाहिलं असेल वा ऐकलं असेल, ते आहे भारताचं फक्त भौतिक स्वरूप. पण आता हा भिंतीवर टांगलेला नकाशा म्हणजे नुसता छापील तक्ता नाहीतर ते आहे, तुमच्या आईचं चित्र. काश्मीरपासून कन्याकुमारीपर्यंत तिचं अस्तित्व जिवंत, स्पंदन पावणारं आहे. पर्वत, डोंगर ही आहेत तिची हाडं, नद्या, झरे या आहेत तिच्या नसा किंवा धमन्या. ही माळरानं किंवा मोकळी जमीन म्हणजे फक्त मातीचे ढीग नाहीत. ते आहे तिचं मांस. वृक्षराजी, लतावेली म्हणजे तिचे केस...."

असे भारतमातेचे इत्थंभूत वर्णन केल्यावर ती पुढे म्हणाली, "आपली ही पुण्यभूमी, युगानुयुगांपासून महापुरुषांच्या जन्मानं धन्य झालीय. इथं रचले गेलेले ग्रंथ अतुलनीय आहेत. तुमच्या पूर्वजांनी – वाल्मीकी, वसिष्ठ, विश्वामित्र, वेदव्यास यांनी

– तुमच्या संस्कृतीचा मूळ इतिहास लिहून ठेवलाय. मनु, याज्ञवल्क्य यांच्या नीतिशास्त्राने जगाला स्फूर्ती दिली. चाणक्याच्या अर्थशास्त्राची मौलिकता आणि दूरदर्शित्व सर्वांनाच विस्मित करणारं आहे. अर्थशास्त्रास नवी दिशा चाणक्यानंच दिली. कुरुक्षेत्रावर ज्या गीतेचा प्रथम उच्चार झाला, ती तर अद्वितीय आहे. या वैभवाचा अभिमान भारतवर्ष युगानुयुगं बाळगू शकतो. कुंभमेळ्यासारख्या विराट उत्सवाचं यजमानपद भारतच करू जाणे! हा केवढा मोठा सामाजिक उत्सव आहे! लाखो लोक एकत्र येऊन पवित्र नदीत स्नान करून शुद्ध होतात! आणि हा उत्सव स्मरणातीत काळापासून चालत आलाय.

"या भारतातच गौतम बुद्धांचं महानिर्वाण घडलं. शांतीचा दूत म्हणजे गौतम बुद्ध. शंकराचार्य, रामानुज, चैतन्य यांची वाणी आणि बोध भारतातूनच प्रसार पावला आणि त्याने सर्व जगाला प्रकाश दाखवला. या देशातील लोकांना साधक रामप्रसादाच्या भक्तिगीतांनी मोहित केलंय. श्रीरामकृष्ण तर नवयुगातील अवतार. त्यांचा उपदेश साधा, सरळ. तो जगात सर्वत्र पोहोचवला त्यांच्या शिष्याने – स्वामी विवेकानंदांनी. त्यामुळे या देशातील सत्यधर्माची प्रतिष्ठा शतपटीने वाढली.

"भारतमाता नररत्नांची खाण आहे. तिच्या अनेक सुपुत्रांनी समाजसेवा आणि समाजकल्याणाचं कार्य करून, भारतमातेची मान उंच केलीय. राजा राममोहन रायांचं नाव सर्वांआधी घ्यायला हवं. सतीप्रथा बंद करून त्यांनी हजारो विधवांना जगण्याचा अधिकार पुन्हा मिळवून दिला; पण त्यामुळे विधवांचे हाल संपले नाहीत. अशा वेळी विधवांच्या पाठीशी उभे राहिले ईश्वरचंद्र विद्यासागर – विधवा विवाहाचे पुरस्कर्ते! कळ्यांना उमलण्यापूर्वीच कुस्करून टाकणाऱ्या सामाजिक प्रथांवर हल्ला चढवून त्या कळ्यांना पृथ्वीवरचा प्रकाश पाहता यावा म्हणून त्यांनी किती कष्ट घेतले! पुण्याचे महादेव गोविंद रानडे, गोपाळकृष्ण गोखले, बंगालचे जगदीशचंद्र बसू असे कितीतरी सुपुत्र या भारतमातेने तुमच्या कल्याणासाठी दिले.

"मुलांनो, आणखी बरीच नावं सांगता येतील. त्या सर्वांची नावंच नव्हेत, तर त्यांचं ज्ञान, त्यांचे गुण यांचा परिचय करून घ्या. त्यासाठी संधी मिळताच देश-भ्रमण करा. ज्ञानार्जनाचा हा उत्तम मार्ग आहे.

"तुम्ही तुमच्या पूर्वजांच्या मळलेल्या वाटेवरून चालत आहात. आता तुमच्यानंतर येणाऱ्या पिढ्यांसाठी वाट तयार करून ठेवण्याची जबाबदारी तुमची आहे. त्यासाठी तुम्ही स्वतःला योग्य रूपात घडवायला हवं, तरच तुम्हाला पुढील पिढ्यांना मार्ग दाखवता येईल.

"तुमच्या जीवनाच्या पुढील काळात निरनिराळ्या कारणांनी तुम्हाला देशात आणि देशाबाहेर प्रवास करावा लागेल. तेव्हा एक गोष्ट प्रकर्षाने लक्षात ठेवा, ती ही की, भारतमातेचं रूप डोळ्यांसमोर सतत ठेवायचं आणि तिच्या प्रतिष्ठेला कधी

धक्का लागणार नाही, याची काळजी घ्यायची.'' भावना उचंबळून आल्याने निवेदितेला काही वेळ बोलणे अशक्य झाले. ती भारताच्या नकाशाकडे एकटक पाहत राहिली. मुलेही स्तब्ध बसली होती.

थोड्या वेळाने स्वत:ला सावरून ती म्हणाली, ''आता तुम्ही सर्वांनी थोडा वेळ डोळे बंद करा आणि अंतर्दृष्टीने भारतमातेचं दर्शन घ्या. तिच्या पायांवर मस्तक ठेवा आणि माझ्याबरोबर म्हणा 'वंदे मातरम्!' ''

बोर्डिंगमध्ये 'वंदे मातरम्' हे शब्द घुमले आणि त्या दिवशी एका खोलीत घुमलेले हे पवित्र शब्द, थोड्याच दिवसांत आगीच्या लोळाप्रमाणे देशात पसरले. बंकिमचंद्रांनी दिलेल्या मातृमंत्राची देशाच्या त्या तरुण भारताच्या हृदयात निवेदितेने प्राणप्रतिष्ठा केली.

◆

व्याख्यानांसाठी दुसरी सफर

१९०४ साल उजाडले. ९ जानेवारीला स्वामीजींची जन्मतिथी होती. त्या दिवशी निवेदिता बेलुड मठातच होती. दुसऱ्या दिवशी रविवार होता. त्या दिवशी सार्वजनिक उत्सव झाला. या उत्सवात निवेदिता 'स्वामीजी' या विषयावरच बोलली. स्वामीजींच्या देहावसनानंतर अशी प्रथा मठात सुरू झाली होती की स्वामीजींच्या जन्मतिथीला मठात पूजापाठ, भजन, नामसंकीर्तन वगैरे होत असे आणि जन्मतिथीच्या पुढील रविवारी सार्वजनिक उत्सव साजरा होत असे. त्यात व्याख्यान आणि दरिद्रनारायण-सेवा हे प्रमुख कार्यक्रम असत.

१७ जानेवारी रोजी कोलकात्याच्या 'विवेकानंद-स्मृतिमंदिरा'त स्वामीजींच्या जयंतीच्या निमित्ताने एक सभा आयोजित करण्यात आली होती. त्या सभेचे अध्यक्षपद स्वामी सारदानंदांनी भूषवले होते आणि वक्ते होते – राय चुनीलाल बसू बहादुर, योगेश चौधरी, सखाराम गणेश देऊसकर, 'नेशन'चे संपादक एन. घोष आणि निवेदिता. या व्याख्यानांपासून तिची व्याख्यानांची दुसरी फेरी सुरू झाली, असे म्हणायला हरकत नाही.

२० जानेवारीला रात्री निवेदितेने स्वामी सदानंद आणि स्वामी शंकरानंद यांच्यासह पाटण्याकडे प्रयाण केले.

निवेदितेबरोबर पाटण्याला जाण्यापूर्वी काही दिवस आधी स्वामी सदानंद जपान सफरीहून परत आले होते. म्हणून स्वामी सदानंदांनी पाटण्यातील स्त्रियांसाठी जपानवर आधारित मॅजिक लँटर्न व्याख्यान आयोजित केले. व्याख्यान दिले स्वामी शंकरानंदांनी. व्याख्यानासाठी जमलेल्या स्त्रियांना मॅजिक लँटर्नचा प्रयोग नवीन होता. त्यामुळे त्या अतिशय प्रभावित झाल्या. त्यांनी अशा प्रकारची व्याख्याने त्यांच्या घरी आयोजित करण्याची आग्रहपूर्वक विनंती केली. त्यांची मनापासूनची तळमळ आणि उत्साह पाहून निवेदिता अतिशय खूश झाली.

२२ जानेवारीला 'हिंदू बॉइज असोसिएशन' या पाटण्यातील संस्थेचा वर्धापनदिन

होता. सरस्वतीपूजेच्या शुभमुहूर्तावर तो अतिशय उत्साहात आणि थाटामाटात साजरा झाला. या प्रसंगी प्रमुख वक्त्या म्हणून निवेदितेला आमंत्रित करण्यात आले होते. पाटणा येथील अँग्लो-संस्कृत स्कूलचे प्रशस्त सभागृह खचाखच भरले होते. प्रो. यदुनाथ सरकारांनी निवेदितेची ओळख 'सध्याच्या काळातील धर्मविषयक विचारवंतांपैकी एक थोर विचारवंत' अशा मार्मिक शब्दांत करून दिली.

व्याख्यानात निवेदितेने शारीरिक शिक्षण आणि पुरुषार्थ यावर जास्त भर दिला. तिच्या मते या दोन गोष्टींतच जीवनाचे रहस्य दडले आहे. ती म्हणाली, "भारताची आपल्याकडून काय अपेक्षा आहे, असा प्रश्न अनेक विद्यार्थ्यांने स्वतःला विचारायला हवा. आपल्या देशाचं कल्याण हेच आपलं ध्येय असायला हवं. त्यासाठी साहित्याच्या किंवा वक्तृत्वाच्या मागे धावू नका. ते करण्यास योग्य असे आपल्यात बरेचजण निघतील. संपूर्ण भारत हा आपला देश आहे, असं माना. एखादा प्रदेशच फक्त आपला असं नका मानू. आणि हा अखिल भारतवर्ष आपल्याकडून कार्याची अपेक्षा करतो, हे लक्षात ठेवा. ज्ञानासाठी, शक्तीसाठी, आनंदासाठी आणि समृद्धीसाठी संघर्ष जरूर करा. या गोष्टी मिळवणं, हे तुमचं लक्ष्य असायला हरकत नाही. लढ्याची हाक आल्यास तुम्ही तयार असायला हवं. तेव्हा तुम्ही झोपेत असता कामा नये."

व्याख्यान फार उत्तम झाले, याचा प्रत्यय दुसऱ्या दिवशी 'बिहार हेरल्ड'मध्ये प्रसिद्ध झालेल्या बातमीवरून आला. बातमीत म्हटले होते की, निवेदितेचे व्याख्यान स्फूर्तिदायक आणि लक्षात राहण्यासारखे झाले. या व्याख्यानामुळे सुस्त श्रोते कार्य करण्यास नक्कीच प्रवृत्त होतील.

दुसऱ्या दिवशी ती, 'भारतातील शैक्षणिक प्रश्ना'वर बोलली. तिच्या दृष्टीने शैक्षणिक प्रश्न हा सर्वांत महत्त्वाचा प्रश्न होता. तिने श्रोत्यांना पुनःपुन्हा सांगितले की लोकांनी सरकारच्या मदतीवर अजिबात अवलंबून राहू नये, तर स्वतःच त्याविषयी विचार करावा. "माझा उद्देश तुम्हाला विचारप्रवृत्त करण्याचा आहे... मी तुम्हाला दिशा दाखवू शकते, पण तयार असं काही तुमच्या पुढे ठेवू शकत नाही. मी दाखवलेल्या मार्गानं जाऊन तुम्ही तुमचे प्रयोग करू शकता. शिक्षणाचं प्रयोजन आणि ध्येय तुम्हीच ठरवायला हवं." स्त्री-शिक्षणासंबंधी ती जास्त जोर देऊन बोलली, "तुमच्या घरातील स्त्रियांना शिक्षण मिळायलाच हवं. पण मुलांच्या आणि मुलींच्या शिक्षणात फरक हवा. मुलांच्या शिक्षणात राष्ट्रीय जाणीव जागृत होईल, अशा अभ्यासक्रमाचा समावेश असावा, तर मुलींना लोकव्यवहाराचं शिक्षण द्यायला हवं. भारतातील स्त्रिया, सर्व जगातील स्त्रियांपेक्षा पवित्र आहेत. तुम्ही समजता तशा त्या मूर्ख मुळीच नाहीत... त्यांना इंग्रजीच शिकवायला हवं, असं मुळीच नाही. पण त्यांना असं शिक्षण द्यायला हवं की तुमचे विचार, आशा-आकांशा यांच्यात त्या

भागीदार होऊ शकतील, तुम्हाला योग्य तऱ्हेने त्या साथ देऊ शकतील.'' तिच्या मते विद्यार्थ्यांचे एकमेव ध्येय भारताची स्वातंत्र्य प्राप्ती हे असायला पाहिजे. स्वातंत्र्य एकतेच्या बळावरच मिळणे शक्य आहे आणि म्हणूनच जात-धर्म यांचा विचार न करता, भारतमातेच्या सर्व पुत्रांनी एकत्र यायला हवे, या गोष्टीवर तिने सर्वांत जास्त भर दिला.

तिचे तिसरे व्याख्यान २४ जानेवारी रोजी 'स्वामी विवेकानंदांचे जीवनध्येय' या विषयावर झाले. या व्याख्यानाची सुरुवात तिने श्रीरामकृष्ण-विवेकानंद यांच्या प्रथमभेटीपासून करून, व्याख्यानाचा शेवट स्वामीजींच्या पाश्चात्त्य देशांतील कार्याच्या वर्णनाने केला. या व्याख्यानातही तिने भारताच्या ऐक्याला आणि बंधुभावाला प्राधान्य दिले. पाटण्याची ही भेट चारच दिवसांची होती. याबद्दल लोकांच्या वतीने खंत प्रकट करताना 'बिहार हेरल्ड'ने म्हटले, ''सध्या बिहारला योगविद्येतील रहस्ये किंवा हिंदू धर्मातील गहन तात्त्विक प्रश्न सोडवणाऱ्या योग्याची किंवा तत्त्वज्ञानाची गरज नाही, तर राष्ट्र म्हणून भारताचा विकास कसा होऊ शकेल, याचा मार्ग दाखवणाऱ्या मार्गदर्शकाची नितांत आवश्यकता आहे आणि असा मार्गदर्शक भगिनी निवेदितेच्या रूपात बिहारला मिळाला– फक्त काही दिवसांसाठीच!''

राजगीर, नालंदा आणि बोधगया यांना धावती भेट देऊन, ३० जानेवारीला निवेदिता लखनौला पोहोचली. पाटण्याला आल्यावर राजगीर, गया यांना भेट न देता पुढे जाणे तिला पटलेच नसते. बुद्धाबद्दल तिला नितांत आदर होता. बुद्धावर तिची अपार श्रद्धा होती. गयेला भेट देण्यास ती नेहमीच उत्सुक असे.

लखनौला तिचा मुक्काम ४ फेब्रुवारीपर्यंत होता. या दिवसात 'आजची समस्या', 'शिक्षण', 'हिंदुत्वात बोधगयेचे स्थान', 'भारतातील इस्लाम' अशा वेगवेगळ्या विषयांवर व्याख्याने झाली.

त्या काळात, भारतातील हिंदू-मुस्लीम ऐक्याचा प्रश्न ऐरणीवर होता. हिंदू-मुसलमानांनी समान प्रश्न सोडवण्यासाठी एकत्र यावे, असे निवेदितेला मनापासून वाटत होते. लोकांनी आपापसातील सामाजिक आणि धार्मिक भेदभाव बाजूला ठेवून एकत्र यावे, सर्वांमध्ये बंधुभाव रुजावा, असा तिचा प्रयत्न होता. भारतात वेगवेगळ्या धर्माचे लोक राहत असल्याने, धार्मिक ऐक्य शक्य नसले तरी सर्वांनी एकमेकांशी प्रेमाने वागणे शक्यच नव्हे, तर आवश्यक आहे, असे ती लोकांच्या मनावर बिंबवण्याचा प्रयत्न करत होती.

व्याख्यानांची ही सफर यशस्वीपणे पूर्ण करून निवेदिता ६ फेब्रुवारीला कोलकात्याला परत आली. या सफरीत तिने बरीच व्याख्याने दिली होती, प्रवासाची दगदगही बरीच झाली होती, तरीही कोलकात्यात तिने पाच सभांमध्ये व्याख्याने दिली. १६ फेब्रुवारीला 'बोधगया', २२ तारखेला 'ब्रह्मचर्य विरुद्ध वैवाहिक जीवन', २६ रोजी

'डाइनॅमिक रिलिजन', २० मार्चला 'आशियातील इस्लाम' आणि १ एप्रिलला 'बोधगया' या विषयांवर ती बोलली.

२२ फेब्रुवारीचे व्याख्यान डलहौसी इन्स्टिट्यूटमध्ये आयोजित करण्यात आले होते. चैतन्य ग्रंथालय आणि बिडन स्क्वेअर लिटररि क्लब यांच्या वर्धापनदिनाच्या निमित्ताने हा कार्यक्रम झाला. 'ब्रह्मचर्य विरुद्ध वैवाहिक जीवन' या विषयावर या सभेत चर्चा झाली. चर्चेची सुरुवात, त्या वेळचे अर्थमंत्री सर एडवर्ड लॉ यांनी केली. त्यांनी काही विनोदी टिप्पणी केली. पण ब्रह्मचर्य आणि विवाह हे मानवी जीवनातील पवित्र टप्पे आहेत, यावर त्यांनी जोर दिला. हिंदू विवाहाच्या धार्मिक विधी आणि सामाजिक संस्था या दोन महत्त्वाच्या बाजू आहेत. या दोन्ही बाजूंचे थोडक्यात स्पष्टीकरण मि. बादशहा, बी. एल. गुप्ता, प्राच्यविद्या पंडित आणि लेखक डॉ. देवदत्त रामकृष्ण भांडारकर, एम. एन. घोष यांनी केले. या सर्वांत महत्त्वाच्या वैचारिक योगदानामुळे चर्चा अतिशय उच्च पातळीवर पोहोचली. सर्वांत शेवटी निवेदिता बोलली. तिचे विचार अतिशय स्पष्ट आणि प्रभावी होते. प्रेक्षकांत उपस्थित असलेल्या एका पत्रकाराने निवेदितेच्या व्याख्यानाबद्दल म्हटले आहे, "भगिनी निवेदितेनं अतिशय कुशलतेनं आपले मुद्दे मांडले. ती फक्त दहा मिनिटेच बोलली. पण हे साद्यंत आणि पटण्यासारखं होतं. लोकांच्या लक्षात राहिला तो तिच्या बोलण्यातील जोरदार आत्मविश्वास. त्यामुळे सर्व चर्चेचा सूरच बदलून गेला."

२६ फेब्रुवारीला 'डाइनॅमिक रिलिजन' या विषयावरचे व्याख्यान टाउन हॉलमध्ये झाले. या व्याख्यानाला मोठ्या संख्येने लोक उपस्थित होते. मागील शंभर वर्षांत भारतात घडलेल्या प्रमुख आंदोलनाचा आढावा घेऊन, निवेदिता भारतीयांची श्रेष्ठ संस्कृती, उच्च परंपरा, अलौकिक कल्पनाशक्ती आणि आध्यात्मिक स्वातंत्र्याबद्दलच्या अत्युच्च कल्पना यावर बोलली. तिच्या मते ही सर्व भारताची शाश्वत आनुवंशिक संपत्ती आहे. शिक्षणाचे राष्ट्रीयीकरण आवश्यक असल्याचे तिने अधोरेखित केले आणि व्याख्यानाच्या शेवटी ती म्हणाली की, डाइनॅमिक रिलिजन म्हणजेच राष्ट्रधर्म आचरणात आणणे सर्वस्वी भारतीय स्त्रियांवर अवलंबून आहे.

२० मार्चच्या व्याख्यानाचा विषय 'आशियातील इस्लाम' असा होता. या व्याख्यानाला श्रोते म्हणून बहुतांश मुसलमान उपस्थित होते. या व्याख्यानातून तिने भारतीय मुसलमानांना सर्वशक्तीनिशी भारताची सेवा करण्याचे आवाहन केले. ती म्हणाली, "पूर्वी तुमचा संबंध अरब राष्ट्रांशी असणं स्वाभाविक होतं. पण आता भारतच तुमची जन्मभूमी किंवा स्वदेश आहे. तुमच्यात एक गुण आहे. तो म्हणजे तुम्ही जिथं जिथं जाता तिथं तिथं एकरूप होता. त्या देशाला आपलाच देश मानता आणि त्या देशाच्या प्रगतीत तुमचाही भाग असतो. तेव्हा आता भारताच्या प्रगतीत तुमचा सहभाग असायला हवा."

निवेदितेच्या या सर्व व्याख्यानांची घोषणा स्थानिक दैनिकांतून करण्यात आली आणि व्याख्यानांची बातमीही सविस्तरपणे आली.

मार्च, १९०४मध्ये व्याख्यानांसाठी वाराणसीहून आमंत्रण आले. वाराणसीला जाताना ती बोधगयेला गेली. तेथे तेथील महंतांबरोबर तिने बरीच चर्चा केली. या वेळी तिच्याबरोबर मिसेस सेव्हियर होत्या. ती वाराणसीला गेल्यावर त्या वाराणसीहून मायावतीला गेल्या. वाराणसीत निवेदितेने 'धर्म आणि भविष्य', 'नागरिक जीवन' आणि 'शैक्षणिक प्रश्न' या विषयांवर व्याख्याने दिली.

या वर्षीच्या उन्हाळ्यात, मिसेस सेव्हियरच्या आग्रहाखातर, ती, ख्रिस्टीन, जगदीशचंद्र बसू, अबला बसू आणि लावण्यप्रभा बसू मायावतीला गेले. तेथेच १७ मे, या दिवशी जगदीशचंद्रानी Plant Response हे त्यांचे प्रसिद्ध पुस्तक लिहिण्यास सुरुवात केली. मायावतीला त्यांचे दिवस अतिशय आनंदात गेले. एके दिवशी सर्व जण धरमगडला सहलीसाठी गेले असताना, The web of Indian Life हे निवेदितेचे पुस्तक छापून तयार असल्याची खूशखबर मिळाली. २३ जूनला ते सर्व जण कोलकात्याला परत आले.

या सुमारास बोधगयेबद्दल वर्तमानपत्रातून चर्चा सुरू होती. बोधगयेतील मंदिर हे बुद्धांच्या अधिपत्याखाली असावे, असा बौद्धांचा आग्रह होता आणि त्यामुळे वादाला तोंड फुटले होते. अशा प्रकारच्या वादामुळे निवेदिता दुखावली गेली. तिच्या मते बौद्ध धर्म हा हिंदू धर्माचा प्रतिस्पर्धी नव्हता, तर तो हिंदू धर्मातीलच एक पंथ होता. बुद्ध हा एक श्रेष्ठ हिंदू गुरूच होता. त्याच्या काळातील इतर साधूंपेक्षा तो थोर होता इतकेच! त्याचे अनुयायी हिंदू समाजातच राहिले. फक्त ते स्वत:ला इतरांपेक्षा जास्त शुद्ध आणि श्रद्धाळू समजत. बौद्धांची तुलना तिने रामकृष्णांच्या भक्तांशी केली आणि आपला मुद्दा ठसवण्याचा प्रयत्न केला. रामकृष्ण आणि त्यांचे शिष्य व भक्त यांनी कधीच स्वत:ला हिंदूंपेक्षा वेगळे मानले नाही, मात्र त्यांनी त्यांच्या गुरूंना सर्वश्रेष्ठ मानले. ती म्हणाली, ''मी माझ्या गुरूंच्या जीवनाबद्दल किंवा शिकवणुकीबद्दल लिहिताना, वैष्णवांचा उल्लेख केला नाही. अथवा माझ्या गुरूंची तुलना चैतन्यांशी केली नाही आणि माझे गुरू त्या काळातील सर्वश्रेष्ठ योगी होते, असं म्हटलं, तर पुढील काळातील इतिहासकारांनी माझ्या लेखनावरून, रामकृष्णांच्या भक्तांनी वैष्णवांपेक्षा वेगळा धर्म स्थापन केला, असं म्हणणं चूक ठरेल, किंवा चैतन्यांच्या अनुयायांना हिंदू समाजातून हाकलून लावून, अत्यंत क्रूरपणे त्यांची हत्या केली, असं म्हणणं गैर नाही का ठरणार!''

निवेदितेच्या दृष्टीने भारताने जगाला दिलेली देणगी म्हणजे बौद्ध धर्म! म्हणूनच त्याचे पुनरुज्जीवन होणे आवश्यक असल्याचे ती मानत होती. बोधगयेला महंतांशी दीर्घ चर्चा केल्यावर तिच्या लक्षात आले की, शंकराचार्यांच्या काळापासून गयेच्या

मंदिराची व्यवस्था शंकराचार्यांनी घालून दिलेल्या नियमांप्रमाणे चालत आली आहे आणि त्यात बदल करणे अनुचित ठरेल. तिचे हे विचार तिने आपल्या 'बोधगया' या विषयावर निरनिराळ्या ठिकाणी दिलेल्या व्याख्यानांतून तर जोरदारपणे श्रोतृवर्गापुढे मांडलेच. शिवाय 'स्टेटस्मन', 'ॲडव्होकेट', 'टाइम्स ऑफ इंडिया', 'ट्रिब्यून', 'बॉम्बे क्रॉनिकल', 'बिहार हेरल्ड', 'हिंदू', 'मराठा' यातून अतिशय सुसंगतपणे लोकांपुढे ठेवले.

याव्यतिरिक्त तिने याच वर्षांत बेथुन कॉलेजमध्ये 'शिक्षणाची तात्त्विक भूमिका', 'शिक्षण', 'इतिहासाचे अध्यापन' या विषयांवर व्याख्याने दिली. आचार्य जगदीशचंद्र बसूंच्या घरी 'वेरूळ', 'कांजिवरम' आणि 'बोधगया' यावर ती बोलली. डॉन सोसायटीत 'राष्ट्रीयत्व' या विषयावर आणि स्कूल ऑफ आर्ट्समध्ये 'भारतीय कला' यावर ती बोलली.

निवेदितेने स्वत:ला स्वामीजींच्या कार्यात झोकून दिले होते. विश्रांती न घेता तिचे कार्य सुरूच होते. एकाच वेळी अनेक कार्याचा भार ती वाहत होती. अखेर दुर्गापूजेची सुटी सुरू झाली. निवेदितेने ही सुटी बोधगयेत व्यतीत करण्याचे ठरवले. यामुळे धकाधकीपासून दूर, आवडत्या ठिकाणी राहता येणार होते. शांतता मिळणार होती आणि कार्याच्या दृष्टीने काही योजनाही आखता आल्या तर तिला हव्याच होत्या.

◆

बोधगया

८ ऑक्टोबर, १९०४. निवेदितेची पुन्हा बोधगयेला भेट! या वेळी तिचा मुक्काम येथे आठवडाभर होता. तिच्याबरोबर स्वामी सदानंद, स्वामी शंकरानंद आणि ख्रिस्टीन तर होतेच, पण यांच्याव्यतिरिक्त आचार्य जगदीशचंद्र बसू, अबला बसू, मि. आणि मिसेस रॅटक्लिफ, रवीन्द्रनाथ, रथीन्द्रनाथ होते. पाटण्याहून डॉ. यदुनाथ सरकार आणि मथुरानाथ सिंहही आले होते. एवढ्या नामांकित व्यक्ती एकाच वेळी एकत्र येणे आणि तेही कोलकात्यात नव्हे, तर बोधगयेला! हा काही निव्वळ योगायोग नव्हता. ही सफर फक्त आनंदासाठी किंवा मौजेखातर नक्कीच नव्हती. रवीन्द्रनाथ प्रसिद्ध साहित्यिक, संगीतकार, चित्रकार, शिक्षणतज्ज्ञ, इतिहासाचे अभ्यासक, भारतीय संस्कृतीचे अभिमानी, ब्रिटिश शासनाचे विरोधक आणि स्वातंत्र्याचे पुरस्कर्ते. त्यांचे आणि निवेदितेचे विचार बऱ्याच बाबतीत जुळणारे. डॉ. यदुनाथ सरकार प्रख्यात इतिहासतज्ज्ञ. त्यांना ग्रंथलेखनात निवेदितेने जगदीशचंद्रांप्रमाणे साहाय्य केले. हे सर्वच आपापल्या कार्यात व्यस्त असत. असे असूनसुद्धा ते बोधगयेला एकत्र आले ते केवळ विश्रांतीसाठी नक्कीच नव्हे. त्यांच्यात भारतीय कला, साहित्य, संस्कृती, इतिहास, शिक्षण या विषयांवर तर चर्चा झालीच. त्याचा काही तपशीलही आपल्याला मिळतो, पण याशिवायही काही विषयांवर त्यांच्यात विचारविनिमय झाला असेलच. मात्र याची नोंद कुणीच ठेवत नसते, हे आपण लक्षात ठेवायला हवे.

हे सर्व जण बोधगयेतील महंतांचे अतिथी म्हणून राहिले होते. रोज निवेदिता वॉरन यांच्या Buddism in Translation किंवा एडविन ॲरनॉल्ड यांच्या Light of Asia या पुस्तकांतील काही भाग वाचून दाखवत असे. तिच्या वाचनात कोमलता आणि माधुर्य ओतप्रोत भरलेले असे. यावरून तिला बुद्धाबद्दल त्याच्या विचारांबद्दल आणि कार्याबद्दल किती आदर आहे, हे स्पष्ट होत असे. रवीन्द्रनाथ मधूनमधून गात किंवा काव्यवाचन करत. रवीन्द्रनाथांनाही बुद्धाबद्दल आदर होताच.

त्यांच्या अनेक कविता बुद्धाच्या जीवनातील कथेवर आधारित आहेत. बुद्धाची मानवतेची शिकवण रवीन्द्रनाथांच्या तत्त्वज्ञानाशी मिळती-जुळतीच आहे. वासवदत्ता आणि उपगुप्त किंवा चांडाळकन्या आणि आनंद यांना तर रवीन्द्रनाथांनी आपल्या काव्यातून आणि नृत्यनाटिकांतून अमर केले आहे. रवीन्द्रनाथांचे आध्यात्मिक तत्त्वज्ञान सांगणारे काव्यही अतिशय मधुर आहे. त्यामुळे रवीन्द्रनाथांच्या सुरेल आवाजात त्यांच्या कविता ऐकणे म्हणजे दुग्धशर्करायोगच!

दिवसा ते सर्व जण मंदिराभोवती फिरत आणि अनेक विषयांवर गप्पा मारत. कधीमधी आजूबाजूच्या गावांना भेट देत. संध्याकाळी धूसर प्रकाशात बोधिवृक्षाखाली शांतपणे बसून ज्ञानवृक्षाच्या महानतेचा अनुभव घ्यायचा प्रयत्न करत.

ही सर्व मंडळी बोधगयेला असतानाच फुजी नावाचा एक दरिद्री जपानी कोळी तेथे आला होता. त्याने या सर्वांचे लक्ष वेधून घेतले होते. जपानमध्ये अपार कष्ट करून, त्याने पै-पै साठवली होती. त्याचे एकच स्वप्न होते की भगवान बुद्धाला जेथे ज्ञान प्राप्त झाले, त्या पवित्र स्थळाचे दर्शन घ्यायचे. त्यासाठीच तर त्याने पैसे साठवले होते. शेवटी जपानहून बोधगयेला येऊन त्याने आपले स्वप्न प्रत्यक्षात आणले होते. तो रोज संध्याकाळी बोधिवृक्षाखाली बसून, जपानी पद्धतीने उच्चार करत, संस्कृत श्लोक गुणगुणायचा –

"नमो नमो बुद्ध दिवाकराय, नमो नमो गौतम-चंद्रिकाय ।
नमो नमो अनंतगुण-नराय, नमो नमो शाक्य-नंदनाय ॥"

संध्याकाळच्या शांत वेळी त्याचे हे गुणगुणणे, घंटीच्या नादाप्रमाणे अतिशय मधुर वाटत असे. सर्व जण भारावून जाऊन ते ऐकत. निवेदितेच्या दैनंदिनीत, रवीन्द्रनाथांच्या साहित्यात, यदुनाथ सरकारांच्या लेखात, फुजीला स्थान मिळाले आहे आणि त्यामुळे तो अमर झाला आहे.

रथीन्द्रनाथांनी त्यांच्या 'पितृस्मृती' या पुस्तकात बोधगयेचे अनुभव वर्णन करताना म्हटले आहे, "मंदिराचा परिसर सोडून जाण्याची कुणाचीच इच्छा नसे. रोज मध्यरात्रीपर्यंत जगदीशचंद्र, निवेदिता, यदुनाथ सरकार आणि बाबा (रवीन्द्रनाथ) यांची चर्चा चालायची. बहुतेक वेळा निवेदिता एखादा प्रश्न घेऊन चर्चेला सुरुवात करत. मग बाबा आपलं मत मांडून त्यांचे समाधान करण्याचा प्रयत्न करत. हळूहळू नवीन-नवीन मुद्दे मांडले जात आणि त्यामुळे चर्चा रंगत जात असे. बोधिवृक्षाखाली बुद्धाला ज्ञान झाले आणि याच पुण्यक्षेत्री या महान व्यक्तींच्या एकत्र येण्याने, आम्हालाही त्यांच्या सहवासाचा आणि ज्ञानाचा लाभ होत होता. आम्ही फार दिवस इथं राहिलो नसलो तरी बऱ्याच विषयांवरची चर्चा आम्हाला ऐकायला मिळाली.

वाईट एवढ्याच गोष्टीचं वाटतं की, आम्ही कुणीच या चर्चांच्या नोंदी ठेवल्या नाहीत. अशी संधी आयुष्यात पुन:पुन्हा नाही येत!''

डॉ. यदुनाथ सरकारांना 'भारतीय इतिहासकारांचे अग्रणी' मानले जाते. त्यांनी निवेदितेची चर्चा ऐकून, तिला 'भारतीय जीवन आणि चिंतन यांची सर्वश्रेष्ठ भाष्यकार' असे म्हटले आहे. रवीन्द्रनाथ फक्त कवी नव्हते. अनेक विषयांत आणि क्षेत्रांत त्यांनी यशस्वी संचार केला होता. आपली मते अत्यंत प्रभावीपणे मांडण्याची विशेष क्षमता त्यांच्यात होती. त्यांनीही निवेदितेची मनापासून प्रशंसा केली आहे. त्यांनी म्हटले आहे, ''विषय – मग तो कुठलाही असो – निवेदिता त्या विषयाच्या गाभ्यापर्यंत पोहोचत असे आणि मग त्या विषयाचं विश्लेषणही अतिशय विलक्षण रीतीने ती करत असे. तिची ही क्षमता अपूर्वच म्हणायला हवी.''

बोधगयेच्या प्रवासातच तिला एक शिलासन दिसले. त्यावर वज्र कोरलेले होते. या चिन्हाने तिला आकर्षून घेतले. भारताचे राष्ट्रीय चिन्ह हे वज्रच असायला हवे, हे तिच्या मनाने निश्चित केले. जयांना लिहिलेल्या पत्रात तिने म्हटले आहे, ''आम्ही वज्राला राष्ट्राचं प्रतीक म्हणून स्वीकारलंय. फ्रेंच लोक L'homme (The man) म्हटले की 'नेपोलियन' असं समजतात, तसंच प्राचीन काळी 'बुद्ध' न लिहिता 'वज्र' लिहिलं तरी चालायचं. याविषयी बऱ्याच कथा सांगितल्या जातात. त्या सगळ्या इथं नाही सांगता यायच्या. पण स्वामीजी मधूनमधून स्वत:ला 'वज्र' म्हणवून घ्यायचे, हे तुला आठवत असेलच.''

हे चिन्ह 'राष्ट्रीय प्रतीक' म्हणून निवेदितेने का स्वीकारले? एक कारण वर दिलेच आहे. या चिन्हाचा भारताशी फार प्राचीन काळापासून संबंध आहे. भारतातील आर्यांचा देव इंद्र हा वज्रधारीच आहे. महाभारतातील कथेनुसार, लोकरक्षणार्थ अस्त्राची आवश्यकता भासली तेव्हा दधीची ऋषींनी स्वेच्छेने आपल्या अस्थींचे दान केले आणि त्यांच्यापासून वज्राची निर्मिती झाली. याचा अर्थ 'नि:स्वार्थी माणूस म्हणजे वज्र'. वज्र हे देवांचे शत्रुसंहारक अस्त्र आहे. शिवाच्या त्रिशूलाशी त्याचे साम्य आहे. दुर्गाही वज्रधारिणी आहे. निवेदितेच्या मते 'वज्र' ही 'प्रतिमा' नसल्याने मुसलमानही या प्रतीकाला नाकारू शकणार नाही.

निवेदिता इतिहासाची अभ्यासक असल्याने तिने ग्रीक आणि रोम यांच्या पुराणकथांतील वज्राच्या उल्लेखांचीही नोंद घेतली आहे. इंद्राप्रमाणेच ग्रीकांचा देव झ्यूस आणि रोमनांचा ज्युपिटर हे वज्रधारीच होते. मात्र पाश्चात्त्य वज्र हे स्थूल वास्तवाचे प्रतीक आहे, तर भारतीय वज्र हे शोभिवंत आणि काव्यात्म आहे.

निवेदितेने निश्चित केलेले वज्र हे राष्ट्रीय प्रतीक अनेक प्रतिष्ठित व्यक्तींनी मानले. आचार्य जगदीशचंद्र बसूंनी आपल्या पुस्तकांवर आणि 'ज्ञानमंदिरावर' याच चिन्हाचा वापर केला आहे. उत्तर वंग विद्यापीठाचे चिन्ह 'वज्र'च आहे आणि ते तयार

केले आहे शांतिनिकेतनमधील सुरेन्द्रनाथ कार यांनी. रवीन्द्रनाथांनाही शिवाचे त्रिशूल आणि इंद्राचे वज्र यांचा संयोग अनुचित वाटत नव्हता. 'मृत्युंजय' नावाच्या त्यांच्या कवितेतील ओळी याची साक्ष देतात.

दक्षिण हातेर शेल उठेछे झडेर मेघपाने,
सेथा हते बज्र टेने आने।

(वादळात उजव्या हातातील त्रिशूळ, वज्राला ओढून आणण्यासाठी ढगांकडे उंचावले जाते.)

रवीन्द्रनाथांचेच एक प्रख्यात नाटक आहे 'राजा!' त्यातील राजाच्या झेंड्यावर कमळ आहे आणि कमळाच्या मध्यभागी रेखाटले आहे 'वज्र!'

हे सर्व एवढे सविस्तर लिहिण्याचे कारण बोधगयेतील थोड्या दिवसांच्या वास्तव्याला वैचारिक दृष्टीने अतिशय महत्त्व होते, हे स्पष्ट व्हावे.

एका संध्याकाळी निवेदिता बोलता-बोलता सुचवून गेली, ''चला, आपण सुजाताचं घर बघून येऊ या.''

निवेदितेच्या मते सुजाता ही आदर्श भारतीय गृहिणी होती. कारण योग्य वेळी तिनेच गौतमबुद्धाला खीर दिली होती. हा उल्लेख करून निवेदिता पुढे म्हणाली, ''स्वामीजी म्हणत की भारतातल्या पवित्र घरांनी, सुजातेप्रमाणे अडीच लाख साधूंना खाऊ-पिऊ घातलं, ते कधीच व्यर्थ गेलं नाही. कारण यातूनच रामकृष्णांसारख्यांचा उदय झाला. जगात दुसऱ्या कुठल्याही समाजव्यवस्थेत हे शक्य नाही.''

सुजाता राहत होती, त्या गावाचे पूर्वीचे नाव 'उरुबिल्व.' आताचे 'उरबेल.' सर्वांनी या गावाला भेट दिली. या गावात सुजाताच्या घराचे भग्नावशेषसुद्धा उरले नव्हते. सर्वत्र गवत वाढले होते. पण निवेदितेच्या दृष्टीने ही जागा फार पवित्र होती. तेथे जाण्यास ती अधीर झाली होती आणि तिथे पोहोचताच तिच्या आनंदाला पारावार राहिला नाही. तेथील माती उचलून तिने ती मस्तकी लावली आणि मोठ्या श्रद्धेने डोळे मिटून ती पुटपुटली, ''पवित्र! पवित्र!! परमपवित्र!!!''

बोधगया सोडण्याची वेळ आली, त्या वेळी रात्रभर निवेदिता रडत होती. मनात म्हणत होती, ''आम्ही हरलो. भारत आता निद्रेतून जागा होत नाही. त्याचं पुनरुज्जीवन होत नाही. आम्ही काहीच करू शकलो नाही. भारताने आपला आत्माच गमावलाय. त्यामुळे त्याचं जगत्विख्यात वैभव आणि आशियातील केंद्रस्थान त्याने गमावलंय. ते त्याने पुन्हा मिळवायला हवंय. त्याच्या वैभवशाली वारशाचं भान त्याला येणार तरी केव्हा! आपल्या चिंतनाने आणि प्राचीन संस्कृतीच्या बळावर मानवाच्या विकासात विशेष स्थान भारताने मिळवलं होतं. ते स्थान तो पुन्हा कधी

मिळवेल? ते जीवन तो अभ्युदय भारत पुन्हा केव्हा पाहील?''

१२ ऑक्टोबरला सर्व जण गया स्टेशनवर गेले आणि तेथून निरनिराळ्या ठिकाणी रवाना झाले. निवेदिता आणि ख्रिस्टीन बिहारशरीफ या स्टेशनवर उतरल्या. तेथे एक दिवस राहून आताचे राजगीर – पूर्वीचे राजगृह – येथे गेल्या. राजगीर आणि नालंदा या स्थळांना भेट देण्याचा बेत त्यांनी पूर्वीपासूनच आखला होता. जगदीशचंद्रही काही दिवसांनंतर निवेदितेच्या या सफरीत सामील झाले.

निवेदिता राजगीरच्या भग्नावशेषांतून एकटीच हिंडत असे. हिंडता-हिंडता तिला इतिहासातील घटना प्रत्यक्ष दिसू लागत, इतिहासाचा पायरव ऐकू येत असे. तिला दिसले एका विशाल नगरीचे प्रवेशद्वार आणि त्यात प्रवेश करणारा, प्रेम आणि करुणा यांचीच जणू प्रतिमा असलेला एक महामानव! त्याच्या हातात होते एक करडू... तोंडावर शांती... तो निघाला होता राजप्रासादाकडे... धीम्या पावलांनी... आम्रपालीचा आम्रकुंजही तिला दिसला आणि तिच्या डोळ्यांसमोरून सरकून गेली तिची कहाणी! राजगीरला असतानाच तिचा Rajgir an Ancient Babylon हा लेख तिने पूर्ण केला. त्याचे ऐतिहासिक महत्त्व अमूल्य आहे.

बोधगयेहून कोलकात्याला परत आल्यावर स्वामी ब्रह्मानंदांनी तिला गयेला एक विद्यालय स्थापन करण्याबाबत सुचवले. तेथे भारताच्या प्राचीन इतिहासाच्या अभ्यासाची व्यवस्था करावी, असे स्वामी ब्रह्मानंदांचे म्हणणे होते. ही गोष्टही प्रत्यक्षात उतरली नाही. The Institute for History स्थापन करण्याची निवेदितेची आणि स्वामी ब्रह्मानंदांची कल्पना तशीच राहून गेली. कारण निवेदितेने आता देशकार्याला वाहून घ्यायचे ठरवले होते.

◆

द वेब ऑफ इंडियन लाइफ

निवेदितेने लिहिलेल्या पुस्तकांतील हे सर्वांत महत्त्वाचे पुस्तक. या पुस्तकाद्वारे निवेदितेने भारतीय जीवनसरणीवर प्रकाश टाकून, भारतीय जीवनातील उत्तमातील उत्तम जगासमोर ठेवले आहे. भारतीय जीवनसरणीत काहीच न्यून नव्हते किंवा भारताच्या प्रेमाने अंध होऊन तिला ते दिसले नाही, असे अजिबात नाही. पण स्वामीजींच्या शिकवणुकीप्रमाणे एखाद्या समाजातील उत्तमाचे सर्वांत योग्य दर्शन घडवून, न्यून किंवा कमकुवतपणा याचा तिने सहानुभूतीने विचार केला आहे. यातच तिचा मोठेपणा आणि मनाची उदारता दिसते.

निवेदिता साहेबपाड्यात म्हणजेच गोऱ्या लोकांच्या वस्तीत राहिली नाही. ती राहिली कोलकात्यातील रूढिप्रिय बागबाजारात! त्यामुळे बंगाली जीवनसरणीची तिला सखोल ओळख झाली. भारतीय जीवनातील मर्म तिला समजले, ते स्वामीजींबरोबर उत्तर भारताच्या प्रवासात किंबहुना तिला ते समजावे, हाच या प्रवासामागील उद्देशांपैकी मुख्य उद्देश होता. निवेदितेने भारतीय जीवनाची किती सखोल आणि गंभीरतेने ओळख करून घेतली होती, हे या पुस्तकातील :

The Eastern Mother, Of The Hindu Woman As Wife, The Place of Woman In The National Life, Noblesse oblige : A study of Indian Caste वगैरे प्रकरणांवरून दिसून येते.

निवेदितेने असे पुस्तक लिहावे म्हणून रमेशचंद्र दत्तांनी तिला नुसतेच प्रोत्साहन दिले नाहीतर ते प्रकाशित करण्याचेही कबूल केले. रमेशचंद्रांच्या प्रोत्साहनामुळेच, १९०१ साली तिने हे पुस्तक लिहिण्यास सुरुवात केली. The Sotry Of The Great God : Shiva or Mahadeva हे या पुस्तकातील प्रकरण तिने युरोपमध्ये असतानाच लिहिले होते आणि ते स्वामीजी व बसू दांपत्य यांना वाचूनही दाखवले होते.

शारीरिक विश्रांती आणि लेखनासाठी शांतता मिळावी म्हणून युरोपच्या प्रवासात ती बार्गेन या नॉर्वेतील समुद्रकाठच्या अरण्यात राहिली असताना रमेशचंद्रही तेथे

काही दिवस राहिले होते. तेथे निवेदितेने या पुस्तकाच्या आणखी काही भागाचे लेखन केले आणि ते रमेशचंद्रांना वाचूनही दाखवले. रमेशचंद्रांनी तिला काही उपयुक्त सूचनाही केल्या. हे पुस्तक १९०१ मध्येच पूर्ण करावे, असे निवेदितेच्या मनात होते. प्रो. गेड्डिसही तिला या पुस्तकाच्या संदर्भात मदत करण्यास तयार होते. निवेदिता हे पुस्तक, मिशनऱ्यांच्या भारतविषयक अपप्रचाराला उत्तर देण्यासाठी लिहीत आहेत, हे कळताच तिच्या या पुस्तकाला प्रस्तावना लिहिण्यास ते स्वखुशीने तयार झाले.

पण निवेदितेला भारतात परतण्याची अनिवार ओढ लागल्यामुळे या पुस्तकाचे लेखन अर्धवटच राहिले. नंतर स्वामीजींचे देहावसान, निवेदितेची व्याख्यानासाठीची सफर अशा अनेक घटनांमुळे हे पुस्तक प्रसिद्ध होण्यास १९०४ साल उजाडले.

या पुस्तकाच्या लेखनपद्धतीसाठी निवेदितेने प्रा. गेड्डिस यांचे मनापासून ऋण मान्य केले आहे. 'युरोप'ला समजावून घ्यायचे झाल्यास काय केले पाहिजे, कोणती पद्धत अवलंबली पाहिजे, हे त्यांनी निवेदितेला समजावून सांगितले होते.

प्रा. गेड्डिस यांची युरोपला समजावून घेतानाची पद्धत वापरून निवेदितेने भारताला समजावून घेतले. याचाच उपयोग 'द वेब...' हे पुस्तक लिहिताना निवेदितेला झाला. हे पुस्तक म्हणजे भारतीय संस्कृतीवर सर्जनशील भाष्यच आहे. त्या काळाप्रमाणे आजही ते अद्वितीयच आहे.

निवेदितेने जयांना लिहिलेल्या २६ जुलै, १९०४च्या पत्रात म्हटले आहे, ''या पुस्तकात खोलवर शिरल्यावर जर तुला स्वामीजींचं दर्शन झालं, तर मला खरोखरच खूप-खूप आनंद होईल.'' कारण तिच्या मते हे स्वामीजींचेच पुस्तक होते. ती फक्त एक साधन होती. म्हणूनच हे पुस्तक तिने स्वामीजींना अर्पण केले आहे. पण अर्पणपत्रिकेत स्वामीजींचे प्रत्यक्ष नाव न लिहिता फक्त 'वाहे गुरूकी फतेह' असे लिहिले आहे.

हे पुस्तक प्रसिद्ध होताच भारतात आणि भारताबाहेर एकच खळबळ माजली. निवेदितेला हे असे होणार याची पूर्ण कल्पना होतीच. काही थोर लेखकांनी आणि श्रेष्ठ संपादकांनी प्रशंसा केली म्हणून तिला आनंद होणे स्वाभाविक होते. रुडयार्ड किपलिंग आणि एफ. ए. स्टील यांनी स्तुती केली होती. अलाहाबादहून प्रसिद्ध होणाऱ्या प्रख्यात मासिकाने म्हटले होते, ''पाश्चात्त्यांसाठी इंग्रजीतून तिने हिंदूंच्या रीतीभाती, आचार-विचार आणि आदर्श यावर या पुस्तकाद्वारा भाष्य केले आहे आणि त्यात ती सफल झाली आहे.'' लोकमान्य टिळकांनी 'मराठा'त म्हटले होते की, 'द वेब...' या पुस्तकात निवेदितेने हिंदू जीवनाचे तात्पर्य जसे मांडले आहे, त्यापेक्षा अधिक स्वच्छपणे, अधिक समर्थपणे, कुठल्याही पाश्चात्त्य लेखकाने मांडलेले नाही. 'अमृतबझार पत्रिका'चे संपादक मतिलाल घोष यांच्या मते हिंदूंच्या रीती आणि

नीती यांचे समर्थन ज्या प्रकारे केले आहे, त्यासाठी आपण तिचे कायमचे ऋणी राहायला हवे. या पुस्तकाने तिला अमर केले आहे. बिपिनचंद्र पाल म्हणतात की, 'दि वेब...' या पुस्तकात वर्तमानकाळातील हिंदूंचे जीवन आणि चिंतन यावर केलेले भाष्य आपल्याला माहीत असलेल्या या प्रकारे लिहिल्या गेलेल्या इंग्रजी ग्रंथांच्या तुलनेत लक्ष्यवेधी आहे. पाश्चात्त्यांच्या बाजूने मत देताना फ्रेजर ब्लेअर यांनी हे पुस्तक प्राच्यांच्या आचार-विचारांवर भाष्य करणाऱ्या पाश्चात्त्य लेखकांच्या पुस्तकांतील सर्वश्रेष्ठ असल्याचे म्हटले आहे. प्रसिद्ध समाजवादी आणि प्रत्यक्षज्ञानवादा एस. एस. सुइनि यांनी 'पॉझिटिव्हिस्ट रेव्ह्यू' या नियतकालिकात तिला 'भारतीयांसाठी प्रेरणांचा स्रोत आणि पाश्चात्त्यांसाठी भारताची भाष्यकार' असे म्हटले आहे. थोडक्यात तिची आणि तिच्या पुस्तकाची महती अनेकांनी मान्य केली आहे.

आपल्या पुस्तकाच्या प्रशंसेने निवेदितेला आनंद वाटला तरी कुणीही या पुस्तकाचे मर्म (ज्यास तिने पुस्तकाचा 'प्राणपक्षी' असे म्हटले आहे.) ते बरोबर, योग्य रीतीने नमूद केले नाही, याची तिला खंत होती. म्हणून तिनेच स्वतः ते स्पष्ट करून सांगितले आहे, "हे पुस्तक म्हणजे भावनाप्रवणतेने, हिंदूंच्या आचारविचारांचं फक्त वर्णन नव्हे. यात आचारविचारांना स्वाभिमानाची जोड देऊन, त्यावर भाष्य केलं आहे. धर्माचं वर्णन ऐक्याचा उद्घोषक म्हणून केलं आहे. या राष्ट्राला हिंदू आणि मुसलमान या दोघांचीही आवश्यकता आहे. हे पुस्तक म्हणजे एका राष्ट्रनिर्मितीच्या परंपरेची अभिव्यक्ती होय." निवेदितेने स्पष्टच म्हटले होते की, या पुस्तकाचा प्रतिपाद्य विषय आहे हिंदू-मुसलमानांचे मौलिक ऐक्य आणि त्यांचे भविष्यातील विराट तादात्म्य.

निवेदितेला जरी वाटत होते की, आपल्या या पुस्तकाचा योग्य तो अर्थ लोकांपर्यंत पोहोचलेला नाही, तरी ते खरे नव्हते. धार्मिक आणि राजकीय क्षेत्रातील लोकांना या पुस्तकामुळे होणाऱ्या परिणामांची पूर्ण कल्पना आली होती. मिशनरी अतिशय चिडले. कारण त्यांनी भारत, भारताची संस्कृती, भारतीय जीवन यांचे जे चित्र रेखाटले होते, ते निवेदितेने रेखाटलेल्या चित्राच्या अगदी विपरीत होते. मिशनऱ्यांनी भारतीय संस्कृती वा जीवन समजून न घेताच अतिशय विकृत चित्र लोकांपुढे ठेवले होते. निवेदितेच्या पुस्तकामुळे त्यांचे पितळ उघडे पडणार, यात शंकाच नव्हती. म्हणून त्यांनी आरडाओरड करायला सुरुवात केली. याशिवाय करण्यासारखे दुसरे काहीच त्यांच्या हातात नव्हते.

या पुस्तकाची बदनामी करण्यास पुढे सरसावली ती एक मिशनरी स्त्री – मिस ॲनी कारमायकेल. निवेदितेच्या पुस्तकाचे खंडन करण्यासाठी तिने Things As They Are या नावाचा ग्रंथ लिहिला. या ग्रंथातील प्रकरणांची शीर्षकेच लेखिकेच्या हीन रुचीची साक्ष देणारी होती. A Look into Hell, Coils of the Snake,

The Brand of Hell इत्यादी. मिस कारमायकेलने इतके गरळ ओकले होते की, साहेबांचे वर्तमानपत्र म्हणून ओळखल्या जाणाऱ्या 'मद्रास मेल'लाही मिस कारमायकेलचा समाचार घ्यावा लागला. मद्रास मेलने लिहिले होते की, आम्हाला सिस्टर निवेदितेचा आशावादच पसंत आहे, मिस कारमायकेलचा निराशावाद नव्हे. मद्रास मेलच्या इंग्रज संपादकांना कारमायकेलच्या ग्रंथात हेतुपूर्वक तथ्यविकृती, घोर विद्वेषपूर्ण मिथ्यापवाद याशिवाय दुसरे काही आढळले नाही म्हणून मराठाच्या संपादकांना आनंदच झाला. मराठाच्या संपादकांनी आश्चर्य व्यक्त करत टिपणी केली की, एक मिशनरी स्त्री कश्मलात आपला हात घालू शकते! हे फार दुःखदायक नव्हे का! भारतात काही काळ राहिलेल्या मिशनरी स्त्रीने फक्त पापात आणि दुःखातच डोकावून पाहिले! निवेदितने भारताचे जे मर्मस्पर्शी चित्र रेखाटले आहे, तसे दृश्य तिला एकदाही दिसले नाही! निवेदितेच्या लेखनाविरोधात योग्य ते पुरावे देऊन लेखन केल्यास, अशा लेखनाचे येथे स्वागतच होईल; पण मिस कारमायकेलने फक्त चिखलफेक केली आहे. शिवाय 'ग्रंथ' या शब्दाची चेष्टा करावी अशी पुस्तिका आपल्या स्वतःच्या नावावर छापण्यास परवानगी दिली. या सर्व गोष्टींची जबाबदारी तिलाच उचलावी लागणार आहे.

'आनंदबझार पत्रिका'ने म्हटले होते, ''मिस कारमायकेलला कावीळ झाल्याने हिंदू स्त्रीमध्ये व्यभिचार सोडून तिला दुसरे काहीच दिसले नसावे. माणूस स्वतःच्या मापानेच दुसऱ्याला मोजतो. मिस कारमायकेलला 'हिंदू जीवनावर दृष्टी टाकणे' हे 'नरकात पाहण्यासारखे' वाटत असेल, तर ती 'नरकातील काळिमा' पाहण्याचीच नियती घेऊन जन्माला आली आहे, असेच दुर्दैवाने म्हणावे लागते. याउलट भगिनी निवेदिता, भारतात तीन वर्षांहूनही कमी काळ राहिली असूनही, पवित्र मनाच्या या स्त्रीला भारतीय स्त्रीतील पावित्र्यच दिसते.'' पुढे 'आनंदबझार पत्रिका'ने म्हटले होते, ''गिधाड आकाशात उडते, ते का? आकाशातील सौंदर्य पाहायला नव्हे, तर कुजलेले मढे शोधण्यासाठी. म्हणूनच मद्रासमधील देवळातील नर्तकी, ज्या काही वेळा नाइलाजाने वेश्यावृत्तीही करतात, त्या कारमायकेलचे लक्ष वेधून घेतात. तिला नजर वळवावी तिकडे हिंदूंमधील वेश्यावृत्तीच दिसत असेल तर तो तिच्या दृष्टीचा दोष आहे, हिंदूंचा नव्हे.'' 'अमृतबझार पत्रिका'ने आपल्या संपादकीय लेखाचा शेवट करताना म्हटले होते, ''पण मिस कारमायकेलने नकळत एक सत्कर्मही केले आहे. तिच्या पुस्तिकेमुळे, निवेदितेच्या पुस्तकाची खुमारी आणखी वाढली आहे. चंद्राला स्वतःचा प्रकाश असतोच. पण रात्री काळोखात तो जास्त सुंदर दिसतो.''

पुण्यातील त्या काळातील एक मिशनरी - रेव्ह. निकल मॅक्निकर, एम.ए. यांनी निवेदितेच्या पुस्तकाला 'असामान्य' म्हटले होते. मिस कारमायकेलच्या बेबंद टीकेला हे चोख उत्तर नव्हते का?

मिशनऱ्यांप्रमाणेच राजकीय वर्तुळात पण निवेदितेच्या या पुस्तकाने प्रक्षोभ निर्माण केला. निवेदितेने या पुस्तकात भारतीय संस्कृतीची, वैभवशाली इतिहासाची महानता दाखवून, राष्ट्रभावना जागवण्याचा प्रयत्न केला असला तरी कुठेही राजकीय अपप्रचार नव्हता. त्या वेळच्या इंग्रज सरकारविरुद्ध तिने अवाक्षरही काढले नव्हते. तिने फक्त वास्तवाचे दर्शन घडवले होते, सत्य सांगायचा प्रयत्न केला होता. आणि तेच राजकीय वर्तुळातील लोकांना खटकले होते.

निवेदितेने दाखवून दिले होते की, भारतात एकीची फार मोठी शक्ती अस्तित्वात आहे. पण भारतवासीयांना या गोष्टीची जाणीवच नाही. आपल्या पुस्तकाद्वारे ती ही जाणीव जागृत करू पाहत होती. दुसरे म्हणजे भारताची प्राचीन सांस्कृतिक महानता तिने भारतात व भारताबाहेर पोहोचवली ती याच पुस्तकाच्या माध्यामातून. या गोष्टी इंग्रज सरकारला धोकादायक वाटल्या. त्या वेळेपर्यंत स्वदेशी आंदोलनाने जोर धरला नसला तरी वंगभंगाच्या घोषणेने वातावरण तापले होते. अनेक परदेशी, इंग्रज टीकाकारांनी या पुस्तकाची 'सर्वोत्तम', 'असामान्य शक्तिशाली', 'प्रत्येक पान उदार विचाराने भरलेले', 'विशुद्ध मानवतावादाने परिपूर्ण' अशी प्रशंसा केली होती. तीही भारतातील इंग्रज सरकारला झोंबली होती. त्यांच्या मते 'एवढे सामान्य पुस्तक प्रतिष्ठित लोकांना आवडलेच कसे!'

निवेदितेच्या पुस्तकातील प्रकरणा-प्रकरणांवर टीकेची झोड उठली. 'पायोनियर'ने या टीकेत पुढाकार घेतला. पायोनियरने म्हटले, "हे पुस्तक म्हणजे कपटवेष धारण केलेली राजकीय पुस्तिकाच आहे." पुढील काळात निवेदितेबद्दलच्या गोपनीय नोंदीत पोलिस कमिशनर चार्ल्स टेगार्टने याच वाक्याचा उपयोग केला होता. भारतीय विद्यार्थ्यांची बुद्धिमत्ता, सर्वसामान्य भारतीयाची विद्वत्ता, गंगापूजा, संन्यासी भिक्षुकाच्या तोंडी धर्मवचन, भारतीय माता, पत्नी व विधवेची अवस्था या सर्वांवर आग पाखडून, टीकाकारांनी भीती व्यक्त केली होती की, निवेदितेच्या प्रतिभासंपन्न शैलीमुळे, तिने मांडलेल्या असत्य गोष्टीही, वाचकांना सत्य वाटू लागतील. टीकाकारांच्या मते पुस्तकातील पहिल्या चार प्रकरणांपर्यंत निवेदितेचा छुपा उद्देश फारसा लक्षात आला नाही, तरी पाचव्या प्रकरणापासून तिचा खरा चेहरा दिसतो. तिने लिहिले होते, "भारतात अखंड राष्ट्रभावना आहे. भारताने स्वत:चे भाग्य स्वत:च ठरवायला हवे." इंग्रज तर याच्या बरोबर उलट प्रचार करत होते. तेव्हा ते निवेदितेच्या उद्देशाबद्दल शंका घेणे स्वाभाविकच होते. याशिवाय दुसरे ते काहीच करू शकत नव्हते.

निवेदितेने इंग्रजांनी भारताचे जे आर्थिक शोषण चालवले होते, त्याचे वर्णन करताना म्हटले होते, "अरेरे, आजकाल विणकर उपाशी मरतोय... हल्ली भारतीय स्त्री वापरत असलेली साडी मँचेस्टर आणि ग्लासगो येथे तयार होते... याचा अर्थ,

हा देश शेकडो युरोपीय व्यावसायिकरूपी बांडगुळांना आश्रय देतो आहे.'' हे लेखन इंग्रज शासनकर्त्यांना अतिशय गर्हणीय वाटले, तर नवल ते काय!

इंग्रज सरकारचे खरे दात दिसले ते निवेदितेने हिंदू-मुस्लीम ऐक्यासंबंधी समर्थन करणारे लेखन केले तेव्हा! इंग्रज सरकारच्या मते, हिंदू-मुसलमान हे सतत लढतच असतात. त्यांच्यात शत्रुत्वाशिवाय दुसरी भावना असूच शकत नाही. कारण हिंदू-मुसलमान ऐक्य त्यांच्या दृष्टीने गैरसोयीचे होते.

टीकाकारांनी कितीही आगपाखड केली, तरी निवेदितेच्या पुस्तकातून त्यांना हवा असलेला अर्थ पुराव्यासह ते काढू शकले नाहीत. पण निवेदितेला अपेक्षित असलेला लक्ष्यभेद मात्र या पुस्तकाने निश्चित केला होता. म्हणूनच तर या पुस्तकाकडे दुर्लक्ष न करता टीकाकार आरडाओरड करत होते; पण पाय आपटून, तिखट टीका करण्याशिवाय ते काही करू शकले नाहीत.

११ सप्टेंबर, १८९३च्या शिकागो धर्मपरिषदेतील स्वामीजींच्या भाषणाचे जे महत्त्व भारताच्या इतिहासात आहे, तेच महत्त्व 'दि वेब ऑफ इंडियन लाइफ' या निवेदितेच्या पुस्तकाचे आहे, असे जे म्हटले गेले आहे, ते अक्षरश: खरे आहे.

◆

राजकीय जागृती

बंगालच्या इतिहासात १९०५ साल लक्षणीय ठरते. प्रव्राजिका आत्मप्राणांनी या काळास an epoch-making period म्हटले आहे. याचा अर्थ हा काळ नव्या युगाला चालना देणारा होता. पहिली राजकीय जागृतीची ठिणगी याच काळात दिसून आली. इंग्रज सरकारने लॉर्ड कर्झनच्या हुकुमावरून ती चिरडून, विझवून टाकण्याचा प्रयत्न केला, पण परिणाम उलटाच झाला. राजकीय जागृतीबरोबर देशभक्तीची भावनाही चेतवली गेली. या काळातील राजकीय घटना साकल्याने पाहणे आवश्यक आहे, कारण यात निवेदितेने महत्त्वपूर्ण भूमिका निभावली आहे आणि या घटनांनी तिच्या जीवनात आणि कार्यात परिवर्तन घडवून आणले आहे.

१८९७ सालीच द्रष्ट्या स्वामीजींनी म्हटले होते, "पुढील पन्नास वर्षांत आपलं एकच ध्येय असायला हवं – ते म्हणजे 'भारतमाता!' या काळात आपल्या मनातून इतर सर्व देवदेवता पुसल्या जाव्यात. या नव्याने जागृत झालेल्या देवीची – भारतमातेची – आपण पूजा करावी. हिची पूजा केल्यास बाकी देवांची पूजा आपोआप घडून येईल."

१९०१ सालापासून पुढील दहा वर्षे निवेदितेने स्वामीजींच्या वर उल्लेख केलेल्या वचनाचे पालन केलेले दिसते. तिचे विचार आणि कार्य, भारत आणि त्याचा भविष्यकाळ, याभोवतीच केंद्रित झालेले दिसते.

१९०१ ते १९०५ या काळात सुशिक्षित भारताचा आवाज काँग्रेसच्या नेत्यांद्वारेच ऐकू येत होता. या नेत्यांनी इंग्रज सरकारला अर्जविनंत्या करून आणि निषेध खलिते पाठवून राजकीय परिस्थितीत सुधारणा घडवून आणण्याचा प्रयत्न केला. १९०२ साली दिल्ली-दरबार भरला, त्याच्या थोडे दिवस आधी लोकांचे लक्ष दिल्ली-दरबाराऐवजी दुसरीकडे वळावे व एक प्रतिदबाव निर्माण व्हावा म्हणून अहमदाबादला काँग्रेसने एक अधिवेशन भरवले. या अधिवेशनात दिल्ली-दरबार म्हणजे पैशांची उधळपट्टी आणि निरर्थक भपका आहे, असे एकमताने घोषित

करण्यात आले. बंगालमधील इंग्रजी वर्तमानपत्रांनीही या दरबाराविरुद्ध गदारोळ उठवला. या वर्तमानपत्रांनी पुढील परिणामांची पर्वा न करता अतिशय झणझणीत शब्दांत या दरबाराचा समाचार घेतला.

या सुमारास निवेदिता मद्रासमध्ये होती. तेथून कोलकात्याला परत आल्यावर तिने एका अधिकाऱ्याच्या मुलाला विचारले, "कसा काय झाला दरबार?" त्या मुलाने उत्तर दिले, "आमच्या मते आमच्या सर्व राजकुमारांची अतिशय वाईट प्रकारे मानखंडना करण्यात आली." त्यावर निवेदितेने टिप्पणी केली, "पहिल्या दरबारापासून या दरबारापर्यंतच्या २५ वर्षांत भारताला राजकीय समज आली तर!"

आणखी एका घटनेने भारतात निरनिराळ्या भागांतून इंग्रज सरकारला जोरदार विरोध झाला. लॉर्ड कर्झनने १९०१ साली एक शैक्षणिक परिषद आयोजित केली होती. सिमल्याला झालेल्या या परिषदेनंतर लॉर्ड कर्झनने १९०२मध्ये 'युनिव्हर्सिटी कमिशन' नेमले. या कमिशनने १९०४मध्ये युनिव्हर्सिटी ॲक्ट पास केला. या कायद्यातील अनुदार तरतुदींमुळे संपूर्ण भारतातील सुशिक्षितांत संतापाची लाट उसळली. या कायद्याच्या संदर्भात त्या काळातील बंगालमधील एक प्रख्यात शिक्षणतज्ज्ञ आणि काँग्रेसचे प्रमुख नेते सुरेंद्रनाथ बन्द्योपाध्याय यांनी म्हटले होते की, लॉर्ड कर्झनने भारतावर केलेल्या अपकारांमध्ये त्याचा विद्यापीठ सुधारणा कायदा हा, खोलवर परिणाम करणारा आहे. कार्यक्षमतेची सबब सांगून त्याने कोलकाता नगरपालिकेला सरकारच्या नियंत्रणाखाली आणले आणि आता तीच सबब पुढे करून, विद्यापीठांनाही सरकारच्या नियंत्रणाखाली आणण्याचा डाव रचला. 'कार्यक्षमता' हा त्याचा परवलीचा शब्द आहे. लोकांच्या भावनेला काहीच किंमत नाही. कार्यक्षमतेला अवास्तव महत्त्व देऊन त्याने लोकमताचा अनादर केला आहे.

युनिव्हर्सिटी कमिशनबद्दल निवेदितेने संतापून लिहिले आहे, "अखेर युनिव्हर्सिटी कमिशन नेमले गेलेच. या कमिशनने सर्वांत उत्तम कार्य केले ते सर्व शिक्षण संपवून टाकण्याचे – विशेषत: विज्ञानाचे शिक्षण. भारतावर इंग्रजांनी जे जुलूम केलेत, त्यातील हा सर्वांत अनिष्ट असा जुलूम आहे. त्यामुळे मी पेटून उठले आहे. भारताला भारत म्हणून जगण्याचा हक्क आहे. भारताला स्वत:चा विचार करण्याचा हक्क आहे. त्याला ज्ञान मिळवण्याचा हक्क आहे. अन्न मिळवण्याचा हक्क, न्याय मिळवण्याचा हक्क किंवा इतर हक्क या सर्वांपेक्षा मला हे हक्क जास्त महत्त्वाचे वाटतात. त्यामुळे माझा संताप होतो."

निवेदिता स्वत: शिक्षणतज्ज्ञ असल्याने तिला शैक्षणिक प्रश्नात जास्त रस होता. म्हणूनच तिने शैक्षणिक प्रश्नाला 'समस्यांची समस्या' असे म्हटले आहे. ती विधायक विचारवंत होती. त्यामुळेच तिने टीका किंवा तक्रार करत बसण्यापेक्षा, आल्या प्रसंगाला समर्थपणे तोंड देऊन, प्रसंगावर मात करण्याचा सल्ला दिला. या

संधीचा लाभ करून घ्यावा आणि सरकारच्या मदतीची अपेक्षा न बाळगता, राष्ट्रीय शिक्षणाच्या आरंभाला हातभार लावावा, असे तिचे मत होते. सरकारच्या शैक्षणिक धोरणाकडे लोकांनी वेगळ्या दृष्टीने पाहावे, सरकारने अनेक शाळांची संलग्नता रद्द केली तर त्याबद्दल सरकारचे आभार मानायला हवेत. कारण अशी संलग्नता रद्द झाल्यास भारतीय लोकांना विचारांचे स्वातंत्र्य मिळेल, पण मग गप्प बसून नाही चालायचे, तर कामाला लागले पाहिजे. कार्य, कार्य! आणि कार्यातून शिक्षणाचा खरा उद्देश पुन्हा व्यवहारात आणला पाहिजे, असे तिचे सांगणे होते.

तिच्या या सकारात्मक विचारांचे वर्तमानपत्रांनी स्वागत केले.

आता मात्र काँग्रेसमधील काही नेत्यांच्या विचारात बदल झाला. नुसत्या अर्ज-विनंत्यांनी या इंग्रज सरकारवर काही परिणाम व्हायचा नाही. देशातील तरुणांची शक्ती राष्ट्रीय कार्यासाठी उपयोगात आणायला हवी, तरुणांच्या सार्वजनिक कार्यक्रमांना वेगळी दिशा द्यावयास हवी, हे त्यांच्या लक्षात आले. काँग्रेसच्या मार्गदर्शनाखाली 'दि यंग मेन्स हिंदू युनियन कमिटी', 'द गीता सोसायटी', 'द डॉन सोसायटी', 'अनुशीलन समिती' अशा समित्या किंवा गट स्थापन झाले. निवेदितेला राजकीय जागृतीबरोबरच सांस्कृतिक व सामाजिक जागरण हवेच होते. म्हणून ती या व अशा तऱ्हेच्या समित्यांना सहकार्य करण्यास नेहमीच तयार असे. तिला कुठल्याही समितीकडून आमंत्रण आल्यास ती आनंदाने जात असे आणि 'हिंदुत्ववादा'वर बोलत असे, गीतेचा अर्थ समजावून सांगत असे अथवा स्वामीजींच्या कार्याची मीमांसा करत असे. तिची व्याख्याने नेहमीच प्रेरणादायक ठरत. तिने भारतातील समस्यांचा अतिशय गंभीरपणे आणि सखोल विचार केला होता. त्यामुळेच तरुणांना स्फूर्ती मिळत असे, त्यांच्यासमोर एक नवीन क्षितिज निर्माण होत असे. 'राष्ट्र' आणि 'राष्ट्रीयता' हे शब्द तिच्या बोलण्यात वारंवार येत. तिने राष्ट्रीय-जागरण national-consciousness हा शब्दप्रयोग वारंवार योजला.

वर उल्लेख केलेल्या समित्यांमध्ये डॉन सोसायटी आणि अनुशीलन समिती या जास्त प्रभावशाली होत्या.

डॉन सोसायटी स्थापन केली होती सतीशचंद्र मुखोपाध्यायांनी. त्यांनी स्वामीजींच्या कार्यापासून प्रेरणा घेतली होती. निवेदितेच्या प्रभावामुळे डॉन मासिकाशी संबंधित विद्यार्थ्यांना एकत्र करून त्यांनी ही सोसायटी स्थापन केली होती.

राष्ट्रीय शिक्षणाला उत्तेजन देण्यात आणि ते लोकप्रिय करण्यात या सोसायटीने पुढाकार घेतला होता. याच सोसायटीच्या साहाय्यामुळे १९०५मध्ये 'नॅशनल एज्युकेशन सोसायटी' स्थापन झाली आणि 'नॅशनल कॉलेज' सुरू झाले. या सोसायटीच्या राष्ट्रीय कार्यक्रमात बिजेंद्रनाथ सील, रवीन्द्रनाथ, सुरेंद्रनाथ बन्द्योपाध्याय, भगिनी निवेदिता, बिपिनचंद्र पाल, अब्दुल रसूल वगैरे समाजातील विविध स्तरांतील

प्रतिष्ठित व्यक्ती सहभागी होत्या.

त्या वेळचे सोसायटीचे एक तरुण सदस्य विनय सरकार – पुढे हे नामांकित अर्थतज्ज्ञ झाले – यांनी निवेदितेची एक आठवण सांगितली आहे. ''मी निवेदितांना या सोसायटीतच प्रथम पाहिले. ही गोष्ट असेल साधारण १९०४ सालातील. एका परदेशी स्त्रीच्या मनात भारताविषयी एवढी कळकळ असल्याचं पाहून मला आश्चर्याचा धक्काच बसला. त्या खऱ्याच 'भगिनी' वाटत होत्या. भारताच्या स्वातंत्र्याबद्दल त्या बोलल्या. त्यांचं बोलणं अत्यंत परखड आणि कटू होतं; पण त्या बोलण्यात राष्ट्रभक्तीची भावना चेतवण्याचं सामर्थ्य होतं.''

निवेदिता येथे तत्त्वज्ञानाबरोबरच राजकीय आणि सामाजिक विषयांचेही शिक्षण देत असे. राष्ट्रधर्माचीही शिकवण देत असे. सर्वांनी स्वामीजींनी सांगितलेल्या आदर्शाचे पालन करावे, असा तिचा आग्रह असे. तरुणांसमोर ती अशोक आणि अकबर यांचा आदर्श ठेवत असे.

निवेदिता उघडपणे जहाल भाषेत व्याख्याने द्यायची आणि गुप्तपणे स्वतःच्या कार्यासाठी निवडक तरुणांना आपल्याकडे वळवून घ्यायची.

असे असूनसुद्धा 'डॉन' मासिकाला निवेदितेचे सक्रिय समर्थन होते. मासिकाला समर्थन व सहानुभूती व्यक्त करणाऱ्यांच्या १९०४-१९०५च्या यादीत निवेदितेचे नाव आहे. तसेच निवेदितेच्या व्याख्यानांचा सारांश आणि त्यावरची समीक्षा यांचा अंतर्भाव या मासिकात अवश्य करण्यात येत असे.

१९०५च्या नोव्हेंबरच्या अंकात सतीशचंद्र मुखोपाध्यायांनी लिहिले होते –
The Society cannot be too greatful to the donor (of the Vivekananda Medal, Sister Nivedita), for the very special interest she has been taking in the welfare of the student community generally and of our Society in particular.

निवेदितेने 'विवेकानंद गोल्ड मेडल' हे उत्तम निबंधासाठी ठेवले होते. 'डॉन'मध्ये या पुरस्कारासाठी कोणकोणत्या विषयांवर निबंध लिहिता येतील, याची यादीच देण्यात आली होती. निबंधाच्या विषयांवर नजर टाकल्यास, निवेदितेच्या 'राष्ट्रीयता' विषयक दृष्टिकोनावर बराच प्रकाश पडतो. निबंधाचे विषय होते :

1. The work of the Indian Religious Teachers had always been more or less fruitful in some awakening of the national sense.
2. The great man have a passionate love for the common people.
3. This his country has a greater claim on a man than his family.
4. All the Indian peoples together form an organic unity.

(Note. This may be taken that as the parts of the human body are all different from each other, and yet united to form a single organism, so there may be some such relationship among the Indian peoples.)

5. Hindu and Mohamedan life and thought are alike in many important characteristics, which distinguish them both from Western.
6. The lives of Asoka and Akbar, taken together, prove that in India the idea of democracy is essential to nationality.

(Note : It will be understood that the word democracy carries within the idea that everyone is free to develop himself to the utmost, regardless of his birth.)

निवेदितेने डॉन सोसायटीमध्ये दिलेल्या व्याख्यानाचा वृत्तान्त सारांशाने 'डॉन' मासिकातून प्रसिद्ध होत असे. त्यातील काही महत्त्वाच्या वृत्तान्तावर नजर टाकल्यास निवेदितेच्या विचारांची आणि कार्याची दिशा कळण्यास मदत होते. 'डॉन'च्या सप्टेंबर, १९०५च्या अंकातील लेखाचा विषय Topics for Discussion : The Birth of the National Idea : Or the Awakening of the National Sense in the People हा होता. यात निवेदितेने नॉर्वेच्या संदर्भात 'राष्ट्रीय भावना', 'राष्ट्रीय दिवस', 'राष्ट्राचा ध्वज', 'राष्ट्रीय संगीत', 'राष्ट्रीय साहित्य', 'राष्ट्रीय उत्सव' यावर भाष्य करताना म्हटले होते की, सामान्य माणसाबद्दलचे प्रेम आणि त्याच्याबद्दलच्या आशा हा राष्ट्रवादाचा पाया असतो. आणि जोपर्यंत सामान्य माणूस स्वतःच्या देशाला सर्वांगीण रूपात पाहू शकत नाही, तोपर्यंत हा पाया भक्कम होत नाही. या मार्गातील सर्वांत मोठी अडचण असते, ती पारतंत्र्याची.

निवेदितेने १४ ऑगस्ट, १९०४मध्ये डॉन सोसायटीतील मुलांसमोर दिलेल्या व्याख्यानाचा सारांश एका एम.ए.च्या विद्यार्थ्याने १९०५च्या सप्टेंबरच्या अंकात प्रसिद्ध केला होता. त्यात आपापसात भांडत बसणाऱ्या भारतातील लोकांवर निवेदिता चिडली होती. तिच्या मते सर्व प्रकारच्या संघटनांनी एकत्र येऊन कार्य केल्याशिवाय राष्ट्रीयता निर्माण होणे शक्य नसते. सर्व आंदोलनांतही समन्वय असायला हवा. हिंदू-मुसलमान ऐक्याविषयी तिने चिंता प्रकट करताना, अशा ऐक्याच्या आवश्यकतेवर जोर दिला होता. याचबरोबर अखंड कर्माचे महत्त्व विशद करताना आध्यात्मिकतेच्या नावाखाली ऐशारामात राहून, कार्याच्या वेळी अंग काढून घेणाऱ्यांवर तिने कोरडे ओढले होते.

Sister Nivedita on Indian National Ideals : A Brief Statement of Some of Her Points. या सारांशात तिच्या राष्ट्रीयत्वासंबंधीच्या तीन मूलभूत सूत्रांचा उल्लेख होता :

१. आपण जेथे राहतो तेथील माती, पाणी यांच्यावर प्रेम.

२. स्वत:च्या विचारसामर्थ्याच्या बळावर सर्वोच्च आदर्शाची जाणीव.

३. जगातील मानवसमाजाचा आपण अंश आहोत, हा समज.

१९०५च्याच सप्टेंबरच्या अंकात आणखी एक दीर्घ लेख होता. त्यात निवेदितेने मांडलेल्या मौल्यवान विचारांचा सारांश होता. निवेदितेच्या मते पूर्वी भारताचे जीवन परिवार-केंद्रित होते. आता मात्र ते राष्ट्र-केंद्रित होणे आवश्यक आहे. त्याशिवाय भारताची प्रगती होणे शक्य नाही. भारतवासी स्वत:च्या परिवारात गुंतून पडले तर त्यांचे जीवन गतिहीन होईल आणि हे महापाप ठरेल.

भारताने फक्त पारिवारिक आदर्श पोसला असे नाही. यासाठी तिने १८५७च्या युद्धातील कुमारसिंहांचे उदाहरण दिले. आपल्या कुटुंबातील स्त्रियांना, आपल्याच आत्मीयांनी ठार करून, शत्रूच्या हातात पडण्यापासून वाचवले, हे कळताच त्याने समाधानाने प्राण सोडले. पारतंत्र्यात असलेल्या देशातील लोकांनी, परिवारापेक्षा देशाकडे लक्ष केंद्रित केले पाहिजे आणि त्यासाठी आत्मबलिदान करण्याची तयारी ठेवली पाहिजे. संकटाला घाबरून, संरक्षणासाठी उतावीळ होणारी आध्यात्मिकता ही खोटी आध्यात्मिकता आहे.

भारतमातेच्या चरणी सर्वस्व अर्पण करण्यासाठी सरकारी नोकऱ्यांवर बहिष्कार टाकण्याचे आवाहन तिने केले. सरकारी नोकरी माणसातील सत्त्व नष्ट करून टाकते. भावाभावांत भेद निर्माण करते, कार्यप्रेरणा नाहीशी करते, माणसाला मनाविरुद्ध काम करायला लावते, माणसाला अप्रामाणिक करते. स्वत:च्या पायात स्वत:च बेडी घालणे म्हणजे सरकारी नोकरी करणे, असे तिने खणखणीतपणे सांगितले. तिचे हे बहिष्काराचे आवाहन साधेसुधे नव्हते. ती युद्धघोषणाच होती.

अशा ज्वलंत, विद्रोही विचारांमुळे सतीशचंद्र मुखोपाध्याय गडबडून गेले. कारण ते होते इंग्रज सरकारचे भक्त. ते इंग्रज सरकारला ईश्वरी मानत. राणी व्हिक्टोरियाच्या मृत्यूनंतर अतिशय भावव्याकूळ होऊन त्यांनी एक कविता केली होती. त्या कवितेतील काही ओळी होत्या :

Loved Mother! God's elect to reign on Earth...
...Thou hast borne
Supremely well the Sovereign's burthen...

Thou, a Queen on Earth
To do His High behests...
The angels bright guarded Thy steps on Earth,
The angels bright befriend Thee in Heaven.

त्यामुळे राष्ट्रीय शैक्षणिक परिषदेबद्दल निवेदितेला मूलत: उत्साह वाटत होता हे खरे, पण पुढे तिचे व सतीशचंद्रांचे पटणे अशक्यच झाले.

एकंदर विचार करता, या काळाला 'निवेदिता युग' असे, निवेदितेचे चरित्रकार प्रा. शंकरीप्रसाद बसूंनी म्हटले आहे, ते योग्यच वाटते.

◆

निवेदिता-ओकाकुरा पर्व

निवेदिता-ओकाकुरा यांची भेट झाल्यानंतर काही काळानंतर त्यांनी जे क्रांतिकार्य सुरू केले, ते भारताच्या राजकीय इतिहासात उल्लेखनीय आहे. काही इतिहासकार यासच पहिले क्रांतिकार्य मानतात. पण या बाबतीत इतिहासकारात मतभेद आहेत. याचे एक कारण या काळातील घटनांची योग्य व सविस्तर माहिती मिळाली नव्हती. थोडीफार माहिती मिळाली ती स्वामीजींचे सर्वांत धाकटे भाऊ भूपेंद्रनाथ दत्त यांच्याकडून. ते स्वत: क्रांतिकारक होते. पण अलीकडेच निवेदितेची काही अप्रकाशित पत्रे मिळाली. त्यावरून हे संघटित क्रांतिकार्य होते, असे शंकरीप्रसाद बसूंना वाटते. तरीही हे पहिले क्रांतिकार्य होते की नाही, याबद्दल शंका घेतली जातेच. तेव्हा भारताच्या क्रांतीच्या इतिहासात डोकावून पाहण्याशिवाय दुसरा पर्यायच शिल्लक राहत नाही.

भारतीय इतिहासाची पाने चाळली तर लक्षात येते की, राजनारायण बसू आणि ज्योतिरिन्द्रनाथ ठाकूर यांनी एक 'हांचु पामु हाफ' नावाची गुप्त समिती स्थापन केली होती. ही समिती स्थापण्यामागे, मॅझिनीच्या चरित्राचा फार मोठा प्रभाव होता. ज्योतिरिन्द्रनाथ हे रवीन्द्रनाथांचे मोठे भाऊ. तेव्हा रवीन्द्रनाथांची माहिती विश्वासार्ह मानायला काहीच हरकत नाही. रवीन्द्रनाथांनी या समितीला 'मजादार' म्हणजे 'गंमतशीर' म्हटले आहे. 'हांचु पामु हाफ' हे सांकेतिक नाव. खरे नाव 'संजीवनी सभा.' या समितीचे सर्व वातावरण रहस्यमय असे; पण क्रांतिकार्य असे काहीच नसे. ही समिती स्थापन करणारे आणि त्या समितीचे सदस्य या कुणाचीच मनोवृत्ती क्रांतिकार्याला अनुकूल नव्हती.

खऱ्या अर्थाने गुप्त समिती म्हणता येईल अशी समिती स्थापन केली ती प्रमथनाथ मित्र यांनी. पण क्रांतिकार्याच्या दृष्टीने अत्यंत महत्त्वाची ठरते ती 'अनुशीलन समिती.' प्रमथनाथ मित्रांची 'गुप्त समिती' आणि 'अनुशीलन समिती' यांच्या मधील काळ म्हणजे 'निवेदिता-ओकाकुरा पर्व' होय.

या पर्वाबद्दल अधिक माहिती करून घेण्याआधी, हे ओकाकुरा कोण ते जाणून घेणे अगत्याचे आहे.

ओकाकुरांचे नाव काकुजो ओकाकुरा. या जपानी गृहस्थांचा जन्म १८६३ सालचा. लहानपणापासून प्राचीन संस्कृतीचे त्यांना आकर्षण होते. १८८० साली पदवी शिक्षण पूर्ण झाल्यावर ते पुराणवस्तुसंशोधनाकडे वळले. यासाठी क्लब, सोसायटी स्थापन करण्याचे कसोशीने प्रयत्न केले. १८८६मध्ये जपानच्या 'इम्पिरिअल आर्ट कमिशन'चे सदस्य म्हणून युरोप-अमेरिका येथे भ्रमंती केली. युरोपच्या कलेशी प्रत्यक्ष परिचय झाल्यावरही प्राच्य कलेबद्दलचे त्यांचे आकर्षण कमी झाले नाही. जपानला परत आल्यावर जपान सरकारने त्यांना टोकिओ येथील 'न्यू आर्ट स्कूल'चे संचालक केले. पण या संस्थेत युरोपीय पद्धतीचे अनुसरण करावे म्हणून त्यांच्यावर दबाव आणण्यात आल्यामुळे, १८९७मध्ये त्यांनी या संस्थेच्या संचालकपदाचा त्याग केला आणि तरुण सामर्थ्यवान कलावंतांना बरोबर घेऊन, टोकिओच्या उपनगरातच 'निप्पन बिजित्सु' (हॉल ऑफ फाइन आर्टस) ही संस्था स्थापन केली. त्यानंतर पुन्हा ते एका सरकारी संस्थेचे प्रमुख संघटक झाले. ही संस्था होती, 'इम्पिरिअल ऑर्किऑलॉजिकल कमिशन.'

जया १९०१ साली जपानला गेल्या असताना, त्यांचा परिचय ओकाकुरांशी झाला आणि पुढे मैत्रीही झाली. ओकाकुरा पुढे भारतात आले ते स्वामीजींना जपानमध्ये होणाऱ्या धर्मसभेसाठी घेऊन जाण्याकरिता. स्वामीजींनी त्यांचा उद्देश लक्षात घेऊन त्यांचे मोठ्या मनाने स्वागत केले. जयांना लिहिलेल्या एका पत्रात स्वामीजींनी म्हटले आहे, "पुष्कळ दिवसांनंतर जणू हरवलेला भाऊ पुन्हा भेटला." ओकाकुराही जयांना म्हणाले होते, "विवेकानंद आमचे आहेत. ते पूर्वेचे. तुमचे नव्हेत." ओकाकुरांनी जपानमधील बौद्ध पुरोहितांना– ओडो टोकुनो यांना– कळवले होते, "संपूर्ण जगात अद्वितीय पुरुष म्हणजे विवेकानंद."

ओकाकुरा भारतात आले तेव्हा निवेदिता युरोपमध्ये होती. १९०२च्या फेब्रुवारीत ती भारतात आली आणि त्यानंतर तिची ओकाकुरांशी प्रत्यक्ष भेट झाली. पण या प्रत्यक्ष भेटीपूर्वी तिला ओकाकुरांविषयी नुसती माहितीच नव्हती, तर त्यांचा परिचयही होता. कारण नॉर्वेहून जयांना निवेदितेने लिहिले आहे, "तू मला जी जपानी कागदपत्रं पाठविली आहेस, त्यांनी मला खूप आनंद दिला. अमेरिका, नॉर्वे आणि आता जपान– इथून अशा तऱ्हेच्या गोष्टी ऐकून माझं साहस वाढलंय. राष्ट्रीय आदर्श मी व्यवस्थित मांडू शकलेय!"

या पत्रावरून लक्षात येते की, जयांनी तिला Ideals of the East या ओकाकुरांच्या पुस्तकाच्या हस्तलिखिताचा काही भाग पाठवला असावा आणि त्याचबरोबर त्यांच्या राजकीय उद्देशाबद्दलचे त्यांचे लेखही असावेत. जयांनी ओकाकुरांना

निवेदितेचा इंग्रज सरकारला असलेला विरोध आणि राष्ट्रभावना भारतवासीयांमध्ये जागृत करण्यासाठी चाललेले तिचे प्रयत्न यांची माहितीही दिली असावी. म्हणूनच ओकाकुरा आणि निवेदिता एकमेकांना भेटण्यास उत्सुक होते.

१० जून, १९०२च्या पत्रात निवेदितेने जयांना लिहिले आहे, "मला जीवनातील सत्य कळलंय आणि म्हणून स्वातंत्र्याचं महत्त्व मला जास्त वाटतं." या स्वातंत्र्यासाठी ओकाकुरांची 'गुप्त व सशस्त्र' क्रांतीची कल्पना निवेदितेला पटली असावी. कारण एका पत्रात तिने लिहिले आहे, "त्यांचं ज्ञान, प्रतिष्ठा किंवा इतर गोष्टी याविषयी मला उत्सुकता नाही. मला जाणून घ्यायची आहे ती त्यांची इच्छाशक्ती. त्यांच्याकडून ऐकायचंय की राष्ट्रीय जीवनतृष्णेचा अंत कुठं असतो? आतापर्यंत कुणाकडून याचं उत्तर मला मिळालेलं नाही, पण त्यांच्याकडून मिळेल असा विश्वास आहे मला!"

यावरून असे अनुमान स्पष्टपणे काढता येते की, ओकाकुरांचा भारतात येण्याचा एक उद्देश स्वामीजींना जपानला घेऊन जाण्याचा असला तरी तोच एकमेव उद्देश नव्हता. त्यांच्या इतर उद्देशांची धीरामाता आणि जया यांना कल्पना होती आणि निवेदिता त्या काळात ज्या मार्गाने निघाली होती, तो बघता, या दोघींनी ओकाकुरा आणि निवेदिता यांची भेट घडवून आणण्याचे जाणीवपूर्वक ठरवले होते, असेच दिसते.

निवेदितेनेच बंगालमधील प्रतिष्ठित, कलावंत यांच्याशी ओकाकुरांचा परिचय करून दिला. पण तिचे खरे लक्ष्य ओकाकुरांची भेट त्या काळातील राष्ट्रभावनेने प्रेरित झालेल्या आणि क्रांतीचा मार्ग अवलंबण्यास उत्सुक असलेल्या व्यक्तींशी करून देणे हेच होते. याचे कारण निवेदितेने ओकाकुरा भारतात येण्यापूर्वीच आपला मार्ग निश्चित केला होता. २४ फेब्रुवारी, १९०२च्या जयांना लिहिलेल्या पत्रात तिने स्पष्टच म्हटले आहे, "जीवन – जीवन – मला जीवन हवंय. आणि जीवनाला एकमेव प्रतिशब्द आहे – तो म्हणजे स्वातंत्र्य. ते नसेल तर मृत्यूच बरा!"

ओकाकुरांचे असे मत होते की, आशिया खंडाची कुंडली एक आहे. आशियातील सर्व देश, या खंडातून इंग्रजांची सत्ता उखडून टाकण्यासाठी संघटित झाले आहेत. फक्त भारतच अजून झोपून राहिला आहे. तेव्हा भारताला स्वतंत्र करून, या संघटनेत सामील करून घ्यायला हवे. त्यांनी आपल्या या मताचा भारतात प्रचार केला आणि त्या मताकडे लोक आकृष्टही झाले. भूपेन्द्रनाथ दत्तांनी त्यांच्या 'पॅट्रिअट् प्रॉफेट' या पुस्तकाच्या 'स्वामी बिबेकानंद' या बंगाली आवृत्तीत म्हटले आहे, "स्वामीजींच्या मृत्यूपूर्वीच त्यांच्या दोन परदेशी अनुयायांनी (त्यामध्ये एकजण त्यांची शिष्या होती) कोलकात्यात, काही विशिष्ट व्यक्तींच्या मदतीने प्रथम एक राष्ट्रीय संघटना उभारली. याच संघटनेने पुढे क्रांतिकार्य सुरू केले." या क्रांतिकार्यात अपरोक्षपणे जयाही गुंतल्या होत्या. जयांनी भूपेन्द्रनाथ अमेरिकेत गेले असताना

त्यांच्याजवळ कबूल केले होते की, ओकाकुरांना भारतात आणण्यास त्याच जबाबदार होत्या. जयांनी आर्थिक मदत तर केलीच, पण त्यांच्या ओळखीमुळे निवेदितेची परदेशी प्रतिष्ठित व्यक्तींशी ओळख झाली आणि त्यांच्या मदतीने गोपनीय कागदपत्रे किंवा इतरही वस्तूंची ने-आण होत असे.

डॉ. हेमेंद्रनाथ दासगुप्त स्वदेशी युगातील महत्त्वाची व्यक्ती. देशबंधू चित्तरंजन दासांचे ते निकटवर्ती आणि प्रख्यात इतिहासकार. या काळाचे ते साक्षीदार. त्यांनी आपल्या 'भारतेर जातीय इतिहास' (भारताचा राष्ट्रीय इतिहास) या ग्रंथात लिहिले आहे की, निवेदिता प्रथम 'निहिलिस्ट' होती. पुढे स्वामी विवेकानंदांचे शिष्यत्व पत्करल्यानंतर त्यांच्या साधनेत स्वत:ला तिने वाहून घेतले. भारतवर्षाला स्वत:ची मातृभूमी म्हणून तिने स्वीकारले. सुरेन्द्रनाथ हालदार यांच्यामुळे तिची बॅरिस्टर प्रमथ मित्र, चित्तरंजन दास, आशुतोष चौधरी वगैरेंशी ओळख झाली. त्यांच्याशी भारताचे भविष्य, भविष्यातील आशा-अपेक्षा आणि कार्याची दिशा यावर तिने सखोल चर्चा केली होती.

३ मार्च, १९०२च्या पत्रावरून निवेदितेचा एक गट होता आणि तो कार्यरतही होता, हे स्पष्ट होते. या पत्रात तिने जयांना लिहिले आहे, ''मला सावध केलंय. माझी पत्रं उघडण्याची परवानगी पोलिसांना मिळलीय. त्यांच्या नजरेला खटकेल असं काही मी लिहू शकत नाही. इथलं वातावरण तापलंय. आमचा काँग्रेस लेफटिस्ट गट कदाचित फुटेल अशी भीती वाटतेय.''

डॉ. हेमेंद्रनाथ दासगुप्तांनी लिहिले आहे की, ओकाकुरा या देशात आल्यावर, मिस मागरिट नोबल, प्रमथ मित्र, बिपिन पाल, चित्तरंजन, आशुतोष चौधुरी, योगेश चौधुरी, रजत राय, सुरेन हालदार, हरिदास हालदार यांना भेटले. त्यांच्याशी चर्चा करून त्यांनी येथील परिस्थिती जाणून घेतली. त्यांनी 'एशियाटिक फेडरेशन'चा प्रस्ताव मांडला. त्याचे सर्वांनाच आकर्षण वाटले. चित्तरंजन दासांनी तर या प्रस्तावाचे जोरदार समर्थन केले... बंकिमचंद्राचा आदर्श आणि ओकाकुरा-निवेदिता यांचे प्रोत्साहन या बळावर जी राजनीती आखण्यात आली, तिचे समर्थक होते प्रमथ मित्र, बिपिनचंद्र पाल, आशुतोष चौधुरी, सत्यरंजन दास, चित्तरंजन दास, रजत राय, सुरेन्द्र हालदार, अश्विनी बन्द्योपाध्याय, सखाराम गणेश देऊस्कर, सुबोध मल्लिक, श्यामसुंदर चक्रवर्ती, कृष्णकुमार दत्त वगैरे. या राजनीतिप्रचाराचे मुखपत्र होते, 'न्यू इंडिया.' यांचे व्यवस्थापकीय संचालक होते चित्तरंजन दासांचे थोरले बंधू सत्यरंजन दास आणि संपादक होते बिपिनचंद्र पाल.

राष्ट्रीय भावनेने प्रेरित झालेल्या तरुणांशी ओकाकुरांचा परिचय करून देण्यास निवेदिता अतिशय उत्सुक होती. सुरेन्द्रनाथ ठाकूर हा रवीन्द्रनाथांचा पुतण्या आणि सत्येन्द्रनाथांचा मुलगा. निवेदितेच्या मते तो 'आपादमस्तक राष्ट्रवादी' होता. म्हणून

धीरामातांनी आयोजित केलेल्या मेजवानीला निवेदितेने आवर्जून सुरेन्द्रनाथांना बोलावले. या मेजवानीचे मुख्य अतिथी ओकाकुराच होते. सुरेन्द्रनाथांनी त्यांच्या आणि ओकाकुरांच्या या प्रथमभेटीचे वर्णन मार्मिक शब्दांत सविस्तरपणे केले आहे –

"ओकाकुरांच्या पहिल्याच भेटीत त्यांची जी छाप माझ्या मनावर पडली, ती अजून माझ्या आठवणीत ताजी आहे. गृहस्वामिनीच्या शेजारी ते बसले होते. मध्यम उंची, कणखर शरीरयष्टी, काळ्या रंगाचा किमोनो त्यांनी परिधान केला होता. त्यावर एक पाच पाकळ्यांचं साधं फूल भरतकाम केलेलं किंवा छापलेलं होतं. हे त्यांचं पारिवारिक चिन्ह होतं. हातात बांबूच्या कामट्या आणि कागद यांच्यापासून तयार केलेला पंखा होता. पंख्यावर किरमिजी रंगात रंगवलेला पानांचा गुच्छ. त्यांच्या पायात जपानी कापडाचे मोजे आणि गवतापासून तयार केलेल्या चपला होत्या. चेहऱ्यावरून ते जपानी न वाटता चिनीच वाटत होते. डोळे अर्धवट मिटल्यासारखे. बारीक मिशा. रंग लालसर. आरामात बसले होते. चेहरा गंभीर. इजिप्शियन सिगरेट सतत ओढत होते.

"ओकाकुरा काहीच बोलत नव्हते. पण त्यांच्यावतीनं निवेदिताच आवेशानं बोलत होत्या. आमच्या भल्यासाठी त्यांना संभाषणात ओढून आणण्याचा निवेदितांचा प्रयत्न स्पष्ट कळत होता. त्यांनी ओकाकुरांची, त्यांच्या देशाची किंवा पुस्तकाची प्रशंसा केली की ते फक्त हसून मान झुकवत, मात्र बोलत अजिबात नसत.

"काही वेळानं ते उठून गेले. मला वाटलं की, हा कार्यक्रम आता संपलाय. म्हणून मीही उठलो. तेव्हा निवेदिता हळूच माझ्यापाशी आल्या आणि पुटपुटल्या, 'जरा शेजारच्या खोलीत जा.' त्यांनी दाखवलेला काचेचा दरवाजा लोटून मी पलीकडे गेलो तर ती खोली नव्हती, एक व्हरांडा होता. तिथं एक टेबल आणि दोन खुर्च्या मांडल्या होत्या. एका खुर्चीवर ओकाकुरा बसले होते. आधीसारखेच गंभीर. धूम्रपान सुरूच होतं. मी त्यांच्यापेक्षा वयानं लहान आणि विचारानंही अपरिपक्व होतो, तरीही त्यांनी मला वाकून नमस्कार केला आणि दुसऱ्या खुर्चीवर बसण्यासाठी खुणावलं. अतिशय उमदेपणानं त्यांनी माझ्यापुढे सिगरेट धरली, तेव्हा कुठे माझ्या लक्षात आलं की, त्यांच्या किमोनोच्या ढिल्या हातात सिगरेटचा संपूर्ण टिनच आहे.

"ते थांबून थांबून इंग्रजी बोलत. योग्य शब्द शोधायला त्यांना वेळ लागत होता. 'तुमच्या देशासाठी तुम्हाला काय करावंसं वाटतं?' त्यांनी मला एकदम प्रश्नच विचारला. मी गोंधळलो. तेव्हा माझ्या लक्षात आलं नाही, पण नंतर मला शंका आली की, निवेदितांनीच मोठ्या बहिणीच्या नात्यानं, ओकाकुरांना मला जागृत करण्यास सांगितलं असावं. त्या वेळेपर्यंत मी देशासंबंधी काही ठोस विचारच केला नव्हता. त्यामुळे बिचकत अडखळत बोलायचा प्रयत्न केला. देशासाठी एकत्र येऊन कार्य करण्यात काय अडचणी आहेत, त्या सांगण्याची माझी धडपड होती. माझं

बोलणं समाधानकारक नव्हतं. मी शेवटी एवढंच म्हणालो की, सध्याची स्थिती अशी आहे की, स्वत:चं काम करायचं आणि एकूण फळाचा विचार काळावर सोपवायचा. याशिवाय दुसरा पर्यायच नाही. मला आठवतंय की, असं सांगताना मला अगदी संकोच वाटत होता.

"माझं बोलणं मुकाट्यानं ऐकून घेतल्यावर, ओकाकुरा म्हणाले की, या देशातील तरुणांच्या नैराश्याचं मला वाईट वाटतं. यावरून मला कळून चुकलं की, असं बोलणारा मीच पहिला नव्हतो! मी पेटून उठावं म्हणून त्यांनी मला, ते कोणत्या वातावरणात वाढले, त्याचं वर्णन करायला सुरुवात केली. ते अगदी लहान असताना घडलेला एक प्रसंग सांगताना मी प्रथमच त्यांच्या तोंडावर हसू उमटलेलं पाहिलं. ते लहान असताना शेजारच्या खोलीतून भांडणाचा आवाज ऐकू आला म्हणून त्यांनी दाराच्या फटीतून पाहिलं तर त्यांना काकांचं मुंडकं कापलेलं धड दिसलं. त्यातून रक्ताचं कारंजच उसळलं होतं. अशा विचित्र रीतीनं आमच्या पहिल्या भेटीचा शेवट झाला.

"अमृतसरला आम्ही गेलो असताना, त्यांचा सामुराई वंशाचा लगेचच प्रत्यय आला. शिखांच्या सुवर्णमंदिराकडे त्यांनी धाव घेतली. शिखांचा कृपाण वापरण्याचा नेम त्यांना फारच आवडला."

शिर कापलेलं धड किंवा कृपाण बाळगण्याचा नेम याबद्दल बोलताना ओकाकुरांच्या चेहऱ्यावर पसरलेले हसू सुरेन्द्रनाथांना बेचैन करून गेले, तसे निवेदितेच्या बाबतीत मात्र घडले नाही. ओकाकुरांच्या Ideals of the East या पुस्तकाला निवेदितेने प्रस्तावना लिहिली आहे. जपानी कलेच्या संदर्भात युरोपमध्ये प्रचलित असलेली समजूत दूर करताना तिने भूमिकेत म्हटले आहे, "जपानी कला म्हणजे रंगीबेरंगी फुलांचा गुच्छ नाही की नाजूक पाखरांचा थवाही नाही. त्या कलेच्या मुळाशी आहे ड्रॅगनची भीषण कल्पना – तिचे नाव आहे 'मृत्युपूजा!' "

ओकाकुरांच्या सर्वच गोष्टी निवेदितेला उत्तम दिसत होत्या. कारण त्यांच्या सान्निध्यात आल्यावर काही काळ त्यांची तिच्यावर मोहिनीच पडली होती. निवेदितेने स्वत:ही हे कबूल केले आहे. तिने या मोहिनी पडल्याच्या काळाला 'ओकाकुरा स्पेल' असे म्हटले आहे. हा काळ मार्च, १९०२पासून सप्टेंबरपर्यंत सात महिन्यांचा आहे. या काळात निवेदिता कुणाचेही – ओकाकुराव्यतिरिक्त – ऐकण्याच्या मन:स्थितीत नव्हती, असे दिसते.

गोपनीयता राखण्यासाठी निवेदितेने पत्रे लिहिताना ओकाकुरांचा उल्लेख Your (Miss Macleod's) Japanese friends, Japanese Poet, Nigu, Chieftain, Subject, The Other, Your Child, Banner Chief, Genghis असा वेगवेगळ्या प्रकारे केला आहे. ही पत्रे जयांना पाठवलेली आहेत आणि त्यांच्याच आधारे,

तिच्यावर पडलेल्या ओकाकुरांच्या मोहिनीची कल्पना स्पष्टपणे येते. १९ एप्रिल, १९०२च्या पत्रात तिने ओकाकुरांच्या पुन्हा भारतभ्रमण करण्याच्या इच्छेचे समर्थन तर केले आहेच, शिवाय त्यामागचे इंगितही सांकेतिक भाषेत कळवले आहे आणि तीन हजार रुपये विशेष कारणासाठी खर्च केल्याचा उल्लेखही केला आहे.

२० एप्रिलच्या पत्रात ओकाकुरा भारतभ्रमणासाठी निघणार म्हणून निरोप-समारंभ केल्याची बातमी कळवताना निरोपाच्या पार्टीला गेल्याचेही तिने कळवले आहे. याच पत्रात ओकाकुरांना भारतात आणल्याबद्दल तिने जयांपाशी कृतज्ञता व्यक्त केली आहे. निवेदितेने भारताच्या राजकीय परिस्थितीचा विचार करून एक स्वप्न पाहिले होते. आता तिला दृष्टान्त झाला की तिचे आणि ओकाकुरांचे स्वप्न एकच आहे. म्हणून अतिशय आनंदाने तिने लिहिले आहे, "मी एकटी असूनही एकटी नाही. कारण आणखी एकाचं मन, डोकं आणि डोळे, गेले सहा आठवडे, माझ्या मनासारखं, डोक्यासारखं आणि डोळ्यांसारखंच कार्य करत आहेत. माझं स्वप्न आता फक्त माझं राहिलेलं नाही, ते आणखी एकाचं झालं आहे."

या काळात निवेदिता ओकाकुरांच्या किती प्रभावाखाली होती, हे तिच्या पुढील पत्रातील मजकुरावरून स्पष्ट होते, "ते (ओकाकुरा) म्हणतात की, स्वामीजींना जरा बाजूला ठेवलं तर सर्व ठीक होईल... मला वाटतं की, त्यांचं म्हणणं बरोबरच आहे."

असे जरी ती म्हणत असली, तरी तिच्या मनात द्वंद्व सुरू होते. ओकाकुरांबरोबर निवेदितेने राजकीय संघर्षात पडावे, हे स्वामीजींना मान्य नव्हते. याला बरीच कारणे होती. निवेदिता ओकाकुरांबरोबर ज्या प्रकारे आंदोलन करू इच्छित होती, त्यातून भारताचा राजकीय उद्देश सफल होईल, असे स्वामीजींना वाटत नव्हते. निवेदिता भारताची स्थिती आणि राजकीय अवस्था या बाबतीत स्वामीजींइतकी अभिज्ञ नव्हती. या संबंधात स्वामीजींनी ख्रिस्टीनजवळ मन मोकळे केले होते, "परदेशी सरकार उखडून टाकण्याच्या हेतूनं मी देशी राजांना एकत्र आणण्याचा प्रयत्न केला. त्यासाठी मी हिमालयापासून कन्याकुमारीपर्यंत पायी फिरलो. तोफांचा निर्माता सर हिरॅम मॅक्झिमबरोबर मैत्रीही केली. पण माझ्याच देशातून मला प्रतिसाद मिळाला नाही. देश मेलाय. भारताची अवस्था सडल्यासारखी झालीय. या वेळी निःस्वार्थी, तरुण कार्यकर्त्यांची खरी गरज आहे. ते या देशातील सर्वसामान्यांना शिकवून तयार करतील, तरच पुढे प्रगती करता येईल."

निवेदितेचा स्वभाव स्वामीजी पूर्णपणे जाणून होते. भावनेच्या भरात, अती उत्तेजित होऊन, या राजकीय आंदोलनाला एका संकुचित खाईत ती घेऊन जाईल की काय, अशी भीती त्यांना वाटत होती. निवेदितेला या आंदोलनात सहकार्य करण्यास पुढाकार घेतलेल्या बालीगंजच्या ठाकूर कुटुंबाबद्दलही या आंदोलनाच्या संदर्भात स्वामीजींना खात्री नव्हती.

याशिवाय एखाद्या विशिष्ट वेळी, कशाचीही पर्वा न करता, आत्मबलिदान जनतेत तात्पुरती खळबळ माजवते, हे त्यांना माहीत नव्हते असे नाही, पण त्याचबरोबर लोकांमध्ये जागृती करणेही अत्यावश्यक आहे, असे त्यांचे मत होते. सतीशचंद्र बसू, हेमचंद्र घोष वगैरे तरुण कार्यकर्त्यांना त्यांचे हेच सांगणे होते. सर्वसाधारण जनता जागृत नसेल, तिची योग्य तयारी झाली नसेल, तर राजकीय सत्ता मूठभर बुद्धिमान आणि क्षमतावान लोकांच्या हातात जाते आणि सर्वसामान्य जनता अंधारातच राहते. तसे होऊ नये म्हणून स्वातंत्र्याच्या आंदोलनाबरोबरच, सर्वसामान्यांच्या सामाजिक आणि आर्थिक मुक्ती आंदोलनाचाही ते पुरस्कार करत होते.

एकदा सखाराम गणेश देऊसकर या बंगालमध्येच स्थायिक झालेल्या पत्रकारांनी स्वामीजींना विचारले, ''भगिनी निवेदितांनी या क्रांतिकार्यात परदेशी माणसाचं साहाय्य घ्यावं की नाही?'' स्वामीजींनी क्षणाचाही विलंब न लावता उत्तर दिले, ''मुळीच घेऊ नये, ती फार मोठी चूक ठरेल.'' व्यक्तिगत किंवा देशाच्या बाबतीत स्वामीजींचा विश्वास स्वसामर्थ्यावर होता. आपण होऊन परदेशी व्यक्तीची मदत घेणे म्हणजे स्वत:च स्वत:च्या पायावर कुऱ्हाड मारून घेणे होय. धर्माच्या नेतृत्वाच्या बाबतीत त्यांनी भारताला सावध राहण्याचा इशारा दिलाच होता आणि क्रांतीच्या संदर्भातही त्यांचे तेच म्हणणे होते. रशियाची मादाम ब्लोव्हत्स्कि, महत्त्वाकांक्षी अमेरिकन कर्नल ऑलकॉट, आधी नास्तिक असलेल्या आणि अचानक आस्तिक झालेल्या ॲनी बेझंट– हे सर्व भारताला धर्मदान करण्यास योग्य नाहीत, तसेच जपानी कलाविशारद ओकाकुरा भारतात राजकीय क्रांती घडवून आणण्यास योग्य नाहीत, असेच स्वामीजींचे मत होते.

ओकाकुरा भारतात आले होते ते स्वामीजींना धर्मसभेसाठी जपानला घेऊन जाण्यासाठी. आणि अचानक ते भारताच्या राजकीय आंदोलनात पडलेले पाहून स्वामीजींना त्यांच्याबद्दल शंका येणे स्वाभाविक होते. कारण आंतरराष्ट्रीय राजकारणाविषयी सखोल ज्ञान असल्याने जपानच्या साम्राज्यविस्ताराच्या महत्त्वाकांक्षेबद्दल स्वामीजी सतर्क होते.

स्वामीजी या जगाचा निरोप घेण्यापूर्वी काही दिवस आधी निवेदितेला म्हणाले होते, ''मॉर्‌गॉट, मला दिसतंय– एके काळी तुझा ब्राह्मोंवर विश्वास होता, मग ठाकुरांवर होता, आता ओकाकुरांवर आहे. बाकी विश्वास जसे उरले नाहीत, तसा हाही एके दिवशी उरणार नाही.''

स्वामीजींचे हे बोलणे निवेदितेला रुचले नव्हते. तिला वाटले होते की स्वामीजी व्यक्तिगत आवेगाच्या भरात असे बोलत असावेत किंवा त्यांची प्रकृती बरी नसल्याने त्यांची मन:स्थितीही बरी नसावी, म्हणून ते असे विचित्र मत मांडत असावेत. पण सात महिन्यांनंतर निवेदितेला, स्वामीजींच्या म्हणण्याची सत्यता पटली.

ज्या ओकाकुरांच्या कार्याबद्दल निवेदितेला पूर्ण विश्वास होता, ज्यांना जयांकडून आर्थिक साहाय्य मिळवून देणे हे ती सत्कर्म समजत होती, ज्यांना लाच देण्यातही तिला काही गैर दिसत नव्हते, त्या ओकाकुरांबद्दल हळूहळू तिचा भ्रमनिरास झाला. ऑक्टोबरमध्ये ओकाकुरा भारत सोडून गेल्यावर तर तिचे डोळे पूर्ण उघडले. ज्यांना ती तिचे मार्गदर्शक, कल्की किंवा कृष्ण यांचा अवतार मानत होती, ज्यांच्यासाठी तिने स्वामीजींच्या सांगण्याकडे सुद्धा दुर्लक्ष केले होते, त्यांच्याविषयी तिच्या मनात संताप, तिरस्कार याशिवाय दुसरे काहीच उरले नाही. तिच्या 'ओकाकुरा-स्पेल'चा संपूर्ण नाश झाला.

निवेदितेची इच्छा होती की, संपूर्ण भारतात इंग्रजांविरुद्ध उठाव करायचा; पण ओकाकुरांनी वेगळाच मार्ग अवलंबला असल्याचे तिच्या लक्षात आले. बंगाली तरुणांना चिथावून ते कुणाला मारझोड कर, कुठे लूटमार कर, कुणाला ठार कर, असे उद्योग करायला प्रवृत्त करत होते. एका मॅजिस्ट्रेटना त्यांनी मारझोड केली. एका बंगाली वृद्धेचे घर लुटून क्रांतिकार्यासाठी पैसा तर मिळवलाच, पण त्या वृद्धेला ठार मारून तिला तिच्या घरातच पुरले. ही घटना ऐकताच निवेदिता संतापली. अशी क्रांती तिला मान्य होणे शक्यच नव्हते.

ओकाकुरांच्या राजकीय उद्देशाबद्दलही तिला शंका यायला लागली. जपानने कोरिया अक्षरश: गिळला. मग आशियाच्या ऐक्याचे काय झाले? ओकाकुरांचा प्रचार खोटा नव्हता का? जपानने रानटी आणि क्रूर मार्गाने कोरियावर कब्जा केल्यावर, या जपानच्या वागणुकीचा धिक्कार करताना 'मॉर्डन रिव्ह्यू'त तिने लिहिले होते, ''कोरियात आपल्याला काय दिसले.... मोहीम, लूटमार, निष्ठूर-निर्दय-क्रूर वाटमारी– असे साम्राज्यवादाच्या रक्तरंजित बीभत्स इतिहासात घडल्याचे आठवत नाही... यांच्यापेक्षा (जपान्यांपेक्षा) लांडग्यांच्या मनात, त्याने पकडलेल्या शेरडाबद्दल जास्त करुणा असेल! शावकाबद्दल भुकेल्या वाघिणीलाही यांच्यापेक्षा जास्त सहानुभूती वाटत असेल!'' भारतातही क्रांती न करता चोरी, दरोडेखोरी यातच ओकाकुरा मग्न होते. भारतीय तरुण कार्यकर्त्यांच्या दृष्टीने हे जिवावर बेतणारे होते. निवेदिता त्यांना पैसे यासाठी निश्चितच देत नव्हती. ओकाकुरा वरचेवर पैसे मागत. ते कशासाठी? निवेदितेच्या मनात संशय येणे स्वाभाविक होते. जपान स्वतंत्र होता. पण तेथे साम्राज्यशाही होती. त्यामुळे ओकाकुरा इंग्रज सरकारच्या विरोधात असले तरी साम्राज्यशाहीला त्यांचा विरोध नव्हता. कारण जपानच्या साम्राज्याशी ते एकनिष्ठ होते. निवेदितेला असे काही पुरावे मिळाले होते की येथील तरुणांना बिथरवून, भारतात गोंधळ माजवून, येथेही हातपाय पसरायची जपानची इच्छा होती, असे तिला वाटले. ओकाकुरा आणि त्यांच्यासारखे जपानमधून आलेले विद्यार्थी किंवा अध्यापक यांच्या हेतूविषयी तिला शंका यायला लागली.

ओकाकुरांचे चारित्र्यही संशयास्पद होते. धूम्रपान तर ते करतच, पण ते मद्यासक्त होते. स्वामीजींनाही हे रुचले नसावे. म्हणूनच स्वामीजींनी आधी त्यांचे मोठ्या आनंदाने स्वागत केले, त्यांना मठात राहण्यास परवानगी दिली, पण त्यांचे मद्यपान, राजकारण पाहून त्यांना त्यांनी दूरच ठेवले. निवेदिताही भानावर आली. त्यातून त्यांचे स्त्रियांशी वागणेही बरे नसल्याने निवेदिता अधिकच संतापली.

निवेदितेने आपल्या पत्रात स्वच्छच म्हटले आहे, ''पुन्हा ते भारतात न आलेलेच बरे!'' दुसऱ्या एका पत्रातून तिने जयांना कळवले आहे, ''ते इंग्लडला जाणार आहेत असं कळलंय. माझ्या घरच्या किंवा जवळच्या कुणालाही ते भेटल्यास, मला ते अजिबात सहन होणार नाही.''

स्वामीजी जे सुचवत तेच योग्य होते आणि आपण त्यांचे ऐकले नाही, याचा निवेदितेला पश्चात्ताप झाला.

निवेदितेने ओकाकुरांना Ideals of the East हे पुस्तक लिहिण्यास मदत केली होती. या पुस्तकाची प्रस्तावनाही तिने लिहिली होती. या पुस्तकाने प्राच्य आणि पाश्चात्त्य देशात बरीच खळबळ उडवली. बंगालमधील विचारवंतांनी आवर्जून या पुस्तकाची दखल घेतली होती. रेव्हरंड सी.एफ. ॲन्ड्र्यूज (तेव्हा ते 'भारतबंधू' झाले नव्हते.) यांनी हे पुस्तक भारतातील ख्रिश्चन धर्माच्या दृष्टीने हानीकारक असल्याचे म्हटले होते. पुढील काळात रवीन्द्रनाथ जपानला गेले असताना

The voice of the East came from him (Okakura) to our young men... One of the influences which acted towards the awakening of spirit in Bengal flowed from the heart of that great man, Okakura. अशी ओकाकुरांची प्रशंसा त्यांनी केली होती. बंगालमधील प्रसिद्ध समाजशास्त्रज्ञ प्रा. विनयकुमार सरकार यांनी म्हटले होते,

Among the formative forces of young India (1904 -1910) nothing can be described as having been more constructive and solid than the Japanese artist Kakasu Okakura's two books, Ideals of the East and The Awakening of Japan बंगालमधील एक कलाव्यासंगी अर्धेन्द्रकुमार गंगोपाध्याय यांनी म्हटले होते की, या पुस्तकाला निवेदितांनी प्रस्तावना लिहिल्यामुळे, पुस्तकाचे मूल्य वाढले आहे. एवढेच नव्हे, तर सुनीतीकुमार चट्टोपाध्याय, डॉ. कालिदास नाग यांनी या पुस्तकाचा बराच भाग तोंडपाठ करून टाकला होता. मात्र ओकाकुरांना इंग्रजी बोलता येत नसल्याचे त्यांनी नमूद केले होते.

भूपेन्द्रनाथ दत्तांनी स्पष्टच म्हटले आहे की, ओकाकुरांनी निवेदितांना काही हस्तलिखित दस्तऐवज दिला होता, त्यावरून निवेदितांनी पुनर्लेखन केले.

एक बंगाली लेखक गिरिजाशंकर रायचौधुरी यांनी 'श्रीअरविंद' या नावाचा ग्रंथ

लिहिला आहे. त्यात पुढील उल्लेख आला आहे– 'एक इंग्रज (मि. मरे) यांनी ओकाकुरांचे पुस्तक पाहून आश्चर्य व्यक्त केले आहे. त्यांचे म्हणणे असे की, एक जपानी एवढे उत्तम इंग्रजी कसे काय लिहू शकले!' यावर रायचौधुरींनी टिप्पणी केली आहे, "मला तर या पुस्तकाच्या लेखनात निवेदितांच्या लेखनशैलीच्या खुणा स्पष्ट दिसतात."

पुस्तक प्रसिद्ध झाल्यावर पुण्याच्या 'मराठा'तून त्यावर संपादकीय लिहिले गेले होते. त्यात स्पष्ट म्हटले होते, "आठ महिन्यांपूर्वी ओकाकुरा पुण्यात आले होते. त्यांचा पुण्याला येण्याचा उद्देश हिंदू-बौद्ध संमेलन जपानला होणार होते, त्यासाठी प्रतिनिधी गोळा करणे हा होता. (हा उद्देश दाखवण्यापुरता असावा. मूळ उद्देश वेगळाच असावा. कारण निवेदितेनेच ओकाकुरांची महाराष्ट्रातील जहाल पक्षांच्या नेत्यांशी हेतुपूर्वक ओळख करून दिली होती.) हे संमेलन झालेच नाही. मात्र ज्यांना धड इंग्रजी बोलता येत नव्हते, ते उत्तम इंग्रजी लिहू शकतात आणि त्यांचे देशप्रेम गभीर आणि गंभीर आहे, हे या पुस्तकामुळे कळले. भारतासंबंधी जपानचे विचार काय आहेत, हे स्पष्ट झाले. ओकाकुरांची छाप आमच्यावर पडली नाही, पण पुस्तकाचे महत्त्व लक्षात आले. या पुस्तकाचा परिचय सर्व जगाला करून देण्याची जबाबदारी भगिनी निवेदितांनी उचलली, हे फार चांगले झाले."

या सर्व विवेचनावरून या पुस्तकाच्या लेखनाचे श्रेय निवेदितेकडे जाते. तिनेही काही पत्रांतून या पुस्तकाचा उल्लेख 'माझं पुस्तक' असा केला आहे. पण सर्व श्रेय ओकाकुरा, जया आणि धीरामातांना दिले आहे. आपण मदत केली, असेच ती म्हणते. पण ओकाकुरांनी जपानचा स्वार्थ साधण्यासाठी तिचा उपयोग करून घेतला, हे लक्षात येताच तिने संतापून म्हटले आहे, "जर या पुस्तकामागचा खरा हेतू माझ्या पूर्वीच लक्षात आला असता, तर मी मदत करण्यास पुढे झालेच नसते." यानंतर ओकाकुरांच्या Awakening of Japan या पुस्तकाला मदत करणे तिने थांबवले. हे पुस्तक प्रसिद्ध झाले खरे, पण पहिल्या पुस्तकासारखा त्याचा प्रभाव पडला नाही. भाषा, शैली, विचारांची मांडणी अशा सर्वच बाबतीत ते अगदी सामान्य होते. स्वामीजींच्या एक अमेरिकन शिष्या मिस वाल्डो यांनी ते तपासून दिले होते.

ओकाकुरांबद्दल भ्रमनिरास झाल्यावर निवेदितेने तिच्या ओळखीतील सर्व भारतीय तरुणांना ओकाकुरांपासून दूर राहण्यास सांगितले. भूपेन्द्रनाथ दत्तांनी पुढील काळात ओकाकुरांबद्दल म्हटले आहे, Great plan of Pan-Asiatic against foreign imperialism. Some big men gathered around Okakura and formed a club. Later on he was taken for a humbug. (Questions of his conduct, tobacco and drinking etc.) But he gave a great stimules.

ओकाकुरा पर्व अशा रीतीने संपले. पण काही काळ त्यांनी भारतात वादळ

उठवले, हे नाकारता येणार नाही.

ओकाकुरा 'आशियातील ऐक्य' या त्यांनी प्रचार केलेल्या उद्देशाशी ठाम राहिले असते तर कदाचित भारताचा इतिहास वेगळा झाला असता, पण त्यांचा वर उल्लेख केलेला महान उद्देश लोकांना दाखवण्यापुरताच असावा. या पर्वातून निवेदितेच्या कणखर वृत्तीचे, भारताच्या कल्याणाचाच फक्त विचार करण्याच्या तिच्या स्वभावाचे जे दर्शन घडते, ते अपूर्व आहे.

◆

अनुशीलन समिती

बंगालमधील क्रांतिकारक संघटनांच्या इतिहासात सर्वांत महत्त्वाची होती ती 'अनुशीलन समिती'. या समितीच्या स्थापनेपूर्वी बॅरिस्टर प्रमथनाथ मित्र, सरला घोषाल यांनी गुप्त समिती स्थापून, तरुणांना एकत्र आणून क्रांतिकार्यासाठी उपयुक्त शिक्षण देण्याचा प्रयत्न केला होता. पण तो सफल झाला नाही. ओकाकुरांचे कार्यही यासाठी साहाय्यभूत ठरले नाही. मात्र गुप्त समिती स्थापन करून, सशस्त्र क्रांती घडवून आणण्याचे प्रयत्न सुरूच राहिले. अशाच एका समितीच्या प्रवर्तकांपैकी एक सतीशचंद्र बसू यांनी, अशा समितीच्या स्थापनेची माहिती लिखित रूपात डॉ. भूपेन्द्रनाथ दत्तांना दिली आहे.

"मी पहिल्यापासूनच नारायणचंद्र बसाकांच्या व्यायामशाळेत जात होतो. येथूनच मी जनरल असेंब्ली कॉलेजच्या जिम्नॅस्टिक क्लबमध्ये दाखल झालो. त्या वेळी मी कॉलेजच्या पहिल्या वर्षाला होतो. आमचे एक प्राध्यापक वान (Wann) हे जिम्नॅस्टिक क्लबचे प्रमुख होते. एकदा क्लबच्या सेक्रेटरीने, सभेचे इतिवृत्त लिहिण्यासाठी विलायती कागद आणले. ते पाहून प्रा. वान यांनी त्यांना दटावलं, 'देशी कागद आणा, नाहीतर हा क्लब मी बंद करेन.' त्यांचं हे बोलणं ऐकून मला स्वामीजींच्या 'स्वदेशी वस्तूंचा वापर करावा, स्वदेशाविषयी अभिमान बाळगावा, तरुणांनी व्यायाम करून, बलवान व्हावं' या उपदेशाची आठवण झाली. स्वामीजींचा उपदेश आपण विसरलो म्हणून मला खंत वाटली. मी स्वामी सारदानंदांना भेटलो. ते म्हणाले, 'जे कार्य हाती घेतलंय, ते सोडू नये, असंच स्वामीजी सांगत. एखाद्या कावळ्याच्या पायाला दोरी बांधली तर तो सुटकेसाठी तडफडतो, तसं तुम्ही स्वातंत्र्यासाठी तळमळणार नाही का, स्वातंत्र्यासाठी प्राण अर्पण करण्यास तयार होणार नाही का, असंही ते विचारत.' स्वामी सारदानंदांनी मला निवेदितांकडे पाठवलं. त्या म्हणाल्या, 'स्वामीजींचा उपदेश माहीत आहे ना? मग वस्त्या-वस्त्यांमध्ये जाऊन लोकांच्या आरोग्यासाठी जे करता येईल ते करायला हवं. पण त्याचबरोबर व्यायाम, लाठी

चालवणं, मुदगल फिरवणं हेही करायला हवं.'''

ही सर्व माहिती बरीच उद्‌बोधक आहे. त्या काळी कोलकात्यात आणि कोलकात्याच्या बाहेर इतरत्र जे क्लब, गट, संस्था किंवा मंडळे होती, त्यातील तरुणांकडून स्वामीजी आणि निवेदिता यांच्या काय अपेक्षा होत्या, हेच यावरून स्पष्ट होते. तरुणांमध्ये शारीरिक, नैतिक, सामाजिक, सांस्कृतिक आणि वैचारिक जागरण घडून यावे म्हणून प्रयत्न चालले होते. सतीशीचंद्र बसूंनी पुढे दिलेली माहिती वरील विधानाला पुष्टी देणारीच आहे.

''त्यानंतर कोलकात्यात प्लेगची साथ येताच, मी प्रा. वानबरोबर प्लेग निवारणार्थ काम केलं. या सुमारास 'विवेकानंद सोसायटी' स्थापन झाली. स्वामी सारदानंद त्याचे अध्यक्ष झाले. त्यांनी ठरवलं की विवेकानंद सोसायटी धार्मिक कार्य करेल, व्यायामशाळा वेगळी असेल. त्यांनी मला क्षात्रधर्माचा प्रचार करण्यास सांगितलं. यानंतर प्रा. वान यांच्या परवानगीनं कॉलेजमधील 'आमतला' (एका भागाचे नाव. शब्दश: अर्थ आंब्याखाली) इथं 'हिस्टॉरिकल क्लब' सुरू झाला आणि 'मदन मित्र लेन'मध्ये व्यायामशाळा सुरू झाली.''

''या लहानशा व्यायामशाळेला नाव नव्हतं. म्हणून न्यू इंडियन स्कूलच्या हेडमास्तरांना– नरेन्द्रनाथ भट्टाचार्यांना– मी एखादं नाव सुचवावं म्हणून विनंती केली. त्यांनी बंकिमचंद्र चट्टोपाध्यायांच्या साहित्यात आलेला 'अनुशीलन' हा शब्द निवडला आणि 'अनुशीलन समिती' हे नाव सुचवलं. ऋषी बंकिमचंद्रांनी माणूस घडवण्यासाठी शारीरिक, मानसिक, नैतिक आणि आध्यात्मिक आदर्शांचा निर्देश 'अनुशीलन' या शब्दाच्या अर्थातून केला आहे आणि तोच या समितीचा पाया होता. 'तुम्ही इंग्रजांना हाकलून लावण्याचा प्रयत्न करता आहात, अशी तुमची बदनामी झालीय,' अशी सबब पुढे करून प्रा. वान आम्हाला तेघरिया भागात राहणाऱ्या शशी आणि आशुतोष चौधरी यांच्याकडे घेऊन गेले. आम्ही त्यांना सांगितलं की, आमचा कुणी पुढारी नाही. तेव्हा ते म्हणाले की, तुमची योग्य व्यक्तीशी ओळख करून देतो. ते आम्हाला प्रमथनाथ मित्रांकडे घेऊन गेले. आमची सर्व हकिकत ऐकून वृद्ध प्रमथनाथ एकदम उत्तेजित झाले. त्यांनी मला आवेगानं मिठीच मारली. पुढे ते आमच्या क्लबचे कमांडर-इन-चीफ झाले. या भेटीनंतर सात दिवसांनी प्रमथनाथांनी आम्हाला बोलावून सांगितलं, 'बडोद्याहून काहीजण आलेत. त्यांचा उद्देशही तुमच्यासारखाच आहे. ते तुम्हाला सर्व प्रकारचं प्रशिक्षण देतील. तुम्ही त्यांच्याबरोबर एकत्रितपणे कार्य करावं.' आम्ही तयार झालो. अशा रीतीने दोन गट एकत्र आले. आमचे अध्यक्ष झाले प्रमथनाथ मित्र, उपाध्यक्ष चित्तरंजन दास आणि अरविंद घोष. सुरेंद्रनाथ ठाकूर होते, कोषाध्यक्ष. चित्तरंजन दासांचे दोन मेहुणे – बॅरिस्टर अश्विनीकुमार बन्द्योपाध्याय आणि सुरेन्द्रनाथ हालदारही आमच्या समितीत सामील झाले. या

समितीतील सदस्यांना घोडसवारी शिकण्यासाठी हालदारांनी एक घोडाही दिला होता. अपर सर्क्युलर रोडवर एक व्यायामशाळाही स्थापन करण्यात आली. मदन मित्र लेनमधील व्यायामशाळा वयाने कनिष्ठ सभासदांसाठी आणि अपर सर्क्युलर रोडवरची व्यायामशाळा मोठ्यांसाठी असे विभाजन बडोद्याहून आलेल्या यतीन्द्रनाथ बन्द्योपाध्याय यांनी केले. अपर सर्क्युलर रोडवरच्या व्यायामशाळेत यतीन्द्रनाथ स्वत: प्रशिक्षण देणार होते.''

या विवेचनावरून सिद्ध होते की, व्यायामशाळा, समिती, लहान लहान गट यांचे बाह्य रूप वेगळे होते आणि अंतरंग वेगळे होते. व्यायामशाळा, निरनिराळ्या संस्था, मंडळे या सर्व गुप्त समित्याच होत्या.

अरविंद घोष आणि निवेदिता यांची प्रथम भेट झाली ती बडोद्याला. ही ओळख होण्यापूर्वीच निवेदितेने क्रांतीद्वारे स्वातंत्र्य मिळवण्याचे प्रयत्न सुरू केले होतेच.

अरविंद इंग्लंडमध्ये शिकत असतानाच इंग्लंडमधील 'कमळ आणि खड्ग' या क्रांतिकारी संघटनेत सामील झाले होते आणि तेव्हापासून भारताच्या स्वातंत्र्याचा विचार करत होते. त्यांनी इंग्रज सरकारची नोकरी करायची नाही, असा ठाम निर्धार केला होता. पण आय.सी.एस. झाल्यावर त्यांना इंग्रज सरकारच्या सेवेत रुजू व्हावे लागणारच होते. हे टाळण्यासाठी आय.सी.एस.च्या परीक्षेचा एक आवश्यक भाग असलेली अश्वरोहणाची परीक्षा त्यांनी दिली नाही. जाणूनबुजून ते या परीक्षेला अनुपस्थित राहिले.

अरविंद इंग्लंडला असतानाच त्यांची बडोद्याचे संस्थानिक सयाजीराव गायकवाड यांच्याशी भेट झाली होती. सयाजीरावांच्या आमंत्रणावरून अरविंदांनी बडोदा संस्थानचे दिवाण म्हणून कामाला प्रारंभ केला. पुढे विविध खात्यांचे प्रमुख आणि महाविद्यालयाचे उपप्राचार्य म्हणून काम केले.

अरविंद आणि निवेदिता यांचा मार्ग एकच होता– सशस्त्र क्रांतीचा. अरविंदांनी ते बडोद्याला असताना सुटीच्या काळात कोलकात्याला येऊन निशाणबाजीचे शिक्षण घेतले. तसेच यतीन्द्रनाथ बन्द्योपाध्याय या युवकास त्यांनी बडोद्याला नेले आणि तेथील सैन्यात भरती केले. यतीन्द्रनाथाने सैन्यात वर्षभर नोकरी केली. वर्षभरात त्यांनी सैनिकी शिक्षण पूर्ण केले आणि ते कोलकात्याला परत आले. ही सर्व तयारी सशस्त्र क्रांतीचीच होती.

अरविंद कायमस्वरूपी कोलकात्यात वास्तव्याला येताच त्यांनी बंगालमधील सर्व क्रांतिकारक संघटनांना एकत्र आणण्याचा प्रयत्न केला. त्यांनी 'केंद्रीय क्रांतिकारी परिषद' स्थापन केली. प्रमथनाथ मित्र या परिषदेचे प्रमुख झाले आणि इतर पाचजणांची एक समिती स्थापन करण्यात आली. या समितीत निवेदिता होती. पण केंद्रीय क्रांतिकारी परिषदेला यश आले नाही.

केंद्रीय क्रांतिकारी परिषदेच्या अपयशावरून धडा घेऊन अनुशीलन समितीचे कार्य निश्चित करण्यात आले होते. अनुशीलन समितीचा इतर क्रांतिकारी आणि गुप्त समित्यांशी संपर्क होता, पण त्यांची एक संघटना नव्हती. मात्र अनुशीलन समिती इतर समित्या किंवा संघटना यावर अप्रत्यक्षपणे नियंत्रण ठेवणार होती. प्रमथनाथ मित्रांनी आर्थिक जबाबदारीही उचलली होती. या समितीला सुरेन हालदार, चित्तरंजन दास, ज्ञानेंद्रनाथ राय, रजत राय, एच.डी. बसू हे त्या काळचे बंगालमधील प्रमुख बॅरिस्टर साहाय्य करत. एवढेच नव्हे, तर हायकोर्टाचे प्रसिद्ध वकील रासबिहारी घोष आणि न्यायाधीश सारदाचरण मित्र हेही मोलाची मदत करत.

या समितीतील सभासदांच्या शारीरिक क्षमतेकडे विशेष लक्ष देण्यात येत असे. त्यासाठी व्यायाम, जोर-बैठका, कुस्ती यावर भर देण्यात येत असे. मानसिक क्षमता वाढवण्यासाठी वीरपुरुषांची चरित्रे, निरनिराळ्या देशांच्या स्वातंत्र्याचा इतिहास, १८५७च्या स्वातंत्र्य-युद्धाचा इतिहास, निरनिराळ्या देशांतील क्रांतीचा इतिहास अशी पुस्तके सभासदांना वाचावयास देत. राजकारण, अर्थकारण, भारताचा इतिहास आणि वर्तमानातील परिस्थिती, स्वदेशाची खरी ओळख अशा विविध विषयांवर चर्चा होत. नैतिक उन्नतीचा विचार करून दर रविवारी moral class होत असे. त्यात रामायण-महाभारत-गीता यांचे वाचन व त्यावर भाष्य होत असे. त्याशिवाय कथकता, चंडीपाठ होत असे. आध्यात्मिक उन्नती व्हावी म्हणून सत्यचरण शास्त्री, शरद महाराज (स्वामी सारदानंद), ब्रह्मबांधव उपाध्याय नियमितपणे संयम आणि ब्रह्मचर्य पालन याबद्दल मार्गदर्शन करत. विविध आध्यात्मिक साधनांविषयी चर्चा करत. सभासदांच्या शंकांचे निरसन करून त्यांना उपदेश करत.

हळूहळू अनुशीलन समिती नावारूपाला येऊ लागली. तिची घडी व्यवस्थित बसल्यामुळे सर्वसामान्यांची दृष्टी तिच्याकडे वळली. विशेषत: तरुणवर्गावर तिचा प्रभाव पडला. सुरेन्द्रनाथ बन्द्योपाध्याय, बिपिनचंद्र पाल यांसारख्या प्रतिष्ठित व्यक्ती या समितीच्या सभासद झाल्या. रवीन्द्रनाथ स्वत: या समितीसाठी देशभक्तिपर गीते म्हणत.

केंद्रीय क्रांतिकारी परिषदेच्या कार्याला अपयश आल्यावर निवेदिता त्यातून बाहेर पडली होती. याचा अर्थ अनेकांनी, 'निवेदितेला सशस्त्र क्रांती नकोच होती,' असा चुकीचा लावला. पण स्वत: अरविंदांनीच म्हटले आहे, "निवेदितांबरोबर मी जे सहकार्य केलं, ते फक्त गुप्त क्रांतिकारी क्षेत्रापुरतंच होतं." शिवाय अनुशीलन समितीशी निवेदितेचा घनिष्ठ संबंध होता, ती या समितीतील सभासदांना नियमितपणे मार्गदर्शन करत असे. याचा अर्थ काय होतो!

केंद्रीय क्रांतिकारी परिषदेपासून दूर होण्याचे सकारण स्पष्टीकरण निवेदितेने स्वत:च स्वामी अभयानंदांना दिले होते. अशी परिषद स्थापन करणे निवेदितेला

अविचारीपणाचे वाटत होते. कारण या परिषदेतील एक माणूस जरी पकडला गेला असता तरी सर्व संघटनांचा पत्ता पोलिसांना सहजपणे लागला असता. जलपर्णीची एक डहाळी खेचली तर सगळीच वनस्पती ओढली नाही का जात! म्हणूनच निवेदितेने स्वत:चे जे गुप्त दल स्थापन केले होते, त्यात कोण कोण होते, याची माहिती तिच्याशिवाय कुणालाच नव्हती. या दलाची गुप्त यंत्रणा, इंग्रज सरकारच्या गुप्तहेर खात्यापेक्षाही कितीतरी पटींनी कार्यक्षम होती. म्हणून तर सरकारी गुप्तहेरांची तिच्यावर बारीक नजर असूनही, ते तिला किंवा तिच्या दलातील तरुणांना पकडण्यात फारसे यशस्वी झाले नाहीत. अरविंदांची अटक ती टाळू शकली ती तिच्या या गुप्तयंत्रणेच्या कार्यतत्परतेमुळेच!

व्याख्याने, व्यक्तिगत भेटीगाठी, लेखन आणि इतर सामाजिक कार्य यांच्याद्वारे ती तरुणांशी संपर्क साधून, त्यांना क्रांतीसाठी प्रोत्साहित करत असे. २ मे, १९०६ रोजी मसुरीहून जयांना लिहिलेल्या पत्रात तिने स्पष्टपणे म्हटले आहे, "सेंट सारानं (धीरामातांनी) मला ताबडतोब युरोपला जाण्याचा आदेश दिलाय, पण मला आता जाणं शक्य नाही आणि तिथं जाण्याची गरजही नाही कारण तीन आठवड्यांपासून मी रिक्रुट करतेय..."

मेदिनीपूरची हकिकत या संदर्भात पाहण्यासारखी आहे. निवेदिता पाच दिवसांसाठी मेदिनीपूरला गेली होती. तिचे स्वागत करण्यासाठी मेदिनीपूर स्टेशनवर समितीच्या सदस्यांव्यतिरिक्त इतरही अनेकजण उपस्थित होते. गाडीतून ती उतरताच, स्टेशनवर जमलेल्या सर्वांनीच 'हिप हिप हुर्ये!' अशी घोषणा दिली. ती ऐकताच निवेदितेने नकारार्थी हात हलवला आणि तोंडावर बोट ठेवून, अशी घोषणा देऊ नये म्हणून खुणेने सांगितले. ती म्हणाली, "ही झाली इंग्रज पद्धत! भारतवासीयांनी अशी घोषणा देणं योग्य नाही. तुम्ही एखादी भारतीय घोषणा द्या." पण कुणालाच एखादी भारतीय घोषणा माहीत नव्हती, तेव्हा ती म्हणाली, "म्हणा– वाहे गुरुकी फते!" तोपर्यंत 'वंदे मातरम्' ही घोषणा सुरू झाली नव्हती. मेदिनीपूरच्या भेटीनंतर काही दिवसांतच निवेदितेने 'वंदे मातरम्' ही राष्ट्रघोषणा म्हणून स्वीकारली.

एक इंग्रज स्त्री, भारतीय घोषणेचा आग्रह धरते आहे, हे पाहून स्टेशनवर उपस्थित असलेला जनसमुदाय प्रोत्साहित न होता तरच नवल!

मेदिनीपूरला निवेदितेने पाच दिवस, प्रत्येक संध्याकाळी, धर्माच्या आधारे राजकारणासंबंधी व्याख्याने दिली. सकाळी ती आदल्या दिवशी दिलेल्या व्याख्यानावरील प्रश्नांना उत्तरे देत असे, पण तिची व्याख्याने सर्वांना समजत नसत. त्यामुळे श्रोत्यांची संख्या फार कमी असे. असे असले तरी ती कळकळीने आपले विचार मांडत असे. आपले उच्च श्रेणीचे इंग्रजी लोकांना फारसे समजत नाही म्हणून आपले विचार दुसऱ्याकडून श्रोत्यांना ऐकवणे तिला पसंत नसे. कारण त्यामुळे विचार वेगळ्या

किंवा विकृत स्वरूपात श्रोत्यांपर्यंत पोहोचतील, अशी भीती तिला वाटत असे.

व्याख्यानांचा प्रभाव पडत नाही असे दिसताच इतर मार्गांचा अवलंब तिने केला. मेदिनापूरला तिने उत्साहाने व्यायामशाळेचे उद्‌घाटन केले. व्यायामशाळेत तिने खूप रस दाखवला. तेव्हा सर्वांनाच तिच्याबद्दल आदर आणि श्रद्धा वाटायला लागली. समितीच्या सदस्यांशिवाय इतरांना या व्यायामशाळेमागचे रहस्य माहीत असणे शक्यच नव्हते. निवेदितेला तलवारबाजी, लाठी फिरवणे व इतर कसरती करताना पाहून ते सर्व आश्चर्यचकित झाले.

मेदिनीपूरलाच एके दिवशी तिने स्त्रियांच्या सभेत व्याख्यान दिले आणि एक-दोघींना बंदूक चालवायला शिकवली.

समितीच्या सदस्यांना मॅझिनीचे चरित्र, प्रिन्स क्रोपोट्किनलिखित आणि त्यांनी निवेदितेला दिलेल्यापैकी काही पुस्तके आणि अशीच इतर क्रांतीवरची, स्वातंत्र्ययुद्धावरची पुस्तके तिने दिली. यामुळे मेदिनीपूरला उत्साहाचे वारे खेळू लागले. तेथील व्यायामशाळेने कोलकात्याहून एक शिक्षक आणले आणि महिना १५ रुपये वेतनावर मुष्टियुद्धाचे शिक्षण देण्यासाठी त्यांची नेमणूक केली.

मेदिनीपूरला निवेदिता गेली तेव्हा हवा भयंकर उष्ण होती. तिच्यासाठी राखून ठेवलेल्या खोलीत शिरताच तिने खिडक्या-दारे उघडून टाकले. खाटेवरची गादी बाजूला काढून ठेवली, आपल्या सामानातील छोटीश सतरंजी काढून खाटेवर अंथरली, पांघरायला एक पातळ गोधडी काढून ठेवली. हे पाहून बरोबर आलेले लोक थक्क झाले, तेव्हा ती म्हणाली, ''मी संयमाचा अभ्यास करतेय. मी जे व्रत घेतलंय, त्यासाठी संयम आवश्यक आहे.''

तिचे व्यक्तिमत्त्व, एकंदर आचरण, निष्ठा आणि भारताबद्दलची भक्ती पाहून हेमचंद्र कानुंगोसारख्या क्रांतिकारकालाही तिची स्तुती केल्याशिवाय राहवले नाही. हेमचंद्रांचा येथे मुद्दाम उल्लेख करण्याचे कारण म्हणजे हिंदू धर्म, नेते, कार्यकर्ते, संस्कृती यावर त्याने बेजबाबदारपणे टीका केली होती. मात्र निवेदितेबद्दल त्याला अत्यंत आदर होता.

मेदिनीपूरची यात्रा सफल झाल्याचे निवेदितेने स्वतःच कबूल केले आहे. हेमचंद्र कानुंगो, ज्ञान बसू, निरापद राय, सत्येन बसू, क्षुदिराम बसू असे क्रांतिकारक मेदिनीपूरनेच देशाला दिले.

बंगालमधील सर्वांत तुफानी व्यक्तिमत्त्व म्हणून अरविंद घोषांचे बंधू बारिन्द्रकुमार घोष यांचे नाव घेतले जाते. त्यांनीसुद्धा अरविंदांच्या आधीची क्रांतिकारक नेता म्हणून निवेदितेचेच नाव घेतले आहे.

बारिन्द्रकुमारांनी म्हटले आहे, ''या रजोगुणी तेजस्वी महिलेनं परमार्थाचा मार्ग स्वीकारला असला तरी त्या कृतिशील होत्या. अन्याय-अत्याचार यांच्या विरुद्ध

लढण्यास त्या मागे-पुढे पाहत नसत. त्या फार धाडसी होत्या. आम्ही बंगालला येण्यापूर्वीच १०८, सर्क्युलर रोडवरच्या गुप्त केंद्राला त्यांनी आपली ग्रंथसंपदा दिली होती. त्यात आयरिश क्रांतीचा इतिहास, डच प्रजासत्ताकाचा इतिहास, गॅरिबाल्डी आणि मॅझिनी यांची चरित्रं, १८५७चा इतिहास, अमेरिकेचं स्वातंत्र्ययुद्ध, टॉडकृत राजस्थान, टॉमकाकार कुटीर, महाभारत, रामायण, दादाभाई नौरोजी-रमेशचंद्र दत्त-वुइल्यम डिगबी यांची ब्रिटिश अर्थशास्त्रावरील पुस्तकं (Economic History of British India; Un-British Rule in British India), भारताचा इतिहास, युरोपचा इतिहास, इंग्लंडचा इतिहास, क्रॉमवेलचं चरित्र, ब्लेकचा War Made Impossible हा ग्रंथ, आधुनिक संहारक अस्त्रांची वैज्ञानिक पद्धतीनं सविस्तर माहिती देणारं संकलन, ओकाकुरांचं पुस्तक अशी जवळजवळ दीडशे पुस्तकं होती.''

''भगिनी गुप्त कटांशी पूर्णपणे निगडित होत्या. त्यांचे १०८, सर्क्युलर रोडवरचं ग्रंथालय हे अशा गुप्तकटांचं केंद्र आणि प्रेरणास्थान होतं. 'बाघा यतीनदा' (यतीन्द्रनाथ बन्द्योपाध्याय) बरोबर, त्यांचं असं ठरलं होतं की, पुस्तकं वाचण्याच्या निमित्तानं, तिथं तरुणांना जमवून, कटकारस्थानाचं शिक्षण द्यायचं आणि क्रांतिकारक तयार करायचे. या शिक्षणात भारतातील निरनिराळ्या प्रांतांचा इतिहास, अर्थशास्त्र, थोरांची चरित्रं, धर्म, समाज आणि देश यांच्या प्रगतीची व अधोगतीची कारणं यावर चर्चा करायची. अशा चर्चेतूनच तरुणांना योग्य ते शिक्षण मिळेल. इथं शिक्षण घेतलेले तरुण प्रचारक म्हणून गावोगावी फिरतील आणि क्रांतीचं बीज सर्व देशात पेरतील. मग हजारो क्रांतिकारक तयार होतील. या शैक्षणिक केंद्राचा पहिला विद्यार्थी मीच होतो.''

''हळूहळू देवव्रत बसू, नलिन मित्र, ज्योतिष समाजपती, इंद्रनाथ नंदी असे अनेकजण इथं यायला लागले. हे सर्व राष्ट्रभावनेनं भारावून गेले होते. भगिनींनी तिथं ठेवलेली पुस्तकं वाचून आम्ही वादविवादात आणि कटकारस्थानाचे बेत आखण्यात तरबेज झालो. आमच्यात बरेच सुशिक्षित लोक होते, शिवाय अरविंद, भगिनी, देऊस्कर यांच्यासारख्यांचा पाठिंबा होता. त्यामुळेच आमच्या मनात क्रांतीची एक स्पष्ट कल्पना तयार झाली. पुढे आम्हाला प्रमथनाथ मित्र आणि यतीनदा यांचे 'धीरे चलो' धोरण सहन होईना.''

अरविंद घोषांनी सुरू केलेल्या 'युगान्तर'मध्ये निवेदिता जाज्वल्यपूर्ण लेखन करत असे. भूपेन्द्रनाथ दत्त याचे सहसंपादक होते. येथेही प्रेरणास्रोत होती ती निवेदिताच! तिच्या लेखांमुळे जनजागरण घडून आले आणि तिच्या प्रभावामुळेच क्रांतीची कल्पना वास्तवात उतरण्यास मदत झाली.

महाराष्ट्रातील सेनापती बापटांनी बॉम्ब तयार करण्याचे तंत्र हस्तगत केले होते.

महाराष्ट्रातून ते बंगालमध्ये पोहोचले. बंगालमधील प्रसिद्ध वनस्पतिशास्त्रज्ञ आचार्य जगदीशचंद्र बसू हे प्रेझिडेन्सी कॉलेजमध्ये अध्यापन करत असताना त्यांचे एक सहकारी होते, आचार्य प्रफुल्लचंद्र राय. जगदीशचंद्र वनस्पतिशास्त्र शिकवत तर प्रफुल्लचंद्र रसायनशास्त्र. प्रफुल्लचंद्र शिक्षणतज्ज्ञ, आदर्श शिक्षक, संशोधक आणि सर्वांत महत्त्वाचे म्हणजे देशप्रेमी होते.

'विज्ञान वाटू पाहू शकते, पण स्वराज्य नव्हे,' हे त्यांचे एकच वाक्य त्यांच्या राष्ट्रभावनेची साक्ष देण्यास पुरेसे आहे.

'बेंगॉल केमिकल ॲन्ड फार्मास्युटिकल कंपनी लिमिटेड' ही भारतातील पहिली औषधनिर्मिती संस्था त्यांनीच स्थापन केली. स्वदेशीच्या दृष्टीने हे फार मोठे पाऊल होते.

जगदीशचंद्रांचे निवेदितेशी घनिष्ठ संबंध होते. त्यांच्याच मध्यस्थीने, निवेदिता आपल्या गटातील काही तरुणांना प्रफुल्लचंद्रांकडे पाठवून, बॉम्बसाठी लागणारी रसायने मिळवत असे. प्रसिद्ध क्रांतिकारक उल्हासकर दत्त बॉम्ब बनवण्याचे शिक्षण देत. ढाका येथील अनुशीलन समितीचे पुढारी पुलिनबिहारी दास यांच्याबरोबर प्रफुल्लचंद्रांची गुप्त भेट झाली होती. प्रफुल्लचंद्रांच्या प्रयोगशाळेचा उपयोग क्रांतिकारकांकडून करण्यात येत असे, असे डॉ. रमेशचंद्र मजुमदार यांनी आपल्या History of the freedom Movement in India या ग्रंथात लिहिले आहे.

निवेदितेचे हे सर्व प्रयत्न पाहता, स्वातंत्र्यवीर सावकरांच्या कार्याची आठवण झाल्याशिवाय राहत नाही. दोघांनाही मॅझिनीच्या चरित्रावरूनच प्रेरणा मिळाली होती. मॅझिनीच्या चरित्रावरून स्पष्ट होते की, इटलीमध्ये स्वातंत्र्यासाठी 'यंग इटली'ची स्थापना झाली होती. स्वातंत्र्यवीरांनी त्याच धर्तीवर 'अभिनव भारत' ची स्थापना केली आणि निवेदितेनेही अशा संघटना स्थापन करण्यास प्रोत्साहन दिले. भारताच्या स्वातंत्र्यासाठी क्रांतीची आवश्यकता असल्याचे दोघांनाही पटले होते. दोघांनी क्रांतीला प्रेरणा देण्याचे महत्कार्य केले.

निवेदितेचे बंगाली चरित्रकार शंकरीप्रसाद बसू यांनी, निवेदितेच्या या सर्व कार्याचा विचार करून ऑगस्ट, १९०२पासून जुलै, १९०५पर्यंतच्या काळाला 'निवेदिता युग' असे म्हटले आहे. तिच्या या काळातील कार्याचे परिणाम पुढील काळात दिसून आले. या काळात निवेदितेने म्हटले होतेच की, या जन्मी स्वातंत्र्याच्या प्रयत्नात मी यशस्वी नाही झाले तर पुनश्च जन्म घेऊन मी 'युवा भारत'ची घोषणा करीनच.

◆

वंगभंग आंदोलन

१९०५ साल बंगालच्याच नव्हे, तर भारताच्या इतिहासात अविस्मरणीय ठरले आहे. इंग्रज सरकारच्या वंगभंगाच्या घोषणेमुळे सर्व भारतच खडबडून जागा झाला. जनमानसात उत्तेजना निर्माण झाली. बंगालचे विचित्र रीतीने तुकडे होणार, हे कळल्यावर उत्तेजनेची जागा क्षोभाने घेतली. जागा झालेला बंगाल खवळून उठला आणि इंग्रज सरकारविरुद्ध प्रथमच उघडपणे उग्र आंदोलन करण्यात आले. याचे परिणाम भविष्यात दूरगामी झाले, हे सांगायला नकोच!

१९०३ सालच्या अखेरीस कर्झन सरकारने वंगभंगाची म्हणजेच बंगालच्या फाळणीची घोषणा केली. त्या काळातील बंगाल प्रेझिडेन्सीचा विस्तार बराच मोठा होता. आताचा पश्चिम बंगाल, बांगलादेश, बिहार, ओडिशा यांचा समावेश बंगाल प्रेझिडेन्सीत होत होता. या प्रेझिडेन्सीची लोकसंख्या होती साधारण आठ कोटी. शासनाच्या सोयीसाठी या प्रदेशाची फाळणी करण्याची योजना बरेच दिवस चर्चेत होती. हिंदीभाषिक बिहार आणि ओडिशीभाषिक ओडिशा बंगालपासून वेगळे करण्यास बंगालचा विरोध नव्हता. आसाममधील बंगालीभाषिक प्रांत आणि संपूर्ण बंगाल एक केल्यास बंगालीभाषिकांची काहीच हरकत नव्हती. इंग्रज सरकारमधील सुज्ञ अधिकाऱ्यांचे मतही असेच होते. पण कर्झन-अ‍ॅन्ड्र्यू फ्रेझर यांना हे अजिबात मान्य नव्हते. बंगाली बाबूंबद्दल साशंक असणाऱ्या कर्झनने शासनाच्या सोयीचे कारण पुढे करून, बंगाल प्रेझिडेन्सीची फाळणी आपल्या मनाप्रमाणे करण्याचे निश्चित केले. 'ईस्टर्न बेंगॉल अ‍ॅन्ड आसाम' या प्रदेशात चट्टग्राम, ढाका, राजशाही डिव्हिजन आणि त्रिपुरा, मालदा व आसाम यांचा समावेश केला होता आणि 'बेंगॉल'मध्ये उरलेला बंगाल, बिहार व ओडिशा यांना समाविष्ट करण्यात आले होते. हा बंगाली जनतेच्या भावनेचा आणि मताचा फार मोठा अवमान होता. त्यामुळे जनता खवळून उठली. कर्झन जनतेत अप्रिय होताच, आता तर त्याच्याविषयीचा असंतोष शिगेला पोहोचला.

कर्झनचा व्हॉइसराय म्हणून जो कार्यकाळ होता, त्या संपूर्ण काळाची निवेदिता

साक्षी होती. १८९९मध्ये निवेदितेचे मत कर्झनविषयी चांगले होते. २२ फेब्रुवारी, १८९९च्या पत्रात तिने म्हटले आहे, "(इंग्रज) सरकार फार लोकप्रिय आहे. लॉर्ड कर्झन खंबीर आणि सहृदय म्हणून ओळखले जातात." पण पुढील काळात घडलेल्या काही घटनांनी तिचे मत बदललेले दिसते. १९०१ सालापासून ती इंग्रज सरकारविरोधी झाली होती. १९०२मध्ये दिल्ली-दरबार भरवला होता. भारतातील लोक दुष्काळाने त्रस्त होऊन, उपासमारीने मरत होते आणि दिल्ली-दरबारच्या थाटमाटावर १८०,००० पौंड खर्च करण्यात आले. हे भारतवासींच्या भावनांबद्दल कर्झनला किती कदर आहे, याचेच द्योतक नव्हते का? निवेदितेचा संताप अनावर झाला असल्यास नवल ते काय! तिने कर्झनला 'राक्षस'च म्हटले आहे. यापुढची कडी होती १९०२ साली स्थापन झालेल्या 'इंडियन युनिव्हर्सिटिज कमिशन'च्या अहवालातील शिफारशीनुसार काही भाग स्वीकारून आणि काहीत बदल करून, कर्झनने संमती दिलेला १९०४ सालचा 'इंडियन युनिव्हर्सिटिज ॲक्ट.' निवेदितेने या संदर्भात म्हटले आहे, We have had a Universities Commission lately, which had done its very best to kill all education, and especially all science education. This is THE point in India's wrongs that fires me... ४ जुलै, १९०४ रोजी ती लिहिते, "या गोष्टीमुळे (इंडियन युनिव्हर्सिटिज ॲक्टमुळे) कर्झन भारतवर्षात ब्रिटिशविरोधाचं प्रतीक म्हणून सर्वांच्या लक्षात राहील."

कर्झनची आणखी काही कृत्ये भारतीयांच्या दृष्टीने अतिशय घातक होती. त्याने १८९९ म्युनिसिपल ॲक्टद्वारा कोलकाता कॉर्पोरेशनमध्ये निवडून येणाऱ्या स्थानिक सदस्यांची संख्या आणि अधिकार कमी केले. त्याला स्थानिक स्वायत्ततेची एवढीशीसुद्धा खूण भारतात राहू द्यायची नव्हती. १९०४ सालच्या 'इंडियन ऑफिशल सिक्रेट ॲक्ट'नुसार त्याने वर्तमानपत्रांची मुस्कटदाबी केली. निम्नतर श्रेणीतील सरकारी नोकरीच्या पदांसाठी असलेल्या स्पर्धा-परीक्षा त्याने रद्द केल्या. खरे तर, तज्ज्ञांच्या मते, या परीक्षांमुळे नोकरदारांची कार्यक्षमता वाढण्यास मदत होत होती. कर्झन भारतीय लोकांना अतिशय कमी लेखत असे. त्यांचे चारित्र्य आणि बुद्धिमत्ता याबद्दल त्याचे मत अत्यंत वाईट होते. त्याचबरोबर भारतीय लोकांची बुद्धिमत्ता आणि विचारशक्ती यांची वाढ न होता, उलट ती खच्ची कशी होईल, याविषयी मात्र तो नको तेवढा सतर्क होता. याचे उत्तम उदाहरण म्हणजे कोलकाता विद्यापीठात कुलगुरू या नात्याने ११ फेब्रुवारी, १९०५ रोजी दीक्षान्त समारंभात त्याने केलेले भाषण होय.

या भाषणात तो म्हणाला, Untruthfulness consists in saying or doing anything that gives an erroneous impression either of one's own charactor or of other people's conduct or the facts and incidents of life. I say that the highest ideal of truth is to a large extent a Western conception. Undoubtedly, truth took a higer place in the moral codes of the West before it had been similarly honoured in the East. Flattery may be either honest or dishonest. Whichever it be, you should avoid it. If it is the former, it is nevertheless false, if it is the latter, it is vile.

या भाषणाला अनेक नामवंत प्रतिष्ठित उपस्थित होते. सुशिक्षित तरुण तर मोठ्या संख्येने हजर होते. कर्झनने सर्व भारतीयांना 'खोटारडे' म्हटले होते, अनेकजणांना त्याचा हा आरोप चांगलाच बोचला होता. पण कुणीच त्यास येथे विरोध करणे शक्यच नव्हते. निवेदिताही तेथे उपस्थित होती आणि कर्झनने भारतीयांना 'खोटारडे' म्हणताच, तिच्या तळपायाची आग मस्तकात गेली.

हेमेन्द्रप्रसाद घोष हेही या समारंभाला गेले होते. त्यांनी असे नोंदवून ठेवले आहे की, भाषण करून कर्झन निघून गेल्यावर, गुरुदास बन्द्योपाध्याय आणि इतर प्रतिष्ठित लोक सिनेट हॉलच्या दारात, कर्झनच्या अपमानकारक उद्गाराबद्दल चर्चा करत असताना निवेदिता तेथे आली आणि तिने विचारले, "Problems of the Far East हे कर्झननं लिहिलेलं पुस्तक कुणाकडे आहे का?" गुरुदास बन्द्योपाध्यायांकडे आहे हे कळताच, ती त्यांचा हात धरून ओढतच त्यांना त्यांच्या घरी घेऊन गेली आणि तिने ते पुस्तक घेतले आणि कर्झनच्या खोटारडेपणाचा प्रत्यक्ष पुरावा त्यातून उघड केला. (काहींच्या मते, तिने गुरुदासबाबूंना इम्पिरिअल लायब्ररित ओढत नेऊन पुस्तक दाखवले.)

स्वत: लिहिलेल्या पुस्तकात कर्झनने त्याचा खोटारडेपणा मोठ्या अभिमानाने वर्णन केला आहे. तो कोरियाला गेला तेव्हा बत्तीस वर्षांचा होता. कोरियाला जाताना त्याला सावध करण्यात आले होते की त्याने त्याचे वय सांगण्याचे टाळावे. कारण कोरियात तरुणांना मान देत नाहीत.

राजदरबारात जाण्यापूर्वी कर्झनची कोरियाच्या विदेशमंत्र्यांशी भेट झाली. तेव्हा तरुण दिसणाऱ्या कर्झनला त्यांनी साहजिकच वय विचारले. कर्झनने बेधडक उत्तर दिले, "पन्नास!" तेव्हा विदेशमंत्री म्हणाले, "आपण तर अगदी तरुण दिसता! आणि वय एवढं! हे कसं शक्य आहे?" कर्झन म्हणाला, "महिना झाला. मी या राज्याच्या शुद्ध वातावरणात वावरतोय ना!" पुढे त्यांनी विचारले, "आपण इंग्लंडच्या महाराणीचे अगदी निकटचे नातेवाईक आहात, असं मी धरून चाललोय." कर्झन बोलून गेला, "नाही. तसं नाही." पण त्यांच्या चेहऱ्यावरची नाराजी आणि विरस बघून स्वत:ला सावरून घेत कर्झन बिनदिक्कत खोटे बोलला, "पण अजून मी

अविवाहित आहे बरं का!'' त्याबरोबर मंत्र्यांच्या चेहऱ्यावरचे भाव पालटले.

यावरून कर्झन निखालस खोटारडा होता, हे स्पष्ट होते. त्याचा हा खोटेपणा निवेदितेने उघड केला, हे पुष्कळजणांना माहीत नाही. निवेदिता येथेच थांबली नाही. निवेदितेच्या घराजवळ अमृतबझारचे कार्यालय होते. अमृतबझार वर्तमानपत्राच्या संपादकांशी निवेदितेचे स्नेहाचे संबंध होते. संपादकांना तिच्याबद्दल आदर होता. ती अमृतबझारच्या संपादकांना भेटली. १३ फेब्रुवारीला अमृतबझारमध्ये कर्झनच्या भाषणातील आक्षेपार्ह भाग आणि त्याच्या पुस्तकातील त्याचा खोटारडेपणा स्पष्ट करणारा अंश शेजारी शेजारी छापण्यात आले. त्यामुळे कर्झनचे पितळ उघडे पडले. प्रसिद्ध पत्रकार गार्डिनर यांनी या संदर्भात म्हटले, India was dissolved in laughter. It almost forgot the insult for the sake of the jest.

१४ फेब्रवारीच्या The Statesmanमध्ये पुढील बातमी होती –

But the Convocation play would not have been complete without the delicious little comedy which wound up the entertainment. How His Excellency must have grinned when next day he saw the pictures which our smart contemporary, the Amrita Bazar Patrika held up before his gaze, depicting The Chancellor in Convocation side by side with Lord Curzon in Korea. The pure fun which these two pictures have given in India and will ere long give in England was worth the whole performance. And the beauty of it was that the actor was quite unconscious of the well of pure delight he was giving to the people.

या सर्व लेखांमागे निवेदितेचा हात आहे, हे जगदीशचंद्र बसूंसारख्या तिच्या निकटवर्तीयांव्यतिरिक्त कुणालाच माहीत नव्हते.

१४ फेब्रुवारीला निवेदितेने The Statesmanमध्ये एक अनावृत पत्र लिहिले आणि कर्झनच्या आक्षेपार्ह भाषणाच्या विरोधात, तरुणांनी मौन पाळल्याबद्दल तिने त्यांना फैलावर घेतले. त्यामुळे सर्व बंगाल खवळून उठला.

११ मार्चला कर्झनच्या भाषणाच्या विरोधात टाउन हॉलमध्ये डॉ. रासबिहारी घोष यांच्या अध्यक्षतेखाली निषेध सभा झाली. रासबिहारी कोलकाता विद्यापीठातील प्रथम पदवीधारकांपैकी एक होते. ते भारतीय वकिलांचे प्रमुख होते आणि सुप्रीम लेजिस्लेटिव्ह काउन्सिलचे अतिरिक्त सदस्य होते. त्यांनी आपल्या भाषणात बुद्ध, महंमद, ख्रिस्त यांची उदाहरणे देऊन आशिया खंडातील महान चारित्र्याची ग्वाही दिली आणि व्हॉइसराय जनमताला महत्त्व देत नाहीत, हे लोकांच्या लक्षात आणून दिले.

१३ मार्चला निवेदिता आजारी पडली. आजार गंभीर होता. डॉक्टरांनी मेंदूज्वराचे

निदान केले. मे महिन्याच्या पहिल्या आठवड्यात बसू पती-पत्नींबरोबर ती हवाबदलासाठी दार्जिलिंगला गेली. ३ जुलैला ते कोलकात्याला परत आले. या काळात फारसे काही घडले नाही. पण...

पण २० जुलैला लॉर्ड कर्झनने वंगभंगाची अंतिम घोषणा करून सर्वांनाच प्रचंड धक्का दिला. १९०३पासूनच याची चर्चा सुरू होतीच. लोकांचा विरोध होताच. हिंदू-मुसलमान, जमीनदार-रयत, देशी-परदेशी व्यावसायिक असे समाजातील सर्व थरांतील लोक खवळले होते. कर्झनने १९०४ साली पूर्व बंगालचा दौरा केला आणि बंगालच्या राष्ट्रीय शक्तीचा अंदाज घेतला. तेव्हाच वंगभंगाचा दृढ संकल्प केला. हा प्रस्ताव मांडल्यापासूनच पत्रे, खलिते, सभा, पुस्तके यांच्याद्वारे विरोध आणि निषेध व्यक्त होत होताच. १९०३ आणि १९०४ सालच्या काँग्रेस अधिवेशनात वंगभंगाविरुद्ध प्रस्तावही मांडण्यात आला होता. इंग्रजांच्या न्यायनिष्ठेवर विश्वास ठेवणाऱ्या सुशिक्षित भारतीयांना एवढा विरोध व्यर्थ होईल असे वाटत नव्हते. पण कुठल्याही विरोधाला न जुमानता सरकार वंगभंगावर ठाम राहिले. एवढेच नव्हे, तर १६ ऑक्टोबर, १९०५ हा दिवस 'फाळणीचा दिवस' म्हणून सरकारने जाहीरही करून टाकला.

बंगालचे तुकडे करणे आणि तेही अविलंब, ही योजना कर्झनचीच होती. व्हॉईसराय पदाचा स्वीकार करण्याआधीपासूनच कर्झन भारतद्वेष्टा होता. म्हणूनच तो 'हिंदू विरोधी' आणि पर्यायाने 'बंगाली विरोधी' होता. 'इंग्रजांचे राज्य हे ईश्वराच्या इच्छेनुसार भारताच्या कल्याणासाठी स्थापन झाले आहे', असा त्याचा ठाम विश्वास होता. त्यामुळे इंग्रजांच्या राज्याला विरोध करणाऱ्यांना धडा शिकवलाच पाहिजे, असे त्याचे मत होते. याविषयी त्याने लिहून ठेवले आहे, ''कोलकात्यातील नेत्यांचा भारतीय काँग्रेसवर प्रभाव आहे. काँग्रेसला चिथावणी देणारे आणि प्रक्षोभक भाषण करणारे बंगाली आहेत. इथल्या जनमतावरही त्यांचाच पगडा आहे. स्थानिक सरकारला ते सतावत असतात. इंग्रज सरकारला त्यांचं म्हणणं मान्य करायला ते केव्हाही भाग पाडतील. तेव्हा काहीही करून त्यांना विभक्त करायलाच हवं.''

आता निवेदिता स्वस्थ बसणे शक्यच नव्हते. राष्ट्रभावनेचे जागरण जनमानसात घडवून आणण्यासाठी निवेदिता वेगवेगळ्या माध्यमांतून काही वेगळे प्रयोग करू इच्छित होती. निषेध सभा, निषेध खलिते, वर्तमानपत्रातील वंगभंगविरोधी लेख याकडे सरकार दुर्लक्ष करते आहे, त्याच्यावर कशाचाच परिणाम होत नाही, असे दिसताच तिच्या मनात बऱ्याच दिवसांपासून घोळत असलेल्या कल्पनेने उचल खाल्ली. ही कल्पना होती 'राष्ट्रीय दिवस' साजरा करण्याची. युरोपमधील परतंत्र देश, देशवासियांमध्ये राष्ट्रभावना जागृत करण्यासाठी आणि त्यांच्यात स्वातंत्र्याचे स्फुल्लिंग चेतवण्यासाठी 'राष्ट्रीय दिवस' पाळत. त्या दिवशी मिरवणुका, शोभायात्रा

काढत, उत्सव साजरा करत. राष्ट्रध्वज फडकवून देशाच्या अस्मितेचे स्मरण करून देत. १९०४ साली निवेदितेने 'सरबॉन पॅजन्ट' पाहिली होती. 'सरबॉन पॅजन्ट' म्हणजे 'सरबॉन' या शहरात निघालेली शोभायात्रा. शोभायात्रेत निरनिराळ्या विषयांना अनुसरून चित्ररथ असतात. तिने पाहिलेल्या शोभायात्रेच्या शेवटी, लखलखत्या दिव्यांच्या प्रकाशात, नौकेतून राणीचे आगमन झाले होते. जयांनीही तिला पाठवलेल्या पत्रात 'वॉरवुइक' गावातील शोभायात्रेचा उल्लेख केला होता. अशी शोभायात्रा काढण्यास बंगालमध्ये वंगभंगाचा दिवस हाच योग्य आहे, असे तिला वाटले. म्हणूनच जयांना लिहिलेल्या पत्रात तिने म्हटले आहे, "१६ ऑक्टोबर हा 'सर्वभारतीय दिवस' म्हणून साजरा करावा, अशी माझी इच्छा आहे. आणि त्याप्रीत्यर्थ इतिहासाशी संबंधित अशा शोभायात्रेचं आयोजन करण्याचा विचार आहे. हे घडून येईल, अशी आशा वाटते. अर्थात 'वॉरवुइक पॅजन्ट'शी या शोभायात्रेची तुलना नाहीच होऊ शकत! कारण आमचा आवाका तो किती! आमची शोभायात्रा असेल अगदीच साधीसुधी! पण महत्त्व आहे ते त्या मागच्या उद्देशाला, थाटामाटाला नाही! इथल्या लोकांना हे सहज जमेल कारण इथं काही ना काही कारणानं मिरवणुका निघत असतातच. इथली परिस्थिती यासाठी अगदी अनुकूल आहे. दिल्ली-दरबार झोकात पार पडला तो भारतीय लोकांमुळेच नाही का! येथील नाट्यकला प्रगत आहे आणि देशाभिमानही प्रचंड आहे! माझ्यात आता पूर्वीसारखी शक्ती राहिलेली नाही, म्हणून एखाद्या मोठ्या व्यक्तीनं याची जबाबदारी घेतल्यास फार बरं होईल!"

निवेदितेच्या मनाने एखादी गोष्ट घेतली की निमूट बसून राहणे तिच्या स्वभावातच नव्हते. आपली 'राष्ट्रीय दिवसा'ची कल्पना प्रत्यक्षात उतरणे अवघड आहे, अशक्य नाही, हे ओळखून तिने प्रयत्न सुरूच ठेवले. तिने 'इंडियन वर्ल्ड'मध्ये 'नोट ऑन इंडियन हिस्टॉरिक पॅजन्ट' या नावाचा लेख लिहिला.

माणसा-माणसांत राष्ट्रभावना जागृत करण्यासाठी भारताच्या वैभवशाली इतिहासाचे साहाय्य होईल, असा निवेदितेला विश्वास वाटत होता. भारताच्या इतिहासाचे स्मरण लोकांना करून दिल्यास त्यांच्यात चैतन्य निर्माण होईल, ते सर्जनशील बनतील, प्रगतीचा मार्ग धरतील. पण हे स्मरण करायचे कसे? एक मार्ग म्हणजे आधुनिक इतिहासकारांनी इंग्रजी इतिहासकारांचे अनुकरण न करता स्वत:च्या बुद्धीने भारताचा इतिहास सत्याला धरून लिहिणे. हा मार्ग कितीही चांगला असला तरी यास मर्यादा होती. कारण असा इतिहास वाचतील फक्त सुशिक्षित. जे अशिक्षित किंवा अल्पशिक्षित असतील त्यांचे काय? आणि भारतात तर अशा लोकांचीच संख्या मोठी होती. तेव्हा इतिहासाद्वारे लोकजागृती करायची असेल तर शोभायात्रा हाच मार्ग उत्तम होता. निवेदितेच्या आधी या तऱ्हेचा प्रयत्न लोकमान्य टिळकांनी केला होता. त्यांनी महाराष्ट्रात 'गणेश उत्सव' आणि 'शिवाजी उत्सव' सुरू केले होतेच. बंगालमध्येही

सरला घोषालने 'प्रतापादित्य उत्सव', 'वीराष्टमी' आणि 'शिवाजी उत्सव' सुरू केले ते लोकमान्यांकडून प्रेरणा घेऊनच. निवेदितेला ऐतिहासिक प्रसंगावर आधारित शोभायात्रा काढायची होती. अशी शोभायात्रा सर्वांनाच आकर्षून घेईल याची तिला खात्री होती. अशा शोभायात्रेत विद्यार्थी, तरुण, वयस्क सर्वच सामील होऊ शकणार होते. शाळा, महाविद्यालये, सार्वजनिक संस्था वा मंडळे यांनाही सहभागी होता येणार होते. शहर असो की खेडेगाव, अशी शोभायात्रा कुठेही काढता येणार होती. रस्त्याच्या कडेची जागा, घरांची अंगणे आणि गच्च्या, पदपथ येथून लोकांना ती सहज पाहता येणार होती.

निवेदितेच्या मते ऐतिहासिक महत्त्वाच्या प्रसंगाबरोबरच भारतातील दिल्ली, वाराणसी, चितोड, अमृतसर, पुणे वगैरे शहरांची वैशिष्ट्ये दाखवणारे चित्ररथही या शोभायात्रेत असावेत. त्यामुळे भारतातील प्रसिद्ध शहरांच्या सांस्कृतिक वैशिष्ट्यांची झलक सर्वांना पाहायला मिळाली असती. भारतात 'नाटक' हा कलाप्रकार प्रगत आणि लोकप्रिय असल्याने, शोभायात्रेतील चित्ररथात मूक अभिनयाचा उपयोग करून घेणे सहज शक्य होते.

भारतात विवाह, पूजा वा इतर धार्मिक उत्सवात मोठ्या थाटात मिरवणुका निघतच असत. तशीच ही भारतमातेच्या उत्सवाची मिरवणूक!

अशी शोभायात्रा दिवसा काढता येईलच, पण रात्री मशालीच्या आणि दिव्यांच्या उजेडात ती अधिक सुंदर दिसेल, असे निवेदितेचे मत होते. शोभायात्रेच्या आरंभी असावे शंखनाद करणाऱ्यांचे पथक, मधे ध्वजधारी आणि शेवटी वाद्य वाजवणाऱ्यांचे पथक. शोभायात्रेतील दृश्यांची माहिती स्थानिक भाषेत छापून लोकांमध्ये वाटावी.

निवेदितेने पुढे म्हटले आहे, ''असं आयोजन केल्यास शहरातील रस्ते, लहान गावं, वस्त्या या विद्यालयाची रूपं घेतील. या विद्यालयांना मस्तक तर असेलच, पण हृदयही असेल. १६ ऑक्टोबरला शोभायात्रा तर काढावीच, पण सर्वांनी एकमेकांस राख्या बांधाव्यात.'' कारण राखीबंधन हे एकीचे आणि मैत्रीचे प्रतीक मानले जाते.

राष्ट्रीय उत्सवात फडकवण्यासाठी राष्ट्रध्वज हवाच. कारण राष्ट्रध्वज राष्ट्राच्या अस्मितेचे प्रतीक असतो. तो फडकताना पाहिल्यावर लोकांच्या मनात समर्पणाची, देशभक्तीची, देशाच्या ऐक्याची भावना जागृत होते; डौलाने फडकणारा ध्वज त्यांना देशाने दिलेला आशीर्वाद वाटतो, अशी निवेदितेची श्रद्धा असल्याने, भारताचा एक ध्वज तिला अत्यावश्यक वाटला.

राष्ट्रध्वज हा देशाचा प्राण, संस्कृती आणि इतिहास यातून जन्म घेत असल्याने, तिने राष्ट्रध्वजावर, राष्ट्रीय प्रतीक म्हणून स्वीकारलेल्या वज्राचा प्रयोग केला. तिने पहिला ध्वज तयार केला तो चीनच्या युद्धध्वजाचा आदर्श समोर ठेवून! लाल रंगावर काळे वज्रचिन्ह गोलाकारात रेखाटून त्यावर 'वंदे मातरम्' आणि 'यतो धर्मस्ततो

जय:' ही वचने अंकित होती. पण लाल आणि काळा रंग भारताच्या संस्कृतीत बसणारा नसल्याचे लक्षात येताच, निवेदितेने दुसरा ध्वज कसा असावा, हे चित्रातून दाखवले. या ध्वजाची पार्श्वभूमी भगवी असून, त्यावर सोनेरी रंगाच्या गोलाकारात सोनेरी वज्र रंगवले होते. वर उल्लेख केलेली वचनेही सोनेरी रंगातच होती. निवेदितेच्या मते 'भगवा' रंग भारतीय परंपरेतून आलेला, संग्रामाचा. स्वर्ण वर्ण हा उदात्ततेचा व विजयाचा आणि श्वेतवर्ण पावित्र्याचा व स्वदेशाबद्दलच्या प्रेमाचा. प्रत्यक्षात तिने जो ध्वज आपल्या विद्यार्थिनींकडून करून घेतला तो चौकोनी होता. त्याच्या मध्यावर उभे वज्र होते. आणि व्रजाच्या एका बाजूला 'वंदे' आणि दुसऱ्या बाजूला 'मातरम्' ही अक्षरे होती. सोनेरी रंगातील वज्र आणि 'वंदे मातरम्' ही अक्षरे भगव्या पार्श्वभूमीवर खुलून दिसत होती. निवेदितेची राष्ट्रध्वजाची ही कल्पना उचित आणि सौंदर्यपूर्ण होती. १९०६ सालच्या काँग्रेसच्या अधिवेशनाच्या वेळी निवेदितेने तयार केलेला ध्वज फडकला. तारखेच्या दृष्टीने विचार केल्यास निवेदितेनेच प्रथम भारताचा राष्ट्रध्वज तयार केला.

निवेदितेचे 'राष्ट्रीय उत्सवा'चे स्वप्न अखेर प्रत्यक्षात उतरले. इंग्रज सरकार सभा, लेख, पत्रे यातून केलेल्या विरोधाला जुमानत नाही, असे दिसताच बंगाली जनता प्रत्यक्ष कृती करण्यास सरसावली. त्यासाठी त्यांनी स्वदेशी आणि बहिष्कार हा मार्ग निवडला. 'स्वदेशी' म्हणजे स्वदेशात तयार झालेल्याच वस्तू वापरणे, मग त्या वस्तू कशाही असोत. आणि बहिष्कार म्हणजे विदेशी माल वापरणे अजिबात बंद करणे. यामुळे व्यापारी इंग्रजांची चांगलीच मुस्कटदाबी होणार होती. हे सर्व प्रकरण वरवर आर्थिक वाटले तरी त्याच्या मागे राजकारणच मुख्य होते.

वंगभंगाची अधिकृत घोषणा झाल्यावर ७ ऑगस्ट रोजी टाउन हॉलमध्ये एक प्रचंड सभा झाली आणि त्या सभेत बहिष्काराच्या प्रस्तावाला संमती देण्यात आली. त्याआधी तीन आठवडे निरनिराळ्या गावातील सभांमध्ये आणि समित्यांमधून हा प्रस्ताव मंजूर करण्यात आला होता. १६ ऑक्टोबर या दिवशी अखंड बंगालचे प्रतीक म्हणून 'फेडरेशन हॉल'चा पाया घातला गेला. आनंदमोहन बसू हे त्या काळातील प्रख्यात नेते आजारी होते, तरी या समारंभाला त्यांना रुग्णशय्येवरून उचलून आणण्यात आले. याचे निवेदितेला अतिशय अप्रूप वाटले. आनंदमोहन बाबूंना भाषण करणे शक्यच नव्हते. त्यांनी लिहिलेले भाषण वाचून दाखवण्यात आले. आनंदमोहनबाबूंबद्दल निवेदितेला आदर होता. आनंदमोहन जगदीशचंद्रांचे मेहुणे होते. ते ब्राह्मो आणि मवाळ असूनही निवेदितेने त्यांचा उल्लेख 'राष्ट्र घडवणारा नेता' असा केला आहे. कारण त्यांची नि:स्वार्थी राष्ट्रभक्ती, राष्ट्रसंघटक म्हणून असलेली क्षमता आणि लोकतंत्राकडे असलेला कल निवेदितेला अतिशय महत्त्वाचा वाटत असे.

१६ ऑक्टोबर हा दिवस 'राष्ट्रीय दिवस' म्हणून पाळण्यात आला. या दिवशी कोलकात्यात भव्य मिरवणूक काढण्यात आली. शहरातील दुकाने, बाजार बंद होते. बहुतेक बंगाली लोकांनी उपवास केला. गंगास्नान करून शुचिर्भूत होऊन सर्वांनी कपाळावर चंदनाचा तिलक लावला. मिरवणुकीत सर्वच लोक सामील झाले असले तरी विद्यार्थ्यांची संख्या लक्षणीय होती. रवीन्द्रनाथांसारख्या प्रतिष्ठित व्यक्तीही उत्साहाने मिरवणुकीत सामील झाल्या होत्या. रवीन्द्रनाथांनी या प्रसंगाप्रीत्यर्थ रचलेले गीत सर्वांनाच प्रेरणादायी ठरले.

बांगलार माटि, बांगलार जल,
बांगलार बायु, बांगलार फल,
पुण्य हऊक, पुण्य हऊक,
पुण्य हऊक, हे भगवान!
बांगालिर प्राण बांगालिर मन
बांगालिर घरे जत भाईबोन,
एक हऊक, एक हऊक,
एक हऊक, हे भगवान!
(हऊक किंवा होक याचा अर्थ होवो.)

या गीताने आणि 'वंदे मातरम्'च्या घोषाने वातावरण दुमदुमून गेले होते. सर्वांनी एकमेकांना राख्या बांधून बंगाली लोक एक असल्याचे दाखवून दिले.

निवेदितेने १६ ऑक्टोबर, १९०५ या दिवशी बंगालबाहेर असणाऱ्या सर्व प्रतिष्ठित व्यक्तींना – यात अलाहाबाद येथील 'प्रवासी' मासिकाचे संपादक रामानंद चट्टोपाध्याय यांचा समावेश होता – एकाच मजकुराचे पत्र पाठवले होते. या पत्रातील मजकुरावरून वंगभंगाबद्दलच्या तिच्या भावना किती तीव्र होत्या त्याची कल्पना येते. पत्राचा सारांश पुढीलप्रमाणे –

भगिनी निवेदितेकडून शुभेच्छा!

आज ३० आश्विन म्हणजेच १६ ऑक्टोबर, १९०५. बंगालच्या विधिवत फाळणीचा दिवस! हा दिवस आजपासून दरवर्षी 'राष्ट्रीय एकात्मता दिवस' म्हणून आपण सर्व जण पाळू या.

आजच्या राखीबंधनाची राखी आम्ही बंगाली आपल्याला पाठवत आहोत. ही राखी बंगालच्या ऐक्याचंच केवळ प्रतीक नाही, तर आपल्या मातृभूमीच्या सर्व पुत्रांच्या ऐक्याचं प्रतीक आहे.

–वंदे मातरम्

बंगाली जनता केवळ आंदोलन करून थांबली नाही, तर साहित्य, संगीत, नाटक, चित्रकला, लोकसंस्कृती यातूनही त्यांच्या भावना तीव्रतेने प्रकट झाल्या. रवीन्द्रनाथ, द्विजेन्द्रलाल राय, रजनीकांत सेन यांनी गीत-संगीताचे साहाय्य घेतले. मुकुंददासांनी 'स्वदेशी जात्रे'तून लोकसंस्कृतीची शक्ती आणि सौंदर्य प्रकट केले. 'जात्रा' हा बंगाली लोकनाट्याचा प्रकार आहे. खुल्या रंगमंचावर, नेपथ्याशिवाय उत्स्फूर्तपणे संवाद म्हटले जातात, गाणी गायली जातात. 'जात्रा' अजूनही बंगालमध्ये लोकप्रिय आहे. बंगालचे नाट्याचार्य आणि स्वामीजींचे जवळचे मित्र गिरीशचंद्र घोष यांनी 'सिराजुद्दौला', 'मीरकासिम', 'छत्रपती शिवाजी' अशी राष्ट्रभावना जागृत करणारी नाटके बंगाली रंगमंचावर हेतुपुरस्सर आणली. गिरीशचंद्रांची निवेदितेशी मैत्री होती. ते तिचे शेजारीच होते. अबनीन्द्रनाथ ठाकूर, नंदलाल बसू या नामवंत चित्रकारांनी आपली राष्ट्रीयता चित्रातून व्यक्त केली. उदाहरणार्थ, अबनीन्द्रनाथांचे 'भारतमाते'चे चित्र किंवा नंदलाल बसूंचे 'अहिल्ये'चे चित्र. इतिहासकारांनी आणि समाजशास्त्रज्ञांनी भारतवर्षाचे लोकजीवन, संस्कृती आणि इतिहास यांचे सत्य स्वरूप जगापुढे मांडणे हेच त्यांचे व्रत मानले. विज्ञानातही भारत जगाच्या पुढे आहे, हे जगदीशचंद्र बसू आणि प्रफुल्लचंद्र राय यांच्यासारख्या वैज्ञानिकांनी दाखवून दिलेच होते. त्यांची विज्ञानसाधना ही 'राष्ट्रीय विज्ञानसाधना'च होती. जगदीशचंद्र राष्ट्रभावनेने प्रेरित होतेच, पण त्यात आणखी ज्वलंतपणा आणण्यास कारणीभूत ठरली होती निवेदिता! १६ ऑक्टोबरला जगदीशचंद्रांनी राखीबरोबर जे पत्र पाठवले होते, त्यात म्हटले होते, "ही राखी मी आपल्या हातावर बांधत आहे. कायद्यानं त्यांनी आमची विभागणी केली असली, तरी या राखीनं आम्ही एकमेकांना कायमचं बांधून टाकलं आहे. काही झालं तरी आम्ही सर्व मिळूनच त्यास सामोरं जाऊ. हेच आमचं खरं ऐक्य! आजपासून नवीन राष्ट्रीय जीवनाची सुरुवात होत आहे. आता बाहेरच्यांवर आम्ही अवलंबून राहणार नाही. आजपासून भारत आमचा आणि आम्ही भारताचे!" इंग्रजी आणि बंगाली वर्तमानपत्रांनीही आपली भूमिका उत्तम रितीने निभावली. त्यातून उत्तेजक, ज्वलंत असे लेख जसे प्रसिद्ध झाले तसेच उत्तम साहित्यिक गुण असलेले लेखही होते. काही लेखातून आतापर्यंतचे आर्थिक व शैक्षणिक प्रश्न मांडले गेले होते, तर काहीतून पूर्ववैभवाचे स्मरण केले गेले होते. वर्तमानपत्रातून असे विविध अंगांनी लेख लिहिणाऱ्यांमध्ये रवीन्द्रनाथ, निवेदिता, अरविंद घोष, बिपिनचंद्र पाल असे नामवंत होते.

नामदार गोपालकृष्ण गोखले आणि लोकमान्य टिळक यांनीही वंगभंगाला विरोध केला. नामदार गोखले हे मवाळपंथी होते. पण त्यांनी इंग्रज सरकारला स्पष्टपणे बजावले, "भारतातील सर्वांत भावनाप्रधान माणूस म्हणून बंगाली ओळखला जातो. त्यांच्या ऐहिक जीवनावर आघात झाला, तर तो विसरू शकेल, पण

भावनेला धक्का लागल्यास तो सहन करणार नाही. 'पार्टिशन'मुळे बंगाली लोकांच्या भावना दुखावल्या गेल्यात. त्यांच्यावर जुलूम करण्यात आलाय, अशी त्यांची धारणा झालीय. त्यामुळे बंगाल खवळून उठलाय. त्यांना शांत केलं नाही तर सरकार मोठ्या अडचणीत येईल.''

''बंगाली लोकांना कमी लेखू नका. त्यांच्यात अनेक गुण आहेत. ते बुद्धिमान आहेत. सध्याच्या काळाचा विचार केल्यास सर्वश्रेष्ठ धर्मसंस्कारक, समाजसुधारक, उत्तम वक्ते, पत्रकार, राजकीय नेते हे बंगालनंच भारताला दिलेत. डॉ. जगदीशचंद्र बसू, डॉ. प्रफुल्लचंद्र राय यांच्यासारखे शास्त्रज्ञ, डॉ. रासबिहारी घोषांसारखे कायदेतज्ज्ञ, रवीन्द्रनाथांसारखे कवी भारतात दुसरे कुणी आहेत का? त्यांना दुखावल्यास, संपूर्ण भारताची त्यांना सहानुभूती मिळेल.''

लोकमान्य टिळकांच्या मते वंगभंग आंदोलनामुळे राष्ट्रीय आंदोलनाच्या क्षेत्रामध्ये एक नवा अध्याय निर्माण झाला. 'पार्टिशन' हे फक्त बंगाललाच आव्हान नव्हते, तर सर्व भारतालाच ते आव्हान होते. वंगभंगामुळे आपण नमलो तर भारताच्या राजकीय आंदोलनाचीही मृत्युघंटा वाजली असे समजावे. इंग्रज सरकारने बंगालची फाळणी केली, कारण– कोलकात्याचे राजकीय महत्त्व त्यांना कमी करायचे होते; बंगाली समाजातील ऐक्याला छेद द्यायचा होता; हिंदूंमध्ये आणि मुसलमानात फूट पाडायची होती आणि हायकोर्टाचे अधिकार कमी करायचे होते. १६ ऑक्टोबर हा 'राष्ट्रीय दिवस' म्हणून घोषित केल्याबद्दल अभिनंदन करून, लोकमान्यांनी म्हटले, ''अशा 'राष्ट्रीय दिवसा'ची भारताला आवश्यकता होतीच. कर्झनने तो आपल्याला उपहाररूपात दिला.''

निवेदितेची नामदार गोखल्यांशी मैत्री असली तरी लोकमान्य टिळक जहाल पक्षाचे असल्याने वैचारिकदृष्ट्या तिला टिळकच जवळचे वाटणे स्वाभाविक होते. तिचा टिळकांशी परिचय तर असणारच, पण त्यांच्यात वैचारिक विनिमयही होत असणार. निवेदितेच्या पत्रात टिळकांच्या नावाचा उल्लेख नसणेही आपण समजू शकतो. क्रांतिकारक असे उल्लेख टाळतात किंवा एखाद्या गुप्त टोपण नावाने उल्लेख करतात. सरकारला पत्ता लागू नये म्हणून अशी खबरदारी घेतली जाते. पण निवेदितेने जेव्हा व्याख्यानांसाठी भारत-भ्रमण केले होते, तेव्हा लोकमान्यांच्या 'मराठा'तून तिच्या व्याख्यानांचा सविस्तर वृत्तान्त छापला गेला होता. ५ ऑक्टोबर १९०४ रोजी गोखल्यांना लिहिलेल्या पत्रात, निवेदितेने लिहिले आहे, ''या वर्षीच्या ऑक्टोबर-नोव्हेंबरमध्ये मी ख्रिस्टीनबरोबर महाराष्ट्राचा दौरा करणार आहे. तेव्हा काही दिवस पुण्याला राहायचा विचार आहे. त्यासाठी टिळकांना लिहू की सर्व व्यवस्थेची जबाबदारी तुमच्यावर सोपवू?'' बनारस काँग्रेसच्या वेळी निवेदिता आणि टिळक यांची भेटच नव्हे, तर चर्चा आणि विचारविनिमय झाला असणारच.

कोलकाता काँग्रेसच्या वेळीही, ती आजारी असली तरी त्यांच्यात संवाद झाला असणे शक्य आहे.

वंगभंग आंदोलनाने पेट घेताच, निवेदितेने धीरामातांना लिहिलेल्या पत्रात म्हटले आहे, ''जनतेला स्वत:तील शक्तीची जाणीव झालीय. जणू सगळा भारतच जागा झालाय.''

वंगभंगाच्या विरोधात उभे राहिलेले आंदोलन ऐतिहासिक दृष्टीने अतिशय महत्त्वाचे होते. भारतात इंग्रजांचे राज्य स्थापन झाल्यापासून इंग्रजांना एवढ्या मोठ्या प्रमाणात प्रथमच विरोध होत होता. यात हिंदू-मुसलमान, जमीनदार-रयत, सुशिक्षित-अशिक्षित, डॉक्टर्स, वकील, व्यापारी, कष्टकरी, विद्यार्थी, स्त्रिया सर्वच उतरले होते.

सुरेन्द्रनाथ बन्द्योपाध्यायांनी, 'बेंगॉली' या त्यांच्या संपादनाखाली निघणाऱ्या वर्तमानपत्रात वंगभंगला A Grave National Disaster म्हटले होते. त्यांचे शब्द खरे ठरले. वंगभंगाच्या विरोधात बंगालमध्ये ठिकठिकाणी दोन हजारांपेक्षा जास्त सभा झाल्या. त्यात हिंदू-मुसलमान यांची उपस्थिती होती. एकंदर उपस्थिती ५००पासून ५०००पर्यंत होती. पण काही सभेला ५०००० लोक जमले होते. १६ ऑक्टोबरला मिरवणुकीनंतर कॉलेज स्ट्रीटच्या चौकात झालेल्या सभेला एवढी गर्दी उसळली होती की दुसरीकडे आणखी दोन सभा घ्याव्या लागल्या. लोकांनी स्वेच्छेने या आंदोलनाला आर्थिक मदत केली. ती एका दिवसात ७०,००० रुपये एवढी गोळा झाली!

या सर्वामुळे निवेदिता नक्कीच खूश झाली असणार! सर्वसाधारण माणूस जागृत होणे, हे तिच्यापुढील लक्ष्य होते. तिने कुठल्याच आंदोलनात किंवा चळवळीत प्रत्यक्ष भाग घेतला नसला तरी या सर्व घडामोडींमागे ती, तिचे लेखन, तिचे वक्तृत्व, तिचे प्रयत्न होतेच!

◆

स्वदेशी चळवळ

भारताला 'स्वदेशी'ची कल्पना नवीन नव्हती. महाराष्ट्र तर ही कल्पना मांडण्यात आणि आचरणात आणण्यात आघाडीवर होता. गोपाळ हरी देशमुख (१८२३-१८९२) यांना महाराष्ट्र 'लोकहितवादी' या नावाने ओळखतो. त्यांची 'शतपत्रे' प्रसिद्ध आहेत. ती १८४८-१८५० या काळात 'मुंबई प्रभाकर' या साप्ताहिकातून प्रकाशित झाली. त्यात ते म्हणतात, ''दरिद्र मोडण्यास उपाय की ब्राह्मणांनी कारकून व भट होण्यापेक्षा सावकारी, शेतकीही करावी. काच, कापड, सुरी, कात्री, लाकडी सामान, घड्याळे, चाबूक, यंत्रे इत्यादी इंग्रज इकडे खपवतात. ते सर्व आपल्या लोकांनी करावे व जो माल खपणार नाही तो दुसऱ्या देशी घेऊन जावा व तेथे विकावा... इंग्रजांचे देशाचे सामान बंद करावे, किंबहुना आपले सामान त्यांना द्यावे, पण त्यांचे आपण घेऊ नये. जो इकडे उत्पन्न होईल तितका माल घ्यावा. विलायती कापड घेऊ नये. यास्तव आपणास जाडी मोठी कापडे नेसावयास लागली तर काय चिंता? परंतु आपले देशाचे रक्षण करावे. असे झाले म्हणजे बहुत रोजगार राहतील.''

यावरून लोकहितवादींचा दूरदर्शीपणा आणि स्वदेशीबद्दलची कळकळ स्पष्टपणे लक्षात येते. लोकहितवादींनी स्वदेशीची कल्पना सविस्तरपणे मांडली तर सार्वजनिक काकांनी (ग. वा. जोशी १८२८-१८८०) ती प्रत्यक्षात उतरवली. 'देशाच्या गरिबीवर, स्वदेशी वस्तूंचे प्रचारासारखा दुसरा उपाय नाही' म्हणून 'देशी व्यापारोत्तेजक मंडळ' ही संस्था त्यांनी काढली व देशी मालाची दुकाने उघडली. त्यांनी १२.१.१८७२ रोजी देशी कापड वापरण्याची शपथ घेतली. खादीचे दाभणकाठी धोतर, कंदी पागोटे व खादीचा अंगरखा हा जाडाभरडा पोशाख घालून, स्वदेशी व्रत जन्मभर पाळले. सूत काढून, घरच्या मागावर कापड विणून, ते वापरत. त्यांनी स्वदेशी छत्र्या, काडेपेट्या, माग यांचा कारखाना घरीच काढला होता.

पंजाबातील स्वामी दयानंद आणि बंगालचे भोलानाथ चंद्र यांनीही स्वदेशीसाठी

प्रयत्न केले होते.

मात्र हे प्रयत्न कितीही स्वागतार्ह असले तरी ते वैयक्तिक पातळीवरच राहिले. त्याला चळवळीचे स्वरूप प्राप्त झाले नाही. लॉर्ड कर्झनमुळे बंगालमध्ये 'स्वदेशी'साठी योग्य वातावरण तयार झाले आणि एक मोठी चळवळ उभी राहिली.

येथे आपल्याला जमशेटजी टाटांची आठवण होणे स्वाभाविक आहे. टाटांच्या वडिलांची पेढी हाँगकाँगमध्ये होती म्हणून जमशेटजींना व्यवहाराचा अनुभव चांगला मिळाला होता. त्यांचे ज्ञान पुस्तकी नव्हते, तर प्रत्यक्ष अनुभवातून आलेले होते. एकदा स्वामीजींची आणि जमशेटजींची जहाजावर भेट झाली असता, स्वामीजींनी त्यांना भारतात उद्योगधंदे निर्माण करण्याचा आग्रह केला होता. टाटांचेही असे मत होते की, देशाच्या विकासासाठी आणि समृद्धीसाठी मोठ्या उद्योगांची आवश्यकता असते आणि त्यासाठी विज्ञानाचा व्यवहारात उपयोग करून घेता आला पाहिजे. त्यांनी असेही म्हटले आहे की, भौतिकशास्त्रात पाश्चात्त्यांशी बरोबरी केल्याशिवाय पारतंत्र्यातून देश मुक्त होणार नाही.

लॉर्ड कर्झनने उच्च शिक्षणात संकुचितपणा आणला. त्याला विरोध म्हणून टाटांनी ३० लाख रुपये देणगीदाखल देऊन, बंगलोरला विज्ञान-विश्वविद्यालय स्थापन करण्याचा प्रस्ताव मांडला. शिक्षण सचिवांशी त्यांची दीर्घ चर्चा झाली. या चर्चेत निवेदितेने टाटांच्या बाजूने जोरदारपणे आपले मत मांडले. पण इंग्रज सरकारला असा प्रस्ताव पसंत कसा पडणार? त्याने या संस्थेत त्यांचीच माणसे नेमण्याचा हट्ट धरला. निवेदिता टाटांच्या बाजूने लढली, पण यश मिळाले नाही.

१९०७मध्ये जमशेटपूर (आताचे टाटानगर) येथे टाटांनी लोखंडाचा कारखाना काढला. रमेशचंद्र दत्तांची मोठी मुलगी कमला ही प्रमथनाथ बोसांची पत्नी. प्रमथनाथ भूगर्भशास्त्रज्ञ होते. म्हणून जिऑलॉजिकल सर्व्हे ऑफ इंडियामध्ये मोठ्या हुद्यावर नेमणूक होणारे ते पहिले भारतीय! त्यांनीच जमशेटपूरच्या लोहखनिजाचा शोध लावला. तेथेच टाटांनी पहिला कारखाना उभारला. रमेशचंद्र दत्त हे निवेदितेला पित्यासमान होते. निवेदिता त्यांची मानसकन्याच होती. नात्यांचे एक सुंदर वर्तुळ येथे पूर्ण झाले!

टाटांचा दुसरा प्रकल्प म्हणजे लोणावळ्यात उभारलेला विद्युतशक्ती उत्पन्न करण्याचा उद्योग. हा १९११ साली पूर्ण झाला.

तिसरा प्रकल्प म्हणजे इंग्रजांनी विरोध केलेली बंगलोरची संस्था 'सायंटिफिक रिसर्च इन्स्टिट्यूट' १९११ लाच स्थापन झाली.

टाटांनी स्थापन केलेल्या या तीन संस्था म्हणजे 'स्वदेशी'ची प्रेरणाकेंद्रेच आहेत. टाटांचे वैशिष्ट्य म्हणजे त्यांनी कारखान्यात लागणारी यंत्रसामुग्री, विद्युतशक्ती आणि तंत्रज्ञान या मूलभूत गोष्टी आपल्या देशातच तयार होतील हे पाहिले. टाटांपूर्वी

जड उद्योग आपल्या देशात सुरू झाले नव्हते. निवेदितेला हेच अपेक्षित होते.

'बहिष्कार' आणि 'स्वदेशी' एकमेकांना पूरक मार्ग होते. वंगभंगावर इंग्रज सरकार ठाम राहिल्यावर, या मार्गांचा अवलंब करण्याशिवाय बंगालमधील नेत्यांना पर्यायच उरला नाही.

'बहिष्कारा'चा मार्ग चांगलाच यशस्वी ठरला. याची सुरुवात मँचेस्टरहून भारतात येणाऱ्या कापडापासून झाली. बंगालमध्ये उत्तम कापड तयार होत असे. पण इंग्रज सरकारने इंग्लंडहून पक्का माल आणण्यास सुरुवात केल्यावर अनेक देशी व्यवसाय बंद पडले. त्यात कापड व्यवसायाचाही समावेश होता. परदेशी कापडावर बहिष्कार टाकल्यावर देशी व्यवसायांना हळूहळू चालना मिळणार होती. त्या काळी देशी कापड जाडेभरडे निघत असे. पण ते 'स्वदेशी' आहे म्हणून त्याचा वापर करावा, अशी भावना जागृत झाली. 'मायेर देवा मोटा कापड माथाय तुले ने रे भाई' असे एक गाणे त्या काळात खूपच लोकप्रिय होते. कापडापाठोपाठच विदेशी साखर, मीठ आणि इतर वस्तू यांच्यावर बहिष्कार टाकण्यात आला. बहिष्काराला समाजाच्या सर्व स्तरांतून मान्यता मिळाली. पुरोहित पूजेच्या साहित्यात विलायती साखर असल्यास किंवा देवाचे वस्त्र म्हणून परदेशी कापड वापरल्यास पूजा करण्यास नकार देत. दुकानदारसुद्धा गिऱ्हाइकांना स्वदेशी वस्तू घेण्यास उत्तेजन देत. धोब्यांनी सभा घेऊन, परदेशी कापडाचे कपडे धुवायचे नाहीत असे ठरवले. न्हावी परदेशी वस्तू वापरणाऱ्यांच्या घरी जात नाहीसे झाले. स्त्रियाही मागे नव्हत्या. अनेक विलायती वस्तू देखण्या आणि स्वस्त असूनही, त्यांनी त्याकडे पाठ फिरवली.

१९०५च्या दुर्गापूजेच्या वेळी मोठे वादळ होऊन अतिवृष्टी झाली, तरीही लोकांनी कालीघाट येथील कालीमंदिरात नेहमीप्रमाणेच गर्दी केली. या मंदिरातील पुरोहितांनी लोकांना उपदेश केला की सर्वांत प्रथम मातृभूमीची पूजा करा. आपापसातील वैर विसरा. धर्मभेद, पंथभेद, स्वार्थ यांना तिलांजली देऊन, मातृभूमीच्या सेवेला वाहून घ्या. तिला दुःखमुक्त करण्यासाठी तुमचे जीवन अर्पण करा. हा उपदेश पूजेच्या वेळी संस्कृतमधून करण्यात आला. त्यानंतर मंदिरासमोरच्या नटमंदिरात सर्व जमले. जवळजवळ पन्नास हजारांचा समुदाय होता. येथे सर्वांनी शपथ घेतली ती अशी : "माते, आज या शुभदिनी, तुझ्या पवित्र चरणाशी उभे राहून आमच्या सर्वशक्तिनिशी आम्ही शपथ घेतो की, आम्ही परदेशी वस्तू वापरणार नाही, विकत घेणार नाही, परदेशी लोकांना नोकरीवर ठेवणार नाही." ही शपथ म्हणजे इंग्रजांविरुद्ध लढण्यास सर्वसामान्य तयार झाल्याची पहिली निशाणी होती.

येथे बारिसालच्या 'साहां'ची हकिकत सांगणे उचित ठरेल. हे साहा मूळचे ढाक्का जिल्ह्यातील समसिद्धी गावचे. बारिसालला त्यांचा फार मोठा कापडाचा

व्यापार होता. बारिसालच्या प्रतिष्ठित कुटुंबात त्यांची गणना होत असे. 'स्वदेशी' आंदोलनाने जोर धरल्यानंतरही साहा परदेशी कापड विकतच होते. अनेक वेळा 'स्वदेशी चळवळी'च्या कार्यकर्त्यांनी विनंती करूनही ते ऐकत नाहीत असे दिसताच बारिसालमधील लोकांनी त्यांच्यावर संपूर्ण बहिष्कार टाकला. डॉक्टर, न्हावी, धोबी, किराणा दुकानदार अशा सर्वांनीच त्यांच्याशी संबंध तोडले. त्यांच्या मूळ गावी ते एक उत्सव करत. तेथे कार्यकर्ते पाठवून स्वदेशीवाल्यांनी त्या गावालाही जागृत केले. त्यामुळे त्यांच्या उत्सवाला गावातील आणि गावाबाहेरील एकही माणूस उपस्थित राहिला नाही. बारिसालच्या रस्त्यावरून त्यांना जाणे लोकांनी अशक्य केले. लोक त्यांना पाहून टोमणे मारत, त्यांचा अपमान करत. सर्वांत कहर म्हणजे साहांचा परदेशातून माल आला आहे, हे कळताच बारिसालमधील लोकांनी आलेल्या मालाच्या गासड्यांमध्ये नैट्रिक ॲसिडचे इंजेक्शन टोचून सर्व माल नष्ट केला.

'साहा' हे टोकाचे उदाहरण झाले. बहुतेकजण स्वेच्छेने परदेशी मालावर बहिष्कार टाकून स्वदेशीकडे वळत, तर काहींना आपल्या लोकांनी आपल्यावर बहिष्कार टाकण्यापेक्षा आपणच परदेशी मालावर बहिष्कार टाकणे रास्त वाटत असे.

काही दुकानदार परदेशी वस्तू विकत. स्वदेशीचे कार्यकर्ते अशा दुकानाजवळ उभे राहत आणि परदेशी वस्तू खरेदी करणाऱ्या गिऱ्हाइकाला हात जोडून, अशा वस्तू घेऊ नयेत म्हणून विनवत. गिऱ्हाइकाने परदेशी वस्तू विकत घेतली असल्यास, ती परत करण्यास सांगत. बहुतेक दुकानदार मुकाट्याने वस्तू परत घेत. त्यामुळे सर्व व्यवहार शांतपणे होत असे. त्यामुळे गोरे पोलिस संतापत आणि संधीची वाट पाहत बसत.

एखादा दुकानदार विकलेल्या वस्तू परत घेण्यास नकार देत असे. अशा वेळी शक्य असल्यास कार्यकर्ते त्या वस्तू स्वत: विकत घेत आणि त्यांची होळी करत. आपल्या नेत्याविषयी आदार दाखवण्यासाठीही अशी होळी होत असे. क्वचित दुकानदार आणि कार्यकर्ते यांच्यात बाचाबाची होत असे. होळी केल्यास किंवा बाचाबाची झाल्यास डूख धरून बसलेल्या पोलिसांना आयतीच संधी मिळत असे. ते मग त्यांना दिलेल्या 'रेग्युलेशन लाठी'ने (सहा फूट लांब, जाड दंडा) मिळेल त्याला गुरासारखे बडवून काढत. पण कार्यकर्त्यांनी अरविंद घोष आणि बिपिनचंद्र पाल यांच्या सांगण्यावरून असहकार पुकारला असल्याने ते लाठ्या खात, पण आपले कार्य सोडत नसत.

स्वदेशी आंदोलनाला उत्तम प्रतिसाद मिळाला. भारत जागा झाला आणि इंग्रज सरकारची धोरणे त्यांनाच बाधक ठरली. व्यापारावर उन्मत्त होऊन, भारतावर सत्ता गाजवणाऱ्या इंग्रजांना भारताने– विशेषत: बंगालने– चांगलाच धडा शिकवला.

बंगालमधील स्वदेशी चळवळ भारतभर पसरत गेली.

लोकमान्य टिळकांनी १३ ऑगस्ट, १९०५च्या 'मराठा'च्या संपादकीयात म्हटले होते, "चीनने अमेरिकेच्या वस्तूंवर बहिष्कार टाकला, अमेरिकेने ब्रिटिशांच्या मालावर बहिष्कार टाकला. या उदाहरणांवरून, बहिष्कारातून युरोपला शिक्षा करता येईल. भारतातून ब्रिटनकडे वाहणारा अर्थस्रोत बंद झाला तरच ते भानावर येतील."

लोकमान्यांचे उद्‌गार शब्दश: खरे ठरले. 'स्टेट्‌समन'मध्ये प्रकाशित झालेल्या माहितीनुसार – सप्टेंबर, १९०४ ते सप्टेंबर १९०५ या वर्षांत कोलकात्याबाहेरील आठ जिल्ह्यात विलायती कापडाची विक्री ७७ हजारांवरून ९ हजारांपर्यंत घसरली. कोलकात्याच्या कस्टम कलेक्टरचा गोपनीय अहवाल यास दुजोरा देणाराच आहे. बहिष्काराच्या पहिल्या वर्षात कापड, मीठ, सूत, बूट, सिगरेट अशा काही गोष्टींवर बहिष्काराचा विशेष विपरीत परिणाम झाल्याचे दिसून आले. परदेशी मिठाची आयात १,४०,००० मणांनी घटली आणि भारतीय मिठाची विक्री ४८ ते ७७ हजार मणांनी वाढली. कापडाची विक्री एक कोटी रुपयांनी कमी झाली.

बंगालमधील एका युरोपीय पेढीने इंग्लंडला तार करून कळवले होते,

Boycott result is disastrous. Boots are not salable; the busy season has closed; hosiery, hats and waist-bangles are also affected... Japanese imports are doing very well....

या काळात बंगालमधील इंग्रजांनी बंद पाडलेले व्यवसाय, उद्योग पुन्हा सुरू होण्यास वेळ लागणार होता. बंगालचा कापड-उद्योग पुन्हा उभा राहीपर्यंत मुंबई आणि अहमदाबाद येथील कापड-गिरण्यांनी बंगालची व भारतातील इतर प्रदेशांची कापडाची गरज बऱ्याच प्रमाणात भागवली. इतर वस्तूंचा विचार करता, युरोपीय वस्तू घेण्यापेक्षा भारताने जपानी वस्तू घेतल्या. कारण रशिया-जपान युद्धात जपानने विजय मिळवल्यावर सर्व आशियाचे लक्ष जपानने वेधून घेतले होते. जपानचा विजय हा भारताचा प्रेरणास्रोत ठरला होता. शिवाय जपान हे आशिया खंडातील स्वतंत्र राष्ट्र होते. आपला शेजारी आणि मित्र या दृष्टीने आपण जपानकडे पाहत होतो. त्यांच्या धर्म, संस्कृती आणि कला यांच्याशी भारताचा घनिष्ट संबंध होता.

बहिष्काराचा आणि स्वदेशी आंदोलनाचा विस्तार वाढत चालल्याचे पाहताच लोकमान्यांनी २२ ऑक्टोबर, १९०६च्या 'मराठा'च्या संपादकीयात म्हटले, 'बॉयकॉट कशाला म्हणतात, ते माहीत आहे आम्हाला!' या संपादकीयांत इंग्लंडने स्वत:च्या स्वार्थासाठी भारताच्या वस्त्रोद्योगावर बॉयकॉट टाकून त्याचा कसा नाश केला, त्याची आठवण करून दिली होती.

स्वदेशी आंदोलन यशस्वी होत असलेले पाहून निवेदितेलाही आनंद होणे स्वाभाविक होते. कारण या आंदोलनपूर्वीच तिने जणू स्वदेशीचे व्रत स्वीकारले होते.

जन्माने आयरीश आणि नागरिकत्व इंग्लंडचे असूनही, भारतात आल्यापासून ती विचार-आचाराने पूर्णपणे भारतीयच झाली होती. तिच्याकडील चहाचे कप स्थानिक कारागिरांनी केलेले असत. तिच्याकडे येणाऱ्या गोऱ्या साहेबांना व मडमांना ती त्यातूनच चहा देत असे. त्यांना ते विचित्र आकाराचे 'कप' पाहून गंमत वाटत असे. तिच्याकडे येणाऱ्यांना बसण्यास विणलेले वेताचे मोढे, सतरंजी किंवा चटई असे. तिच्या घरातील चूलही खास भारतीय पद्धतीचीच नव्हती का!

स्वदेशी आंदोलन सुरू होताच तिच्या शाळेतील विद्यार्थिनींकडून विणकाम, भरतकाम, मातीची भांडी, आंब्याचा मोरांबा वगैरे गोष्टी ती करून घेत असे. तिने शाळेतील स्त्रियांना साबण करण्यास शिकवले होते. हा साबण ती स्वत: वापरत असे आणि तिच्याकडे येणाऱ्या स्त्रियांनी स्वत: तो वापरावा आणि ओळखीच्या इतर स्त्रियांना तो वापरण्यास सांगावा, असा तिचा आग्रह असे. असे सांगतात की, शाळेतील विद्यार्थिनींनी तयार केलेल्या वस्तू हातगाडीवरून ती स्वत: बागबाजारात विकत असे. त्यामुळे दोन गोष्टी साध्य होत. पहिली म्हणजे 'स्वदेशी'बद्दल स्त्रियांच्या मनात आदर आणि प्रेम जागृत होत असे; आणि दुसरे म्हणजे त्यांना थोडे का होईना पैसे मिळत. स्वदेशी आणि स्व-कमाई यांचा आनंद फारच मोठा नसतो का!

'बहिष्कार' आणि 'स्वदेशी' यांच्या सफलतेबद्दल तिने म्हटले आहे, ''बॉयकॉट स्त्रियांमध्ये आणि पुरोहितांमध्ये पसरलाय! आत्मत्यागाचं परिमाण खरंच फार मोठं आहे! सर्वसामान्य माणसांच्या त्यागावरूनच, त्या देशाच्या शक्तीची यथार्थ कल्पना येते. रशियातील लोकांमध्ये अशीच शक्ती निर्माण झाली आणि त्यामुळे नेपोलियनची मॉस्कोवरील चढाई रशियानं मोडून काढली... काही महिन्यांपूर्वी ही शक्ती आमच्यात नव्हती आणि आता मात्र ती सर्वत्र दिसतेय. आशा करायची ती यामुळेच! भारतीय विदेशी वस्तू खरेदी करायला लागले, तर लहान-सहान दुकानदारच त्यांना विरोध करतात.''

''आम्हाला वाटलं होतं की आमचं दिलेलं शिक्षण वाया गेलंय; पण आता उलट प्रत्यय येतोय. म्हणजे ते वाया गेलं नव्हतं, सुप्त पडलं होतं. आता कुणीच अन्याय, अपमान सहन करत नाही. लोकांचं वागणं पाहिलं की अचंबा वाटतो.''

बहिष्कार आणि स्वदेशी आंदोलनात सर्वांत मोठा आणि महत्त्वाचा भाग विद्यार्थ्यांचा होता. अर्थात सरकारचा राग सर्वांत जास्त त्यांच्यावरच होता. त्यामुळे सरकारने एक फर्मानच काढले. त्या फर्मानाद्वारे विद्यार्थ्यांना बहिष्कार आणि स्वदेशी आंदोलन यात भाग घेण्यास मनाई करण्यात आली होती. रस्त्यावर किंवा सार्वजनिक ठिकाणी 'वंदे मातरम्' म्हणणे हा शिक्षापात्र गुन्हा ठरवण्यात आला होता. सरकारने हुकूम जारी केला की ज्या शाळेचे किंवा महाविद्यालयाचे विद्यार्थी सरकारी हुकूम मानणार नाहीत, त्या शाळेचे किंवा महाविद्यालयाचे अनुदान बंद करण्यात येईल, वेळ पडल्यास त्याची मान्यताही काढून घेण्यात येईल, आंदोलनात भाग घेणारा

विद्यार्थी सरकारी नोकरीसाठी कायमचा अपात्र ठरवण्यात येईल. शिक्षणसंस्थांच्या संचालकांनी आपापल्या संस्थेतील विद्यार्थ्यांवर लक्ष ठेवावे आणि तरीही काही विद्यार्थी सरकारी हुकूम मानत नाहीत, असे दिसले तर, पुढील कारवाई करण्यासाठी त्यांची नावे शिक्षणखात्याच्या अधिकाऱ्यांना कळवावीत. न्यायाधिशांना फर्मावण्यात आले की, त्यांनी शिक्षणसंस्थांच्या अधिकाऱ्यांना आणि शिक्षकांना बजावावे की, वेळ पडल्यास त्यांची नेमणूक 'विशेष पोलिस' म्हणून करण्यात येईल. 'डायरेक्टर ऑफ पब्लिक इन्स्ट्रक्शन' यांनी महाविद्यालयाच्या प्राचार्यांना कळवले की विद्यार्थ्यांनी परदेशी मालाविरुद्ध आंदोलन केल्यास, त्यांना शिक्षा का करू नये, अशी कारणे दाखवा नोटीस, त्यांच्यावर बजावण्यात येईल.

सरकारच्या या फर्मानाविरुद्ध समाजातील सर्व स्तरातून जोरदार विरोध करण्यात आला. देशी वर्तमानपत्रांनी अतिशय तीव्र शब्दांत आपला निषेध नोंदवला. बंगालमधील जनतेने सरकारचा हुकूम आव्हान म्हणून स्वीकारला.

सर्वप्रथम हुकूम मोडला तो रंगपूरमधल्या महाविद्यालयाच्या विद्यार्थ्यांनी. त्यांना दंड ठोठावण्यात आला तेव्हा त्यांच्या पालकांनी दंड भरण्यास स्वच्छ नकार दिला. त्या विद्यार्थ्यांना महाविद्यालयातून काढून टाकण्यात आले, तेव्हा त्यांच्या पालकांनी अशा विद्यार्थ्यांसाठी राष्ट्रीय महाविद्यालय सुरू केले. मदिरापूरच्या शाळेतील हेडमास्तरांना आंदोलनात भाग घेतलेल्या विद्यार्थ्यांना चाबकाने फोडून काढण्याचा हुकूम दिला गेला. त्यांनी यास नकार देताच त्यांना आणि त्यांच्याबरोबरच्या शिक्षकांना सरकारच्या दडपणामुळे संस्थेला काढून टाकावे लागले. संपूर्ण बंगालमध्ये अशा संताप आणणाऱ्या अनेक घटना घडल्या. त्यामुळे चिडून विद्यार्थ्यांनी कोलकाता विद्यापीठावरच बहिष्कार टाकला. विद्यार्थ्यांच्या मते, कोलकाता विद्यापीठ म्हणजे 'गुलामखाना' होता.

परिस्थिती अशा रीतीने विकोपाला गेल्यावर १० नोव्हेंबर १९०५ रोजी बंगालमधील सर्व स्तरांतील प्रतिष्ठित व्यक्तींची एक बैठक बोलावण्यात आली. या बैठकीत 'राष्ट्रीय शिक्षण परिषदे'ची स्थापना करण्यात आली. ही परिषद राष्ट्रीय पद्धतीने साहित्यिक, तांत्रिक आणि वैज्ञानिक शिक्षणाची योजना राष्ट्रीय नियंत्रणाखाली राबवणार होती. यात सरकारचा अजिबात संबंध नव्हता. ही योजना ताबडतोब अमलात यावी म्हणून याच बैठकीत सुबोधचंद्र मल्लिकांनी १ लाख रुपये द्यायचे कबूल केले. मैमनसिंगमधील एक जमीनदार बजेन्द्रकिशोर रायचौधुरी यांनी ५ लाख रुपये दिले. आणखी एकांनी २ लाख आणि आपला मोठा वाडा, त्याच्या भोवतालच्या मोकळ्या जागेसकट दिला. एका व्यक्तीने ३०,००० रुपये देणगीदाखल दिले.

काही काळातच संपूर्ण बंगालमध्ये अनेक राष्ट्रीय शिक्षण संस्था स्थापन झाल्या आणि लवकरच हे लोण सर्व भारतभर पसरले. यावरून स्वामीजींचा शिक्षणाच्या बाबतीत द्रष्टेपणा आणि निवेदितेच्या शाळेचे महत्त्व आपल्या लक्षात येईल. निवेदितेची

शाळा राष्ट्रीय शाळाच नव्हती का? आणि ती तर आंदोलनाच्या कितीतरी आधीच स्थापन झाली होती.

लॉर्ड कर्झननंतर भारताचा व्हॉइसराय म्हणून आलेल्या लॉर्ड मिंटोंना हा hydraheaded monster मारणे अतिशय कठीण झाले. लॉर्ड कर्झन या monsterला निर्माण करून निघून गेला आपल्या देशात. पण भारतात हा राक्षसी सर्प मिंटोंना आवरेनासा झाला. ग्रीक पुराणकथेतील हा बहुमुखी राक्षसी सर्प फारच भयंकर होता. त्याचे एक डोके उडवले की त्या जागी दोन डोकी उगवत. वंगभंगाच्या आंदोलनानेही असेच रूप धारण केले होते. वंगभंगातून बहिष्कार आणि बहिष्काराबरोबर स्वदेशी आंदोलन फोफावले होते. या स्वदेशी आंदोलनरूपी सर्पाला चार डोकी निर्माण झाली होती– राजकीय, औद्योगिक, शैक्षणिक आणि सांस्कृतिक. त्यामुळे इंग्रज सरकार कोंडीत सापडले. त्याचा संताप अनावर झाला आणि हे बहुमुखी आंदोलन दाबून टाकण्यासाठी इंग्रज सरकारने अमानुष अत्याचार करायला सुरुवात केली. या आंदोलनात बारिसालने महत्त्वाची भूमिका निभावली असल्याने त्याला चांगला धडा शिकवून इतरांवर दहशत बसवण्याचा निश्चय इंग्रज सरकारने केला. सरकारने आंदोलकांना ताबडतोब शिक्षा करण्याचा अधिकार असलेले पोलिस तर जागोजागी नेमलेच, पण त्याचबरोबर गुरख्यांची पलटण आणली. या गुरख्यांनी अत्याचाराची परिसीमा गाठली. एका घराच्या खांबावर 'वंदे मातरम्' लिहिले होते म्हणून ते घरच पाडून टाकले. एका ११ वर्षांच्या मुलाने त्याच्या घराच्या स्वयंपाकघरात 'वंदे मातरम्' हे शब्द उच्चारले म्हणून त्याला बेदम फटके मारले. इंग्रज सरकारच्या या पाशवी आचरणामुळे इंग्लंडमधूनही त्यांच्यावर टीका झाली. 'मॅन्चेस्टर गार्डियन'ने म्हटले की रशियानेसुद्धा इतक्या हीन दर्जाचा जुलूम केला असता की नाही, कोण जाणे!

बारिसालाच्या 'प्रांतिक परिषदे'च्या वेळी तर कळसच झाला. मिरवणुकीने सभेच्या ठिकाणी जाताना, चित्तरंजन गुहठाकुरता या चौदा वर्षांच्या मुलाला दंडुक्याने बेदम मारून पाण्याने भरलेल्या टाकीत फेकून देण्यात आले. मिरवणुकीतील इतरांनी त्याला पाण्यातून बाहेर काढले नसते, तर त्याला जलसमाधीच मिळाली असती. डोके फुटले असूनसुद्धा चित्तरंजन सभेच्या ठिकाणी गेला आणि 'वंदे मातरम्' म्हटले म्हणून त्याच्यावर झालेल्या अत्याचाराचे वर्णन त्याने व्यासपीठावरून सर्वांना ऐकवले. तेव्हा सभेत एकच खळबळ माजली. या छोट्या वीराला सर्वांनी डोक्यावर घेतले.

सुरेन्द्रनाथ बन्द्योपाध्यायांनी पोलिसांना बजावले, ''मुलांना विनाकारण मारू नका. या सर्वांची जबाबदारी मी घेतो. वाटल्यास मला अटक करा.'' त्यांना पोलिसांनी अटक करून पोलिस-ठाण्यात अत्यंत अपमानाची वागणूक दिली.

पोलिस-अधिक्षक केम्प आणि न्यायाधीश इमर्सन यांनी त्यांना कैदी म्हणून उभे करून ठेवले. ते खुर्चीवर बसायला जाताच, इमर्सन ओरडले, ''बसता काय! कैद्यानं उभंच राहायला हवं.'' सुरेन्द्रनाथांनी उत्तर दिले, ''मी अपमान करून घेण्यासाठी इथं आलो नाही. तुमच्याकडून मी सभ्य आणि न्याय्य वागणुकीची अपेक्षा करतो.'' लगेच त्यांनी कोर्टाची बेअदबी केली म्हणून कारवाई करण्यात आली. त्यांना २०० रुपये दंड ठोठावण्यात आला.

या दोन इंग्रज अधिकाऱ्यांनी अखेर तर कमालच केली. सर्वांना दिसेल अशा उंच जागी सुरेन्द्रनाथांना उभे करून इमर्सननी त्यांना काटेरी मुकुट घातला.

याचा परिणाम काय झाला? सुरेन्द्रनाथ खरोखरच लोकनियुक्त राजेच ठरले. ते बंगालमधील मवाळ नेते म्हणून प्रसिद्ध होतेच, पण या प्रसंगानंतर त्यांची लोकप्रियता आणखीनच वाढली. कुठल्याही नेत्याला मिळाली नव्हती अशी मानवंदना जनतेने त्यांना दिली. ते जेव्हा बारिसालहून कोलकात्याला आले, तेव्हा प्रत्येक स्टेशनवर, रात्रीची वेळ असूनही, लोकांनी त्यांचे अभूतपूर्व स्वागत केले. कोलकात्याच्या शियालदा स्टेशनवर गाडी आली तेव्हा फटफटलेसुद्धा नव्हते. त्या वेळी त्यांच्या स्वागतासाठी दहा हजाराचा समुदाय स्टेशनवर जमला होता. ते बग्गीत बसताच उत्साहित आणि उत्तेजित जनतेने बग्गीला जोडलेले घोडे बाजूला करून स्वतःच बग्गी ओढत कोलकात्यातील 'कॉलेज स्क्वेअर'पर्यंत नेली. तेथे सुरेन्द्रनाथांनी जनतेला उद्देशून भाषण केले.

पण हे प्रकरण एवढ्यावरच थांबले नाही. ही तर सुरुवात होती. बारिसालच्या घटनेने इतिहास घडवला. 'स्वदेशी आंदोलना'ला अधिक बळ मिळाले. आतापर्यंत या आंदोलनाकडे तटस्थपणे पाहणारेही आता तटस्थ राहणे शक्य नव्हते. बंगाल आता उत्साहाने फुरफुरत होता. पण सर्वांत महत्त्वाची गोष्ट म्हणजे बंगालबाहेरही प्रचंड उत्साह दिसून आला. बारिसालला ज्यांना इंग्रजांनी छळले होते, अपमानित केले होते, त्यांना सहानुभूती दाखवणाऱ्या त्यांच्या शौर्याला अभिवादन करणाऱ्या तारांचा खच पडला. या तारा संपूर्ण भारतातून आल्या होत्या. त्यात पुणे, लाहोर, मद्रास ही शहरे आघाडीवर होती.

इंग्रज सरकारचा संताप, 'वंदे मातरम्'चा घोष ऐकताच त्यांच्या संतापाचा होणारा उद्रेक आणि त्या उद्रेकापोटी ते करत असलेले पाशवी अत्याचार हे सर्व इंग्रजांना भारतीय जनतेच्या एकीमुळे, भारताच्या प्रेमामुळे, राष्ट्रभक्तीच्या जागृतीमुळे, आलेल्या नैराश्याचे द्योतक होते. त्यांच्यासाठी तो 'बहुमुखी सर्प' असेल, पण भारतीयांना या सर्वांतून भारतमाताच प्रकट होऊन आशीर्वाद देत आहे, मार्गदर्शन करत आहे, असे वाटल्यास नवल ते काय!

बारिसालच्या घटनेने 'स्वदेशी आंदोलन' कमकुवत तर झाले नाहीच, उलट

त्याने 'स्वदेशी'कडून 'स्वराज्या'कडे वळण घेतले. सर्वच नेते आता स्वातंत्र्याचा विचार करू लागले.

या यशाला एक गालबोट लागले होते. वंगभंग आंदोलनाच्या आरंभी हिंदूंबरोबर मुसलमानही आंदोलनात सहभागी झाले होते. पण इंग्रजांनी कूटनीतीचा उपयोग करून, 'फोडा आणि झोडा' या नीतीचा अवलंब केला. ढाक्क्याच्या नबाबाला चौदा लाखाचे कमीतकमी व्याजाने कर्ज देऊन इंग्रजांनी त्याला आपलेसे केले आणि त्याच्यामार्फत मुसलमानांना हिंदूंविरुद्ध फितवले. सर्वच मुसलमान इंग्रजांच्या या कपटकारस्थानात फसले असे नाही म्हणता यायचे; पण पूर्वेकडील बंगालचा काही भाग, ज्यात मुसलमान बहुसंख्य होते, तेथे याचा परिणाम दिसून आला. हिंदू तुम्हाला लुटतात, तुमच्या प्रगतीच्या आड येतात, त्यांनी तुम्हाला दबावाखाली ठेवले आहे, तुमच्या पैशांवर ते श्रीमंत होतात आणि तुम्ही मात्र दरिद्री राहता, असा खोटा प्रचार करून, इंग्रजांनी मुसलमानांना भडकवले. यामुळे मुसलमानांनी अल्पसंख्य हिंदूंना त्रास देण्यास सुरुवात केली.

मुसलमान हिंदूंना छळत तेव्हा इंग्रज पोलिस बघ्याची भूमिका घेत, त्याकडे संपूर्ण दुर्लक्ष करत. याचे पडसाद भारतातच नव्हे, तर इंग्लंडमध्येही उमटले. इंग्लंडमधूनही या इंग्रजांच्या नीतीवर टीका झाली. पण यामुळे भारतीय जनता विचलित झाली असे म्हणता येणार नाही. निवेदिता मात्र भारतीय लोकांच्या छळाने, दारिद्र्याने निराश झाली होती. त्यांचे दुःख तिला बघवत नव्हते.

जयांना लिहिलेल्या पत्रात तिने म्हटले होते, ''राष्ट्रीयता आणि राष्ट्रनिर्मितीच्या युद्धघोषणेत हिंदूंबरोबर मुसलमानही सामील झालेत. या आंदोलनामुळे आदर्शातून नवीन भविष्य जन्माला आलंय... आमच्यात विश्वास निर्माण झालाय, साहस आलंय आमच्यात! पर्वताच्या शिखरावरून उडी घ्यायलाही तयार आहोत आम्ही!''

पण या पत्रानंतर तीनच आठवड्यांनी तिने लिहिले आहे, ''परिस्थिती वाइटातून अधिक वाइटाकडे जात आहे... तरीही जे धाडसी आहेत, त्यांच्या मते पूर्वीपेक्षा परिस्थिती बरी आहे, मृत्यूला सामोरे जाण्याचे नावच तर जीवन! पूर्वी होती फक्त अवनती आणि ग्लानी, पण आता सर्वच क्षेत्रात जागरण घडलंय, सर्वत्र एकी दिसतेय, सर्वांच्यात एक साहस आलंय! मला वाटतं की जे खरे साहसी आहेत, तेच असं बोलतात. लोकांचं दारिद्र्य, छळ वाढतोय. हे लोक म्हणजे लांडग्यांसमोर शेळ्या!''

निवेदितेची ही खंत 'तिच्या माणसां'चे हाल पाहून आणि इंग्रज सरकारच्या अन्याय्य वागणुकीच्या संतापातून आली असणे शक्य आहे. ती अतिशय खंबीर होती, पण तिचे हृदय आईचे होते, हे आपण विसरता कामा नये.

◆

वाराणसी काँग्रेस १९०५

१९०५च्या डिसेंबरच्या २७ ते ३० तारखेदरम्यान वाराणसीला काँग्रेसचे अधिवेशन झाले. बंगालची फाळणी, त्यानंतर बंगालच्या जनतेने उपसलेले बहिष्काराचे शस्त्र व स्वदेशी आंदोलन यामुळे हे अधिवेशन गाजणार याबद्दल सर्वांनाच खात्री होती. या अधिवेशनाला ७५८ प्रतिनिधी उपस्थित होते. अधिवेशनाला उपस्थित असलेले मान्यवर, प्रतिनिधी आणि भारतातील सुशिक्षित ओळखून होते की, सध्याची वेळ ही आणीबाणीची आहे आणि नेमक्या अशाच वेळी काँग्रेसच्या अधिवेशनाचे अध्यक्ष आणि अतिशय मवाळ म्हणून प्रसिद्ध असलेल्या गोखल्यांची निवड झाली होती. गोखले निवेदितेच्या जवळचे होते. तिचा सल्ला त्यांना फार मोलाचा वाटत असे.

गोखल्यांची काँग्रेसचे अध्यक्ष म्हणून निवड झाल्याचे कळताच २० सप्टेंबरला निवेदितेने त्यांना अभिनंदनाचे पत्र पाठवले. त्यात तिने म्हटले होते, "आपण अध्यक्षपद स्वीकारलंत म्हणून मला आनंद झाला. या वर्षापासून संघटननीती नवीन रूप धारण करेल. भारतातील सर्व पदवीधारकांची एक युनियन स्थापन केली तर? किंवा कोलकात्यातील हिंदू-मुसलमान कारकुनांना एकत्र केलं तर? मग या संघटनेपुढे मालकांची कुठलीच संघटना उभी राहू शकणार नाही. इथल्या बर्न ॲन्ड कंपनीच्या ३०० कारकुनांनी काम कसं बंद पाडलं, हे माहीत आहे का? माझ्यासारख्या निरीक्षकांच्या दृष्टीने भारतीय जनतेने आपल्या देशबांधवांना साथ देणं, हेच फार मोलाचं आहे. आतापर्यंत असं कधीच घडलं नव्हतं. मद्रासमध्ये एका विशिष्ट संस्थेने 'कारकून पाहिजेत' अशी जाहिरात देऊनही, कुणीच अर्ज केला नाही, असं ऐकलंय. सुख-दुःखात त्यांची एकी कायम दिसतेय, हीच खरी एकता!"

निवेदिता आतापर्यंत काँग्रेस अधिवेशनाला गेली नव्हती, पण गोखल्यांच्या आग्रहावरून २५ डिसेंबरला ती वाराणसीला पोहोचली. बंगालमधील जहाल आणि मवाळ या अधिवेशनासाठी जमले होते. पंजाबकेसरी लाला लजपत रायही आले होते.

स्वदेशी आंदोलनामुळेच काँग्रेसमध्ये मवाळ आणि जहाल असे दोन पक्ष तयार झाले होते. ज्यांना मवाळांची अर्ज-विनंत्यांची नीती मान्य नव्हती, ज्यांचा इंग्रजांच्या न्यायबुद्धीवरचा विश्वास उडाला होता, जे इंग्रजांना ठोस पावले उचलून, अडचणीत आणू पाहत होते त्यांना जहाल म्हटले जात होते. जहालांना नव्याने उदयास आलेल्या राष्ट्रीयतेची जाणीव झाली होती. ते स्वत:ला 'जहाल' ऐवजी 'राष्ट्रवादी' म्हणवून घेत. याचे उत्तम उदाहरण म्हणजे बिपिनचंद्र पाल. ते १९०२पर्यंत मवाळ होते. इंग्रजांची सत्ता ईश्वराने भारताच्या भल्यासाठीच निर्माण केली आहे, असा त्यांचा विश्वास होता! इंग्रज न्यायी आहेत, याची त्यांना खात्री होती. पण कर्झनने बंगालची फाळणी करताना जनतेच्या इच्छेला अजिबात किंमत दिली नाही, उलट हटवादीपणा आणि जुलूमच केला, हे पाहून त्यांच्या विचारात संपूर्ण परिवर्तन घडले.

मवाळ आणि जहाल यांच्यात या अधिवेशनाच्या आधीपासूनच मतभेद होते. लोकमान्य टिळक, निवेदिता हे जहाल मतवादी होते. निवेदितेच्या मते काँग्रेसच भारताच्या जनतेचे प्रतिनिधित्व करणारा एकमेव पक्ष होता आणि त्यातील जहाल विचारसरणी भविष्यातील स्वातंत्र्ययुद्धाच्या दृष्टीने विशेष आशादायक होती. त्यामुळे बंगालमधील आंदोलनाला काँग्रेसची मान्यता मिळाल्यास, ते संपूर्ण भारतभर पसरणार होते. म्हणूनच गोखल्यांच्या भाषणाकडे सर्वांचे लक्ष लागले होते. या बाबतीत निवेदिताही साशंक आणि काळजीत होती.

१९०३ आणि १९०४ सालच्या काँग्रेसच्या अधिवेशनात वंगभंगाचा निषेध करणारा ठराव संमत करण्यात आला होता. आणि १९०५च्या आरंभी लॉर्ड कर्झनकडे एक प्रतिनिधिमंडळ पाठवायचे ठरले होते. पण लॉर्ड कर्झनने प्रतिनिधिमंडळाला भेटण्यास स्वच्छ नकार दिला. तरीही मवाळांचे डोळे उघडले नाहीत. त्यांनी गोखले आणि लाला लजपत राय यांना काँग्रेसचे प्रतिनिधी म्हणून इंग्लंडला पाठवले. पण इंग्लंडचा अनुभव अतिशय वाईट होता. हे दोघे जण निराश होऊन परत आले. याचा परिणाम गोखल्यांवर काय झाला हे कळले नाही. मात्र लाल लजपत राय जहाल मतवादाकडे वळले.

अधिवेशनात वंगभंगाचा तीव्र शब्दांत पुन्हा एकदा निषेध करण्यात आला आणि सरकारने याचा फेरविचार करावा, म्हणून सरकारला विनंती करण्याचे पुन्हा एकदा ठरले. या विषयावर बरेच प्रतिनिधी बोलले. असा संताप आणि तीव्र विरोध यापूर्वी काँग्रेसने कधीच पाहिला नव्हता.

पण अधिवेशनात खरा वाद रंगला तो बहिष्काराचा प्रस्ताव संमत करण्यावरून. जहाल मतवाद्यांना काँग्रेसकडून बहिष्कार प्रस्तावाला ठाम होकार हवा होता. हा प्रस्ताव या अधिवेशनात मंजूर करून घ्यायचाच, असा त्यांचा आग्रह होता. मात्र काँग्रेस आपले पूर्वीचे नरमाईचे धोरण सोडण्यास तयार नव्हती. इंग्रज सरकारला

दुखवणे त्यांना पटत नव्हते. यामुळे या प्रस्तावावर वातावरण फारच तापले. अखेर जहालांनी मवाळांना प्रस्तावाच्या बाजूने मत देण्यासाठी एक युक्ती शोधून काढली. वेल्सचा युवराज आणि युवराज्ञी भारतभेटीवर येणार होते. त्यांच्या स्वागताचा ठराव काँग्रेसने मांडताच जहालांनी त्यास प्रखर विरोध केला. जहालांचे म्हणणे होते की, वंगभंगामुळे आम्ही दु:खात असताना युवराजाचे हसतमुखाने स्वागत करणे आम्हाला शक्य नाही. गोखल्यांनी तर मिंटोंना शब्द दिला होता की, युवराजाच्या भेटीपूर्वी बहिष्काराची समस्या मिटवली जाईल. या ठरावाला एवढा विरोध होईल, अशी काँग्रेसला अजिबात कल्पना नव्हती. त्यांना हा ठराव एकमताने पास होणे आवश्यक वाटत होते. तेव्हा काँग्रेस आणि जहाल यांच्यात तडजोड झाली.

या स्वागतविषयक ठरावाच्या वेळी जहाल अधिवेशनाच्या मांडवातून निघून गेले. त्यामुळे युवराजाचा स्वागत-प्रस्ताव एकमताने मंजूर झाला. या बदल्यात बहिष्काराचा ठराव मांडण्यात आला. 'वंगभंगाच्या निर्णयानंतर सरकारने जी दडपशाही केली त्याला काँग्रेस गंभीरपणे आणि जोरदार निषेध करते. सरकारने अशी पावले उचलल्यामुळे बंगालच्या जनतेला इंग्रज लोकांचे लक्ष वेधून घेण्यासाठी दुसरा कुठलाच मार्ग न उरल्याने बहिष्काराचा मार्ग अवलंबावा लागला.' या ठरावात काँग्रेसची बहिष्काराच्या प्रस्तावाला संमती आहे किंवा नाही, हे स्पष्ट होत नव्हते. किंबहुना तसे काहीच स्पष्ट होऊ नये, अशी दक्षता घेऊनच हा प्रस्ताव मांडण्यात आला होता.

गोखले आपल्या अध्यक्षीय भाषणात म्हणाले, "बंगाली जनतेवर 'पार्टिशन' लादण्यात इंग्रजांकडून फार मोठी राजकीय चूक झाली आहे. हा बंगालवर क्रूर अन्याय आहे. पण यामुळे या देशातील लोकांमध्ये एका महान शक्तीचा उदय झाला आहे आणि त्यासाठी या देशातील जनता बंगालची ऋणी राहील." ते पुढे म्हणाले, "स्वदेशीतील सर्वोच्च आदर्श म्हणजे देशभक्ती! तिचा प्रभाव एवढा प्रेरक आणि गंभीर आहे की त्यामुळे स्फुरण चढते, माणूस आपल्या प्राणाचीही पर्वा करेनासा होतो. जोपर्यंत मातृभूमीच्या सेवेची आकांक्षा सर्व भारतवासीयांच्या मनात बिंबली जात नाही, तोपर्यंत उच्च-नीच, राजा-प्रजा, नगर-गाव सर्वत्र देशभक्तीची महावाणी प्रचारित होण्याची अत्यावश्यकता आज भारताला आहे."

गोखल्यांच्या भाषणातील उत्तेजकता सर्वांनाच चकित करणारी होती. मवाळ गोखल्यांनी एक पायरी ओलांडली म्हणून निवेदितेलाही अभिमान वाटला. गोखल्यांचे या निमित्ताने अभिनंदन करण्याची संधी साधून निवेदितेने अतिशय चतुराईने आपले भाषण केले. ती म्हणाली, "या महान व्यक्तीच्या क्षमतेची आणि खंबीर चारित्र्याची आज आपल्याला ओळख पटली असेलच." यानंतर ती मुख्य विषयाकडे वळली. तिचा मूळ उद्देश होता, साम्राज्यवादविरोधी संग्रामाला प्रेरणा देणे. पण या उद्देशाच्या

परिणामाबद्दल गोखल्यांसह सर्वच मवाळ पक्षातील लोक साशंक होते. तिचे वक्तव्य इंग्रज सरकारला आवडेल की नाही? पण निवेदितेने या भाषणाच्या वेळी एक युक्ती योजली. तिने आपले भारतीयत्व या भाषणापुरते बाजूला सारले.

ती म्हणाली, "आज मी युरोपला डोळ्यांसमोर ठेवून माझे विचार मांडणार आहे. माझ्या मते भारताला राष्ट्रीय भावनेची झालेली जागृती आणि तिचे स्पष्ट पडसाद युरोपच्या दृष्टीने अतिशय आवश्यक आहेत. त्यामुळे युरोप अमानवीय गर्तेतील भयंकर मृत्यूपासून वाचू शकेल. हजारो वेळा हजारो माणसांनी भारतासाठी आत्मबलिदान केल्यास युरोपही तरला जाईल. बंधूंनो, लक्षात असू द्या. इतिहासाची पुनरावृत्ती होते. हा नियमच आहे. शंभर वर्षं मागे जाऊन पाहा. काय दिसतंय? युरोपमध्ये राष्ट्रीयतेचा जन्म झाला. आता तीस-चाळीस वर्षं पुढे या. तुमच्या देशातील एका वृद्ध, पारशी ऋषीनं – मि. नौरोजीनं – भरून आलेल्या डोळ्यांनी इंग्लंडला विचारलं, 'स्वातंत्र्याचं महत्त्व जाणणारा देश आता त्याची महान भूमिका विसरलाय का? सध्या हा देश त्याची सर्व कर्तव्यं पायाखाली तुडवायला अधीर झालाय का?' भारतवासीयांनो, उठा! जागे व्हा! इंग्लंडचा सांस्कृतिक वारसा त्याला परत मिळवून द्या. इंग्लंडची नव्यानं उभारणी करा. नव्यानं निर्मिती करा. स्वत:च्या मूळ रूपात उभं राहण्यास त्याला तुम्ही भाग पाडा. यातून फक्त इंग्लंडचा स्वार्थ साधला जाणार नाही, तर एका खंडालाच अध:पतनापासून तुम्ही वाचवणार आहात आणि त्यामुळे संपूर्ण जगाचंच रक्षण होणार आहे. खरं तर, नेपोलिअनच्या जगज्जेता होण्याच्या प्रयत्नाच्या विरोधाचं द्योतक म्हणून या खंडाचं चैतन्य राष्ट्रीयतेच्या रूपात अवतीर्ण झालं होतं." निवेदितेचा आवाज टाळ्यांच्या कडकडाटात विरून गेला.

"माझं बोलणं अजून संपलेलं नाही," निवेदितेने आपले भाषण पुढे सुरू केले, "प्रिय बंधूंनो, राष्ट्रीयतेच्या रूपात प्रवाहित झालेलं युरोपचं हे चैतन्य – त्यानं मानवतेची पूजा करण्याच्या मनोरथाला तिलांजली दिली. याचा अर्थ ते मूळ मार्गापासून दूर गेलं, त्याची अवनती झाली. याचा परिणाम आपल्याला दिसतोच आहे! सहा-सात की आठ ठिकाणच्या सशस्त्र फौजेकडून युरोपच्या शांतीची, ब्रिटिनच्या शांतीची घोषणा ऐकू येतेय. आपण सर्व या भयंकर परिस्थितीतून इंग्लंडचं रक्षण करू या! युरोपचं रक्षण करू या! जगाचं रक्षण करू या!"

"भारत पाहत असलेलं राष्ट्रीयतेचं स्वप्न – भारताच्या स्वार्थाचं स्वप्न नाहीच मुळी! ते आहे मानवतेचं स्वप्न! भारत आहे उदात्त आदर्शांची जननी! जे काही महान, प्रेमपूर्ण आणि सर्वश्रेष्ठ आहे, त्याचा सांभाळ करणारी, माता! हे भारताचं स्वप्न जेव्हा वास्तवात उतरेल तेव्हा तुमच्या लक्षात येईल की, भारत आता निष्क्रिय राहिलेला नाही, उलट जो महान संग्राम आरंभ होण्याच्या बेतात आहे, त्याचा अधिकृत प्रतिनिधी म्हणून भारत उभा आहे. या संग्रामात ईश्वराच्या इच्छेने इंग्लंडच्या

राजनीतीचं खरं रूप स्पष्ट होईल. आणि त्याचबरोबर दिसेल मवाळ आणि जहाल यांच्यातील जुनीपुराणी, सडलेली दुहीची भावना केव्हाच नष्ट झालीय, तिची जागा घेतलीय इंग्रज साम्राज्याच्या मूलभूत प्रश्नाने – साम्राज्यवाद विरुद्ध राष्ट्रीयता, जातिबंधन विरुद्ध जगातील सर्व माणसांच्या राष्ट्रीयतेची लढाई!''

निवेदितेच्या या भाषणाची सर्वांनी वाहवा केली. एवढ्या एकाच काँग्रेसच्या अधिवेशनास निवेदिता उपस्थित होती आणि २४ जानेवारी, १९०६ रोजी निवेदितेने लिहिले आहे, ''या वेळी स्वामीजींनी बनारसमध्ये मला काही कार्य करण्याची संधी दिली.''

निवेदितेचे भाषण हे फक्त उत्तम वक्तृत्वाचा नमुना नव्हते, त्यास इतरही महत्त्वाचे पैलू होते. ती स्वत: जहाल विचारांची असूनही जहाल व मवाळ यांच्यात फूट पडणार नाही, याची पूर्ण दक्षता तिने घेतली. भारताच्या स्वातंत्र्याचा प्रश्न तिने आंतरराष्ट्रीय स्तरावर नेला. यातून तिची मुत्सद्देगिरी आणि चातुर्य दिसते.

वाराणसी काँग्रेसच्या वेळी निवेदितेने खरोखरच बहुमोल कार्य केले. या अधिवेशनाला लोकमान्य टिळक, लाला लजपत राय आणि खापर्डे हे बंगालच्या बाहेरील जहाल मतांचे नेते उपस्थित होते. 'स्वदेशी'चा ठराव खापर्ड्यांनी मांडला. पण तो मांडण्यास बंगालमधूनही आरंभी विरोध होता. मात्र खापर्डे आणि निवेदिता यांचा परिचय पूर्वीपासूनचा – म्हणजे स्वामीजींच्या देहान्तानंतर व्याख्याने देण्यास ती अमरावतीला गेली तेव्हापासूनचा – होता. खापर्डे निवेदितेचे वक्तृत्व, सुसंस्कृतपणा, बुद्धिमत्ता, ज्ञान आणि भारतीयत्व यांनी अतिशय प्रभावित झाले होते. अमरावतीला निवेदिता तीन-एक दिवस होती आणि त्यांच्याच घरी उतरली होती. तेव्हा खापर्ड्यांनी आपल्या दैनंदिनीत नोंद केली आहे की, मला माझी बहीण घरी आल्यासारखे वाटले.

तेव्हा वाराणसी काँग्रेसच्या वेळी या सर्व मंडळीत चर्चा होणे स्वाभाविक होते. किंबहुना वाराणसीतील निवेदितेचा तिलभांडेश्वर येथील मुक्काम हे सर्वांनी भेटण्याचे ठिकाण होते. निवेदितेचे हे एक वैशिष्ट्य होते की, ती भारताच्या कल्याणासाठी झटणाऱ्या कुणालाही पक्ष, धर्म यांचा विचार न करता ती भेटत असे. वाराणसीतही सर्वांना भेटून, सर्वांशी बोलून तिने मध्यस्थाची भूमिका योग्य तऱ्हेने पार पाडली. त्यामुळे खापर्डे, टिळक खूश झाले. १ जानेवारी, १९०६च्या दैनंदिनीत खापर्ड्यांनी लिहिले आहे, ''मॉडरेटरांचा काही प्रभाव पडला नाही. लजपत राय वगैरे जहालांकडे वळले. टिळकांचे फारच साहाय्य झाले. निवेदितांनी अतिशय समर्थपणे आपली मते मांडली. त्यांचं भाषण फारच उत्तम झालं.''

याच अधिवेशनात आणखी एक महत्त्वपूर्ण घटना घडली. अधिवेशनाला सरला घोषाल उपस्थित होती. सरला 'वंदे मातरम्' हे गीत फार उत्तम गात असे. म्हणून उपस्थित प्रतिनिधींनी गोखल्यांना आग्रह केला की, त्यांनी सरलाला 'वंदे मातरम्' म्हणावयास सांगावे. गोखल्यांना प्रश्न पडला. कारण बंगालमध्ये इंग्रज

सरकारने 'वंदे मातरम्' वर कडक बंदी घातली होती. वाराणसी बंगालच्या बाहेर असली तरी, बंदी असलेले गीत गाऊन इंग्रजांना विनाकारण चिडवणे गोखल्यांना मान्य नव्हते; पण प्रतिनिधींची मागणी डावलणेही अशक्य होते. मग त्यांनी सरलाला सुचवले की वेळ कमी असल्याने तिने या गीताच्या काही ओळीच म्हणाव्यात. अर्थात सरलाने संपूर्ण 'वंदे मातरम्' म्हटले. सर्व उपस्थित तिच्या गाण्याने प्रभावित झाले. तिच्यावर अभिनंदनाचा वर्षाव झाला.

त्यानंतर 'वंदे मातरम्' शोभायात्रा निघाली. शोभायात्रेने अधिवेशनाच्या मांडवाला प्रदक्षिणा घातली. निवेदिता आणि ख्रिस्टीन यांचा शोभायात्रेत पुढाकार होता. एवढेच नव्हे, तर इतर बंगाली स्त्रियांनी शोभायात्रेत सामील व्हावे म्हणून निवेदितेने त्यांना आवाहन केले.

एकंदर पाहता, निवेदितेच्या उपस्थितीमुळे १९०५ सालचे काँग्रेसचे अधिवेशन विशेष लक्षणीय ठरले.

◆

१९०६

वाराणसीचे काँग्रेस अधिवेशन संपल्यावर निवेदिता लगेच कोलकात्याला परत न येता, काही दिवस तेथेच राहिली. स्वामीजींच्या आशीर्वादाने वाराणसीत एक सेवाश्रम स्थापन झाला होता. १९०३ साली हा सेवाश्रम रामकृष्ण मिशनमध्ये समाविष्ट करण्यात आला होता. निवेदितेने सेवाश्रमाचा अहवाल इंग्रजीतून लिहून दिला आणि लोकांकडून आर्थिक साहाय्य मिळावे म्हणून एक विनंती-पत्रकही तयार करून दिले. एवढेच करून ती थांबली नाही, स्वत: घरोघर जाऊन तिने सेवाश्रमासाठी मदत गोळा केली.

राजस्थानला भेट देण्याची पुष्कळ दिवसांपासून तिची इच्छा होती. म्हणून ती वाराणसीहून निघाली. प्रथम ती सांचीला गेली, तेथील प्रसिद्ध स्तूप पाहून ती उज्जैन, चितोड, अजमेर, अंबर, आग्रा इत्यादी ठिकाणी गेली. चितोडचा किल्ला तिने चांदण्यात पाहिला आणि ती भारून गेली. पद्मिनीची कथा तिच्या मनात घर करून बसली होती. या कथेबद्दलची आठवण तिच्या एका विद्यार्थिनी सरलाबाला सरकार यांनी फार मार्मिक शब्दांत सांगितली आहे. ''शाळेतल्या मुलींना, प्रवासाची हकिकत सांगताना भगिनी मंत्रमुग्ध होत. त्या सांगत, 'मी डोंगरावर एका खडकावर गुडघे टेकून बसले, डोळे मिटले आणि पद्मिनीदेवीच्या कथेचं स्मरण केलं.' हे सांगताना त्या खरोखरच डोळे मिटून घेत, हात जोडत. तेव्हा त्यांच्या चेहऱ्यावरचे भाव अपूर्व असत. त्या पुढे सांगत, 'अग्निकुंडासमोर पद्मिनीदेवी हात जोडून उभी होती. मीही डोळे मिटून तिच्या अखेरच्या इच्छेचा विचार करायला लागले. अहाहा! किती विलक्षण!! फारच अपूर्व!!!' बोलता-बोलता भावनावेगाने त्यांच्या तोंडातून शब्द फुटत नसे. त्या गप्प बसून राहत. त्या शाळेत मुलींना शिकवत आहेत, हेच मुळी विसरून जात. त्या क्षणी त्या पद्मिनीच्या कथेतच रममाण झालेल्या असत.'' तिचा चितोडवरचा लेख – तिची पद्मिनीविषयीची भावना, भारतीय इतिहासाबद्दलची ओढ आणि तिची कल्पनाशक्ती किती प्रबळ होती, याची साक्षी देतो.

राजस्थानचा प्रवास करून ती पुन्हा वाराणसीला परत आली. तेव्हा ॲनी बेझंटही वाराणसीत होत्या. त्यांच्याबरोबर ती बऱ्याच विषयांवर चर्चा करत असे. या वेळी वाराणसीत तिने तीन व्याख्याने दिली. २१ जानेवारी, १९०६ (माघ चतुर्थी) रोजी स्वामीजींच्या जन्मतिथीच्या निमित्ताने वाराणसीच्या रामकृष्ण अद्वैत आश्रमात विशेष पूजा करण्यात आली. दुपारी ४ वाजता टाउन हॉलमध्ये स्वामीजींच्या स्मृतिप्रीत्यर्थ सभा झाली. 'हिंदू धर्म आणि स्वामी विवेकानंद' या विषयावर आपल्या ओघवत्या भाषेत निवेदितेचे व्याख्यान झाले. सभेला एवढी गर्दी लोटली होती की कित्येक लोकांना तिचे भाषण ऐकण्यासाठी बाहेर उभे राहावे लागले. २२ जानेवारीला ती कोलकात्याला परत आली.

कोलकात्याला परत आल्यावर काही महिन्यांतच निवेदितेला दोन जबरदस्त धक्के सहन करावे लागले. २१ जूनला स्वामी स्वरूपानंदांनी या जगाचा निरोप घेतला. मायावतीच्या आश्रमातील कार्याचा विस्तार झाल्याने अधिक उपयुक्त जागेच्या शोधासाठी स्वामी स्वरूपानंद नैनितालला गेले होते. तेथेच अचानक त्यांना न्यूमोनिआ झाला आणि त्यातच त्यांचा अंत झाला. स्वामी स्वरूपानंदांनी केलेली मदत निवेदिता विसरणे शक्यच नव्हते. तीही 'प्रबुद्ध भारत'च्या व्यवस्थापनात त्यांना शक्य तेवढी मदत करत असे. स्वामी स्वरूपानंदांचे असे अचानक जाणे तिच्या मनाला फार लागले.

दुसरा धक्का बसला तो गोपालेर मांच्या मृत्यूचा. निवेदितेला गोपालेर मांबद्दल अतिशय आदर आणि आपलेपणा होता. त्या कामारहाटीला राहत. वेळ मिळताच निवेदिता नावेतून दक्षिणेश्वरहून कामारहाटीला जात असे. त्यांचे वय झाल्याने त्या वरचेवर आजारी पडत. खूप अशक्तही झाल्या होत्या. म्हणून स्वामी सारदानंदांनी त्यांना रामकांत बसू स्ट्रीटवरच्या बलराम बसूंच्या घरी आणून ठेवले होते. त्या वेळेपर्यंत शारदामातांसाठी भाड्यानेच घर घ्यावे लागत असे. त्यामुळे निवेदितेने आपल्या घरातील एका खोलीत गोपालेर मांना ठेवावे, अशी इच्छा व्यक्त करताच, स्वामी सारदानंद निश्चिंत झाले. निवेदितेने त्यांच्या देखभालीची जबाबदारीही उचलली. १९०३ सालच्या डिसेंबर महिन्यात त्या निवेदितेकडे आल्या. त्यांच्या सेवेला कुसुम नावाची एक ब्राह्मण मुलगी ठेवली होती. रोजच्या कामाच्या धबडग्यातही निवेदिता वेळात वेळ काढून गोपालेर मांजवळ बसत असे. त्यांची विचारपूस करत असे. निवेदिता आजारी पडल्यास गोपालेर मा कासावीस होत. जेव्हा गोपालेर मांनी अंथरूण धरले, तेव्हा निवेदिता त्यांचे पाय चेपत असे.

हळूहळू त्यांचा शेवट जवळ आल्याची चिन्हे दिसायला लागली. शारदामाता त्यांना पाहून गेल्या. १९०६च्या जुलैमध्ये बंगाली प्रथेनुसार अंत जवळ येताच, त्यांना गंगेच्या काठी नेण्यात आले. निवेदितेने स्वत:च्या हाताने फुले, फुलांच्या

माळा यांनी त्यांची शय्या सजवली. टाळ-चिपळयांच्या गजरात त्यांना गंगेकाठी नेले. तेथे त्या दोन दिवस जिवंत होत्या. ते दोन दिवस निवेदिता त्यांच्याजवळ बसून होती. अखेर तिसऱ्या दिवशी त्यांनी अखेरचा श्वास घेतला. तो दिवस होता, ८ जुलै! निवेदिता जड मनाने घरी आली. दहाव्या दिवशी तिने तिच्या घरी एक कार्य केले. सभामंडपात फुलांनी सजवलेले रामकृष्णांचे छायाचित्र व त्यामागे गोपलेर मांचे एक लहानसे छायाचित्र तिने ठेवले. कीर्तनाची व्यवस्था केली आणि बागबाजारातील स्त्रियांना आमंत्रण दिले. खूप स्त्रिया आल्या होत्या. त्यांना प्रसाद देण्यात आला. निवेदितेच्या आपुलकीने आणि आदरातिथ्याने सर्व जणी भारावून गेल्या.

निवेदितेच्या गळ्यात सतत दिसणारी रुद्राक्षांची माळ ही गोपालेर मांची होती. तिने ती काळजीपूर्वक जपली होती.

काळ सरकत होता. निवेदिता कसेबसे दिवस ढकलत होती. तेवढ्यात जुलैच्या मध्याला पूर्व बंगालमध्ये दुष्काळ पडल्याची बातमी आली. ताबडतोब बेलुड मठाने काही संन्याशांना आणि ब्रह्मचाऱ्यांना पूर्व बंगालमध्ये लोकांच्या मदतीसाठी पाठवले. दुष्काळ फारच भयंकर होता. अतिशय हृदयद्रावक बातम्या येऊ लागताच निवेदिता कासावीस झाली. प्लेगच्या साथीच्या वेळी ज्याप्रमाणे स्वत:च्या जिवाची पर्वा न करता तिने स्वत:ला प्लेगनिवारणाच्या कार्यात झोकून दिले होते, त्याप्रमाणेच या वेळीही ती स्वत:च्या तब्येतीची पर्वा न करता मदतीला धावली. तिला कुणी स्त्री साथीदार म्हणून मिळणे शक्यच नव्हते. याला कारण होती, त्या काळची सामाजिक परिस्थिती! पण निवेदिता अतिशय धीट होती. काही जणांना मदतीला घेऊन तिने पूर्व बंगाल गाठला.

पूर्व बंगालमध्ये आधी पाऊस न पडल्याने दुष्काळ पडला आणि नंतर अतिवृष्टीने हाहा:कार उडाला. निवेदिता नावेतून गावोगावी गेली आणि घराघरांत जाऊन तिने तेथील रहिवाशांना मदत केली. बहुतेक घरांतून पुरुष अन्नाच्या शोधासाठी किंवा घरातल्या बायकामुलांची उपासमार न बघवल्यामुळे शहरांकडे निघून गेले होते आणि घरात मागे राहिलेल्या स्त्रिया-मुलांच्या हालाचे वर्णन करण्यास शब्द अपुरे पडतील अशी स्थिती होती.

निवेदिता गुरूंच्या उपदेशाप्रमाणे त्या लोकांतीलच एक होऊन त्यांना मदत करत होती. दुष्काळी भागातील स्त्रियांना अन्न-वस्त्राइतकीच सांत्वनपर शब्दांची आवश्यकता होती आणि निवेदितेला याची जाणीव होती. तिचे प्रेमळ शब्द त्यांना जगण्याची उमेद देत. या काळात बंगालमधील लोकांच्या वृत्तीची, एकमेकांवरच्या प्रेमाची, कुटुंबातील घट्ट नात्याची तिला असलेली ओळख अधिक दृढ झाली.

एकदा एका घरात ती गेली असताना तिच्या लक्षात आले की, घरातील लहान मूल आणि मोठा मुलगा यांची तब्येत बरीच बरी दिसत होती. त्या मानाने मोठी

मुलगी खंगली होती आणि आई तर पारच खंगली होती. तिने परिस्थिती ओळखली आणि करुणेने तिचे डोळे भरून आले. तिने आपल्या जवळच्या डब्यातून काही बिस्किटे काढून त्या आईस आणि मुलीस खायला दिली, नव्हे, स्वत:च्या हाताने खायला घातली आणि मग मुलांच्या हातावर सुकामेवा ठेवला, तेव्हा त्या आईच्या डोळ्यातील कृतज्ञतेचे भाव निवेदितेच्या कायमचे स्मरणात राहिले.

निवेदितेला पाहताच लोक तिच्याभोवती मदतीच्या आशेने गोळा होत; पण ते कितीही भुकेले असले तरी तिच्या हातातून हिसकावून घेत नसत किंवा आपापसात भांडतही नसत. स्वत:जवळील अन्नाचा शेवटचा कण संपेपर्यंत ते कुणाजवळ अधाशीपणे मागत नसत. एकदा एका नावेतून काही लोक तिच्यापाशी आले. उपासमारीने ते गलितगात्र झाले होते, तरीही ते शांत होते. निवेदितेने प्रथम त्या नावेतील मुलांना खायला दिले, नंतर स्त्रियांना आणि शेवटी पुरुषांना दिले. त्यानंतर त्यांच्या घरी असणाऱ्या लोकांसाठीही दिले तेव्हा त्या लोकांना अतिशय आनंद झाला. उपाशी असूनही, खाण्यासाठी दिलेले जिन्नस, व्यवस्थित बांधून घेऊन समाधानाने ते घरी परत गेले.

एका घरात एक स्त्री एका लहान मुलाला घेऊन बसली होती. निवेदितेला पाहताच तिला धीर आला. तिच्या अंगावर धड वस्त्र नव्हते, घरात अन्नाचा कण नव्हता. पण त्यापेक्षाही तिला काळजी होती ती त्या लहान बाळाची. आईला आपल्या जिवापेक्षा मुलाची काळजी वाटणे अगदी साहजिकच होते. तिच्या घरातील इतर मुलेही उपाशी होती. पण तिची धडपड चालली होती ती त्या लहानग्याच्या पोटात काहीतरी घालण्यासाठी. बोलता बोलता जेव्हा निवेदितेला कळले की ते मूल शेजाऱ्याचे आहे आणि अनाथ आहे, तेव्हा त्या सामान्य स्त्रीच्या ठायी तिला भारतमातेचे विशाल हृदय स्पंदन पावत असल्याचे जाणवले.

एका गावात मदत वाटल्यावर निवेदिता नावेतून दुसरीकडे जाण्यास निघाली. नाव किनाऱ्यापासून थोडी दूर जाताच निवेदितेने सहज मागे वळून पाहिले तर, गावातील सर्व स्त्रिया तिला निरोप देण्यासाठी काठावर जमल्या होत्या. त्या स्वत: खंगल्या होत्या. त्यांच्या कष्टांना आणि दु:खाला अंत नव्हता. पण त्या मूकपणे हात जोडून, देवापाशी तिच्यासाठी प्रार्थना करत होत्या.

या दुष्काळात तऱ्हेतऱ्हेचे अनेक अनुभव निवेदितेला आले आणि भारतीय स्त्रीच्या धैर्य, त्याग, वात्सल्य, प्रेमळपणा अशा गुणांचे तिला पुन:पुन्हा दर्शन झाले. तिने आपले हे अनुभव Famine and Flood या लेखात शब्दबद्ध केले आहेत.

निवेदितेने दुष्काळातील लोकांसाठी अपार कष्ट केले. त्यामुळे तिला मानसिक समाधान मिळाले असले, तरी तिच्या शरीराला हे कष्ट सहन झाले नाहीत. पूर्व बंगालहून परत येताच ती हिवतापाने आजारी पडली. या आधीच्या वर्षी तिला

मेंदूज्वर झाला होता आणि आता हिवताप! तिची तब्येत पार ढासळली. तिच्या या आजारपणात ख्रिस्टीनने तिची मनापासून सेवा-शुश्रूषा केली. बसू दंपती, स्वामी ब्रह्मानंद, स्वामी सारदानंदही मदत करत होते. थोडे बरे वाटल्यावर ख्रिस्टीनसह ती आनंदमोहन बसूंच्या दमदम येथील 'फेअरी हॉल' नावाच्या उद्यानगृहात काही महिने विश्रांतीसाठी राहिली. आजारी असताना, या पुढे आपल्या हातून काहीच कार्य होणार नाही, असे तिला वाटत होते. पण आजारातून उठताच दुप्पट उत्साहाने तिने लेखनकार्याला आरंभ केला.

लाँगमन्स कंपनीने तिचे पुस्तक प्रकाशित करण्याचे मान्य करताच तिने Cradle Tales of Hinduism या पुस्तकाच्या लेखनावर लक्ष केंद्रित केले. याशिवाय The Master As I Saw Him या पुस्तकाच्या लेखनालाही तिने सुरुवात केली होतीच. स्वामी स्वरूपानंदांच्या देहत्यागानंतर 'प्रबुद्ध भारत'मध्ये दर महिन्याला Occasional Notes आणि इतर लेख ती लिहितच होती. जगदीशचंद्रांच्या Comparative Electro-Physiology या पुस्तकाच्या लेखनास ती मोलाचे साहाय्य करत होती. दहा महिन्यांत या पुस्तकाची चाळीस प्रकरणे लिहून झाली. यावरून लेखनाच्या वेगाचा अंदाज करता येतो. या लेखनाबरोबरच 'रामायण' आणि 'महाभारत' यांच्या इंग्रजी अनुवादांचे वाचन ती करत होती. Myths Of The Hindus And Buddhists असे पुस्तक लिहिण्याची तिची योजना होती. निवेदिता खरोखरीच दशभुजा होती! तब्येत सुधारल्यावरही ती कोलकात्याला परत आली नाही, कारण शहरापासून ती दूर असल्याने, तिला लेखनासाठी हवी असलेली शांतता आणि निवांतपणा भरपूर मिळत होता.

१९०६मधील एक उल्लेखनीय घटना म्हणजे कोलकात्यात झालेले काँग्रेसचे अधिवेशन! १९०५च्या अधिवेशनाच्या वेळेसच काँग्रेसमध्ये मतभेद असल्याचे स्पष्ट झाले होते. जहाल आणि मवाळ अशा दोन भागांत काँग्रेस विभागली गेली होती. त्यामुळे १९०६च्या अधिवेशनाचे वातावरण, १९०५च्या अधिवेशनाच्या वेळच्या वातावरणापेक्षा अधिक तणावपूर्ण होते. या अधिवेशनापूर्वी इंग्लंडमध्ये निवडणुका झाल्या आणि उदारमतवादी पक्षाच्या हाती सत्ता आली. त्यामुळे नामदार गोखल्यांसारख्या मवाळांच्या आशा उंचावल्या होत्या. मोर्ले यांच्यासारखा भारत-सचिव उदार दृष्टिकोनातून भारताच्या समस्यांचा विचार करेल, असे मवाळांना वाटले होते. पण लवकरच त्यांच्या आशांवर पाणी पडले. त्यामुळे मवाळ आपले विचार बदलतील, असे जहालांना वाटले. अधिवेशन कोलकात्याला म्हणजे जहालांच्या बालेकिल्ल्यात होत होते. बंगालमधील जहालांना लाला लजपत राय, लोकमान्य टिळक आणि खापर्डे या बंगालबाहेरील जहालांची साथ मिळाली होती. शिवाय अरविंद घोषांसारखा नवा आणि उमदा प्रतिनिधीही मिळाला होता. जहालांनी इतर

प्रस्तावांबरोबर सविनय कायदेभंगही कृतीत आणायचा निश्चय केला होता. लोकमान्य टिळकांचे नाव अध्यक्षपदासाठी सुचवायचे असे जहालांनी नक्की केले होते.

अध्यक्षांच्या नावावरून मतभेद होण्याची चिन्हे दिसताच, मवाळांनी युक्ती लढवून बाजी मारली. त्यांनी ब्याऐंशी वर्षांच्या दादाभाई नौरोजींचे नाव अध्यक्षपदासाठी पुढे ठेवले. Grand Old Man म्हणून ज्यांची प्रसिद्धी होती, त्या दादाभाईंची मातृभूमीची सेवा पाहता, त्यांच्या नावाला नकार देणे जहालांनाही शक्य झाले नाही. या अधिवेशनाला सोळाशे त्रेसष्ट प्रतिनिधींनी आणि वीस हजार लोकांनी उपस्थित राहून इतिहास घडवला!

दादाभाईंनी आपल्या अध्यक्षीय भाषणात पूर्वी मांडलेलेच मुद्दे पुन्हा मांडले. मात्र लोकमान्य टिळकांशिवाय कुणीही न उच्चारलेला 'स्वराज्य' हा शब्द त्यांनी काँग्रेसच्या अधिवेशनात प्रथम उच्चारला. '' स्वराज्य' हेच भारताचे ध्येय असले पाहिजे,'' असे ते म्हणाले. यामुळे मवाळ आणि जहाल यांच्यावर फार परिणाम झाला आणि त्यांच्यात तात्पुरती तडजोड झाली. जहालांचा जय झाला. स्वदेशी आंदोलन, बहिष्कार, स्वराज्य आणि राष्ट्रीय शिक्षण हे वैध ठरवणारे ठराव संमत झाले.

या अधिवेशनाला निवेदिता उपस्थित नसली तरी सविस्तर हकिकत तिला समजली होती आणि काही काळापुरती तिची चिंता थोडी कमी झाली.

◆

पुनश्च पश्चिमेकडे...

१९०७ साल उजाडले. वर्षाच्या सुरुवातीलाच मिसेस सेव्हिअर कोलकात्याला आल्या आणि निवेदितेबरोबर दमदमला काही दिवस राहिल्या. स्वामी स्वरूपानंदांनी गीतेचा इंग्रजी अनुवाद केला होता. त्याची मुद्रिते निवेदिता व सेव्हिअर तपासत. उन्हाळा सुरू होताच सेव्हिअरच्या आग्रहावरून निवेदिता, ख्रिस्टीन आणि बसू पती-पत्नी मायावतीला गेले.

स्वामी स्वरूपानंदांनंतर स्वामी बिरजानंद मायावतीच्या आश्रमाचे प्रमुख झाले होते. स्वामी विमलानंद त्यांचे साहाय्यक होते. अतिथींना कोणत्याही प्रकारचा त्रास वा गैरसोय होऊ नये म्हणून ते अतिशय काळजी घेत. स्वामी स्वरूपानंदांनी स्वामीजींचे सर्व ग्रंथ प्रकाशित करण्याची व्यवस्था केली होती. स्वामी बिरजानंद प्रथम भागाच्या मुद्रणात गुंतले होते. त्यांचे निवेदितेशी बोलणे झाले. निवेदितेने त्या भागासाठी भूमिका लिहून देण्याचे कबूल केले. कोलकात्याला परतल्याबरोबर दुसऱ्याच दिवशी तिने बिरजानंदांना कबूल केल्याप्रमाणे Our Master And His Message हा लेख लिहिला.

लागोपाठ दोन वर्षे निवेदिता आजारी पडली होती आणि आजाराचे स्वरूपही गंभीर होते. जरा बरे वाटताच निवेदिता कामाला सुरुवात करत होती, पण तिची तब्येत ढासळली होती. त्यामुळे तिचे निकटवर्ती आणि डॉक्टरही तिला तिने पश्चिमेकडे जाण्याचा आग्रहपूर्वक सल्ला देत होते. ती स्वत:ही अनेक वेळा याचा विचार करत होती. काही व्याख्याने देऊन अर्थसाहाय्य गोळा करण्याचीही आवश्यकता होती. कारण –

आता निवेदितेला मृत्यूच्या विचाराने घेरले होते. आपण आता फार दिवस जगणार नाही, असे तिच्या मनाने घेतले होते. तेव्हा आपल्यामागे ख्रिस्टीनला पैशांची कमतरता भासू नये, अशी व्यवस्था करून ठेवणे भाग होते. तिचे स्वत:चे वडील, गोविंद (गुडविन), स्वामीजी, स्वामी स्वरूपानंद, गोपालेर मा यांचे मृत्यू

तिला मृत्यूबद्दल विचार करायला भाग पाडत होते. ती बुद्धिवादी होती, तरीही भविष्यावर तिचा चटकन विश्वास बसत असे. ढासळणारी प्रकृती, मृत्यूबद्दलचे विचार अधिकाधिक करण्यास भाग पाडत होती. तिच्या आवडत्या जयांना लिहिलेल्या पत्रात तिने म्हटले आहे,

I am so glad you mean to live $^1/_2$ a centruy. Once upon a time I thought that, that was a fate which I could not avoid, having a constitution set to go for ever. But how I know that man may die one can't say when...!

९ जून, १९०७च्या पत्रात तिने स्पष्टपणे म्हटले आहे, I do not think I have more than $5^1/_2$ years left for writing, for if I live beyond that time, I expect it to be in prison.

Do you remember the great words of Swamiji – Until their hour comes! But when his hour strikes, every man forgets! The reins will fall from their hands. Judgement will desert their counsels. And the end shall come. The hour is striking. I hear the first strokes.

In what year was this Bastille medal struck? At the time? or lately?

तिची तब्येत सुधारावी म्हणून तिची मित्रमंडळी तिला युरोपला जाण्याचा पुन:पुन्हा आग्रह करत होती. पण आपल्या देशाची परिस्थिती तिला देशाबाहेर जाण्यास अटकाव करत होती. इंग्रज सरकारची दडपशाही वाढत चालली होती. त्यामुळे आंदोलनातून क्रांतीचा अग्नी भडकण्याची चिन्हे दिसू लागली होती. स्वदेशीची चळवळ जोर धरू लागताच, हे प्रकरण आपल्याला डोईजड होईल हे ओळखून इंग्रजांनी फोडा आणि झोडा हे तत्त्व अवलंबिले. यात लेफ्टनंट गव्हर्नर फुल्लरने पुढाकार घेतला. ढाक्क्याचे नबाब सलिमुल्ला यांना हाताशी धरून हिंदू-मुसलमानांत दुही माजवली म्हणून फुल्लरला मारण्याचा कट रचला गेला, पण त्यात यश आले नाही.

१९०६ साली लोकमान्य टिळकांच्या उपस्थितीत 'शिवाजी उत्सव' आणि 'स्वदेशी मेळा' साजरा झाला होता. त्यामुळे आंदोलन भारताच्या विविध प्रांतात पसरत चालल्याचे जाणवत होते. अशा परिस्थितीत निवेदितेला भारत सोडून जाणे कठीण वाटत होते. पण तिच्या तब्येतीचा विचार करता तिने पाश्चात्त्य देशात जाणे आवश्यक होते.

१९०६च्या डिसेंबरमध्ये 'मुस्लीम लीग'ची स्थापना झालीच होती. मुसलमानांच्या

हिताचा विचार करून 'मुस्लीम लीग'ची स्थापना झाली होती. मुसलमान तरुणांना राजकारणात संधी मिळावी, हाही या संघटनेचा उद्देश होता. ही संघटना स्थापन करताना, इतर कुठल्याही समाजातील लोकांना वैरभावाने वागवले जाणार नाही, असे म्हटले असले तरी, हिंदू-मुसलमानातील दरी वाढतच गेली. १९०७ सालच्या मार्च-एप्रिलमध्ये कुमिल्ला आणि जमालपूर या पूर्व बंगालमधील शहरात हिंदू-मुसलमान यांच्यात भयंकर दंगे झाले. मुसलमानांनी हिंदूंवर लाठ्या चालवल्या, स्त्रियांचा विनयभंग केला, हिंदू देवतांची विटंबना केली, हिंदूंची घरे-दुकाने लुटली आणि भयंकर दहशत निर्माण केली. इंग्रजांनीच मुसलमानांच्यात द्वेषाचे बीज पेरले असल्याने इंग्रज शासन गप्प राहिले.

या सर्व घटनांमुळे निवेदितेला चीड येणे आणि वाईट वाटणे अगदी स्वाभाविक होते. कारण तिचे असे स्पष्ट मत होते की, स्वतंत्र देशात विभिन्न राजकीय पक्ष, विविध मते असणे, देशाच्या दृष्टीने हितकारक असते. पण परतंत्र देशात जे स्वातंत्र्य संग्रामाचे अग्रदूत मानले जातात, त्यांच्यात मतभेद होऊन फूट पडणे, देशाच्या दृष्टीने अतिशय हानीकारक ठरते. सर्व देशाने एक होऊन आपली सर्व शक्ती देशाच्या स्वातंत्र्यासाठी खर्ची घालावयास हवी.

१९०७ साली सुरत येथे काँग्रेसचे अधिवेशन झाले आणि त्या अधिवेशनातच जहाल आणि मवाळ यांच्यात काँग्रेस विभागली गेली. या अधिवेशनापूर्वीच निवेदितेने पश्चिमेकडे प्रयाण केले होते. पण ती भारतात असतानाच काँग्रेसमधील मतभेद तीव्र झाले होते. त्या संबंधात तिने म्हटले आहे की, काँग्रेसचे कार्य राजकीय किंवा पक्षीय आंदोलनाचे प्रतिनिधित्व करणे, हे नाही. काँग्रेसने संपूर्ण भारतात राष्ट्रीयता जागृत करावयास पाहिजे. त्यासाठी काँग्रेसच्या सदस्यांनी नवीन विचार, नवीन संकल्प स्वीकारायला हवेत. भारतीयांमध्ये एकजूट निर्माण करून त्यांना कार्यासाठी सक्षम करायला हवे. हिमालयापासून कन्याकुमारीपर्यंत आणि मणिपूरपासून पर्शियन उपसागरापर्यंत एकात्मता निर्माण करायला हवी. तिचे हे विचार आजच्या काळातही चिंतनीय आहेत.

याच वर्षी पंजाबमध्ये सरकारने महसुलात आणि पाणीपट्टीत जी वाढ केली, ती अतिशय जाचक होती. या विरोधात लाला लजपत राय आणि अजित सिंह या पंजाबमधील नेत्यांनी आवाज उठवला. शेतकऱ्यांनी जेव्हा प्रत्यक्ष आंदोलन केले, तेव्हा ते दोघेही तेथे उपस्थित नव्हते. या दोघांविरुद्ध काहीही पुरावा नसताना केवळ आकसापोटी सरकारने अन्यायाने या दोघांना हद्दपार केले. ही सरकारची दडपशाही पाहून निवेदितेचा संताप अनावर झाला. तिने आपल्या दैनंदिनीत लिहिले, "सरकारला वेड लागले आहे का?" लाला लजपत राय आणि अजित सिंह यांना ९ मेला हद्दपार करण्यात आले आणि –

जुलै महिन्यात 'युगांतर प्रकरणा'त भूपेंद्रनाथ दत्तांना अचानक अटक करण्यात

आली. 'युगांतर' हे खरे तर एका गटाने सुरू केलेले वर्तमानपत्र होते. या वर्तमानपत्राचा कुणी एक असा संपादक नव्हता. 'युगांतर' काढण्यामागे बारींद्रकुमार (अरविंदांचा धाकटा भाऊ.), भूपेंद्रनाथ आणि अविनाश भट्टाचार्य यांनी पुढाकार घेतला होता. अरविंद, सखाराम गणेश देऊस्कर वगैरे मंडळी या तरुणांच्या पाठीशी होती. १९०६च्या मार्च-एप्रिल दरम्यानच्या काळात बारींद्रकुमार घोष, देवब्रत बसू (हे पुढे रामकृष्ण मिशनचे स्वामी प्रज्ञानंद झाले.) उपेंद्रनाथ बन्द्योपाध्याय वगैरे मंडळींनी लेखन केले होते. या वर्तमानपत्रातील लेख फारच प्रक्षोभक असत आणि ते वाचून अनेक तरुण इंग्रजविरोधी झाले होते आणि क्रांतिकारकांच्या गटात सामील झाले होते. १९०६च्या वर्षात या वर्तमानपत्राचा खप एक हजारावरून वीस हजारांवर गेला. अशा वर्तमानपत्रावर इंग्रजांची नजर पडली नाही, तरच नवल! राजद्रोहाच्या अपराधाखाली 'युगांतर'वर दावा दाखल करण्यात आला. अरविंदांच्या सांगण्यावरून भूपेंद्रनाथांनी ते संपादक नसतानाही, संपादक म्हणून जबाबदारी स्वीकारली. ज्या दोन लेखांमुळे इंग्रज चवताळले होते, ते दोन्ही लेख उपेंद्रनाथ बन्द्योपाध्यायांनी लिहिलेले होते. भूपेंद्रनाथांचा तसा काहीच संबंध नव्हता. पण अरविंदांना ते गुरू मानत असल्याने गुरूंची आज्ञा त्यांनी मानली. ज्या दोन लेखांमुळे 'युगांतर'वर आणि पर्यायाने भूपेंद्रनाथांवर राजद्रोहाचा आरोप ठेवण्यात आला, त्यातील एका लेखाचे नाव होते, 'भय भांगो' म्हणजेच 'भीती सोडा.' या लेखात म्हटले होते की, इंग्रजांचे साम्राज्य म्हणजे दिखाऊ तमाशा आहे. याचा पाया अगदीच कच्चा आहे. जरा धक्का दिला तरी हे साम्राज्य कोसळून पडेल. भारतीय लोक निर्बुद्ध आहेत म्हणूनच हे साम्राज्य टिकले आहे. दुसऱ्या लेखाचे शीर्षक होते 'लाठ्यौषधी' (चौदावे रत्न) यात पंजाबच्या जनतेच्या शौर्याची प्रशंसा केली होती. कारण कॅनॉल कराची वाढ करताच त्यांनी विरोध केला होता. इंग्रजांना झोडपून, त्यांच्या घरांना आग लावून त्यांनी रासवट इंग्रजांना त्यांच्याच भाषेत उत्तर दिले होते.

येथे इंग्रजांच्या असंस्कृत आणि असभ्य आचरणाची साक्ष देणाऱ्या एका प्रसंगाचा उल्लेख करणे उचित ठरेल.

निवेदिता, रवींद्रनाथ, बसू पती-पत्नी व इतर यांच्या बोधगयेच्या भेटीचे वर्णन यापूर्वी केलेच आहे. बोधगयेची भेट उरकून सर्व जण स्टेशनवर आले. येथून सर्व जण एकत्र प्रवास करणार नव्हते. प्रत्येकाचे जाण्याचे ठिकाण वेगळे असल्याने प्रत्येकाची गाडी वेगळी होती. पहिली गाडी आली. तिने बसू पती-पत्नी जाणार होते. या गाडीला प्रथम वर्गाचे दोन डबे होते आणि दोन्ही डब्यात एकेक इंग्रज माणूस बसला होता. दोन्ही डब्यातील इंग्रज बसू पती-पत्नीला आपल्या डब्यात घेण्यास तयार नव्हते. गाडी सुटण्याची वेळ जवळ येत चालली होती. अखेर रवींद्रनाथांचे चिरंजीव रथींद्रनाथ स्टेशनमास्तरांकडे गेले आणि त्यांनी स्टेशनमास्तरांना सर्व

हकिकत सांगितली. पण इंग्रजांशी बोलण्यास स्टेशनमास्तर घाबरले. त्यांनी मध्यस्थी करण्यास नकार दिला. रथींद्रनाथ निराश होऊन परत आले. येऊन पाहतात तो काय....

निवेदितेने सर्व सूत्रे आपल्या हातात घेतली होती. तिने त्या दोन्ही इंग्रजांना सभ्यपणे पण कडक शब्दांत सुनावताच, ते बसूंना डब्यात घेण्यास तयार झाले. रथींद्रनाथ आणि त्यांच्या बरोबरीच्या इतर तरुण मंडळींनी घाईघाईने एका डब्यात बसूंचे सामान चढवले आणि बसू पती-पत्नींना गाडीत व्यवस्थित बसवून त्यांचा निरोप घेतला. त्यांनी निवेदितेकडे पाहिले तेव्हा ती रागाने लाल झाली होती. त्या दोघा इंग्रजांचा असभ्यपणा पाहून ती अतिशय संतापली होती.

बसूंच्या गाडीच्या पाठोपाठ निवेदितेची गाडी आली. या गाडीलाही प्रथम वर्गाचे दोन डबे होते. एकात एक इंग्रज स्त्री आणि एकात एक भारतीय गृहस्थ बसले होते. रथींद्रनाथ इंग्रज स्त्री बसली होती, त्या डब्याकडे वळताच निवेदितेने त्यांना अडवले व तिचे सामान भारतीय गृहस्थ बसले होते, त्या डब्यात ठेवायला सांगितले. निवेदितेला डब्यात चढत असलेले पाहताच, ते भारतीय गृहस्थ अदबीने उठून उभे राहिले व त्यांनी निवेदितेला बसण्यास जागा करून दिली. नंतर गाडी सुटण्यापूर्वी डब्याच्या दारात येऊन निवेदिता रथींद्रनाथांना म्हणाली, ''पाहिलंत ना, रासवट इंग्रज आणि सुसंस्कृत भारतीय यांच्या वागण्यातला फरक!''

निवेदितेचा इंग्रजांबद्दल पूर्ण भ्रमनिरास झाला होता. त्यांचा असंस्कृतपणा आणि असभ्यता पाहून ती संतापत असे, तिला वाईटही वाटत असे. आणि भारतीय माणसांच्या सुसंस्कृतपणाबद्दल तिला खात्री पटली होती. भारतातील लोकांना ती नेहमीच My People म्हणत असे आणि त्यांच्याबद्दल तिला सार्थ अभिमान होता.

भूपेंद्रनाथांना अटक होताच, त्यांना वीस हजारांचा जामीन देण्यास निवेदिता पुढे आली. कारण भूपेंद्रनाथ स्वामीजींचे सर्वांत धाकटे भाऊ होते आणि स्वामीजींच्या देहत्यागानंतर त्यांचे भाऊ, आई आणि वृद्ध आजी यांना मदत करणे, हे आपले कर्तव्य असल्याचे निवेदिता मानत होती. निवेदितेला जामिनासाठी वीस हजार रुपये भरावे लागले नाहीत. भूपेंद्रनाथांचे मावसभाऊ चारुचंद्र मित्र आणि डॉ. प्राणकृष्ण आचार्य यांनी प्रत्येकी पाच हजार रुपये भरले आणि दहा हजारांवरच प्रश्न मिटला. मात्र ब्रिटिशांचा स्वार्थ जपणारे मुखपत्र 'इंग्लिशमन'ने निवेदितेला 'इंग्रज असून इंग्रजांशी विश्वासघात करणारी' अशी नावे ठेवली.

भूपेंद्रनाथांना एक वर्षाची सश्रम कारावासाची शिक्षा झाली. २२ जुलै रोजी भूपेंद्रनाथांनी कोर्टात दिलेली जबानी संस्मरणीय ठरली. ते म्हणाले, ''मी भूपेंद्रनाथ दत्त कबूल करतो की, मी 'युंगातर'चा संपादक आहे आणि संबंधित लेखांसाठी मी जबाबदार आहे. माझ्या देशासाठी माझ्या सदसद्विवेकबुद्धीला जे पटलं ते मी केलं. मी पुन्हा जबानी देणार नाही किंवा न्यायालयाच्या कामात भाग घेणार नाही.''

निवेदिता हा जबाब ऐकून चकित झाली. भूपेंद्रमध्ये स्वामीजींचेच रक्त होते ना! भूपेंद्र हा दत्तांच्या घराण्याला शोभेसा आहे, हे तिला पटले आणि त्यांच्याबद्दल तिला अभिमान वाटला. भूपेंद्रनाथांना झालेली शिक्षा जास्त होती हे ती जाणून होती, पण त्यांच्या जबाबाचे तिला कौतुक वाटले. धीरामातांना लिहिलेल्या पत्रात तिने म्हटले आहे, "स्वामीजींच्या सर्वांत धाकट्या भावावर राजद्रोहाचा खटला भरलाय. तो किती शूर आहे! तुरुंगवासावरूनही चेष्टामस्करी करत असतो; अगदी स्वामीजींप्रमाणे!"

भूपेंद्रनाथांच्या शिक्षेची हकिकत वाचल्यावर आपल्याला लोकमान्य टिळकांची आठवण होणे अगदी स्वाभाविक आहे. १९०८ साली 'केसरी'तील लेखांबद्दल त्यांच्यावर राजद्रोहाचा आरोप ठेवला गेला. संपादक या नात्याने टिळकांनी सर्व जबाबदारी स्वीकारली. त्या वेळी त्यांना सहा वर्षांची शिक्षा ठोठावण्यात आली आणि मंडालेच्या तुरुंगात त्यांची रवानगी करण्यात आली.

भूपेंद्रनाथांना पकडण्यापूर्वी निवेदितेचे युरोपात जाणे अनिश्चित होते, हे तिच्या पत्रावरून स्पष्ट होते. ती आपला जाण्याचा बेत सतत पुढे तरी ढकलत होती किंवा रद्द करू पाहत होती. एका पत्रात तिने म्हटले आह की माझ्या आयुष्याच्या अखेरच्या क्षणी मी भारतातच असावे, अशी माझी इच्छा आहे.

पण 'युगांतर' प्रकरणानंतर तिने घाईघाईने भारत सोडण्याचा निर्णय घेतलेला दिसतो. १ ऑगस्ट, १९०७च्या पत्रात ती जयांना लिहिते, "काल दुपारी सर्व पत्रे वगैरे लिहून झाल्यावर संध्याकाळी अचानक १५ ऑगस्टला मी जिनिव्हाला जावं असं ठरलं. तेच बरं पडेल. लंडनला जाणं बरोबर होणार नाही."

याचे कारण निवेदितेवर पोलिसांचे लक्ष होतेच. मात्र ती प्रत्यक्ष कुठल्याच प्रकरणात सामील नसल्याने, त्यांच्या हाती तिच्याविरुद्ध काहीच पुरावा लागत नव्हता. त्यामुळे तिला अटक करता येत नव्हती. आपण तुरुंगाबाहेर राहणेच आपल्या कार्याच्या दृष्टीने योग्य असल्याचे विचारांती तिच्या लक्षात आल्याने ती काळजीपूर्वक पावले टाकत होती. मात्र 'युगांतर'शी ती संबंधित होती. भूपेंद्रनाथांना जामीन देण्याची तयारी दाखवल्यामुळे सरकारचा रोष तिने ओढवून घेतला होताच. आता 'युगांतर'शी असलेला संबंध उघड होण्याची शक्यता लक्षात घेऊन तिने भारत सोडण्याचा निर्णय घेतला.

भूपेंद्रनाथ 'युगांतर खटल्या'तून सुटताच त्यांना अलीपूर बॉंब खटल्यात गोवण्याची सर्व तयारी सरकारने केली होती. निवेदितेला याची खबर मिळताच भूपेंद्रनाथ तुरुंगातून सुटताच त्यांना अमेरिकेत पाठवण्याची व्यवस्था करूनच निवेदितेने भारताचा किनारा सोडला. भूपेंद्रनाथ ज्या दिवशी तुरुंगातून सुटले, त्याच रात्री ख्रिस्टीनच्या मदतीने त्यांनी भारताबाहेर प्रयाण केले.

ती लंडनला न जाता जिनिव्हाला गेली. तिने आपल्या या प्रवासाबाबत गुप्तता

पाळली होती. तिच्या अगदी निकटच्या लोकांनाच या प्रवासाची कल्पना होती. तिचा आणि नामदार गोखल्यांचा एवढा स्नेह! पण गोखल्यांनाही तिने काही कल्पना दिली नव्हती. १४ ऑगस्टला त्यांना लिहिलेल्या पत्रात तिने स्पष्ट म्हटले आहे, "माझी भेट झाली नाही म्हणून वाईट वाटून घेऊ नये. या बाबतीत तुम्ही नको ते प्रयत्न कराल या भीतीपोटीच... पण तुम्ही परिस्थिती शांतपणे हाताळली, त्यामुळे मनावरचं ओझं उतरलं."

तिने वेष आणि नावही बदलले होते. असे तिने पुढे बरेच वेळा केले. ३० ऑगस्ट, १९०७ रोजी जहाजावरून तिने जयांना लिहिले होते, "तुझ्या ओळखीच्या कुणी हुशार बाई आहेत ना? 'व्हेल' असलेला एक 'हेड-ड्रेस' तयार करून पाहिजे. एक कल्पना डोक्यात आलीय. पण ती प्रत्यक्षात उतरवण्यासाठी बुद्धी आणि कौशल्य हवं."

प्रवासाचा दिवस जवळ येत चालला होता. 'प्रबुद्ध भारत' आणि 'मॉडर्न रिव्ह्यू'साठी काही लेख तिने पूर्वीच लिहून ठेवले होते. ओळखीचे लोक, शेजारी यांना ती भेटून आली. एक दिवस दक्षिणेश्वरला आणि बेलुडला जाऊन आली. तिच्या आजारपणामुळे विवाहित स्त्रियांचा वर्ग बंदच झाला होता. शाळेचा सर्व भार ख्रिस्टीनवर सोपवून १२ ऑगस्टला तिने कोलकाता सोडले आणि १५ ऑगस्टला तिच्या जहाजाने मुंबईहून पश्चिमेकडे प्रयाण केले.

जहाजावर ती बराचसा वेळ लेखनात घालवत होती. The Master As I Saw Him या पुस्तकाचे लेखन सुरू केले होते. एडनला तिला ख्रिस्टीनचे पत्र मिळाले. तिने लिहिले होते, "शाळा व्यवस्थित चाललीय. विवाहित विद्यार्थिनींची संख्या वाढलीय. सुधीरा नियमित वर्ग घेते." निवेदितेने सुटकेचा नि:श्वास टाकला.

सुधीराने शाळेसाठी खूपच कष्ट घेतले. ख्रिस्टीन विश्रांतीसाठी कोलकात्याबाहेर गेल्यावर सुधीराच निवेदितेबरोबर शाळेची जबाबदारी उचलत असे. क्रांतिकारक देबब्रत बसू यांची ही बहीण. १९०६ला तिने कामाला सुरुवात केली. तीच खरी मुख्याध्यापिका होती. ती काहीही वेतन न घेता काम करत असे. तिचे वडील आशुतोष बसू ब्राह्मो होते. तिचे शिक्षण आठवीपर्यंत झाले होते. मोठ्या भावाच्या प्रेरणेने स्वदेशप्रेम आणि आध्यात्मिकता याकडे ती ओढली गेली. मोठ्या भावानेच तिची निवेदितेच्या शाळेत व्यवस्था केली. तिने लग्न न करण्याचे ठरवले. स्वत: धीटपणे कुणाचीही मदत न घेता ती सर्व कामे करत असे. तिच्यापुढे निवेदिता आणि ख्रिस्टीन यांचा आदर्श होता.

१९१४मध्ये ख्रिस्टीन आपल्या मायदेशात परत गेल्यावर सुधीरानेच शाळेची सर्व जबाबदारी समर्थपणे उचलली. याच सुमारास स्वामी सारदानंदांच्या मदतीने १७ नंबर, बोसपाडा लेनमध्येच तिने आश्रम-विभाग आणि विद्यार्थिनींसाठी वसतिगृह

सुरू केले. त्याला नाव दिले, 'मातृमंदिर.' पुढे त्याचे नाव 'सारदा मंदिर' असे ठेवण्यात आले. सुधीराच्या प्रयत्नाने आणि कष्टाने विद्यालयाची भरभराट झाली. १९१८ साली ही शाळा रामकृष्ण मिशनमध्ये सामील करण्यात आली. सुधीराच्या रूपात निवेदितेला उत्तम सहकारी मिळाली होती.

निवेदिता ६ सप्टेंबर, १९०७ रोजी इंग्लंडला पोहोचली. पाच वर्षांनंतर ती आई आणि भावंडांना भेटली. सर्वांनाच खूप आनंद झाला. तिच्या आईला बत्तीस वर्षांपूर्वीची ते मँचेस्टरला राहत असतानाची एक घटना आठवली. निवेदितेच्या वडिलांचे एक मिशनरी मित्र एकदा त्यांच्या घरी आले होते. त्या वेळी मार्गारेटच्या कोवळ्या चेहऱ्यावरील आध्यात्मिक भाव पाहून ते म्हणाले होते, "एके दिवशी या पोरीला भारताकडून आमंत्रण येईल. ती स्वत:ला भारताच्या सेवेसाठी वाहून घेईल." निवेदितेच्या वडिलांनीही अशीच भविष्यवाणी नव्हती का वर्तवली! त्यातील शब्दन्‌शब्द खरा ठरला होता. आईला आपली मुले नेहमीच लहान वाटतात! आपल्या या कर्तृत्ववान मुलीकडे मेरी लहान बाळाकडे पाहावे, तशी कौतुकाने पाहत राहत असे.

भारताच्या आध्यात्मिक जीवनाकडे निवेदिता पूर्णपणे आकृष्ट झाली होती. आपल्या घरातील लोकांनाही त्या आध्यात्मिकतेचा आस्वाद मिळावा म्हणून ती किती प्रयत्न करत होती! तिने आपल्या घरातील माणसांसाठी आणि जवळच्या मित्रमंडळींसाठी पणत्या, धूप, धूपदाणी, नाना प्रकारच्या माळा, कवच, रुद्राक्ष, जपमाळा, तुलसीमाळा, बोरू, भूर्जपत्रावर लिहिलेल्या पोथ्या, कृष्ण आणि इतर देवी-देवतांची पटचित्रे नेली होती. लहान लहान वस्तूंतून प्रकट होणारे भारतातील प्रासादिक सौंदर्य तिला दाखवायचे होते. आणखी दोन महत्त्वाच्या गोष्टी तिने बरोबर नेल्या होत्या – गंगाजल आणि गोपालेर मांची रुद्राक्षमाळ! तिच्या आईने श्रद्धेने रुद्राक्षमाळ हातात घेताच निवेदितेला समाधान वाटले.

निवेदितेने वेद, पुराण, रामायण, महाभारत, स्वामीजींचे जीवन आणि कार्य, भारतीय साहित्यावर इतिहासाचा प्रभाव, अशा निरनिराळ्या विषयांवर व्याख्याने दिली. व्याख्याने देण्यामागचा एक उद्देश भारत, त्याचा इतिहास आणि संस्कृती, भारतीय जीवन यांचा सखोल परिचय करून देणे, हा असला तरी मुख्य उद्देश तिच्या शाळेसाठी आर्थिक मदत गोळा करणे हा होता.

पण याहून महत्त्वाच्या कार्यासाठी ती पश्चिमेकडे गेली होती. तिच्या मनात सतत भारताच्या स्वातंत्र्याचा विषय घोळत असे. 'भारताचे भाग्य भारताच्याच हातात आहे आणि भारतीय लोक भारतात राहूनच आपला भाग्योदय घडवून आणतील,' याची तिला जाणीव असली, तरी काही भारतप्रेमी इंग्रजी मित्रमंडळींचे भारताच्या स्वातंत्र्यासाठी समर्थन मिळवणे, तिला अत्यंत आवश्यक वाटत होते. आणि तसे तिने मिळवलेही.

त्या काळी इंग्लंडमध्ये 'ब्रिटिश कमिटी' स्थापन झाली होती. ही कमिटी म्हणजे भारतीय राष्ट्रीय काँग्रेसची ब्रिटनमधील शाखा होती. या कमिटीचा उद्देश भारताचे हित बघणे हाच होता. या कमिटीत ब्रिटिश पार्लमेंटचे सदस्यही होते. निवेदितेने या कमिटीचे नेहमीच समर्थन केले आहे. या कमिटीचे भारतावर खरोखरच फार उपकार झाले. ही कमिटी 'इंडिया' नावाचे वृत्तपत्र काढत असे. हे वृत्तपत्र निरनिराळ्या माध्यमांद्वारा बातम्या एकत्र करून, त्या सुसंगतपणे आणि संयमित रीतीने प्रसिद्ध करत असे. ब्रिटिश कमिटीच्या ऑफिसमध्ये महत्त्वाचे दस्तऐवज आणि कागदपत्रे ठेवलेली असत. ज्यांना इच्छा असेल अथवा गरज असेल, ते त्यांचा उपयोग करत असत. पार्लमेंटमध्ये भारतासंबंधी प्रश्न उपस्थित करताना त्या कागदपत्रांचा फार उपयोग होत असे. मात्र ब्रिटिश कमिटीचे हे महत्त्वाचे कार्य आणि तिचा उद्देश भारतातील फारच थोड्या लोकांना माहीत होता. ही कमिटी निरपेक्षपणे काम करत होती. पण भारतातील राष्ट्रवादी विचारांच्या लोकांना या कमिटीच्या प्रयोजनाबाबत शंका वाटत असल्याने ते या कमिटीच्या विरुद्ध होते. भारतातर्फे जेव्हा एक प्रस्ताव मांडण्यात आला की, 'इंडिया' हे वृत्तपत्र बंद करावे, तेव्हा निवेदिता नाराज झाली. तिला हा प्रस्ताव अयोग्य वाटला. कारण 'इंडिया' हे वृत्तपत्र बंद झाल्यावर परदेशात भारताची स्थिती आणि भारताची भूमिका, भारताबाहेरील लोकांसमोर मांडण्याचा मार्गच बंद होणार होता. या संदर्भात निवेदितेने जपान आणि त्याच्यासारख्या इतर देशांचे उदाहरण दिले. हे देश परदेशात आपली भूमिका मांडून, तिचा प्रचार करण्यासाठी बराच खर्च करत होते आणि कष्टही घेत होते. पुढे १९२०च्या नागपूर काँग्रेसच्या अधिवेशनात गांधीजींनी 'इंडिया' हे वृत्तपत्र आणि ब्रिटिश कमिटी बंद करण्याचा ठराव मंजूर करून घेऊन फार मोठी चूक केली, असे नेताजी सुभाषचंद्र बसूंचेही मत होते.

निवेदितेच्या मते ब्रिटिश कमिटीचे सदस्य भारतातील काँग्रेसच्या सदस्यांपेक्षा अधिक स्पष्टपणे, अधिक ठामपणे भारताची बाजू मांडत. भारतातील काँग्रेसच्या सदस्यांत ब्रिटिश सदस्यांसारखे धैर्य क्वचितच दिसत असे. भारतातील नेत्यांना ब्रिटिश कमिटीचे अजिबात कौतुक नव्हते.

इंग्लंडमधील भारत-समर्थक निरपेक्ष वृत्तीने कार्य करत होते. पण भारतीय लोकांनी त्याचे मूल्य जाणले नाही, म्हणून निवेदितेला वाईट वाटत होते. अनेक भारत-समर्थकांना भारताची बाजू मांडल्याबद्दल फार मोठी किंमत मोजावी लागली आहे.

फ्रेडरिक मॅककार्निस हे जुन्या वळणाचे पुरोगामी उदारमतवादी होते. त्यामुळे त्यांच्या मते व्यक्तिस्वार्थापेक्षा न्यायनीतीला महत्त्वाचे स्थान होते. उदारमतवादी पक्षाचे खासदार असूनही त्यांनी त्यांच्या पक्षाचे श्रेष्ठ नेते मोर्ले यांच्या कारकिर्दीच्या काळातच भारतातील इंग्रजांच्या जुलमी राज्यकारभाराबद्दल आवाज उठवला. भारतातील

व्यक्तिस्वातंत्र्याचा लोप, वृत्तपत्रांची गळचेपी, पोलिसी अत्याचार यांच्या प्रतिकारासाठी इंग्लंडमध्ये 'इंडिया सिव्हिल राइट्स कमिटी' स्थापन करण्यात आली होती. मॅककार्निस होते त्याचे अध्यक्ष आणि सचिव होते एस.के. रॅटक्लिफ. ही कमिटी स्थापन झाली तेव्हा निवेदिता इंग्लंडमध्येच होती आणि या कमिटीच्या स्थापनेमागे तिचा उत्साह व प्रयत्न होते. आपल्या पक्षाचे सरकार असताना आणि त्या सरकारचा आदेश असूनही कशाचीही पर्वा न करता दोन वर्षे मॅककार्निस यांनी अन्यायाविरुद्ध संघर्ष केला.

८ डिसेंबर, १९०८ रोजी अश्विनीकुमार दत्त, कृष्णकुमार दत्त यांच्यासह नऊ विशिष्ट व्यक्तींना काही अपराध नसताना, समन्स न काढता अटक करून, खटला न चालवता हद्दपार करण्यात आले. अश्विनीकुमार शिक्षणतज्ज्ञ, लेखक, मानवतावादी, स्वदेशी, बहिष्कार चळवळीचे ज्येष्ठ नेते होते. कृष्णकुमार मित्र हे अरविंदांचे मावसोबा. ते 'संजीवनी' मासिकाचे संपादक होते. स्वदेशी आंदोलनातील तेही एक नेते होते.

या अन्यायाविरुद्ध २९ जानेवारी, १९०९ रोजी मॅककार्निसनी 'टाइम्स'मध्ये सविस्तर पत्र लिहिले. त्यात अश्विनीकुमारांचे शुद्ध चारित्र्य, शिक्षण, समाजसुधारणा, समाजासाठी त्यांनी केलेली दीर्घ सेवा यांचा विशेष उल्लेख करून पुढे म्हटले आहे की, 'मॅग्नाकार्टा', 'पिटिशन ऑफ राइट्स', 'हेबियस कॉर्पस ॲक्ट' आणि भारतासाठी राणी व्हिक्टोरियाने काढलेला जाहीरनामा यांचा भारतात घोर अपमान झाला आहे.

मॅककार्निस एवढेच करून थांबले नाहीत, तर एकशे सेहेचाळीस (चौऱ्याऐंशी उदारमतवादी आणि बासष्ट मजूर व आयरिश पक्षाचे.) खासदारांसह पंतप्रधान एच.एच. ॲसक्विथ यांच्याकडे अश्विनीकुमार दत्त आणि इतर यांच्यावर झालेल्या अन्यायाविरुद्ध त्यांनी निवेदन दिले. ॲसक्विथनी त्यांना उडवाउडवीचे उत्तर दिले. ॲसक्विथ म्हणाले, "या नऊ बंगाली नेत्यांना शिक्षा म्हणून हद्दपार करण्यात आलेले नाही, तर प्रतिबंधात्मक उपाय म्हणून हे करण्यात आले आहे."

ॲसक्विथ यांच्या या उत्तराचा कडक शब्दांत समाचार घेणारे एक स्फुट 'मॉडर्न रिव्ह्यू'मध्ये जून, १९०९ला छापले गेले. त्या स्फुटात म्हटले होते, "अशा प्रकारच्या बेजबाबदार आणि अपमानकारक वक्तव्याबद्दल अब्रूनुकसानीचा दावा करता येऊ शकेल. असे केल्यास सर्वोच्च पदावरील व्यक्ती वक्तव्य करताना सावधगिरी बाळगतील." पुढे स्फुटात उपरोधाने म्हटले आहे, "खरेच! त्यांना हद्दपार करणे ही शिक्षा नाहीच! आपल्या माणसांपासून दूर होणे, आपल्या उपजीविकेपासून वंचित होणे, नेहमीच्या कामकाजाचा अधिकार काढून घेतला जाणे – हे सर्व खरोखरच किती सुखाचे आहे नाही! उत्तर प्रदेशातील गदमदणाऱ्या रात्री, अजिबात वारा न येणाऱ्या, काळोख्या, कमी उंचीच्या कोठडीत डांबून राहणे की, नक्कीच

शिक्षा नाही! एखाद-दुसरे पत्र लिहिण्यासाठी कागद-लेखणी मिळणे म्हणजे केवढी सोय बरे!'' पुढे उपरोध अधिक तीव्र झाला आहे, '''अरेबियन नाइट्स'चा जमाना आता नाही म्हणून, नाहीतर एखाद्या 'जिन'ला (राक्षसाला) मदतीला घेऊन, मि. अॅसक्विथना, आग्र्याच्या तुरुंगातील एका कोठडीत एका रात्रीसाठी का होईना, बंद करून ठेवण्याची व्यवस्था करता आली असती!''

या स्फुटाची भाषा, शैली, स्पष्टवक्तेपणा यावरून हे स्फुट निवेदितेनेच लिहिले होते, हे स्पष्ट होते. सरकारने टाळाटाळ करण्याचा बराच प्रयत्न केला. अखेर मोर्लेंना उत्तर द्यावेच लागले. या नेत्यांना पुराव्याशिवाय अटक झाल्याचे त्यांना मान्य करावेच लागले.

मॅक्कार्निस यांनी भारतातील पोलिस अत्याचारांचे यथार्थ वर्णन करणारे लेख 'नेशन' या वर्तमानपत्रातून प्रसिद्ध केले होते. ते लेख एकत्र करून, त्याचे त्यांनी पुस्तक काढले. यामुळे चिडून इंग्रज सरकारने या पुस्तकावर जप्ती आणली. याचा परिणाम मात्र उलटाच झाला. पुस्तकाची मागणी कितीतरी पटींनी वाढली. सरकारने दाबून टाकण्याचा कितीही प्रयत्न केला तरी इंग्रजांच्या भारतातील अत्याचाराचे खरे स्वरूप जगापुढे आलेच.

मॅक्कार्निसनी भारतासाठी जे केले त्याची फळे त्यांना भोगावी लागली. पुढच्या निवडणुकीच्या वेळी, उदारमतवादी पक्षाच्या अधिकारीमंडळींनी त्यांना बाजूला सारले. मॅक्कार्निसनी भारतासाठी जे केले, ते त्या काळी भारतीयांना समजणे शक्य नव्हते. कारण वर्तमानपत्रांच्या स्वातंत्र्यावर गदा आणण्यास सरकार पुढे होते. पण इंग्लंडमधील भारतीयांना ते समजले असल्याने त्यांनी मॅक्कार्निसना मेजवानी देऊन धन्यवाद दिले. या मेजवानीला सर भवनगिरी, लाला लजपत राय, बिपिनचंद्र पाल, गणेश श्रीकृष्ण खापर्डे, एम. के. तय्यबजी, जे. एम. पारीख उपस्थित होते. हे सर्व आपल्याला निवेदितेच्या पत्रांमुळे कळते. निवेदितेने १ डिसेंबर, १९०९च्या रॅटक्लिफ दंपतीला लिहिलेल्या पत्रात म्हटले आहे, ''मॅक्कार्निससाठी नक्कीच जे शक्य आहे ते करेन... त्यांना फार दिवस निवृत्त जीवन जगावं लागणार नाही, असं वाटतं. त्यांनी केलेलं काम खरोखरच बहुमोल आहे. त्यांची उपेक्षा करता यायचीच नाही.''

मॅक्कार्निसच्या या कामात त्यांना रॅटक्लिफ यांची खूप मदत झाली होती. अरविंदांचा बचाव करताना रॅटक्लिफना मॅक्कार्निस यांनीच मदत केली.

मॅक्कार्निससाठी निवेदितेने काय केले, याची माहिती मिळू शकत नसली तरी ७ एप्रिल, १९१०च्या पत्रात रॅटक्लिफना तिने लिहिले आहे, ''मॅक्कार्निसना हवं असलेलं काम मिळतंय, असं दिसतंय.''

मॅक्कार्निस यांच्यासारखेच कार्य त्या वेळच्या ब्रिटिश लेबर पार्टीच्या केअर हार्डी यांनी केले. १९०७ साली ते भारतात आले होते. त्यांच्या वक्तृत्वामुळे आणि

लेखनामुळे भारतातील राष्ट्रवादी वर्तुळाला उत्तेजन मिळाले. सरकारला मात्र ते त्रासदायक वाटले. भारतातील त्या वेळच्या पोलिसांच्या अत्याचारांबद्दल लिहिताना, हार्डींनी या अत्याचारांची तुलना रशियातील अत्याचारांशी केली होती. रशियातील अत्याचारांइतकेच भारतीय अत्याचार भयानक असल्याचे त्यांनी स्पष्टपणे म्हटले होते. 'अशा अत्याचारांमुळेच अतिरेकी तयार होतात,' हे त्यांचे मत अतिशय महत्त्वाचे आणि विचार करण्यासारखे होते. भारतातील इंग्रज सरकारचे धोरणच भारतातील अशांतीचे कारण असल्याचे त्यांनी इंग्लंडमध्येही स्पष्टपणे सांगितले. आपली मते त्यांनी वर्तमानपत्रांतून तर मांडलीच, पण ग्रंथरूपातही प्रसिद्ध केली.

हार्डीसारखेच कार्य रॅमसे मॅक्डोनाल्ड यांनीही केले.

अरविंदांना अटक होण्याची दाट शक्यता निर्माण झाली होती, ती त्यांच्या 'कर्मयोगीन'मधील जहाल लेखनामुळे आणि क्रांतिकार्याला त्यांचा सक्रिय पाठिंबा असल्याच्या संशयावरून निवेदितेला त्यांची अटक टाळणे अत्यावश्यक वाटत होते. कारण नेत्यालाच अटक झाल्यास क्रांतिकारकांची चळवळ पूर्णपणे थंडावली असती. अशा वेळी अरविंदांनी दोन अनावृत पत्रे प्रसिद्ध करून स्वत:चा बचाव केला. पण नुसत्या त्यांच्या अशा पत्रांनी काम झाले असे नाहीतर ही पत्रे योग्य स्वरूपात योग्य व्यक्तींपर्यंत पोहोचवण्यासाठी निवेदितेने बरेच कष्ट घेतले. तिला यात रॅटक्लिफ, मॅक्कार्निस यांच्यासह केअर हार्डी आणि रॅमसे मॅक्डोनाल्ड यांची फार मदत झाली. त्याबद्दल निवेदितेने त्यांचे मनापासून अभिनंदन केले आहे.

याच सुमारास अश्विनीकुमार दत्त आणि इतरांना तुरुंगातून सोडण्यात आले. त्याचे श्रेय लॉर्ड मोर्ले यांना देण्यात आले. पण निवेदितेच्या रॅटक्लिफ यांना लिहिलेल्या पत्रावरून हे स्पष्ट होते की, हार्डी आणि मॅक्डोनाल्ड यांचे प्रयत्नच या घटनेमागे होते आणि या प्रयत्नांमुळेच या सर्व नेत्यांची सुटका झाली. म्हणूनच इंग्रजांचे लांगूलचालन करणाऱ्या वर्धमानच्या तरुण जमीनदाराने हार्डींना 'सादा कुलिदेर सरदार' (गोऱ्या हमालांचा सरदार) म्हणून त्यांची निर्भत्सना करताच निवेदिता संतापली. 'मॉडर्न रिव्ह्यू'त 'द व्हाइट सरदार कुल' नावाचा एक लेख प्रसिद्ध झाला. या लेखाखाली लेखकाचे नाव दिले होते, 'इज्जत.' काहींच्या मते हा लेख लाला लजपत रायांनी लिहिला होता. पण अनेकांचा तर्क आहे की, या लेखनामागे निवेदिताच होती. हा लेख फारच आक्रमक होता. यात म्हटले होते, "वर्धमानच्या महाराजांचे वक्तव्य म्हणजे भारतामध्ये हळूहळू प्रस्थापित होऊ पाहणाऱ्या शिक्षित लोकशाहीच्या विरोधात अँग्लो-इंडियन नोकरशाही आणि जमीनदार कसे एक झाले आहेत, याचे प्रमाणच आहे." याच लेखात पुढे इंग्लंडच्या राजकारणात हार्डींचे स्थान स्पष्ट करण्यात आले होते. "लेबर पार्टीच्या या सरदाराच्या हातात कॉमन्स सभेची चाळीस मते आहेत. आयरिश नॅशनल पार्टीशी हार्डींच्या पार्टीची

युती आहे आणि भारतातील राजा-महाराजांचे भलेबुरे ठरवणाऱ्या मंत्र्यांच्या आणि व्हॉइसराय-गर्व्हनरांच्या नेमणुका किंवा बरखास्ती हार्डींच्या पार्टीच्याच हातात आहेत. या गोऱ्या हमाल सरदारानेच लिबरल पार्टीतून कामगारांना वेगळे काढून लेबर-पार्टी स्थापन केली आहे आणि आता ब्रिटिश पार्लमेंटमध्ये लेबर-पार्टीच्या सदस्यांची संख्या बरीच आहे. ग्रेट ब्रिटनमधील समाजवादी चळवळीचे हार्डी हे पितामहच! इतिहासाने आमची संपूर्ण वंचना केली नाही, तर भारताचे भविष्य भारतातील हार्डींच्या म्हणजेच हमालांच्या सरदारांच्याच मुठीत असणार आहे, असे म्हणता येईल.''

यांच्याव्यतिरिक्त सर हेन्री कॉटन, डॉ. व्ही. एच. रुदरफोर्ड, मि. जे. हार्ट डेव्हिस, मि. जेम्स ओ'ग्रॅडी, मि. सी. जे. ओ'डोनेल, मि. स्वीफ्ट मॅक्नील, मि. विल्यम रेडमाँड वगैरे 'हाउस ऑफ कॉमन्स'मधील प्रसिद्ध सदस्य निवेदितेच्या परिचयाचे होते आणि या सर्वांनी निवेदितेला हवे होते तसे समर्थन भारताला दिले. यांच्यामुळेच ब्रिटिश नागरिकांना भारतची खरी परिस्थिती कळली आणि ब्रिटनमधील सर्वसामान्यांचे मत भारताच्या बाजूचे झाले.

इंग्रज पत्रकारांमध्ये रॅटक्लिफ तिचे मित्र होते. त्यांनी तिला भारताच्या संदर्भात वेळोवेळी मदत केली. याशिवाय 'रिव्ह्यू ऑफ रिव्ह्यूज'चे मि. स्टीड, 'कमिंग डे'चे जॉन हॉप, मि. नेव्हिनसन, 'मँचेस्टर गार्डियन'चा संपादकवर्ग यांनीही खूप साहाय्य केले.

विल्यम स्टीड यांना महान पत्रकार म्हटले जाते. त्यांना भारतीय राष्ट्रीय आंदोलनाबद्दल लिहिण्यास प्रवृत्त करण्यामागे निवेदितेचेच प्रयत्न होते. निवेदितेच्या साहाय्याने भारतातून 'रिव्ह्यू ऑफ रिव्ह्यूज' प्रकाशित करण्याचा स्टीड यांचा मानस होता; पण तो प्रत्यक्षात येऊ शकला नाही.

स्वदेशी आंदोलनाच्या आरंभी स्टीडने आपल्या वर्तमानपत्रातून, या आंदोलनासंबंधी बरेच औत्सुक्य दाखवले होते. पत्रे आणि विशिष्ट विश्वासू व्यक्ती यांच्यामार्फत निवेदिता स्टीडना भारताच्या परिस्थितीबद्दल वेळोवेळी माहिती देत होती. २० सप्टेंबर, १९०५ रोजी गोखल्यांना लिहिलेल्या पत्रात तिने म्हटले आहे, ''तुम्ही विशेष करून मि. स्टीडना भेटावं, असं मला वाटतं. आणि लॉर्ड कर्झनविषयीचे तुमचे व्यक्तिगत अनुभव सांगावेत. मि. स्टीडपाशी तुम्ही मनमोकळेपणानं बोलण्यास हरकत नाही. तरीसुद्धा कोणता व्यक्तिगत अनुभव प्रसिद्ध करण्यायोग्य आहे आणि कोणता नाही, हे स्पष्टपणे सांगितलेलं बरं!''

मि. स्डीड १९०६पर्यंत स्वदेशी आंदोलनाचे चित्रण व्यवस्थित करत असल्याने निवेदिता समाधानी होती. १९०७पासून दोन वर्षे भारताबाहेर युरोप-अमेरिकेत असताना, परदेशात भारताबद्दलच्या बातम्या योग्य प्रकारे प्रकाशित व्हाव्यात म्हणून तिने बरेच प्रयत्न केले. पण आंदोलनाने क्रांतीचा – प्रत्यक्ष क्रांतीचा – मार्ग अवलंबताच, शांतिप्रिय स्टीड काहीसे मागे सरले. मात्र अरविंद आणि अश्विनीकुमार

दत्त यांच्यावरील अन्यायाच्या वेळी त्यांना आपली लेखणी सरसावावी लागलीच. त्यांनी इंग्रज सरकारच्या दबावतंत्राबद्दल आणि वर्तमानपत्रांच्या अभिव्यक्तिस्वातंत्र्यावर घाला घातल्याबद्दल सडकून टीका केली. निवेदितेनेही आपल्या पत्रातून यासंबंधी तीव्र शब्दांत टिप्पणी केली आहे. दोघांचेही विचार सारखे असल्याने त्यांचे संबंध नेहमीच मैत्रीचे राहिले.

येथेच हेन्री नेव्हिनसन यांचा उल्लेख करायला हवा. नेव्हिनसन सामरिक पत्रकार असले तरी मानवतावादी लेखक म्हणूनच ओळखले जातात. त्यांच्यावर प्रिन्स क्रोपोट्किनचा प्रभाव होता. ते कामगारांमध्ये राहत. त्यांनी नेहमीच स्वातंत्र्यासाठी लढणाऱ्यांना मदत केली. त्यांनी बऱ्याच युद्धाच्या बातम्या दिल्या. युद्धाची भीषणता प्रत्यक्ष पाहिली असल्याने त्यांनी एक संघटना स्थापन करून युद्धाच्या वेळी सैनिकांची शुश्रूषेची व्यवस्था केली. इंग्लंडमध्ये स्त्रियांना मताधिकार मिळावा, म्हणून त्यांनी पुढाकार घेतला.

१९०७मध्ये 'मँचेस्टर गार्डियन', 'डेलि क्रॉनिकल' आणि 'ग्लासगो हेराल्ड'चे प्रतिनिधी म्हणून त्यांनी भारताला भेट दिली. भारतातील अनेक महत्त्वाच्या ठिकाणांना भेट देऊन ते स्वत:चे अनुभव इंग्लंडमधील वर्तमानपत्रांकडे पाठवत. त्यांच्या बातम्यात पक्षपातीपणा अजिबात नसे. त्यामुळे त्या खळबळ माजवत. म्हणून भारतातील इंग्रज सरकारची त्यांच्यावर वक्रदृष्टी होती. त्यांनी स्पष्टपणे कळवले होते की, "भारतात राजद्रोह होत नाही, सरकारवर फक्त टीका होते. एका बाजूला बंगाल्यांना भित्रे, नामर्द म्हटले जाते आणि त्यांनी व्यायाम वगैरे केला तर त्यास राजद्रोह म्हटले जाते, या दोन्ही गोष्टी एकत्र नांदू शकत नाहीत."

नेव्हिनसन यांनी उघडपणे तक्रार केली होती की, हेर त्यांच्या मागे आहेत. त्यांचे टेलिग्रॅम अडवले जातात. पत्रे फाडली जातात. 'मँचेस्टर गार्डियन'ची प्रत त्यांना दिली जात नाही.

यावर 'इंडिया' या वृत्तपत्राने म्हटले होते, "नेव्हिनसन यांचा जो अपमान होत आहे, त्याबद्दल आमची त्यांना सहानुभूती आहे. मात्र त्याबद्दल आम्हाला खेद नाही, कारण त्यामुळेच नोकरशाहीचा खरा चेहरा उघड झाला आहे."

इंग्लंडला गेल्यावर नेव्हिनसननी अगदी उघडपणे भारताच्या राजकीय अधिकाराच्या मागणीबद्दल सहानुभूती व्यक्त केली.

नेव्हिनसन यांची तलवारीसारखी धारदार लेखणी ही भरडल्या गेलेल्या माणसांच्या अधिकारासाठी नेहमीच लढण्यास तयार असल्यामुळे भारताच्या पाठीशी ते ठामपणे उभे राहतील, याची निवेदितेला खात्री होती. निवेदितेची लेखणीही अशीच धारदार नव्हती का! म्हणूनच नेव्हिनसन आणि निवेदिता यांना एकमेकांबद्दल श्रद्धा आणि आदर होता.

या सर्व भारत-मित्रांना धन्यवाद देण्यासाठी १९०१ साली 'मॉडर्न रिव्ह्यू'मध्ये Our Friends in Parliament and Outside या नावाचा लेख तिने लिहिला. लेखाखाली तिची सही नसली तरी भाषा, लेखनाची शैली यावरून तो निवेदितेचाच असल्याबद्दल दुमत नाही.

ती इंग्लंडला असताना नामदार गोखले, रमेशचंद्र दत्त, बिपिनचंद्र पाल वगैरे तिचे स्नेहीही तेथेच होते. ते मधून-मधून भेटत असत आणि भारताच्या प्रश्नावर चर्चाही करत.

निवेदिता भारतात असो की भारताबाहेर, भारताच्या हितासाठी झटत असे. नामवंत लोकांमार्फत सरकारवर दबाव आणून, भारताच्या बाजूने भारतातीलच नव्हे, तर इंग्लंडमधील लोकांचे मत तयार करण्याचे अती महत्त्वाचे कार्य तिने केले.

इंग्लंडहून जगदीशचंद्र बसूंबरोबर ती अमेरिकेला गेली. अमेरिकेत तिने बरीच व्याख्याने दिली. याशिवाय स्वामीजींच्या चरित्रलेखनासाठी त्यांची पत्रे, त्यांच्या व्याख्यानांचे वृत्तान्त असे साहित्य ती गोळा करत होती.

या कामाव्यतिरिक्त अतिशय महत्त्वाचे काम म्हणजे भारतातून अमेरिकेत आलेल्या भूपेंद्रनाथ दत्त, तारकनाथ दास, गिरिजाशंकर रायचौधुरी वगैरे पाच क्रांतिकारक तरुणांच्या शिक्षणाची व्यवस्था करणे. या क्रांतिकारक तरुणांना शिक्षण देण्यात तिची दूरदृष्टीच दिसून येते. पुढे स्वतंत्र होणाऱ्या भारताच्या रक्षणासाठी आणि कल्याणासाठी असे तरुण घडवणे आवश्यकच होते. भूपेंद्रनाथ दत्तांच्या स्वाभिमानाला धक्का न लावता त्याच्या राहण्याची, उपजीविकेची, शिक्षणाची व्यवस्था तिने कशी केली, हे तिच्या पत्रांवरूनच कळते. ती जयांना कळवते की, स्वामीजींचा धाकटा भाऊ भूपेंद्र अत्यंत चांगला मुलगा आहे. त्याचे चारित्र्य उत्तम आहे... भूपेंद्रजवळ पैसा नाही. त्याला सर्वप्रथम आश्रय हवा आहे. मग तो स्वत:ची व्यवस्था करू शकेल असे वाटते... एखाद्या व्यापारी पेढीवर त्याला काम मिळाल्यास बरे होईल. पुढे तिने म्हटले आहे की, त्याने इतिहासाचा अभ्यास करावा, असे मला वाटते आणि त्याचबरोबर जमल्यास पत्रकारितेचा. पण पुढे ती असेही बजावते की, ही फक्त माझी मते आहेत. त्याच्या मनाचा कल मला माहीत नाही. तो स्वतंत्र विचाराचा आहे. त्याच्यावर आपली मते लादणे योग्य ठरणार नाही.

१७ फेब्रुवारी, १९०९ रोजी जयांना तिने लिहिले आहे, "मी गुप्तपणे माझ्या 'काली दि मदर' या पुस्तकासाठी मला मिळालेला एक चेक पाठवत आहे. हा स्वामीजींच्या भावासाठी आहे. मी त्याला कळवू शकत नाही, म्हणून तुला लिहिते आहे. स्वामीजींच्या माणसांनी माझ्या भावासाठी – रिचमंडसाठी – खूप केलंय. तेव्हा त्यांच्या सख्ख्या भावाच्या पालनपोषणाची जबाबदारी घेणं योग्यच नव्हे का!"

अमेरिकेतही भारताच्या बाजूने मत तयार करण्याचा तिचा प्रयत्न सुरूच होता.

येथे ती अमेरिकन लीगचे अध्यक्ष मि. जे. टी. सन्दरलँड यांनाही भेटली होती. ते भारताला स्वातंत्र्य मिळावे, या मताचे होते.

जगदीशचंद्र बसूंचे अमेरिकेतील काम संपताच भारतात परत फिरण्याचा निवेदितेचा बेत होता. तेवढ्यात तिच्या आईची तब्येत बिघडल्याची बातमी तिला कळली. ही बातमी कळली तेव्हा ती केंब्रिजला धीरामातांकडे होती. तिच्या आईला कॅन्सर झाला होता आणि आता तिला असह्य वेदना होत होत्या. निवेदिता काळजीत पडली. ताबडतोब इंग्लंडला जाण्यास निघणे शक्य नसल्याने तिने आईला लिहिले, ''छोट्या आईस देव सर्वत्र भरून राहिला आहे. तोच सगळी बंधनं तोडून तुला शांती देईल. श्रीरामकृष्ण आणि स्वामीजी यांच्या उद्यानातील सुंदर आयुष्याबद्दल मला तुला पुन्हा सांगावंसं वाटतं. त्या आयुष्याविषयी ऐकलं की देव सर्वत्र आहे, यावर आपला विश्वास बसतो. आणि हो! त्यांनी तुला खूप मदत केली नाही का? फक्त एक स्पर्श... एक दृष्टिक्षेप... एक भेट आणि सगळ्या वेदना शमतात. मग उरते ती शांती आणि आनंद... खोल-खोल आनंद... फक्त तुझाच!''

पण जानेवारी, १९०९ला आईसाठी तिला अमेरिका सोडावीच लागली. आईची तब्येत वेगाने ढासळत होती. निवेदितेने ताबडतोब आईपाशी असायला हवे होते. आणि झालेही तसेच....

निवेदितेची आईशी भेट झाली. आईच्या अंतिम क्षणी ती आणि तिची बहीण आईजवळ होत्या. निवेदितेच्या आई धर्मगुरूंची पत्नी होत्या. ख्रिश्चन धर्मावर त्यांचा विश्वास होता; पण स्वामीजींच्या प्रभावाने आपल्या धर्माबद्दल निष्ठा ठेवूनही, त्यांच्यात उदार आध्यात्मिकता जागृत झाली होती. म्हणूनच निवेदितेचे धर्माबद्दल झालेले विचारपरिवर्तन त्या आई म्हणूनच नव्हे, तर एक विचारी स्त्री म्हणून सहन करू शकल्या; एवढेच नव्हे, तर त्यांनी निवेदितेपाशी 'भारतीय मृत्यू' मागून घेतला. याचा अर्थ तिच्या आईंना अग्निसंस्कार हवा होता. निवेदितेने त्यांच्या कुटुंबाच्या धर्मगुरूंना तसेच करायला लावले. अंतिम क्षणी ती आईच्या कानात पुटपुटली, ''हरी ॐ!''

आईचा चिरविरह निवेदितेला व्याकूळ करून गेला यात नवल नाहीच! पण आईचा मृत्यू शांतपणे झाला, पूर्ण तृप्तीत झाला याचेच तिला समाधान वाटले. आयर्लंडमधील डेव्हनशायरला वडिलांच्या समाधीपाशी तिने आईची रक्षा विसर्जित केली. 'ईस्टर ईव्ह'च्या दिवशी हे कार्य करण्यात आले. पाइन वृक्षांनी वेढलेली ही जागा निवेदितेच्या दृष्टीने महान तीर्थक्षेत्रच होते.

निवेदितेच्या वयाच्या बेचाळिसाव्या वर्षी तिच्या चौसष्ट वर्षे वयाच्या आईचा मृत्यू झाला. धाकट्या बहिणीचे सांत्वन करताना निवेदितेने म्हटले आहे, ''जीवन म्हणजे सुखही नाही आणि दुःखही नाही. जीवन अनंत अर्थांनी पूर्ण असतं. सुख

आणि दु:ख ही फक्त जीवनाची साधनं असतात.''

एका पत्रात धीरामातांना निवेदितेने लिहिले होते, ''आईनं आपल्या सर्वांसाठी एक उबदार घरटं बांधून ठेवलंय.''

त्या घरट्यातली मायेची ऊब निघून जाताच निवेदिता खिन्न झाली. आता तिला तिच्या भारतमातेच्या कुशीत शिरण्याची ओढ लागली.

निवेदिता नोबल कुटुंबातली मोठी मुलगी होती. त्यामुळे आईच्या बाबतीतील सर्व कर्तव्ये तिने व्यवस्थित पार पाडली. नंतरही काही दिवस ती आपल्या भावंडांबरोबर राहिली. आईच्या मृत्यूमुळे तिची धाकटी बहीण मे पार खचून गेली होती. तिला दु:खातून सावरायला निवेदितेनेच मदत केली. मोठ्या बहिणीच्या नात्याने तिने मेची समजूत घातली. स्वामीजींच्या शिकवणीची तिला आठवण करून दिली. तिला धीर दिला. आईच्या अखेरच्या इच्छेनुसार तिच्या वडिलांनी दिलेल्या व्याख्यानांच्या आणि प्रवचनांच्या प्रती काढून त्या कालक्रमानुसार व्यवस्थित लावून, भावंडांच्या स्वाधीन केल्या. नोबल कुटुंबाच्या दृष्टीने हा बहुमोल ठेवाच होता. २ जुलै, १९०९ रोजी तिने मार्सेलिसहून भारताकडे प्रयाण केले.

◆

क्रांतियोगिनी भगिनी निवेदिता

२ जुलै रोजी निवेदितेने भारतात परत येण्यासाठी जहाजावर पाऊल ठेवले आणि त्याच रात्री मदनलाल धिंग्रा या पंजाबी क्रांतिकारक तरुणाने सर कर्झन वायली यांना गोळ्या घालून ठार केले. मदनलाल पकडला गेला. त्याने आपल्या जबानीत स्पष्टपणे सांगितले, "आमच्या भारतीय तरुणांना विनाकारण हद्दपार करण्यात आलं किंवा क्रूरपणे फासावर चढवण्यात आलं. या गोष्टीचा सरळ-साधा निषेध करण्यासाठीच मी जाणूनबुजून ब्रिटिश रक्त सांडलं." मदनलालला अर्थातच फाशी झाली आणि त्याचे त्या वेळचे सहकारी वि.दा. सावरकर – ज्यांना आपण पुढे 'स्वातंत्र्यवीर' म्हणून ओळखू लागलो – त्यांना अटक करून, त्यांच्यावर खटला चालवण्यासाठी भारतात पाठवण्यात आले.

मदनलाल धिंग्राच्या या कृत्याशी निवेदितेचा संबंध असावा, असा संशय निवेदितेच्या काही चरित्रकारांनी व्यक्त केला आहे. या चरित्रकारांच्या मते तिने इंग्लंडमध्ये असताना जे क्रांतिकार्याचे धडे दिले त्याचाच हा परिणाम होता. निवेदितेने मात्र धीरामातांना ७ जुलै रोजी लिहिलेल्या पत्रात म्हटले आहे, "सर कर्झन वायलींच्या हत्येच्या भयंकर बातमीने आम्हाला धक्काच बसला. आम्ही मार्सेलिसहून निघालो, त्याच रात्री ही हत्या घडली असावी असं दिसतं. वर्तमानपत्रातील बातमीवरून त्या तरुणाची वायलींशी ओळख होती. तेव्हा या हत्येमागे वैयक्तिक कारण असावं. काही असलं तरी ही बातमी भयंकरच आहे. आम्ही सुन्न झालो."

या पत्राचा संदर्भ घेऊन निवेदितेच्या दोघी प्रसिद्ध चरित्रकार प्रव्राजिका आत्मप्राणा आणि प्रव्राजिका मुक्तिप्राणा तिचा क्रांतिकार्याशी संबंध नव्हता, हे सिद्ध करण्याचा प्रयत्न करतात. त्यांच्या मते निवेदितेची पत्रे, तिने केलेल्या नोंदी किंवा तिची दैनंदिनी यामध्ये असा एकही पुरावा आढळत नाही की, ज्या आधारे तिचा क्रांतिकार्याशी संबंध होता, असे दाखवता येईल.

निवेदितेचा मदनलालच्या कृत्याशी संबंध होता की नव्हता, हे जरी सांगता

आले नाही, तरी एक गोष्ट आपण लक्षात ठेवली पाहिजे की, क्रांतिकारकांचा नेता कधीच प्रत्यक्षपणे क्रांतिकार्यात भाग घेत नसतो. स्वातंत्र्यवीर सावरकरांचे उदाहरण यासाठी उल्लेखनीय ठरेल. दुसरे म्हणजे क्रांतिकारक कुठलाही पुरावा मागे ठेवत नाहीत, आपल्या गुप्त योजनांच्या नोंदी ठेवत नाहीत. उलट असतील ते पुरावे नष्ट करण्याचा त्यांचा प्रयत्न असतो. क्रांतिकारक एकमेकांची ओळखही गुप्त ठेवतात. क्रांतिकार्यातील नेते पकडले गेल्यास त्यांचे कार्यच थांबेल म्हणून नेते फार काळजी घेतात. पुरावे नष्ट करणे, पत्रातून सांकेतिक भाषा व शब्द वापरणे, वेष व नाव बदलणे, वास्तव्याचे ठिकाण बदलणे, अशा अनेक युक्त्या ते योजतात. निवेदितेनेही हे सर्व मार्ग अनुसरले आहेत.

प्रव्राजिका आत्मप्राणा आणि प्रव्राजिका मुक्तिप्राणा यांचे मत त्यांच्या दृष्टिकोनाशी सुसंगत ठरत असेलही, पण निवेदितेचे पाच खंडांमध्ये सविस्तर चरित्र लिहिणाऱ्या शंकरीप्रसाद बसू यांनी 'निवेदिता लोकमाता' या तिच्या चरित्रात, तिच्या क्रांतिकार्याबद्दलचे ठोस पुरावे दिले आहेत. निवेदितेने लिहिलेली पत्रे दोन खंडात शंकरीप्रसाद बसूंनीच प्रकाशित केली आहेत. पण या पत्रांशिवाय शंभर-एक गोपनीय पत्रे बसूंना मिळाली आहेत. या पत्रातील काही पत्रे अर्धवट जळालेली अथवा अर्धवट फाडलेली आहेत. ही पत्रे बसूंनी प्रकाशित केलेली नाहीत, मात्र त्यांचा योग्य तो उपयोग त्यांनी निवेदितेच्या चरित्रलेखनात केला आहे. ही पत्रे निवेदितेच्या बहिणीकडून निवेदितेच्या फ्रेंच चरित्रकार लिझेल रेमँ यांना मिळाली होती. तीच पत्रे, रेमँ यांच्याकडून स्वामी अनिर्वाण यांच्यामार्फत बसूंना मिळाली. त्यामुळे त्यांच्या अस्सलपणाबद्दल शंका घ्यायचे कारणच उरू नये! या पत्रांच्या आधारे आणि इतर काही लोकांच्या लिखित पुराव्यांवरून निवेदितेचे क्रांतिकारत्व सिद्ध होते.

'बलशाली भारत होवो, विश्वात शोभुनी राहो!' हेच निवेदितेचे स्वप्न होते. आणि त्यासाठी जे काही मार्ग उपलब्ध असतील, ते सर्व मार्ग अवलंबण्याची तिची तयारी होती. भारताला स्वातंत्र्य मिळायलाच हवे, तो त्याचा मूलभूत अधिकार आहे, तो हिरावून घेण्याचा अधिकार कुणालाच नाही, हे ग्लानी आलेल्या भारताला पटवून देण्यासाठी तिला कुठलाही मार्ग वर्ज्य नव्हता. तिने नेमस्तांना जसे जवळ केले, तसेच जहालांनाही केले. नामदार गोखल्यांशी तिचा स्नेह होता, तसाच लोकमान्य टिळकांशी आणि खापर्ड्यांशीही होता. लोकजागृतीसाठी लेखन, व्याख्याने यांचा तिने उपयोग करून घेतला. अनुशीलन समिती, गुप्त सभा यांच्याशीही तिने निकटचे संबंध ठेवले. अनेक तरुणांचे ती प्रेरणास्थान होती तसेच अनेक प्रतिष्ठित इंग्रज व अमेरिकन व्यक्ती तिला मानत असत. भारताचे आत्मिक बळ वाढवून भारताला स्वावलंबी करण्यासाठी स्वदेशीची चळवळ जशी तिला आवश्यक वाटली तसेच क्रांतिकार्यासाठी लागणारे शिक्षणही तिला अत्यंत गरजेचे वाटले.

सनदशीर मार्गाने जेव्हा कार्य साध्य होत नाही तेव्हा क्रांतीचा मार्ग अवलंबण्याशिवाय पर्यायच राहत नाही. निवेदितेच्या बाबतीतही तसेच झाले. इंग्लंड आणि भारत यांच्यात स्नेहपूर्ण संबंध असावेत, हे तिचे स्वप्न होते. पण जेता इंग्लंड देश जित भारत देशाला कशी अवमानकारक वागणूक देतो, हे पाहिल्यावर, इंग्लंड एक सभ्य आणि सुसंस्कृत देश आहे, हा तिचा भ्रम ठरला. संवाद, चर्चा या मार्गांचा उपयोग होणे शक्य नाही, हे तिच्या लक्षात आले. इंग्रजांची दडपशाही जेव्हा भारतीय जनतेच्या मूलभूत अधिकारांवरच घाला घालायला निघाली, तेव्हा एकच मार्ग उरला होता, तो म्हणजे क्रांतीचा! निवेदितेच्या प्रिय भारतवर्षासाठी निवेदितेने ज्यांना आपले मानले, त्या भारतीय लोकांच्या स्वातंत्र्यासाठी क्रांतीचा मार्ग निवेदितेने स्वीकारला तर त्यात गैर काय! नाहीतरी निवेदितेच्या रक्तातच क्रांती भिनलेली होती!

निवेदिता मूळची आयरिश आणि आयरिशांचे सेल्टिक रक्त क्रांतिकारक निर्माण करणारेच! निवेदितेचे नोबल घराणे धर्मगुरूंचे! पण तिचे आजोबा, वडील हे आयर्लंडच्या स्वातंत्र्यासाठी झगडणाऱ्या क्रांतिकारकांचे समर्थक! नव्हे, नुसते समर्थकच नव्हे, तर क्रांतिकार्यात सहयोग देणारे! तिची आजी धर्मनिष्ठ असूनही राजकारणात सक्रिय होती, हे आपण पाहिलेच आहे. नोबल घराणे धर्मगुरूंचे असूनही देशभक्तांचे घराणे होते. तिच्या वडिलांनी चर्च बदलले. वेस्लियन चर्चमध्ये किंवा चर्च ऑफ आयर्लंडमध्ये त्यांना बोलावले असूनही त्यांनी काँग्रिगेशनल चर्च निवडले, हा सांप्रदायिक बदल त्या वेळी क्रांतिकारकच होता.

अगदी बालपणापासून निवेदितेने आजी आणि वडील यांच्या मांडीवर बसून चर्चा ऐकली, ती राजकारणाची आणि क्रांतीची! तिला बाळकडू मिळाले ते हे असे! यामुळेच तिचे विचार क्रांतिकारकच होते! तिच्या शालेय जीवनापासून याची प्रचीती येते. तिच्या वयाच्या मुली जेव्हा मौजमजा, नृत्य, पार्टी यात रमत तेव्हा ती रमलेली असे इतिहास, वनस्पतिशास्त्र, शेक्सपिअरचे साहित्य यात!

विसाव्या वर्षी तिने स्त्रियांसंबंधी जे लेख लिहिले, त्यातील विचार क्रांतिकारकच आहेत. असे विचार, त्या काळी तिनेच प्रथम मांडले असावेत. स्त्रियांबरोबरच तळागाळातील लोकांच्या विदारक परिस्थितीचे चित्रण तिने मार्मिकपणे आणि परखडपणे केले आहे. या लेखांखाली तिने स्वतःचे खरे नाव कधीच लिहिलेले नाही. नेहमी काहीतरी टोपणनाव वापरून, तिने आपला परिचय गुप्त ठेवला आहे.

शिक्षणक्षेत्रात नवी पद्धत अनुसरून तिने एकप्रकारे क्रांतीच केली नव्हती का! मुलांनी माहितीचे कोश न होता उत्तम नागरिक व्हावे, हा विचार त्या काळातच नव्हे, तर आताच्या काळातही क्रांतिकारक ठरणाराच आहे! लहान मुलांना शिक्षकांनी तयार पाठ न देता, त्या मुलांनी स्वतःच शिकावे म्हणून त्यांना मार्ग दाखवणे आणि मुलांच्या रोजच्या पाहण्यात येणारी साधी साधने त्यांच्या हातात देऊन, शिक्षणात

सर्जनशीलता आणि आनंद यांची सांगड घालणे, हा विचार शंभर वर्षांपूर्वी वेगळा नव्हता का?

भारतीय स्त्रियांच्या शिक्षणातही तिने वेगळेपणा आणला. तिच्या शाळेपूर्वी स्त्री-शिक्षणाची सुरुवात झाली होती. पण निवेदितेने भारतीय संस्कृतीला धक्का न पोहोचवता स्त्री-शिक्षणाला आधुनिकतेची जोड दिली. स्त्रीला स्वतःच्या पायावर उभे राहून स्वाभिमानाने जगता येईल, असे शिक्षण द्यायचा प्रयत्न केला. त्या काळातील स्त्रियांकडून निरनिराळ्या वस्तू करून घेऊन तिने त्यांना 'स्वदेशी'ची ओळख करून दिली. शिक्षणाद्वारे त्यांच्या मनात देशाभिमान जागवला. स्वामीजींना 'माणूस घडवणे' अत्यावश्यक वाटत होते. निवेदितेने स्त्रीमधला 'माणूस' घडवायचा प्रयत्न केला. ही क्रांतीच होती. यातूनच स्वामीजींना अभिप्रेत असलेली 'राष्ट्रजागृती' घडणार होती आणि त्याची जाणीव निवेदितेला होती.

स्वामीजींच्या देहावसानानंतर निवेदिता लगेच राजकारणात सक्रिय झाली. स्वामीजींना तिच्या मनःप्रवृत्तीची आणि विचारप्रवाहाच्या दिशेची पूर्ण कल्पना असावी. त्याविषयी त्यांची चर्चाही झाली असावी. म्हणूनच स्वामीजींच्या नंतर तीच मठाची प्रमुख होईल, अशी अनेकांची धारणा असतानाच मठापासून वेगळे होण्याचा निर्णय घेऊन तिने सर्वांनाच धक्का दिला. तरी स्वामीजींची खरी उत्तराधिकारी तीच होती. मठाचे कार्य की राजकारण असा पेच निर्माण होताच तिने राजकारण स्वीकारले. हा तिचा निर्णय बरेच काही सांगून जातो. तिला राजकारण, क्रांतिकार्य यात भाग घ्यायचा नसता आणि अध्यात्मातच जीवन व्यतीत करायचे असते, तर असा निर्णय तिने घेतला नसता. कदाचित इंग्लंडला परत जाऊन, तेथे तिने स्वामीजींच्या आध्यात्मिक कार्याचा प्रचार नसता का केला!

१९०२ सालापासून निवेदिता गुप्त कार्यात गुंतली होती, याचा ठोस पुरावा म्हणजे तिचा स्टीडशी झालेला पत्रव्यवहार.

८ डिसेंबर, १९०२च्या पत्रात निवेदितेला स्टीडनी लिहिले आहे, "रिव्ह्यू ऑफ रिव्ह्यूजमध्ये मी तुम्हाला एका वेगळ्या रूपात दाखवणार आहे. दिल्ली दरबाराचे (लॉर्ड कर्झनने हा दरबार भरवला होता आणि त्याच्या डामडौलावर भारताचा पैसा वारेमाप उधळला होता.) वर्णन करणारी एक छोटीशी गोष्ट मी लिहिणार आहे. त्या गोष्टीची नायिका असणार आहात तुम्ही! तुमचे नावही आहे तेच ठेवणार आहे. माझ्या गोष्टीत तुम्ही स्त्री-प्रेषिताच्या भूमिकेत दिसणार आहात! आणि दरबाराचा थाटमाट म्हणजे तुमच्या दृष्टीने असणार आहे, मेलेल्या माणसाच्या अस्थींवर बांधलेली भारतीय शासनयंत्रणेची समाधी – तीही चुना फासलेली!"

स्टीडच्या या पत्राने निवेदिता हबकूनच गेली. पूर्वी ती आयरिश राष्ट्राभिमानी होती आणि आता ती पूर्णपणे भारतीय झाली होती; भारताचा अभिमान तिच्या

रोमारोमांत भिनला होता आणि या दोन्ही भूमिकांत इंग्रजविरोध ही गोष्ट समान होती, हे स्टीड जाणून होते. भारतीय जनतेला उपाशी ठेवून कर्झनने मांडलेल्या ऐश्वर्याच्या या ओंगळ प्रदर्शनामुळे निवेदिता चिडली आहे, हेही स्टीड समजून होते आणि म्हणूनच त्यांनी तिला आपल्या गोष्टीची नायिका करण्याचे ठरवले होते.

पण निवेदितेने स्टीडना तार पाठवून, तसे न करण्याबद्दल बजावले. कारण ती जे गुप्त कार्य करत होती, त्यासाठी तिची मते, विशिष्ट भूमिका ही गुप्त राहणे आवश्यक होते, नाहीतर तिच्या कार्याचा नाश झाला असता. तिची तार मिळताच स्टीडनी आपल्या गोष्टीत बदल केला आणि तसे तिला कळवले. ''मी माझ्या गोष्टीत तुम्हाला बाणेदार आणि प्रसिद्ध सिस्टर दाखवणार होतो. पण तुमची तार मिळताच, तुमचं गोष्टीतील नाव व रूप बदललं. सिस्टर रोझ अगदी साधी-सरळ दाखवली आहे. सिस्टर रोझमध्ये आणि तुमच्यात काही साम्य आहे. पण त्याबद्दल तुम्ही तक्रार करू शकणार नाही. सिस्टर रोझ म्हणजे तुम्हीच असं कुणी ओळखू शकणार नाही. तेवढी काळजी मी घेतलीय.''

हे स्टीडचे पत्र वाचताच निवेदितेचा जीव भांड्यात पडला. ५ फेब्रुवारी, १९०३च्या पत्रात तिने जयांना लिहिले आहे, ''तुला स्टीडच्या पत्राबद्दल मी बोलले का? ते दरबाराचं वर्णन करून मला सरकारविरोधी दाखवायला पाहत होते. ते पत्र नववर्षाच्या दिवशीच मद्रासला मला मिळालं. ते वाचून माझ्या आणि सदानंदांच्या डोळ्यापुढे अंधारीच आली अन् काय! धावत जाऊन तार केली. घामाच्या कमाईतले अठरा रुपये खर्च झाले खरे, पण तार वेळेत पोहोचली आणि मी थोडक्यात बचावले!''

ही पत्रे वाचल्यावर निवेदितेच्या गुप्त कार्यासंबंधी अधिक विवेचन करण्याची गरजच उरत नाही! मठातील अनेक संन्याशांना तिच्या कार्याची पूर्ण माहिती होतीच. सदानंद तर तिच्याबरोबर बरेच हिंडले होते. ते काय फक्त तिच्या व्याख्यानांची व्यवस्थाच करत होते? नक्कीच नाही! गणेन महाराज तर तिला बातम्या पोहोचवत आणि तिच्या निरोप्याचेही काम करत. त्यांनी तिला वेळोवेळी काही कानमंत्र दिले होते. स्वत: गणेन महाराजांनी लिझेल रेमँना काही माहिती दिली आहे. प्रफुल्लचंद्र रायांकडे प्रेझिडेन्सी कॉलेजमध्ये धाडसी आणि विश्वसनीय तरुण क्रांतिकारकांना निवेदिताच पाठवत असे. ही माहिती रामानंद चट्टोपाध्याय आणि गणेन महाराजांनीच दिली आहे. प्रफुल्लचंद्र त्यांना बाँब तयार करण्याचे शिक्षण देत. पुढे रामानंदांनी असेही सांगितले आहे की, कुणालाही काही संशय येणार नाही अशा तऱ्हेने गुप्त संघटना करण्यात निवेदितेचा हातखंडा होता. गुप्त पण महत्त्वाच्या कामासाठी ती सरकारी जागांचा उपयोग करत असे. कारण त्या ठिकाणांचा कुणालाच संशय येत नसे. ही पद्धत इंग्लंडमधील आयरिश क्रांतिकारकांची होती आणि निवेदिता त्यांच्यातील एक असल्याने तिने आयरिश क्रांतकारकांचीच पद्धत उपयोगात आणली होती.

जया आणि धीरामाता या दोघीही निवेदितेच्या क्रांतिकार्याला आर्थिक व इतर साहाय्य करण्यास सदैव तयार असत. स्वामीजींची आणि निवेदितेची अनेक पत्रे जयांनी नष्ट केली कारण ती फार स्फोटक होती. राजकीय अस्थिरतेच्या काळात ती लिहिलेली होती. जयांनी असेही म्हटले आहे की, मी स्वत: शस्त्रास्त्रे खरेदी करून, एका नावेतून, चंदननगरमार्गे कोलकात्याला पाठवली होती. पण कशी कोण जाणे, ती पकडली गेली! पण ती कुणी, कुठून पाठवली होती, याचा शेवटपर्यंत शोध लागला नाही. भारतात शस्त्रास्त्रे चंदननगरमार्गे येत कारण चंदननगर ही फ्रेंचांची वसाहत होती. तेथे इंग्रजांची सत्ता चालत नसे आणि ही वसाहत कोलकात्याच्या जवळच होती.

१९०७ ते १९०९ अशी दोन वर्षे निवेदिता भारताबाहेर होती. या काळात भारतात अनेक घडामोडी घडल्या होत्या. १९०८मध्ये मुझफ्फरपूर (बिहार)चे न्यायाधीश मि. किंग्जफोर्ड यांच्यावर बॉंब फेकण्याचा प्रयत्न झाला. किंग्जफोर्ड यांची बग्गी असल्याचे समजून ज्या बग्गीवर बॉंब फेकण्यात आला, ती किंग्जफोर्डची नव्हतीच. त्यामुळे ते त्या बॉंबहल्ल्यातून वाचले. पण दुर्दैवाने त्या बग्गीतून प्रवास करणाऱ्या केनेडी मायलेकींचा बळी गेला. त्या हल्ल्यात अपराधी म्हणून प्रफुल्ल चाकी आणि क्षुदीराम बसू या कोवळ्या तरुणांना पकडण्यात आले. मुझफ्फरपूर येथे मॅजिस्ट्रेट असताना, किंग्जफोर्डनी बंगाली क्रांतिकारकांना जबर शिक्षा ठोठावल्या होत्या. त्यामुळे क्रांतिकारक त्यांच्यावर चिडले होते.

प्रफुल्ल चाकी हा कोलकात्यातील 'युगांतर' या गुप्त संस्थेचा सदस्य होता. पोलिसांच्या हाती पडण्यापूर्वीच, मोकामा स्टेशनवर त्याची शिपायांशी गाठ पडली. त्याने त्यांच्याशी दोन हात केले व त्यांनी पकडण्यापूर्वीच स्वत:वर गोळ्या झाडून घेतल्या. क्षुदीराम पकडला गेला. त्याच्यावर खटला भरण्यात आला. ११ ऑगस्ट, १९०८ला गीता हातात घेऊन क्षुदीराम हसतमुखाने फाशी गेला.

क्षुदीराम आणि प्रफुल्लचंद्र यांनी भारतीय राजकीय आंदोलनात प्रथम बॉंबचा प्रयोग केला, असे मानले जाते. त्या काळी रामानंद चट्टोपाध्याय यांच्या संपादनाखाली 'मॉडर्न रिव्ह्यू' प्रसिद्ध होत असे. त्यासाठी बरेच वेळा निवेदिताच संपादकीय लेख लिहून पाठवत असे. ती त्या वेळी युरोपमध्ये होती. तिच्या लेखांची भाषा अतिशय ज्वलंत असे. अनेक वेळा रामानंद ती मवाळ करून घेण्याचा प्रयत्न करत, तरीही तिचे लेख स्फोटक ठरत. रामानंद आणि निवेदिता यांच्या भाषेतील फरकावरून लेखाखाली सही नसली तरी लेख कुणी लिहिला आहे, हे वाचकांच्या लक्षात येणे सहज शक्य होते. निवेदितेने या लेखातील एका लेखात स्पष्टपणे म्हटले होते की, प्रफुल्लचंद्र किंवा क्षुदीराम यांच्यासारखी मुले आततायी कृत्य करायला प्रवृत्त होतात याचे कारण भारतातील इंग्रज सरकारची दडपशाही रशियातील दडपशाहीला मागे

टाकू पाहत आहे. या काळी रशियात जुलमी झारशाही होती. तिने क्रांतिकारकांना दोष न देता इंग्रज सरकारलाच दोषी धरले होते. लोकमान्य टिळकांचेही मते निवेदितेच्या मतासारखेच होते. क्षुदीराम आणि प्रफुल्लचंद्र यांच्या बॉंबहल्ल्यानंतर लोकमान्यांनी 'मराठा' आणि 'केसरी' यात संपादकीय लिहिताना हे मत मांडले. टिळकांनी 'केसरी'त पाच लेख लिहिले. त्यातील पहिल्या आणि पाचव्या लेखांचा इंग्रजी अनुवाद 'मराठा'मधून प्रसिद्ध होताच, टिळकांना अटक करण्यासाठी कारण शोधणाऱ्या सरकारला आयतीच संधी मिळाली. टिळकांवर घाईघाईने खटला चालवून त्यांना सहा वर्षांची शिक्षा ठोठावण्यात आली आणि त्यांनी रवानगी मंडालेच्या तुरुंगात करण्यात आली.

मुझफ्फरपूर बॉंबहल्ल्यानंतर दोन दिवसांनी माणिकतला भागातील 'मुरारीपुकूर उद्यानगृहा'ची झडती घेतली असता, बॉंब, स्फोटके, काडतुसे यांचा साठा मिळाला. या प्रकरणात चौतीस जणांना पकडण्यात आले. त्यात अरविंदांचे धाकटे भाऊ– बारिंद्रकुमार आणि उल्लासकर दत्त हे प्रमुख होते. उल्लासकरने स्वतःच प्रयत्न करून बॉंब तयार केला होता. बंगालचा लेफ्टनंट गव्हर्नर सर ॲन्ड्र्यू फ्रेझर याच्या 'स्पेशल ट्रेन'खाली त्याने तयार केलेला बॉंब ठेवण्यात आला होता. हा बॉंब त्याने गुप्त समितीत सामील होण्यापूर्वीच तयार केला होता. अलिपूर खटल्यात बारिंद्रकुमारबरोबर त्यालाही मृत्युदंडाची शिक्षा झाली होती. पुढे बारिंद्रकुमाराला मृत्युदंडाऐवजी जन्मठेप झाली. उल्लासकरलाही फाशी न देता, अंदमानला काळ्या पाण्यावर पाठवण्यात आले. उल्लासकरचा भाऊ अमेरिकेत होता आणि त्याला मदत करण्यात निवेदितेने पुढाकार घेतला होता.

अलिपूर खटल्याचे सरकारी वकील आशुतोष विश्वास यांना चारुचंद्र बसूने ठार केले होते आणि पोलिस उपअधीक्षक शमसुल आलम यांची हत्या करणारा होता बीरेंद्र दत्तगुत! चारुचंद्र आणि बीरेंद्र या दोघांचाही पोलिसांनी अनन्वित छळ केला. चारुचंद्रला विजेचे धक्के दिले, तर बीरेंद्रकडून बळजबरीने कबुलीजबाब लिहून घेण्यात आला. बीरेंद्रच्या वकिलांनी उलटतपासणीची मागणी केली आणि उलटतपासणी होईपर्यंत, त्याला फाशी देऊ नये म्हणून विनंती केली. पण ही विनंती धुडकावून त्याला फाशी देण्यात आली. हे कळताच निवेदिता संतापली.

चारुचंद्र आणि बीरेंद्र दोघेही 'बाघा यतीन'च्या गटातील होते. त्या दोघांबद्दल इंग्लंडच्या पार्लमेंटमध्ये प्रश्न विचारला जायला पाहिजे, अशी निवेदितेची मागणी होती.

मुरारीपुकूर खटल्यात नरेन गोसाई हा माफीचा साक्षीदार झाला आणि त्याने आपल्याबरोबरच्या सहकाऱ्यांची माहिती पोलिसांना पुरवली. त्याचा हा विश्वासघात त्याच्याबरोबरच तुरुंगात असलेल्या कानाइलाल दत्त याला सहन झाला नाही. त्याने त्यांचा एक सहकारी सत्येंद्रनाथ बसू याच्या मदतीने त्याला तुरुंगातच ठार केले.

यामुळे कानाइलालला फासावर चढवण्यात आले. कानाइलाल अतिशय शांतपणे आणि हसतमुखाने फाशी गेला. ते पाहून इंग्रज अधिकारीही हबकून गेले. एका गोऱ्या शिपायाने तर बारींद्रकुमारला विचारलेसुद्धा की, अशी किती मुले तुमच्याकडे आहेत?

निवेदितेला ही हकिकत कळताच, कानाइलाल तिला जोन ऑफ आर्कपेक्षा श्रेष्ठ वाटला. कानाइलालबद्दल तिने म्हटले आहे, "किती विलक्षण रीतीनं त्यानं मृत्यूला वरलं! कानाइ म्हणजे मूर्तिमंत गीताच!"

क्रांतिकारकांबद्दल निवेदितेला पूर्ण सहानुभूती तर होतीच, पण अनेक वेळा तिचे गुप्तपणे प्रोत्साहनही होते, असे दिसते. तिने त्यांच्या आततायी कृत्याचा कधीच निषेध केलेला नाही, उलट त्यांची बाजूच तिने घेतली आहे. क्रांतिकारकांचे धाडस, राष्ट्रप्रेम, त्याग याचे तिला कौतुक होते. बऱ्याच क्रांतिकारकांशी तिचा परिचय होता. त्यामुळे इंग्रज सरकारची तिच्यावर करडी नजर होती. इंग्रज सरकारचे गुप्तहेर तिच्यामागे होतेच.

१९०९ साली ती जेव्हा भारतात परत आली तेव्हा तिने नाव व पोशाख बदलला होता. भारतात परत येण्याआधी ९ मार्च रोजी जयांना लिहिलेल्या पत्रात तिने म्हटले आहे, "एप्रिलमध्ये तू लंडनला असशील का? तिथं मी काही दिवस बसूंबरोबर राहायचं ठरवलंय. लंडन सोडण्यापूर्वी मला तुझ्याकडून एक तलम गाऊन मिळाला तर बरं होईल! जुना असला तरी चालेल. जहाजावर घालण्यासाठी हवाय मला! आलबर्टा आणि मिसेस हेलीअरकडूनही असे गाऊन मिळतील तर फार चांगलं! म्हणजे 'सेक्युलर' पोशाखात प्रवास करेन."

पुढच्या एका पत्रात तिने लिहिले आहे, "इथलं काम संपवून कोलकात्याला पोहोचेपर्यंत मला 'सेक्युलर' पोशाखच घालायला हवा. मिस किंवा मिसेस बुल वाटले पाहिजे ना मी!" जगदीशचंद्रांनी तिला निळी सैनिकासारखी टोपी घालण्याचे सुचवले. तशी टोपी मिळताच तिचा कपटवेश एकदम झकास झाला म्हणून तिला कोण आनंद झाला! तिची पत्रेही ती एखाद्या कंपनीमार्फत पाठवत होती. हे सर्व कशासाठी होते? तिचा थांगपत्ता इंग्रज सरकारला लागू नये म्हणूनच ना? तिने जयांना किंवा युरोपमधल्या तिच्या मित्रमंडळींना कळवले होते की पत्रे फोडली जातात म्हणून पोस्टाने पत्र पाठवताना, महत्त्वाचा मजकूर लिहू नये आणि शक्यतो पोस्टकार्डच पाठवावे. पत्रांमध्ये 'च बाबू', 'क महाशय', 'खोका', himself, 'बेर्न', man of Science अशी सांकेतिक नावे ती वापरते. कधीकधी सांकेतिक भाषाही! हे गुप्तता राखण्यासाठीच ना! आणि गुप्तता का राखायची तर कार्याला बाधा येऊ नये म्हणून. कुठल्या कार्याला बाधा येणार होती? शैक्षणिक किंवा लेखन कार्याला नक्कीच नाही. लेखन जोपर्यंत इंग्रज सरकारला प्रक्षोभक किंवा संशयास्पद वाटणार नाही, तोपर्यंत त्याला बाधा येण्याचे कारणच नव्हते! तिची शाळा तर ख्रिस्तीनच

सांभाळत होती आणि ख्रिस्टीनचा राजकारणाशी सुतराम संबंध नव्हता! मग निवेदितेचे कोणते कार्य असे होते की त्यात गुप्तता राखणे आवश्यक होते? उत्तर स्पष्टच आहे – क्रांतिकार्य.

युरोपहून येताना निवेदिता प्रथम मुंबईला आली आणि तेथून ती कोलकात्याला रेल्वेने गेली. रेल्वेने जातानाही थेट हावड्याला न जाता ती हावड्याच्या आधीच्या स्टेशनवरच उतरली. आपण भारतात आलो आहोत हेच तिला सरकारच्या ध्यानात येऊ द्यायचे नव्हते, म्हणून ही काळजी तिने घेतली होती.

मुंबई बंदरावर उतरणाऱ्या प्रवाशांची झडती कशी घेतली जाते, याचे सविस्तर वर्णन निवेदितेने रॅटक्लिफना लिहिलेल्या पत्रातून केले आहे, " 'नेटिव्हां'ना फार अपमानकारक वागणूक मिळते! बंदुका, बंदुकांची दारू वगैरे भारतात आणणं आता कठीण दिसतंय!" हे वाक्य फार महत्त्वाचे आहे. या वाक्यावरून स्पष्टच होते की, क्रांतिकार्यासाठी शस्त्रास्त्रे आणण्याच्या कार्यातही तिचा सहभाग होता, नाहीतर तिने असा उल्लेख आवर्जून केलाच नसता! पत्रातील या वाक्यापुढील मजूकरही महत्त्वाचा आहे. "कायदा इतका गुंतागुंतीचा केलाय की ठरावीक कागदपत्रं आणि योग्य पासपोर्ट असल्याशिवाय काही जमण्यासारखं नाही! पण हे नियम युरोपीय लोकांना मात्र लागू नाहीत!" यातून निवेदिता शस्त्रास्त्रे कशी आणता येतील, त्याचा मार्गच सुचवते. धीरामाता, जया आणि रॅटक्लिफसारखी तिच्या निकटची मित्रमंडळी तिच्या क्रांतिकार्याला मदत करत होती, हेही लक्षात येते.

मुंबईहून कोलकात्याला पोहोचल्यावर निवेदितेने काही काळ तरी घरात राहणेच पसंत केले होते. बाहेर जाणे अगदी आवश्यक असल्यास, जहाजावरून मुंबई बंदरात उतरताना तिने जसा पोशाख केला होता तसा पोशाखच ती घालत असे.

१९०९ साली निवेदिता युरोपमधून भारतात परत येण्यापूर्वी, सिस्टर देवमाता या निवेदितेच्या बोसपाडा लेन येथील घरी राहण्यास आल्या होत्या. त्या मूळच्या अमेरिकेच्या होत्या. त्यांचे मूळ नाव मिस लारा एफ. ग्लेन. भारतात त्यांनी बराच काळ वास्तव्य केले. त्यांचे भारतावर मनापासून प्रेम होते. कोलकात्याला येण्यापूर्वी त्या मद्रासला राहत होत्या. त्यांच्यावर स्वामी रामकृष्णानंदांचा विशेष प्रभाव होता. स्वामी रामकृष्णानंदांचा स्नेह लाभलेले स्वामीजींचे शिष्य स्वामी परमानंदांच्या आनंद-आश्रमात त्या बरेच दिवस राहिल्या होत्या. त्यांना स्वामीजींचे दर्शन झाले होते. देवमाता निवेदितेसारखाच पोशाख करत. याचा फायदा निवेदितेला बराच झाला. कारण देवमाता निवेदितेच्या घरातून बाहेर पडल्या की त्यांना निवेदिता समजून पोलिस हटकत. पण त्या निवेदिता नाहीत, हे लक्षात येताच, निवेदितेच्या शाळेसाठी, सिस्टर ख्रिस्टीनच्या मदतीसाठी आलेल्या सिस्टर समजून सोडून देत. देवमातांचा राजकारणाशी किंवा राजकारणी व्यक्तींशी अजिबात संबंध नव्हता.

स्वत:च्या आठवणी सांगताना देवमातांनी म्हटले आहे, "शक्य तितक्या दिवस मला कोलकात्यातच अडकवून ठेवण्याचा निवेदितेचा प्रयत्न होता. कारण माझ्यामुळे ती स्वत:ला पोलिसांपासून वाचवू शकत होती... ती जेव्हा युरोपातून परत आली, तेव्हा तिचा आधुनिक फॅशनेबल पोशाख पाहून मला तर धक्काच बसला! भपकेदार सुंदर गाऊन, पिसं लावलेली हॅट! मी विचारलं, 'निवेदिता, अगं, हे काय गौडबंगाल आहे! मला वाटलं होतं की तू संन्यासिनीसारखी राहतेस!' तिनं उत्तर दिलं, 'मुद्दामच मी पोशाख बदललाय! मी भारतात परत येऊ नये, असं लेखी कळवलं होतं मला! भारताच्या मातीवर पाय ठेवताच मला अटक होईल, अशी ताकीदच दिली होती! पण भारतात परत येण्याचा दृढ संकल्प केला होता मी! माझा हा पोशाख पाहून पोलिसांना अजिबात शंका यायची नाही, याची खात्री होती मला.' "

भारतात परत आल्यावर काही दिवस निवेदिता अपरिचित व्यक्तींना भेटण्याचे टाळत असे. कारण कोण हेर असेल, कुणाचा उद्देश काय असेल हे सांगता येणे कठीण होते. तिच्यामागे जी मुख्य हेर होती तिचे नाव कॉर्नेलिया सोराबजी. ही मूळची पुण्याची! ती जन्माने पारशी असून तिने ख्रिश्चन धर्म स्वीकारला होता. स्वामीजी जेव्हा सर्वधर्मपरिषदेला शिकागोला गेले होते तेव्हा हीही तिथे गेली होती. सर्वधर्मपरिषदेच्या ठिकाणी ही का गेली होती, हे कळत नाही. निवेदितेशी मैत्री करण्याचा तिचा आटोकाट प्रयत्न असे आणि निवेदिता तिला टाळण्याचा जिवापाड प्रयत्न करत असे.

नामदार गोखले, जया अशा निवेदितेच्या परिचयाच्या विशिष्ट व्यक्तींशी सोराबजीची ओळख वा मैत्री होती. एकदा गोखल्यांच्या मध्यस्थीने सोराबजीने निवेदितेची भेट घेण्याचा प्रयत्न केला, पण निवेदितेने गोखल्यांना चिठी पाठवून तिचा बेत हाणून पाडला. निवेदितेने चिठीत लिहिले होते, "सोराबजीला कळवून टाका की मंगळवारी संध्याकाळी मी घरी नसेन. (याच वेळी आपण तिची माझ्याशी भेट ठरवली आहे.) ही चिठ्ठी वेळेवर आपल्याला मिळेल अशी आशा करते. ख्रिस्टीन मात्र तिचं स्वागत करू शकेल."

पण पुढे निवेदितेची सोराबजीने भेट घेतल्याचे निवेदितेच्या जयांना लिहिलेल्या पत्रावरून दिसते. निवेदितेने लिहिले आहे, "मिस सोराबजी सध्या कोलकात्यात आहे. मला भेटण्याचा ती परोपरीनं प्रयत्न करतेय! अखेर तिनं मला चिठीच पाठवलीय. पुढच्या शनिवारी मी तिला चहाला बोलावलंय. बोलवावंच लागलं! वैतागच आहे!"

सोराबजी ही हेर असल्याचा निवेदितेचा अंदाज खरा ठरला तो १९११ साली. १९११ साली युरोपहून परत येताना, जहाजावर निवेदितेची व्हॉइसराय काउन्सिलचे

एक सदस्य फ्रान्सिस स्लॅक यांच्या पत्नीशी भेट झाली. जहाजावर तिची निवेदितेशी नुसती ओळखच झाली नाही, तर मैत्रीही झाली. बोलता बोलता तिच्याकडून निवेदितेला कळले की, सोराबजी इंग्रज सरकारची पगारदार हेर आहे. त्यामुळे निवेदितेचे चिडून जाऊन, जयांना लिहिले होते, "माझी सर्वांत मोठी शत्रू कोण आहे माहीत आहे? तुझी मैत्रीण कॉर्नेलिया! फार दुष्ट आहे ती! ती इंग्रजांच्या हेर खात्यात काम करते! तिला टाळण्यातच माझं भलं आहे!" निवेदितेने एकदा म्हटले होते की, "पुण्याला गेल्यास, मी एकवेळ पंडिता रमाबाईंना भेटेन, पण सोराबजीला अजिबात भेटणार नाही." निवेदिता असे का म्हणाली, ते सोराबजीची खरी ओळख पटल्यावर स्पष्ट होते.

निवेदिता भारतात परत आली तेव्हा अनेक भारतीय नेते तुरुंगात होते, तरुण क्रांतिकारकांना फासावर चढवण्यात आले होते. क्रांतीची आग थंडावल्यासारखी दिसत असली तरी विझली नव्हती. देशात महाजागरण घडले होते. आता भारताला हवे होते पूर्ण स्वातंत्र्य! राष्ट्रीय चळवळीचा प्रभाव पूर्ण नाहीसा झाला नव्हता. 'स्वदेशीवाद' पसरत चालला होता. कला, साहित्य, उद्योग या क्षेत्रांत झालेले राष्ट्रीय पुनरुज्जीवन लक्षणीय होते. त्यामुळे इंग्रज सरकार अस्वस्थ झाले होते. सरकारने 'प्रेस बिल' आणून वर्तमानपत्रांच्या स्वातंत्र्यावर गदा आणली. १० फेब्रुवारी, १९१०ला रॅटक्लिफना लिहिलेल्या पत्रात, निवेदितेने नामदार गोखल्यांविरुद्ध जोरदार तक्रार केली आहे, कारण त्यांनी 'प्रेस बिला'ला विरोध केला नव्हता. १७ जुलै, १९१०च्या पत्रात, रामानंद चट्टोपाध्यायांसारख्या लेखक-पत्रकाराला गप्प बसवण्यासाठी, त्यांना दरोड्याच्या गुन्ह्यात अडकवायचा सरकार प्रयत्न करत असल्याची बातमी आहे. यावरून सरकारची दडपशाही कुठल्या पातळीवर पोहोचली होती, हे लक्षात येते. म्हणूनच निवेदितेने म्हटले आहे की, सरकार दडपशाहीची नीती वापरून, विचारस्वातंत्र्यावर आणि मानवाधिकारावर जो घाला घालत आहे, तो फारच भयंकर आहे! असे उदाहरण जगात दुसरीकडे दिसणे कठीणच! पुढे तिने म्हटले आहे, "वर्तमानपत्रं गप्प! संपूर्ण देशात उदासीनता पसरलीय! एकट्या कोलकात्यातच दहा-बारा दिवसांत, दरोडेखोरी आणि राजद्रोह या गुन्ह्याखाली वीसजणांना अटक केलीय! खरं कारण म्हणजे सरकारचा वर्तमानपत्रांवरचा संताप! सध्या सगळ्यांचा ओवाज बंद आहे, पण आवाज दाबून टाकणारा हात बाजूला करा आणि मग पाहाच शब्दांचा लोळ कसा बाहेर पडतो ते! सरकारला काय वाटतं की आवाज बंद केला की विचारही थांबतात!"

वर्तमानपत्रांवरच्या निरनिराळ्या बंधनांची आणि वर्तमानपत्रांमध्ये काम करणाऱ्या लोकांचा कसा छळ केला जातो याची माहिती निवेदितेने वेळोवेळी पत्रातून कळवली आहे. ७ एप्रिलच्या पत्रात तिने रॅटक्लिफना लिहिले आहे, "इथली परिस्थिती

समजावून घ्यायला हवी. सरकारनं टीकाकारांचा आवाजच दाबून टाकलाय. जरा कुणी आवाज उठवायचा प्रयत्न करतंय, असं दिसताच, त्याला चिरडून टाकलंच म्हणून समजा! सध्या ज्या प्रकारची दडपशाही सुरू आहे, खऱ्या टीकेला ज्या तऱ्हेनं राजद्रोहाच्या गुन्ह्यात समाविष्ट करण्यात येतंय, त्यावरून वाटतं की हा मवाळपंथावरच आघात आहे! फक्त गुलामांचा हंबरडा ऐकू येतोय. स्वातंत्र्यप्रेमी नाइलाजानं गप्प बसलेत. अशा वेळी, आंदोलन पुढे नेण्यासाठी एकच मार्ग मोकळा आहे, तो म्हणजे क्रांतीचा गुप्त प्रचार! सरकार देशप्रेम दाबून टाकण्याचा जेवढा जास्त प्रयत्न करेल, तेवढं ते जास्त जोरात अनेक लोकांच्या मनात फोफावेल! अशा परिस्थितीत, गुप्त वार्तापत्रं हेच सर्वसामान्यांपर्यंत पोहोचण्याचे एकमेव साधन उरते!''

निवेदितेच्या मते, त्या परिस्थितीचा विचार करता 'गुप्त प्रेस' हेच पवित्र धर्मयुद्धाचे अस्त्र होते!

निवेदिता भारताच्या स्वातंत्र्यासाठी अपार कष्ट घेत होती आणि हेच इंग्रज सरकारला खटकत होते. तिच्याविरुद्ध प्रत्यक्ष काहीच पुरावा मिळत नसल्याने त्यांना तिला अटक करता येत नव्हती. म्हणून सरकारने तिच्यावर भयंकर आरोप ठेवण्यास सुरुवात केली. त्यातील एक होता– निवेदिता 'युगांतर'ला उत्तेजन देते. या आरोपात तथ्य होते. निवेदिता 'युगांतर'लाच उत्तेजन देत नव्हती, तर दक्षिणेतील जहालांच्या 'बालभारत'लाही तिचे प्रोत्साहन होते. दक्षिणेकडील जहालमतवादी आणि 'बालभारत'चे मालक त्रिमुलाचार्य हे विवेकानंदांचे भक्त आणि निवेदितेचे अनुयायी होते. 'बालभारत' मधील अनेक लेखांची भाषा आणि शैली यांच्यावर निवेदितेचा प्रभाव पूर्णपणे दिसतो. अनेक संपादकीयांत निवेदितेची विधाने उद्धृत केलेली आढळतात. 'बालभारत'चे संपादक सुब्रमण्य भारती हे तमीळमधील श्रेष्ठ कवी! त्यांची निवेदितेशी भेट होताच, तिच्या प्रभावाने त्यांच्यात संपूर्ण परिवर्तन घडून आले. ते तिला गुरुस्थानी मानू लागले. त्यानंतरचे त्यांनी लिहिलेले काव्य मातृभूमीच्या प्रेमाने ओतप्रोत भरलेले आणि स्वातंत्र्यासाठी सर्वांना आव्हान देणारे आहे. त्यांनी आपले ग्रंथ निवेदितेलाच अर्पण केले आहेत. एका अर्पणपत्रिकेत त्यांनी म्हटले आहे, ''मी हा ग्रंथ माझ्या गुरुचरणी वाहतो आहे. माझ्या गुरूने मला भारतमातेचे खरे दर्शन घडवले. श्रीकृष्णाने अर्जुनाला जसे विश्वरूपाचे दर्शन घडवून आत्मज्ञानाचे दान केले, तसाच माझ्या या गुरूने माझ्यात राष्ट्रधर्म जागवला.''

'बालभारत'वर ज्वलंत लेखांबद्दल इंग्रज सरकारचाा रोष ओढवला. त्रिमुलाचार्य आणि भारती यांनी 'इंडिया' नावाचेही वृत्तपत्र काढले होते. त्यावर इंग्रजांची वक्रदृष्टी पडताच, त्यांनी ते मद्रासहून पाँडेचरीला हलवले. हे वृत्तपत्र दक्षिणेकडे अतिशय लोकप्रिय ठरले.

हे येथे सविस्तरपणे नमूद करण्याचे कारण म्हणजे निवेदितेचे विचार सर्व

भारतीयांमध्ये राष्ट्रीयता जागवण्यास प्रेरक ठरत होते आणि त्यामुळे इंग्रज सरकार संतापत होते, हातपाय आपटत होते. प्रत्यक्षात त्यांना काहीच करता येत नव्हते.

निवेदितेवर सरकारने दुसरा आरोप ठेवला तो लूटमार, दरोडे घालणे यास ती फूस देते हा!

अशा आरोपांमुळे निवेदितेपेक्षा जगदीशचंद्र बसूच काळजीत पडले. पण याच वेळी एक आश्चर्यकारक घटना घडली. त्या वेळी गव्हर्नर जनरल पदाची सूत्रे लॉर्ड मिन्टो यांनी स्वीकारली होती. त्यांच्या पत्नी लेडी मिन्टो यांनी निवेदितेबद्दल बरेच ऐकले होते. तिला भेटण्यास त्या उत्सुक होत्या. त्यांनी आडून आडून तसे प्रयत्नही केले होते. स्वामीजींची एक शिष्या– मेरी हॉलबॉइस्टर (विवाहानंतर मेरी हॅमिल्टन कोट्स.) ही लॉर्ड मिन्टोंच्या एका दूरच्या भावाकडे त्याच्या मुलांची शिक्षिका म्हणून नोकरी करत होती. मिन्टो गव्हर्नर जनरल झाल्यावर, हे मिन्टोंचे भाऊ मिलिटरि सेक्रेटरि झाले. लेडी मिन्टो यांची मेरीशी ओळख झाली ती या भावामुळेच. तिच्यामार्फत निवेदितेला भेटण्याचा प्रयत्न लेडी मिन्टोंनी केला होता. पण या भेटीच्या उद्देशाबद्दल निवेदितेला शंका आल्याने, निवेदितेने त्यांना भेटण्यास सरळ नकार दिला.

यानंतर तीन वर्षांनी लेडी मिन्टो काही न कळवताच निवेदितेच्या घरी हजर झाल्या. त्यांच्याबरोबर आर.एच. फिपसन नावाची अमेरिकन स्त्री आली होती. या भेटीबद्दल स्वत: लॉर्ड मिन्टो सोडले तर कुणालाच माहिती नव्हती. या लेडी मिन्टो आहेत, हे निवेदितेला, त्या तिची भेट घेऊन निघाल्या तेव्हा त्यांनी स्वत: सांगितल्यावर कळले. निवेदिता आणि लेडी मिन्टो यांची भेट मात्र मैत्रीपूर्ण वातावरणात झाली. दोघींचाही एकमेकींवर चांगला प्रभाव पडला.

अहमदाबादला लॉर्ड मिन्टोंवर बॉंबहल्ला झाला होता. त्यातून ते वाचले होते. पण एक पत्नी म्हणून लेडी मिन्टोंना काळजी वाटणे साहजिकच होते. निवेदितेला भेटण्याच्या उत्सुकतेबरोबरच या हल्ल्याच्या संदर्भात निवेदितेशी बोलावे, हाही या भेटीमागचा उद्देश असावा. असा उद्देश आणि लेडी मिन्टोंची निवेदितेला भेटण्याची धडपड निवेदितेच्या क्रांतिकार्याबद्दल, अप्रत्यक्षपणे, खूप काही सांगून जाते.

या भेटीनंतर लेडी मिन्टोंनी निवेदितेला आपल्या घरी चहाचे आमंत्रण दिले होते. निवेदिता त्यांना दक्षिणेश्वरालाही घेऊन गेली होती. त्या दोघीत काय बोलणे झाले असेल, याबद्दल आपण फक्त तर्कच करू शकतो. पण लेडी मिन्टोंच्या भेटीनंतर जगदीशचंद्रांना हायसे वाटले, हेही फार महत्त्वाचे आहे.

लेडी मिन्टोंच्या आग्रहावरूनच निवेदितेची त्या वेळच्या कोलकात्याच्या पोलिस कमिशनरशी भेट झाली. ही भेट कमिशनरच्या ऑफिसमध्ये न होता कमिशनरच्या घरी झाली, हेही मुद्दाम लक्षात घेण्यासारखे आहे. पोलिस कमिशनर तिच्याशी

अतिशय आदराने आणि सभ्यपणे वागले खरे, पण त्यांच्या एकंदर बोलण्यातून त्यांच्या मनात तिच्याबद्दल संदेह असल्याचे तिच्या लक्षात आल्यावाचून राहिले नाही. लॉर्ड मिन्टोही भारतात राहण्यास फारसे उत्सुक नव्हतेच. मिन्टो असेपर्यंत ठीक होते, पण मिन्टो भारतातून गेल्यावर निवेदितेचा त्रास खूप वाढण्याची शक्यता होती. त्यामुळेच कोलकात्याजवळील चंदननगर या फ्रेंच वसाहतीत जाऊन राहण्याचा विचार एकदा निवेदितेने केला होता.

निवेदिता ब्रिटिश नागरिक होती. तिची अनेक प्रतिष्ठित व्यक्ती, पार्लमेंटचे सदस्य, गव्हर्नर जनरल, प्रख्यात ब्रिटिश पत्रकार यांच्याशी ओळख होती. लेडी मिन्टोंसारख्यांशी मैत्री होती. शिवाय निवेदिता तिच्या कार्याच्या संदर्भात योग्य ती सर्व दक्षता घेत होती, तरीही ती 'गोरी' नसती तर नुसत्या संशयावरूनसुद्धा तिला अटक झाली असती! पण तशी काहीच शक्यता नसताना, चंदननगरला जाण्याचा विचार निवेदितेने केला तो अटक होण्याच्या भीतीने नव्हे, तर तिच्या मागे सोराबजीसारख्या हेराची असलेली कटकट, तिच्याकडे येणाऱ्या-जाणाऱ्यांवर असलेली पोलिसांची नजर, त्यांची होणारी चौकशी हा सर्व त्रास चुकविण्यासाठी! निवेदितेला या सर्व गडबडीत अजिबात शांतता मिळत नव्हती. तिला तिचे लेखन तर करायचे होतेच, पण त्याशिवाय आचार्य जगदीशचंद्रांच्या लेखनात मदत करण्यात तिला विशेष रस होता.

चंदननगरला निवेदितेला पाठवण्याची खरी योजना धीरामातांची होती. निवेदितेची प्रकृती पूर्वीसारखी राहिली नव्हती, तिला कामातून विश्रांती मिळत नव्हती, सरकारचा ससेमिरा तिच्या पाठीशी होताच. म्हणून त्यांना निवेदितेला शांत ठिकाणी पाठवायचे होते. धीरामातांची स्वत:ची तब्येत बरी नव्हती. पण त्यांना स्वत:पेक्षा निवेदितेची काळजी जास्त वाटत होती. चंदननगरला जाण्याचा बेत जया, रॅटक्लिफ वगैरे अगदी जवळच्याच स्नेह्यांना माहीत होता. २८ डिसेंबर, १९१० रोजी जयांना लिहिलेल्या पत्रात निवेदितेने म्हटले आहे, "सेंट सारा (धीरामाता) सप्टेंबरमध्ये स्वित्झर्लंडला जायचं म्हणतेय. त्यानंतर तिची तब्येत ठीक असेल तर फ्रेंच जहाजानं ती भारतात येईल. चंदननगरला घर घ्यायचा तिचा मानस आहे. एक होडीही ठेवायची. मॉंसिये नोबलांची मदत घ्यावी लागेल. फ्रेंच सरकारकडून आवश्यक ती कागदपत्रं आणि ओळखपत्रं मिळवावी लागतील. मी माझं नाव बदलेन... सेंट साराची तब्येत जर बरी नसेल तर मला एकटीलाच जावं लागेल आणि ते जमेल असं वाटत नाही. खरं तर मला जायचंय. खूप काम पडलंय..."

मात्र या बेतासंबंधी गुप्तता राखावी, असे तिने बजावून सांगितले आहे. पुढे अशा काही घटना घडल्या की हा बेत सिद्धीस गेला नाही. मात्र दोन-तीन वेळा निवेदितेने चंदननगरला भेटी दिल्या होत्या.

१९१०मध्ये अरविंद घोषांना अटक करून हद्दपार करण्याची संधी सरकार शोधत असल्याची बातमी निवेदितेच्या कानावर आली होती. अरविंदांना अटक करण्यामागे सरकारचा एक उद्देश म्हणजे अश्विनीकुमार दत्त व इतर यांना मुक्त केल्यावर देशात थंडावलेली राष्ट्रीय चळवळ पुन्हा जोम धरणे शक्य होते. ती चळवळ जोम धरण्यापूर्वीच अरविंदांसारख्या नेत्याला अटक केल्यास, चळवळ पुन्हा थंडावली असती! दुसरी गोष्ट म्हणजे १६ ऑक्टोबर हा 'राष्ट्रीय दिवस' म्हणून भारतीय लोक साजरा करत. तो दिवस जवळ येत चालला की सरकार अस्वस्थ होऊन दडपशाही सुरू करत असे. हे फक्त एक निमित्तच असे दडपशाहीचे समर्थन करण्यासाठी!

अरविंदांना सतर्क करण्याचा प्रयत्न निवेदितेने केला. पण 'ईश्वरा'कडून आज्ञा झाल्याशिवाय अरविंद कोणतीही गोष्ट करण्यास, त्या काळात तयार नसत. याबद्दल रॅटक्लिफना लिहिलेल्या पत्रात निवेदितेने म्हटले आहे, "अरविंदांचं वागणं काही शहाणपणाचं नाही. ईश्वरानं कुणाला नुकसानभरपाईचं वचन दिलेलं नाही. 'जोन ऑफ आर्क'चंच उदाहरण पाहा ना... आध्यात्मिक अनुभव आणि राजकीय डावपेच या गोष्टी वेगवेगळ्या आहेत. त्यांच्यात घोळ घालणं चूकच!"

अरविंदांच्या आणखी काही गोष्टी निवेदितेला खटकल्या होत्या. रॅमसे मॅक्डोनाल्ड हे खरे भारत-समर्थक! पण भारतात आल्यावर ते राहिले गुर्ले या अधिकाऱ्याच्या घरी. गुर्ले हे सरकारचे एकनिष्ठ कर्मचारी होते. मॅक्डोनाल्ड यांचा हा निर्णय निवेदितेच्या दृष्टीने अगदी अयोग्य होता. ती रॅमसे मॅक्डोनाल्डना आपणहून भेटण्यासाठी गेली नाही, ते भारतसमर्थक असूनही! उलट मॅक्डोनाल्डच तिला भेटण्यास तिच्या घरी आले. अरविंदांनी मात्र गुर्ले यांच्या घरी जाऊन मॅक्डोनाल्ड यांची भेट घेतली. अरविंदांच्या या वागण्यामुळे निवेदिता नाराज झाली होती. अशा भेटीचा अर्थ सरकार वेगळा लावू शकत होते. राजकारणात भाग घेणाऱ्या व्यक्तींनी अनेक गोष्टींचा खोलवर विचार करून कृती करायला हवी, असे तिचे मत होते, नाहीतर चळवळीवर त्याचा परिणाम होऊ शकतो आणि चळवळीतील सहकाऱ्यांना त्रास होऊ शकतो. अरविंद सभांमध्ये काही गोष्टी स्पष्टपणे बोलत. बारिसालच्या सभेत बोलताना त्यांनी अश्विनीकुमार दत्तांची प्रशंसा केली आणि त्याचबरोबर बहिष्कारासाठी लोकांना भडकवले. निवेदितेला हे पसंत पडले नव्हते. पोलिसांनी अरविंदांच्या वक्तव्याची नोंद घेतली होती, हे तिच्या लक्षात आले होते. बेजबाबदारपणे वक्तव्य करणे क्रांतिकारकांना शोभत नाही, हा काही धीटपणा किंवा निर्भयता नाही, असे तिचे स्पष्ट मत होते. अशा वागण्याने कार्यात बाधा येऊ शकते. अशा वक्तव्य करण्याच्या सवयीमुळे श्यामजी कृष्णवर्मांसारख्या श्रेष्ठ क्रांतिकारक नेत्यावर ती नाराज होती. कारण अशी वक्तव्ये करणाऱ्यांभोवती पोलिस आणि सरकार यांचे 'एजंट' जमा

होतात आणि त्यांच्याकडून गुप्त माहिती काढून घेतात.

अरविंदांनी निवेदितेच्या सूचनेकडे दुर्लक्ष केले तरी अखेर तिनेच त्यांना रात्रीच्या रात्री कोलकात्याहून चंदननगरला पाठवले. होडीपासून सर्व व्यवस्था तिनेच केली होती. त्यांच्या वाटखर्चासाठी जगदीशचंद्रांनी पैसे दिले होते. अरविंदांनी या गोष्टी नाकारल्या आहेत. याला काही गूढ कारण असावे. मात्र अश्विनीकुमारांची तुरुंगातून सुटका झाल्यावर, आपल्या शाळेला सुट्टी देऊन, शाळेत दीपोत्सव करणारी, अश्विनीकुमारांबरोबर शिक्षा झालेल्या नेत्यांच्या कुटुंबांना साहाय्य करणारी, त्या सर्वांना आपलीच माणसे मानणारी निवेदिता अरविंदांच्या बाबतीत गप्प बसणे शक्यच नव्हते.

जयांनी लिझेल रेमँना निवेदितेची माहिती देताना म्हटले आहे, ''स्वामीजींना जे कार्य अपेक्षित होते, पण स्वत: करणे शक्य नव्हते, ते कार्य करून घेण्यासाठी त्यांनी जाणूनबुजून आणि नीट पारखून घेऊन निवेदितेची निवड केली होती.'' हे वाक्य बरेच महत्त्वाचे काही सुचवून जाते. स्वामीजींना 'सिंहीण' हवी होती. ती कशासाठी? स्त्रियांच्या शिक्षणासाठी? पण स्त्रियांच्या शिक्षणासाठी सिंहीण कशाला! निवेदितेने म्हटलेच आहे की, दहा-बारा मुलींना शिकवून फायदा काय! यासाठी माझा जन्म नाही! मग निवेदितेला तिच्या जन्माचे सार्थक कशात वाटत होते?

एवढा सविस्तर ऊहापोह केल्यावर लक्षात येते की, निवेदिता ही खरोखरच क्रांतिज्वाला होती!

◆

निवेदिता आणि कलाक्षेत्रांतील आंदोलन

निवेदितेला भारतात संपूर्ण जागरण घडवून आणायचे होते. 'राष्ट्रजागृती' हेच तिचे लक्ष्य होते आणि त्यासाठी आवश्यक असणाऱ्या प्रत्येक कार्यात, प्रत्येक चळवळीत तिने महत्त्वाची भूमिका घेतली होती. कलाक्षेत्राचाही या बाबतीत अपवाद नव्हता. आधुनिक भारतीय कलाक्षेत्रातील चळवळीत तिची भूमिका सुहृद, पथदर्शक आणि दार्शनिक अशी होती. यदुनाथ सरकारांनी 'मॉडर्न रिव्ह्यू'मध्ये लिहिलेल्या एका लेखात म्हटले आहे, "सुशिक्षित भारतीय लोकांना अस्सल कलेचा परिचय करून घेण्यास, भगिनी निवेदिता नेहमीच प्रोत्साहन देत असे. बंगालमधील चित्र व शिल्प कलेची अभ्यासपूर्ण समीक्षा करून तिने बंगालमधील सुशिक्षित समाजात कलांबद्दल साक्षेप वाढवण्याचा कसून प्रयत्न केला."

भारतवासीयांच्या कुठल्याही क्षेत्रातील मौलिक कार्याचा निवेदितेने नेहमीच अतिशय उत्साहाने गौरव केला. भारतीय कलांची ती फार मोठी समर्थक होती. याचा अर्थ असा नव्हे की, प्रत्येक कलाकृतीची ती नेहमी स्तुतीच करत असे. तरुण कलावंतांच्या कलाकृतींचे समीक्षण करताना ती त्यातील दोषही दाखवत असे. निवेदितेला चित्र-शिल्प आदी कलांची उत्तम समज होती. त्यामुळे तिची समीक्षा ही अतिशय सखोल आणि समतोल असे. याचा फायदा तरुण बंगाली कलावंतांना निश्चितच झाला. विसाव्या शतकाच्या आरंभी बंगालमध्ये चित्र-शिल्प कलांमध्ये अभूतपूर्व सर्जनशीलता दिसून आली. लवकरच तिचा प्रभाव संपूर्ण भारतावर पडला. भारताच्या राष्ट्रीय जागरणात याचे स्थान अतिशय महत्त्वाचे होते आणि या आंदोलनाच्या आरंभी संघटक म्हणून, त्याचबरोबर या आंदोलनाची स्फूर्तिदात्री म्हणून निवेदितेचे कार्य अनन्यसाधारण ठरते.

भारतात येण्यापूर्वीच निवेदिता कलांकडे आकर्षित झाली होती. शाळेत असतानाच तिच्या एकाकीपणात पुस्तके आणि कला यांनी तिला साथ दिली होती. पुढे काही अँग्लो-कॅथॉलिक विद्वानांच्या सहवासामुळे प्राचीन रोमन कलेचा अभ्यास करावा

असे तिला वाटले. प्राचीन रोमन कलेतील स्वाभाविक सौंदर्य आणि त्यातून मिळणारे कलाविषयक ज्ञान यामुळे काही काळ ती रोमन कॅथॉलिक धर्माकडे वळलीही होती. तिने प्राचीन चित्रकलेचा अभ्यास केला, पण त्याचबरोबर आधुनिक चित्रकलेचाही विचार केला. यात तिला साहाय्य केले होते ते एबेनेजर कुक या तिच्या स्नेह्यांनी! कुक रस्किनचे अनुयायी होते आणि कलेला जनजीवनाशी जोडण्याची विशेष क्षमता त्यांच्यात होती. म्हणूनच निवेदितेला त्यांच्याबद्दल विशेष आदर वाटत असे. तिचे कलेबद्दलचे आकर्षण कलेच्या स्वरूपाची किंवा शैलीची समीक्षा करणे एवढ्यापुरते नव्हते, तर तिच्यातील निसर्गप्रेम, सौंदर्यप्रेम, प्राचीन संस्कृतीबद्दल कुतूहल या गुणांच्या बळावर कलांच्या अंतरंगात तिने प्रवेश केला होता. विसाच्या वर्षी येशूबद्दल लिहिताना तिने 'इतिहासावर उभा केलेला संगमरवरी पट आणि त्यावर कोरलेली पवित्र स्त्री आणि पवित्र शिशु' असे वर्णन केले होते. स्वामीजींना प्रथम पाहताच त्यांच्या चेहऱ्यावर आणि कपाळावर तिला रॅफेलने चित्रित केलेल्या बाल येशूची कोमलता आणि महिमा दिसला होता. याच सुमारास तिने 'स्त्रीच्या सौंदर्याचा अधिकार' या विषयावर लेख लिहिला होता. त्यात 'फॅशन' आणि 'आर्ट' यातील फरक स्पष्ट करताना तिने म्हटले होते, "फॅशनेबल बाहुल्यांना 'फॅशन' आणि 'आर्ट' यातील फरक कळतच नाही. ग्रीक देवदेवींचे चिरंतन सौंदर्य म्हणजे आर्ट! व्हिक्टोरियन युगात कमरेला दोरी घट्ट बांधून कमर बारीक दिसण्यासाठी, कमर आवळून टाकण्याचा पोशाखातील वेडगळपणा म्हणजे फॅशन!"

भारतात आल्यावर, येथील जनजीवन, सणवार, उत्सव-पर्वणी यांची निवेदितेने केलेली वर्णने म्हणजे सुंदर शब्दचित्रेच आहेत. भारताचा इतिहास आणि संस्कृती यांची चर्चा करतानाही ती लेखणी न वापरता कुंचलाच वापरत आहे, असे वाटते. आयरिश राष्ट्रीयतेची निर्मिती आयर्लंडमध्ये व्हावी म्हणून आयर्लंडच्या लोकसंस्कृतीचे आणि कलांचे पुनर्जागरण व्हावे असे निवेदितेला वाटत होते. आता भारत तिचा देश झाला होता. तेव्हा भारततही ती असेच पुनर्जागरण इच्छित होती. भारतीय कलांची दीक्षा तिला खुद्द स्वामीजींनीच दिली. "भारतात धर्म आणि कला अभिन्न आहेत." हे स्वामीजींचे उद्गार तिचे भारतीय कलांबद्दलचे कुतूहल वाढविण्यास कारणीभूत ठरले.

स्वामीजी परिव्राजक अवस्थेत भारतभर भ्रमण करत असताना, त्यांनी अत्यंत बारकाईने भारतातील स्थापत्य-शिल्य आणि चित्र या कलांचे निरीक्षण केले होते. राजस्थानची चित्रकला, रविवर्म्यांची चित्रे, मुसलमानांची स्थापत्यकला, हिंदू मंदिरे, बौद्ध मंदिरे ही जशी त्यांनी पाहिली तशीच गावोगावची जीवनसरणीही पाहिली. भारताबाहेरही स्वामीजींनी खूप प्रवास केला होता. श्रीलंकेतील अनुराधापूर आणि इतर शहरे त्यांनी पाहिली. त्यातील प्राचीन स्थापत्यकला पाहिली. चीनमधील कॅन्टन शहरातील आणि जपानमधील काही शहरातील स्थापत्यकलेच्या आणि चित्रकलेच्या

नमुन्यांनी त्यांचे लक्ष वेधून घेतले होते. अमेरिकेतील संग्रहालये त्यांनी आवर्जून पाहिली होती. पॅरिस येथील लूर्व्हचे संग्रहालय तर त्यांनी पुन्हा पुन्हा पाहिले होते. जर्मनी, इंग्लंड, रोम, ग्रीस, तुर्कस्थान, इजिप्त अशा अनेक देशांत प्रवास करताना, त्या त्या देशांतील कला ते आवर्जून पाहत. त्यांनी किती आणि काय पाहिले होते, याची माहिती देणे शक्य नाही. पण बंगालमधील एक ख्यातनाम कलावंत रणदाप्रसाद दासगुप्त यांना एकदा स्वामीजी म्हणाले होते, ''जगातील जवळजवळ सर्व देशातील कलांचे नमुने पाहून आलोय.'' यावरून स्वामीजींनी काय काय पाहिले असावे, याचा अंदाज येईल.

प्रत्यक्ष अवलोकन, संवेदनक्षम मन, उच्च कोटीची प्रतिभा आणि सूक्ष्म निरीक्षण यामुळे स्वामीजींना कलेतील मर्म अचूक समजत असे. याशिवाय कलांच्या संदर्भातील अभ्यासामुळे त्यातील सौंदर्य पूर्णपणे ते जाणत. कलांमध्ये प्रतीकांचा उपयोग कलावंत करत असतो. कलांतील प्रतीकांचे तात्पर्य जाणण्याची विलक्षण क्षमता स्वामीजींपाशी होती. यामुळेच निवेदितेला ते उत्तम मार्गदर्शन करू शकले.

निवेदिता भारतात आल्यानंतर जया आणि धीरामाता यांच्यासह निवेदितेला बरोबर घेऊन स्वामीजींनी उत्तर भारताची यात्रा केली होती. तेव्हा त्यांनी निवेदितेला स्थापत्य किंवा चित्रकलेची दीक्षा तर दिलीच, पण त्याचबरोबर लोककलेशीही तिचा परिचय करून दिला. १८९९ साली शिकागोला निवेदितेला 'भारतातील ललितकला आणि हस्तकला' यावर व्याख्यान द्यायचे होते, तेव्हा तिने स्वामीजींचीच मदत घेतली होती. स्वामीजींनी तिला भारतीय कलांची पृथगात्मता अतिशय साध्या पण योग्य शब्दांत सांगितली होती– ''भारतीय कला बाह्य जड रूपापेक्षा आंतररूप व्यक्त करण्याचा नेहमीच प्रयत्न करतात. म्हणूनच त्यात प्रतीकांचा वापर केलेला आढळतो.''

''प्राचीन आणि मध्ययुगीन कला या धर्मकेंद्रित होत्या. भारतात धर्म आणि कला यांचे वेगवेगळे विवेचन केले जात नसे.''

''कलांमध्ये वापरली जाणारी प्रतीकांची भाषा ही भारतीय कलांची पायाभूत शक्ती होती. पण प्रतीकांच्या अतिरेकी वापरामुळे कला दुर्बोध आणि विपर्यस्त झाल्या. अलंकारांच्या अवास्तव वापरामुळे कलांमध्ये निर्जीवता आली आणि त्यांना उतरती कळा लागली.''

''भारतीय कला या भारतीय संस्कृतीचीच निर्मिती आहे. त्यांच्यावर बाह्य प्रभाव पडला तरी त्यांच्यातील मूलगामी भारतीयत्व यत्किंचितही कमी झाले नाही. त्यांच्यावर ग्रीक कलांचा फार मोठा प्रभाव आहे, हा युरोपचा युक्तिवाद अतिशयोक्त आहे.''

''भारतीय कला म्हणजे फक्त हिंदू कला नव्हेत. मध्ययुगीन मुगल-कलांचाही त्यात समावेश करायला हवा. मुगल-कला संपूर्ण परदेशी म्हणजे इस्लामी नाहीत. त्यांच्यात पूर्वीपासून चालत आलेले भारतीय प्रवाह मिसळले आहेत. मुगल-कलांचा

संभाव्य विकास भारतातच घडला आहे.''

''भारतात कलांना राजाश्रय मिळाला, त्यामुळे त्यांचा विकास झाला हे खरे असले तरी त्या प्राधान्याने लोककलाच राहिल्या– बूर्ज्वा झाल्या नाहीत. भारतीय जीवनाच्या सर्व स्तरांमध्ये कलांची जाणीव दिसून येते. भारतवर्षात दैनंदिन जीवनात सौंदर्याला महत्त्वाचे स्थान आहे.''

''आधुनिक काळातील रविवर्मा वगैरेंची, पाश्चात्त्यांचे अनुकरण करणारी चित्रे कला म्हणून अयशस्वी ठरतात.''

स्वामीजींच्या कलाविषयक सखोल विवेचनामुळे निवेदिता अंजिठा, वेरूळ, दिल्ली, आग्रा, चितोड, वाराणसी अशा महत्त्वाच्या ठिकाणी आढळून येणाऱ्या कलाकृतींचीच फक्त समालोचक झाली नाही, तर भारतीय जीवनाच्या अखंड वाहणाऱ्या जनरीतीची ती द्रष्टी आणि स्रष्टी ठरली. तिच्या 'दि वेब ऑफ इंडियन लाइफ', 'स्टडिज फ्रॉम ईस्टर्न होम', 'दि फुटफॉल्स ऑफ इंडियन हिस्टरी' या पुस्तकातून वर उल्लेख केलेल्या विधानाच्या समर्थनार्थ भरपूर पुरावे मिळतात.

स्वामीजींनी कलांच्यामध्ये प्रतीकांच्या वापरासंबंधी दिलेली शिकवण निवेदितेने कशी स्वीकारली होती, हे कालीमूर्तीच्या संदर्भातील तिच्या वक्तव्यावरून लक्षात येते. कालीचे रूप पाहून अनेकजण तिचा स्वीकार करण्यास तयार नव्हते. यात ब्राह्मोंचा पुढाकार होता. त्यांच्या मते पूजा करायचीच तर अशा भयंकर कालीची कशाला करायची! भयंकर असे कालीचे रूप सरळ साध्या मनाच्या माणसाच्या सौंदर्यभावनेला धक्का देते. यापेक्षा युरोपची मूर्तिकला फार वरच्या श्रेणीची आहे.

याला निवेदितेने यथोचित उत्तर दिले आहे. ''जर भारतीय लोकांनी स्वत:च्या निर्मितीमागील अर्थ योग्य प्रकारे समजावून घेण्याचा गांभीर्याने प्रयत्न केला नाही, तर ते परदेशी निर्मितीच्या बाह्यरंगाच्या सौंदर्यालाच भुलतील! त्या सौंदर्यामागची प्रेरणा आणि कल्पना यांना कधीच उमगणार नाही. परिणामी ते आपल्या कलेला युरोपीय आदर्शानुरूप करायला गेल्यास आपली कला अधिकच जड आणि अवनत होईल.''

'बीभत्स कालीमूर्तीची पूजा ही कला आणि मूर्तिकला यांच्या प्रगतीला मारक ठरेल,' या आरोपाचे खंडन करताना निवेदितेने म्हटले आहे, ''सर्वश्रेष्ठ मूर्तिकारांच्या काळापासूनच संपूर्ण ग्रीस, तीर्थयात्रा करून अखेर 'डेल्फि'च्या दर्शनाला येत असे. या मंदिरातील मूर्ती अतिशय बेढब होती, तरीही त्या काळात सर्व जण तिच्यापुढे नतमस्तक होत. यातूनच फायडिअस (Phidias) सारखा श्रेष्ठ मूर्तिकार निर्माण झाला. 'आलिम्पिआ'मधील 'झ्यूस'ची मूर्ती यांनीच घडवली आहे.''

''एके काळी युरोपमध्ये धर्माची उपासना आणि कलांची प्रगती बरोबरच होत होती. परिणामी धार्मिक कर्मकांडात रेखीवपणा आला आणि त्यांच्याबद्दलचे आकर्षण वाढीस लागले, पण म्हणून मेरी आणि तिचं बाळ यांच्या मूर्ती नेहमीच सुंदर होत्या,

असं कुणी समजू नये. ज्या माणसाच्या मनात ख्रिश्चन माणसासारखी भक्तिभावना नसेल, त्याला प्राचीन काळातील बाइझान्टीय चित्रकला आणि खोदकाम निर्जीव आणि विद्रूप दिसू शकेल– युरोपिय दृष्टिकोनातून पाहिल्यास कालीमूर्ती तशीच दिसेल. जे कालीमूर्तीला 'अवास्तव', 'विद्रूप' म्हणून नावं ठेवतात, त्यांना कलाविषयक ज्ञान नाही, असंच म्हणावं लागेल. ज्ञान आणि भावना यांच्यानुसार प्रतीकाचा अर्थ लावला जातो. त्यामुळेच त्यात अर्थभिन्नता येते. भयंकर दिसणारी कालीमूर्ती प्रतीकात्मक आहे, हेच सर्व जण विसरतात.'' येथे महाराष्ट्रातील लोकांना 'विठ्ठला'बद्दल वाटणाऱ्या अपार भक्तिप्रेमाची आठवण झाल्याशिवाय राहत नाही. विठ्ठलाचे वर्णन आपण 'सुंदर ते ध्यान उभे विटेवरी' असे करतो. पण परदेशी माणसाला तो तसा दिसेलच असे नाही म्हणता येणार! थोडक्यात असे म्हणता येईल की, कालीमूर्तीकडे बघताना, भारतातील पुराणे, प्राचीन परंपरा, समजुती यांचा विचार करून भारतीय दृष्टिकोनातून पाहावयास हवे. पाश्चात्त्य दृष्टिकोनातून नव्हे.

भारतातील सुशिक्षितांच्या संवेदनशून्यतेच्या पार्श्वभूमीवर, निवेदितेने तिच्या शाळेत सुरू केलेले कलांचे शिक्षण ही खरोखरच क्रांतिकारी घटना होती, असे म्हटल्यास वावगे ठरू नये. तिला कला-शिक्षणाचे महत्त्व पटले ते शिकागोतील शाळेतील मिस जोसेफाइन लॉकचे कार्य पाहून! अमेरिकेतील सर्वच शालेय विद्यार्थ्यांना कलाशिक्षण मिळावे असा प्रयत्न मिस लॉक यांनी केला होता. अगदी तळागाळातील विद्यार्थ्यांपर्यंत या शिक्षणाचा प्रसार झाला होता आणि मुख्य म्हणजे कुठलेही अवडंबर न माजवता, इतर विषयांच्या शिक्षणाबरोबरच चित्रकलेसारख्या कलेचे शिक्षण सहजपणे लहान मुलांना दिले जात होते. त्याचा फायदा असा झाला होता की अमेरिकेतील वेगवेगळ्या देशातून आलेली मुले स्व-संस्कृती जपता जपता अमेरिकन राष्ट्रीयताही जपत होती. त्यांच्या नकळत, स्व-संस्कृतीबरोबरच अमेरिकन राष्ट्रीयता जागृत होत होती.

निवेदितेने तिच्या शाळेला आर्थिक साहाय्य मिळावे म्हणून अमेरिकन लोकांना देण्यासाठी जी पुस्तिका तयार केली होती, त्यातही कलाशिक्षणाचे महत्त्व अधोरेखित केले होते. त्यात म्हटले होते की, शाळेतील मुलींना हस्तकलांचे शिक्षण देण्यात येईल आणि प्राचीन भारतातील गृहउद्योगांचे पुनर्जागरण या शिक्षणाद्वारा होईल, याकडे विशेषत्वाने लक्ष पुरवण्यात येईल.

निवेदितेला भारतीय हस्तकलेबद्दल औत्सुक्य होते. त्या कलेतील गुणवैशिष्ट्य तिने किती सुरेख रीतीने जाणले होते, हे पुढील प्रसंगावरून स्पष्ट होते. तिने मिसेस लेगेटसाठी एक साडी तयार करून घेतली होती. त्याबद्दल जयांना तिने लिहिले होते, ''जरीबद्दलची तुझी नाराजी माझ्या काही लक्षात नाही आली! काठ आणि पदर जरीचाच असतो. त्याला वेगवेगळ्या तऱ्हेनं वॉर्निश करतात, पण विणीत बदल

करता येत नाही... माझ्या मते ही चीज, जगातील हस्तकलेमध्ये विशिष्ट आणि उत्कृष्ट आहे. धुतल्यावर त्याचा रंग पांढराशुभ्र होतो. पण जसजसे दिवस जातील तसतसा काठाचा रंग बदलतो. मला असं कळलंय की जाणकार (प्रत्येक भारतीय भूमिपुत्र हा विणकामाचा जाणकार असतो,) नवीन वस्त्रात जसं सौंदर्य पाहतात तसंच जुन्यातही त्यांना एक वेगळं सौंदर्य दिसतं.'' याच संदर्भात धीरामातांना लिहिलेल्या पत्रात तिने म्हटले आहे, ''भारतीय साडीचा सुंदर पोत आणि वीण जशी असेल तशीच आवडीनं स्वीकारली पाहिजे. आपण तुर्कस्थानी गालिचे किंवा पर्शियन टाइल्स– मिळतात तशाच घेतो ना? नाहीतर मग साडी न घेतलेली बरी!''

काश्मीरी शालींच्या बाबतीतही तिला फार कुतूहल आणि रस होता. तेथील विणकरांनी ही कला चारशे ते पाचशे वर्षांपूर्वी आत्मसात केली. जुन्या शालींचे नमुने पाहता, त्या अत्यंत सुंदर होत्या, असेच तिचे मत आहे. नंतर मुसलमानांच्या कारकिर्दीत, इस्लामच्या नियमानुसार फक्त भौमितिक आकृत्याच शालीवर विणल्या गेल्या. कारण त्यांच्या धर्मात जिवंत प्राणी रेखाटण्यास किंवा विणकामात त्यांच्या आकृत्या विणण्यास मनाई होती. त्यामुळे फुले, पाने, वेली यांच्याबरोबर बुलबुल, नीलकंठ वगैरे पक्षी शालीवर विणले जात नसत. मात्र नंतरच्या काळात, मुसलमानांचे राज्य गेल्यावर, जास्त स्वातंत्र्य विणकरांना मिळाले म्हणून तिला आनंद होतो.

तिच्या मते भारतीय अभिरुचीच्या दृष्टीने तीन गोष्टी महत्त्वाच्या ठरतात– पहिली– सूक्ष्म नक्षीकाम. दुसरी– चमकदारपणा आणि तिसरी– विषयांतील विविधता. भारताचे हवामान असे आहे की, येथील निसर्गात समृद्धता, विविधता सर्वत्र दृष्टीस पडते आणि त्यामुळेच वर उल्लेखलेल्या तीनही गोष्टी फक्त विणकामातच नव्हे, तर इतर कलांतही प्रामुख्याने दृष्टीस पडतात.

काश्मीरी शाल तयार करणाऱ्या लहानशा कारखान्याला भेट दिल्यावर तिला उपमा सुचली ती वाद्यवृंदाची– ऑर्केस्ट्राची. प्रत्येक शाल म्हणजे रंगांचा स्वरमेळ– सिम्फनि! कारागिरांचे विणकाम म्हणजे जणू चर्चमधील संगीताचा निनादत राहणारा सूर! भारतीय वस्त्रकलेच्या क्षेत्रात रंग आणि आवाज यांचे नाते हा खरोखरच एक मौलिक प्रकार आहे. काश्मीरच्या कारागीरांनी शालींबरोबरच पडदे किंवा इतर गोष्टींना लागणारे कापड विणावे, असे निवेदिता सुचवते. कारण त्यांच्या कलापूर्ण शालींपुढे विदेशी छापील पडदे अगदीच बटबटीत आणि बेंगरूळ दिसतात. शिवाय आर्थिकदृष्ट्याही त्यांना यामुळे फायदा होईल, असे तिला वाटते. शालींचा जो कारखाना निवेदितेने पाहिला तो एका घराच्या वरच्या मजल्यावर होता. तळमजल्यावर त्या विणकराचे घर होते. त्या घरातील तीन स्त्रिया चिनार वृक्षाच्या दाट सावलीत बसून हातचरख्यावर सूत कातत होत्या. सासूबाई दोन सुनांना घेऊन गृहोद्योगात रमून गेल्या होत्या. हे दृश्य निवेदितेला फार विलोभनीय वाटले. तिच्या मनात आले की, या वयस्क स्त्रीने

अपार प्रेम केले आहे जीवनावर! खूप खस्ता खाल्ल्या असतील, पण अखेर ती यशस्वी झाली आहे. आता तिचे जीवन एखाद्या राणीसारखेच नाही का!

स्त्रियांनी त्यांची नेहमीची स्वयंपाकघराची लक्ष्मणरेषा ओलांडलेली पाहिली की निवेदितेला आनंद होत असे. अंत:पुरात बंदिवान झालेली भारतीय स्त्री एकदम बाहेरच्या जगात येऊन, शिक्षित होऊन, स्वत:च्या पायावर उभी राहणार नाही, या गोष्टीस वेळ लागेल हे निवेदिता जाणून होती. पण भारतीय स्त्रीच्या हातात जे कौशल्य आहे, त्याचा तिने उपयोग करावा, असे तिला मनापासून वाटत असे. पूर्वी स्त्रिया घरासमोर सुंदर रांगोळ्या काढत होत्या. घराच्या सजावटीसाठी भरतकाम, विणकाम करत होत्या. आपल्या माणसांसाठी सुती किंवा लोकरी पादत्राणे तयार करत होत्या. मुसलमान स्त्रिया आपल्या प्रियजनांच्या कबरीवर घालण्यासाठी फुलांची चादर तयार करत होत्या. हळूहळू या कला मागे पडल्या. स्त्रिया पाश्चात्त्यांचे अनुकरण करून छापील कापडांचे पडदे, चादरी यासाठी उपयोग करू लागल्या, याचे निवेदितेला वाईट वाटते. तिच्या मते भारतीय स्त्रियांनी पूर्वीपासून चालत आलेला वारसा सांभाळावा, त्यात स्वत:च्या कल्पनेची भर जरूर घालावी, पण जे काही निर्माण करायचे ते स्वत:चे असावे. अनुकरण करायचे झाल्यास राजस्थान, वाराणसी येथील करावे. चिनी, मुसलमानी नमुन्यांचे अनुकरण एकवेळ चालेल, पण पाश्चात्त्यांचे अनुकरण करू नये.

भारतीय शिल्प आणि चित्र या कलांकडे तिचे विशेष ओढा होता. भारतीय कलेत आध्यात्मिकतेचे बीज असते असा तिचा विश्वास होता. ज्या चित्रात बाह्य सौंदर्यापेक्षा आंतरिक सौंदर्य प्रकर्षाने व्यक्त होत असेल, असे चित्र तिला मनापासून आवडत असे. तिच्या एका विद्यार्थिनीने शतदलकमळ आणि त्याभोवती पांढरी जुईच्या फुलांसारखी फुले असे चित्र काढले होते. निवेदितेच्या मते ते उत्कृष्ट चित्र होते. तिने ते आपल्या खोलीच्या भिंतीवर लावले होते. तिच्या घरी येणाऱ्या सर्व थोरामोठ्यांना ते ती आवर्जून दाखवत असे. ती म्हणत असे की, कमळाचे फूल काढावे ते भारतीयांनीच! कमळाभोवतीची पांढरी छोटी छोटी फुले कमळाकडे तोंड करून जणू म्हणत आहेत की, आम्हाला तुझ्याकडेच यायचे आहे. आपल्या विद्यार्थिनींना मातीच्या वस्तू बनवायला शिकवताना निवेदितेचा उत्साह बघण्यासारखा असे. मुलींनी बनवलेल्या छोट्या बाहुल्या, बुडकुली म्हणजे जणूकाही तिला प्रसादच वाटत असे.

तिची खोली म्हणजे एक छोटेसे सुंदर संग्रहालयच झाले होते. मातीच्या पणत्या, बाहुल्या, दगडावर कोरलेली नक्षी, नाना प्रकारचे भरतकामाचे नमुने, प्राचीन चित्रे, बौद्धयुगातील पाषाण मूर्ती, नकली दागिने, मण्यांच्या माळा सर्वच तिने नीट मांडून ठेवले होते. भारतातील दागिन्यांची कलाकुसार पाहून ती हरखून जात

असे. या सर्वांतून तिला अपूर्व आनंदाचा लाभ होत असे.

भारतासारख्या महान देशाला आत्मविस्मृतीतून जागृत करायचे झाल्यास, इतिहासाबरोबरच चित्र-शिल्प कलांचे अनुसरण आवश्यक आहे. भारताच्या मनोविकासासाठी वेद, उपनिषदे यांच्याबरोबरच रामायण, महाभारत या ग्रंथांचा अभ्यास करायला हवा, तसाच शिल्प-चित्र-संगीत-नृत्य या कलांमध्ये साकार झालेले भारतीय मानसही अनुभवाने जाणून घ्यायला हवे, असे तिचे आग्रहाचे सांगणे होते.

निवेदितेच्या या कलेच्या चळवळीला काही देशी-विदेशी व्यक्तींनी साथ दिली. त्या व्यक्तींमधील एक होते काकुजो ओकाकुरा. जगभर आधुनिकीकरण म्हणजे पाश्चात्त्यीकरण असे समीकरण रूढ होत असताना, जपानला स्वदेशी कलांचा वारसा हा अभिमानाचा विषय वाटावा, असा प्रयत्न ओकाकुरांनी केला. त्यासाठी 'टोकिओ फाइन आर्ट्स स्कूल'च्या स्थापनेसाठी त्यांनी पुढाकार घेतला. ही घटना आहे १८८७मधील. या स्कूलचे ते प्रमुख झाल्यावर 'पाश्चात्त्य चित्रकला व शिल्प' हा विषय त्यांनी अभ्यासक्रमातून काढून टाकला. पुढे त्यांनी 'जपानी अकॅडमी ऑफ फाइन आर्ट्स'ची स्थापना केली.

ओकाकुरांनी लिहिलेले 'दि बुक ऑफ टी' हे पौर्वात्य सौंदर्यशास्त्रातील पुस्तक खूपच गाजले. त्यात मार्गारेट नोबलचा उल्लेख केलेला आढळतो. 'दि आयडिअल्स ऑफ दि ईस्ट' हे त्यांचे आणखी एक महत्त्वाचे पुस्तक! या पुस्तकाची प्रस्तावना निवदितेने लिहिली आहे. ओकाकुरांच्या मते जपानी संस्कृती आणि कला यांची मातृभूमी आहे भारतवर्ष! आपल्या प्रस्तावनेत ओकाकुरांच्या या मताचा संदर्भ देऊन निवेदितेने लिहिले आहे, ''भारतवर्षाने अशोकाच्या काळात धर्माबरोबर कलेच्या क्षेत्रातही संपूर्ण पूर्वेचे नेतृत्व केले होते, हे मि. ओकाकुरांसारख्या सुयोग्य तज्ज्ञांकडून ऐकायला मिळाल्यामुळे मी निश्चिंत झाले. भारतातील निरनिराळी विश्वविद्यालये आणि विहार पाहण्यास आलेल्या चिनी परिव्राजकांवर भारताच्या सौंदर्यभिरुची आणि संस्कृती यांचा पगडा बसला. याच परिव्राजकांनी प्रथम चीनमध्ये आणि चीनद्वारे जपानमध्ये भारतीय प्रभावाचा प्रसार केला. स्थापत्य-शिल्प-चित्र या त्यांच्याकडील कलांवर तो स्पष्टपणे दिसतो.''

जपानी कलांच्या संदर्भात बोलताना ओकाकुरांनी ठोसपणे सांगितले की, जपानने नेहमीच चीनकडून कौशल्याचे शिक्षण घेतले, पण मौलिक आदर्शांसाठी जपान नेहमीच भारतावर विसंबला. जपानी कलांचे मूळ वैशिष्ट्य त्यांच्या कौशल्यात नाही, तर त्या कलांतून प्रकट होणाऱ्या विराट जीवनदर्शनात आहे. पाश्चात्त्य देशांना याची कल्पना आहे की नाही याबद्दल शंका आहे. फुललेल्या फुलांचे ताटवे किंवा द्राक्षांच्या घडांनी लगडलेल्या वेली यातून कौशल्य दिसते. पण जपानी जीवनदर्शनाचे खरे रूप ड्रॅगनच्या चित्रातूनच व्यक्त होते. जपानच्या चित्रकलेचे मर्म पक्षी-फुले यात

नसून मृत्युपूजेत आहे. येथे स्वामीजी आणि निवेदिता यांच्या विचारांशी ओकाकुरांच्या विचारांचे साम्य आढळते. कालीपूजा ही मृत्युपूजाच आहे. 'काली' ही भीषणतेची, भयानक रसाची जणू मूर्तिमंत प्रतिमाच! जीवनात जन्म जितका सत्य आहे, तितकाच मृत्यूही सत्य आहे. त्यामुळेच भारतीय संस्कृती उभयतांचे स्वागत करते. ओकाकुरांनी स्पष्ट केले आहे की, बाह्य वास्तव कितीही का सुंदर असेना, बाह्य स्वरूपापेक्षा महत् चिंतनाचे गंभीर तात्पर्य मानवी मनाला ज्ञात करून देणे; स्वतःचे नव्हे, तर इतरांचे रक्षण करण्याच्या बुद्धतुल्य दृढ इच्छेचे प्रकटीकरण – हेच जपानी कलांचे उत्तरदायित्व आहे. आशिया खंडातील कला बूर्ज्वा नाहीत, हेही त्यांनी निक्षून सांगितले.

कलातज्ज्ञ ओकाकुरांपेक्षा स्वदेशातील कलेच्या चळवळीचे संघटक ओकाकुरांनी निवेदितेचे लक्ष वेधून घेतले. प्राच्य कलासंप्रदायांचे श्रेष्ठत्व सिद्ध करण्यासाठी दोघांनीही जिवापाड कष्ट घेतले.

निवेदिता ज्यांचा उल्लेख 'माझे मित्र मि. हॅवेल' असा करत असे, ते अॅर्नेस्ट बीनफिल्ड हॅवेल हे आधुनिक भारतीय कला चळवळीचे मूळ नायक होते. त्यांना नायक म्हटले जाते ते कलावंत होते म्हणून नव्हे, तर भारतीय कलांचे समर्थक आणि चळवळीचे साहाय्यक म्हणून! या चळवळीच्या उभारणीत आणि तिला प्रेरणा देण्यात हॅवेल यांचा मोठा सहभाग होता.

१८९६ साली कोलकात्यातील शासकीय आर्ट स्कूलचे प्रमुख म्हणून हॅवेल यांची नियुक्ती झाली. त्याआधी दहा वर्षे ते मद्रासमधील आर्ट स्कूलचे प्रमुख होते. कोलकात्याच्या आर्ट स्कूलच्या कारभाराची सूत्रे हातात घेताच, त्यांनी प्रचलित शिक्षण-पद्धतीत आमूलाग्र बदल केला. ते येण्यापूर्वी या विद्यालयात, इंग्रजांच्या प्रादेशिक कलेच्या निकृष्ट परंपरेचेच अनुकरण केले जात होते. त्याच पद्धतीने आरेखन व चित्रकला शिकवली जात होती. हॅवेलनी ही पद्धत मोडून काढली. आर्ट स्कूलच्या अभ्यासक्रमाचा पाया म्हणून प्राच्यकलांना स्थान दिले. त्यांची ही नीती स्वदेशी आंदोलनाच्या काळात अतिशय फलदायी ठरली. एका गोऱ्या माणसाने शासकीय विद्यालयामार्फत भारतीय विचारधारेचे जागरण घडवायचा प्रयत्न करणे, ही खरोखरच आश्चर्यकारक घटना होती. हॅवेल यांचे परमशिष्य अवनीन्द्रनाथ ठाकूर आणि त्यांचे शिष्य नंदलाल बसू यांनी आपल्या कलेतून हॅवेल यांची नीती भारतभर पसरवली.

हॅवेलच्या या दुर्दम्य धाडसाचे जसे कौतुक झाले, तशीच निंदाही झाली. हॅवेल यांची नीती 'साहेब लोकां'च्या दृढ विश्वासाला धक्का देणारी होती. त्यामुळे त्यांना अतिशय अपमान, क्रूर निंदा आणि मानसिक छळ सहन करावा लागला. गोऱ्या लोकांकडून त्यांना त्रास झाला याचे कारण आपण समजू शकतो, पण भारतातील सुशिक्षित लोकांनीही त्यांचा पिच्छा पुरवला. त्याचे कारण जसे सांस्कृतिक होते, तसेच आर्थिकही! गुलामी वृत्ती अंगात भिनल्यामुळे स्वदेशी कलांच्या पायावर उभे

राहूनच आपण आपली प्रतिभा व्यक्त करू शकू, ही स्वाभाविक तर्कनिष्ठ विचारसरणी विद्यार्थ्यांच्या आणि सुशिक्षित समाजाच्या लक्षात येणे शक्यच नव्हते. शिवाय विदेशी पद्धतीचे अनुसरण न केल्यास, साहेब लोकांचा पाठिंबा मिळणार नाही आणि उपाशी मरावे लागेल, अशी भीतीही त्यांना वाटत होती. त्यामुळे हॅवेलच्या विद्यार्थ्यांनी त्यांच्याविरुद्ध बंड करून एक दिवसाचा संपही केला होता. पण अवनीन्द्रनाथांसारख्यांना, हॅवेलच्या पूर्वीची शिक्षणपद्धती किती निरर्थक आहे हे पटल्यामुळेच त्यांनी हॅवेलना 'या देशातील कलाशिक्षणाचा संस्थापक' आणि 'भारताच्या कलाशिक्षणाचा आणि कलाइतिहासाचा द्रष्टा ऋषी' असे म्हटले आहे.

निवेदिता आणि हॅवेल यांचा स्नेह कलेच्या चळवळीतूनच जन्मला होता. भारतीय कलांविषयी निवेदितेने हॅवेलना योग्य मार्गदर्शन केले. भारतीय कलांतील गूढ रहस्य आणि आंतरिक भाव समजावून सांगितला तो तिनेच! म्हणूनच त्यांच्या कलाविषयक लेखनावर तिचा प्रभाव दिसतो. तिला एकदा हॅवेल म्हणाले की, मी चित्रकला शिकवू शकतो, पण चित्रकार तयार करू शकत नाही! यावर निवेदितेचे उत्तर होते, "देशप्रेम, देशवासीयांचे प्रेम, कुलाभिमान, भविष्याबद्दलची आशा आणि विश्वास, भारताबद्दल दृढ निष्ठा यामुळे कला-विज्ञान-धर्म आणि जीवनशक्ती यांना असं काही उधाण येईल की कुणालाही त्यापासून दूर राहता येणार नाही. मग बुद्दूसुद्धा वीर बनेल, अनुकरण करणाऱ्याची मौलिक प्रतिभा जागृत होईल. असं घडू शकतं, नव्हे, घडायलाच हवं."

१९०८ साली हॅवेल यांचा 'इंडियन स्कल्प्चर अॅन्ड पेंटिंग' हा ग्रंथ प्रसिद्ध झाला. हा ग्रंथ म्हणजे भारतीय कलांचा जयघोषच आहे, असे निवेदितेला वाटले. ५ जुलै, १९०९ रोजी तिने हॅवेलना लिहिले आहे, "आपले अभिनंदन करण्यास माझ्याजवळ शब्दच नाहीत. अशा ग्रंथाची नितांत आवश्यकता होती." या ग्रंथांची समीक्षा करणारे तीन लेख तिने 'मॉडर्न रिव्ह्यू'त लिहिले. 1) Indian Sculpture and Painting. (Oct. 1909) 2) Havell on Hindu Sculpture (Nov. 1909) 3) Havell on Indian Painting (Dec. 1909).

पहिल्या लेखातील पहिलेच वाक्य होते, "भारतीय कलांसंबंधी पाश्चात्त्य लेखकाने लिहिलेले हे पहिलेच पुस्तक, ज्या पुस्तकात पानापानागणिक भारत आणि भारतीय यांच्याबद्दल आदर व प्रेम व्यक्त झाले आहे." या पुस्तकाचे वैशिष्ट्य सांगताना तिने म्हटले आहे, "भारतीय कला आणि संस्कृती यांचा प्रभाव केवळ बायझन्टाइन कलांवरच स्पष्टपणे दिसतो असे नाही, तर मध्ययुगातील गॉथिक चर्चवरही तो तितकाच लक्षणीय आहे. आशियाच्या संस्कृतीवर पाश्चात्त्य कला आणि संस्कृती यांचा प्रभाव दाखवण्यात युरोप जितका तत्पर असतो, तेवढा त्याच्या धर्मावर आणि संस्कृतीवर पडलेला आशियातील संस्कृतीचा आणि विचारांचा प्रभाव स्पष्ट करण्याचा

उत्साह त्याच्यात नसतो.'' तिने पुढे म्हटले आहे, ''पुराणवस्तू किंवा प्राचीन साहित्य यांची शेपूट म्हणून कलांकडे पाहता कामा नये. आणि त्या दृष्टिकोनातून त्याची समीक्षा करणेही योग्य नव्हे. कला ही कलाच असते. कशाचीही आनुषंगिक गोष्ट नसते.'' आणि याचे भान हॅवेलनी ठेवले म्हणूनच तिने त्यांचे अभिनंदन केले आहे. ''हॅवेलनी भारताची प्राचीन कला, वर्तमानातील कला आणि भविष्यातील कला यांचा वेध घेतला आहे.'' निवेदितेच्या मते अती कठीण नियमबद्धता हा प्राचीन कलांचा दोष होता, तर अती हळुवारपणा आणि अती भावविवशता हा आधुनिक कलांचा दोष आहे. त्यामुळे कला कमजोर वाटतात, नकली वाटतात. यावरून निवेदितेच्या कलाविषयक ज्ञानाच्या सखोलतेची कल्पना येते.

हॅवेल यांनी कलाक्षेत्रात उल्लेखनीय कार्य केले. या कार्यातील एक महत्त्वाची गोष्ट म्हणजे त्यांनी अवनीन्द्रनाथांना सतत प्रोत्साहन देऊन, आर्ट स्कूलचे उपअधीक्षक केले. अवनीन्द्रनाथांचा उल्लेख त्यांच्या लेखनात वारंवार आला आहे. त्यांनी आपला एक ग्रंथ अवनीन्द्रनाथांनाच अर्पण केला आहे. 'दि एन्शन्ट ॲन्ड मेडिईव्हल् आर्किटेक्चर ऑफ इंडिया' या ग्रंथाच्या अर्पणपत्रिकेत म्हटले आहे, To Abanindra Nath Tagore-With his Guru's greetings. यावरूनच अवनीन्द्रनाथांच्या योग्यतेची आपल्याला कल्पना येते.

अवनीन्द्रनाथांचा जन्म रवीन्द्रनाथ ठाकुरांच्या कलासक्त कुटुंबात झाला होता. लहानपणापासून त्यांना चित्रकलेची आवड होती. रवीन्द्रनाथ त्यांचे काका. त्यांच्याकडून अवनीन्द्रनाथांना नेहमीच प्रोत्साहन मिळाले. आर्ट स्कूलच्या ओ'गिलार्डीकडून त्यांनी तैलरंग आणि पॅस्टल रंग वापरून चित्र कशी काढायची, याचे शिक्षण घेतले. ओ'गिलार्डी हे हॅवेल यांचे पूर्वसूरी. जलरंगातील काम सी.एल. पामर यांच्याकडून ते शिकले.

निवेदितेशी त्यांची ओळख प्लेगच्या साथीच्या वेळी मदतकार्यात झाली. आणि पुढे त्याचे पर्यवसान स्नेहात झाले. निवेदितेच्या मते पुराणाच्या अपार प्रेमातून मध्ययुगीन कलांची निर्मिती झाली आणि तीव्र सत्यप्रेमामुळे माणूस विज्ञानाकडे वळला. भारताचा धर्म सत्याच्या प्रेमावर आधारलेला आहे. या सत्यप्रेमामुळेच एकोणिसाव्या शतकात प्रबोधन घडून आले. आता प्राचीनाच्या पायावर कलांचे नवजागरण घडून येईल. या जागरणात भारताला युरोपचे साहाय्य घ्यावे लागेल. युरोपने नागरी आणि सामाजिक आदर्शांची कलांमध्ये कशी सांगड घातली आहे, ते भारताला पाहावे लागेल. भारतातील आधुनिकीकरण कलांच्या माध्यमातून करता येईल, असे निवेदितेला वाटत होते. लेखन वा शिक्षण यांच्यापेक्षा सामाजिक जाणीव, राष्ट्रीयता व्यक्त करणाऱ्या किंवा इतिहासाची आठवण करून देणाऱ्या कलाकृतींतून हे शक्य होईल, असा तिचा विश्वास होता. तिचा विश्वास सार्थ केला

अवनीन्द्रनाथांनी. त्यांचे 'भारतमाता' हे चित्र पाहून निवेदितेला अतिशय आनंद झाला. 'प्रवासी', 'इंडिया वर्ल्ड' मधून तिने या चित्राबद्दल लिहिले. त्यात तिने म्हटले आहे, ''या चित्रातून मला भारतीय कलांच्या नवयुगाच्या आरंभाचे सुचिन्ह दिसते. नवीन शैलीतील हे पहिलेच अत्युत्कृष्ट चित्र आहे. या चित्रात भारतीय कलावंत मातृभूमीबद्दलची जाणीव व्यक्त करण्यात खरोखरच यशस्वी झाला आहे. आरंभापासून अखेरपर्यंत भारतीय भाषेत भारताच्या हृदयापाशी आतुरतेने केलेली आळवणी या चित्रातून स्पष्टपणे जाणवते.'' काय आहे या चित्रात?

''अवनीन्द्रनाथांची भारतमाता हिरव्यागार जमिनीवर उभी आहे. पार्श्वभागी आहे निळे आकाश. सुंदर पावलांखाली चार पांढरी कमळे. तिला चार हात आहेत. भारतीय श्रद्धेनुसार हे देवत्वाचे द्योतक आहे. त्या हातात शिक्षण, दीक्षा, अन्न व वस्त्र या अत्यावश्यक गोष्टी, तिच्या मुलांसाठी! अंगावरच्या वस्त्रात अतीव पावित्र्य. डोळे आणि कपाळ एकदम स्वच्छ, शुद्ध. मागे प्रभा– सर्वांना आदराने स्तब्ध करणारी!''

निवेदितेने आपल्या लेखांमधून अवनीन्द्रनाथांच्या चित्रांची सखोल समीक्षा व प्रशंसा केली आहे. 'भारतमाता' व्यतिरिक्त 'सीता', 'शहाजहानचे ताज-स्वप्न', 'शहाजहानची अखेरची शय्या' या चित्रांवरची तिची समीक्षा उपलब्ध आहे. 'सीता' या चित्रात अवनीन्द्रनाथांनी, नदीतीरी अशोकवनात बसलेली विरही सीता न दाखवता, कारागृहातील बंदिनी सीता दाखवली आहे– दूरवर नजर लावून, समुद्राकडे पाहणारी, सूर्योदयाची आतुरतेने प्रतीक्षा करणारी. या चित्रातील सीता म्हणजे अतिशय सुंदर राणी नाही. चित्रातील सीतेचे कपाळ रुंद आहे, मान जाडी आहे. ती महान ऐश्वर्यशाली राणी असण्यापेक्षा 'महान पत्नी' आहे आणि त्यापेक्षाही 'महान स्त्री' आहे. राणीच्या अभिमानातून निर्माण झालेल्या शक्तिशाली, गरिमामय स्त्रीत्वाचे दर्शन यातून घडते. येथे निवेदितेला दाखवून द्यायचे आहे की, अवनीन्द्रनाथांनी सीतेला एक नवी ओळख आपल्या प्रतिभासामर्थ्यावर दिली. हेच निवेदितेला अपेक्षित होते. त्याबद्दल तिने अवनीन्द्रनाथांचे मनापासून अभिनंदन केले आहे. तिने म्हटले आहे की मॅडोनाला (येशूमाता मेरी) लिओनार्दो दा व्हिंची, रॅफेल यांनी जसे वेगवेगळ्या रूपात चित्रित केले, तशीच अवनीन्द्रनाथांनी 'सीता' ही वेगळ्या रूपात साकारली आहे, हे विशेष! अवनीन्द्रनाथांना ती जगातील श्रेष्ठ चित्रकारांच्या पंक्तीत बसवते, यातूनच ती त्यांना किती महत्त्व देत होती, हे स्पष्ट होते.

'शहाजहानचे ताज-स्वप्न' या चित्रात, संध्याकाळ उतरत आहे, शहाजहान घोड्यावर स्वार होऊन निघाला आहे, दूर नदीपलीकडे असलेल्या पांढऱ्याशुभ्र दगडाच्या समाधीकडे. आणि त्याच क्षणी त्याच्या मनात एक नवीन जग निर्माण होते– ज्याच्या केंद्रस्थानी असते संगमरवरी स्वप्न– ताजमहाल.

अवनीन्द्रनाथांनी चित्रातून काव्य निर्माण केले, तर निवेदितेने काव्यातून समीक्षा

केली. 'पूर्वाकाश थेके अस्तसूर्येर शेष प्रतिफलनटुकु मुछे जायनि एखनो' या ओळीने सुरू होणाऱ्या या कवितेचा शेवट 'एमनइ एक क्षणे कि ताजेर स्वप्न जागेनि शहाजानेर मने?' या ओळीने होतो. अवनीन्द्रनाथांनी ज्या उर्मीतून चित्रकविता लिहिली, त्याच उर्मीतून निवेदितेने आपली समीक्षात्मक कविता लिहिली आणि तशाच आवेगात रवीन्द्रनाथांची 'ताजमहाल' ही कविता अवतरली आहे. या तीन कलाकृतींतून शहाजहानचे अंतरंग आपल्यापुढे स्पष्ट होते.

तिसऱ्या चित्रात कैदेतील शहाजहानला त्याच्या अखेरच्या इच्छेप्रमाणे प्रासादाच्या सज्जात आणलेले आहे, तेथून नदीपलीकडचा ताजमहाल दिसतो आहे. शहाजहानने मुकूट काढून ठेवला आहे. त्याच्या शय्येच्या पायथ्याशी रडणारी त्याची मुलगी जहानारा. रात्रीची वेळ, सर्वत्र नीरवता, ढगांनी अर्धवट झाकलेला शोकार्त चंद्र आणि अखेरच्या क्षणाची वाट पाहणारा बादशहा. त्याला ताजमहालाच्या जागी दिसते त्याची वाट पाहणारी प्रिया. मृत्यूचा क्षणच आता त्यांचे पुनर्मीलन घडवून आणणार आहे.

निवेदितेला ऐतिहासिक किंवा समकालीन जीवन चित्रित करणारी चित्रे आवडत. पुराणकथेतील चित्रे अनुकरण करून, जशीच्या तशी रेखाटण्यापेक्षा त्यात आधुनिक कालानुसार नावीन्य असावे, असे तिचे मत होते. अवनीन्द्रनाथांनी युरोपीय, मोगल, जपानी, रजपूत वगैरे शैलींचा अभ्यास करून आपली एक स्वत:ची शैली घडवली, याची तिला अपूर्वाई होती. म्हणून तिने त्यांना Leader of the Art Movement असे म्हटले आहे.

निवेदितेच्या प्रोत्साहनाबद्दल कृतज्ञता म्हणून अवनीन्द्रनाथांनी स्वत: किंवा आपल्या शिष्यांकडून निवेदितेच्या पुस्तकासाठी चित्रे काढून दिली. 'क्रेडल टेल्स ऑफ हिंदूइझम' या पुस्तकाचे मुखपृष्ठ अवनीन्द्रनाथांनी तयार केले, तसेच या पुस्तकाचे मलपृष्ठही त्यांनीच तयार केले होते. 'मिथ्स ऑफ हिंदुज ॲन्ड बुद्धिस्ट्स' या पुस्तकातील चित्रे त्यांनी आणि नंदलाल बसूंसारख्या त्यांच्या शिष्यांनी काढली. 'फुटफॉल्स ऑफ इंडियन हिस्टरी' हे निवेदितेचे पुस्तक तिच्या मृत्यूनंतर प्रसिद्ध झाले. त्यातील 'बुद्धाचा जन्म' हे चित्र अवनीन्द्रनाथांचे आहे.

निवेदितेच्या मृत्यूनंतर २७ मार्च, १९१२ रोजी कोलकात्याच्या 'टाउन हॉल'मध्ये जी स्मृतिसभा झाली, त्या सभेत अवनीन्द्रनाथांनी निवेदितेचे योग्य स्मारक करावे आणि तिच्या शाळेसाठी देणग्या द्याव्यात, असे कळकळीने आवाहन केले. त्यांनी तिच्या मृत्यूनंतर तिच्यावर लिहिलेला लेख उपलब्ध नसला तरी 'मॉडर्न रिव्ह्यू'च्या एप्रिल, १९१२च्या अंकात वर उल्लेख केलेल्या सभेत त्यांनी वाचलेल्या लेखाबद्दल निर्देश केलेला आढळतो. या लेखात निवेदिता कलावंतांना कसे प्रोत्साहन देत असे; भारतातील सुंदर गोष्टीतील सौंदर्य कसे पाहावे हे शिकवत असे, याचा सविस्तर ऊहापोह केला आहे. या लेखाचे विशेष महत्त्व अशासाठी आहे की, भारतातील

एका श्रेष्ठ चित्रकाराने, निवेदिता किती मोठी कला-समीक्षक, कलारसिक आणि कलांची जाणकार होती, याची साक्षच आपल्यापुढे दिली आहे.

निवेदितेचे 'मिथ्स ऑफ हिंदुज ॲन्ड बुद्धिस्ट्स' हे पुस्तक तिच्या मुत्यूमुळे अर्धवटच राहिले होते. ते पूर्ण केले आनंद कुमारस्वामी यांनी. त्यातील उत्कृष्ट चित्रांबद्दल त्यांनी अवनीन्द्रनाथांचेही मनापासून कौतुक केले आहे. अवनीन्द्रनाथांना ते महान चित्रकार म्हणूनच ओळखत. या पुस्तकाच्या भूमिकेत कुमारस्वामींनी म्हटले आहे, "ज्या पुस्तकाच्या खऱ्या लेखिका, त्या भगिनी निवेदितेची, पौवार्त्य आणि पाश्चात्त्य वाचकांना ओळख करून देण्याची आवश्यकता नाही. ज्या देशाला त्यांनी आपला देश मानले, त्या देशाविषयी आणि त्या देशातील माणसांविषयी त्यांना किती प्रेम वाटत होते, ते त्यांच्या लेखनातून स्पष्ट होते. त्यांच्या पुस्तकांमुळे केवळ पाश्चात्त्यांनाच भारतीय संस्कृतीचा परिचय झाला असे नाही, तर भारतातील तरुण पिढीलाही त्यांच्यामुळे प्रेरणा मिळाली. तरुणांच्या लक्षात आले की, धर्म आणि कला यांच्यामध्ये स्पष्टपणे दृग्गोचर होणाऱ्या राष्ट्रीय जाणिवांच्या पायावरच आपल्याला प्रगती करता येईल, पाश्चात्त्यांचे अनुकरण करून हे साध्य होणार नाही."

आनंद कुमारस्वामी आणि निवेदिता यांची दाट मैत्री होती. तिच्या पत्रातून कुमारस्वामींचे उल्लेख बऱ्याच वेळा आलेले आहेत. त्या दोघांनाही एकमेकांबद्दल अतिशय आदर होता. कुमारस्वामी हे प्राच्य-कला-तज्ज्ञ होते. 'सर' ही पदवी मिळवणारे आशियातील पहिले बॅरिस्टर मुथु कुमारस्वामी आणि एलिझाबेथ क्ले बीराई या दांपत्याचा मुलगा आनंद कुमारस्वामी. त्यांचा जन्म श्रीलंकेतील कोलंबो येथे झाला आणि शिक्षण लंडनला झाले. लंडनमधून डी.एस.पी. ही पदवी मिळवल्यानंतर १९०३ साली वयाच्या अवघ्या पंचविसाव्या वर्षी श्रीलंकेच्या मिनरॅलॉजिकल सर्व्हेच्या संचालकपदी त्यांची नियुक्ती झाली. भूगर्भ संशोधनाच्या निमित्ताने त्यांना श्रीलंकेत बराच प्रवास करावा लागला. या प्रवासात त्यांना श्रीलंकेतील प्राचीन कलांचा परिचय झाला. याची फलश्रुती म्हणजे त्यांचा Mediaeval Sinhalese Art हा ग्रंथ. १९०६ला आपल्या पदाचा त्यांनी त्याग केला आणि युरोप व भारत यांचा प्रवास केला. नंतर आयुष्याची अखेरची तीस वर्षे ते बोस्टनच्या 'म्युझिअम ऑफ फाईन आर्ट्स'मध्ये कार्यरत होते. बारा भाषा येणाऱ्या या तत्त्वज्ञानी पंडिताने 'भारतीय कला आणि संस्कृती' या विषयावर साठ लहानमोठी पुस्तके लिहिली आहेत. हे अनेक वेळा भारतात आले आणि ठाकूर परिवाराशी त्यांचा घनिष्ठ संबंध होता.

निवेदितेने कुमारस्वामींची प्रतिभाशक्ती ओळखली होती. तीस वर्षांच्या कुमारस्वामीबद्दल मे, १९०७च्या 'मॉडर्न रिव्ह्यू'मध्ये तिने भविष्य वर्तवले होते, "ज्यांचे नाव भारतीय कला-समीक्षक म्हणून वरचेवर घेतले जाईल, ती व्यक्ती म्हणजे आनंद कुमारस्वामी होय."

कुमारस्वामींच्या Mediaeval Sinhalese Art या ग्रंथाची तिने खूप प्रशंसा केली आहे. "प्राच्य दृष्टिकोनातून लिहिलेला एक उत्कृष्ट (Classic) ग्रंथ! या ग्रंथासाठी आवश्यक असलेली पाश्चात्त्य दृष्टीही लेखकाजवळ असल्याने, हा ग्रंथ विश्वासार्ह झाला आहे." यापुढे जाऊन, तिने कधी नव्हे ती, ग्रंथाच्या भाषेची याच समीक्षात्मक लेखात प्रशंसा केली आहे. निवेदितेच्या मते कलांचा विचार करता, भारत रत्नमाणकांनी भरलेला आहे. फक्त ती वेचू शकेल असा योग्य माणूस हवा – त्याच्यापाशी हवी प्रेमिकाची आच, कवीची अंतर्दृष्टी, बालकाची कोमलता, योग्य दृष्टिकोन, ग्रहणशक्ती आणि कौशल्य. असा माणूस आनंद कुमारस्वामीत तिला दिसला. तिने म्हटले आहे, "आपण सध्या भूत आणि वर्तमान यांना जोडणाऱ्या सेतूवर उभे आहोत. अतीतामधूनच वर्तमान निर्माण होतो आणि वर्तमानातून भविष्य! भविष्यासंबंधी आमचे कर्तव्य म्हणजे भारतीय वारशाचा नाश न करता, उलट त्यास समृद्ध करणे. कारण हा वारसा फक्त भारताचा नाही, तर संपूर्ण मानवजातीचा आहे." प्रगतीच्या आणि आधुनिकतेच्या नावाखाली जे प्राचीन आहे ते सर्वच मागे ढकलून, पुन्हा तेच प्रस्थापित करण्याचा प्रयत्न करणे व्यर्थ आहे. पण वर्तमानाबद्दल संपूर्ण असहिष्णू असणेही चूक आहे, असे तिचे मत होते. कुमारस्वामींच्या रूढिप्रियतेला तिचा विरोध होता आणि त्या संदर्भात तिने आपले मत मांडले आहे. तिच्या दृष्टीने, कुमारस्वामी कवीच्या लेखणीने, शुद्ध संस्कृतीबद्दल लिहितात, तेव्हा ते अमूल्य असते. मात्र त्यांच्या प्राचीनाविषयीचा अतिरिक्त कर्मठपणा पाहता, त्यांना योग्य मार्गदर्शक मानता येत नाही. म्हणूनच राष्ट्रीय शिक्षण परिषदेचे संचालकपद कुमारस्वामींना देण्याच्या प्रस्तावास निवेदितेने संमती दिली नाही. त्या पदासाठी तिला गेड्डिसच योग्य वाटले.

भारतीय समाजजीवन योग्य रीतीने समजावून घेण्यासाठी कुमारस्वामींनी निवेदितेच्या 'दि वेब ऑफ इंडियन लाइफ' या पुस्तकाचा प्रामुख्याने आधार घेतला होता. हे पुस्तक वाचल्यावर कुमारस्वामींनी पाश्चात्त्य प्रभावामुळे आत्मभ्रष्ट झालेल्या आपल्या देशबांधवांना हे पुस्तक वाचण्याचा कळकळीने आग्रह केला आहे. श्रीलंकेत भारतीय संस्कृतीच विस्तारली आहे आणि मूळ भारतीय संस्कृतीशी आपण संपर्क ठेवला नाही, तर श्रीलंकेच्या संस्कृतीचे महत्त्वच उरणार नाही, असेच त्यांना वाटत होते. निवेदितेच्या 'द वेब' या पुस्तकाबद्दल त्यांनी म्हटले आहे :

This book is one that should be read by every man or woman who aspries to influence India or educate Indian boys or girls; too often is it the case that those who are teachers are not prepared for their work by any serious knowledge or of sympathy with India ideals. The work of such is actually harmful; for only those

Western teachers can truly serve India, who in a spirit of entire respect for her existing conventions and her past, recognise that they are but offering new modes of expression to qualities already developed and expressed in other ways under the old training. The book must be read by all who care for India's past or India's future.

बंगालमध्ये कलेच्या चळवळीने सर्वांगीण पुष्टता धारण केली नाही, असे कुमारस्वामींना वाटते. त्यांच्या मते याचे कारण कला, कला म्हणूनच राहिली. जीवनात ती उतरली नाही. पण या निराशेतही त्यांना आशेचा किरण दिसला तो अवनीन्द्रनाथ आणि त्यांचे शिष्य नंदलाल बसू यांच्या रूपात. नंदलालांनी ते रवीन्द्रनाथांच्या शांतिनिकेतनमध्ये असताना रंगमंच नेपथ्य, स्थापत्य, गृहसजावट यात नवनवीन कल्पना आणल्या. सुशिक्षित समाजाच्या अभिरुचीत त्यामुळे क्रांतिकारक बदल झाले. निवेदितेच्या स्वप्नाची काही अंशी पूर्तता अवनीन्द्रनाथ आणि नंदलाल यांनीच केली. अवनीन्द्रनाथांची प्रतिभा आणि नेतृत्व यामुळे कलाक्षेत्रात बदल घडले आणि नंदलालांनी असामान्य प्रतिभेतून परिवर्तन घडवून आणले, मतप्रवर्तक म्हणून आपला ठसा उमटवला.

नंदलालांची निवेदितेशी ओळख आर्ट स्कूलमध्ये झाली. नंदलालांची काही चित्रे पाहिल्यावर निवेदितेला त्यांच्या प्रतिभासामर्थ्याची कल्पना आली. तिने त्यांचा परिचय रामकृष्ण-विवेकानंद यांच्या विचारांशी करून दिला. याचा फार मोठा लाभ नंदलालांना झाला. एकदा नंदलाल, त्यांचे मित्र सुरेन गांगुली यांना घेऊन बोसपाडा लेनमधील निवेदितेच्या घरी गेले. ते गेले तेव्हा निवेदिता घरात नव्हती, म्हणून ते एका दिवाणावर तिची वाट पाहत बसले. ती थोड्या वेळाने आली आणि त्यांना तसे बसलेले पाहताच ती म्हणाली, "मांडी घालून बसा." तिचे हे बोलणे त्या दोघांना अपमानास्पद वाटले. पण ते मांडी घालून खाली बसताच ती म्हणाली, "आता तुम्ही बुद्ध आहात." तिचा मथितार्थ त्यांच्या लक्षात आला आणि ते खूश झाले. नंतर एक ब्रॉन्झची मूर्ती दाखवत तिने विचारले, "ही कुणाची मूर्ती आहे?" "बुद्धाची!" "नाही. ही स्वामीजींची आहे. मला अशा स्थितीत बसलेल्या स्वामीजींचं चित्र काढून हवंय. मागे हिमालय, पुढून गंगा वाहतेय." नंदलालांनी असे चित्र काढून दिले हे वेगळे सांगायला नकोच!

पण हा लहानसा प्रसंग पुष्कळ काही सांगून जातो. निवेदितेला भारतीय आचारविचार तरुणात उतरवायचे होते. त्याचबरोबर त्यांच्या कल्पनाशक्तीलाही प्रेरित करायचे होते. कलावंताने वास्तवाचे भान जरूर ठेवावे, पण त्याचबरोबर आपल्या कल्पनाशक्तीचाही उपयोग करावा, असे तिला वाटत होते. नुसते वास्तव नको, तसेच नुसते अनुकरणही नको. प्रत्येक कलाकृतीत भारतीयत्व म्हणजेच

'सत्त्व' हवेच, पण त्याचबरोबर 'स्व-त्व'ही हवे, असे तिचे मत होते. नंदलालांना तिने ज्या सूचना केल्या आहेत, त्यावरून हेच सिद्ध होते. त्यांनी स्वामीजींचे एक चित्र काढले होते. त्यात स्वामीजींच्या अंगावर भरपूर कपडे होते. हे चित्र पाहताच ती म्हणाली, "स्वामीजी असे कपडे कुठं घालत होते! आपल्या हवेला एवढ्या कपड्यांची गरजच नाही. स्वामीजी कफनी घालत. तसंच दाखवा." कालीच्या चित्राच्या बाबतीतही असेच झाले. ते चित्र पाहताच निवेदिता म्हणाली, "कालीच्या अंगावर एवढे कपडे कशाला? ती तर दिग्वसना, निर्भय, प्रलयकाली!" तिने लगेच नंदलालांना स्वामीजींनी लिहिलेली Kali the Mother ही कविता वाचण्यास सांगितले.

याचा अर्थ चित्रकाराने चित्र काढण्यापूर्वी, चित्राच्या विषयानुरूप माहिती मिळवणे, अभ्यास करणे आवश्यक आहे, असेच तिला सुचवायचे होते.

मात्र नंदलालांबद्दल तिला विश्वास होता. म्हणून त्यांच्या बऱ्याच चित्रांची समीक्षा तिने केली आहे आणि मनापासून त्यांचे कौतुकही केले आहे. नंदलालांची 'सती', 'षष्ठीपूजा', 'दमयंती स्वयंवर' अशा दहा-एक चित्रांची सविस्तर समीक्षा करून तिने त्यांची प्रशंसा केली तेव्हा नंदलालांना धन्य वाटले. कारण निवेदितेच्या कलाविषयक सखोल ज्ञानाची त्यांना कल्पना होती.

निवेदितेने नंदलालांसाठी आणखी एक गोष्ट केली. त्यामुळे त्यांच्या ज्ञानात फार मोठी भर पडली. मिसेस हेरिंग्हॅम नावाच्या वृद्ध महिलेला Oriental Art Societyसाठी अजिंठ्याच्या चित्रांच्या हुबेहूब प्रती तयार करायच्या होत्या आणि त्यासाठी तिला नक्कल करणारे चित्रकार पाहिजे होते. निवेदितेला तिने या संदर्भात विचारताच, निवेदितेला नंदलालांची आठवण झाली. प्राचीन चित्रकलेचा सर्वोत्तम नमुना म्हणजे अंजिठ्याची चित्रे! भारतीय कलांच्या पुनर्जागरणात अजिंठ्याचे महत्त्व सर्वांपेक्षा जास्त! तेव्हा नंदलालांनी ते पाहणे आणि अनुभवणे निवेदितेला अत्यावश्यक वाटले. नंदलाल अजिंठ्याला जाण्यास का कू करत असतानाही, अवनीन्द्रनाथांना त्यांच्या खर्चाची व्यवस्था करण्यास तिने सांगितले आणि बळजबरीनेच त्यांना पाठवून दिले. त्यांचे तेथे हाल होऊ नयेत म्हणून गणेन महाराजांबरोबर डाळ-तांदूळ-मीठ-मिरची-तेल-तूप असा सर्व शिधा आणि एक स्वयंपाकी देऊन त्यांनाही त्यांच्या पाठोपाठ पाठवले. कशासाठी केला तिने एवढा खटाटोप? तर एका होतकरू गुणी कलावंताला भारतातील उत्तम चित्रकला पाहायला मिळावी, त्यातून काही शिकायला मिळावे म्हणून!

नंदलालांसारख्या कलावंताला निवेदितेच्या चेहऱ्यावरील पावित्र्य, तेज आणि वात्सल्य यांच्या संयोगातून निर्माण झालेल्या अपूर्व सौंदर्याचा प्रत्यय न आल्यास नवलच! त्यांना ती देवदूतीच भासत असे. तिने त्यांना केलेले साहाय्य आणि दिलेली प्रेरणा यामुळे त्यांच्या मनात तिच्याविषयी अतीव कृतज्ञता भरून राहिली होती.

कलेच्या या चळवळीत आणखी दोन महत्त्वाचे गैरसमज दूर करून निवेदितेने कलांची फार मोठी सेवा केली आहे. त्या काळी रविवर्मांना फार मोठे कलावंत मानण्यात येत असे. त्यांची देवदेवतांची आणि पुराणकथांतील चित्रे अतिशय लोकप्रिय ठरली होती. घरा-घरातून रविवर्म्यांची चित्रे पाहायला मिळत. घराची सजावट त्यांच्या चित्रांशिवाय पूर्णच होत नसे. रविवर्म्यांची चित्रे इतकी लोकप्रिय झाली होती की पूर्वीच्या पटचित्रांना जनजीवनात स्थानच उरले नव्हते. रविवर्मा उत्तम चित्रकार होते हे कुणीही नाकारू शकणार नाही, पण निवेदितेने आपल्या चित्र-समीक्षणातून दाखवून दिले की, ते उत्तम चित्रकार असले तरी त्यांची चित्रकला कुठे तरी पाश्चात्त्यांच्या अनुकरणात अडकली आहे. प्रत्येक कलावंत आपल्या संस्कृतीचा, इतिहासाचा, परंपरांचा आधार घेऊन, आपल्या आधी होऊन गेलेल्या कलावंतांच्या कलेतून प्रेरणा घेऊन, स्वत:च्या प्रतिभेच्या सामर्थ्यावर आणि कल्पनाशक्तीच्या बळावर स्वत:ची अशी एक वैशिष्ट्यपूर्ण शैली जेव्हा निर्माण करतो, तेव्हाच तो प्रथम दर्जाचा कलावंत ठरतो. याचा थोडक्यात अर्थ, जे चित्र निर्मात्याचे अंतरंग स्पष्टपणे प्रकट करून रसिकांशी त्यांच्याच भाषेत संवाद साधू शकते, तेव्हाच ते सर्वोत्तम ठरते. भारतीय चित्रकलेबद्दल बोलायचे झाल्यास, त्या चित्राने रसिकांशी भारतीय चित्रभाषेत संवाद साधायला हवा. प्रत्येक देशात आचारविचारांचे काही निर्बंध असतात, रंगसंगतीचे काही आडाखे असतात, रंगांमागे काही संकेत असतात, ते चित्रकाराने पाळावयास हवेत. उदाहरणाने सांगायचे झाल्यास देवदेवतांचे वस्त्रालंकार, राणीचे वस्त्रालंकार आणि ऋषिकन्येची वेषभूषा यात फरक असणारच! त्याचप्रमाणे राणीच्या चेहऱ्यावरील भाव आणि सामान्य स्त्रीच्या चेहऱ्यावरील भाव यातही फरक हवाच. चित्रातील व्यक्तिरेखा नुसती सुंदर असून भागत नाही, तर ती जिवंत वाटायला हवी. किंबहुना चित्रातील व्यक्तिरेखा ही चित्रकाराच्या प्रतिभेतून जन्म घेत असल्याने, प्रत्येक रसिकाला तिचे सौंदर्य वेगवेगळे जाणवेल अथवा एखाद्या रसिकाला ती सुंदर वाटणारही नाही. पण म्हणून काही ते चित्र निकृष्ट ठरेलच असे नाही. या आधी अवनीन्द्रनाथांच्या 'सीता' या चित्राचा उल्लेख केलाच आहे, तो या संदर्भात पाहण्यासारखा आहे.

रविवर्म्यांनी बरेच वेळा भारतीय आचार, स्त्रियांच्या लकबी यांचा विचार जास्त आधुनिकपणे किंवा पाश्चात्त्यांचे अनुकरण करून केलेला दिसतो. उदाहरणार्थ, त्यांचे 'शकुंतलेचे पत्रलेखन' हे चित्र पाहताना लक्षात येते की, भारतीतील मुलगी– तीही ऋषिकन्या– अशी गवतावर आडवी होऊन पत्र लिहिणार नाही. भारतात तरुण मुलींनी कशा पद्धतीने चालावे-बसावे-बोलावे याचे संकेत ठरलेले आहेत. प्रत्येक देशातच तसे असतात. त्यामागे संस्कृती, परंपरा असतात.

निवेदितेने या गोष्टींकडे सर्वांचे लक्ष वेधले. तिचा उद्देश कुणालाही श्रेष्ठ-

कनिष्ठ ठरवण्याचा नव्हता, तर भारतीय चित्रकलेतील पृथगात्मता दाखवण्याचा होता. तिच्या अशा सखोल सविस्तर समीक्षेमुळे रवीन्द्रनाथांसारख्या कलावंत माणसालासुद्धा वेगळी दृष्टी लाभली. रवींद्रनाथांनी कबूल केले आहे की, रविवर्म्यांची चित्रे पाहिल्यावर कालीघाट शैलीतील पटचित्रे किंवा क्रमिक पुस्तकातील नृसिंहाचे चित्र त्यांना निकृष्ट दर्जाचे, स्थूल स्वरूपाचे वाटले. म्हणून तर त्यांनी अवनीन्द्रनाथांना प्रोत्साहन देताना रविवर्म्यांचे चित्र मुद्दाम भेट म्हणून दिले होते. रवीन्द्रनाथांनी आपली चूक कबूल केली यात त्यांचा मोठेपणा आहेच, पण निवेदितेच्या समीक्षेचे ते कौतुक करतात, यात निवेदितेच्या समीक्षाशक्तीचा गौरव आहे. निवेदितेच्या मते स्वत:ची शैली निर्माण करून, भूत-वर्तमान-भविष्य यांच्यात स्वत:च्या प्रतिभेच्या सामर्थ्यावर दुवा साधणारे अवनीन्द्रनाथ खरे मोठे चित्रकार!

दुसरा एक गैरसमज इंग्रजांनी पसरवला होता. तो म्हणजे भारतीय कला विशेषत: शिल्पकला– ग्रीककलांच्या प्रभावातून निर्माण झाल्या आहेत, त्यांच्यात भारतीयत्व असे काही नाही. या गैरसमजामागे युरोपीय लोक सर्वश्रेष्ठ, युरोप जगात सर्व गोष्टीत श्रेष्ठ हा अहंकार होता. इंग्रजांनी भारतावर सत्ता स्थापन केल्यावर असा समज करून घेतला होता की, भारत हा पूर्णपणे असंस्कृत, अशिक्षित, मागासलेला देश आहे आणि त्यातील ज्या चांगल्या गोष्टी आहेत, त्या आमच्या संस्कृतीतून भारताने घेतल्या आहेत.

या गैरसमजाला निवेदितेने कडकडून विरोध केला. त्या वेळी हडप्पा आणि मोहेंजोदारोच्या संस्कृती प्रकाशात आल्या नसल्याने, भारताकडे फार ठोस पुरावे नव्हते, तरीही निवेदितेने दाखवून दिले की, भारतीय कला या भारतातच निर्माण होऊन समृद्ध झाल्या आहेत. भारतीय कलांच्या बाबतीत तिने दिलेले अशोकस्तंभाचे एकच उदाहरण पुरेसे आहे. इंग्रजांचे असे म्हणणे होते की, प्राचीन काळी भारतात प्रासाद नव्हतेच. राजेसुद्धा शाकारलेल्या मातीच्या घरातून राहत होते. जे काही प्राचीन अवशेष आढळतात ते ग्रीकांच्या अनुकरणाने घडले किंवा ग्रीक कारागीरांनी निर्माण केले. अलेक्झांडर भारतात आल्यावरच हे घडले.

यावर निवेदितेचा युक्तिवाद असा की, अलेक्झांडर भारतावर स्वारी करण्यास आला होता. तो काही काळच भारतात राहिला. संपूर्ण भारत त्याने पाहिलासुद्धा नाही. मग तो त्याचे कलावंत व कारागीर भारतात कशाला आणेल? अशोकस्तंभाचे उदाहरण घेतले तर हा अशोकस्तंभ ग्रीकांनी उभारून दिला असे मानल्यास, एवढा सुंदर स्तंभ त्यांनी भारतात उभारला, तर तसा एकही पाश्चात्त्यांकडे कुठेच कसा नाही? या स्तंभाची रचना, स्तंभावरील नक्षीकाम यात कुठेही ग्रीक कलांचा प्रभाव कसा दिसत नाही? ग्रीक कारागिरांना त्याचे आरेखन कुणा भारतीयाने करून दिले असेल तर भारतीय स्थापत्यशास्त्र प्रगत होते हे मान्य करावे लागेल, मग भारताला

ग्रीकांची मदत घेण्याचे कारणच काय! बरे, भारतातील राजेसुद्धा शाकारलेल्या घरातून राहत होते आणि म्हणूनच हा स्तंभ उभारण्यासाठी त्यांना दुसऱ्यांची मदत घ्यावी लागली, तर अशोकाने आपल्यासाठी एक उत्तम प्रासाद त्यांच्याकडून का नाही बांधून घेतला? एकच स्तंभ का बांधून घेतला?

पुढे निवेदितेने असे म्हटले आहे की, भारतीय कलांचा नाश भारतावर हूण, मोगल यांनी ज्या स्वाऱ्या केल्या, त्यामुळे झाला. जे काही उरले होते ते पाश्चात्त्यांनी लुटून नेले. तेव्हा भारतीय प्राचीन कलांचा अभ्यास करायचा झाल्यास, तो भारतात राहून नाही करता येणार, त्यासाठी युरोपातील प्रसिद्ध संग्रहालयांना भेट द्यावी लागेल.

निवेदितेने हेही कबूल केले आहे की, भारत आणि पाश्चात्त्य देश यांच्यात व्यापार सुरू झाल्यावर भारतीय कलांवर इतर देशातील कलांचा प्रभाव पडला असावा. असे घडणे सहज शक्य असते.

निवेदितेने आपले मुद्दे आत्मविश्वासाने आणि सुसंगतपणे मांडल्यामुळे, आनंद कुमारस्वामीसारख्या कला-विशेषज्ञांच्या मतातसुद्धा परिवर्तन घडून आले. निवेदितेचे लेख वाचण्यापूर्वी तेही भारतीय कलांवर ग्रीक कलांचा प्रभाव आहे, असेच मानत होते.

निवेदितेने आपली लेखणी अतिशय धारदारपणे चालवून कलेच्या चळवळीला सतत प्रेरणा दिली. तिला या कामी रामानंद चट्टोपाध्यायांची बरीच मदत झाली. त्यांच्या 'प्रवासी' आणि 'मॉडर्न रिव्ह्यू' या नियतकालिकांतून निवेदिता आपले लेख लिहीत होती. त्यामुळे या चळवळीत रामानंदबाबूंनी प्रचारकाचीच भूमिका घेतली होती, असे म्हणता येईल.

अवनीन्द्रनाथ, रवीन्द्रनाथ, नंदलाल या सर्वांना निवेदितेत तपस्यारत 'उमा' दिसली; पण 'दशभुजा दुर्गा' हे उमेचेच रूप आहे, हे विसरता कामा नये.

अवनीन्द्रनाथांचे नंदलाल बोस, अमितकुमार हलधर, सुरेन्द्रनाथ गांगुली, वेंकटप्पा असे कितीतरी विद्यार्थी पुढे मोठे कलावंत म्हणून नावारूपाला आले. या सर्वांवर निवेदितेचा प्रभाव होता. त्यांना प्रेरणा आणि प्रोत्साहन मिळाले ते तिच्याकडूनच. त्यांनी तिचे ऋण मान्य केले आहे.

◆

पुन्हा हिमालयात

निवेदिता भारतात आल्यानंतर काही महिन्यांनी स्वामीजींबरोबर हिमालयात गेली होती. ती तिच्या नव्या जीवनाची सुरुवात होती. आता मधे बरीच वर्षे उलटल्यावर पुन्हा तिला हिमालयाची साद ऐकू आली होती. या वेळी तिच्याबरोबर बसू पती-पत्नी आणि त्यांचा भाचा आनंदमोहन बसू होते.

१५ मे, १९१० रोजी ते हरिद्वारकडे रवाना झाले. हरिद्वारला त्यांची भेट स्वामी कल्याणानंदांशी झाली. कनखल येथील 'रामकृष्ण मिशन सेवाश्रम' स्थापण्यात त्यांचाच पुढाकार होता आणि तेच तेथील प्रमुख होते. निवेदितेला हरिद्वार फार आवडले. ते तिला काशीचेच छोटे रूप वाटले. तिला फरक जाणवला तो म्हणजे, काशीला माणसे आयुष्याच्या अंतिम क्षणी येतात, तर हरिद्वारला आयुष्याचा सर्वोच्च क्षण गाठण्यासाठी. संध्याकाळी ब्रह्मकुंडावर जाऊन त्यांनी गंगेच्या संध्याकाळच्या आरतीचा आनंद घेतला.

हरिद्वारहून ते केदारनाथला गेले. वाटेत भेटणारे यात्रेकरू 'केदारनाथ स्वामीकी जय' असे म्हणून एकमेकांचे स्वागत करत. ते कुणीच कुणाला ओळखत नव्हते आणि तरीही ते सर्वांचे होते. निवेदितेला वाटले की, ते सर्वच भारतमातेची लेकरे नव्हती का! या स्वागताने तिला अपूर्व आनंद झाला. बहुधा ते डाक बंगल्यात उतरत. पण डाक बंगल्यात सोय झाली नाही, तर धर्मशाळेतही राहत. अशा वेळी रामायण, महाभारत आणि बौद्धधर्म यांचा ठसा भारताच्या हृदयावर किती खोलवर उमटला आहे, हे तिच्या लक्षात आल्यावाचून राहत नसे. केदारनाथचा शेवटचा चार मैलांचा चढ फार कठीण होता. जणूकाही स्वर्गाची अवघड वाट! पण येथील सृष्टिसौंदर्य खरोखरच स्वर्गीय होते. निसर्गवेडी निवेदिता हे सौंदर्य पाहून हरखून गेली. ते केदारनाथला पोहोचले तेव्हा दुपार झाली होती. त्यामुळे मंदिराचे द्वार दर्शनासाठी बंद झाले होते. रात्रीच्या आरतीच्या वेळी, स्वच्छ आकाशाखाली, चमचमणाऱ्या चांदण्यांना पाहत, ती जेव्हा मंदिराच्या पायरीवर उभी राहिली तेव्हा

आरतीसाठी घाईघाईने मंदिरात येणाऱ्या भक्तांमध्ये तिला संपूर्ण भारतच दिसला. हे अनोखे दृश्य तिच्या मनावर कायमचे कोरले गेले.

दुसऱ्या दिवशी केदारनाथजवळचे सत्यनारायण मंदिर आणि इतर काही मंदिरे पाहून ते बद्रीनाथकडे निघाले. वाटेत त्यांना एक आंधळी स्त्री भेटली. निवेदिता तिच्या स्वभावाप्रमाणे तिच्या मदतीला धावली. पण त्या स्त्रीने अतिशय गोड हसून म्हटले, "नारायणच तर मला नेतोय ना! आणि एकदा त्याचे दर्शन झाल्यावर, कशाची काळजी!"

एक आंधळा दगडांना चाचपडत चढत होता. त्याच्याकडे आश्चर्याने पाहत निवेदिता उद्गारली, "परमेश्वराचा जयजयकार असो! भारतवर्षाचा जयजयकार असो!" एक अतिशय वृद्ध स्त्री एवढ्या थंडीत, अलकनंदेच्या बर्फासारख्या गार पाण्यात स्नान करून, प्रसन्न मुद्रेने ओलेत्यानेच सूर्याला अर्घ्य देत होती. ते दृश्य निवेदिता कधीच विसरली नाही. 'किती सुंदर!' 'किती पवित्र!' असेच ती या दृश्याचे वर्णन करते.

ब्रदीनाथला तिला मंदिरात प्रवेश नाकारला. प्रथम ती चकित झाली. थोडी रागावलीही. पण अशा कर्मठपणाचा अनुभव तिने पूर्वीही घेतला होता. त्यामुळे स्वत:ला सावरून ती प्रदक्षिणा घालणाऱ्या भक्तमंडळीत सामील झाली.

कर्णप्रयाग, चामोली, नंदप्रयाग करत ते कोटद्वारहून श्रीनगरला आले. या प्रवासाचे वर्णन तिने Kedarnath and Badrinarayan : A Pilgrim's Diary या पुस्तकात केले आहे. या प्रवासामुळे भारतीय एकतेचा अनुभव तिला आला आणि तिला समाधान वाटले.

या प्रवासाहून परत येताच तिला धीरामाता आजारी असल्याचे समजले. निवेदितेला काळजीने ग्रासले. त्यांनी तिला अमेरिकेला बोलावले होते. पण निवेदिता नुकतीच तर अमेरिका-युरोपचा प्रवास करून आली होती. तिला लगेच भारत सोडून जाणे शक्य नव्हते. तिने धीरामातांना सांत्वनपर पत्रे पाठवली खरी, पण त्यांच्या आजाराची चिंता तिला सतावतच होती.

◆

चहू दिशा अंधारल्या

दुर्गापूजेच्या सुटीत निवेदिता नेहमीप्रमाणे दार्जिलिंगला गेली. धीरामातांची प्रकृती बरीच बिघडली असल्याची तार तिला दार्जिलिंगला मिळाली. धीरामाता तिची वाट पाहत असल्याचेही तिला कळले. आता अमेरिकेला जाण्याशिवाय पर्यायच नव्हता. त्या निवेदितेला आईच्या जागी होत्या. प्रेमादराबरोबरच त्यांच्यात गाढ स्नेह होता. शिवाय त्या तिचा आधारस्तंभ होत्या. स्वामीजींच्या कार्याला तर त्यांनी आर्थिक साहाय्य भरपूर केले होतेच, पण स्वामीजींनंतर निवेदितेला त्यांनी वैयक्तिक मदत केली, शिवाय तिची शाळा आणि जगदीशचंद्रांचे संशोधन यासाठी लागणारा पैसा त्याच देत होत्या. निवेदितेला आर्थिक मदत हवी होतीच, पण त्यापेक्षा जास्त गरज होती ती त्यांच्या प्रेमाची आणि आधाराची.

१५ नोव्हेंबरला वेष बदलून, मिसेस थेटा मार्गोट या नावाने निवेदिता बोस्टन येथील केंब्रिजला धीरामातांजवळ जाऊन पोहोचली. इंग्रज सरकारचे एकंदर धोरण पाहता, ते सरकार आपल्याला पुन्हा भारतात येऊ देईल की नाही, याबद्दल तिला दाट शंका होती. १८ ऑक्टोबरला कोलंबोहून जयांना लिहिलेल्या पत्रातून तिने विचारले आहे, "हा माझा भारत सोडण्याचा अखेरचाच प्रसंग आहे का? एखाद्या साइकिकला माझ्यावतीनं विचार तरी! मी पुन्हा खोकाला (डॉ. बसूंना) पाहू शकेन का? परत भारतात येता येईल मला? कोण जाणे भविष्यात काय आहे!"

आयुष्याच्या अखेरीस धीरामातांच्यामध्ये विचित्र परिवर्तन झाले होते. त्या अत्यंत शांत, विचारी, निरभिमानी होत्या. म्हणून तर स्वामीजींनी त्यांना 'धीरामाता' असे नाव दिले होते. पण आता त्या अहंकारी झाल्या होत्या. निंदा करण्याकडे त्यांची वृत्ती झुकली होती. 'मिस्टिक' किंवा गूढतेविषयी इतकी आसक्ती वाढली होती की, त्या चेटूक, जादूटोणा यावर विश्वास ठेवायला लागल्या होत्या. त्या एका मैत्रिणीच्या नादी लागल्या होत्या. तिच्या करणीमुळे त्यांना मृताची छाया दिसायला लागली होती म्हणे! त्यामुळे एका अनामिक भीतीने त्यांना ग्रासले होते. त्यांच्या

व्यक्तिगत वागणुकीतही फरक पडला होता. त्या अत्यंत उदार म्हणून प्रसिद्ध होत्या. पण आता एक पैसा सोडायलाही त्या तयार नव्हत्या. ख्रिस्टीन, जगदीशचंद्र यांनाच नव्हे, तर स्वत:च्या एकुलत्या एका मुलीला– ओलियालाही– त्यांनी दूर सारले होते. निवेदितेला हे सर्व असह्य होणे स्वाभाविकच होते. पण धीरामातांना बरे करणे हेच आपले पहिले कर्तव्य आहे, असे मानून तिने प्रयत्नांची पराकाष्ठा केली.

निवेदितेला पाहताच धीरामातांनी तिला जणू धरूनच ठेवले. त्या तिला जराही सोडायला तयार नसत. निवेदिता त्यांच्याशी काश्मीर, अलमोडा, बेलुड, कोलकाता येथे आनंदात घालवलेल्या दिवसांबद्दल बोलायची, जुन्या चांगल्या आठवणींना उजाळा द्यायची. तिने त्यांचे मन अध्यात्माच्या स्वच्छ प्रकाशाने भरून टाकण्याचा प्रयत्न केला. एका पत्रात तिने जयांना लिहिले आहे, "अजून सूर्योदय झाला नाहीय. चहूबाजूला बर्फच बर्फ पसरलाय. चहा येण्यापूर्वी शांत पडून मी प्रार्थना करतेय– आपल्या सर्वांच्या मनात एक गुप्त जागा असते. त्या जागी आपण ईश्वराची भेट घेऊ शकतो. यासाठी हिप्नॉटिझम किंवा अशा कुठल्याही बाह्य गोष्टीची आवश्यकता नसते. आपल्या मनातील मर्मस्थानी ईश्वराला भेटणंच योग्य! स्वामीजींनी तर यालाच सर्वस्व मानलं होतं. इथंच असतं आपलं खरं स्वातंत्र्य! इथंच आपण सत्य आणि असत्य यांच्यात फरक करू शकतो. सेंट साराला हे ज्ञान व्हावं, म्हणून आपण प्रार्थना करायला हवी."

स्वामीजींचे हे विचार रवीन्द्रनाथांच्या 'जीवनदेव' या कल्पनेशी पूर्णपणे मिळतेजुळते आहेत. रवीन्द्रनाथांच्या मते मनातील ही छोटीशी जागा हीच आपली खरी ओळख असते. कारण बाह्य जगात वावरताना आपल्याला अनेक भूमिका पार पाडायच्या असतात. त्यामुळे अनेक मुखवटे घालून आपल्याला वावरावे लागते. पण या एकाच स्थानी आपण 'खरे मी' असतो आणि म्हणूनच फक्त येथेच ईश्वराशी भेट होणे शक्य असते.

निवेदितेच्या प्रेमळ स्वभावाने आणि मनापासून केलेल्या सेवाशुश्रूषेने धीरामातांना बरेच बरे वाटले. जगदीशचंद्र आणि ओलिया यांना त्यांनी पुन्हा जवळ घेतले. धीरामाता पूर्ण बऱ्या व्हाव्यात म्हणून निवेदिता चर्चमध्ये जाऊन प्रार्थना करत होती. शारदामातांनाही तिने पत्र पाठवले होते. प्रार्थना करण्याव्यतिरिक्त तिच्या हातात काहीच नव्हते. धीरामाता शरीराने आणि मनाने बऱ्याच खंगल्या होत्या. निवेदिता त्यांना आनंदी ठेवण्याचा प्रयत्न करत होती खरी, पण आता तिचेच मन खचत चालले होते. कारण...

कारण निवेदितेचे सतत धीरामातांच्या जवळ असणे, धीरामातांच्या मुलीच्या मनात शंका निर्माण करत होते. तिच्यापेक्षा निवेदिता धीरामातांना जवळची वाटते हे तिला खटकत होते. ओलिया मानसिकदृष्ट्याही आजारीच होती. यामुळे धीरामातांच्या

घरातील वातावरण बदलले होते. निवेदितेला या अप्रसन्न वातावरणात राहायचे नव्हते. पण तिचा नाइलाज होता. शक्यतो शांत राहून ती सेवाशुश्रूषा करत होती.

अखेर १८ जानेवारी, १९११ रोजी धीरामातांनी या जगाचा निरोप घेतला. निवेदितेला ताबडतोब भारतात यायचे होते, पण धीरामातांच्या इच्छापत्रामुळे तिला थांबणे भाग पडले. धीरामातांनी आपल्या इच्छापत्रात निवेदितेच्या शाळेसाठी आणि जगदीशचंद्रांच्या प्रयोगशाळेसाठी पैसे दिले होते. खरे तर, ओलिया निवेदितेला मानत होती आणि निवेदिता ओलिया आणि धीरामाता यांच्यात भांडणे होऊ नयेत, म्हणून नेहमीच काळजी घेत होती. पण या वेळेस मात्र ओलियाची मानसिक स्थिती संपूर्ण बिघडली होती. तिला निवेदितेचा राग आला. निवेदितेने भारतातून काही औषधे नेली होती. धीरामातांच्या वेदना कमी व्हाव्यात म्हणून ती, ती औषधे मधून-मधून धीरामातांना देत असे. ओलियाने या गोष्टीचा वाकडा अर्थ लावला आणि विषप्रयोग केल्याचा आरोप निवेदितेवर ठेवला. यामुळे निवेदिता फार दुखावली आणि मिस ॲलिस लाँगफेलो या मैत्रिणीकडे राहण्यास गेली. निवेदितेच्या बहिणीने – मेने – म्हटले आहे की, ओलियाच्या आरोपामुळे निवेदितेचे आयुष्य खूप कमी झाले.

१९०९मध्ये तिला वडिलांच्या जागी असलेले रमेशचंद्र दत्त गेले आणि आता आईच्या जागी असलेल्या धीरामाता! प्रत्येक मृत्यू निवेदितेला स्वत:च्या मृत्यूबद्दल विचार करायला लावत होता! आपणही आता लवकरच जाणार, तेव्हा स्वामीजींचे कार्य जास्तीत जास्त तडीस न्यावयास हवे! निवेदितेला भारतात येऊन पुन्हा स्वत:च्या कार्याला वाहून घेण्याची घाई झाली होती.

पण अमेरिकेबाहेर पाऊल टाकण्यापूर्वी निवेदितेला आणखी एक धक्का बसला. १८ फेब्रुवारीला स्वामी सदानंदांचा कोलकात्यात मृत्यू झाला. निवेदितेच्या डोळ्यांपुढे अंधारीच आली. स्वामी सदानंदांशी तिचे अतिशय घनिष्ठ संबंध होते. स्वामीजींच्या देहत्यागानंतर निवेदितेच्या पाठीशी स्वामी सदानंदच ठामपणे उभे राहिले होते. तिच्या मनात अनेक आठवणींनी गर्दी केली. प्लेगच्यावेळी त्यांनी तिला किती मनापासून मदत केली होती! मुंबई, मद्रास, पाटना, काशी अशा सर्व ठिकाणी ती व्याख्याने देण्यासाठी गेली तेव्हा स्वामी सदानंदच तर होते तिच्याबरोबर! त्यांनी प्रत्येक ठिकाणी तिची योग्य व्यवस्था ठेवली होती आणि व्याख्याने अगदी नेमकेपणाने आयोजितही केली होती. त्यांनी तिच्या प्रत्येक कार्यात मनापासून मदत केली होती. तिला योग्य वेळी योग्य सल्लाही दिला होता. निवेदितेवर त्यांचा पूर्ण विश्वास होता.

मागच्या वर्षी ते आजारी पडले तेव्हा निवेदितेनेच आपल्या घराजवळ एक जागा भाड्याने घेऊन त्यांच्या राहण्याची व्यवस्था केली होती. काही मुले त्यांची सेवाशुश्रूषा करत. निवेदिता त्यांना पथ्याचे जेवण करून पाठवत असे. वेळ मिळताच त्यांच्याकडे जाऊन त्यांच्याशी चार गोष्टी बोलत असे. धीरामातांच्या

आजारपणाची तार मिळताच ती दार्जिलिंगहून परस्पर अमेरिकेला गेली. तिच्या अमेरिकेच्या प्रवासाची माहिती स्वामी सदानंदांना नव्हती आणि निवेदिता दार्जिलिंगला जाताना त्यांचा निरोप घ्यायला गेली तेव्हा त्यांची आणि आपली ही शेवटची भेट आहे, असे तिला तरी कुठे माहीत होते!

७ एप्रिल, १९११. सकाळी तिचे जहाज मुंबई बंदरात येऊन उभे राहिले. निवेदिता पुन्हा भारतात येऊन पोहोचली. ९ एप्रिलला ती तिच्या आवडत्या बोसपाडा लेनमध्ये आली. निवेदितेने सुटकेचा नि:श्वास टाकला. ११ एप्रिलला शारदामाता दक्षिणेचा प्रवास करून कोलकात्याला आल्या. निवेदिता त्यांना भेटली. धीरामातांच्या मृत्यूने शारदामाता, स्वामी सारदानंद आणि इतर सर्वांनाच खूप वाईट वाटले होते. शारदामातांशी बोलल्यावर निवेदितेला बरे वाटले. शारदामाता लवकरच जयरामबाटीला जाणार असल्याने, निवेदिता जास्तीत जास्त त्यांच्या सहवासात राहण्याचा प्रयत्न करत होती.

ओलियाने तिच्या आईच्या इच्छापत्राचा वाद ताणून धरला होता. धीरामातांच्या इच्छापत्राप्रमाणे पैसे न मिळाल्यास शाळा चालवणे कठीण होते. लेडी मिंटोंच्या ओळखीमुळे सरकारी मदत मिळणे सहज शक्य होते. पण ज्या सरकारला आपण या आपल्या आवडत्या मायभूमीतून हाकलून देऊ पाहतो आहोत, त्याच सरकारकडून पैसे घेणे निवेदितेला पटत नव्हते. पैशाची काळजी निवेदितेला कुरतडत होती. अखेर इच्छापत्रानुसार पैसे मिळणार असल्याची बातमी आली. पण त्याच वेळी दुसरी एक अडचण उभी राहिली. ख्रिस्टीन आणि पुढे सुधीरा या दोघींनीही शाळा सोडली. त्यामागची कारणे अज्ञातच राहिली. पुढे सुधीराला पश्चात्ताप झाला पण फार उशिराने!

यातच २५ जुलै, १९११ रोजी स्वामीजींच्या आई – भुबनेश्वरीदेवी – मृत्यू पावल्या. निवेदितेने भूपेन्द्रनाथांना वचन दिले होते की, ती त्यांच्या आईची काळजी घेईल. निवेदितेने ते वचन पाळले. तिच्यामागे कामांचा एवढा व्याप असूनही, मधून-मधून भुबनेश्वरीदेवींची विचारपूस करण्यास त्यांच्या घरी ती जात असे. त्यांच्या मृत्यूच्या दिवशी ती त्यांच्या घरी गेली होती. ती स्मशानात पण गेली आणि तेथेच बसून तिने भूपेन्द्रनाथांना सांत्वनपर पत्रही लिहिले.

भुबनेश्वरीदेवींच्या मृत्यूनंतर एकच दिवस मधे गेला आणि भुबनेश्वरीदेवींच्या वृद्ध आईचाही मृत्यू झाला.

त्यानंतर काही दिवसांतच ओलिया गेल्याची बातमी आली. तिचा मृत्यू १८ जुलैलाच झाला होता. या अकल्पित बातमीने निवेदितेला फार दु:ख झाले. ओलियाबद्दल तिला प्रेम होते. तिने निवेदितेलाच नव्हे, तर स्वतःच्या आईलाही खूप त्रास दिला होता. पण ओलियाला स्वतःला तरी कुठे सुख मिळाले होते! निवेदितेच्या मनाचा

बांध फुटला! ओलियाच्या आत्म्याला शांती मिळावी म्हणून तिने प्रार्थना केली.

२१ ऑगस्टला स्वामी रामकृष्णानंदांचा कोलकात्यात मृत्यू झाला. स्वामीजींच्या ज्या गुरुबंधूंबरोबर निवेदितेचे घनिष्ट संबंध होते, त्यातील एक होते स्वामी रामकृष्णानंद! चौदा वर्षं त्यांनी तनमनाने स्वामीजींचे कार्य केले. ते मद्रासमध्ये कार्य करत होते आणि निवेदिता मद्रासला गेली असताना त्यांनी तिला सर्वतोपरी साहाय्य केले होते. ते कोलकात्याला आल्यावर निवेदिता त्यांना भेटायला गेली असताना, त्यांनीच तिला स्वामीजींचे चरित्र लिहिण्याचा आग्रह केला होता.

मृत्यू! मृत्यू!! अडचणी! समस्या!!

अडचणी, समस्या नित्याच्याच होत्या. त्यांच्याशी झगडतच पुढे जायचे, ही खूणगाठ निवेदितेने मनाशी केव्हाच बांधली होती. पण जवळच्या माणसांचे एका पाठोपाठ एक मृत्यू निवेदितेच्या मनाला विषण्ण करून गेले. तिच्या मनाच्या अवस्थेचे वर्णन शब्दांत करणे कठीणच!

◆

समाप्ती

विमनस्क निवेदिता एके दिवशी बेलुड मठात गेली. तिला पाहून स्वामी ब्रह्मानंदांना आणि स्वामी तुरीयानंदांना आनंद झाला. ती स्वामीजींच्या खोलीत जाऊन थोडा वेळ ध्यानस्थ बसली. शारदामाता जयरामबाटीला गेल्या होत्या. त्या कोलकात्याला असताना नुसते त्यांच्याकडे बघत राहिले तरी निवेदितेचे मन शांत व्हायचे! आता त्यांची भेट केव्हा होणार होती! शारदामाता नसल्याने मन शांत करण्यासाठी ती तिच्या पित्यापाशी आली होती. ध्यान करता करता तिला अपूर्व प्रकाश दिसला. ही कशाची पूर्वसूचना होती?

निवेदिता तेथून बाहेर पडली तेव्हा ती आपल्या आयुष्याचा ताळेबंद मांडत होती. स्वामीजींची मुलगी म्हणवून घेण्यास ती योग्य होती? स्वामीजींनी तिच्यावर सोपवलेले कार्य तिच्या हातून पार पडले होते? तिच्या प्रिय भारतमातेसाठी तिचे तनमन कारणी लागायला हवे होते. तिला स्वत:ची मुक्ती साधायची नव्हती! तिला मुक्ती हवी होती ती पारतंत्र्यातून देशाची! तिची भारतमाता स्वतंत्र व्हायला हवी होती! तो सोन्याचा दिवस कधी उगवेल? स्वामीजींनी तिच्या खांद्यावर ठेवलेली धुरा यशस्वीपणे सांभाळणे हीच निवेदितेची व्यक्तिगत मुक्ती नव्हती? तिच्याकडून किती कार्य झाले होते आणि किती बाकी होते? आणि...

आणि अचानक तिला किरोची भविष्यवाणी आठवली. किरो विख्यात हस्तसामुद्रिक होता. निवेदितेचा भविष्यावर विश्वास होता. स्वामीजींना मात्र भविष्यावर विश्वास ठेवणे पसंत नव्हते. अंधश्रद्धा दूर केल्याच पाहिजेत असे त्यांचे मत होते. किरोला स्वामीजींचे भविष्य निवेदितेने विचारले होते. त्याबद्दल तिने स्वामीजींची बोलणीही खाल्ली होती. ते भविष्य खरे ठरले नव्हते ते वेगळेच! तरीही निवेदितेचा भविष्यावरचा विश्वास उडाला नव्हता. मृत्युवार्तांनी गजबजलेल्या त्या काळात निवेदितेच्या मनातील एक हळवा कोपरा जागा झाला. तिचा मृत्यू तिच्या वयाच्या बेचाळीस ते चव्वेचाळीस वर्षांच्या दरम्यान होईल म्हणून सांगितले होते! सध्या तिचे वय चव्वेचाळीस होते.

बाप रे! अजून तिचे बरेच काम बाकी होते! तिच्या शाळेची सर्व जबाबदारी तिच्या एकटीवरच होती. त्याशिवाय तिचे लेखन सुरू होते. *In Memoriam : Sara Champan Bull* या नावाने तिने धीरामातांचे संक्षिप्त चरित्र लिहून 'मॉडर्न रिव्ह्यू' मधून प्रसिद्ध केले होते. त्यात तिने स्वामीजींशी धीरामातांचा असलेला परिचय आणि धीरामातांचे भारतप्रेम यांचा आवर्जून उल्लेख केला होता. *Sayings Of Ramakrishna* हे पुस्तक तिने मायावतीला असतानाच संपादित केले होते. *Studies From An Eastern Home* आणि *Footfalls Of Indian History* ही पुस्तके प्रकाशनाच्या प्रतीक्षेत होती. *The Master As I Saw Him* पूर्वीच प्रसिद्ध झाले होते आणि ते समीक्षकांनी गौरवलेही होते. तिची आणि स्वामीजींची पहिली भेट झाल्यापासून स्वामीजींच्या अखेरपर्यंत तिला दिसलेले-समजलेले स्वामीजी तिने या पुस्तकात वर्णिले होते. याशिवाय निरनिराळ्या विषयांवर लेख, प्रबुद्ध भारत आणि मॉडर्न रिव्ह्यू यांच्यासाठी संपादकीय, जगदीशचंद्रांच्या ग्रंथलेखनाला मदत असे कितीतरी काम सुरू होते. वेळ थोडा होता! निवेदिता तब्येतीचा विचार न करता काम करतच होती.

पुन्हा दुर्गापूजेची सुटी जवळ येऊन ठेपली. बसू दंपतीबरोबर दार्जिलिंगला जाण्याची तयारी सुरू झाली. दार्जिलिंगला जाण्यापूर्वी निवेदिता गिरीशचंद्र घोषांना भेटायला गेली. गिरीशचंद्र जवळच राहत होते. म्हणजे एका अर्थाने ते तिचे शेजारीच होते. शिवाय ते स्वामीजींचे घनिष्ठ मित्र होते. त्यामुळे मधून-मधून निवेदिता त्यांना भेटायला जायचीच. त्यांच्याबरोबर बोलताना श्रीरामकृष्ण आणि स्वामीजी यांच्या आठवणी तर निघतच, पण त्याशिवाय गिरीशचंद्रांच्या नाटकावर चर्चा व्हायची. गिरीशचंद्रांची नाटके निवेदिता आवर्जून वाचायची.

निवेदिता भेटायला गेली तेव्हा गिरीशचंद्र आजारी होते, तरीही त्यांचे 'तपोबल' नावाच्या नाटकाचे लेखन सुरूच होते. निवेदिता त्यांना म्हणाली, ''नाटक लवकर पूर्ण करा हं! मी दार्जिलिंगहून आल्यावर वाचणार आहे.''

स्वामी सारदानंद, गोलापमा आणि योगीनमा यांचाही निवेदितेने निरोप घेतला. योगीन मांना नमस्कार करताना ती म्हणाली, ''योगीनमा, मी बहुधा परत इथं येणार नाही!'' योगीनमा गडबडून गेल्या. ''असं का म्हणतेस ग?'' त्यांनी विचारले. ''मला आपलं वाटतंय की सगळं संपत आलंय!'' योगीनमांनी तिला मधेच थांबवून विषय बदलला खरा, पण त्या बेचैन झाल्या एवढे मात्र खरे!

निवेदिता ज्या देवाच्या पायावर समर्पित झाली होती, त्याचे आवाहन तिला ऐकू येत असावे. त्या काळात तिने लिहिलेल्या *Beloved, Play* आणि *Death* या लेखांतून तिच्या त्या काळातील भावना व्यक्त झाल्या आहेत. *Beloved*मध्ये तिने म्हटले होते, ''आपण नेहमीच लक्षात ठेवायला हवे की ईश्वराची आस हेच खरे

जीवन! आपला ईश्वर, आपला प्रियतम आपल्याला खिडकीतून निरखत असतो, तोच दार वाजवत असतो. त्याला कसलीच कमतरता नाही. पण तो मुद्दामच माणसाच्या अभावाचे वस्त्र पांघरून येतो, आपल्याला त्याच्या सेवेची संधी मिळावी म्हणून! त्याला क्षुधा नसते, तरी तो आपल्या दारात याचक म्हणून येतो. का? त्याला काहीतरी देण्याची संधी आपल्याला मिळावी यासाठी! आपण दार उघडून त्याला आश्रय द्यावा, म्हणून तर तो दार वाजवून येतो. आपण त्याच्या विश्रामाची व्यवस्था करावी, म्हणून तो थकल्याचे दाखवतो. हे प्रियतम, माझे जे काही आहे, ते सर्व तुझेच तर आहे. मीच तुझी आहे. मला संपूर्णपणे तुझ्यात विसर्जित करून, तूच माझ्या जागी उभा राहा.''

तिच्या Death या लेखातील मृत्युबद्दलच्या विचारांवर भारतीय तत्त्वज्ञानाचा प्रभाव दिसतो. आपल्या या लेखात निवेदितेने लिहिले आहे,

''काल रात्री माझ्या मनात आले की या संपूर्ण जड जगात मिसळून गेलेले, या जगाच्या अंतरातच भरून राहिलेले आणखी एक अस्तित्व आहे – त्याला ध्यान, अंतर्यामि किंवा इच्छेनुरूप आणखी काहीही नाव द्या – कदाचित तेच मृत्यूचा खरा अर्थ असेल. त्याला 'स्थानांतर' नाही म्हणता यायचे! कारण ते जड नाही. त्यामुळे त्याला भौतिक आधारही नाही. देहबुद्धीच्या पलीकडे अधिक मुक्त होऊन, त्या अस्तित्वाच्या आत अथांगात निमग्न होणे म्हणजेच मृत्यू! याचा अर्थ, आपले मृत्यू पावलेले स्वजन, आपल्या स्थूलदेहाच्या निकटच असतात, हा विचार आपल्याला सांत्वना देणारा असला, तरी ते मृत्यू पावलेले स्वजन, 'विराट पुरुषाशी' एकरूप झालेले असतात; त्यांना अंतिम मुक्ती आणि अक्षय्य आनंद मिळालेला असतो.''

''विचार केल्यावर लक्षात आले की अशा रीतीने अपरिमित परिमितात विलीन होत असते आणि आपण दोहोंमधील सीमेवर उभे असतो – दोन्हीवर अधिकार स्थापून! सीमेतच असीमाची उपलब्धी हाच आपल्या दृष्टीने आत्माविष्कार असतो. आता हळूहळू जाणीव व्हायला लागली आहे की, मृत्यू म्हणजे गभीर ध्यानात तदाकार होणे – शिलाखंडाने स्वत:तील कूपामध्येच बुडून जाणे. मृत्यूपूर्वीच्या प्रदीर्घ शांतीत मन जेव्हा आपल्या गत जीवनातील अनुभूती – विचार – कर्म यात गढलेले असतानाच आत्मा देह सोडतो आणि नवजन्माचा उदय होतो.''

''अखेरच्या क्षणी कुठलाही विपरीत विचार मनात न येता, प्रेम आणि करुणा यात आपले आयुष्य परिवर्तित करता येईल का? त्यामुळे निदान पुढच्या जन्मी तरी आपण स्वत:विषयी विचार न करता, इतरेजनांची दु:खे, लोकहित आणि शांती याच विचारात गढून जाऊ शकू का? असे प्रश्न मला पडतात.''

तिच्या आवडत्या बागबाजारातील सर्व ओळखीच्या लोकांना ती भेटली. त्यांचा तिने निरोप घेतला. शाळेतील मुलींनाही ती भेटली, प्रत्येकीशी आपलेपणाने

बोलली. शेजारी असोत, ओळखीचे असोत की शाळेतील विद्यार्थिनी, सर्वांचीच ती 'सिस्टर' होती. तिलाही 'सिस्टर' म्हटलेलेच आवडत असे. या सर्वांची आवडती, हसतमुख, प्रसन्न 'सिस्टर' सुटीत दार्जिलिंगला निघाली होती. तसे पाहिले तर दरवर्षीप्रमाणेच! पण या वेळी निरोप घेताना ती जास्त भावनावश झाली होती का? सर्वच जण तिला 'लवकर परत या!' असे आवर्जून सांगत होते. हेही नेहमीप्रमाणेच तर होते! मग त्यांची आवडती 'सिस्टर' नेहमीप्रमाणे जोरात होकार का बरे देत नव्हती! दार्जिलिंगला बरेच दिवस राहायचा बेत होता की काय तिचा!

दार्जिलिंगला निवेदिता आणि बसू पती-पत्नी, डी.एल. राय यांच्या 'राय व्हिला'मध्ये उतरले. सुरुवातीचे काही दिवस आनंदात गेले. सुटी असल्यामुळे बरेच ओळखीचे लोक दार्जिलिंगला आले होते. त्यांच्याशी भेटीगाठी होत होत्या. गप्पागोष्टीत वेळ छान जात होता. यातच निवेदितेचे लेखनही सुरू होते.

एके दिवशी सर्वांनी मिळून दार्जिलिंगपासून जवळच असलेल्या 'सन्दूक-फू' शिखरावर जाण्याचे ठरले. दोन-तीन दिवस लागणार होते. घोड्यावरून जायचे होते. सर्व तयारी झाली आणि निघण्याच्या दिवशीच निवेदितेची तब्येत बिघडली. तिला रक्तीआवेचा त्रास सुरू झाला. डॉ. नीलरतन सरकार हे त्या काळचे बंगालमधील नामांकित चिकित्सक. ते सुदैवाने दार्जिलिंगलाच होते. त्यांना निरोप पाठवण्यात आला. निरोप मिळताच धावतपळत त्यांनी 'राय व्हिला' गाठला आणि ताबडतोब उपचार सुरू केले. डॉक्टर शर्थीचे प्रयत्न करत होते, पण उपयोग होत नव्हता.

दिवसेंदिवस निवेदितेची प्रकृती अधिकाधिक खालावत चालली होती. विलायतेत असताना एकदा अबला बसू आजारी पडल्या होत्या, तेव्हा निवेदितेने मनापासून त्यांची सेवाशुश्रूषा केली होती. आता सेवाशुश्रूषा करण्याची वेळ अबला बसूंची होती. त्या मन लावून निवेदितेची देखभाल करत होत्या. पण तिच्या आजाराला उतार पडत नव्हता. काळजीने सर्वांच्या चेहऱ्यावरचे हसू मावळले होते. पण निवेदितेचा चेहरा मात्र प्रसन्न होता.

रोज सकाळी निवेदिता सर्वांशी हसून बोलायची. तिला इतरांनी धीर देण्याऐवजी तीच इतरांना धीर द्यायची. त्यांनी काळजी विसरावी म्हणून स्त्री-शिक्षण आणि इतर विषयांवर बोलत राहायची. पण हळूहळू तिची शक्ती कमी कमी होत चालली होती. निवेदितेने शेवट जवळ आल्याचे ओळखले होते, धैर्याने ती आजाराला तोंड देत होती. तिच्या दृष्टीने जीवन-मरण एकाच नाण्याच्या दोन बाजू होत्या आणि ती या दोन्हीच्या पलीकडे जाण्यास निघाली होती.

७ ऑक्टोबरचा दिवस उजाडला. वेळ कमी उरला होता. अजून एक महत्त्वाचे कर्तव्य बाकी होते – इच्छापत्र करण्याचे. निवेदितेने तिच्याजवळ होते नव्हते ते भारतमातेसाठी अर्पण केले. "बोस्टनमध्ये राहणारे वकील मि. इ. जी. थॉर्प मला

किंवा माझ्या संपत्तीच्या व्यवस्थापकाकडे जे काही देतील ते, बेंगॉल बँकेत जमा असलेले माझे तीनशे पौंड; कै. ओली बुलच्या पत्नीच्या संपत्तीतील माझ्या हिश्शाचे सातशे पौंड आणि माझ्या सर्व पुस्तकांच्या विक्रीतून व हक्कातून येणारे पैसे – अशी माझी संपत्ती बेलुडच्या विवेकानंद स्वामींच्या मठाच्या ट्रस्टींकडे सुपूर्त करत आहे. त्यांनी या संपत्तीचा एक कायमस्वरूपी निधी करून, त्या निधीतून ख्रिस्टीन ग्रीनस्टाइडलच्या सल्ल्यानुसार तिचा पगार, भारतीय स्त्रियांसाठी राष्ट्रीय कार्यक्रम आणि राष्ट्रीय शिक्षण यासाठी खर्च करावा." आता निवेदिता मुक्त झाली होती.

दार्जिलिंगला येण्यापूर्वी काही दिवस तिने एका बौद्ध प्रार्थनेचा इंग्रजी अनुवाद केला होता. तो ऐकण्याची इच्छा तिने व्यक्त केली. अनुवाद असा होता :

In the East, and in the West,
In the North, and in the South
Let all things that are,
Without enemies, without obstacles
Having no sorrow, and attaining cheerfulness,
Move forward freely,
Each in his own path!

हळूहळू ती ध्यानमग्न झाली. तिचे ओठ नकळत पुटपुटायला लागले :

"असतो मा सद्‌गमय,
तमसो मा ज्योतिर्गमय,
मृत्योर्माऽ अमृतं गमय! अविरावीर्म एधि!"

बृहद्‌अरण्य उपनिषदातील ही रुद्रस्तुती निवेदितेला अतिशय प्रिय होती. ती नेहमीच या ओळी पुटपुटत असे.

वेदना होत होत्या, पण निवेदिता शांतपणे सर्व सोसत होती. तिची आवडती जपमाळ घेऊन जप करायचा ती प्रयत्न करायची, पण शरीर इतके क्षीण झाले होते की माळ ओढणेही जमायचे नाही. एवढा त्रास होत होता पण ती कधी कण्हली नाही. ओठावर हसू आणायचा प्रयत्न करत ती सर्व सहन करत होती. ती शूर होती; तिची वृत्ती विजिगीषु होती; मृत्यूलाही ती सहजासहजी हार जाणार नव्हती! अबला बसू तिच्या उशाशी बसत, हळुवारपणे तिच्या डोक्यावरून हात फिरवत, पुनःपुन्हा विचारत, "फार त्रास होतोय का?" त्यांनी बऱ्याच वेळा हाच प्रश्न विचारल्यावर

खोल आवाजात ती म्हणायची, "वेदना होताहेत ग!" बस्स! इतकेच!

आपण आता फार दिवसांची सोबती नाही, हे तिने केव्हाच ओळखले होते. ती जीवन-मरणाबद्दल वारंवार बोलायची. बसू पती-पत्नी आणि इतर ओळखीचे लोक दिसले की तिला बरे वाटायचे; आपण भारतात आपल्या माणसात आहोत म्हणून समाधान वाटायचे. कुणाही ओळखीच्या व्यक्तीला पाहताच सर्व वेदना विसरून ती हळूच हसायची.

पण आता या ज्वालेतील धग विझत चालली होती. अखेर मृत्यूपूर्वी चार दिवस तिने अबला बसूंना म्हटलेच, "काही लपवू नका आणि लांबवण्याचाही प्रयत्न नका करू." हे शब्द तिने अगदी शांतपणे उच्चारले होते, पण ते अबला बसूंचे हृदय रक्तबंबाळ करायला पुरेसे होते. ती सर्व धीराने सहन करत होती, पण अबला बसूंनाच सर्व सहन करणे कठीण जात होते.

१३ ऑक्टोबरच्या पहाटे अडीच वाजता अबला बसू तिच्यापाशी गेल्या तेव्हा ती कशीबशी पुटपुटली, "फार फार थकवा वाटतोय ग!" आणि त्या क्षणापासून तिने औषधपाणी सोडले. अबला बसूंनी ऑक्सिजन देण्याचा प्रयत्न केला, पण तिने तोही घेण्यास नकार दिला. ती खोल आवाजात पुटपुटली, "The boat is sinking. But I shall see the sunrise."

१३ ऑक्टोबर,. शुक्रवार. पहाट होताहोताच ढग दाटून आले होते. दाट धुक्यामुळे वातावरण कसे उदास झाले होते आणि अचानक आकाश स्वच्छ झाले. धुके वितळले. सूर्याचा किरण हळूच खिडकीतून आत आला. सात वाजत होते. निवेदितेचा चेहरा तेजाने उजळला आणि क्षणार्धात तिने या जगाचा निरोप घेतला.

तिचे अखेरचे शब्द खरे ठरले होते. तिने सूर्योदय पाहिला होता. फार मोठा अर्थ भरला होता या शब्दांत! वाच्यार्थ जेवढा खरा ठरला होता, तेवढाच लाक्षणिक अर्थही खरा ठरणार होता. भारतात जनजागरण घडून आले होते. स्वातंत्र्याची आकांक्षा भारतवासीयांमध्ये जागृत झाली होती. क्रांतिकारकांपैकी काहींनी स्वत:चे बलिदान देऊन, चैतन्याचा अग्नी चेतवला होता. सर्व भारत एक होऊन, पारतंत्र्य झुगारून देण्यास कटिबद्ध झाला होता. निवेदितेच्या मृत्यूनंतर काही दिवसांत बंगालची फाळणी रद्द झाल्याची घोषणा करण्यात आली. निवेदितेला याचा अंदाज नक्कीच आलेला असणार! तिच्या कार्याला, कष्टांना यश येत चालले होते. तिचे जीवन धन्य झाले होते.

निवेदितेच्या मृत्यूची बातमी वाऱ्यासारखी पसरली. सुटीत अनेक प्रतिष्ठित व्यक्ती दार्जिलिंगला आल्या होत्या. त्यातील बहुतेक सर्वांनाच निवेदितेबद्दल आदर होता. ते सर्वच 'राय व्हिला'मध्ये जमले. डॉ. प्रफुल्लचंद्र राय, भूपेन्द्रनाथ बसू, शशिभूषण दत्त, सुबोधचंद्र महालनबीस, डॉ. नीलरतन सरकार, डॉ. बिपिनबिहारी

सरकार, योगेन्द्रनाथ बसू, शैलेन्द्रनाथ बन्धोपाध्याय, इंद्रभूषण सेन, मि. एडगर, मिस पिगॉट, एस. एन. बन्धोपाध्याय, मृगेन्द्रनाथ सेन, सुरेन्द्रनाथ बसू, राय निशिकांत सेन बहाद्दूर वगैरे मान्यवर व्यक्तींनी 'राय व्हिला'त गर्दी केली. सर्वांनाच फार वाईट वाटले. हे सर्व अंत्ययात्रेत सामील झालेच, पण त्याचबरोबर काहींच्या पत्नीही सामील झाल्या. त्यांना शोक आवरत नव्हता.

अंत्ययात्रा कोर्ट रोडवर येताच, अनेक लोक तीत सामील झाले. सर्वसामान्य जनता रस्त्याच्या दुतर्फा खाली मान घालून, रांगेत उभी होती. निवेदितेच्या शवाला खांदा देण्यास पुष्कळजण पुढे आले. साधारण आठच्या सुमारास हिंदू स्मशानात अंत्ययात्रा पोहोचली. निवेदितेच्या आजारपणाची बातमी मिळताच तिला भेटण्यासाठी गणेन महाराज कोलकात्याहून निघाले होते. ते अखेरच्या क्षणी दार्जिलिंगला पोहोचले. त्यांनीच तिच्यावर अंत्यसंस्कार केले. एक विद्युतशलाका भारताच्या आकाशात चमकून गेली. तिने सर्व भारतालाच उजळून टाकले.

कोलकात्यात बातमी पोहोचताच शहरावर शोककळा पसरली. कारण निवेदिता सर्वांनाच आपल्या घरातीलच एक वाटायची! बोसपाडा लेन तर दुःखसागरात बुडून गेली. आता त्यांची ती हसतमुख भगिनी पुन्हा कधीच त्यांच्यात परत येणार नव्हती, दुखण्या-खुपण्यात त्यांची आपुलकीने चौकशी करणार नव्हती. निवेदितेच्या विद्यार्थिनींना तर अगदी निराधार झाल्यासारखेच वाटले. प्रत्येक गोष्टीत त्यांना तिचा सल्ला हवा असायचा! त्यांना किती वेगवेगळ्या गोष्टींची तिने माहिती दिली होती! आता असे कोण शिकवणार होते त्यांना! आईच्या मायेने कोण जवळ घेणार होते! १७ नंबरचे लहानसे घर म्हणजे लहानथोरांचे आनंदनिकेतन होते! आता त्याकडे पाहताना मनात अनेक आठवणी दाटून येणार होत्या आणि डोळ्यांना धारा लागणार होत्या! अशी 'भगिनी' त्यांना पुन्हा मिळणार नव्हती.

गिरीशचंद्र घोषांना ही शोकवार्ता कळताच प्रचंड धक्काच बसला. 'तपोबल' नाटक निवेदिता दार्जिलिंगहून आल्यावर वाचणार होती ना! निवेदितेने दिलेला शब्द कधीच मोडला नव्हता. मग आताच असे कसे झाले! 'तपोबल' गिरीशचंद्रांनी निवेदितेलाच अर्पण केले. अर्पणपत्रिकेत त्यांनी म्हटले, "बाळे, माझं नवं नाटक पूर्ण झालं की किती आनंद व्हायचा तुला! आताही माझ्या नव्या नाटकाचा खेळ होणार आहे, पण तू कुठे आहेस? दार्जिलिंगला निघालीस, तेव्हा मी आजारी होतो. म्हणून प्रेमानं म्हणाली होतीस की, मी परत येईन तेव्हा तुम्ही ठणठणीत दिसायला हवेत. मी तर बरा झालोय ग, पण तू का नाही आलीस? मृत्यूशय्येवरही माझी आठवण काढली होतीस, असं कळतं. आता तू ईश्वरी कार्यात मग्न असशील, तरीही माझी आठवण तुला होत असेल तर ही माझी अश्रूंची भेट स्वीकार कर."– गिरीशचंद्र घोष.

निवेदितेच्या आवडत्या हिमालयाच्या कुशीत, दार्जिलिंग गावापासून थोडी दूर निवेदिता कायमची विसावली आहे. तिच्या समाधीवरील लेखात कोरले आहे : 'जिने भारतासाठी आपले सर्वस्व अर्पण केले ती भगिनी निवेदिता येथे शांतीत चिरनिद्रा घेत आहे.'

लौकिक अर्थाने निवेदितेचा मृत्यू झाला, पण तिने केलेल्या कार्याच्या रूपात ती अमरच ठरते. निवेदिता आपली स्वाक्षरी 'रामकृष्ण-विवेकानंदांची निवेदिता' अशी करत असे. यात एक गूढ अर्थ आहे. 'रामकृष्ण-विवेकानंद' हे दोन नव्हतेच. रामकृष्णांना सत्याचा लाभ झाला होता. दिव्यज्ञानाचा अनुभव त्यांना आला होता. पण हे ज्ञान त्यांच्या हृदयात अदृश्य रूपात होते, निराकार होते. त्याचा मानवजातीला लाभ व्हावा म्हणून ते साकार झाले विवेकानंदांच्या रूपात! स्वामीजी समाधीच्या अत्युच्च आनंदात मग्न झाल्यास मानवसमाजाला त्यांच्या ज्ञानाचा लाभ मिळणार नाही, हे जाणून रामकृष्णांनी त्यांच्या अखेरच्या दिवसात समाधीच्या आनंदाच्या किल्ल्या स्वामीजींकडून काढून घेतल्या. स्वामीजींना त्यांनी मानव-समाजात उभे केले. स्वामीजींनी कार्याचा आरंभ केला आणि ते कार्य पुढे नेले निवेदितेने. रामकृष्ण-स्वामीजी-निवेदिता या गुरुशिष्यांनी भारतातच नव्हे, संपूर्ण जगातच जागरण घडवून आणले.

रामकृष्णांनी माणसाची 'माणूस' म्हणून ओळख करून दिली. स्वामीजींनी त्यातून 'माणूस घडवला', तर निवेदितेने 'राष्ट्र घडवाय'चा प्रयत्न यशस्वी केला.

◆

श्रद्धांजली

'**भ**कास झालंय गाव, सुनी घरंदारं,
सुकलाय खळखळणारा झरा
अन् विझून गेलाय रत्नदीप!
कुंभारानं स्वत:च्याच हातानं फोडलाय घडा
हे प्रिय,
कोमेजली बागेतील फुलं आणि सरोवरातील कमळं
पक्षी झालेत मूक अन् डोळ्यांत काळोख
आता कधीच नाही उमटणार तुझ्या पाऊलखुणा
कारण तुझ्या तेजस्वी डोळ्यातील प्रकाशच झालाय उणा'

निवेदितेच्या An Indian Study of Love and Death या काव्यसंग्रहातील An Office of the Dead या कवितेतील काही ओळींचे हे भाषांतर निवेदितेच्या मृत्यूनंतरच्या परिस्थितीचे यथार्थ चित्र आपल्या डोळ्यांपुढे उभे करते. बोसपाडा लेनमध्ये तिच्या मृत्यूची बातमी कळताच शोककळा पसरणे स्वाभाविकच! तिच्या विद्यार्थिनींना आता त्यांची लाडकी भगिनी पुन्हा कधीच दिसणार नव्हती. सामान्य लोक, प्रतिष्ठित व्यक्ती, तरुण-वृद्ध सर्वांनाच तिचा मृत्यू दु:खात लोटून गेला.

निवेदितेच्या अकाली मृत्यूने शारदामातांच्या मातृहृदयाला केवढा जबर धक्का बसला, हे शब्दांत वर्णन करणे कठीणच! निवेदितेच्या मृत्यूनंतर तिच्याविषयी सरलाबाला सरकारनी 'निवेदिता' नावाचे पुस्तक लिहिले. त्या पुस्तकातील शारदामातांबद्दल निवेदितेला किती भक्ती होती, हे वर्णन करणारा भाग शारदामातांना वाचून दाखवताच त्यांना गहिवरून आले. आणि अखेर त्यांना दु:ख आवरता आले नाही. डोळ्यांतून अश्रू ओघळू लागले. त्या म्हणाल्या, "खरंच, काय भक्ती होती निवेदितेची! माझ्यासाठी काय करू आणि काय नको, असं होऊन जायचं तिला!

रात्री मला पाहायला यायची ना, तेव्हा माझ्या डोळ्यांवर उजेड पडून मला त्रास होऊ नये म्हणून दिव्याला कागदाचा आडोसा करायची. मला नमस्कार करून अगदी हळुवारपणे रुमालांवर पायधूळ घ्यायची.'' असे म्हणून शारदामाता निवेदितेच्या आठवणीत मग्न झाल्या. त्यांच्या दृष्टीने ती जणू साक्षात देवी होती. त्या तिची आठवण काढून म्हणत असत, ''जे हय सुप्राणी, तार जन्य कांदे महाप्राणी!'' (जो महात्मा असतो, त्याच्यासाठी अंतरात्मा दुःखी होतो.)

आचार्य जगदीशचंद्र निवेदितेच्या निकटचे होते. म्हणूनच की काय त्यांनी तिला श्रद्धांजली वाहिलेली नाही, पण तिच्या बहिणीला लिहिलेल्या पत्रातून त्यांच्या भावना व्यक्त झाल्या आहेत. ''जे पुस्तक जिच्या साहाय्याच्या आधारे लिहीत होतो, ते पुस्तक आता स्थिरपणे माझ्याकडे बघतंय! तिच्या साहाय्याशिवाय मी पुढे ते लिहू शकेन, असं नाही वाटत! ती असती तर एक क्षण असा वाया घालवू दिला नसता! पण ती शरीराने आपल्यात नसली, तरी आपल्या मनात ती सतत आहेच!''

जगदीशचंद्रांना श्रद्धांजली वाहणे जमले नाही, म्हणून त्यांनी ते काम आपल्या पत्नीवर – अबला बसूंवर – सोपवले. 'मॉडर्न रिव्ह्यू' मधून अबला बसूंनी वाहिलेली श्रद्धांजली ही एकट्या अबला बसूंची नसून, बसू दांपत्याची आहे, असे मानायला हरकत नाही. अबला बसूंनी लिहिले आहे,

''आजपासून बरोबर तेरा वर्षांपूर्वी एक इंग्रजी स्त्री मला भेटायला आली होती, हे मला चांगले आठवते! तरुण, तेजस्वी, प्रकृती उत्तम, उत्साही! ती आमच्या देशातील स्त्रियांची सेवा करायला आली होती, तिला त्यांची सेवा करायची होती ती आंतरिकपणे. आणि त्यासाठीच तिला त्यांच्यासारखेच जीवन जगायला शिकायचे होते. त्यांच्यातीलच एक होऊन राहायचे होते. मला भेटण्यामागे हेच कारण होते.''

''आणखी काही दिवसांनी तिची आणि माझी चांगली मैत्री झाल्यावर तिच्यातील शक्तीची मला खरी कल्पना आली. तिच्या सान्निध्यात येणाऱ्यांवर ती प्रेमाचा वर्षाव करायची. आपल्या मातृभूमीची सेवा तिने किती केली आहे, हे आताच सांगणे कठीण आहे!''

''येथील कर्मठ समाजातील स्त्रियांना शिक्षण देण्याचा तिचा मानस होता आणि तो कितपत तडीस जाईल याबद्दल मला शंका होती. पण पहिल्या भेटीनंतर, एक महिन्यांनी मी तिच्या बोसपाडा लेनमधील घरी गेले आणि मला आश्चर्याचा धक्काच बसला. तिने असाध्य ते साध्य केले होते. तिने प्रेम, वात्सल्य यांच्या बळावर तिच्या आजूबाजूच्या सर्वांना जिंकून घेतले होते. प्रथम लहान मुली, मग त्यांच्या माता, त्यानंतर घरातील अनाथ आणि विधवा सर्वांनाच ती फक्त शिकवत नव्हती, तर त्या सर्वांना तिच्याकडून आधार मिळत होता, सहानुभूती मिळत होती. अशा रीतीने ती सर्वांची 'भगिनी' झाली आणि तिचे घर झाले 'भगिनी निवास'. तिच्या या कार्याची

दखल बंगालमधील प्रतिष्ठितांनी घेतली असे नाही, तर युरोप-अमेरिकेतील कितीतरी प्रतिष्ठित व्यक्ती तिला भेटायला बोसपाडा लेनमध्ये येत आणि परत जाताना भारताबद्दलचे प्रेम मनात भरून घेऊन जात. तिने भारताला 'आपला देश' मानले होते.''

''कोलकात्यात प्लेगची साथ येताच काही तरुणांना हाताशी धरून, कोलकात्यातील उत्तरेकडचा सर्वांत अस्वच्छ भाग तिने स्वच्छ केला. तळागाळातील रोग्यांच्या शुश्रूषेची जबाबदारी तिने स्वत: उचलली होती. एका गरीब मुलाला तिच्या मांडीवरच मरण आले. अखेरच्या क्षणी 'आई' म्हणून त्याने तिलाच मिठी मारली होती.''

''तिच्यातील वात्सल्य खरोखरच विलक्षण होते. एक प्रसंग येथे आठवतो– एकदा थंडीत तिने स्वतःच्या अंगावरील गरम कोट आपल्या नोकराला देऊन टाकला. त्यामुळे तिला थंडीचा त्रास सहन करावा लागला. पण तिच्या मते तिच्यापेक्षा त्या नोकरालाच कोटाची जास्त आवश्यकता होती! हे फक्त एक उदाहरण झाले. आजूबाजूच्या लोकांचा अभाव दूर करताना तिने मात्र आपले बरेच आयुष्य अभावातच काढले. दुसऱ्यांचे दु:ख तिला पाहवत नसे. म्हणूनच पूर्व बंगालमधील दुष्काळाची बातमी कळताच तिला स्वस्थ बसवले नाही. दुष्काळग्रस्तांना मदत करताना तिने अथक परिश्रम केले आणि शेवटी तीच हिवतापाने आजारी पडली. पण स्वतःच्या आजारातही तिला काळजी होती ती तिच्या माणसांची– भारतातील सामान्य जनांची!''

''ती खरोखरीच निवेदिता होती. तिच्यासारखे संपूर्ण समर्पण दुसऱ्या कुणी केले नसेल! मी तिला 'भारताचे प्रयोजन!', 'भारतीय स्त्री' असे बोलताना कधीच ऐकले नाही. नेहमीच ती 'आमचे प्रयोजन', 'आमची स्त्री', 'माझी माणसे' असेच म्हणायची.''

''शेवटच्या दिवसांत तिची सेवा करण्याची संधी मला मिळाली. तिला कळून चुकले होते की, तिचे आयुष्य संपत आले आहे, तरीही रोज सकाळी प्रसन्नपणे हसत ती आमच्याशी बोलायची. अखेरच्या दिवसांत तिच्या सर्वांत आवडत्या कार्याबद्दल– तिच्या शाळेबद्दल– ती बोलायची, शाळेची काळजी करायची. तिचे जे होते ते सर्व तिने मातृभूमीच्या सेवेसाठी दिले.''

''माझ्या डोळ्यांपुढे उमेची कहाणीच जणू साकार झाली! हेच तर उमेचे माहेरी येण्याचे दिवस! माझ्यासमोरही होती उमाच! हिमालयाची कन्या! अनेक जन्मानंतर तिच्या भारतवर्षात, आपल्या पित्याच्या घरी आलेली – चिरविश्रांतीसाठी!''

प्रख्यात अर्थतज्ज्ञ विनय सरकार यांनी निवेदितेला 'नाविन्यपूर्ण राष्ट्रीयत्व आणि सामर्थ्यशाली भारतीयत्व यांची तत्त्वज्ञ' (The philosopher of romantic nationalism and aggressive Indianism.) म्हटले आहे. ते पुढे म्हणतात, ''देशभक्ती, शिक्षण, राजकारण, राष्ट्रवाद, उद्योग, इतिहास, नैतिक सुधारणा,

समाजसेवा, स्त्रीवाद अशा सर्वच क्षेत्रात त्या मानवतावादी दृष्टिकोनातून कार्य करणाऱ्या होत्या. १९०५-१०मध्ये झालेल्या बंगाली आंदोलनात बंगाली तरुणांवर ज्या नावानं जादू केली होती ते नाव होते – भगिनी निवेदिता! त्या काळी त्या आंदोलनात भाग घेतलेल्या प्रत्येकाच्या त्या सहकारी होत्या. विवेकानंदांनी इतर काहीही कार्य न करता, फक्त निवेदितांना आणले असते तरी त्यांचे हे कार्य भरतखंडात अविस्मरणीय आणि फलदायी ठरले असते. भारतासाठी निवेदिता विवेकानंदांचा आश्चर्यकारक शोध होता आणि भारतीय लोकांसाठी अनमोल ठेवा!''

डॉ. रासबिहारी घोष हे राष्ट्रीय आंदोलनातील श्रेष्ठ नेते होते. १९०७च्या सुरत काँग्रेसचे अध्यक्षपद त्यांनी भूषविले होते. निवेदितेच्या मृत्यूनंतर कोलकात्यातील 'टाउन हॉल'मध्ये झालेल्या शोकसभेत अध्यक्षपदावरून निवेदितेला श्रद्धांजली वाहताना त्यांनी म्हटले होते, ''हाडांच्या सांगाड्यात चैतन्य निर्माण होण्याचे कारण म्हणजे निवेदितेने त्यात फुंकलेला प्राण! आमच्या तरुणांच्या मनात उच्च, आधुनिक, प्रामाणिक आणि सुसंस्कृत जीवनाची जाज्वल्य अभिलाषा प्रेरित करण्याचं बहुतांश श्रेय आमच्यातून अकाली जावं लागलेल्या त्या भगिनीचं आहे. सामाजिक एकता, भूतकाळातील यशाचा अभिमान, मानवजातीच्या सुसंस्कृतीकरणात या देशानं दिलेलं योगदान आणि मानवतेची अधिक चांगली सेवा करण्यासाठी या देशाची केलेली योजना हे आदर्श तिच्यापुढे तिनं ठेवले होते आणि त्यासाठीच ती आयुष्यभर झटली. तिचं हे कार्य व्यर्थ गेलं असं कोण म्हणेल! तिला अनुसरणाऱ्यांसाठी तिनं मार्ग सोपा करून ठेवला, हे सर्वच मान्य करतील.''

''आणखी एक गोष्ट मला विश्वासाने इथे सांगितली पाहिजे. ती म्हणजे, सद्यःकाळात राष्ट्रीय जीवनाबद्दल आपल्यामध्ये आलेली सजगता यात भगिनी निवेदितेच्या शिकवणुकीचा मोठा वाटा आहे.''

रामानंद चट्टोपाध्यायांनी निवेदितेला श्रद्धांजली वाहताना 'प्रवासी' नियतकालिकात म्हटले आहे, ''जेवढ्या युरोपीय लोकांना आपण ओळखतो, त्यांच्यामध्ये भगिनी निवेदितांसारखी भारतावर प्रेम करणारी दुसरी व्यक्ती आढळणार नाही... भारताची सर्व प्रकारे उन्नती व्हावी, त्याच्यात ऐक्य निर्माण व्हावे, तो सामर्थ्यवान व्हावा आणि जगात तो उच्चासनावर प्रतिष्ठित व्हावा हीच त्यांची हार्दिक इच्छा होती. ही इच्छा पूर्ण व्हावी म्हणून त्या आयुष्यभर प्रयत्नशील राहिल्या. स्त्री-शिक्षण आणि सर्वसामान्यांचे शिक्षण हा भारताच्या कल्याणाचा पाया आहे, असे त्यांचे मत होते. त्या स्वतंत्र विचाराच्या, प्रतिभावंत आणि सामर्थ्यशाली लेखिका होत्या. अनेक विधवांचे आणि अनाथ मुलांचे त्यांनी पालन केले, अनेकांना शिक्षण दिले. त्या खरोखरीच निवेदिता होत्या– जे त्यांच्या आयुष्यात आले त्यांच्या सेवेत त्यांनी आपले जीवन समर्पित केले.''

नेताजी सुभाषचंद्र बसूंनी म्हटले आहे, "विवेकानंद वाचून मी भारतावर प्रेम करायला शिकलो, पण मला विवेकानंद समजले ते भगिनी निवेदितांच्या लेखनातून."

निवेदितेचे घनिष्ठ स्नेही प्रख्यात पत्रकार-लेखक रॅटक्लिफ यांनी तिला भावपूर्ण श्रद्धांजली वाहिली आहे. "काही दिवसांपूर्वी, हिमालयातील दार्जिलिंग या ठिकाणी, अल्पशा आजाराने मिस मार्गरेट नोबल (भारतात भगिनी निवेदिता म्हणून ओळखल्या जाणाऱ्या) यांचे निधन झाल्याचे, एका खासगी तारेमार्फत कळले. त्यांचे लेखन आणि ओजस्वी व्यक्तिमत्त्व सर्वपरिचित होते आणि त्यामुळेच युरोपातील आणि अमेरिकेतील अनेकांना दुःखद धक्का बसला. भारतीय लोकांच्या हृदयात स्थान मिळवणारी तीच एकमेव इंग्रज स्त्री होती, असे म्हणणे वावगे ठरू नये."

"वीस वर्षांपूर्वी, लंडनमधील नवीन शिक्षणतज्ज्ञांमध्ये सर्वांत उत्साही आणि बुद्धिमान म्हणून त्यांच्याकडे पाहिले जात असे. 'सिसेमी क्लब'च्या खऱ्या संस्थापक त्याच होत्या!"

"एकोणिसाव्या शतकाच्या अखेरीस त्यांची स्वामी विवेकानंदांशी भेट झाली आणि त्या त्यांच्या एकनिष्ठ अनुयायी झाल्या. १८९८मध्ये रामकृष्ण संघाच्या शैक्षणिक कार्यात साहाय्य करण्यासाठी त्या भारतात गेल्या. तेथे त्या 'भगिनी निवेदिता' झाल्या. उत्तर कोलकात्यातील एका लहानशा घरात त्यांनी लहान हिंदू मुलींसाठी शाळा काढली आणि हिंदू स्त्रियांसाठी वर्ग घेण्यास सुरुवात केली. प्राच्य विचार आणि आदर्श यांच्या भक्कम पायाच्या आधारे आधुनिक शिक्षण देणे हे त्यांचे ध्येय होते. भारतीय लोकांमध्ये संपूर्ण भारतीय होऊन अत्यंत साधेपणाने त्या राहिल्या. त्यांचे नाव सर्वत्र झाले. त्यांच्याशी परिचय नसलेल्या भारतीय प्रतिष्ठित व्यक्ती विरळाच! भारतीय संस्कृती आणि विचार यांच्याशी त्या एकरूप झाल्या होत्या. परिणामी त्यांचा लोकांवर कमालीचा प्रभाव होता. बंगाली तरुणांच्या त्या प्रेरणास्थान होत्या. त्यांच्या लिखित आणि वाचिक शब्दांमुळे भारतीय राष्ट्रीयतेचा आदर्श सचेतन आणि प्रोत्साहक स्रोत ठरला.

"केवळ तत्त्वज्ञानाच्या बाबतीतच नव्हे, तर समाजाशी निगडित महत्त्वाच्या विचारांच्या बाबतीतही त्यांचे शिक्षण अव्याहत सुरू होते. त्या व्यासंगी विद्यार्थिनी होत्या. काही वर्षांपूर्वी भारताच्या लहान-मोठ्या शहरातून त्यांनी व्याख्याने दिली होती. त्यांचे वक्तृत्व विलक्षण होते. पण पुढील काळात, त्यांची प्रकृती बिघडल्यावर, त्यांनी लेखनावर समाधान मानले. जवळजवळ सर्वच भारतीय मासिकांतून त्यांनी लेखन केले. पाश्चात्त्य वाचकांना, त्यांची लेखिका म्हणून ओळख झाली ती प्रामुख्याने 'दि वेब ऑफ इंडियन लाइफ' आणि 'क्रेडल टेल्स ऑफ हिंदूइझम' या त्यांच्या पुस्तकामुळेच! 'दि प्रेझेन्ट पोझिशन ऑफ विमेन' या विषयावर मागच्या जुलैमध्ये लंडन येथे झालेल्या 'युनिव्हर्सल रेसेस काँग्रेस'साठी त्यांनी लिहिलेला लेख हे

'युनिव्हर्सल रेसेस काँग्रेस'साठी महत्त्वाचे योगदान होते. आपल्या सर्वांच्या दृष्टीने त्यांचा मृत्यू म्हणजे अलौकिक बुद्धिमत्ता आणि निर्भय सुंदर जीवन यांचा अंत होय.''

नामदार गोखल्यांनी निवेदितेला श्रद्धांजली वाहताना म्हटले आहे, ''भगिनी निवेदितांचं व्यक्तिमत्त्व लक्षणीय होतं. त्यांच्या सान्निध्यात अलौकिक नैसर्गिक शक्तीचा परिचय घडत असे. त्यांची विस्मयकारक बुद्धिमत्ता, काव्यात्म अभिव्यक्ती, प्रचंड कार्यक्षमता, स्वत:ची निष्ठा आणि मते यांच्याबद्दलचा ठामपणा आणि सर्वांत महत्त्वाचे म्हणजे कुठल्याही गोष्टीतील मर्म तत्परतेनं जाणून घेण्याची क्षमता या गुणांमुळे त्या जगातील सार्वकालिक 'असामान्य स्त्री' ठरल्या. या गुणांमध्ये त्यांचे भारताविषयीचे निस्सीम प्रेम, कार्यासाठी सर्वस्वाचा त्याग करण्याची वृत्ती, संपूर्ण समर्पण, अत्यंत साधेपणा; तोही आनंदाने स्वीकारलेला– अशा गुणांची भर पडल्यावर त्यांनी भारतवासीयांची हृदये जिंकली यात नवल ते काय! या त्यांच्यातील गुणांमुळेच त्यांच्या भोवतालच्या माणसांच्या विचारांवर आणि आदर्शांवर त्यांचा अतिशय सखोल परिणाम झाला.''

''काहीजण अधिकारवाणीनं सांगतात की भारताचं भलं करण्यासाठी भगिनी निवेदिता भारतात आल्या. पण त्यासाठी त्या आल्या नव्हत्या. आपल्या समस्या, त्रुटी, दु:ख बघून त्यांना आपली दया आली आणि मानवतेच्या दृष्टिकोनातून सेवा करण्यासाठी त्या इथं आल्या असंही नाही. त्या आल्या कारण त्यांना आतूनच भारताचं आवाहन ऐकू आलं म्हणून! त्या आल्या कारण या देशाची त्यांच्यावर मोहिनी पडली म्हणून! भारताच्या सच्च्या उपासक म्हणून त्या आल्या. भारतापुढे असलेल्या कार्यात, भारताच्या पुत्रांना आणि कन्यांना त्यांच्यातीलच एक होऊन साहाय्य करण्यास त्या आल्या! कायावाचामने त्यांनी भारताला स्वीकारलं, संपूर्णपणे स्वीकारलं– भूतकाळातील अभिमान बाळगावा अशा गोष्टीच त्यांनी स्वीकारल्या नाहीत की, भविष्यातील गौरवशाली गोष्टींचा विचार करून भारताला आपलं म्हटलं नाही, तर आता जसा आहे तसा भारत– त्याच्या दोषांसकट, त्रुटींसकट त्यांनी आपला मानला. समस्या आणि कष्ट पाहून त्या डगमगल्या नाहीत; अज्ञान, अंधश्रद्धा किंवा ओंगळपणा यामुळे खचून त्या मागे सरल्या नाहीत! खरोखरच त्यांनी भारताचा स्वीकार केला तो अतिशय मनोहारीच म्हणावा लागेल! त्याचं वर्णन करायला शब्द अपुरे पडतात!''

आणि रवीन्द्रनाथांनी अतिशय मार्मिक शब्दांत निवेदितेला वाहिलेली श्रद्धांजली कशी विसरता येईल! रवीन्द्रनाथांचा असा विश्वास होता की, माणसातील मानवता त्याला अपूर्व आनंद देते. ही मानवता हेच माणसाचे खरे रूप असते. या माणसातील मानवतेला रवीन्द्रनाथ निरनिराळी नावे देतात. माणसातील मानवता स्पष्ट होण्यास अतिशय निर्मळ मनाची आवश्यकता असते. निवेदितेच्या ठायी त्यांना अशी

निर्मळता आढळते. रवीन्द्रनाथ म्हणतात, ''त्यांना ज्यांनी खरोखरी पाहिलं त्यांना माणसाचं सत्य स्वरूप दिसलं, त्यांना दिसलं आदितत्त्व! शुद्ध चैतन्य! भगिनी निवेदितेच्या अंतरंगातून मुक्तपणे प्रकट होणाऱ्या अम्लान चैतन्याला आणि तेजाला आपण पाहू शकलो हे आपलं भाग्यच! हे चैतन्य, हे तेज सर्व अडथळे दूर करून आणि सर्व भौतिक मुखवटे व अडसर बाजूला सारून किती सहजपणे व्यक्त होत होतं! आपल्याला त्यांच्यातील अमोघ उदात्ततेचं दर्शन घडलं हे आपलं महत् भाग्यच!...''

''आपल्यासाठी समर्पिलेलं त्यांचं जीवन अनमोल होतं. त्यांनी आपली कधीच कुठल्याही बाबतीत प्रतारणा केली नाही. भारताच्या सेवेत त्यांनी स्वत:ला पूर्णपणे अर्पण केलं; स्वत:साठी काहीही न ठेवता, त्यांच्यातील निखळ उत्कृष्ट त्यांनी प्रत्येक दिवसासाठी प्रत्येक क्षणाला आपल्यासाठी अर्पण केलं; आणि त्यासाठी त्यांनी स्वत: आत्यंतिक हाल सोसले; फार मोठी तपश्चर्या केली. जे अतिशय पवित्र आहे, खरं आहे, तेच तेवढं देईन, हाच त्यांचा एकमेव संकल्प होता. त्यांनी त्यांच्या संकल्पात स्वत:ची क्षुधा-तृष्णा, लाभ-हानी, पैसा-प्रसिद्धी, एवढंच नव्हे, तर भय-धास्त, आराम-विश्राम कधीच मिसळू दिला नाही... ''

''खरं पाहता त्या लोकमाता होत्या. आपल्या परिवारापलीकडे जाऊन, एका संपूर्ण देशावर ममतेचा पदर पसरून त्याला आपल्या कुशीत घेणारं वात्सल्य मानवी रूपात पूर्वी कधीही पाहिण्यात आलं नव्हतं. मातेची काही कर्तव्यं असतात, हे माहीत होतं. पण स्त्रीच्या अंत:करणातील मातृप्रेमाचा असा साक्षात्कार प्रथमच झाला. त्या जेव्हा 'आमची माणसं' असे शब्द उच्चारत तेव्हा त्या उच्चारातून व्यक्त होणारा नात्याचा ओलावा, आपल्या कुणाच्या शब्दातून उमटलेला कधी ऐकला नव्हता! भारतीय माणसांबद्दल त्यांना वाटणारे सच्चे प्रेम ज्यांच्या लक्षात आले असेल, त्यांना हेही कळून चुकले असेल की, आपण एक वेळ पैसा, वेळ देऊ किंवा कदाचित स्वत:चे प्राणही देऊ, पण आपण कधीही आपले हृदय देत नाही! लोकांना संपूर्णपणे समजून घेण्याची क्षमता आपण कमावलेली नाही... जो लोकांना जाणून घेत नाही; प्रत्येक माणसात वास करणाऱ्या देवाला ओळखत नाही; त्यानं तोंडानं काहीही म्हटलं, तरी त्यानं देवाला आकळलं आहे, असं नाही म्हणता येत. पण भगिनी निवेदितांनी सामान्यांना खरोखरी ओळखलं होतं, त्यांच्या हृदयालाच हात घातला होता. फक्त त्यांचा विचार करत त्या बसल्या नव्हत्या! झोपडीत राहणाऱ्या मुसलमान स्त्रीला त्या अतिशय प्रेमादरानं भेटत. सर्वसामान्य माणसाला हे जमलंच नसतं. त्यांना हे जमत होतं कारण एका अलौकिक दूरदृष्टीची देणगी त्यांना लाभली होती. त्यामुळेच सर्वसामान्यातील महानता – मानवता – त्या पाहू शकत होत्या. या स्वभावसिद्ध दूरदृष्टीमुळेच भारतीयांच्या सान्निध्यात एवढा काळ राहूनही त्यांचा भारताबद्दलचा आदर यत्किंचितही उणावला नाही!''

निवेदिता खरोखरच लोकमाता होती! आपण 'लोकांची माता' म्हणजे 'लोकमाता' असे मानतो, तसेच नदीलाही 'लोकमाता' मानतो. कारण नदी सतत वाहत राहून तिच्या दोन्ही काठांवरच्या माणसांचे कल्याणच करत असते. नदीकाठावरील सर्वच प्राणिमात्रांना खऱ्या अर्थाने जीवन लाभते, ते या 'लोकमाते'मुळेच. मानवाच्या इतिहासावर नजर टाकल्यास आपल्या लक्षात येईल की, निरनिराळ्या संस्कृती निर्माण झाल्या, फुलल्या, फळल्या त्या नदीकाठीच. निवेदितेचे कार्य अगदी असेच नव्हते का! तिने आपले जीवन अर्पण केले ते भारताच्या कल्याणसाठी! आपल्या प्राचीन संस्कृतीची महानता पुन्हा आपल्या लक्षात प्रकर्षाने आणून दिली ती तिनेच! म्हणूनच कवि यशवंतांच्या शब्दांत तिचे वर्णन करता येईल ते असे :

''फुलो चांदणे, असो ग्रीष्मदिन
असे तमिस्त्रा ढगाळ भीषण
समान शिशिर वसंत!
करोत कोणी अस्थि-विसर्जन
ताबुत किंवा देव गजानन
स्वागतशील उदंत!
मरुभूमींतून दहनभूमींतून
गात चालली एकच गायन –
'करू जग' शोभावंत!''

◆

भगिनी निवेदिता – जीवनपट
(१८६७–१९११)

१८६७	२८ ऑक्टोबर रोजी उत्तर आयर्लंडमधील टायरन प्रांतातील डनगॅनन या गावी जन्म
१८७७	वडिलांचा मृत्यू
१८८४	हॅलिफॅक्स स्कूलमधून शालेय शिक्षण पूर्ण करून केसविक येथील शाळेत शिक्षिकेची नोकरी
१८८६	रग्बी येथील शाळेत रुजू
१८८६-८९	रेक्सहॅम येथील शाळेत नोकरी टोपणनावाने लेखन
१८८९-९१	चेस्टर येथील शाळेत शिक्षिका
१८९१-९४	विम्बल्डन येथील मादाम डि लिऊ यांच्या शाळेत शिक्षिका म्हणून रुजू
१८९४	स्वत:ची 'किंग्स्ले गेट स्कूल' नावाची शाळा सुरू केली
१८९५	नोव्हेंबरमध्ये स्वामीजींची प्रथम भेट
१८९६	एप्रिल-डिसेंबर – स्वामीजींची व्याख्याने ऐकून स्वत:चा जीवनमार्ग निवडला
१८९७	लंडनमध्ये वेदान्त प्रचाराचे कार्य
१८९८	जानेवारी – भारताकडे प्रयाण २० जानेवारी – 'मोम्बासा' जहाज मद्रासला पोहोचले २८ जानेवारी – कोलकात्यात पदार्पण ११ मार्च – स्टार थिएटरमध्ये पहिले सार्वजनिक व्याख्यान. २५ मार्च – ब्रह्मचर्याची प्राथमिक दीक्षा. याच दिवशी मार्गारेट 'निवेदिता' झाली

७ एप्रिल – शारदामातांची भेट

मे – कोलकात्यात प्लेगची साथ. निवेदिताचा प्लेग निवारण
कार्यात सहभाग

११ मे – स्वामीजींबरोबर हिमालयाकडे

२६ जुलै – स्वामीजींबरोबर अमरनाथकडे

१३ नोव्हेंबर – शारदामातांच्या हस्ते निवेदितेच्या शाळेचे उद्घाटन

१४ नोव्हेंबर – शाळा सुरू झाली

१८९९ १३ फेब्रुवारी आणि २८ मे – 'काली आणि कालीपूजा' या
विषयावर व्याख्याने

मार्च – कोलकात्यात प्लेगची साथ. स्वतःच्या आरोग्याची पर्वा
न करता निवेदितेने सर्वप्रकारे मदत केली

२६ मार्च – नैष्ठिक ब्रह्मचर्याची दीक्षा

२० जून – स्वामीजींबरोबर पश्चिमेकडे

ऑक्टोबर-नोव्हेंबर – 'काली दि मदर' हे पुस्तक लिहून पूर्ण केले.

नोव्हेंबर-डिसेंबर – अमेरिकेत निरनिराळ्या ठिकाणी व्याख्याने

१९०० जानेवारी-जून – अमेरिकेत निरनिराळ्या विषयांवर व्याख्याने

फेब्रुवारी – 'रामकृष्ण गिल्ड ऑफ हेल्प इन अमेरिका'ची स्थापना

२८ जून – पॅरिसकडे प्रयाण

जुलै – 'काली दि मदर' हे पुस्तक प्रकाशित

१९०१ फेब्रुवारी-मार्च – इंग्लंडमध्ये व्याख्याने

मे – नॉर्वेत धीरामातांची अतिथी असतानाच 'वेब ऑफ इंडियन
लाइफ' हे पुस्तक लिहिण्यास सुरुवात

१९०२ ९ जानेवारी – मार्सेलिसहून भारताकडे

२ जुलै – निवेदितेला मठात स्वामीजींनी जेवायला घातले व
जेवणानंतर तिच्या हातावर पाणी घातले

४ जुलै – स्वामीजींचे देहावसान

१० जुलै – रामकृष्ण मठ-मिशनपासून विभक्त होण्याचा निर्णय

सप्टेंबर-डिसेंबर – व्याख्यानांची सफर

२० ऑक्टोबर – बडोद्याला अरविंद घोषांची भेट

१९०३ एप्रिल – 'विवेकानंद होम'ची स्थापना. नंतर 'विवेकानंद बोर्डिंग
हाउस'ची स्थापना

१९०४ जून – 'द वेब ऑफ इंडियन लाइफ' हे पुस्तक प्रकाशित

ऑक्टोबर – बोस पती-पत्नी, रवीन्द्रनाथ, यदुनाथ सरकार

वगैरेंसह बोधगयेला भेट

१९०५ फेब्रुवारी – कर्झनचा खोटेपणा उघडकीस आणला. राष्ट्रीय ध्वज तयार केला

१३ मार्च – मेंदूज्वराने आजारी

मे-जून – विश्रांतीसाठी दार्जिलिंगला

२० जुलै – बंगालच्या फाळणीची घोषणा. बंगालमध्ये जागोजागी निषेध सभा

७ ऑगस्ट – टाउन हॉलमध्ये प्रचंड निषेध सभा. स्वदेशीच्या चळवळीला आरंभ

२५-३१ डिसेंबर – वाराणसी काँग्रेस. निवेदिता उपस्थित

१९०६, जानेवारी – सांची, उज्जैन, चितोड, अजमेर वगैरे ठिकाणी भेट

सप्टेंबर-ऑक्टोबर – बंगालमधील दुष्काळात दुष्काळग्रस्तांना मदत. हिवतापाने आजारी

१९०७, १२ ऑगस्ट – कोलकात्यातून इंग्लंडकडे प्रयाण

नोव्हेंबर-डिसेंबर – 'क्रेड्ल टेल्स ऑफ हिंदुइझम' हे गाजलेले पुस्तक प्रकाशित

१९०८ अमेरिकेत

१९०९ जानेवारी – आई आजारी असल्याने इंग्लंडला परत

२६ जानेवारी – आईचा मृत्यू

१८ जुलै – कोलकात्याला परत

१९१० ९ जानेवारी – अश्विनीकुमार दत्तांची आणि इतरांची तुरुंगातून सुटका. निवेदितेने आनंदोत्सव साजरा केला

१ फेब्रुवारी – 'द मास्टर ॲज आय सॉ हम' प्रकाशित

मे-जून – केदारनाथ-बद्रिनाथ यात्रा

ऑक्टोबर – धीरामाता आजारी असल्याचे कळल्यावर अमेरिकेकडे

१९११ जानेवारी – धीरामातांचे निधन

एप्रिल – भारतात परत

मे-जून – बसू दांपत्याबरोबर मायावतीला. कोलकात्याला परत आल्यावर मॉडर्न रिव्ह्यूमध्ये धीरामातांवर लेख. 'फुटफॉल्स ऑफ इंडियन हिस्टरी' आणि 'स्टडीज फ्रॉम ॲन इस्टर्न होम' यांचे लेखन पूर्ण करण्यात व्यस्त. ऑक्टोबर – बसू पती-पत्नींबरोबर दार्जिलिंगला. १३ ऑक्टोबरला – अनंतात विलीन

◆

अती महत्त्वाच्या व्यक्तींची नामनिर्देश सूची

◆

संदर्भ ग्रंथसूची

मराठी

१. 'अज्ञात विवेकानंद' – अनुवाद, डॉ. मृणालिनी गडकरी; राजहंस प्रकाशन, पुणे. २००६. (मूळ बंगाली लेखक शंकर यांच्या 'अचेना अजाना बिबेकानंद'चा अनुवाद.)

२. 'आठवणीतल्या कविता' (भाग २) – संपादक, रमेश तेंडुलकर व इतर; आठवण प्रकाशन, मुंबई, १९९९

३. 'भगिनी निवेदिता' (संक्षिप्त चरित्र व कार्य) लेखक व प्रकाशक काशिनाथ विनायक कुलकर्णी, कल्याण (ठाणे), १९६१

४. 'रवीन्द्रनाथ जीवनकथा' लेखक गं. दे. खानोलकर, व्हीनस प्रकाशन, पुणे, १९६१

५. 'लोकमान्य टिळक यांचे चरित्र' (उत्तरार्ध खंड २) – लेखक व प्रकाशक न. चिं. केळकर, पुणे, १९२८

६. 'विवेकानंद कन्या निवेदिता' लेखक व प्रकाशक वि. वि. पेंडसे, पुणे, १९६३

बंगाली

१. 'अबिश्वास्य बिबेकानंद' – लेखक शंकर (मणिशंकर मुखोपाध्याय), साहित्यम, कोलकाता, पुनर्मुद्रण २०११

२. 'असामान्य पत्रलेखिका निवेदिता' – अनुवाद प्रब्राजिका श्रद्धाप्राणा; श्रीसारदा मठ, कोलकाता, २००२ (निवेदितेच्या निवडक पत्रांचा इंग्रजीतून बंगालीत अनुवाद.)

३. 'गीतांजली' – लेखक रबीन्द्रनाथ ठाकूर; बिश्वभारती ग्रंथनविभाग प्रकाशन,

कोलकाता, पुनर्मुद्रण १९५८

४. 'गोरा' – लेखक रबीन्द्रनाथ ठाकूर; बिश्वभारती ग्रंथनविभाग प्रकाशन, कोलकाता, पुनर्मुद्रण – १९४७

५. 'जीबनेर झरापाता' – लेखिका सरलादेवी चौधुराणी; देज पब्लिशिंग, कोलकाता व स्कूल ऑफ विमेन्स स्टडीज, यादवपूर बिश्वविद्यालय, कोलकाता, पुनर्मुद्रण – २००९

६. 'निवेदिता लोकमाता' – लेखक संकरीप्रसाद बसू; आनंद पब्लिशर्स प्रा. लि. कोलकाता

खंड १ पुनर्मुद्रण, २००५

खंड २ पुनर्मुद्रण, २००८

खंड ३ पुनर्मुद्रण २००१

खंड ४ आ. १. १९९५

७. 'पत्राबली' – लेखक स्वामी विवेकानंद; उद्बोधन कार्यालय, कोलकाता, पुनर्मुद्रण – २००४

८. 'बांगालिर इतिहास' (आदि पर्ब) – लेखक, नीहाररंजन राय; बुक एम्पोरियम, कोलकाता, पुनर्मुद्रण – १९५७

९. 'भगिनी निबेदिता' – लेखिका, प्रब्राजिका मुक्तिप्राणा; सिस्टर निवेदिता गर्ल्स स्कूल, कोलकाता, पुनर्मुद्रण – २००५

१०. 'संकल्प ओ स्वदेश' लेखक, रबीन्द्रनाथ ठाकूर; बिश्वभारती ग्रंथनविभाग प्रकाशन, कोलकाता. पुनर्मुद्रण – १९७५

११. 'संचयन' – लेखक रबीन्द्रनाथ ठाकूर; बिश्वभारती ग्रंथनविभाग प्रकाशन, कोलकाता. पुनर्मुद्रण – १९८८

१२. 'संचयिता' – लेखक रबीन्द्रनाथ ठाकूर; बिश्वभारती ग्रंथनविभाग प्रकाशन, कोलकाता, पुनर्मुद्रण – १९५८

१३. 'श्रीरामकृष्ण-बिबेकानंदेर निबेदिता' – लेखक स्वामी देबेन्द्रानंद; उद्बोधन कार्यालय, कोलकाता, पुनर्मुद्रण २००६

इंग्रजी

1. A Biography of Sister Nivedita (The Dedicated) – Lizelle Remond; John Day Co. New York. 1953.

2. A Comprehensive Biography of Swami Vivekananda – Sailendra Nath Dhar; Vivekananda Prakashan Kendra,

Madras. 1976.

3. Cradle Tales of Hindusim – Sister Nivedita; Advaita Ashrama, Kolkata. Reprint 2009.

4. Footfalls of Indian History – Sister Nivedita; Advaita Ashrama, Kolkata. Reprint 2009.

5. History And Culture Of The Indian People, Volume XI (Struggle for Freedom) – Bharatiya Vidya Bhavan; Mumbai. Second Ed. 1988.

6. Kali The Mother – Sister Nivedita; Advaita Ashrama, Kolkata. Reprint 2008.

7. Letters Of Sister Nivedita – Volume I and II – Edited by Sankari Prasad Basu; Nababharat Publishers, Kolkata. 1982.

8. Letters of Swami Vivekananda – Published by Advaita Ashrama, Kolkata. Reprint 2004.

9. My India My People – Sister Nivedita; Ramakrishna Sarada Mission, New Delhi. Second Ed 1995.

10. Myths And Legends of The Hindus And Buddhists – Sister Nivedita; and Ananda K. Coomaraswamy; Advaita Ashrama, Kolkata. Reprint 2006.

11. Nivedita As I Saw Her – Translation Probhati Mukherjee; Sister Nivedita Girls School, Kolkata. 1999. (Written by Saralabala Sarkar)

12. Nivedita Of India – Publish by The Ramakrishna Mission Institute of Culture, Kolkata. Peprint 2007.

13. Religion And Dharmas – Sister Nivedita; Advaita Ashrama, Kolkata. Reprint 2005.

14. Sister Nivedita – Pravrajika Atmaprana; Sister Nivedita Girls School, Kolkata. Reprint 2007.

15. Selections From The Complete Works Of Swamy Vivekananda – Published by Advaita Ashrama, Kolkata. 2004.

16. Studies From An Eastern Home – Sister Nivedita; Longmans, Green and Co. London. 1921.

17. The Complete Works Of Sister Nivedita – Published by Advaita

Ashrama, Kolkata. Volume I – Reprint 2006. II – Reprint
1999. III – 2000. IV – 1999

18. The Master As I Saw Him – Sister Nivedita; Udbodhan Office,
Kolkata. Reprint, 2005

19. The Web Of Indian Life – Sister Nivedita; Advaita Ashrama,
Kolkata. Reprint, 2010

◆